जगाला दक्षिण ध्रुवीय प्रदेशाचा शोध लागला ते वर्ष 'एक आश्चर्यकारक, खिळवून ठेवणारे पुस्तक, अवर्णनीय'

– डॉन बर्क

टर्नी त्यांच्या या पुस्तकामध्ये, अगदी सुरुवातीच्या काळातील साहस वीरांनी, दक्षिण ध्रुवीय प्रदेशातील नैसर्गिक आव्हानांवर आणि त्याही पलीकडे जाणाऱ्या नैसर्गिक धोक्यांवर मात करताना, दाखवलेले अतुलनीय शौर्य अत्यंत समर्थपणे दाखवून देतात.

– पब्लिशर्स विकली

दक्षिणध्रुवीय प्रदेशाचा, अगदी शेवटचे लक्ष गेलेले आणि शोध घेतले गेलेले खंड म्हणून विचार केला तर, इतिहास अगदी संक्षिप्त आहे. सन १८२१ पूर्वी, कोणी त्या प्रदेशात गेल्याची कोठेही नोंद सापडत नाही. (आणि) प्रत्येक शोधमोहीमेवर एक स्वतंत्र पुस्तक जरी सहज लिहिता येण्यासारखे आहे, तरी टर्नी त्यांच्या या पुस्तकांमध्ये अत्यंत कुशलतेने आणि हुशारीने प्रत्येक साहसवीराचे आणि त्याच्या मोहीमेतील सहकाऱ्यांचे, त्यांच्या गुणदोषांसकट, संपूर्ण चित्र रंगवण्यात कमालीचे यशस्वी झाले आहेत.

– कर्कस

'1912 The Year the World Discovered Antarctica'
या इंग्रजी पुस्तकाचा अनुवाद

ख्रिस टर्नी

1912

अंटार्क्टिकाच्या शोधात

अनुवाद
मोहन गोखले

मेहता पब्लिशिंग हाऊस

1912 THE YEAR THE WORLD DISCOVERED ANTARCTICA
by CHRIS TURNEY

Originally published in Australia by the Text Publishing Company Ltd...
Translated into Marathi Language by Mohan Gokhle

१९१२ : अंटार्क्टिकाच्या शोधात / अनुवादित सत्यकथा

अनुवाद : मोहन गोखले
author@mehtapublishinghouse.com

प्रकाशक : सुनील अनिल मेहता, मेहता पब्लिशिंग हाऊस,
१९४१, सदाशिव पेठ, माडीवाले कॉलनी, पुणे ४११०३०.

मुद्रक : ट्रिनिटी ॲकॅडमी फॉर कॉर्पोरेट ट्रेनिंग लिमिटेड

मुखपृष्ठ : मेहता पब्लिशिंग हाऊस

प्रथमावृत्ती : जानेवारी, २०२२

किंमत : ₹ ४५०

P Book ISBN 9789391151492
E Book ISBN 9789391151546
E Books available on : amazonkindle Apple Books Google Play Books

---

माझ्या जीम आणि बंटी या आजोबा-आजीला...
त्यांनी केलेले अपार कष्ट आणि सांगितलेल्या साहसवीरांच्या कथा
आजसुद्धा मला स्फूर्ती देतात.

प्रस्तावना

आजसुद्धा कदाचित काही लोकांना असे वाटत असेल की ज्याच्याबद्दल काहीही माहिती नाही अशा ध्रुवीय प्रदेशांच्या शोधात जाणे हे तितकेसे महत्त्वाचे नाही. परंतु अशा प्रकारे विचार करणाऱ्यांचे अर्थातच अज्ञान प्रकट होते. त्या प्रदेशांचा संपूर्ण शोध घेणे हे शास्त्रीय दृष्ट्या किती महत्त्वाचे आहे हे इथे नव्याने सांगण्याची आवश्यकता नाही.

फ्रिट्जॉफ नानसेन (१८६१ - १९३०)

जानेवारी २०११ ची सुरुवात आहे आणि मी दक्षिण गोलार्धावरील समुद्रावरून दहा हजार मीटर उंचीवरून उडणाऱ्या, चार इंजिन असलेल्या 'इल्युशिन' वाहतूक विमानामध्ये बसलो आहे. आमचे विमान पृथ्वीवरील सर्वांत दुर्गम प्रदेशाच्या दिशेने चालले आहे. विमानामध्ये पन्नासएक प्रवासी आहेत, शिवाय इंधन, उपकरणे आणि विविध प्रकारचे आणि फॅशनचे कपडे इ. सामानपण आहे. अतिथंड म्हणजे शून्य आणि त्याही खालील तापमानात वापरण्यायोग्य अशा घेतलेल्या कपड्यांमध्ये निरनिराळ्या रंगांची जॅकेट्स, हातमोजे आणि वेगवेगळ्या आकारांच्या आणि मापांच्या टोप्या आहेत. माझ्याबरोबर असलेले बहुतेक प्रवासी तिथे काही दिवसांसाठी किंवा फारतर काही आठवड्यांच्या मुक्कामासाठी म्हणून निघालेले आहेत. तिथे जाऊन बर्फाचे डोंगर चढणे, बर्फावरून घसरणे, वाऱ्यावर स्वार होऊन उडण्याचा आनंद घेणे आदी मौजमजा करण्याच्या उद्देशाने आले आहेत. माझ्या बाबतीत मात्र आयुष्यभर पाहिलेले एक स्वप्न पूर्ण होण्याच्या मार्गावर आहे. जगाच्या या अतिदुर्गम अशा प्रदेशामध्ये मी त्या प्रदेशाच्या भूगर्भीय आणि हवामानाच्या इतिहासाचा शोध घेण्याचे काम करणार आहे, प्रयत्न करणार आहे.

काही तासांपूर्वी आम्ही दमट हवामान असलेल्या दक्षिण चीलीच्या पुंटा अरेनाज या शहरातील विमानतळावरील धावपट्टीवर उभे होतो. हवा इतकी दमट होती की कोणत्याही क्षणी घामाच्या धारा सुरू होण्याची शक्यता होती आणि आता या रशियन विमानातून— ज्याला मोठ्या आकाराची 'सोव्हिएत शवपेटी' म्हणता येईल, आम्ही वेगाने त्या दुर्गम प्रदेशाच्या दिशेने चाललो आहोत आणि भीती वाटावी इतक्या अरुंद बर्फाच्या धावपट्टीवर उतरण्याच्या तयारीत आहोत. क्षणात विमानाच्या इंजिनाच्या आवाजामध्ये बदल झालेला जाणवला. आम्ही आता बरेच जवळ आलेलो आहोत. आम्ही आपापल्या जागांवर बसलो, माना उंचावून नजरेच्या टप्प्यामध्ये झपाट्याने येणारे पर्वत आणि बर्फ बघायला लागलो.

विमानामध्ये हलकासा धक्का जाणवला आणि आमचे विमान दक्षिणेकडे ७९ अंशावर असलेल्या थंडगार आणि गोठलेल्या प्रदेशात बर्फाच्या धावपट्टीवर उतरले. विमानाचा आवाज खूपच कमी झाला. आमचे विमान लष्कराच्या 'युनियन ग्लॅशियर एअर बेस' या तळावर उतरले. जवळच निळ्या रंगाच्या दोन मोठ्या धातूंच्या कंटेनर्सजवळ थांबले. हे कंटेनर्सच आता काही दिवस आमचे नवीन घर असणार आहे. विमानाच्या मागील बाजूला असलेल्या सामान ठेवण्याच्या कक्षाच्या झडपा उघडताच थंडगार हवेचा झोत आत आला. सगळ्यांनीच ती हवा आपल्या फुफ्फुसांत भरून घेतली. आम्ही दक्षिण ध्रुवीय प्रदेशात आलो आहोत आणि येथे पोहोचायला आम्हाला फक्त चार तास लागले.

इ.स. १८९७ मध्ये इंग्लंडमधील 'अर्गाइल' (Argyll) प्रांताच्या राजघराण्यातील सरदार जॉन कॅम्पबेल एकदा चिडून संतापून म्हणाला, 'या आपल्या छोट्या ग्रहावरील खूप मोठा भूपृष्ठीय प्रदेश आपल्याला अजूनही अज्ञात आहे आणि तो तसा असणे हे आपल्या संस्कृतीला लज्जास्पद आहे.' शतकामागून शतक उजाडताना जगाच्या नकाशावर बऱ्याच जागा रिकाम्याच होत्या. जगाच्या अंताला असणाऱ्या आणि जवळजवळ ५० कोटी लोकसंख्या असणाऱ्या या प्रदेशाची तशी काहीच माहिती उपलब्ध नव्हती. जगाच्या नकाशावर दक्षिणेकडे ५० अंश अक्षांशाखालील सर्वच प्रदेश अज्ञात असेच होते. त्यामुळेच 'अशोधित प्रदेश' असे त्याचे वर्णन दिलेले असायचे.

शास्त्र, तंत्रज्ञान, अभियांत्रिकी, सामाजिक सुधारणा आणि राजकारण इ. सर्वच क्षेत्रांतील मोठ्या आणि महत्त्वाच्या सुधारणांमुळे आणि प्रगतीमुळे वेगवेगळे देश एकमेकांबरोबर नव्या आत्मविश्वासाने संवाद साधू लागले होते आणि जग अचानक छोटे झाल्यासारखे भासायला लागले होते. व्हिक्टोरिया कालखंडात जरी चांगली प्रगती झाली असली तरीपण जगाच्या नकाशावरील दक्षिणेकडील रिकामा भाग

खुपत होता. एडवर्डीयन कालखंडात (१९०१-१९१०) या ग्रहाच्या दुसऱ्या बाजूला काय आहे हे पाहण्याचा जेव्हा प्रयत्न केला तेव्हा त्या बाजूला काय असेल याची त्याला अजिबातच कल्पना नव्हती.

डेव्हिड लिव्हिंगस्टन, अलेक्झांडर व्हॉन हम्बोल्ट, आणि जॉन हॅन्निंग स्पेक यांच्यासारख्या साहसवीरांनी आफ्रिकन आणि इतर नवीन प्रदेशांमध्ये साहसी मोहिमा राबवून अज्ञात प्रदेश शोधून काढण्याची नेत्रदीपक कामगिरी जरी केली होती आणि त्यांची नावेसुद्धा सर्वोदमुखी झाली होती तरीपण फारच थोड्या पाश्चात्त्य साहसवीरांनी 'दक्षिण ध्रुवीय प्रदेश' (Antarctic Circle) शोधण्याचा प्रयत्न केला होता, धाडस दाखवले होते. त्या प्रदेशाबद्दल फारच थोडी माहिती होती. बरीचशी माहिती ही सांगोवांगी, काल्पनिक किंवा अफवांच्या स्वरूपातीलच होती. तो अतिदुर्गम आणि एकाकी प्रदेश आहे, तेथील तापमान अगदी कमालीचे थंड आहे, तेथील थंडगार आणि वादळी समुद्रामध्ये जहाजे बघता बघता बुडतात इ. इ. गोष्टी प्रचलित होत्या. अगदी मोजके साहसवीर त्या प्रदेशाच्या आसपास पोहोचले होते आणि त्याहूनही कमी काही खात्रीलायक माहिती घेऊन परतले होते. त्यामुळे वास्तवातील, प्रत्यक्षातील आणि समजुतीतील असलेल्या मोकळ्या जागा केवळ कल्पनेतून आणि स्वप्नरंजनातून भरल्या गेल्या होत्या. त्यामुळे थोडीफार छोटीमोठी बेटे आणि तुटकतुटक समुद्रकिनारे सोडले तर दक्षिण ध्रुवीय प्रदेश अजूनही जगाच्या नकाशावर खऱ्या अर्थाने आलाच नव्हता. जगाच्या नकाशामधील खाली टोकाला दाखवलेला तो पांढराशुभ्र भाग बऱ्याच अंशी कल्पनेतून आणि अंदाजे माहितीच्याच आधारे भरला गेला होता.

पृथ्वीवरील इतर कोणत्याच खंडाबद्दल जनमानसामध्ये इतके पराकोटीचे गैरसमज नव्हते. दक्षिण ध्रुवीय प्रदेशाचा पूर्ण आवाका आणि एकूण विस्तार लक्षात यायला थोडा वेळ लागतो. त्या प्रदेशाच्या क्षेत्रफळाचाच विचार करायचा झाला तर पृथ्वीच्या एकूण भूपृष्ठीय प्रदेशापैकी एक कोटी चाळीस लाख वर्ग किमी.च्या प्रदेशाचा रशियानंतर दुसरा नंबर लागतो आणि या प्रदेशाचे क्षेत्रफळ हे युरोपातील सर्व देशांच्या एकूण क्षेत्रफळापेक्षा जास्त भरते. दक्षिण ध्रुवीय प्रदेश हा जगातील सर्वांत उंचावर असलेला प्रदेश किंवा भूखंड आहे. या प्रदेशाची सरासरी उंची २३०० मीटर (२१७०० फूट) इतकी आहे. जगातील गोड्या पाण्याच्या एकूण साठ्यापैकी सत्तर टक्क्यांपेक्षा जास्त गोडे पाणी या प्रदेशामध्ये आहे. हे गोडे पाणी ३ कोटी क्युबिक किमी. एवढ्या बर्फाच्या साठ्याच्या स्वरूपामध्ये आहे. हा सगळा बर्फाचा साठा जर एकदम वितळला तर या पृथ्वीवरील समुद्राच्या पाण्याच्या पातळीमध्ये अंदाजे पासष्ठ मीटर (५८५ फूट) एवढी वाढ होईल म्हणजेच सिडनी, लंडन आणि न्यू यॉर्कसारखी शहरे सहज जलमय होतील. या प्रदेशातील अतिथंड

हवेमुळे भूपृष्ठावरील हवेमध्ये अजिबातच आर्द्रता नाही. त्यामुळे दक्षिण ध्रुवीय प्रदेशाचा आतील भाग हा जगातील सर्वांत मोठे वाळवंट म्हणून ओळखला जातो, जर या संपूर्ण खंडामध्ये सापडणाऱ्या दगडांचा शास्त्रीय विचार केला तर पृथ्वीच्या उत्पत्तीपासूनच्या इतिहासाचा आलेख काढता येतो. या भागामध्ये असणारी जीवसृष्टीतील विविधता पृथ्वीच्या इतर भागांमध्ये क्वचितच बघायला मिळते.

परंतु या खंडातील मानवाचा इतिहास मात्र फारच अल्प काळाचा आहे. दक्षिण ध्रुवीय प्रदेश हा तसा सर्वांत शेवटी सापडलेला, शोध घेतला गेलेला प्रदेश आहे. त्या प्रदेशाचा शोध घेण्याच्या प्रयत्नांना तसे पाहिले तर गेल्या दोन शतकांमध्येच आपण सुरुवात केली. हा प्रदेश प्रथमत: इ.स. १८२० मध्ये दृष्टिपथात आला आणि या प्रदेशामध्ये पहिल्यांदा पाऊल ठेवले गेले ते इ.स. १८२१ मध्ये. त्या प्रदेशामधील थंडीचा पहिल्यांदा अनुभव घेतला गेला तो इ.स. १८९९ मध्ये. मी ज्या प्रदेशामध्ये २०११ साली राहून संशोधन केले तो एल्सवर्थ माउंटन्स (Ellsworth Mountains) हा प्रदेशपण १९६०पर्यंत नीटपणे अभ्यासला गेला नव्हता.

अगदी पुरातन काळामध्ये ग्रीकांचा असा समज होता की उत्तर ध्रुवीय प्रदेशाला योग्यपणे तोलण्यासाठी, प्रतिबिंबित असा दक्षिणेलापण तशाच प्रकारचा ध्रुवीय प्रदेश असला पाहिजे. त्यांनी तेव्हा काल्पनिक असलेल्या प्रदेशाचे नाव ठेवले अंटार्क्टिकोज (Antarktikos), अस्वलांच्या विरुद्ध दिशेला (Opposite of Bear). हा संदर्भ जोडला होता उत्तरेकडील आकाशामध्ये दिसणाऱ्या 'Ursa Major' (मोठे अस्वल) (सप्तर्षी) या ताऱ्यांच्या समूहाबरोबर. दक्षिण ध्रुवीय प्रदेशाचा जेव्हा शोध लागला तेव्हा सुरुवातीला साहसवीर साहजिकच उत्तर ध्रुवीय प्रदेशाबरोबर तुलना करून या प्रदेशाबद्दलचे अंदाज बांधू लागले - आणि बहुतेक वेळा त्यांच्या साहसी मोहिमांना त्याचे जबरदस्त आणि दुर्दैवी परिणाम भोगावे लागले. जसजसा काळ गेला आणि शास्त्रीय शोध घेणारी उपकरणे विकसित झाली आणि स्थिरावली, तसतसे या दगडा-बर्फाच्या बनलेल्या ध्रुवीय प्रदेशाने त्याचे खरे रूप दाखवायला सुरुवात केली. विसावे शतक संपता संपता या प्रदेशाबद्दलची बरीचशी माहिती जाणून घेण्यात शास्त्रज्ञांना यश आले होते आणि या ध्रुवीय प्रदेशातील समुद्रामध्ये बर्फाचे एक खंडच वसलेले आहे हे लक्षात आले. शेवट नसलेले समुद्रकिनारे, एकाकी पर्वतरांगा, ज्वालामुखी पर्वत, बर्फाचे पठारी प्रदेश, ध्रुवीय समुद्रामध्ये ३०-४० किमी. आत घुसलेल्या हिमनद्या या सर्वांबद्दल शास्त्रीय माहिती देणारे अनेक अहवाल, शोधनिबंध तयार केले गेले. मानवाचा अजूनपर्यंत संपर्क न झालेले, आणखी शोध घेतला जाण्याच्या आणि हक्क सांगितला जाण्याच्या प्रतीक्षेमध्ये असे असलेले हे एक संपूर्ण नवीन जग होते.

दक्षिणेला नवीनच सापडलेल्या या प्रदेशामध्ये नक्की काय काय आहे याचा

शोध घेण्याच्या उद्देशाने लवकर होतकरू साहसवीरांचे, शास्त्रज्ञांचे, नकाशे तयार करणाऱ्यांचे गट तिकडे पाठवण्यास सुरुवात झाली आणि त्यातूनच विसाव्या शतकाच्या सुरुवातीला दक्षिण ध्रुवीय प्रदेशाच्या शोधाचे नवीन पर्व सुरू झाले. या गोठलेल्या, अतिथंड खंडाचा शोध घेण्यामागे, तेथील प्रदेशांवर हक्क सांगणे, दक्षिण ध्रुवावर प्रथम पोहोचणे किंवा केवळ दिमाखदार दाढी वाढवणे एवढेच उद्देश नव्हते. या साहसमोहिमांचा, शोधमोहिमांचा जरी - प्रत्येक नव्या भौगोलिक शोधावर विक्रमावर पहिलेपणाचा शिक्का किंवा पहिलेपणाचा दावा सांगण्याचा उद्देश होता - तरी मुख्यत्वेकरून नवीन खंडाविषयी शास्त्रीय माहिती गोळा करणे हाच होता. फक्त प्रसिद्धी किंवा मोठेपणा मिळवणे हेच एक उद्दिष्ट ठेवून चालणार नव्हते, कारण अशा मोहिमांना भक्कम अशा आर्थिक पाठबळाची नितांत आवश्यकता होती आणि त्यासाठी असे पाठबळ पुरवणाऱ्या राष्ट्रीय संस्थांसमोर, भूगोल विषयाला वाहून घेतलेल्या संस्थांसमोर, त्यांना त्यांच्या मोहिमांचे महत्त्व संभाव्य शास्त्रीय प्रगतीच्या दृष्टीने पटवून देणे गरजेचे होते. या भूप्रदेशाचा शोध लागल्यावर तो मुळात अस्तित्वात कसा आला, तेथील प्राणिजीवन, वनस्पतिजीवन कशाच्या आधारावर तग धरून आहे, वाढते आहे, त्या प्रदेशातील निसर्गाचे चक्र कशा प्रकारचे आहे इ. अनेक नवीन प्रश्न उपस्थित झाले होते आणि त्या प्रश्नांची शास्त्रीय उत्तरे शोधण्यासाठी तेथून दगड, माती, वनस्पती, प्राणी अवशेष इ. गोष्टी आणणे तसेच वेगवेगळ्या ऋतूंमधील हवामानाची, बर्फाची निरीक्षणे नोंदवणे वगैरेंसाठी साहसमोहिमा, शोधमोहिमा काढणे गरजेचे होते.

इ.स. १९१२ च्या दरम्यान नव्या-जुन्या विचारांचा, ज्ञानांचा समन्वय साधणारे पाच देशांच्या साहसवीरांचे, वैज्ञानिकांचे गट ज्ञात जगाच्या सीमारेषा ओलांडून अज्ञात जगाच्या शोधामध्ये निघाले होते. जेव्हा दक्षिण ध्रुवीय प्रदेशाचा विषय निघतो तेव्हा कॅप्टन रॉबर्ट फाल्कन स्कॉट यांच्या नेतृत्वाखालील ब्रिटिश मोहीम आणि रोआल्ड आमंडसेन यांच्या नेतृत्वाखालील नॉर्वेच्या शोधमोहिमेचे प्रयत्न याच दोन घटना प्रामुख्याने बहुतेकांना माहीत असतात. परंतु त्यांच्याआधी तसा प्रयत्न करणारे इतरही बरेच जण होते, उदा. जपानचे नोबु शिरासे, जर्मनीचे विल्हेल्म फिल्चनेर, ऑस्ट्रेलिया / न्यू झीलंडचे डग्लस मॉसन इ. त्यांच्या धाडसांमुळे, शोधांमुळे जग फक्त थक्कच झाले नाही तर जगाची आपल्या या ग्रहाकडे बघण्याची दृष्टीच बदलली. प्रामुख्याने या एका वर्षामध्ये ज्याला दक्षिण ध्रुवीय प्रदेशाच्या शोधाच्या प्रयत्नांचा सर्वोच्च बिंदू म्हणता येईल, अशा या वर्षात 'दक्षिण ध्रुवीय प्रदेशाचा' दरवाजा सताड उघडला गेला. हवामानातील टोकाच्या परिस्थितीमुळे आकाराला आलेला, गोठलेला हा अतिदुर्गम भूप्रदेश, तेथील जीवसृष्टी, वनस्पतिजीवन याबद्दल, विज्ञानालादेखील अद्यापपर्यंत माहीत नसलेली कितीतरी अद्भुत आणि

चकित करणारी माहिती उपलब्ध झाली. नवीन ज्ञान संपादन करण्यासाठी साहसी मोहिमांना शास्त्रीय संशोधनाची जोड देण्यामागे, कित्येक साहसवीरांनी जीवावर उदार होऊन केलेले प्रयत्न, त्यासाठी पत्करलेले मरण, शास्त्रीय उपकरणांमध्ये परिस्थितिनुरूप केले गेलेले बदल, सुधारणा आणि त्यातून नवीन उपकरणांची निर्मिती इ. गोष्टी कारणीभूत होत्या.

साहसवीरांच्या अचाट पराक्रमांच्या कहाण्यांमुळे आणि दक्षिण ध्रुवीय प्रदेशासंबंधी उजेडात येणाऱ्या अद्‌भुत माहितीमुळे जनमानसात कुतूहलाचे, औत्सुक्याचे वातावरण पसरले होते. इ.स. १९१२ च्या काळातील साहसी शोधमोहिमांनीपण त्यांचे पराक्रम, त्यांचे प्रयत्न, मिळालेली नवनवीन माहिती, पुस्तक रूपाने, भाषण दौरे काढून, वर्तमानपत्रांमध्ये लेख लिहून, मुलाखती देऊन, रेडिओवरून आणि डॉक्युमेंटरीद्वारे, थोडक्यात प्रसिद्धीची जेवढी म्हणून साधने उपलब्ध होती तेवढी वापरून सर्वसामान्य जनतेपर्यंत पोहोचवण्याचा प्रयत्न केला. त्यातील काहींना यश मिळाले, काहींना तितकेसे नाही मिळाले. शोधमोहिमेतील साहस आणि शास्त्रीय संशोधन यांचा घातला गेलेला मेळ आणि त्यासाठी अद्‌भुत आणि चमत्कारिक माहितीबरोबरच आपल्या देशातील नागरिकांचे शिक्षण, प्रबोधन करण्याची वेगवेगळ्या साहसवीरांची लागलेली चढाओढ हे सर्वसामान्यांमध्ये वैज्ञानिक दृष्टिकोन रुजवण्याच्या दृष्टीने एक महत्त्वाचे पाऊल ठरले होते.

नंतरच्या काही दशकांमध्ये, मध्यंतरीच्या काळामध्ये घडलेल्या अनेक दुर्दैवी घटनांमुळे, सुरुवातीच्या काळामध्ये मिळालेले यश, उपलब्धी वगैरे काही प्रमाणात झाकोळल्या गेल्या आणि त्यानंतर काही थोडी 'दक्षिण ध्रुवीय प्रदेशाच्या शास्त्रीय संशोधनात' रस दाखवणारी मंडळी सोडली तर इतरांसाठी ते सर्व विस्मृतीतच गेले. माझ्या स्वत:च्या त्या प्रदेशामध्ये केलेल्या संशोधनाच्या अनुभवातून आणि आधीच्या साहस / शास्त्रीय मोहिमांबद्दल उपलब्ध असलेल्या अनेक संदर्भग्रंथांवरून, चालू वर्ष हे शास्त्रीय संशोधनाचे शतक महोत्सवी वर्ष म्हणून साजरे करणे कसे सयुक्तिक ठरेल हे मला दाखवून द्यायचे आहे. त्याचबरोबर इ.स. १९१२ हे वर्ष आपल्या भोवताली असलेले जग समजून घेण्याच्या दृष्टीने क्षितिज विस्ताराला कसे कारणीभूत ठरले हेपण दाखवून द्यायचे आहे.

अनुक्रमणिका

Please contact us at **Mehta Publishing House,** Pune 411030.
✆ +91 020-24476924 / 24460313 / Mob. No. 9545000513
Email : production@mehtapublishinghouse.com
Website : www.mehtapublishinghouse.com

ध्रुवाकडे नजर

'दक्षिणेकडील सुरुवातीचे प्रयत्न'

'कोणताही माणूस ज्याला तुरुंगवासाची नेमकी कल्पना आहे,
तो कदापिही जहाजावर खलाशी होण्यास तयार होणार नाही;
कारण जहाजावर खलाशी असणे म्हणजे जहाज बुडण्याच्या
शक्यतेबरोबरच, तुरुंगवासात असण्यासारखेच आहे. तुरुंगातील
माणसाला थोडीतरी मोकळी जागा मिळते, बऱ्यापैकी अन्न मिळते
आणि सर्वसाधारण बऱ्यापैकी सहकारी मिळतात.'
सॅम्युएल जॉन्सन (१७०९ - १७८४)

अटलांटिक महासागरापासून पॅसिफिक महासागराच्या पश्चिमेला असणाऱ्या, मसाल्याच्या बेटांसाठी पश्चिमी मार्गाच्या शोधात निघालेल्या फर्डिनांड मॅगेलान याच्या साहसमोहिमेला सन १५२० मध्ये एक वर्ष होत आले होते. इंडोनेशियन बेटांच्या शोधात ज्यांना आज मोल्युकाज बेटे म्हणून संबोधले जाते, त्या बेटांच्या शोधमोहिमेचा सगळा खर्च स्पेनच्या राजाने केला होता. अतिफायदेशीर अशा युरोपिअन मसाल्याच्या व्यापारावर असलेले व्हेनिसचे वर्चस्व मोडून काढणे हा या मोहिमेमागचा त्याचा उद्देश होता. स्पेनच्या मदतीवर आणि त्यांच्याच खलाशांच्या भरवशावर निघालेल्या या मोहिमेचे नेतृत्व करणे ही या पोर्तुगीज कॅप्टनसाठी मोठी जिकिरीची गोष्ट होती. एक जहाज आधीच खडकावर आपटून बुडाले होते, त्याशिवाय खलाशांकडून वारंवार दिल्या जाणाऱ्या बंडाळीच्या धमक्यांनापण आवर घालण्याचे, त्यांना शांत करण्याचे जिकिरीचे काम त्याला करावे लागत होते. दक्षिण अमेरिकेच्या दक्षिण-पूर्व किनाऱ्याशी ५३° अक्षांशावर पोहोचल्यावर त्याला एक मार्ग सापडला आणि मोहिमेतील लाकडांची बनवलेली चार जहाजे दक्षिण अमेरिकेच्या दुसऱ्या बाजूला पोहोचू शकतील असा त्याला विश्वास वाटायला लागला.

परंतु 'मॅगेलान'च्या जहाजावरील खलाशांना मात्र तो पुढचा ५७० किमी.चा प्रवास एक आव्हान न वाटता संकट वाटत होते. त्यांचा तोपर्यंतचा प्रवास खूपच त्रासदायक आणि खडतर झाला होता. त्याला कारणेपण तशीच होती, वादळी समुद्र, घोंघावणारे वारे, खलाशी पळून गेल्यामुळे गमवावे लागलेले एक जहाज, किनाऱ्यावर असताना हल्ला करण्याच्या बेतात असलेल्या रानटी जमाती इ. इ. शेवटी अडतीस दिवसांच्या प्रयत्नानंतर, शोधलेल्या नवीन समुद्री मार्गावरून वाट काढत तीन जहाजे दक्षिण अमेरिकेच्या दुसऱ्या बाजूला पोहोचण्यात यशस्वी झाली. या प्रवासाचा 'मॅगेलान'वर खूपच ताण पडला आणि असे सांगितले जाते की तो अक्षरश: कोलमडला आणि रडला. भयावह संकटांशी निकराची झुंज देत त्याने अटलांटिक महासागरातून यशस्वीपणे जहाज हाकारून, त्या मानाने शांत असलेल्या पॅसिफिक महासागरात प्रवेश करण्यात यश मिळवले होते.

त्या प्रवासातील जिवंत राहिलेल्या खलाशांनी, सदस्यांनी लिहिलेल्या माहितीवरून जगाला प्रथमच कळले की मॅगेलान सामुद्रधुनीच्या दोन्ही बाजूला उंचचउंच बर्फाच्छादित पर्वत आहेत. मॅगेलानच्या मोहिमेवरून त्या सामुद्रधुनीच्या दक्षिणेला, तोपर्यंत कपोलकल्पित वाटणारा असा काही भूभाग, खंडसदृश प्रदेश असावा या गोष्टीला आधार मिळाला. 'Antarktikos' - किंवा नंतर दिले गेलेले नाव म्हणजे - 'Terra Australis Incognita' - 'दक्षिणेकडील अज्ञात खंड' हेच काही काळ रूढ झाले. परंतु हा महान दर्यावर्दी, या नवीन समुद्रीमार्गाच्या शोधामुळे मिळालेली प्रसिद्धी, मिळालेले नाव अनुभवायला जिवंत राहिला नाही. त्याच्या मोहिमेतील बहुतेक सदस्यांप्रमाणेच स्पेनला परतत असताना प्रवासात त्याला मृत्यू आला. अतिदक्षिणेकडे असलेल्या प्रदेशाबद्दलच्या खऱ्या-खोट्या गोष्टींचे, आख्यायिकांचे गारुड प्राचीन आणि मध्ययुगीन युरोपवर पडले होते. कोणा एका प्रेस्टर जॉन नावाच्या ख्रिश्चन राजाच्या अतिपूर्वेकडे असलेल्या अद्भुत देशाबद्दलच्या खऱ्या-खोट्या गोष्टी प्रचलित होत्या. त्या देशाच्या मध्यभागी असलेल्या अतिउंच पर्वतशिखरावरून चार स्वर्गीय नद्या वाहत येत होत्या. कित्येक शतके दक्षिणेकडील या अज्ञात प्रदेशाबद्दलचे आडाखे, अंदाज, कोणत्याही प्रकारच्या पुराव्याशिवाय बांधले जात होते.

सोळाव्या शतकामध्ये मात्र व्यापाराच्या निमित्ताने आणि विस्तारवादाच्या उद्देशाने, नवीन भूभाग शोधण्याच्या निमित्ताने दक्षिणेकडील समुद्रामध्ये मोहिमा काढण्यास, आखण्यास सुरुवात झाली. 'मॅगेलान'ने जगाच्या नकाशातील कोऱ्या जागेवर पहिला ठिपका उमटवला आणि जगभरच्या नकाशे तयार करणाऱ्यांनी उत्सुकतेने त्याने शोधलेल्या नवीन प्रदेशाची नोंद घेत नकाशावरील एक मोकळी जागा भरली. 'Terra Australis Incognita' (दक्षिणेकडील अज्ञात खंड) हा नवीन प्रदेश, त्या अज्ञात ख्रिश्चन देशाच्या आणि त्याचा राजा 'प्रेस्टर जॉन' यांच्याप्रमाणे, नव्या

काल्पनिक कथांना जन्म देण्यास आणि खतपाणी घालण्यास पुरेसा होता. नकाशे तयार करणाऱ्यांनी मॅगेलानने पुरवलेल्या माहितीला आपल्या कल्पनांचे पंख लावून, त्या नवीन सापडलेल्या खंडाची, किनारपट्टी आणि प्रदेशाची धक्कादायक वाटावी इतकी तपशीलवार माहिती भरून नकाशेपण तयार केले. नकाशांमध्ये 'Tierra del Fuego'* हा दक्षिण अर्जेंटिनाचा टोकाचा भाग आणि उत्तर ऑस्ट्रेलियाचा भाग चिंचोळ्या भूभागाने जोडलेला दाखवण्याचा आणि काही नकाशांमध्ये तर इंडोनेशियादेखील त्याला जोडलेला दाखवण्याचा कल्पनाविलास त्यानंतर जवळजवळ शंभरएक वर्षे तसाच राहिला.

मॅगेलानने सामुद्रधुनी शोधल्यानंतर, जी आज त्याच्याच नावाने ओळखली जाते, जवळजवळ पन्नास वर्षांनी एका इंग्रज साहसवीराला तपशिलामध्ये काहीतरी चूक होते आहे हे जाणवले. सर फ्रान्सिस ड्रेक हे नाव उच्चारताच, सन १५८८च्या उन्हाळ्यामध्ये स्पॅनिश आरमाराने ज्या वेळी इंग्लंडवर आक्रमण केले तेव्हा 'बाउल्स' (Bowls)च्या खेळामध्ये खंड पडू न देणारा सर्वोत्तम सेनानी अशी त्याच्याविषयीची आख्यायिका प्रथम आठवते. अतिशय सहजपणे पृथ्वीप्रदक्षिणा करून सहीसलामत परतण्यात तो यशस्वी झाला होता. ड्रेकने ती सामुद्रधुनी अगदी सहजपणे फक्त सतरा दिवसांमध्ये पार केली होती. त्याच्या दुर्दैवी पूर्वाधिकाऱ्याला, मॅगेलानला आलेला खलाशांचा वाईट अनुभव सुदैवाने त्याच्या वाटेला आला नसला तरी इतर वेगळ्या संकटाशी त्याला सामना करावा लागला. त्याच्या मोहिमेला उत्तर-पश्चिम वादळाचा मोठा जबरदस्त तडाखा बसला आणि दक्षिण अमेरिकेच्या टोकापर्यंत त्याला माघार घ्यावी लागली, आणि त्याने अंदाज केल्यापेक्षा खूपच दक्षिणेकडे त्याला यावे लागले. त्या वेळेच्या उपलब्ध नकाशांप्रमाणे जिथे 'Terra Australis Incognita' (दक्षिणेकडील अज्ञात खंड) दाखवले गेले होते तिथे समुद्र होता म्हणजेच दक्षिणेकडील तो भूभाग, खंड अंदाजापेक्षा आकाराने बराच लहान होता.

नेदरलँडमधील चढाओढ अनेक लहानमोठ्या शोधांना कारणीभूत ठरली. मॅगेलानची सामुद्रधुनी आणि दक्षिण आफ्रिकेच्या टोकाला असलेले केप ऑफ गुड होप या दोन, ज्ञात असलेल्या समुद्री व्यापारी मार्गांवर डच इस्ट इंडिया कंपनीची पूर्ण मक्तेदारी होती आणि त्याची अंमलबजावणी कठोरपणे केली जात होती. त्यामुळे इतर

---

* (Tierra del Fuego:- (Argentina / Chile) हा एकंदरीत ७३७०० वर्ग किमी. एवढा भूभाग आहे. यातील दोन तृतीयांश भाग मुख्य बेट आहे व बाकीची छोटी छोटी बेटे अर्जेंटिना आणि चिली या देशांमध्ये विभागली गेली आहेत. या बेटांमधील सामुद्रधुनीतून 'मॅगेलान'ने मार्ग काढला. आता या सामुद्रधुनीला त्याचेच नाव देण्यात आले आहे.)

शोधमोहिमांना पर्यायी व्यापारी मार्गाचा, दक्षिण-पश्चिम दिशेला एखाद्या व्यापारी मार्गाचा शोध घेणे जरुरीचे झाले होते. इ.स. १५९९मध्ये डच जहाजांचा छोटा काफिला दक्षिण अमेरिकेच्या समुद्रकिनाऱ्याच्या दिशेने नवीन व्यापारी मार्गाचा शोध घेत असताना जहाजांची ताटातूट झाली आणि काही जहाजे भरकटली. त्यातील एक डर्क गेरीट्झ नावाच्या डच कॅप्टनचे 'Blijde Boodschap' नावाचे जहाज ६४ अक्षांशापर्यंत भरकटले आणि त्यांना तिथे उंचबर्फाच्छादित पर्वत, अगदी नॉर्वेप्रमाणे बर्फाच्छादित प्रदेश दृष्टिपथास आला, परंतु या नव्या मिळालेल्या माहितीचे काय करायचे हे कोणालाच समजले नाही आणि या नव्या शोधाकडे दुर्लक्ष केले गेले. परंतु 'जेकब ली मायर' आणि 'विल्यम शॉटन' यांच्या नेतृत्वाखालील मोहिमेकडे दुर्लक्ष करणे एवढे सोपे नव्हते. इ.स. १६१६ मध्ये या दोन डच दर्यावर्दींनी 'Tierra del Fuego' या भूभागाला वळसा घालणे शक्य आहे हे दाखवून दिले आणि ते करत असताना दाट धुक्याने वेढलेली डोंगराळ जमीन त्यांना दिसली. तो भाग एखाद्या द्वीपकल्पासारखा दिसत होता. हा नवीन सापडलेला भूभाग म्हणजे सर फ्रान्सिस ड्रेक याच्या शोधाला मिळालेली एक प्रकारे पुष्टीच होती, आणि त्यामुळे 'Terra Australis Incognita' (दक्षिणेकडील अज्ञात खंडाचा) उत्तरी किनारा आणखी दक्षिणेकडे सरकवला गेला.

या लागलेल्या शोधांची समज यायला, त्याचा पूर्ण अर्थ लागायला थोडा काळ जावा लागला. अजूनही अतिदक्षिणेकडे भूभाग नक्की आहे ही कल्पना सहजासहजी मनातून काढून टाकायला दर्यावर्दी साहसवीर आणि नकाशे बनवणारे तयार नव्हते आणि मिळणाऱ्या माहितीच्या आधारे दक्षिण गोलार्धातील नकाशामधील खूप मोकळा असलेला भाग छोट्या छोट्या भूभागांनी, बेटांनी भरण्याचा प्रयत्न करत तिथे नक्की काय आहे, असावे यांचा अर्थ लावण्याचा ते प्रयत्न करत होते. 'एबल टास्मन' हे याचे उत्तम उदाहरण आहे. इ.स. १६४२ मध्ये ऑस्ट्रेलियाचा दक्षिण किनारा गाठणारा आणि ते करत असताना नवे बेट, 'टास्मानिया' शोधणारा हा पहिला युरोपियन साहसवीर. आज ज्याला आपण न्यू-झीलंड म्हणून ओळखतो त्या बेटावर टास्मन पोहोचल्यावर, त्याच्या आधी इ.स. १६१६ मध्ये त्याच्याच एका देशबांधवाने शोधलेल्या भूभागाशी जोडलेला हा भाग असावा असे समजून त्याने नवीन भूभाग सापडल्याचे घोषित केले. त्यानंतर लगेचच एका वर्षाने दक्षिण अटलांटिकमध्ये असाच जोडलेला भूभाग हे एक छोटे बेट होते हे आढळून आले आणि त्या बेटाच्या दक्षिणेला परत प्रचंड समुद्र पसरला आहे हे स्पष्ट झाले. प्रत्येक शोधागणीक दक्षिणेकडील खंडाचा आकार वाटला होता त्यापेक्षा कमी कमी होत होता.

दक्षिणेकडून कोणताच पुरावा नसलेल्या अशा बातम्या आणि काही वेळेला तर

सरळ सरळ अफवाच येत असताना एक फार मोठा आणि महत्त्वाचा साहसवीर पुढे आला. शास्त्रीय संशोधनाला वाहिलेल्या जगातील सर्वांत जुन्या आणि प्रतिष्ठित अशा संस्थेने लंडनच्या रॉयल सोसायटीने 'Tierra Australis Incongnita' या दक्षिणेकडील अज्ञात खंडाचा कसून शोध घेण्याची, अज्ञात खंडाचे गूढ उकलण्याची जबाबदारी कॅप्टन जेम्स कूक यांच्यावर सोपवली. त्याने त्याच्या पहिल्या मोहिमेतच न्यू-झीलंडपर्यंत धडक मारली आणि न्यू झीलंडला वळसा घालून त्याने दाखवून दिले की ध्रुवीय प्रदेशाकडे आणखी समुद्र आहे. त्याने त्याच्या दुसऱ्या, इ.स. १७७२ ते १७७५ दरम्यानच्या 'पॅसिफिक' मोहिमेमध्ये त्याचे 'HMS Resolution' जहाज गोठलेल्या समुद्रातून आणि हिमनगातून वाट काढत नवीन समुद्रीमार्ग शोधण्याच्या प्रयत्नात आणखी दक्षिणेकडे नेले. दक्षिण ध्रुवीय परिघामध्ये काहीशे किलोमीटरपर्यंत आत धडक मारण्यात आणि त्याच्या काळाच्या मानाने काही दशकांनी पुढे जाण्यात तो यशस्वी ठरला. उंचचउंच हिमनगांनी भरलेल्या, गोठलेल्या समुद्रामध्ये कूक याचे छोटेसे लाकडी जहाज काही महिने अडकून पडले आणि स्वत: कूक व सहकारी खलाशांचा धीर हळूहळू सुटायला लागला. त्याच्या मोहिमेने ७१° अक्षांशापर्यंत धडक मारली होती. शेवटी तेथील सर्व परिस्थिती सहनशक्ती पलीकडे गेल्यावर त्यांनी त्याचे जहाज 'HMS Resolution' परत इंग्लंडच्या दिशेने हाकारले.

गोठलेल्या समुद्रातून वाट काढत, हिमनग चुकवत आणि ध्रुवीय प्रदेश प्रत्यक्ष न बघता त्याला वळसा घालून कूक ब्रिटनला परतला तोच मुळी नवीन बेटांच्या, नवीन भूभागांच्या, सील प्राण्यांच्या झुंडींच्या, गोठलेल्या दक्षिणी समुद्राच्या अद्‌भुतरम्य गोष्टी घेऊनच. त्याने मिळवलेल्या यशाची, त्याच्या कामगिरीची जगाने नोंद घेतली. कूकने ७१ अक्षांशापर्यंत मारलेल्या धडकेच्या रेखांशांच्या संदर्भात विचार केल्यास, बहुतेक रेखांशाच्या बाबतीत, तो दक्षिण ध्रुवीय खंडापर्यंत पोहोचला होता. त्या काळाचा विचार केला तर कूकने सागरी शोधमोहिमेच्या बाबतीत, नौकानयनाच्या क्षेत्रामध्ये आणि मानवी पराक्रमाचे बाबतीत क्षितिज नक्कीच विस्तारले होते. परंतु दुर्दैवाने तो दक्षिण ध्रुवीय प्रदेशामध्ये चुकीच्या ठिकाणी असल्यामुळे त्याला भूभागाचे दर्शन झाले नाही. दक्षिण ध्रुवीय प्रदेशाच्या शोधाचे श्रेय त्याच्या पदरात न पडणे हे त्याचे मोठेच दुर्दैव होते.

सन १७७७ मध्ये त्याने लिहिले होते - 'माझा असा ठाम विश्वास आहे की दक्षिण ध्रुवाजवळ नक्कीच भूभाग आहे आणि तिथूनच अथांग पसरलेल्या दक्षिणी समुद्रामध्ये आपल्याला दिसणारे बर्फ पसरले आहे. मी जर अजून पुढे जाऊन एखादी किनारपट्टी शोधायचा प्रयत्न केला असता तर ती माझी सगळ्यात मोठी चूक ठरली असती आणि आमच्या मोहिमेला जे यश मिळाले ते धोक्यात आले असते. शिवाय

जरी अशी किनारपट्टी शोधली असती, तरी तिचा ना नौकानयनाला उपयोग झाला असता, ना भूगोलाच्या ज्ञानामध्ये भर पडली असती ना इतर कोणत्याही विज्ञान शाखेला त्याचा उपयोग झाला असता.' तो पुढे लिहितो, 'मी खात्रीपूर्वक सांगतो की जरी यानंतरही कोणी याही पलीकडे दक्षिणेकडे जाण्याचे ठरवले आणि मनोधैर्य दाखवले तरी जगाला त्यापासून काहीही फायदा होणार नाही.'

जेम्स कूकच्या मताप्रमाणे जरी अगदी Terra Australis Incognita 'दक्षिणेकडील अज्ञात खंड' असले तरी त्याचे फारसे महत्त्व नव्हते. परंतु सगळ्यांनाच तसे वाटत नव्हते.

दक्षिण गोलार्धातील थंडगार, बर्फाळ अशा ध्रुवीय समुद्रामध्ये असलेल्या सील आणि व्हेलसारख्या जलचरांच्या विपुल साठ्याविषयी, अस्तित्वाविषयी कूक यांनी दिलेल्या अहवालावरून व्हेल आणि सील यांची शिकार आणि व्यापार करणाऱ्यांमध्ये एकच खळबळ माजली, उत्साह संचारला. जगाची लोकरीची आणि तेलाची मागणी वाढत होती आणि उत्तर अटलांटिक महासागर मागणीच्या प्रमाणात पुरवठा करण्यास असमर्थ ठरत होता. दक्षिणी समुद्रातील अमाप जलचर संपत्तीचा फायदा घेण्याच्या उद्देशाने बोटींचा व जहाजांचा त्या दिशेने मोठ्या प्रमाणावर ओघ सुरू झाला. दक्षिणी समुद्रामध्ये सगळ्यात आधी पोहोचण्याच्या उत्साहात बरेच वेळा शिकारी बोटी, तेव्हा अज्ञात असलेल्या अशा अनेक प्रदेशांमध्ये, साहसी मोहिमांच्या पण कित्येक वर्षे आधी पोहोचल्या. बहुतेकांसाठी ही व्यापाराची संधी होती, त्यांच्या या प्रयत्नांमध्ये विज्ञानाच्या प्रगतीला किंवा नवीन शोधांना फारच थोडे किंवा अजिबातच स्थान नव्हते. जेथे जलचरांची विपुल प्रमाणात वस्ती आहे अशा जागांचे प्राणपणाने रक्षण केले जाई. अशा जागांची माहिती इतरांना होऊ नये म्हणून बोटींचे, जहाजांचे समुद्री मार्ग मुद्दामच संदिग्ध ठेवले जात. प्रतिस्पर्ध्यांची अशा सील प्राण्यांची वस्ती असलेल्या जागांबद्दल दिशाभूल करण्यासाठी खऱ्या-खोट्या अतिशयोक्तिपूर्ण अफवा पसरवल्या जात असत. परंतु साहसवीरांच्या दक्षिणी समुद्रातील शोधमोहिमांच्या रेट्यामुळे कितीतरी नवीन माहिती उजेडात आली, उपलब्ध झाली, नवीन शोध लागले आणि अतिदक्षिणेकडे काहीतरी भूभाग असावा, खंड असावे यावरचा विश्वास दृढ होऊ लागला.

त्यांपैकी सर्वप्रथम महत्त्वाचा शोध लागला तो इ.स. १८१९ मध्ये. ब्रिटिश कॅप्टन 'विल्यम स्मिथ'ने दक्षिण अमेरिकेलगतच्या समुद्रामध्ये 'Williams' या दोन शिडांच्या बोटीमधून शोधमोहीम काढली. त्या भागातील वादळी वाऱ्यांनी त्याची बोट ठरलेल्या मार्गावरून भरकटली आणि केप हॉर्नच्या खूप दक्षिणेला बर्फाच्छादित बेटांच्या समूहापर्यंत भरकटत गेली. त्या बेटांना त्याने 'New South Shetland'

असे नाव दिले. ऑक्टोबर महिन्यामध्ये परत तो या बेटांकडे आला आणि बोटीसाठी योग्य किनारा शोधून त्याने त्या वेळचा ब्रिटनचा राजा 'किंग जॉर्ज (तृतीय)' याच्या वतीने त्या बेटांचा ताबा घेतल्याचे घोषित केले. तिथून त्याने बोट हाकारली ती चिलीच्या समुद्र किनाऱ्यावरील 'Valparaiso' या बंदराकडे. तेथे त्याच्या पराक्रमाच्या, शोधांच्या कहाण्या सील माशांच्या शिकाऱ्यांमध्ये पसरल्या.

कॅप्टन विल्यम स्मिथने, चिलीमधील रॉयल नेव्हीच्या अधिकाऱ्यांना त्याने शोधलेल्या बेटांबद्दल सांगण्याचा, समजावण्याचा खूप प्रयत्न केला, परंतु त्याच्या सांगण्यावर ते अधिकारी विश्वास ठेवायला तयार नव्हते. शेवटी एडवर्ड ब्रॅन्सफील्ड या नौदल अधिकाऱ्याच्या नेतृत्वाखाली स्मिथ आणि त्याच्या बोटींना परत दक्षिणेकडे पाठवण्यात आले. जानेवारी १८२०मध्ये ते स्मिथने दावा केलेल्या, शोधलेल्या बेटांवर पोहोचले आणि त्यांनी इंग्लंडचा राष्ट्रध्वज तिथे अधिकृतपणे फडकावला. तो महिना संपतासंपता त्यांनी आणखी दक्षिणेकडे शोध घेण्याचे ठरवले आणि ६४° अक्षांशावर त्यांना जमीन दिसली. उन्हाळा संपत आला होता आणि वातावरण बदलायला लागले होते. त्या मोहिमेतील एकाने दिलेल्या माहितीप्रमाणे कल्पना करता येणार नाही एवढे वाईट हवामान होते आणि त्याही परिस्थितित मनाला उल्हासित करणारा सुखावणारा जर कोणता विचार असेल तर, बरेच दिवस हुलकावणी देणारा दक्षिणेकडील अज्ञात प्रदेश हाच तर नसेल, एवढाच होता त्या भूभागाला ट्रिनिटी बोर्डाच्या सन्मानार्थ 'ट्रिनिटी लँड' असे नाव दिले गेले.

स्मिथ आणि ब्रॅन्सफील्ड यांना मिळालेल्या यशाची माहिती सर्वत्र पसरली आणि एकदम 'Terra Asutralia Incognita' च्या वेगवेगळ्या भूभागांचे शोध लागायला, ते प्रकाशात यायला सुरुवात झाली. अमेरिकन, रशियन, ब्रिटिश, नॉर्वेजियन आणि ऑस्ट्रेलियन या सर्वांमध्ये बर्फाळ दक्षिण अटलांटिक महासागरातील सील प्राण्यांच्या वसाहती शोधण्याची जणू स्पर्धाच सुरू झाली. रशियन साहसवीर 'फॅबीयन गॉटलीब व्हॉन बेलिंग्जहॉसेन'ने ६९° अक्षांशावर भूभाग शोधल्याचे घोषित केले आणि दक्षिण ध्रुवीय खंड बघणारा पहिला साहसवीर म्हणून दावा केला. एका वर्षाने ट्रिनिटी लँडहून स्मिथ परतला. सील प्राण्यांच्या शिकारीचा व्यवसाय करणारा कॅप्टन 'नाथेनीयल पामर'ने स्मिथने पाहिलेला भूभाग आपणही स्वतंत्रपणे पाहिल्याचे घोषित केले. जसजसे या भागामध्ये नवनवीन बेटांचे, भूभागांचे शोध लागायला लागले, तसतसे त्या त्या साहसवीरांच्या देशांसाठी तो अभिमानाचा, सन्मानाचा विषय ठरू लागला. परंतु त्यानंतर नोंद घेण्याजोगी नवीन अशी माहिती मात्र कोणत्याही भूभागासंबंधी नव्हती.

इ.स. १८२३ मध्ये सील प्राण्यांचा शिकारी एक ब्रिटिश, जेम्स वेडेल दोन छोट्या आणि साध्या बोटी 'Jane' आणि 'Beaufoy' घेऊन - सील प्राण्यांच्या

वस्तीच्या शोधात निघाला. त्याने निवडलेला समुद्री मार्ग विल्यम स्मिथने त्याच्या मोहिमेसाठी निवडलेल्या समुद्री मार्गाच्या आणखी पूर्वेला होता. त्या मार्गावरून आधी गेलेल्यांनी त्या भागातील समुद्राचे अतिथंड, बर्फाच्छादित आणि अडथळ्यांनी भरलेला असे वर्णन केले होते. जेम्स कूकप्रमाणेच जेम्स वेडेलदेखील त्याच्या काळाच्या खूप पुढे होता. विशेष म्हणजे विज्ञानाचे महत्त्व त्याने ओळखले होते. त्यामुळे व्यवसायाला विज्ञानाची जोड देण्याकडे त्याचा कल होता. ठरलेल्या मार्गावरून शोध घेत जात असताना त्याने समुद्राच्या तपमानासंबंधी, मार्गामध्ये लागलेल्या बेटांवरील, भूभागांवरील दगड, मातीसंबंधी, दिसलेल्या जंगली प्राण्यांसंबंधी बरीच सखोल निरीक्षणे नोंदवली. ही निरीक्षणे भौगोलिक संदर्भांसकट, खाणाखुणांसकट अत्यंत काटेकोरपणे नोंदवलेली होती. बोटींवरील खाद्यपदार्थांच्या साठ्याचा अंदाज घेतघेत वेडेलने ७४° १५' अक्षांशांपर्यंत धडक मारली (२० फेब्रुवारी १८२३) आणि त्या भागातील समुद्राला चौथ्या जॉर्ज (George the Fourth) चे नाव दिले.

त्या वेळच्या शोधमोहिमांमध्ये दक्षिण अटलांटिकमधील सर्वांत दूरचे दक्षिण टोक त्याने गाठले होते - आणि त्याचा हा विक्रम १९१२ पर्यंत अबाधित राहिला - किंबहुना कोणत्याही खंडामध्ये सर्वांत दूरचे गाठलेले दक्षिण टोक तेच होते. सगळ्यात महत्त्वाची गोष्ट म्हणजे वेडेलला भूभाग किंवा जमीन सापडली नव्हती. त्याच्या या माहितीमुळे इंग्लंडला परतल्यावर एकच गदारोळ माजेल, वाद निर्माण होईल, याची त्याला जाणीव होती, म्हणून इंग्लंडला परतताच वेडेल तसेच त्याच्या मोहिमेतील अधिकारी आणि खलाशांनी नौदलाच्या अधिकाऱ्यांसमोर लॉगबुकातील नोंदी, निरीक्षणे, बिनचूक आणि खरी असल्याचे शपथेवर सांगितले. त्याचा असा निष्कर्ष होता की सर्वसाधारणपणे भूभागाजवळच्याच समुद्रामध्ये बर्फ आढळते आणि त्याने धडक मारलेल्या अक्षांशा (७४°१५'S) पासूनच्या २०° अक्षांशापर्यंतच्या भागामध्ये त्याला बर्फ सापडले नव्हते, दिसले नव्हते. त्यामुळे बहुतेक भौगोलिक दक्षिण ध्रुवापर्यंत मोकळा समुद्रच असावा. त्याचा हा शोध आणि त्याचे होणारे परिणाम हे सरळ सरळ आत्तापर्यंतच्या बर्फाच्छादित 'Terra Asutralia Incognita' च्या कल्पनेला छेद देणारे होते, विरुद्ध होते. परंतु नंतरच्या काही शोधमोहिमांना 'चौथा जॉर्ज' समुद्र बर्फाने, हिमनगांनी भरलेला आढळला व काही भागांमध्ये अतिदक्षिणेला - किनारपट्टी आढळली, त्यामुळे 'वेडेल'ने केलेल्या दाव्यांवर उघडपणे प्रश्न निर्माण झाले. परंतु तो ब्रिटिश कॅप्टन नशीबवान होता; कारण त्याने शोधलेला समुद्र, इ.स. १९६०पर्यंत बर्फमुक्त होणार नव्हता.

वेडेलच्या दुर्दैवाने त्याची ही मोहीम त्याच्या कंपनीच्या दृष्टीने आर्थिक दृष्ट्या फायदेशीर ठरली नाही. इंग्लंडला परतल्यावर एडिनबर्ग कमर्शिअल बँकेच्या २४५ पौंडाच्या कर्जाबद्दल त्याला जबाबदार धरण्यात आले. वेडेलने त्याच्या मोहिमेवर

नेलेल्या शास्त्रीय उपकरणांच्या खर्चासंबंधी बहुतेक ही रक्कम असावी, परंतु त्याच्या बोटमालकांनी त्याबाबत हात वर केले. वेडेलला सर वॉल्टर स्कॉट यांच्या हस्ते एडिनबर्ग रॉयल सोसायटीचे प्रतिष्ठित मानद सदस्यत्व बहाल करण्यात येणार होते, परंतु त्याआधीच तो अचानक गायब झाला. ब्रिटिश अधिकाऱ्यांना या साहसवीरांच्या शोधमोहिमा नेहमीच संशयास्पद वाटल्या. शेवटी इ.स. १९०४ साली एका जर्मन भूगोल वैज्ञानिकाने, या साहसवीरांच्या गौरवार्थ, त्याने समुद्रामध्ये शोधलेल्या भागाला 'वेडेल समुद्र' असे नाव द्यावे अशी सूचना केली.

जेम्स वेडेलने जगाच्या अगदी टोकापर्यंत समुद्री मुशाफिरीची कल्पना जनमानसामध्ये रुजवली, तिचा पुरस्कार केला, पण सतराव्या आणि अठराव्या शतकामध्ये शास्त्रज्ञांच्या, वैज्ञानिकांच्या आणि जनतेच्या स्वप्नांनी जर कोणत्या गोष्टीचा ध्यास घेतला असेल तर तो होता दक्षिणेकडील ध्रुव प्रदेशामध्ये प्रत्यक्ष दक्षिण ध्रुवाचा शोध घेण्याचा. जरी पृथ्वीच्या पृष्ठभागावरील भौगोलिक ध्रुवाच्या आसाभोवती आपली पृथ्वी फिरते, तरी विचारात घेण्यासारखे इतर अनेक बिंदू आहेत. उदा. किनारपट्टीपासून सर्वांत दूरचे अंतर दर्शवणारा बिंदू (आवाक्याबाहेरील बिंदू), सर्वांत कमी तपमान पोहोचणारे ठिकाण, वातावरणातील हवेच्या दाबाची सर्वाधिक कमाल/किमान दर्शविणारे ठिकाण स्थिती (अस्थिरतादर्शक बिंदू). वेडेलच्या काळामध्ये चुंबकीय क्षेत्राच्या अस्तित्वाकडे, प्रभावाकडे अजून लक्ष वेधले गेले नव्हते. त्या वेळी प्रचलित असलेली होकायंत्रे अधिक प्रभावीपणे कशी वापरता येतील, त्यांची उपयुक्तता कशी वाढेल त्या दृष्टीने ब्रिटिश रॉयल नेव्ही प्रयत्न करत असताना त्यापासून प्रेरणा घेऊन नाठाळ नोकरशाही आणि उत्साही, हौशी शास्त्रज्ञ यांच्यावर विसंबून राहण्यापेक्षा अशा साहसी शोधमोहिमांबरोबर विज्ञानाची सांगड घालण्याचे प्रयत्न सुरू झाले.

चुंबकभारित आयर्न ऑक्साइडचा खनिज दगड जर खुलेपणाने टांगला तर तो नैसर्गिकपणे उत्तर-दक्षिण दर्शवतो. हा शोध चीनमध्ये अकराव्या शतकामध्येच लागला होता आणि त्यावरूनच होकायंत्राची कल्पना सुचली होती व त्याच्या मदतीनेच जगभरातील दर्यावर्दींनी अधिक विश्वासाने आणि सुरक्षिततेने समुद्री व्यापारी मार्ग शोधले होते. परंतु केवळ होकायंत्राच्या आधारे किंवा संपूर्णपणे त्यावर विसंबून जहाजे किंवा बोटी समुद्रामध्ये लोटणे तितकेसे खात्रीलायक नव्हते. नंतर हळूहळू होकायंत्राच्या दिशादर्शनामध्ये थोडाइथोडा फरक पडत जातो ही गोष्ट लक्षात आली आणि जसजसे तुम्ही ध्रुवाच्या जवळजवळ जाता, तसतसे होकायंत्राचे दिशादर्शन भरकटते ही बाब लक्षात आली. ब्रिटनसारख्या व्यापाराच्या दृष्टीने आणि तेव्हाच्या सैनिकी ताकदीच्या दृष्टीने सर्वस्वी नवनवीन समुद्री मार्गांच्या शोधात आणि नौकानयनावर अवलंबून असलेल्या देशासाठी ही परिस्थिती अत्यंत धोकादायक

आणि गंभीर होती. अशी बेभरवशाची दिशादर्शक होकायंत्रे जहाजांसाठी, बोटींसाठी धोकादायकच होती.

पृथ्वीच्या चुंबकीय क्षेत्राबद्दलची वैज्ञानिकांना तेव्हा एकूण असलेली माहिती, समज लक्षात घेता त्याचा जास्तीत जास्त फायदा करून घेण्याच्या दृष्टीने, निरनिराळ्या ठिकाणी नव्याने निरीक्षणे नोंदवण्याची, नव्याने माहिती मिळवण्याची आवश्यकता होती. पृथ्वीवरील समुद्रांचे, नद्यांचे, तेथील चुंबकीय क्षेत्रांमधील झालेले बदल दाखवणारे, अनियमितता दाखवणारे बिनचूक नकाशे बनवण्याची गरज भासू लागली होती. त्यामुळे नौकानयनात बिनचूकपणा, सुरक्षितता आणण्यात सुधारणा होणार होती. नवीन समुद्री मार्ग शोधून प्रवासाचा वेळ वाचवता येणार होता, त्याचप्रमाणे वादळी ठिकाणांना टाळून समुद्री प्रवास, वाहतूक, जास्त सुरक्षित करता येण्यासारखा होता. सर्वांत महत्त्वाचे म्हणजे समुद्री हद्दींवरील देशांचे हक्क, सीमा ठरवण्यास मदत होणार होती. जेव्हा लाकडांच्या जहाजांची, बोटींची जागा लोखंडी जहाजांनी, बोटींनी घेतली तेव्हा चुंबकीय दर्शनाचे विद्रूपीकरण जास्त प्रमाणामध्ये होत असल्याचे आढळून आले. त्यामुळे पृथ्वीच्या चुंबकीय क्षेत्राचा अभ्यास आणखी गांभीर्याने होण्याची गरज तीव्रतेने वाटू लागली.

या विषयाला वाचा फोडणारी पहिली व्यक्ती होती 'रॉबर्ट नॉर्मन'. हा लंडन येथे हायड्रोग्राफर होता. त्याने इ.स. १५८१ मध्ये या विषयावर 'The New Attractive' नावाचे पुस्तक प्रसिद्ध केले. हे पुस्तक लिहिण्यामागचे कारणही तसेच होते. त्याला होकायंत्रातील सुई यंत्रामधील क्षितिजरेषेच्या खाली कलण्याचे कारण काही केल्या उमगत नव्हते. लंडनमध्ये कितीही काळजीपूर्वक तयार केलेल्या होकायंत्रामधील सुया एकदा का चुंबकीय गुणांनी भारित झाल्या की त्यांचा उत्तर दिशा दर्शवणारा भाग क्षितिजरेषेच्या खाली हमखास कलायचा. रॉबर्ट नॉर्मनने उभ्या वर्तुळामध्ये सुई फिरणारे होकायंत्र (१५७६) बनवले होते. त्याचे नाव होते 'डीप निडल'. त्या काळामध्ये ध्रुवीय प्रदेशाच्या शोधात निघालेले साहसवीर, चुंबकीय ध्रुव शोधण्यासाठी होकायंत्र आणि डीप निडल या दोन्ही उपकरणांचा वापर करत. नॉर्मनने या कलण्यावर उपाय म्हणून आणि होकायंत्राच्या आसावर सुई समांतर तोलली जाण्यासाठी उत्तर दिशा दर्शवणारी सुईची बाजू प्रमाणबद्धरीत्या कापली. त्याने या सुईचे कलणे आणि त्याच्या परिणामांची निरीक्षणे नोंदवण्यासाठी चुंबकाने भारित सुई उभी टांगली आणि त्या सुईच्या कलण्याचा कोन मोजला. त्या कलत्या सुईचे टोक नेहमी ७२° अंशच दर्शवत होते. शेवटी नॉर्मनने यावरून असा निष्कर्ष काढला की चुंबकीय भारित सुईचा हा खास अंगभूत असा गुणधर्म असावा.

इ.स. १६०० मध्ये एलिझाबेथ (I) राणीच्या दरबारातील डॉक्टर आणि शास्त्रज्ञ 'विल्यम गिल्बर्ट' यांनी एक वेगळीच आणि क्रांतिकारी कल्पना त्याच्या

'De Magnete' या पुस्तकात मांडली. त्याच्या म्हणण्याप्रमाणे होकायंत्रातील सुईच्या कलण्यामागे सुईच्या अंगभूत गुणधर्माचा काहीही संबंध नाही. त्याऐवजी हा प्रकार जर समजून घ्यायचा असेल आणि त्याचा अर्थ लावायचा असेल तर त्यासाठी पृथ्वीच्या पोटामध्ये चुंबकीय क्षेत्रासमान आकर्षित करण्याचे काही गुणधर्म असावेत हे गृहीतक मान्य करावे लागेल. विल्यम गिल्बर्ट त्या वेळी त्या गोष्टीचे शास्त्रीय पद्धतीने विश्लेषण करू शकला नाही, पण आता हे सिद्ध झाले आहे की पृथ्वीच्या पोटातील लोखंडाच्या खनिजाचा बनलेला गाभा आणि त्याभोवती असलेल्या प्रवाही लोखंडा (लाव्हा) मुळे पृथ्वीच्या भोवती, वातावरणामध्ये चुंबकीय क्षेत्र निर्माण झाले आहे. सायकलचा दिव्यातील (डायनामो) फिरणारा विद्युतवाहक ज्या तत्त्वावर काम करतो त्याच तत्त्वावर पृथ्वीचा बाह्य भाग काम करतो. फरक एवढाच आहे की दिवा लागण्यासाठी जोरजोरात पॅडल मारावे लागते तर पृथ्वीच्या अंतर्भागातील व्यवस्था, पृथ्वीच्या निर्मितीच्या काळापासून ते जीवसृष्टीच्या वाढीसाठी योग्य अशा प्रमाणात थंड होण्याच्या काळापर्यंत; पृथ्वीच्या पोटातील किरणोत्सर्गी पदार्थांच्या नाश होण्याच्या प्रक्रियेतून तयार होणाऱ्या उष्णतेवर चालली आहे. त्यामुळे पृथ्वीच्या भूपृष्ठाखाली असणारे द्रवरूप लोखंड, खनिज हे विद्युतभारित झाले आहे. परिणामी पृथ्वीच्या वातावरणामध्ये सतत बदलते असे विद्युत चुंबकीय भारित क्षेत्राचे आवरण तयार झाले आहे.

या सर्वांचा परिणाम म्हणजे मोकळेपणाने टांगलेली चुंबकीय गुणांनी भारित सुई पृथ्वीच्या चुंबकीय क्षेत्राबरोबर स्वत:ला नेहमी जुळवून घेते. एका कागदावर लोखंडाचा बारीक चुरा टाकून, त्याखाली चुंबक धरला तर लोखंडाच्या चुऱ्यामध्ये वेगाने हालचाल होऊन चुंबकाच्या चुंबकीय क्षेत्राबरोबर जुळवून घेत, चुंबकाच्या दोन्ही टोकांना (ध्रुवांना) जोडणारी चुऱ्याची अर्धवर्तुळाकार आकृती तयार होते. पृथ्वीच्या पृष्ठभागावर तुम्ही कोठे आहात त्यावर पृथ्वीच्या चुंबकीय क्षेत्राचा जोर आणि उभ्या-आडव्या दिशांचे वेगवेगळे परिणाम आढळून येतात. विषुववृत्तीय प्रदेशामध्ये चुंबकीय क्षेत्राच्या समांतर जोराचा जास्त प्रभाव आढळून येतो म्हणून सुई पृष्ठभागाला समांतर राहते. परंतु रॉबर्ट नॉर्मन यांच्या निरीक्षणाप्रमाणे ध्रुवीय प्रदेश जसजसा जवळ येऊ लागतो तसतसे सुईच्या कलण्यामध्ये मोठ्या प्रमाणात वाढ होताना दिसते. कारण चुंबकीय क्षेत्र चुंबकीय ध्रुवाजवळ एकवटलेले असल्यामुळे जास्त प्रभावी असते. परिणामी चुंबकीय ध्रुवाजवळ सुई जास्तीत जास्त उभ्या स्थितीमध्ये राहते. नॉर्मनच्या 'डीप निडल' होकायंत्रामुळे चुंबकीय क्षेत्राचा लंब मोजता येणे शक्य झाले त्याचप्रमाणे नौकानयनाच्या दृष्टीने अक्षांशाचे मोजमाप करणेही शक्य झाले, त्याशिवाय चुंबकीय ध्रुवापासूनचे अंतर मोजणेपण शक्य झाले.

आपली पृथ्वी ज्या आसांभोवती फिरते त्या आसांपासून पृथ्वीचा चुंबकीय गाभा

अगदी थोड्या अंशांनी, जवळ जवळ ११° कललेला आहे. पृथ्वीच्या पोटामध्ये भलामोठा सरळ चुंबक आहे अशी एक कल्पना मानून आपल्या पायाखाली भूगर्भामध्ये काय घडामोडी घडतात याचा तो एक अंदाज आहे. पृथ्वीच्या पोटातील तप्त लाव्हाचे प्रवाह, त्याबरोबर असणाऱ्या खनिज खडकांचे चुंबकीय गुणधर्म आणि सूर्याच्या हालचालीतील बदल यांच्या एकमेकांवरील प्रभावामुळे 'साधे सरळ चुंबकीय क्षेत्र' ही कल्पना गुंतागुंतीची बनलेली आहे. पृथ्वीवर परिणाम करणारी आणखी दोन चुंबकीय क्षेत्रेपण आहेत. एक म्हणजे स्थानिक किंवा क्रस्टल क्षेत्र हे त्या त्या ठिकाणी जमिनीमध्ये असलेल्या चुंबकीय गुणधर्माच्या धातूंच्या खनिजावर अवलंबून असते, तर दुसरे आहे सूर्याच्या गतीमुळे पृथ्वीभोवतालच्या वातावरणात निर्माण होणाऱ्या विद्युतभाराच्या प्रभावामुळे निर्माण होणारे चुंबकीय क्षेत्र. परिणामी पृथ्वी विज्ञानातील सर्वांत गोंधळात पाडणाऱ्या विचाराचा जन्म; कल्पनेचा जन्म: तो म्हणजे पृथ्वीच्या दोन गोलार्धांमध्ये दोन वेगळ्या प्रकारच्या चुंबकीय ध्रुवांचे असलेले अस्तित्व. चुंबकीय ध्रुवाजवळ चुंबकीय क्षेत्र पृथ्वीच्या पृष्ठभागाशी जवळ जवळ काटकोनात झुकते, हे चांगल्या प्रकारे माहीत आहे. तर भूचुंबकीय ध्रुव (Earth's magnetic field) हे पृथ्वीच्या पोटातील, विल्यम गिल्बर्टने कल्पिल्याप्रमाणे सरळ चुंबकाचे चुंबकीय क्षेत्र दर्शवणारे केवळ तात्त्विक बिंदू आहेत. प्रत्येक गोलार्धामध्ये हे ध्रुव एकमेकांपासून हजारो किलोमीटर दूर आहेत आणि काळाप्रमाणे ते त्यांची भूपृष्ठावरील जागा एकमेकांना सापेक्ष रीतीने बदलतात. पृथ्वीवरील दोन्ही चुंबकीय ध्रुवांची फिरण्याची गती वर्षाला १० ते १५ किमी. एवढी आणि उत्तर ते उत्तर-पश्चिम या दिशेने असते.

नंतरच्या एका शतकाच्या कालावधीमध्ये हे सिद्ध झाले की समान चुंबकीय प्रभावाच्या ताकदीच्या रेषा पृथ्वीच्या पृष्ठभागावर एकसमान विभागल्या गेल्या नाहीत. 'रॉयल नेव्ही' आणि 'रॉयल सोसायटी' यांनी एकत्र येऊन हा प्रश्न सोडवायचे ठरवले. इ.स. १६९३ मध्ये केवळ या कामासाठी, केवळ हेच उद्दिष्ट समोर ठेवून त्यासाठी 'HMS Paramore' हे जहाज बांधण्याची भव्य योजना आखण्यात आली. जगातील या पहिल्या शास्त्रीय मोहिमेचे ठरवलेले उद्दिष्ट केवळ एकच होते ते म्हणजे पृथ्वीच्या पृष्ठभागावरील चुंबकीय बदलांचा शोध घेऊन त्याचा अभ्यास करणे. या मोहिमेचा नेता, प्रमुख 'एडमंड हॅले' हे एक बहुश्रुत आणि विद्वान व्यक्तिमत्त्व होते. याचेच नाव एका धूमकेतूला दिले गेले आहे ज्याचा आकाशस्थ मार्ग याने अचूक वर्तवला होता. शालेय जीवनापासूनच 'हॅले' याला पृथ्वीच्या चुंबकीय गुणधर्माचे कुतूहल होते. जगातील विविध ठिकाणांहून त्यांनी त्या संबंधीची निरीक्षणे नोंदवलेली होती आणि त्यावरून असा निष्कर्ष काढला होता की चुंबकीय क्षेत्र हे स्थिर नाही आणि हळूहळू ते पश्चिमेकडे सरकते आहे. या निरीक्षणांचा अर्थ

लावण्यासाठी हॅलेने पृथ्वीच्या दोन गोलार्धांमध्ये प्रत्येकी दोन म्हणजे एकूण चार चुंबकीय ध्रुव असावेत ही कल्पना मांडली. 'HMS Paramore' या जहाजावरून अशा प्रकारच्या सर्व कल्पनांच्या, गृहीतकांच्या अभ्यासासाठी, सिद्धतेसाठी वेगवेगळ्या ठिकाणी प्रत्यक्ष जाऊन निरीक्षणे नोंदवण्यात येणार होती. शिवाय यातून जर वेळ मिळाला तर 'हॅले' याचा 'Terra Australis Incognita' च्या किनारपट्टीचा शोध घेण्याचादेखील विचार होता.

'हॅले'च्या जहाजाने ऑक्टोबर १६९८ मध्ये ब्रिटनचा किनारा सोडला. पण बहुधा त्याने मुहूर्त बघितला नसावा, कारण मोहिमेच्या सुरुवातीपासूनच जहाजावरील एका अधिकाऱ्याबरोबर त्याचे खटके उडायला लागले. तो अधिकारी प्रत्येक बाबतीत हॅलेशी विरोध दर्शवत होता आणि खलाशांपुढे त्याला अपमानित करण्याची एकही संधी सोडत नव्हता. 'HMS Paramore' वरील मोहीम सुरुवात होण्याआधीच संपली आणि बदनामी व अपयश घेऊन जून १६९९ मध्ये जहाज ब्रिटनला परतले. त्या भांडकुदळ अधिकाऱ्याला वगळून 'हॅले' परत दुसऱ्या मोहिमेवर निघाला आणि त्यांचे जहाज दक्षिण अटलांटिकमध्ये ५२° अक्षांशावर म्हणजे दक्षिण ध्रुवीय प्रदेशाच्या काठावर, १ फेब्रुवारी १७०० रोजी पोहोचले. हॅलेला जिथे जमीन दिसली नाही, पण पहिले 'बर्फाचे बेट' मात्र त्याला दिसले. प्रथमतः त्याचा असाच समज झाला की ते एक बर्फाचे कडे असलेले, बर्फाच्छादित जमीन असलेले बेट असावे, परंतु जेव्हा त्याचे जहाज 'HMS Paramore' या हिमबेटाला धडकून त्यात अडकले तेव्हा त्याला त्याची चूक कळून आली. शिवाय या हिमनगामध्ये अडकून पडण्यातील धोकापण त्याच्या लक्षात आला. हॅलेने घाईघाईने माघार घेत जहाज उत्तरेकडे वळवले. ब्रिटनला पोहोचल्यावर त्याने चुंबकीय क्षेत्रासंबंधीची त्याची निरीक्षणे, मोजमापे प्रसिद्ध केली आणि दाखवून दिले की उत्तर अटलांटिकमध्ये होकायंत्रातील सुई खरी उत्तर दिशा दर्शवतच नाही. भौगोलिक आणि चुंबकीय ध्रुव हे एकच आणि समान नाहीत.

हॅले या दोन्ही ध्रुवांपैकी कोणत्याच ध्रुवाच्या फार जवळ गेला नाही. जर तो तसा गेला असता तर त्या ठिकाणी मोठ्या प्रमाणात होणारे बदल, बरेच वेळा तर दरदिवशीसुद्धा, त्याला अनुभवता आले असते, लक्षात आले असते. याबाबतचा पहिला उल्लेख लंडनच्या 'Scientific Watch and Compass' तयार करणाऱ्या जॉर्ज ग्रॅहमने अठराव्या शतकाच्या सुरुवातीला केलेला आढळतो. ग्रॅहम यांनी इ.स. १७२२ मध्ये हजाराहून अधिक निरीक्षणे नोंदवली आणि त्या आधारावर त्याने रॉयल सोसायटीला कळवले की दरदिवशी अनेक वेळा होकायंत्रातील सुई पुढे-मागे हलताना आढळून आली. होकायंत्रातील सुईच्या हलण्याची निरीक्षणे नोंदवली असता त्यामध्ये निश्चित असा एक मेळ घालता येतो. सुईच्या हलण्यामध्ये सर्वांत

मोठा बदल, दुपारनंतर चार वाजेपर्यंत आढळून येतो.

'हॅले आणि ग्रॅहम' यांच्या निरीक्षणांवरून एक निष्कर्ष निघाला की पृथ्वीच्या चुंबकीय गुणधर्माचे गूढ प्रथम वाटले तेवढे सोपे नाही, तर त्यामध्ये अजून बरेच काही जाणून घेण्यासारखे आहे. शिवाय हा प्रश्न असा तुकड्यातुकड्यांनी सोडवून चालणार नाही. एकोणिसाव्या शतकामध्ये शास्त्रज्ञांनी हा प्रश्न अगदी पद्धतशीरपणे अभ्यासायचे ठरवले. पृथ्वीच्या चुंबकीय गुणधर्माबाबत अनेक ठिकाणी एकाच वेळी मोजमापे घेण्याचे त्यांनी ठरवले. ज्या वेळी युरोपीय देश एकमेकांशी भांडत नव्हते त्या दरम्यानच्या दुर्मीळ काळाचा फायदा घेऊन जर्मन शास्त्रज्ञ आणि गणितज्ञ 'कार्ल फ्रेडरिक गॉस'ने युरोप आणि आशियामधील सर्व वेधशाळांना त्याच्या 'पृथ्वीच्या चुंबकीय गुणधर्माच्या' अभ्यासामध्ये सहकार्य करण्याचे आवाहन केले. इ.स. १८३४ च्या सुरुवातीस, जगाच्या पाठीवरील देशांमधील एकूण तेवीस वेधशाळा, गॉसने दिलेल्या उपकरणांच्या आधारे चुंबकीय क्षेत्राचा प्रभाव, होकायंत्रातील सुईच्या हालचाली आणि इतर काही निरीक्षणे नोंदवत होत्या आणि त्याचा तुलनात्मक अभ्यास त्याच वेळी केला जात होता. नंतर या चुंबकीय संशोधन मोहिमेसाठी ब्रिटनच्या अधिपत्याखालील देशांतील वेधशाळांचे एक जाळेच तयार झाले. लवकरच अनेक वेधशाळांमधून विविध प्रकारची निरीक्षणे, एका ठरावीक प्रकाराने आणि एकाच वेळी नोंदवण्याचे काम सुरू झाले.

या वेगवेगळ्या ठिकाणांवरून एकाच वेळी घेतल्या गेलेल्या अनेक प्रकारच्या निरीक्षणांचा मोजमापांचा अर्थ लावण्यासाठी पृथ्वीच्या चुंबकीय क्षेत्राचे गणिती भाषेमध्ये सूत्र काढण्यासाठी व त्यातून काही ठाम निष्कर्ष, नियम काढण्यासाठी चुंबकीय ध्रुवांचे भूपृष्ठावरील स्थान नक्की माहीत असणे अत्यंत गरजेचे होते. इ.स. १८३१ साली एक साहसवीर आणि नौदल अधिकारी जेम्स क्लार्क रॉस याच्या नेतृत्वाखाली 'एच एम एस व्हिक्टरी' या जहाजातून उत्तर ध्रुवीय प्रदेशामध्ये एक शोधमोहीम काढण्यात आली होती. 'एच एम एस व्हिक्टरी' जहाज जेव्हा ध्रुवीय प्रदेशामध्ये अडकले, तेव्हा रॉसने त्याच्या मोहिमेतील सहकाऱ्यांबरोबर स्लेज (बर्फावरून घसरत जाणारी गाडी) वरून प्रवास चालू ठेवला. काही आठवड्यांच्या प्रवासानंतर तो अशा एका जागी पोहोचला जेथे त्याच्या होकायंत्रातील सुई सरळ उभी राहिली. त्याने चुंबकीय उत्तर ध्रुव गाठला होता. रॉसच्या या यशाने प्रभावित होऊन रॉयल सोसायटीने १८३९ साली नौदलाचे मन वळवले आणि त्याला 'एच एम एस इरेबस' आणि 'एच एम एस टेरर'ही दोन जहाजे घेऊन दक्षिण गोलार्धात, ध्रुवीय प्रदेशात पाठवण्यास राजी केले. या दोन युद्धनौकासदृश जहाजांची जमिनीवरील लक्ष्यांवर हल्ले करण्याच्या उपयोगी पडण्याच्या उद्देशाने मजबूत बांधणी केली होती. नौदलाच्या अंदाजाप्रमाणे ध्रुवीय प्रदेशातील समुद्रातील बर्फ फोडत त्यातून

मार्ग काढत जाण्याच्या दृष्टीने ती जहाजे अगदी योग्य होती.

मुळातच चुंबकीय दक्षिण ध्रुव हा जमिनीवर आहे की समुद्रामध्ये हे नक्की माहीत नव्हते. पण वेडेल याच्या शोधमोहिमेचा वृत्तान्त वाचून रॉसने असा निष्कर्ष काढला की चुंबकीय दक्षिण ध्रुव समुद्रामध्येच असण्याची शक्यता जास्त आहे.

रॉस चुंबकीय दक्षिण ध्रुवाच्या मार्गावर असतानाच आणखी दोन देश चुंबकीय दक्षिण ध्रुवावर पोहोचण्याच्या प्रयत्नात होते आणि वाटेत जर दक्षिण ध्रुवीय प्रदेश लागलाच तर त्यावर आपल्या देशाचे राष्ट्रीय ध्वज फडकवण्याच्या प्रयत्नामध्ये होते. हे दोन देश होते फ्रान्स आणि अमेरिका. इ.स. १८३७ मध्ये दोन जहाजे घेऊन फ्रेंचांनी मोहिमेची सुरुवात केली. 'Jules - Sebastien - Cesar Dumont D'Urville' अशा लांबलचक नावाच्या साहसवीराकडे फ्रेंच मोहिमेचे नेतृत्व होते. तर अर्ध्या जगाला वळसा घालून ऑगस्ट १८३८ मध्ये निघालेल्या दक्षिण ध्रुवीय प्रदेशाच्या मोहिमेवर जाणाऱ्या अमेरिकी मोहिमेचे नेतृत्व होते 'चार्ल्स विल्कीस' याच्याकडे. या मोहिमेमध्ये चार जहाजे होती. या दोघांपैकी कोणालाही चुंबकीय दक्षिण ध्रुवावर पोहोचण्यात यश मिळाले नाही, परंतु होबार्ट येथे रॉस पोहोचला असताना त्याला फ्रेंच आणि अमेरिका या दोन मोहिमांबद्दल कळले. चुंबकीय दक्षिण ध्रुवावर पोहोचण्याचा वेगळा मार्ग शोधण्याचा निश्चय करून आणि स्वत:बरोबर 'जोसेफ हूकर' या जहाजावरील तरुण सर्जन आणि अर्ध वेळ शास्त्रज्ञाला बरोबर घेऊन रॉसने नोव्हेंबर १८४० मध्ये, टास्मानियाची राजधानीमध्ये होबार्टपासून दक्षिणेकडील मार्ग पकडला. रॉसने चांगली प्रगती केली आणि नवीन वर्षाच्या सुरुवातीलाच मार्गामध्ये गोठलेला समुद्र लागताच 'इरेबस' (Erebus) आणि 'टेरर' (Terror) ही जहाजे सरळ बर्फामध्ये घुसवण्याचा निर्णय घेतला. हे साहस, हा अनुभव त्याला खूपच महागात पडला आणि जहाजावरील खलाशांना पण नि:संशय तोच अनुभव आला, परंतु त्यांना अजून नशिबाची साथ होती. चार दिवसांतच रॉस याचा त्याच्या जहाजांच्या बर्फ फोडत जाण्याच्या क्षमतेवरचा विश्वास सार्थ ठरला कारण पाचव्या दिवशी त्यांना मोकळे पाणी लागले.

दक्षिण चुंबकीय ध्रुवाच्या शोधामध्ये निघालेल्या रॉसकडे नॉर्मनच्या 'डिपिंग कंपास'सारखे एक वेगळे उपकरण होते ते म्हणजे 'फॉक्स डिप सर्कल' त्यामुळे समुद्रामध्ये चुंबकीय क्षेत्र आणि सुईच्या कलण्याचा कोन मोजता येणे शक्य होते. या आधी काही वर्षे 'मॅथ्यू फ्लिंडर्स'ने ऑस्ट्रेलियाच्या किनारपट्टीची पाहणी करत असताना दाखवून दिले होते की होकायंत्रातील ३०° अंशाने जहाज वळवले असताना व जहाजाच्या नांगरलेल्या ठिकाणी चुंबकीय क्षेत्राची मोजमापे घेतली असता जहाजावरील लोखंडी वस्तूंमुळे मोजमापांमध्ये होणाऱ्या फरकांचा, बदलांचा

अर्थ लागू शकतो. आजूबाजूला सतत असणाऱ्या हिमनगांमुळे प्रवासामध्ये वारंवार अडथळे येतच होते तरीही रॉसने निर्धाराने प्रवास चालूच ठेवला आणि घेतलेल्या नोंदींच्या सरासरी निरीक्षणातून असे आढळून आले की फॉक्स डिप निडलची सुई जवळजवळ उभ्या / लंब स्थितीमध्ये येत होती. याचा अर्थ तो चुंबकीय ध्रुवाच्या अगदी जवळ पोहोचला होता. पण या साहसवीराच्या शोधमोहिमेला यश मिळण्याच्या बेतात असतानाच त्यांच्या मार्गामध्ये असलेली हिमपर्वतांची रांग दृष्टिपथामध्ये आली आणि त्यांची आगेकूच थांबली. त्याने पर्वतरांग असलेल्या त्या प्रदेशावर ब्रिटनचा हक्क सांगितला आणि त्या प्रदेशाला त्या वेळच्या व्हिक्टोरिया राणीचे 'व्हिक्टोरिया लँड' असे नाव दिले. केलेल्या निरीक्षणांच्या आणि घेतलेल्या मोजमापांच्या आधारे रॉसने निष्कर्ष काढला की दक्षिण चुंबकीय ध्रुव दक्षिण-पश्चिमेला तिथून जमिनीवरून ८०० किमी.वर असावा, जेथे 'इरेबस' आणि 'टेरर' पोहोचण्याची शक्यताच नव्हती.

चुंबकीय ध्रुवाजवळ जाणारा समुद्री मार्ग शोधण्याचा प्रयत्न चालूच ठेवत रॉसने त्या पर्वतरांगेच्या किनारपट्टीने दक्षिणेकडून प्रवास चालूच ठेवला. सोळा दिवसांच्या प्रवासानंतर तो ७८°१०'s अक्षांशापर्यंत पोहोचला. त्याने वेडेलचा त्या वेळचा अतिदक्षिणेकडे जाण्याचा विक्रम मोडला होता. परंतु परत एकदा त्याच्या मार्गामध्ये अडथळा आला आणि या वेळेला त्याचा सहकारी हूकरने वर्णन केल्याप्रमाणे, अडथळा होता तो लाव्हा, राख आणि धूर ओकणाऱ्या ज्वालामुखीचा. ते रॉस बेटावरील पृथ्वीच्या अतिदक्षिणेला असलेला जिवंत ज्वालामुखी 'माउंट इरेबस' (Mount Erebus) बघत होते. त्यांच्या पश्चिमेला त्या मानाने सुरक्षित अशी नांगर टाकण्यायोग्य परिस्थिती होती. त्या प्रदेशाला टेरर जहाजावरील लेफ्टनंट मॅक मर्डो साउंड याचे नाव देण्यात आले. परंतु पूर्वेकडील परिस्थिती माहितीच्या दृष्टीने अजून अज्ञातच होती. रॉसने नमूद करून ठेवले आहे की त्याला त्या प्रदेशामध्ये, समुद्रामध्ये साधारण दीडशे ते दोनशे फूट उंचीच्या (४५ ते ६० मीटर) अगदी काटकोनात सरळ उभ्या आणि वरती अगदी सपाटी प्रदेश, पठारी प्रदेश आणि बाजूंना, अगदी समुद्राकडील बाजूंना पण, कोणत्याही प्रकारे भेगा, खाचा किंवा समुद्रामध्ये घुसलेली भूशिरे नसलेल्या अशा प्रचंड पहाडाच्या रांगेचा शोध लागला. कदाचित 'मॅथ्यू फ्लिंडर्स'च्या 'ग्रेट बॅरियर रीफ'पासून प्रेरणा घेऊन, रॉसने त्यांचे नामकरण केले 'ग्रेट आईस बॅरीयर' आता त्याचे नामकरण केले गेले आहे. 'रॉस आइस शेल्फ'. व्हेल माशांच्या वस्तीने भरलेला किनाऱ्याचा काही भाग सोडला तर, आजपण ती ७२० किमी. लांबीची पूर्वेकडे पसरत गेलेली बर्फाची उभी भिंत आपले पूर्वीचे वैशिष्ट्य आणि नाव राखून आहे. पुढे जाण्याची शक्यता मावळल्याने निराश होऊन रॉसने जहाजे उत्तरेकडे घराच्या दिशेने वळवली.

ध्रुवीय प्रदेशाबद्दलची आंतरराष्ट्रीय समुदायाची उत्सुकता, कुतूहल वाढतच होते, परंतु उत्तरध्रुवीय प्रदेशातील एका दुर्दैवी घटनेमुळे दक्षिण ध्रुवीय प्रदेश काही काळ तरी विसरला गेला. मॅगेलानच्या काळापासून अनेक साहसवीरांनी उत्तर अटलांटिक महासागरातून पॅसिफिक महासागराकडे जाणारा समुद्री मार्ग शोधण्याच्या प्रयत्नामध्ये साहसी मोहिमा काढल्या होत्या. त्यामागे दक्षिण गोलार्धातील 'Tierra del Fuego' भोवतालचा वादळी समुद्रातील प्रवास टाळण्याचापण एक हेतू होता. समुद्री प्रवासाला योग्य असावा असे वाटणारा हा अटलांटिक महासागरातील उत्तर-पश्चिमी समुद्री मार्ग हा कॅनडाच्या, तोपर्यंत जगाच्या नकाशावर न आलेल्या उत्तरेकडील ध्रुवीय किनारपट्टीवरून जात होता. या मार्गाचा आणखीही एक फायदा होता तो म्हणजे त्यामुळे समुद्री प्रवासातले हजारो किमी. अंतर कमी होणार होते.

इ.स. १८४५ मध्ये, म्हणजेच रॉसचे ब्रिटनला आगमन झाल्यानंतर काही वर्षांनी, ध्रुवीय प्रदेशातील सफारींचा अनुभव असलेल्या रिअर ॲडमिरल सर जॉन फ्रँकलीन यांनी नव्याने बांधणी केलेली 'इरेबस' आणि 'टेरर' ही दोन जहाजे घेऊन उत्तर-पश्चिम मार्गाची शोधमोहीम काढली. दोन्ही जहाजांवर वाफेवर चालणारी नवीन इंजिने बसवण्यात आली होती आणि जहाजांचा बाह्य भाग लोखंडी पत्रे लावून अधिक मजबूत केलेला होता. परंतु त्यानंतर जहाजाचा आणि मोहिमेतील व्यक्तींचा काहीच ठावठिकाणा लागला नाही. नंतरच्या दोन दशकांमध्ये फ्रँकलीन, त्यांचे १२९ सहकारी आणि त्या दोन जहाजांचे नक्की काय झाले याचा तपास करण्यासाठी जवळजवळ वीस शोधपथके पाठवण्यात आली. रॉस यांच्यासाठी ज्या जहाजांनी उत्तम कामगिरी केली होती ती जहाजे फ्रँकलीन यांच्या मोहिमेमध्ये अपयशी ठरली होती. दोन्हीही जहाजे समुद्रामधील बर्फामध्ये अडकून बुडाली होती. काही वाचलेल्या खलाशांनी दक्षिणेकडे परतण्याचा कसोशीने प्रयत्न केला, पण ते वाचू शकले नाहीत. त्या मोहिमेमधीलच काही जणांच्या माहितीप्रमाणे त्यांची परिस्थिती इतकी बिघडली होती की, जगण्यासाठी काही जणांनी मेलेल्या सहकाऱ्यांचे मांस खाऊन गुजराण केली होती. तर काहींनी स्वतःच्या बुटांचे चामडे खाऊन जीव वाचवण्याचा प्रयत्न केला होता. त्यामध्ये पण समाधानाची म्हणता येईल अशी एक गोष्ट घडली होती ती म्हणजे मोहिमेच्या काळामध्ये त्याही परिस्थितीमध्ये कॅनडाच्या किनारपट्टीची मोजणी आणि नकाशामध्ये आखणी करण्यात त्यांना यश मिळाले होते. या भागातील संशोधनाबद्दलचा वाढता उत्साह लक्षात घेऊन उत्तर ध्रुवीय प्रदेशातील देशांच्या सरकारांनी, मुख्यत्वेकरून स्कँडीनेव्हीयन, अमेरिकन साहसवीरांच्या नेतृत्वाखाली आणखी उत्तरेकडे मुसंडी मारून शोध घेण्याचे प्रयत्न सुरू केले. त्याच वेळी जगाच्या दुसऱ्या टोकाला असलेल्या ध्रुवीय प्रदेशाकडील साहस / शोधमोहिमा मात्र पुढील जवळजवळ पन्नास वर्षे थंडावल्या.

इ.स. १८७२ ते १८७६ च्या दरम्यान एकच नाव घेण्याजोगा प्रयत्न दक्षिण ध्रुवीय प्रदेशात करण्यात आला. तो होता 'एच एम एस चॅलेंजर' या जहाजातून काढण्यात आलेल्या एक लाख तीस हजार किमी. अंतराच्या जगातील सर्व महासागरांच्या संशोधन मोहिमेचा एक भाग म्हणून काढलेली मोहीम. व्हिक्टोरियन काळातील ती मोहीम म्हणजे नौकानयनाचा आणि दर्यावर्दीपणाचा एक अत्युच्च कळस होता. ब्रिटिश सरकारने या मोहिमेसाठी सढळ हाताने मदत केली होती. या मोहिमेच्या पृथ्वी प्रदक्षिणेच्या दरम्यान 'एच एम एस चॅलेंजर' हे जहाज थोड्या काळासाठी दक्षिणी समुद्रामध्ये होते आणि तेवढ्या काळामध्ये दक्षिण ध्रुवीय संशोधनात त्याने एक आश्चर्यकारक भर घातली. समुद्रातील हिमनगांमध्ये किंवा बर्फांमध्ये जाण्यापेक्षा - (तसेही या कामासाठी 'एच एम एस चॅलेंजर' योग्य नव्हते) - या जहाजाने दक्षिण ध्रुवीय वर्तुळभागातील समुद्रतळाचे उत्खनन केले आणि अनेक प्रकारच्या खडकांचे नमुने वर काढले. त्या खडकांच्या प्रकारावरून, रासायनिक विश्लेषणातून असे निदर्शनास आले की 'स्वतंत्र खंड' ज्याला म्हणता येईल अशा प्रमाणातील जमीन दक्षिणेला नक्कीच आहे. वैज्ञानिकांच्या मते एकूण ८० लाख वर्ग किमी. एवढा आवाका असलेला, विस्तार असलेला तो भूभाग असावा. आता फक्त कोणीतरी तेथे जाऊन आणखी संशोधन करणे एवढेच बाकी होते.

इ.स. १८२७ साली, 'लंडनच्या जंटलमन्स क्लब'मध्ये रात्री जेवणासाठी एकत्र जमणाऱ्या काही सदस्यांच्या कल्पनेतून दक्षिण ध्रुवीय प्रदेशाच्या शोधातील आणि संशोधनातील एका प्रतिष्ठा पावलेल्या संस्थेचा जन्म झाला. सेंट जेम्स भागातील 'पालमाल' रस्त्यावरील 'थॅच्ड हाउस' या अतिभव्य आणि उंच छताच्या खोल्या असलेल्या इमारतीमध्ये 'द ट्रॅव्हलर्स क्लब'चे सदस्य नियमितपणे भेटत असत. भिंतीवर प्रसिद्ध साहसवीरांची चित्रे आणि उंच छताला सुंदर झुंबरे टांगलेल्या त्या भव्य हॉलमध्ये बसून संस्थेचे सदस्य एकमेकांना, त्यांनी भेटी दिलेल्या नवनवीन आणि अद्‌भुत प्रदेशांच्या गोष्टी सांगून थक्क करायचे.

इ.स. १८३० मध्ये सभासदांच्या एका गटाने ठरवले की केवळ पृथ्वीच्या भूगोलाच्या शास्त्रीय संशोधनाला वाहिलेल्या एका संस्थेची- जिऑग्राफिकल सोसायटी ऑफ लंडनची- गरज आहे. त्या संस्थेचे उद्दिष्ट आणि ध्येय, ज्ञानाच्या विविध शाखांपैकी सर्वांत महत्त्वाचा आणि औत्सुक्य वाटणाऱ्या भूगोल या विषयाचे संशोधनाद्वारे ज्ञानसंवर्धन आणि मुक्त वितरण करणे, हेच केवळ असणार होते. या गटामधील सभासदांचे सरकारदरबारी आणि औद्योगिक क्षेत्रातील प्रतिष्ठितांशी उत्तम संबंध असल्यामुळे या संस्थेला स्थापना झाल्यापासून दोन महिन्यांच्या आतच राजाश्रय मिळाला आणि तिचे नाव 'रॉयल जिऑग्राफिक सोसायटी' असे बदलण्यात

आले आणि नंतर आपुलकीने कौतुकाने आरजीएस (RGS) असाच सर्वत्र उल्लेख होऊ लागला. संस्थेच्या माहितीपत्रकामध्ये सभासदांनी लिहिले होते की, 'भूगोल हा विषय किंवा शास्त्र म्हणजे एक सयुक्तिक अशा मनोरंजक माहितीचा कधीही न संपणारा अनमोल खजिनाच आहे.'

अज्ञात प्रदेश शोधणे व त्याचा अभ्यास करणे हे प्रमुख ध्येय डोळ्यांसमोर ठेवून आरजीएसने आपल्या कामकाजास सुरुवात केली.

> उदाहरणार्थ आत्तापर्यंत तितकीशी परिपूर्ण माहिती नसलेल्या देशांतील काही भागांपुरतेच बघितलेले, चोखाळलेले, अनुभवलेले काही मार्ग असतील, प्रदेश असतील किंवा बघण्यात आलेल्या काही अद्भुत नैसर्गिक गोष्टी असतील, चमत्कार असतील ज्याबद्दल आत्तापर्यंत चुकीच्या पद्धतीने किंवा अजिबातच सांगितले गेलेले नाही किंवा अनुभवण्यात अथवा बघण्यात आलेला चुंबकीय क्षेत्राचा प्रभाव, हवामानविषयक वेगळा अनुभव, तसेच मातीचे प्रकार, एखाद्या प्रदेशातील जंगले, नद्या, पठारी प्रदेश, डोंगर व इतर काही वैशिष्ट्ये आणि सगळ्यात महत्त्वाचे म्हणजे त्या ठिकाणचे, स्थळाचे अक्षांश, रेखांशाच्या संदर्भात नक्की स्थान जे स्थानिकांना किंवा प्रवाशांना उपयोगी ठरू शकेल किंवा मार्गदर्शक ठरू शकेल, पृथ्वीच्या वेगवेगळ्या भागांची अशी सर्वांगीण माहिती, जी परत परत जाऊन गोळा करणे शक्य नाही, अशी माहिती गोळा करणे अत्यंत महत्त्वाचे आहे, कारण या सर्व माहितीच्या आधारे आपले नकाशे अचूक होण्याच्या दृष्टीने मदतच होणार आहे.

नंतर 'आरजीएस' वेळोवेळी अशा प्रकारची काही नवीन, उपयोगी आणि चमत्कारिक माहिती किंवा काही नवीन गोष्टी उजेडात आल्या की त्याबद्दलची माहिती आपल्या सभासदासाठी आणि जनतेलाही अत्यंत वाजवी किमतीमध्ये ती उपलब्ध करून देऊ लागली. भावी संशोधकांसाठी किंवा साहसवीरांसाठी मार्गदर्शक पुस्तिका प्रकाशित केल्या. त्यांपैकी एक होते 'पर्यटकांसाठी सूचना' (Hints to Travellers) या काही शिलिंग किंमत असलेल्या शंभर पानी पुस्तकात अज्ञात प्रदेशामध्ये प्रथमच साहसमोहिमेवर, शोधमोहिमेवर जाणाऱ्या नवख्या संशोधकांसाठी मार्गदर्शक सूचना केल्या होत्या. तसेच नवख्या संशोधकांनी संशोधनाच्या दृष्टीने थर्मामीटर (तपमान मोजण्यासाठी), सेक्सटंट (नौकानयनात अंशात्मक अंतर मोजण्यासाठी), बॅरोमीटर (वातावरणाचा दाब मोजण्यासाठी) ते अगदी नैसर्गिक वस्तूंचा इतिहास अभ्यासासाठी विविध प्रकारचे नमुने गोळा करण्यापासून डबल

बॅरल बंदुकीपर्यंत विविध गोष्टी जवळ बाळगण्याचे सुचवण्यात आले होते. नवनवीन प्रदेश, भूभाग शोधणे, मोजणे हे या संस्थेचे उद्दिष्ट होते, आणि त्यांचे हे ध्येय तेव्हाच्या ब्रिटिश राजवटीच्या विस्तारवादी धोरणाशी सुसंगतच होते. थोड्याच काळामध्ये या संस्थेची सभासदसंख्या काही हजारांमध्ये गेली.

परंतु या संस्थेच्या यशाने, प्रसिद्धीने सगळेच जण खूश होते असे नाही. लिव्हिंगस्टनच्या इ.स. १८६४ मधील आफ्रिकेतील शोधमोहिमेच्या खूप गाजावाजा झालेल्या, माहिती अहवालावरून त्या वेळी 'जोसेफ हूकर'ने वेगळा सूर लावला 'मला या रॉयल जिऑग्राफिक सोसायटीच्या सभासदांच्या खुशामतीचा, अतिशयोक्तिपूर्ण बोलण्याचा, खोटे बोलण्याचा अत्यंत तिटकारा आहे. ही संस्था फक्त प्रसिद्धीच्या मागे आहे आणि शास्त्रीय संशोधनाशी तिने फारकत घेतलेली आहे.' त्याशिवाय ही संस्था काळाबरोबर राहण्यात कमी पडते आहे असाही काही टीकाकारांचा सूर होता. एकोणिसावे शतक संपताना आरजीएसचे शंभर टक्के सदस्य पुरुषच होते - हे काही आधुनिक युगाबरोबर राहण्याचे लक्षण म्हणता येण्यासारखे नव्हते.

इ.स. १८९२ मध्ये संस्थेच्या कार्यकारी समितीने एकूण बावीस स्त्रियांना संस्थेचे सभासदत्व देण्यात येत असल्याचे घोषित केले. जगभरातील अनेक सुशिक्षितांच्या विविध संस्था याप्रमाणेच काळानुरूप बदलत होत्या. परंतु आरजीएसच्या अनेक सभासदांना तरीही या घोषणेचे आश्चर्य वाटले. एका सदस्याने तर 'या संस्थेचे अधिकार स्त्रियांच्या हातात गेल्याचे बघायला मला दुःख होईल' असे उद्‌गार काढले. पुढच्याच वर्षी या नाराज सदस्यांनी संस्थेला आपला निर्णय बदलण्यास भाग पाडले. या प्रकरणावर खूपच वादंग माजले, वर्तमानपत्रातून आधीच्या निर्णयाला पाठिंबा देणारी अनेक पत्रे प्रसिद्ध झाली. लॉर्ड कर्झन, जो नंतर भारताचा व्हाइसरॉय झाला, तेव्हा आरजीएसचा अध्यक्ष होता, शेवटी त्याने महिलांना सभासद करून घेतले. परंतु त्याने तितक्याच हेकटपणे, इ.स. १९१३ मध्ये लिहिले की, 'भौगोलिक ज्ञानामध्ये शास्त्रीय भर घालण्याच्या स्त्रियांच्या सर्वसाधारण क्षमतेविषयी आम्हाला नक्कीच संशय आहे, साहसी मोहिमांसाठी, शोधमोहिमांसाठी त्यांचा अभ्यास आणि मुख्य म्हणजे त्यांचे स्त्रीत्वच त्यांना अयोग्य ठरवते. अशा प्रकारच्या कष्टप्रद कामासाठी जगभर फिरणाऱ्या व्यावसायिक संशोधक स्त्रीची प्रतिमा जी अमेरिका रुजवू पाहते आहे, त्या प्रयत्नात आहे तो एकोणिसाव्या शतकाच्या शेवटातला एक दुःखद आणि भयंकर प्रकार आहे.' ज्या स्त्रियांना सभासदत्व दिले गेले होते त्यांचे सभासदत्व तसेच ठेवण्यात आले, परंतु नंतरच्या जवळजवळ २० वर्षांमध्ये कोणत्याही नवीन स्त्रीला संस्थेचे सभासद करून घेण्यात आले नाही.

दक्षिण ध्रुवीय प्रदेशाच्या शोधामध्ये या घटनेचा परिणाम मात्र आमूलाग्र बदल घडवून आणणारा ठरला. सर क्लेमंट मार्कहॅम हा आरजीएसचा जुना आणि अनुभवी

सदस्य होता. त्याने पंचवीस वर्षे सोसायटीचे सचिवपद सांभाळले होते. उत्तर ध्रुवीय प्रदेशाचा दांडगा अनुभव असलेला असा हा नौदल अधिकारी याचा सर जॉन फ्रँकलीन याच्या दुर्दैवी मोहिमेतील साहसवीरांचा शोध घेण्याच्या अनेक प्रयत्नांमध्ये सहभाग होता, असा हा 'मार्कहॅम' अक्षरश: भूगोल जगत होता. तो जेव्हा फक्त तीस वर्षांचा होता तेव्हा त्याने दक्षिण अमेरिकेतून सिंकोना झाडाच्या बिया लपवून यशस्वीपणे भारतामध्ये आणल्या होत्या. या बियांपासून मिळणारे 'क्विनाइन' हे त्या काळामध्ये, मलेरिया प्रतिबंधक म्हणून माहीत असणारे एकमेव औषध होते. नंतर ब्रिटिशांनी क्विनाइन घातलेले सोडा वॉटर, पिण्यायोग्य करण्यासाठी 'जीन'मध्ये मिसळायला सुरुवात केली आणि अशा प्रकारे 'जीन' आणि 'टॉनिक' या पेयाचा जन्म झाला.

मेडिटरेनियन समुद्रामध्ये मोहिमेवर असताना मार्कहॅमची, दोन्ही पक्षांना मान्य असलेला अध्यक्ष म्हणून निर्विवाद निवड झाली. निवडून आल्याबरोबर पुरोगामी आणि वास्तववादी अशा मार्कहॅमने जनतेचे आणि आरजीएसच्या सदस्यांचे त्या तथाकथित 'स्त्रियांच्या प्रश्नावरून' लक्ष उडवण्यासाठी नवीन विषयाला हात घातला आणि परत एकदा 'दक्षिण ध्रुवीय प्रदेशाचा शोध' हा विषय चर्चेत आला. काही वर्षांनंतर मार्कहॅमने लॉर्ड कर्झन याला पाठवलेल्या एका संदेशामध्ये मोहिमेविषयी म्हटले होते 'तुम्हाला तो स्त्रियांच्या सदस्यत्वाचा प्रश्न निर्माण झाला होता तो आठवत असेल... आपल्यामध्ये तेव्हा जवळजवळ फूट पडण्याच्या बेतात होती... मी विवाह केला, तो बरोबर असेल नसेल, संस्थेची प्रतिष्ठा राखण्याच्या दृष्टीने एकच मार्ग शिल्लक होता तो म्हणजे 'भूगोलाच्या' निमित्ताने एखादी मोठी मोहीम, एखादा मोठा प्रकल्प हाती घेणे जरुरीचे आहे, मी दक्षिण ध्रुवीय प्रदेशाची निवड केली. त्यामध्ये धोका तर होताच कारण मोहिमेमध्ये अपयश आले तर संस्थेची प्रतिष्ठा आणखीनच डागाळली जाण्याचा संभव होता. हे सर्व त्या मोहिमेच्या नेत्यावर अवलंबून होते.'

ब्रिटनने एक भव्य आणि सर्वंकष अशी दक्षिण ध्रुवीय प्रदेशाचा शोध घेणारी मोहीम काढावी ही कल्पना पुढे रेटण्यासाठी रॉयल जिऑग्राफिक सोसायटी आणि रॉयल सोसायटी यांनी इ.स. १८९५ मध्ये एक संयुक्त समिती नेमली आणि त्याच वर्षी 'सहाव्या आंतरराष्ट्रीय भौगोलिक काँग्रेस'ने लंडन येथे जाहीर केले - 'दक्षिण ध्रुवीय प्रदेशाचा शोध घेणे, एकूणच भौगोलिक शोधमोहिमेचे एक महत्त्वाचे उद्दिष्ट आहे आणि हे काम आता गांभीर्याने हाती घेण्याची वेळ आली आहे. अशी सर्वंकष शास्त्रीय शोधमोहीम हाती घेतल्याने विज्ञानाच्या सर्व शाखांमध्ये ज्ञानाची मोलाची भर पडणार आहे, म्हणून सहाव्या आंतरराष्ट्रीय भौगोलिक काँग्रेसने सुचवले की जगभरातील विज्ञान प्रसाराला वाहिलेल्या सर्व संस्थांनी, त्यांना जे मार्ग जास्त उपयुक्त वाटले,

प्रभावी वाटले त्या मार्गाने, अशा प्रकारची मोहीम हे शतक संपण्याआधी हाती घेण्याचा आग्रह धरावा.' मार्कहॅम यांनी त्यांच्या संपूर्ण अध्यक्षीय काळामध्ये अशा मोहिमेसाठी पाठपुरावा केला - या घटनाक्रमावरून एक विचार मनात आल्यावाचून राहत नाही की जर स्त्रियांना संस्थेचे सदस्यत्व देण्याचे आधीच मान्य झाले असते तर ब्रिटिश दक्षिण ध्रुवीय शोधमोहिमेचे काय झाले असते.

'एच एम एस चॅलेंजर' वरील एक समुद्र अभ्यासक जॉन मरे हा मार्कहॅमचा चांगला मित्र होता आणि दक्षिण ध्रुवीय प्रदेशाच्या शोधमोहिमेचा खंदा पुरस्कर्ता होता, 'शक्य असेल तर मोहिमेमध्ये दोन जहाजे असलीच पाहिजेत, किनाऱ्यावरील ठिकाणांवर मुक्काम करण्याच्या दृष्टीने पुरेसे मनुष्यबळ पाहिजे, प्रत्येक जहाजावर वैज्ञानिक आणि इतर कर्मचारीवर्ग पाहिजे... अशा मोहिमांना सतावणारी सगळ्यात मोठी आणि प्राथमिक गोष्ट म्हणजे आर्थिक पाठबळ,' आणि तोच मुख्य प्रश्न होता. त्या वेळी अपेक्षित खर्च अंदाजे १ लाख ५० हजार पौंड एवढा होता म्हणजे आजच्या दराने हिशेब केला तर २० मिलियन डॉलर्स (अंदाजे रु.११० कोटी) एवढी रक्कम होते. सन १८६० मधील रॉबर्ट ओहारा आणि विल्यम जॉन विल्स यांच्या नेतृत्वाखालील ऑस्ट्रेलिया खंडापलीकडे जाण्याची ती दुर्दैवी मोहीम अजूनही लोकांच्या स्मरणामध्ये ताजी होती. 'रॉयल सोसायटी ऑफ व्हिक्टोरिया' यांनी पुरस्कृत केलेली ऑस्ट्रेलियाच्या इतिहासातील सर्वांत खर्चिक अशी ती मोहीम होती. त्या मोहिमेसाठी ६० हजार पौंड एवढा खर्च येऊनही वरील दोन नेत्यांसह सात जणांना आपले प्राणही गमवावे लागले. राष्ट्राची प्रतिष्ठा, नाव इ. गोष्टी जरी महत्त्वाच्या असल्या तरी अनेक देशांची सरकारे अशा प्रकारच्या मोठा धोका असलेल्या, जोखमीच्या शोधमोहिमांना आर्थिक मदत करायला फारशी उत्सुक नव्हती.

मरेने दिलेल्या अपेक्षित खर्चाच्या आकड्यामुळे ही दक्षिणेकडील शोधमोहीम अशा प्रकारच्या वैज्ञानिक शोधमोहिमांपैकी सर्वांत खर्चीक मोहीम ठरणार होती. यामध्ये लोकांचा सहभाग खूप महत्त्वाचा ठरणार होता.

'आंतरराष्ट्रीय भौगोलिक काँग्रेस'च्या घोषणेमुळे दक्षिण ध्रुवीय प्रदेशाच्या शोध / संशोधन मोहिमांचे एक पर्वच सुरू झाले. नॉर्वे, बेल्जियम, जर्मनी, स्वीडन, फ्रान्स आणि देशप्रेमाने प्रेरित होऊन स्कॉटलंडही ब्रिटनला सामील झाले आणि दक्षिणेकडील प्रदेशाचा शोध घेण्याच्या उद्दिष्टाने एकत्र आले. जरी देशांमध्ये पुढे जाण्यासाठी चढाओढ होती तरीपण बहुतेक देश एकमेकांना मदतीचा हातही पुढे करत होते. एकएका भागाचा शोध घेत असताना बहुतेक सर्व देशांनी स्वत:च्या वेगळ्या अशा शोधकार्याच्या कक्षा ठरवून संशोधन त्यापुरते मर्यादित ठेवण्याचेदेखील आधीच मान्य केले. इ.स. १९१२ च्या आधी, दक्षिण ध्रुवीय प्रदेशामध्ये, शोधमोहिमेतील

सदस्यांनी इतर कुणाला संशोधन करताना क्वचितच पाहिले असेल.

सर्वांत आधीचा प्रयत्न हा, 'मरे' यांनी अपेक्षिल्यापेक्षा खूपच लहान प्रमाणात केला गेलेला होता आणि तोपण बहुतांशी खासगी मदतीवर केलेला होता. अगदी सुरुवातीच्या प्रयत्नांपैकी (१८९७-१८९९ मधील) 'बेल्जियन दक्षिण ध्रुवीय मोहीम' हा एक प्रयत्न होता. ही मोहीम 'बेल्जिका' जहाजामधून 'अॅड्रीयन डी गेर्लाच' याच्या नेतृत्वाखाली काढलेली होती. 'डी गेलार्च'ने 'रॉस' याच्या शोधांकडे दुर्लक्ष केले आणि तो 'Tierra del Fuego' च्याही आणखी दक्षिणेकडे जाण्यासाठी निघाला. त्याचा दक्षिण चुंबकीय ध्रुवावर पोहोचण्याचा प्रयत्न होता परंतु जसजसा उशीर व्हायला लागला तसतसा त्याने तो प्रयत्न सोडून दिला. परंतु त्याच्या नावावर त्याच्या नकळत एक विक्रम प्रस्थापित झाला. त्याचे 'बेल्जिका' जहाज 'ट्रिनिटी' आणि 'पामर' भूप्रदेशांना जोडणाऱ्या प्रदेशाच्या पश्चिमेला ७०° अक्षांशावर दक्षिण ध्रुवीय प्रदेशात बर्फामध्ये अडकून पडले, त्यामुळे दक्षिण ध्रुवीय प्रदेशात, तेथील थंडीच्या सिझनमध्ये राहिलेला तो पहिला साहसवीर ठरला.

पुरेशी तयारी नसताना ही त्याने आणि त्याच्या सहकाऱ्यांनी दक्षिण ध्रुवीय प्रदेशातील त्या काळोख्या थंडीच्या काळात कशीबशी तग धरली. सुदैवाने त्याच्या सहकाऱ्यांमध्ये दोन व्यक्ती अशा होत्या, ज्या नंतरच्या १९१२ मधील घटनांमध्ये महत्त्वाची भूमिका बजावणार होत्या : एक नॉर्वेजियन कनिष्ठ अधिकारी 'रोआल्ड आमंडसेन' आणि दुसरा मोहिमेतील एक अमेरिकन डॉक्टर 'फ्रेडरिक कूक'. जीवनसत्त्वांच्या कमतरतेमुळे होणाऱ्या भयानक रोगाची— स्कर्व्हीची— लक्षणे दिसू लागल्याने जहाजावरील खलाशांनी तक्रारी करायला सुरुवात केली. हिरड्यांतून रक्त येणे, दात हलायला लागणे, हातापायांना सूज येणे, वगैरे जीवघेणी लक्षणे खलाशांमध्ये दिसायला लागली, परंतु त्यातल्या त्यात समाधानाची गोष्ट म्हणजे फक्त दोनच खलाशी मरण पावले, कारण जहाजावरील अमेरिकन डॉक्टर कूक यांनी आमंडसेनच्या मदतीने त्यांच्या आहारामध्ये सीलच्या ताज्या मांसाचा अंतर्भाव केला. सील प्राण्यांच्या मांसामध्ये 'सी' जीवनसत्त्व भरपूर प्रमाणात असल्यामुळे काही काळातच खलाशांची प्रकृती सुधारली. दक्षिण ध्रुवीय प्रदेशातील हिवाळा संपल्यानंतर काही काळाने मोहीम स्वदेशी परतली. दक्षिणेकडील अतिथंड हवामानात जगण्यासाठी, टिकाव धरण्यासाठी आहारामध्ये ताज्या मांसाचा अंतर्भाव असणे महत्त्वाचे आहे हा धडा मिळाला होता.

'इंटरनॅशनल जिऑग्राफिकल कॉंग्रेस'च्या अहवालानंतर काढण्यात आलेली पहिली ब्रिटिश मोहीमपण खासगीरीत्याच पुरस्कृत केलेली होती. जेव्हा 'कर्स्टन बोर्चग्रेव्हिंक' या नॉर्वेजियन साहसवीराने इ.स. १८९८ आणि १९०० मध्ये दक्षिणेकडे शोधमोहीम काढण्याचा प्रस्ताव मांडला, तेव्हा 'मार्कहॅम' आणि रॉयल जिऑग्राफिक

सोसायटीने त्याच्या प्रस्तावामध्ये फारसा रस दाखवला नाही. 'बोर्चग्रेव्हिंक'ला दक्षिण ध्रुवीय प्रदेशाचा अनुभव होता, कारण काही वर्षांपूर्वी तो सील प्राण्यांच्या शिकारीसाठी त्या प्रदेशात गेला होता आणि त्या खंडावर पाय ठेवणाऱ्या काही मोजक्या व्यक्तींपैकी एक म्हणून एकदम प्रसिद्धीच्या झोतात आला होता. परंतु या नॉर्वेजियन शाळामास्तर, खलाशाकडे लक्ष द्यायला लंडनच्या सुविद्य आणि उच्चभ्रू माणसांना वेळ नव्हता. तरी प्रयत्न चालू ठेवून ऑक्टोबर १८९७ पर्यंत 'बोर्चग्रेव्हिंक', सर जॉर्ज न्युनेस या काही वृत्तपत्रांची मालकी असलेल्या धनाढ्यांकडून ३५ हजार पौंडांची मदत मिळवण्यात यशस्वी झाला. सर न्युनेस यांची 'ही मोहीम ब्रिटिश राष्ट्रीय ध्वजाखालीच काढली जाईल' एवढी एकच अट होती.

बोर्चग्रेव्हिंक यांच्या मोहिमेचे बहुतेक सदस्य स्कॅन्डीनेव्हियन होते, परंतु त्यांच्याबरोबर तीन ब्रिटिश आणि एक ऑस्ट्रेलियनपण होता. या मोहिमेने, ज्या ठिकाणापर्यंत बोर्चग्रेव्हिंक आधी पोहोचला होता त्या व्हिक्टोरिया लँडच्या उत्तरेकडील 'केप ॲडेर' पर्यंत पल्ला गाठला. परंतु नंतर मोहिमेतील नॉर्वेजियन आणि इतर खलाशांमध्ये धुसफुस सुरू झाली. काही काळानंतर ही धुसफुस एवढी विकोपाला गेली की मोहिमेच्या नेत्याला कडक भाषेमध्ये एक पत्रक काढावे लागले; त्या पत्रकाप्रमाणे खालील गोष्टी या 'बंडासमान किंवा उठावासमान' मानल्या जाणार होत्या - बोर्चग्रेव्हिंक यांना विरोध करणे, किंवा इतरांना विरोध करण्यासाठी प्रवृत्त करणे त्यांच्याबद्दल वाईट बोलणे, त्यांची किंवा त्यांच्या कामाची चेष्टा करणे, त्यांनी केलेले करारमदार बदलण्यासाठी त्यांना भाग पाडणे इ. कशीबशी मोहीम पुढे रेटली गेली आणि ही मोहीम इ.स. १८९९ मध्ये, दक्षिण ध्रुवीय खंडावर हिवाळा व्यतीत करणारी पहिली मोहीम ठरली. शेवटी ज्याच्याकडे चुंबकीय मोजमापे घेण्याची जबाबदारी होती तो ऑस्ट्रेलियन संशोधक 'लुइस बर्नाच्ची' म्हणाला, 'आमचे गेले काही कंटाळवाणे महिने निवासस्थान असलेली ही अतिथंड आणि दुर्गम जागा सोडताना आम्हाला अजिबात दुःख होत नाहीये.'

त्यानंतरच्या उन्हाळ्यामध्ये त्यांनी 'ग्रेट आइस बॅरियर'पर्यंत धडक मारली आणि वर्तमानपत्रांनी वर्णन केल्याप्रमाणे, ७८°५८' अक्षांशापर्यंत 'स्लेज' घसरगाडी (कुत्र्यांनी ओढलेली घसरगाडी) च्या मदतीने, म्हणजे तोपर्यंतचे सर्वांत दक्षिणेकडील टोक गाठले. त्यानंतर मध्ये बराच काळ उलटून गेला आणि दक्षिण भौगोलिक ध्रुवापर्यंत पोहोचण्याचे प्रयत्नपण काही प्रमाणात थंडावले. परंतु ज्यांना कोणाला प्रसिद्धी आणि कदाचित पैसापण हवा होता, त्यांच्यासाठी मात्र शर्यत सुरू झालेली होती.

ब्रिटिशांना भौगोलिक ध्रुव गाठण्यात फारसे महत्त्व वाटत नव्हते, उगीचच कोणालातरी वाटते म्हणून एखाद्या ठिकाणापासून कोणत्यातरी ठिकाणापर्यंत पोहोचणे यापेक्षा

दक्षिणेकडील या खंडाबाबत जास्तीतजास्त माहिती गोळा करून सर्वसामान्य जनतेमध्ये औत्सुक्य वाढविण्याच्या दृष्टीने प्रयत्न करणे जे रॉयल जिऑ ग्राफीक सोसायटीचे अधिकृत असे ध्येय होते, या गोष्टीकडे त्यांचा अधिक कल होता. मार्कहॅम आणि मरे यांनी कधी वजन वापरून तर कधी विनंती-विनवण्या करून त्या वेळाच्या सरकारकडून आणि खासगी देणगीदारांकडून पुरेसे पैसे गोळा केले आणि ब्रिटिश साहसी मोहिमेला अधिकृत मान्यता मिळवली. मोहिमेसाठी लेवेलीन लाँगस्टाफ यांनी २५ हजार पौंड देऊन सिंहाचा वाटा उचलला, तर सरकारने ४५ हजार पौंड एवढी रक्कम दिली आणि ब्रिटनच्या राष्ट्रीय दक्षिण ध्रुवीय मोहिमेचा जन्म झाला.

काही वर्षांच्या अभ्यासानंतर आणि निरीक्षणानंतर मार्कहॅम यांनी दक्षिण ध्रुवीय प्रदेशाच्या शोधाच्या प्रयत्नांना योग्य दिशा देऊ शकेल, नेतृत्व करू शकेल अशा होतकरू आणि तरुण नौदल अधिकाऱ्यांची एक संभाव्य यादी तयार केलेली होती; रॉयल नेव्हीने अशा ध्रुवीय प्रदेशांच्या अनेक मोहिमा, फ्रान्सबरोबरच्या युद्धाच्या समाप्तीनंतर हाती घेतल्या होत्या आणि नौदलात काम करत असतानाच, अशा शोधमोहिमांमध्ये सहभागी होऊन तरुण अधिकारी विज्ञानाच्या प्रगतीला हातभार लावू शकतात, असा एक विश्वास निर्माण केला होता. ॲडमिरल सर रिचर्ड हॅमिल्टन, ज्यांनी फ्रँकलीन यांच्या शोधासाठी काढलेल्या मोहिमांमध्ये भाग घेतला होता, त्यांनी १९०६ मध्ये असे मत व्यक्त केले होते की, 'आमच्या १८५० मधील उगवत्या पिढीचा असा ठाम विश्वास होता की ध्रुवीय प्रदेशांच्या कष्टदायक शोधमोहिमा हे, ज्यांच्याकडे शारीरिक ताकद आहे आणि विज्ञानाच्या विविध शाखांचे बऱ्यापैकी ज्ञान आहे, अशा तरुण पिढीचे खरंतर काम आहे. व्हेल माशांच्या शिकारीवर जाणाऱ्या बोटींच्या अत्यंत अनुभवी कप्तानांनापण अनेक वेळा समुद्रामधील बर्फांच्या हालचालीमध्ये होणाऱ्या बदलांचा अंदाज घेता येत नाही. अर्थात ही गोष्ट तितकीशी त्रासदायक ठरत नाही परंतु क्षणात निर्णय घेण्याची क्षमता मात्र असावी लागते.'

इ.स. १८९९ मध्ये राष्ट्रीय दक्षिण ध्रुवीय प्रदेशाच्या शोधमोहिमेसाठी नेतृत्व करण्यालायक उमेदवारांचे अर्ज मागवण्यासाठी जाहिरात दिल्यानंतर दोनच दिवसांत, मार्कहॅम यांची 'रॉबर्ट फाल्कन स्कॉट' या लंडनला सुट्टीवर आलेल्या ३१ वर्षीय तरुण टॉर्पेडो अधिकाऱ्याशी अचानक गाठ पडली. मार्कहॅम यांच्या आग्रहावरून स्कॉटने त्या जाहिरातीला प्रतिसाद दिला आणि अर्ज केला - आणि त्याची निवड झाली. त्याच्या उत्साहीपणाने दक्षिण ध्रुवीय प्रदेशांतील मोहिमांबाबतच्या अनभिज्ञतेवर, त्याच्या दक्षिण ध्रुवीय प्रदेशाच्या अन-अनुभवीपणावर मात केली होती.

'राष्ट्रीय दक्षिण ध्रुवीय शोधमोहीम' आता आकाराला येऊ लागली. परंतु रॉयल जिऑग्राफिक सोसायटी आणि रॉयल सोसायटी यांच्यामधील पुरस्कर्त्यांमध्ये समन्वय साधणे तेवढी सोपी गोष्ट नव्हती. या शोधमोहिमेमध्ये 'भौगोलिक शोधांवर आणि

माहितीवर अधिक लक्ष केंद्रित केले जावे असे आरजीएसच्या सदस्यांना वाटत होते, तर रॉयल सोसायटीच्या सदस्यांचे असे मत होते की शोधमोहिमेमध्ये शास्त्रीय निरीक्षणांवर, माहितीवर अधिक भर दिला जावा. सर क्लेमंट मार्कहॅम यांचे असे मत होते की एककल्ली वैज्ञानिक, हे अशा प्रकारच्या शोधमोहिमांसाठी सहकारी म्हणून फारसे उपयोगी नसतात. उलट ते अशा नव्या भौगोलिक शोधांच्या कामांमध्ये अडथळाच ठरतात.

रॉयल सोसायटीने असा विचार केला होता आणि त्यांचे असे मत होते की 'स्कॉट'ने दक्षिण ध्रुवीय भूप्रदेशाकडील मोहिमेच्या प्रवासापुरते नेतृत्व करावे आणि एखाद्या अनुभवी वैज्ञानिकाने तेथील प्रदेशातील बर्फावरील संशोधनाचे नेतृत्व करावे, कारण शेवटी ती एक वैज्ञानिक मोहीम होती. 'प्रोफेसर जॉन वॉल्टर ग्रेगरी' यांची मुख्य वैज्ञानिक अधिकारी म्हणून नेमणूक करण्यात आली. ते एक भूवैज्ञानिक होते, त्यांनी विषुववृत्तापासून ते उत्तर ध्रुवीय प्रदेशापर्यंतच्या भूभागाचा अभ्यास केला होता, संशोधन केले होते आणि ते एक साहसवीर म्हणूनदेखील प्रसिद्ध होते. आफ्रिका खंडाच्या एका मोहिमेमध्ये त्यांनी 'Great Rift Valley'चे नामकरण केले होते. दक्षिणेकडील प्रदेशामध्ये अत्यंत समृद्ध असा शास्त्रीय माहितीचा साठा मिळण्याच्या अपेक्षेने प्रोफेसर ग्रेगरी यांनी 'नेचर' या मासिकामध्ये 'संशोधनाबद्दलच्या नवीन कल्पना' मागवण्याच्या दृष्टीने एक आवाहन प्रसृत केले, परंतु दुर्दैवाने त्या दोघांचे स्वभावच सांघिक काम करण्याचे नव्हते. प्रोफेसर ग्रेगरी यांनी लगेचच तक्रारींना सुरुवात केली- स्कॉट याला अशा मोहिमांसाठी लागणाऱ्या उपकरणांचे पुरेसे ज्ञान नाही; तशा वातावरणामध्ये लागणारे लोकरीचे कपडे, बर्फावरून घसरणाऱ्या गाड्या, स्की, वगैरेंबाबतचे त्याचे अज्ञान थक्क करणारे आहे; तो अशा गोष्टींबद्दल माहिती करून घेण्यासपण उत्सुक नाही इ. इ. मोहिमेच्या नेतृत्वाच्या प्रश्नावरून बहुतेक स्कॉट राजीनामा देणार असेच वाटू लागले होते, परंतु मार्कहॅम यांनी आपले म्हणणे खरे केले आणि त्याऐवजी रॉयल सोसायटीचे उमेदवार, प्रोफेसर ग्रेगरी यांनाच राजीनामा द्यावा लागला. प्रोफेसर ग्रेगरी यांचा अडथळा मार्गातून दूर झाल्यामुळे आता स्कॉट यांच्याकडेच 'नौदलाचे साहस' ठरू पाहणाऱ्या या मोहिमेचे नेतृत्व आले. शोधमोहीम आणि विज्ञान संशोधन यांच्यामधील परस्परसंबंध दृढ होण्याला चांगला मुहूर्त काही लाभत नव्हता.

तरीपण स्कॉटने त्याच्या मोहिमेसाठी जास्तीत जास्त वैज्ञानिक कल असलेले सहकारी निवडले. ध्रुवीय प्रदेशाच्या संशोधनामध्ये नावारूपास आलेल्या 'स्कॉट विल्यम स्विअर ब्रुस' या तरुणाला स्कॉटने, मोहीमे दक्षिणेला येण्याची गळ घातली. वैज्ञानिक क्षेत्रामध्ये काहीतरी करून दाखवण्याची ईर्षा बाळगणाऱ्या आणि तितक्याच देशभक्तीने प्रेरित झालेल्या ब्रुसला दोन्ही गोलार्धातील ध्रुवीय प्रदेशांमधील संशोधनाचा

अनुभव होता. परंतु स्वत:ची स्वतंत्र साहसी मोहीम बरोबर दक्षिणेला नेण्याच्या प्रयत्नात असलेल्या ब्रुसने स्कॉटला नकार दिला. त्याने खासगी देणगीदारांकडून रक्कम जमा केली, स्वत:च्या शोध / साहसी मोहिमेचे 'स्कॉटिश राष्ट्रीय दक्षिण ध्रुवीय प्रदेश शोधमोहीम' (Scottish National Antarctic Expedition) असे काहीसे वादग्रस्त नामकरण केले आणि इ.स. १९०२ मध्ये 'स्कॉटिया' जहाजाने दक्षिणेकडे कूच केली. दोन वर्षांनंतर ब्रुस घरी परतला तो एकदम हिरो बनूनच; त्याने समुद्राचा, खासकरून वेडेल समुद्राच्या हवामानाचा अभ्यास केला आणि एक नवीन किनारपट्टी शोधली. त्याने या नवीन किनारपट्टीचे, त्याच्या मोहिमेच्या एका प्रमुख देणगीदाराच्या नावावरून 'कोट्स लँड' असे नामकरणदेखील केले. त्या भूभागातील समुद्रामधील बर्फ अतिघट्ट असल्यामुळे वेडेलएवढा तो आणखी दक्षिणेपर्यंत शिरकाव करू शकला नाही, पण त्याने तेथे परतण्याची प्रतिज्ञा मात्र केली. 'मार्कहॅम'ने या स्कॉटिश मोहिमेचे, प्रयत्नाचे वर्णन 'खोडसाळ शत्रुत्व' असे केले व त्याबद्दल त्याने ब्रुसला कधीही माफ केले नाही.

दरम्यान मार्कहॅमने दक्षिणेकडील अधिकृत ब्रिटिश मोहीम सुरू होण्याआधी, 'The Antarctic Mannual' हे पुस्तक प्रकाशित केले. या पुस्तकाचा उद्देश नौदलातील अधिकारी, शास्त्रज्ञ, साहसवीर यांना मार्गदर्शन करणे हा होता. या पुस्तकामध्ये दक्षिणेकडील प्रदेशात संशोधन करताना, शोध घेताना विचारात घ्यावे लागणारे शास्त्रीय प्रश्न, त्यांच्या पद्धती आणि त्या भागाचा इतिहास इ. संबंधी मार्गदर्शन केले होते. विसाव्या शतकाच्या सुरुवातीला दक्षिण ध्रुवीय प्रदेशाबद्दल कितपत माहिती होती किंवा किती कमी माहिती होती याची आश्चर्यकारक झलक या पुस्तकामध्ये बघायला मिळते. त्या पुस्तकामध्ये दिल्या गेलेल्या काही सूचना अशा होत्या — शोधमोहिमेतील सदस्यांनी हिमनदीतील बर्फाचे नमुने घ्यावेत; समुद्राच्या पाण्याच्या खारटपणाचा शोध घ्यावा, तो तपासून बघावा; 'स्की'वरून वेगाने जाण्याचे शिक्षण घ्यावे; त्यांनी कोणत्या प्रकारचे खडक बरोबर घ्यावेत, माती घ्यावी याबद्दल विस्तृत सूचना होत्या आणि अस्वलाच्या गोठलेल्या चरबीचे आणि बिस्किटाचे सँडविच पचण्यास फारसे जड नाही' अशीही माहिती दिलेली होती.

चुंबकीय निरीक्षणे ही या शोधमोहिमांच्या केंद्रस्थानी होती. जरी काही निरीक्षणे बोर्चग्रेव्हिंक यांनी काढलेल्या मोहिमेच्या काळात नोंदवण्यात आली होती तरी दक्षिण चुंबकीय ध्रुवाचे नक्की स्थान अनिश्चितच होते आणि त्यामुळे पृथ्वीच्या चुंबकीय क्षेत्राची गणिते जुळवणे अवघड जात होते. हा प्रश्न समाधानकारकपणे सोडवण्यासाठी रॉसने पन्नास वर्षांपूर्वीच, अचूक चुंबकीय मोजमापे घेण्यासाठी, एका विशिष्ट प्रकारच्या संपूर्ण लाकडाच्या बांधणीच्या जहाजाची कल्पना मांडली होती. या जहाजाचे नाव 'डिस्कव्हरी' असे ठेवण्यात आले. हॅलेच्या पॅरामोर जहाजानंतर

प्रथमच केवळ शास्त्रीय दृष्टीने एका विशिष्ट हेतूसाठी जहाजाची बांधणी करण्यात आली होती. लेफ्टनंट अल्बर्ट आर्मीटेज हा या मोहिमेचा उपकप्तान होता आणि त्याच्याकडे समुद्रातील विविध प्रकारची मोजमापे घेण्याची, निरीक्षणे नोंदवण्याची जबाबदारी होती. त्याने मोजणी करण्याच्या शास्त्रीय उपकरणांखालीच ठेवण्यात आलेले अन्नाचे पत्र्याचे डबे, तसेच जवळच ठेवलेल्या इतर काही लोखंडी पत्र्यांच्या वस्तूंबद्दल तक्रार केली. त्यामुळे रॉस याला अचूक मोजमापे घेण्यासाठी ज्याप्रमाणे जहाजाची दिशा बदलावी लागली होती तसाच काहीसा प्रकार या वेळीपण करावा लागला होता. परंतु या वेळी कमीतकमी जहाजाच्या बांधणीमध्ये तरी सुधारणा झाली होती. त्यांचे जहाज व्हेल माशांच्या शिकारीकरिता जसे असते तशा स्कॉटिश प्रकारचे होते. जहाजाचा सांगाडा हा काही प्रक्रिया करून मजबूत केलेल्या 'ओक' लाकडाचा होता, त्यामुळे या खेपेस रॉस समुद्रातील बर्फातून मार्ग काढणे सोपे झाले होते.

इ.स. १९०१ मध्ये 'डिस्कव्हरी' जहाजाने ब्रिटनचा किनारा सोडला. या ध्रुवीय मोहिमेसाठी तोपर्यंत सर्वाधिक ९२ हजार पौंड एवढी रक्कम जमा करण्यात आली होती. रॉस बेटाच्या बाजूला 'मॅकमुर्डो साउंड' इथे या मोहिमेतील सदस्यांनी आपला तळ ठोकला. स्कॉट आणि त्याच्या सहकाऱ्यांनी पुढील दोन वर्षे या भागाचा सर्वांगीण शोध घेण्यात घालवली. परंतु त्या मोहिमेच्या एकूणच यशाबद्दल, फलनिष्पत्तीबद्दल आजही वादळी चर्चा झडत असतात.

एक गोष्ट निर्विवाद होती की त्या मोहिमेतून शास्त्रीय ज्ञानामध्ये, संशोधनामध्ये चांगली लक्षणीय प्रगती नक्कीच झाली. 'डिस्कव्हरी' शोधामध्ये काही दगडी भूभाग लागल्यामुळे 'रॉस ग्रेट आइस बॅरियर' भागाची पूर्वेकडील सीमा नक्की झाली आणि त्या भागाचे नाव ठेवण्यात आले 'किंग एडवर्ड सेवन्थ लँड'. रॉसने वर्णन केल्याप्रमाणे, त्या आइस बॅरियरच्या काही भागातील किनाऱ्यांवर व्हेल माशांची वस्ती असल्याचे दिसून आले. त्या भागावरून हायड्रोजन गॅस भरलेला फुगा (बलून) उडवण्यात आला आणि नवीनच सापडलेल्या खंडाचे हवेमधून प्रथमच फोटो घेण्यात आले. त्याचप्रमाणे किनाऱ्यावर आणि समुद्रामध्ये अशा दोन्ही ठिकाणी चुंबकीय क्षेत्रांची मोजमापे घेण्यात आली. त्यामुळे दक्षिण चुंबकीय ध्रुवाच्या स्थानाचा नवीन अंदाज बांधणे शक्य झाले आणि हे लक्षात आले की, इ.स. १८४१ मध्ये रॉसने त्याच्या मोहिमेदरम्यान वर्तवलेल्या जागेपासून तो पूर्वेकडे सरकलेला आहे. मोहिमेतील काही सदस्यांनी व्हिक्टोरिया लँडवरील बर्फाच्या डोंगरावरील तीन हजार मीटर उंचीवर असलेल्या पठारी प्रदेशापर्यंत चढून जाण्यात यश मिळवले. तिथे केलेल्या पाहणीवरून असे आढळून आले की भौगोलिक आणि चुंबकीय असे दोन्ही ध्रुव बऱ्यापैकी उंचीवर पडतात. दिवसातून अनेकदा घेतलेल्या हवामानाच्या काटेकोर निरीक्षणांतून, पाहणीतून, असे आढळून आले की पृथ्वीवर इतरत्र कुठेही आढळणार

नाही असे हवामान, वातावरण तिथे होते. उन्हाळा संपतासंपता त्या भागातील तपमान एकदम उणे ३०° से. इतके खाली जाते, ते पुढचा उन्हाळा सुरू होईपर्यंत. रॉस बेटाच्या दुसऱ्या बाजूला असलेल्या केप क्रॉझीयर या ठिकाणी प्रथमच 'एम्परर पेंग्वीन' पक्ष्यांची वस्ती आढळली. आश्चर्याची गोष्ट म्हणजे उन्हाळ्याच्या सुरुवातीलाच त्यांच्यामध्ये चांगल्यापैकी वाढ झालेली पिल्ले पण बघायला मिळाली याचाच अर्थ अती कडक थंड हवामानामध्ये ती अंडी फोडून बाहेर आलेली होती. थोडक्यात, एक अद्वितीय, विलक्षण असा 'भूभाग' बाकीच्या जगासमोर आता उलगडायला लागला होता.

बेल्जियन मोहिमेप्रमाणेच ब्रिटिश मोहिमेमध्ये काही वाद निर्माण झाले. काही वादग्रस्त गोष्टी घडल्या. मोहिमेतील बऱ्याच जणांना काही काळ स्कर्व्हीचा त्रास झाला, शिवाय भौगोलिक दक्षिण ध्रुवावर पोहोचण्याच्या प्रयत्नामध्ये स्वतः स्कॉट, त्याचा सहायक सर्जन डॉ. एडवर्ड विल्सन आणि थर्ड लेफ्टनंट अर्नेस्ट शॅकल्टन या तिघांची तशी निराशाजनकच कामगिरी झाली. कारण ते दक्षिणेकडे ८२°११' अक्षांशापर्यंतच पोहोचू शकले होते. दरम्यानच्या काळात बऱ्याच वादग्रस्त घडामोडी घडलेल्या होत्या. ब्रिटिश अधिकाऱ्यांच्या दृष्टीने सर्वांत महत्त्वाची गोष्ट म्हणजे जरी जनतेमध्ये या मोहिमेचा कालावधी एका वर्षाचा असेल असे प्रथम जाहीर केले होते तरी प्रत्यक्षात डिस्कव्हरी जहाज समुद्रात दोन वर्षे अडकून पडले होते. त्यामुळे मोहिमेचा खर्च खूपच वाढण्याची रास्त भीती व्यक्त केली गेली. मोहिमेचे दुसरे वर्ष संपतासंपता अधिकाऱ्यांचा धीर सुटला आणि त्यांनी 'डिस्कव्हरी' जहाजाची जर बर्फातून सुटका करणे शक्य नसेल तर त्या जहाजाला तेथेच सोडण्याचे आदेश देऊन डिस्कव्हरीवर अडकलेल्या साहसवीरांची सुटका करण्यासाठी दोन जहाजे पाठवली. अगदी शेवटच्या क्षणी बर्फावर अत्यंत काटेकोरपणे आणि मर्यादित पद्धतीने स्फोटकांचा वापर करून डिस्कव्हरी जहाजाची बर्फाच्या पकडीतून सुटका करण्यात यश आले.

शेवटी 'Terra Australis Incongnita' दक्षिणेकडील अज्ञात प्रदेशाच्या सत्यतेविषयी खात्री झाली होती आणि कॅप्टन कूकच्या 'जगाला त्यापासून काहीही फायदा होण्यासारखा नाही' या विधानातील फोलपणाही उघड झाला होता. राष्ट्रीय दक्षिण ध्रुवीय शोधमोहिमेतील साहसवीरांचे जरी काही विसंवादी सूर उमटले असले तरीही, ब्रिटनला परतल्यावर त्यांचे जल्लोशात स्वागत झाले. स्कॉट या मोहिमेचा हिरो ठरला. परंतु ब्रिटिशांच्या या 'दक्षिण ध्रुवीय प्रदेशाच्या' संशोधन मोहिमेच्या पार्श्वभूमीवर नंतर म्हणावा तसा शोधमोहिमांचा ओघ सुरू झाला नाही, याचे कारण शोधण्यासाठी आपल्याला स्कॉट याच्याच सहकाऱ्यांपैकी एका सहकाऱ्यावर लक्ष केंद्रित करावे लागेल. सगळ्यात प्रेरणादायक असा साहसवीर अर्नेस्ट रॉकलटन.

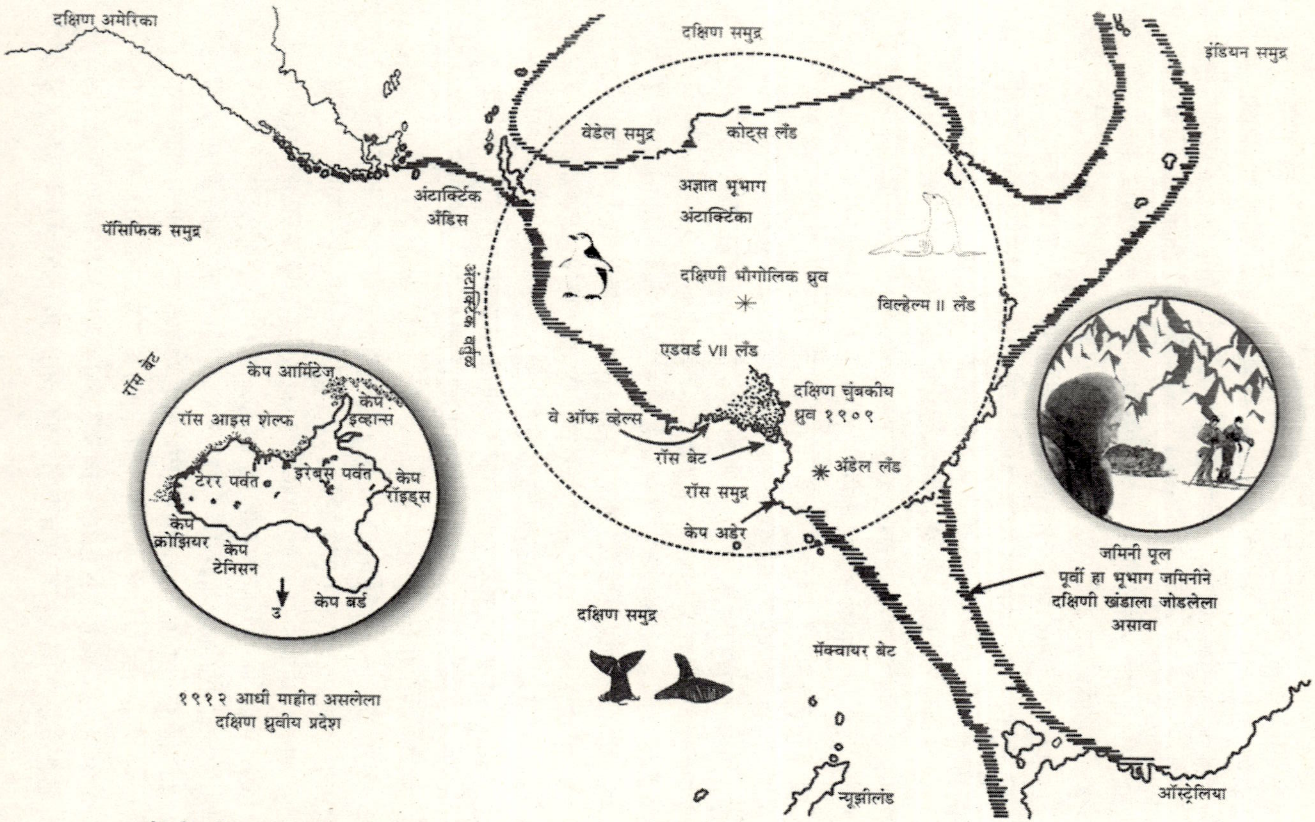

वेगवेगळे भूभाग जोडणारे काल्पनिक पूल (ए.इ.आर्टमन यांच्या 'टर्शरी इन्व्हर्टीब्रेट्स' (१९०२) मधून)

एक धाडसी प्रयत्न

अर्नेस्ट शॅकल्टन आणि ब्रिटिश
दक्षिण ध्रुवीय प्रदेश मोहीम - १९०७-१९०९

होय, ते अद्भुत दुर्गम प्रदेश मला साद घालताहेत, मला बोलावताहेत,
त्या प्रदेशातील प्रत्येक जागा जिवंत असल्यासारखी कण्हते आहे,
कुजबुजते आहे; त्याच्या एकाकी भयाण, अथांग आणि दैवी
अवकाशातून मला बोलावताहेत, तो खिन्न, उदास,
एकाकी पृथ्वीचा पहारेकरी - ध्रुव.
– रॉबर्ट डब्ल्यू. सर्व्हिस (१८७४-१९५८)

जानेवारी १९०४ चा काळ. न्यूझीलंडमधील 'डुनेडिन' शहरात एक मध्यमवयीन परंतु अकाली प्रौढत्व आल्याप्रमाणे दिसणारा 'भूगोल' विषयाचा प्राध्यापक श्रोत्यांनी गच्च भरलेल्या सभागृहात भाषण करत होता. त्या काळातील ते भाषण खूपच वादग्रस्त होते. परंतु तरीही त्याचा फारसा गाजावाजा झाला नाही. वेल्शमध्ये जन्मलेला 'एजवर्थ डेव्हिड', ज्यांचा प्रेमाने 'प्रोफेसर' असा उल्लेख केला जायचा, हा तो प्राध्यापक, तो वैज्ञानिक प्रगतीला वाहिलेल्या 'ऑस्ट्रेलेशियन असोसिएशन' या संस्थेचा अध्यक्ष होता. डेव्हिड याचा ठाम विश्वास होता की विज्ञानापुढे आज एक बलाढ्य आव्हान उभे ठाकले आहे, ज्यामुळे युरोप खंडाच्या विरुद्ध बाजूला असलेल्या वसाहतींच्या, ब्रिटिश राजवटीला योगदान देण्याच्या क्षमतेवरच घाला घातला गेला आहे. तेथे जमलेल्या श्रोत्यांना त्याने शांतपणे, पण तितक्याच ठामपणे सांगितले की, 'मला वाटते खेळांना अवास्तव महत्त्व दिले जात आहे, खेळांच्या वाढत्या प्रस्थाचे विषाणू शोधून त्यांचा नायनाट करणे हे एक या असोसिएशनचे ध्येय असायला पाहिजे.'

त्याचे असे म्हणणे होते की खेळांच्या अतिरेकामुळे विज्ञानाच्या प्रगतीसाठी

जेवढे प्रयत्न करायला हवेत तेवढे तर होतच नाहीत; परंतु त्यामुळे शिक्षणाच्या दर्जावर परिणाम होतो आहे. क्रिकेट आणि फुटबॉलच्या मैदानावरील लाकडी बॅट वा कातडी चेंडू ही केवळ प्रतीके आहेत, त्यांना तेवढ्यापुरतेच महत्त्व दिले पाहिजे, त्या गोष्टी आपल्या जगण्याचे कारण होऊ शकत नाहीत. या गोष्टींमुळे विज्ञानाचे खूप नुकसान होत आहे. 'दक्षिण ध्रुवीय प्रदेशातील साहस / शोधमोहिमांनी काहीसे आशादायक वातावरण निर्माण केले आहे, परंतु दानधर्माप्रमाणेच 'भूगोलाची' सुरुवात स्वतःच्या घरापासूनच झाली पाहिजे.' तो पुढे म्हणाला, 'आज ऑस्ट्रेलियामध्येही असा कितीतरी मोठा भाग आहे ज्याबद्दल काहीही भूशास्त्रीय माहिती उपलब्ध नाही.' थोड्याच काळानंतर एका उमद्या अँग्लो -आयरिश माणसाने दक्षिणेकडील शास्त्रीय कामासाठी प्रोफेसरांचे मन वळवले.

दक्षिण ध्रुवीय प्रदेशामध्ये, डी गेर्लाच, बोर्चग्रेव्हिंक आणि स्कॉट (Scott) यांच्यासारख्या आधीच्या साहसवीरांनी केलेल्या प्रयत्नांच्या, काढलेल्या मोहिमांच्या अद्‌भुत आणि रोमांचकारी कहाण्यांनी नंतरच्या एका नावाजलेल्या आणि प्रसिद्ध अशा साहसवीरासाठी, 'अर्नेस्ट शॅकल्टन'साठी योग्य ते वातावरण, पार्श्वभूमी तयार केलीच होती. शॅकल्टन याचा जन्म 'किल्डेर' प्रांतामध्ये इ.स. १८७४ मध्ये झाला. तो दहा वर्षांचा असताना शॅकल्टन कुटुंब लंडनला स्थलांतरित झाले. त्याने नौदलामध्ये कारकीर्द करावी अशी अर्नेस्टच्या वडिलांची खूप इच्छा होती. परंतु परिस्थितीमुळे त्यांना अर्नेस्टला 'रॉयल नेव्ही'मध्ये शिक्षण देणे शक्य नव्हते. त्यामुळे अर्नेस्टला व्यापारी बोटीवर काम करण्याचा पर्याय स्वीकारावा लागला आणि तो 'साउथॅम्पटन ते केप टाउन' यांच्या दरम्यान प्रवाशांची, टपालाची आणि नंतर बोअर युद्धाच्या वेळी सैनिकांची वाहतूक करणाऱ्या 'युनियन - कॅसल लाइन्स' या कंपनीमध्ये रुजू झाला. अशाच एका केप टाउनच्या फेरीमध्ये त्याची एका तरुण लष्करी अधिकाऱ्याशी ओळख झाली. त्या लष्करी अधिकाऱ्याचे वडील, 'लेवलीन लाँगस्टाफ' हे स्कॉटच्या 'डिस्कव्हरी' मोहिमेला प्रमुख पाठिंबा देणाऱ्या काहींपैकी एक होते. लंडनला परतल्यावर आपल्या कारकिर्दीला नवी दिशा देण्याच्या निश्चयाने, मोठ्या आत्मविश्वासाने, तो त्या लष्करी अधिकाऱ्याच्या वडिलांना जाऊन भेटला. अर्नेस्ट त्यांच्यावर छाप पाडण्यात यशस्वी झाला आणि लाँगस्टाफ यांनी स्कॉट यांना त्यांच्या इ.स. १९०१ मधील दक्षिणेकडील मोहिमेमध्ये, इतर सहकाऱ्यांच्या बरोबर, या तरुणाचाही समावेश करण्याचा आग्रह केला.

स्कॉट आणि शॅकल्टन यांचे परस्परांशी जमणे तसे कठीणच होते कारण दोघांची व्यक्तिमत्त्वे ही आढ्यतेखोर आणि अधिकार गाजवण्याची वृत्ती असणारी होती. त्या दोघांच्या नेतृत्वाविषयीच्या कल्पना परस्परविरोधी होत्या. तरीही सुरुवातीला वरवर का होईना पण दोघांनी एकमेकांशी जुळवून घेतले, इतके की जेव्हा स्कॉटने

दक्षिण भौगोलिक ध्रुवावर पोहोचण्याचा सन १९०३ मध्ये प्रयत्न केला, तेव्हा त्याच्या मोहिमेमध्ये एडवर्ड विल्सनबरोबर शॅकल्टनची निवड केली. त्यानंतर मात्र त्या मोहिमेमध्ये नक्की काय घडले ते कधीच बाहेर आले नाही, परंतु त्या मोहिमेमध्ये स्कॉट यांच्यानंतर, नंबर दोन असलेल्या 'अल्बर्ट आर्मीटेज' यांनी काही वर्षांनंतर लिहिलेल्या वृत्तान्तावरून काहीसा अंदाज बांधता येतो. जे म्हणतात एके दिवशी सकाळी ब्रेकफास्टनंतर, विल्सन आणि शॅकल्टन त्यांच्या घसरगाड्यांची (स्लेज) बांधाबांध करत होते. अचानक स्कॉट त्यांच्याकडे बघून ओरडत असल्याचे ऐकू आले. "इकडे ये तू मूर्खा", ते दोघे स्कॉटकडे गेले आणि विल्सनने शांतपणे विचारले, "तू मला उद्देशून बोलत होतास का?", "नाही बिल", स्कॉट म्हणाला. लगेचच शॅकल्टन म्हणाला, "म्हणजे मग मलाच उद्देशून ते होते." त्यावर त्याला काही उत्तर मिळाले नाही. त्यावर शॅकल्टन म्हणाला, "ठीक आहे, तू तर महामूर्ख आहेस, आणि या पुढे तू जर माझ्याशी अशा भाषेत बोलणार असशील तर तुलाही त्याच भाषेत उत्तर मिळेल हे लक्षात ठेव." तिथून निघून जाण्याआधी शॅकल्टन म्हणाला, "मी या ठिकाणी नक्कीच परत येईन आणि दाखवून देईन की स्कॉटपेक्षा मीच श्रेष्ठ आहे."

ही घटना घडल्यानंतर इतक्या वर्षांनी आणि त्या नाट्यातील बहुतेक सर्व पात्रे काळाच्या पडद्याआड गेल्यावर, आर्मीटेज जे सांगत होता त्यात कितपत तथ्य असावे याबद्दल बरीच मतमतांतरे होती. त्या अपयशी दक्षिण भौगोलिक ध्रुवीय मोहिमेच्या दरम्यान जे काय घडले असेल ते असेल, परंतु नंतर शॅकल्टन गंभीररीत्या आजारी पडला आणि स्कॉटने या तरुण साहसवीराला मोहीम संपायच्या आतच अपात्र ठरवून मधूनच घरी परत पाठवून दिले. मदतीसाठी आलेल्या 'मॉर्निंग' या जहाजावरील 'एडवर्ड-टेडी-इव्हान्स' (Edward - Teddy - Evans) या सब लेफ्टनंटने लिहिले आहे की, 'स्कॉटच्या मोहिमेतील माणसे नजरेआड होईस्तोवर आम्ही बघत होतो, नंतर मात्र बिचाऱ्या शॅकल्टनचा बांध फुटला आणि तो एखाद्या लहान मुलासारखा रडला.'

बऱ्याच वर्षांनंतर शॅकल्टनला एका वार्ताहराने विचारले की त्याने परत युनियन कॅसल लाइन्स कंपनीमध्ये नोकरी करायचे सोडून तो परत या दक्षिण ध्रुवीय प्रदेशाकडे कसा ओढला गेला. त्यावर त्याचे उत्तर होते – 'जगाच्या पाठीवरील मोकळ्या दुर्गम, अज्ञात जागांकडे माणसे विविध कारणांनी ओढली जातात.' काही जणांना साहसाचे आकर्षण असते, कोणाला वैज्ञानिक ज्ञान मिळवण्याची, त्यात भर घालण्याची इच्छा असते, तर काही जण आपला धोपट मार्ग सोडून त्या 'आतल्या आवाजाच्या' सादेला ओ देतात आणि वेगळ्या मार्गाकडे वळतात त्या अज्ञाताविषयीच्या चमत्कारिक गूढ ओढीने. माझ्या बाबतीत म्हणाल तर मला वाटते या सगळ्याच

गोष्टी माझ्यासाठी कारणीभूत होत्या, त्याचमुळे त्या गोठलेल्या दक्षिणेकडे नशीब आजमावण्याचे परत एकदा प्रयत्न करायचे मी ठरवले.'

सन १९०३ मध्ये ब्रिटनला परतल्यावर शॅकल्टनचा 'पोलार हीरो' - 'ध्रुवीय प्रदेशाचा नायक' म्हणून सत्कार झाला. सुरुवातीच्या काळामध्ये वेगवेगळ्या नोकऱ्या करत आणि ध्रुवीय प्रदेशातील त्याच्या कामगिरीमुळे मिळालेल्या प्रसिद्धीच्या वलयात राहण्यात तो समाधानी असावा असे वाटू लागले. सन १९०५ मध्ये त्याने परत एकदा मोहिमेसाठी पैसा उभा करण्याचा प्रयत्न केला. पण त्यात त्याला काही तितकेसे यश आले नाही आणि त्या गोष्टीला तिथेच पूर्णविराम मिळाला. थोड्याच दिवसांनी 'रॉयल जिऑग्राफिक सोसायटी', दक्षिण ध्रुवीय प्रदेशात एक मोहीम काढण्याच्या विचारात आहे अशी बातमी उडत उडत त्याच्या कानावर आली. 'हेन्रिक ऑक्र्टोवस्की', हा बेल्जियमचा साहसवीर रॉस बेटावर तळ उभारून तेथून दक्षिण भौगोलिक ध्रुवावर जाण्याच्या प्रयत्नात होता.

या बातमीने शॅकल्टनला आता तातडीने आपण काहीतरी करावे असे वाटू लागले आणि फेब्रुवारी, १९०७ पर्यंत तो त्या वेळी ज्यांच्या कंपनीमध्ये नोकरी करत होता त्या स्कॉटिश उद्योगपती 'विल्यम बीअर्डमोर' यांच्याकडून मदतीचे आश्वासन मिळवण्यात यशस्वी झाला. त्यामागे एक नाजूक कारण होते, ते म्हणजे बर्डमोअर यांच्या पत्नीबरोबर तेव्हा शॅकल्टन याचे प्रेमसंबंध होते. पुढील घटनेबाबत खात्रीने सांगणे तसे कठीण आहे पण असे काहीसे घडले. थोड्याच दिवसांनी शॅकल्टन आणि ऑक्र्टोवस्की यांची गाठ पडली आणि ऑक्र्टोवस्कीने त्या दिवशी संध्याकाळी 'रॉयल जिऑग्राफिक सोसायटी'च्या भोजन समारंभात आपण आपल्या बेल्जियम मोहिमेची घोषणा करणार असल्याचे त्याला सांगितले - कोणाही महत्त्वाकांक्षी 'लिव्हिंगस्टन' साठी स्वत:च्या मोहिमेची घोषणा करण्यासाठी अशी संधी आणि असे व्यासपीठ मिळणे ही भाग्याचीच गोष्ट होती - परंतु त्या भोजनसमारंभाला शॅकल्टन, ऑक्र्टोवस्कीच्या बराच आधी उपस्थित झाला आणि त्या बेल्जियन साहसवीराचा हिरमोड करत, विरस करत त्याने स्वत:च्या मोहिमेची घोषणा करून टाकली. शॅकल्टन हा एक नंबरचा संधिसाधू होता आणि त्याचा डाव यशस्वी झाला होता.

ब्रिटिश मोहिमेच्या घोषणेची बातमी लगेचच वर्तमानपत्रांमध्ये झळकली आणि स्कॉटसाठी, जो स्वत:च दक्षिणेकडील मोहिमेची जुळवाजुळव करण्यात गुंतला होता, हा मोठाच धक्का होता. जणूकाही एवढे पुरेसे नव्हते, म्हणून वर्तमानपत्रांनी बातमीमध्ये आणखी एक टिप्पणी जोडली की 'डिस्कव्हरी' मोहिमेच्या वेळी वापरलेल्या रॉस बेटावरील जुन्या तळाचाच उपयोग करण्याचा शॅकल्टनचा विचार आहे. आधीच्या मोहिमेवरून स्कॉट परतल्यावर आणि सन १९०५ मध्ये डिस्कव्हरी

मोहिमेसंबंधीच्या एका पुस्तकाच्या दरम्यान प्रकाशनानंतर ही ज्यामध्ये दक्षिण ध्रुवावरील अपयशी मोहिमेच्या घडलेल्या नाट्यानंतर आणि शॅकल्टनच्या आजारपणाच्या उल्लेखानंतर, सुद्धा स्कॉट आणि शॅकल्टन यांचे संबंध तसे बरे राहिले होते. तरीही वर्तमानपत्रातील या संबंधीच्या बातम्यांचा स्कॉटला चांगलाच धक्का बसला होता आणि दुसऱ्याच दिवशी त्याने शॅकल्टनवर एकामागून एक पत्रांचा भडिमार केला. त्याने लिहिले, 'तुझ्या मोहिमेमध्ये आणि एकंदरीत योजनेमध्ये मोडता घालण्याची माझी अजिबात इच्छा नाही असे मला वाटते. मी वेगळे सांगण्याची गरज नाही, तरीपण मी ज्या क्षेत्रामध्ये प्रथमपासूनच कार्यरत आहे त्यावर माझा पहिला अधिकार आहे, हक्क आहे असे मात्र मला नक्की वाटते ज्याप्रमाणे आफ्रिका खंडातील शोधमोहिमांच्या वेळी साहसवीरांनी संशोधनासाठी प्रदेश वाटून घेतले होते किंवा ज्याप्रमाणे 'पेरी'ने उत्तर भौगोलिक ध्रुवीय प्रदेशातील 'Smith Sound' ('Smith Sound' हे उत्तर ध्रुवीय प्रदेशामधील ग्रीनलँड आणि ऐलीसमेयर बेटांमधील चिंचोळ्या प्रदेशाचे नाव) या प्रदेशातील संशोधनावर हक्क सांगितला होता. ता.क. मला खात्री आहे की थोड्या वाटाघाटीनंतर, एकमेकांना विरोध करण्यापेक्षा उलट आपण काहीतरी सन्माननीय तोडगा काढू शकू.' त्याच दिवशी लिहिलेल्या दुसऱ्या पत्रामध्ये स्कॉट लिहितो, 'ठीक आहे मी इथे थांबतो, परंतु एकूणच हा विषय माझ्यासाठी फार जिव्हाळ्याचा आहे, जवळचा आहे म्हणून मी तुझ्याकडून खुल्या दिलाने आणि अगदी स्पष्टपणे लिहिलेल्या पत्राची अपेक्षा करतो.'

उभयतांचा मित्र असलेल्या एडवर्ड विल्सन याला स्कॉटने त्यांच्या संभाव्य दक्षिण ध्रुवीय मोहिमांची कार्यक्षेत्रे ठरवण्याबाबत मध्यस्थी करण्याची विनंती केली. स्कॉट याच्या दृष्टीने संशोधनासाठी त्याची पहिली पसंती होती, रॉस बेटावरील त्याचा तळ आणि त्याला असे वाटत होते की शॅकल्टनने त्याचा तळ आणखी पूर्वेकडे म्हणजे 'ग्रेट आइस बॅरियर'च्या जवळ म्हणजे कदाचित 'किंग एडवर्ड VII' प्रदेशाजवळ, जो भूभाग त्यांनी डिस्कव्हरी मोहिमेच्या वेळी जहाजावरून काही वर्षांपूर्वी प्रथम पाहिला होता, तेथे उभारावा. हा प्रस्ताव सर्वच बाजूंनी विचार केला तर व्यवहार्य नव्हता. पहिले म्हणजे शॅकल्टनला त्याला पाहिजे तेथे संशोधन तळ उभारण्याचा अधिकार होता. अगदी हेन्रिक ऑक्टोंवस्कीप्रमाणे. विल्सनचा हा प्रस्ताव ऐकल्यावर भूतपूर्व मोहिमेच्या त्याच्या नेत्याच्या नव्या मोहिमेची पूर्वकल्पना नसल्यामुळे शॅकल्टनला धक्काच बसला आणि नंतर तर विल्सन सरळ-सरळ स्कॉटच्याच बाजूने घोडे दामटतो आहे याची शॅकल्टनला खात्रीच पटली. काही दिवसांनी शॅकल्टनने त्या वेळी जिब्राल्टर (Gibraltar) येथे असलेल्या स्कॉटला तार पाठवली - संशोधन तळ उभारण्याच्या ठिकाणासंबंधीच्या तुझ्या सूचनेचा मी नक्कीच विचार करीन, परंतु ही गोष्ट आत्तातरी आपण आपल्या दोघांमध्येच ठेवू या

कारण मोहिमेला आर्थिक मदत देणाऱ्यांना, पाठिंबा देणाऱ्यांना ही नवीन परिस्थिती, घडामोड पटवून देण्यासाठी, समजावून देण्यासाठी काही काळ लागेल.

सन १९०७ चा मार्च महिना उजाडता उजाडता शॅकल्टनच्या संभाव्य मोहिमेने बऱ्यापैकी, म्हणजे 'रॉयल जिऑग्राफिक सोसायटी'समोर प्रस्ताव मांडण्याइतपत आकार घेतला होता. या नवीन खंडाला गवसणी घालण्यासाठी त्याने तिहेरी योजना आखली होती. त्याच्या योजनेप्रमाणे एक टीम तो दक्षिणेकडे भौगोलिक ध्रुवाच्या दिशेने पाठवणार होता, तर दुसरी टीम पूर्वेकडे चालत 'किंग एडवर्ड VII' प्रदेश गाठणार होती आणि पश्चिमेकडे जाणाऱ्या तिसऱ्या टीमचे लक्ष्य असणार होते 'चुंबकीय ध्रुवाचा शोध'. सोसायटीसमोर ही योजना ठेवताना संशोधन तळाच्या ठिकाणाचे नाव जाहीर करण्याचे त्याने जाणीवपूर्वक टाळले होते. 'भौगोलिक ध्रुव' हे अर्थातच मुख्य लक्ष्य असणार होते. आपल्या मोहिमेचे ध्येय स्पष्ट करताना एके ठिकाणी शॅकल्टनने लिहिले की, 'या मोहिमेची केवळ 'अद्‌भुत भूभागावरचा विक्रमी प्रवास' एवढीच ओळख मला नको आहे, तर त्या प्रवासादरम्यान केले जाणारे वैज्ञानिक संशोधन, त्यापासून शास्त्रांच्या विविध शाखांमध्ये पडणारी भर, हे ही माझ्या दृष्टीने तेवढेच महत्त्वाचे आहे. 'डिस्कव्हरी' मोहिमेदरम्यान केलेले जीवशास्त्रीय, हवामानविषयक, भूगर्भीय आणि चुंबकीय इ. क्षेत्रांसंबंधीचे संशोधन माझी मोहीम नक्कीच विसरणार नाही आणि त्यात नवीन भर नक्कीच घालेल.' सर्वच नैसर्गिक विज्ञान शाखांमध्ये मूलभूत शास्त्रीय निरीक्षणे नोंदवण्याचा त्याचा मानस होता आणि एवढेच नाही तर ब्रिटिश साम्राज्यासाठी दोन्ही ध्रुवांवर (भौगोलिक / चुंबकीय) पाय रोवून एकाच मोहिमेमध्ये हक्क सांगण्याची त्याची ईर्षा होती. खरोखरच एक महत्त्वाकांक्षी योजना होती.

शॅकल्टनच्या 'ब्रिटिश दक्षिण ध्रुवीय प्रदेशाच्या' मोहिमेसाठी निधी उभारण्याच्या प्रयत्नांच्या बातम्या, वृत्तपत्रांतील प्रसिद्धीमुळे संपूर्ण ब्रिटनभर आणि ब्रिटनच्या सीमारेषा ओलांडून युरोपभर पसरल्या. शॅकल्टनने महत्प्रयासाने सील प्राण्यांच्या शिकारीसाठी वापरले जाणारे, लाकडापासून बनवलेले जुने 'निमरॉड' नावाचे जहाज मोहिमेसाठी मिळवले. त्यात त्याने नव्याने बरीच डागडुजी केली, प्रायोजक मिळवले, मोहिमेसाठी पुरेसा खाद्यपदार्थांचा साठा जमा केला, जरुरीची शास्त्रीय व इतर उपकरणे जमा केली आणि दक्षिणेकडे प्रस्थान ठेवले - आणि हे सगळे सहा महिन्यांहूनही कमी काळात. परंतु या घाईघाईमध्ये त्याने एक संकट ओढवून घेतले होते. या मोहिमेसाठी बरेच मोठे कर्ज घ्यावे लागले होते, मोहिमेबरोबर असणारे वैज्ञानिकांचे पथक केवळ नावापुरतेच होते. यामधून मार्ग काढण्याचा एक उपाय म्हणून ब्रिटिश दक्षिण ध्रुवीय मोहिमेने काही निर्णय घेतले. त्यांपैकी एक म्हणजे त्रासदायक समित्यांचा घोळ घालायचा नाही, दुसरे म्हणजे कोणत्याही परिस्थितीत

हिवाळ्यामध्ये निमरॉड जहाज गोठलेल्या बर्फात अडकून पडणार नाही याची खबरदारी घ्यायची. यामुळे मदतीसाठी दुसरे जहाज बोलावण्याची गरज भासणार नव्हती, कारण हेच जहाज पुढच्या उन्हाळ्यामध्ये मोहिमेतील सदस्यांना परत नेण्यासाठी येऊ शकणार होते. त्यामुळे आधीच कर्जात असलेल्या शॅकल्टनचे पैसे काही प्रमाणात वाचणार होते.

मोहिमेसंबंधीची वृत्तपत्रातील बातमी वाचून 'एजवर्थ डेव्हिड'ने शॅकल्टनला त्याच्या दक्षिण ध्रुवीय प्रदेशातील मोहिमेमध्ये, मोहिमेच्या पहिल्या भागापुरतेच, म्हणजे उन्हाळा संपून हिवाळा सुरू होण्यापर्यंत, सामील होण्याची विनंतीवजा इच्छा प्रकट करणारे पत्र लिहिले. दक्षिण ध्रुवीय प्रदेशासारखा एक अगदी नवीन भूभाग आणि शॅकल्टनसारखा उत्साही आणि धाडसी साहसवीर हे समीकरण विज्ञान आणि खेळाची सांगड घालण्याच्या दृष्टीने डेव्हिडला कुठेतरी भावले होते. शॅकल्टनला अर्थातच आनंद झाला आणि त्याने त्याच्या नेहमीच्या पद्धतीप्रमाणे ताबडतोब डेव्हिडला प्रतिसाद दिला आणि त्याला मोहिमेमध्ये सामील करून घेण्याची तयारी दर्शवली. डेव्हिडमुळे मोहिमेतील वैज्ञानिक टीमला थोडीफार तरी विश्वासार्हता मिळणार होती, कारण नाहीतर डेव्हिडशिवाय मोहिमेतील वैज्ञानिक संशोधनाची भिस्त 'रेमंड प्रिस्टले' हा पदवी अभ्यासक्रम पूर्ण न झालेला भूवैज्ञानिक आणि 'जेम्स मरे' या बहुतांशी स्वशिक्षित परंतु प्रसिद्ध अशा जीवशास्त्रज्ञ यांच्यावरच होती.

मनातल्या मनात मात्र शॅकल्टन याला आपण दक्षिण भौगोलिक ध्रुवावर पोहोचूच याची खात्री वाटत नव्हती, कारण 'डिस्कव्हरी' मोहिमेतील त्याच्या मित्राला, 'रेजिनाल्ड स्केल्टन' याला लिहिलेल्या एका पत्रामध्ये त्याने 'आता संशोधनतळाचे ठिकाण 'किंग एडवर्ड VII' येथे हलवण्याचे ठरल्यामुळे, तिथून आणखी खाली दक्षिणेकडे जाणे तसे जरा कठीणच वाटते आहे.' असे नमूद केले होते. मोहिमेची आर्थिक परिस्थिती जेवढी जाहिरात केली जात होती किंवा दाखवली जात होती तेवढी चांगली नव्हती. तरी जनतेची मदत किंवा पाठिंबा मिळवायचा तर शॅकल्टनला त्याच्या मोहिमेची उद्दिष्टे जरा अतिरंजित स्वरूपामध्ये प्रसिद्ध करणे, त्यांची जाहिरात करणे भागच होते. शॅकल्टनने रॉयल जिऑग्राफिक सोसायटीसमोर, सन १९०७ च्या सुरुवातीला ज्या वेळी मोहिमेचा प्रस्ताव मांडला होता त्या वेळी त्याने सोसायटीला प्रायोजकांकडून ३० हजार पौंड (आजच्या दराने रु.२७ लाख) पर्यंतची आश्वासने मिळाल्याचे सांगितले होते, परंतु ते तितकेसे खरे नव्हते. किंबहुना खरी गोष्ट ही होती की आर्थिक चणचण, ओढाताण हा शॅकल्टनच्या सर्वच मोहिमांचा स्थायिभाव राहिला होता.

परंतु त्याच्या आधीच्या साहसवीरांप्रमाणेच शॅकल्टन अशा प्रकारच्या मोहिमांची,

प्रायोजकांच्या दृष्टीने असणारी फायदेशीर बाजू चांगल्या प्रकारे जाणून होता, ती म्हणजे भविष्यात फायदेशीर ठरणारा खनिज संपत्तीचा साठा मिळण्याची शक्यता, नाहीतर एखाद्या नव्याने सापडलेल्या भूखंडाला नाव दिले गेल्यामुळे नावाला मिळणारा अमरपट्टा इत्यादी. परंतु यासाठी एक अट होती ती म्हणजे हात जरा मोकळा सोडण्याची. नव्याने सापडणाऱ्या भूभागांना, बेटांना, किनारपट्ट्यांना मोहिमेच्या प्रमुख / मोठ्या देणगीदारांची नावे देण्याची एक प्रथाच पडून गेली होती. अशा अनेक ठिकाणी राजेरजवाड्यांबरोबरच कित्येक उद्योगपतींची आणि वृत्तपत्रमालकांची नावेपण जगाच्या नकाशावर आज कोरली गेली आहेत.

शॅकल्टनबद्दल बोलताना त्याच्या एका मित्राने म्हटले होते, 'मोठी स्वप्ने पाहणे, त्या विषयी मोठ्या गप्पा मारणे आणि जी स्वप्ने खरी करून दाखवण्याची धमक असणे हे शॅकल्टनचे वैशिष्ट्य होते, कारण सर्वसाधारणपणे या दोन्ही गोष्टी एकत्र दिसत नाहीत.' श्रीमंत प्रायोजकांनी शॅकल्टनच्या मदतीच्या आवाहनाला चांगला प्रतिसाद दिला. 'विल्यम बीअर्डमोर'ने सात हजार पौंड देण्याचे आधीच कबूल केले होते, नंतर एक एक देणगीदार पुढे यायला लागले. परंतु याचा अर्थ असा नाही की त्याला अगदी भरपूर मदत मिळाली, तरी दक्षिण ध्रुवीय प्रदेशाकडे आत्मविश्वासाने कूच करण्याइतपत मदत त्याला नक्कीच मिळाली.

शॅकल्टनच्या दक्षिणेकडील मार्गावरच असलेल्या ऑस्ट्रेलियामध्ये, मोहिमेसाठीच्या त्याच्या आर्थिक मदतीच्या आवाहनाला चांगला प्रतिसाद मिळाला. ऑस्ट्रेलियाच्या लगेचच दक्षिणेला असलेल्या दक्षिण ध्रुवीय प्रदेशाच्या वैज्ञानिक संशोधनाच्या आत्यंतिक गरजेविषयी आधीची जवळजवळ दोन दशके, अनेक वेळा चर्चा झाली होती. आधीचे व्हिक्टोरिया राज्य सरकार त्यासाठी उत्सुक होते आणि त्यांनी ब्रिटिश मोहिमेला बरोबरीने मदत करण्याची तयारी दर्शवली होती. ब्रिटनमधील ज्ञान-विज्ञानाला वाहून घेतलेल्या अनेक संस्थांचाही मोहिमेला पूर्ण पाठिंबा होता. परंतु ब्रिटनच्या अर्थखात्याला मात्र अशा मोहिमांची, अशा प्रयत्नांची तितकीशी खात्री वाटत नव्हती म्हणून त्यांनी असे प्रस्ताव सरळ नाकारले.

ऑस्ट्रेलियन सरकारने यावर तोडगा म्हणून दुसरा समविचारी सहकारी शोधला. सन १८८९ च्या दरम्यान राज्य सरकारकडे 'अॅडॉल्फ नॉर्डेन्स्कजोल्ड' या एका उमरावाकडून स्वतःच्या नेतृत्वाखाली दक्षिणेकडे ऑस्ट्रेलियन - स्विडिश संयुक्त मोहीम काढण्याचा प्रस्ताव आला. नॉर्डेन्स्कजोल्ड हे एक मोठे प्रस्थ होते. ऑस्ट्रेलियनांच्या गळाला एक मोठा मासा लागला होता. याची आधीची कामगिरीपण तशीच मोठी होती. सन १८७९ मध्ये त्याने उत्तर ध्रुवीय समुद्रातील बर्फामधून आणि हिमखंडांतून पॅसिफिक महासागराला जोडणारा मार्ग शोधून काढला होता. हा मार्ग फ्रँकलीन किंवा त्याच्यासारख्या आधीच्या साहसवीरांनी निवडलेला कॅनडाच्या किनारपट्टीच्या

जवळून जाणारा नव्हता तर त्याचा मार्ग त्या वेळी फारसा परिचित नसलेला उत्तर-पूर्व मार्ग म्हणजे स्कँडिनेव्हियाच्या उत्तरेकडून आणि सैबेरियन समुद्रातून जाणारा होता.

बर्क आणि विल्स यांच्या आधीच्या मोहिमेच्या वेळी जरी काही प्रश्न निर्माण झाले असले आणि वादळ उठले असले तरीदेखील 'रॉयल सोसायटी ऑफ व्हिक्टोरिया' अशा प्रकारच्या शोध / साहसमोहिमा काढणे चालूच ठेवण्याच्या मताची होती. नॉर्डेन्स्कजोल्ड याच्याकडून मोहिमेचा प्रस्ताव आल्यावर रॉयल सोसायटीने 'दक्षिण ध्रुवीय प्रदेश' संस्थेची स्थापना केली. संघराज्य स्थापन होण्याआधी आजूबाजूच्या असलेल्या छोट्या-मोठ्या वसाहतींमधील भगिनी संस्था या उपक्रमाला उत्साहाने पाठिंबा देण्यास तयार होत्या आणि या सगळ्यांचा परिणाम म्हणजे सन १८९० मध्ये ऑस्ट्रेलियन मोहीम खरोखरीच निघण्याची आशा निर्माण झाली. गरज फक्त एकाच गोष्टीची होती आणि ती म्हणजे स्विडिश लोकांनी दिलेल्या पाच हजार पौंडांइतकी रक्कम उभी करण्याची. त्यासाठी बऱ्याच संस्थांकडून आश्वासने मिळाली; आजूबाजूच्या छोट्या-मोठ्या वसाहतींच्या सरकारांना, जनतेला आवाहने केली गेली. सन १८८९मध्ये टास्मानियाच्या उप-सर्व्हेअर जनरल 'चास स्प्रेन्ट' यांनी ऑस्ट्रेलियन सरकारला या शोध / साहस मोहिमेसाठी पुढाकार घेण्याचे कळकळीचे आवाहन केले. त्यात त्यांनी म्हटले होते— 'अपुऱ्या शस्त्रास्त्रांनी लढणाऱ्या रानटी जमातींशी वसाहतवादी लढे देत बसण्यापेक्षा अशा शोध / साहस मोहिमांतून मिळणारी प्रसिद्धी, मिळणारे मानसन्मान हे चिरकाल राहणारे आहेत.' त्यामध्ये त्यांनी शेवटी लिहिले होते—'दक्षिण ध्रुवीय प्रदेशाच्या शोधाचे, संशोधन पुनरुज्जीवन झालेले बघण्यास वैज्ञानिक जगत उत्सुक आहे आणि ऑस्ट्रेलियाने अशा प्रकारच्या कामामध्ये पुढाकार घेऊन, मदतीचा हात पुढे करून जगापुढे एक नवा आदर्श ठेवण्यासारखी दुसरी समाधानाची गोष्ट नसेल.' परंतु सन १८९० संपता संपता या मोहिमेला पाठिंबा देणाऱ्या बऱ्याच संस्थांचा उत्साह मावळलेला होता आणि शेवटी ठरवलेली मोहीम प्रत्यक्षात निघालीच नाही.

शॅकल्टनच्या एक गोष्ट लक्षात आली ती म्हणजे डेव्हिड याचे ऑस्ट्रेलियामध्ये, मोक्याच्या जागी असलेल्या माणसांशी चांगले संबंध आहेत आणि जेमतेम वीसएक वर्षांपूर्वी त्यान निघालेल्या मोहिमेच्या वेळी ऑस्ट्रेलियामध्ये जी एक भावनिक लाट आली होती, तशाच प्रकारच्या भावना परत एकदा जागवण्याची डेव्हिडमध्ये ताकद आहे. त्यामुळे या वैज्ञानिकावर, शैक्षणिक क्षेत्रातील माणसावर मोहिमेसाठी निधी उभारण्याची कामगिरी आली. शॅकल्टनने त्याच्या मोहिमेतील इतर सदस्यांना ही निधी जमवण्यासाठी त्याच्या असलेल्या ओळखीपाळखींचा उपयोग करून घेण्याचा सल्ला दिला. १० डिसेंबर १९०७ रोजी डेव्हिडने थेट ऑस्ट्रेलियाचे पंतप्रधान

'अल्फ्रेड डीकिन' यांना पत्र लिहिले. त्या पत्रामध्ये संघराज्यात नव्याने सामील झालेल्या देशाने शॅकल्टनच्या मोहिमेला मदत करणे कसे आवश्यक आहे ते पटवून देण्याचा प्रयत्न केला होता.

डेव्हिडने त्याच्या सन १९०४ मधील भाषणातील मुद्द्यांपासून आता फार वेगळे मुद्दे मांडायला सुरुवात केली. डीकिन यांना दक्षिण ध्रुवीय प्रदेशातील संशोधनाचे महत्त्व पटवून देताना त्याने अनेक महत्त्वाच्या मूलभूत मुद्द्यांचा ऊहापोह केला. त्याच्या वाणीला अगदी बहर आला. त्यातील काही मुद्दे असे होते - हा नवीन भूभाग ऑस्ट्रेलियाचा सर्वांत जवळचा शेजारी आहे, त्यामुळे या नव्या भूभागावरील हवामान ऑस्ट्रेलियाप्रमाणेच असण्याची दाट शक्यता आहे, तसेच तेथील चुंबकीय क्षेत्राच्या बदलत्या परिस्थितीमुळे, प्रभावामुळे दक्षिण गोलार्धातील समुद्रातील नौकानयनावर, व्यापारी जहाजमार्गांवर होणारे संभाव्य परिणाम आणि शेवटी खनिज संपत्तीचा साठा मिळण्याची असलेली शक्यता. त्याच्या यादीमध्ये दक्षिण भौगोलिक ध्रुवावर पोहोचणे हा पाचवा मुद्दा होता. डेव्हिड याचा वैज्ञानिक क्षेत्रातील नावलौकिक, दबदबा विचारात घेता आणि त्याने शॅकल्टनची केलेली तरफदारी लक्षात घेऊन संघराज्य सरकारने पाच हजार पौंड एवढी मदत जाहीर केली. अगदी शेवटच्या क्षणाला केलेल्या आवाहनाला प्रतिसाद देऊन न्यू-झीलंडसरकारनेपण एक हजार पौंड एवढी मदत जाहीर केली. शॅकल्टनला ब्रिटिश सरकारचा थेट पाठिंबा नव्हता, परंतु आता त्याची मोहीम सज्ज होती.

मोहिमेच्या नाजूक आर्थिक परिस्थितीची पुरेशी कल्पना नसल्यामुळे डेव्हिड यांनी त्यांच्या वैज्ञानिक संशोधनाच्या नियोजनाप्रमाणे वेगवेगळ्या शास्त्रीय उपकरणांच्या खरेदीला - कधीकधी स्वत:च्या तुटपुंज्या रकमेमधूनपण - सुरुवात केली. त्यामागे एवढाच उद्देश होता की दक्षिणेकडील मोहिमेतील त्यांचा वेळ सार्थकी लागावा. या मोहिमेमध्ये ऑस्ट्रेलियाचा सिंहाचा वाटा असल्यामुळे स्थानिक वृत्तपत्रांनी डेव्हिडच्या संभाव्य वैज्ञानिक प्रयोगांना चांगली प्रसिद्धी दिली. या सगळ्या प्रसिद्धीमुळे डेव्हिड यांचे अनेक विद्यार्थीपण अचानक चर्चेत आले. त्यात प्रमुख होता 'डग्लस मॉसन'. हा उंच, अकाली टक्कल पडलेला यॉर्कशायर येथे जन्मलेला विद्यार्थी भूवैज्ञानिक होता. वर्तमानपत्रामधून जेव्हा बातम्या येत होत्या तेव्हा तो दूर संशोधनाच्या कामात मग्न होता. दिनांक २८ सप्टेंबर १९०७ रोजी 'मॉसन'ने डेव्हिड यांना लिहिले, मला पण अगदी मनापासून अशा मोहिमेत सहभागी व्हायला आवडेल आणि कल्पनेने मी आत्ताच तुमच्या मोहिमेशी जोडला गेलो आहे, भूवैज्ञानिकांना अजूनही न उलगडलेले एक कोडे म्हणजे दक्षिण अमेरिका, आफ्रिका, मादागास्कर आणि ऑस्ट्रेलिया या भूभागांमध्येच विविध वनस्पतींचे आणि प्राण्यांचे जिवंत आणि अश्मरूपी (Fossilised) अवशेष सर्वसाधारणपणे का आढळून येतात? आणि या कोड्याचे उत्तर दक्षिण

ध्रुवीय भूप्रदेशाच्या अभ्यासातून सापडण्याच्या शक्यतेच्या कल्पनेनेच तो उल्हसित, अधीर झाला होता.

सन १९०४ मधील 'डुनेडिन' येथील भाषणामध्ये डेव्हिड यांनी एक प्रश्न उपस्थित केला होता, तो म्हणजे ऑस्ट्रेलिया, आफ्रिका आणि भारत या भूभागांमध्ये 'पर्मियन कालखंडातील' म्हणजे ३० कोटी ते २५ कोटी वर्षांपूर्वीचे, 'ग्लासोप्टेरिस' वनस्पतींचे जे अश्म मिळाले होते, त्या वनस्पतीचे मूळ दक्षिण ध्रुवीय प्रदेशात तर नसेल, हे कोडे भूवैज्ञानिकांना अजून उकलले नव्हते. या वनस्पतीची ठळक वैशिष्ट्ये सांगायची तर जिभेच्या आकाराची पाने, आठ मीटरपर्यंत वाढणारी झाडाची उंची, दिसायला 'फर्न'प्रमाणे असणारी परंतु बियांपासून उत्पत्ती असणारी ती वनस्पती होती. याचे सरधोपट स्पष्टीकरण द्यायचे झाले तर दक्षिण ध्रुवीय प्रदेशासारख्या पुरातन भूभागाचा दक्षिण गोलार्धातील वरील प्रदेशांच्या भूभागाशी काही संबंध असावा, ज्यामुळे जंगली श्वापदांच्या आणि वनस्पतींच्या दक्षिण गोलार्धातील भूभागांमधील मुक्त संचाराला, चलनवलनाला वाव मिळाला असावा.

याआधी पन्नास वर्षे, 'जोसेफ हूकर' या शास्त्रज्ञाने दक्षिण गोलार्धातील वनस्पतींच्या एकसारखेपणावर मत प्रदर्शित करताना एक प्रश्न उपस्थित केला होता तो म्हणजे - दक्षिण ध्रुवीय प्रदेशातील छोटी मोठी बेटे ही एखाद्या मोठ्या भूखंडाचा भाग तर नसावीत? त्याच्या या प्रश्नाचे त्याचा मित्र चार्ल्स डार्विन याच्या विचारांना चालना मिळाली आणि त्याने असे सुचवले की, अनेक प्रकारच्या वनस्पतींच्या उत्पत्तीची, त्यांच्या वेगवेगळ्या भूभागांवर विखुरले जाण्यासंबंधीची उत्तरे दक्षिण ध्रुवीय प्रदेशामध्ये दडलेली असावीत. त्याने असाही अंदाज वर्तवला की बियांपासून उत्पन्न होणाऱ्या वनस्पतींच्या मोठ्या प्रमाणावरच्या पैदासीचे रहस्यही याच प्रदेशात दडलेले असावे. सन १८५९, जगाला उत्क्रांतिवादाचा नवीन विचार देणाऱ्या त्याच्या 'On the Origin of Species' या पुस्तकामध्ये डार्विनने न्यूझीलंड, दक्षिण अमेरिकेत सापडणाऱ्या वनस्पतींच्या सारखेपणावर भाष्य केले आहे. आश्यर्च व्यक्त केले आहे. परंतु पुस्तकामध्ये त्यांनीच पुढे असे स्पष्टीकरण दिले आहे की, न्यूझिलंड, दक्षिण अमेरिका आणि दक्षिणेकडील इतर बेटे, अगदी दक्षिण ध्रुवीय प्रदेशासारखा टोकाचा भूभाग धरून अतिपुरातन काळामध्ये एकाच मोठ्या एकसंध भूखंडाचा भाग असावेत आणि सध्याचा बर्फाच्छादित काळ सुरू होण्याआधीच्या काळामध्ये हा सर्व भूभाग एकाच प्रकारच्या वनस्पतींनी आच्छादित असावा.

डार्विनने, आपण या निष्कर्षापर्यंत कसे आलो यासंबंधी 'हूकर' याला सन १८८१ मध्ये लिहिले होते, 'उत्क्रांतीच्या शिडीवरील एवढ्यावरच्या पायरीवरील म्हणजे द्विलिंगी वनस्पती (ज्यांच्या फुलांमध्ये पुंकेसर व स्त्रीकेसर दोन्ही असते) इतक्या मोठ्या प्रमाणात एखाद्या भूभागावर अचानक सापडल्याने मला खूप आश्चर्य

वाटले, मला कधीकधी असे वाटते की ही प्रगती, ही उत्क्रांती लाखो वर्षे एखाद्या अतिदूर एकाकी बेटावर किंवा भूभागावर, कदाचित दक्षिण ध्रुवीय प्रदेशाजवळ होत राहिली असावी.' या त्याच्या मताशी सहमती दर्शवणारे, पुष्टी देणारे अनेक पुरावे शास्त्रज्ञांनी विसाव्या शतकाच्या सुरुवातीला गोळा केले. काही कोटी वर्षांपूर्वी अस्तित्वात असलेल्या, डोक्यावर शिंगांप्रमाणे अवयव असलेल्या कासवाचे अश्म (Meiolania Fossils) 'ऑस्ट्रेलिया' आणि पॅटोगोनिया' येथील खडकांमध्ये मिळाले होते, दक्षिण अमेरिकेमध्ये आजपण सापडणाऱ्या बेडकांशी नाते सांगणारे बेडूक 'मादागास्कर' येथे सापडले होते, त्याचप्रमाणे 'मार्सुपिअल्स' (आईच्या पोटाशी असलेल्या पिशवीत वाढणारे प्राणी) या प्रकारात मोडणारे प्राणी ऑस्ट्रेलिया आणि दक्षिण अमेरिका या दोन्ही ठिकाणी असल्याचे सर्वज्ञातच आहे. 'दक्षिण गोलार्ध हा एकाच मोठ्या भूभागाचा बनलेला असावा' असे सर्वप्रथम गृहीतक मांडणाऱ्या एडवर्ड सुएस्स या पहिल्या प्रसिद्ध ऑस्ट्रेलियन वैज्ञानिकाने सन १८८५ मध्ये या भूभागाचे 'गोंडवनालँडचे एक हरवलेले खंड' असे वर्णन केले होते.

एडवर्ड सुएस्स यांनी गोळा केलेले पुरावे काही वर्षांनंतर संक्षिप्त रूपामध्ये 'The Antarctic Manual' या पुस्तकामध्ये एकत्रितपणे देण्यात आले. त्या पुस्तकावरून 'दक्षिण ध्रुवीय प्रदेश आणि दक्षिण गोलार्धातील भूभाग हे चिंचोळ्या भूभागांनी एकत्र जोडलेले असावेत अशी ठाम शक्यता असण्याचे सूचित होत होते' आणि 'अटलांटीस [Atlantis :- या बेटाचा उल्लेख प्लेटोच्या 'संवादामध्ये (Dialogues) आढळतो.] हे बेट जिब्राल्टरच्या सामुद्रधुनीजवळ असावे. या बेटाचा उल्लेख अरब भूगोल शास्त्रज्ञ आणि दर्यावर्दींच्या सफरींच्या लिखाणातपण आढळतो. तसेच पुरातन इजिप्त (इसवीसनपूर्व १५००) मधील लिखाणातही आढळतो) बेटाप्रमाणे हे चिंचोळे भूभाग नंतरच्या काळामध्ये नैसर्गिक उलथापालथीमध्ये समुद्रात बुडाले असावेत. दक्षिण गोलार्धातील वेगवेगळे भूभाग एकमेकांशी जोडणाऱ्या या चिंचोळ्या भूभागांच्या विषयीच्या समजाचा खरेखोटेपणा ठरवण्याच्या कामी दक्षिण ध्रुवीय प्रदेशातील 'अश्म' येण्याची शक्यता होती.

'मॉसन'साठी हे एक मोठे कोडे होते. या तरुण भूवैज्ञानिकाच्या वतीने त्याला मोहिमेमध्ये सामील करून घेण्यासाठी, डेव्हिडने शॅकल्टनकडे शब्द टाकला. डेव्हिडसारख्या अनुभवी आणि वरिष्ठ शास्त्रज्ञाच्या सांगण्यावरून मॉसनला मोहिमेमध्ये सामील करून घेण्यात शॅकल्टनला कोणतीच अडचण नव्हती, परंतु मोहिमेतील भूवैज्ञानिकाच्या जागी 'प्रिस्टल' याची आधीच निवड झाली होती याची त्याला कल्पना होती, यामधून मार्ग काढत शॅकल्टनने मॉसनला 'भौतिक वैज्ञानिक' म्हणून मोहिमेमध्ये सामील करून घेतले. त्याच सुमाराला शॅकल्टन यांनी खुद्द डेव्हिड यांना मोहिमेबरोबर ठरावीक काळ राहण्यापेक्षा पूर्ण वेळ सामील होऊन मोहिमेच्या

वैज्ञानिक संशोधन कार्यक्रमाचे नेतृत्व सांभाळण्याची विनंती केली. शॅकल्टनच्या या मोहिमेची वैज्ञानिक बाजू अशा रितीने भरभक्कम झाली होती. अर्थात यामध्ये नशिबाचा भाग मोठा होता.

१ जानेवारी १९०८ रोजी ब्रिटिश दक्षिण ध्रुवीय मोहिमेने 'लायलटन' या न्यू-झीलंडच्या बंदरातून 'निमरॉड' जहाजातून दक्षिणेकडे प्रस्थान ठेवले. या मोहिमेमध्ये एकूण तेवीस सदस्य होते. शॅकल्टन याला खरंतर अजूनही २० हजार पौंडाची गरज होती. या मोहिमेच्या यशावर आणि ठरल्याप्रमाणे भविष्यात निधी मिळण्यावर बऱ्याच गोष्टी अवलंबून होत्या. दक्षिण ध्रुवीय प्रदेशापर्यंतच्या प्रवासात निमरॉड जहाजाला लागणाऱ्या कोळशासाठी ही पैसे देणे शॅकल्टनला शक्य नव्हते. कोळशावरचा खर्च काही प्रमाणात वाचवण्यासाठी यातून एक अप्रत्यक्ष मार्ग काढण्यात आला तो म्हणजे न्यू-झीलंडसरकारने आणि युनियन स्टीमशिप कंपनीने निमरॉड हे जहाज दक्षिणेकडील वादळी समुद्रातून दक्षिण ध्रुवीय प्रदेशातील गोठलेल्या समुद्राच्या किनाऱ्यापर्यंत जवळपास २४३० किमी.चे अंतर, ओढत नेण्याची व्यवस्था करण्याचे मान्य केले. वादळी समुद्रामध्ये खरेतर असा प्रयत्न किंवा प्रयोग करणे फार धोक्याचे होते परंतु संभाव्य संकटाचा अंदाज घेऊन मोहिमेतील सर्व सदस्यांना, दोन जहाजांना जोडलेल्या त्या १० सेंमी. जाडीच्या स्टील केबलवर रात्रंदिवस लक्ष ठेवून राहण्याच्या सूचना देण्यात आल्या होत्या. या प्रवासाला १५ दिवस लागले.

या ध्रुवीय मोहिमेच्या संदर्भात शॅकल्टन हा 'योद्धा कवी' या संकल्पनेच्या अगदी जवळ जाणारा कदाचित एकमेव साहसवीर असावा. त्याला या आव्हानाची मजा वाटत होती. मोहिमेच्या आठवणींना उजाळा देताना नंतर डेव्हिड म्हणाला होता, "जेव्हा जोरदार वादळी वाऱ्यांनी परिस्थिती बिघडायची तेव्हा दोन वादळांमधल्या शांततेच्या त्या थोड्या काळामध्येपण शॅकल्टन 'ब्राउनिंग' या कवीच्या कविता म्हणताना ऐकू यायचा. त्याला 'रॉबर्ट ब्राउनिंग' आणि 'जॉर्ज मेरेडीथ' या कवींच्या कविता तोंडपाठ होत्या आणि अत्यंत संकटाच्या प्रसंगी तो त्यांच्या कवितांच्या धुंदीतच वावरायचा."

जेव्हा हे दोन जहाजांचे विचित्र आरमार दोन आठवड्यांनी, रॉस समुद्राच्या उत्तर किनाऱ्याला पोहोचले तेव्हा जहाजांना बांधलेली स्टीलची केबल तोडली आणि ओढून आणणारे जहाज, ज्याचे नाव होते 'क्यून्या', न्यू-झीलंडच्या दिशेने रवाना झाले. त्या जहाजाबरोबरच मोहिमेतील सदस्यांनी आपल्या प्रियजनांना लिहिलेली पत्रे पाठवली. त्याच पत्रांमध्ये एक पत्र होते, डेव्हिडने आपल्या बायकोला लिहिलेले, - जी मनाने खंबीर होती पण डेव्हिडचे अशा मोहिमेवर जाणे तिला पसंत नव्हते, - ज्यामध्ये त्याने मोहिमेबरोबर संपूर्ण एक वर्ष राहण्याचा त्याचा निर्णय कळवला होता.

न्यू-झीलंडहून थोडे उशिरा निघण्याचे तसे काही फायदे होते, सततच्या सूर्यप्रकाशामुळे रॉस समुद्रात थंडीच्या काळामध्ये जमलेले बर्फ आता वितळायला लागले होते आणि त्यातूनही जे काही थोडे बर्फ उरले होते ते फोडत त्यातून मार्ग काढणे निमरॉडला सोपे जात होते. त्यामुळे क्यून्या पासून सुटका झाल्यावर एका आठवड्यातच 'ग्रेट आइस बॅरियर' पर्यंतचा पल्ला गाठणे निमरॉडला शक्य झाले. परंतु याचा अर्थ प्रवास सुरळीत चालला होता असा नाही, कारण रॉस समुद्राच्या दुसऱ्या बाजूला असलेली 'ग्रेट आइस बॅरियर' ही बर्फाच्या डोंगरांची तटबंदी, ही एका जागी स्थिर नाहीये, जर ती दिवसाला एक मीटर या वेगाने समुद्राच्या दिशेने सरकते आणि ही हालचाल होत असतानाच कित्येक टन वजनाचे बर्फाचे कडे निखळून, समुद्रात कोसळून नवीन हिमनग तयार होतात. काही सपाट हिमनग तर कित्येक किलोमीटर लांब आणि रुंद असतात.

शॅकल्टनने नंतर 'The Heart of Antarctica' या पुस्तकामध्ये त्याच्या काही आठवणी लिहिलेल्या आहेत - पहाटे तीनच्या सुमाराला आम्ही अगदी आखीव पद्धतीने पडलेल्या हिमनगांच्या प्रदेशात शिरलो. ते हिमनग ऐंशी ते दीडशे फूट उंचीचे होते. ती सर्व सकाळ त्या सुंदर हवामानात, उत्तरेकडून येणाऱ्या हलक्या वाऱ्यासोबत त्या बर्फाळ 'व्हेनीस'च्या कालव्या कालव्यांतून आमचा प्रवास चाललेला होता. जेव्हा आम्ही त्या पांढऱ्याशुभ्र निर्जन शहराच्या स्थिर पाण्याच्या रस्त्यांवरून प्रवास करत होतो तेव्हा संपूर्ण वातावरणात, आमच्या सभोवतालच्या प्रत्येक गोष्टीवर एक गूढ स्तब्धता भरून राहिली होती.

'ग्रेट आइस बॅरियर'जवळ पोहोचल्यावर, स्कॉटबरोबर केलेल्या कराराप्रमाणे, परंतु काहीशा दुःखानेच 'बलून बाईट' येथे तळ उभारण्यासाठी त्याने पूर्व दिशेला मोहरा वळवला. परंतु जेव्हा त्याने निमरॉड जहाज किनाऱ्याजवळ आणले तेव्हा त्याला ती किनारपट्टी बघून धक्काच बसला. त्या किनारपट्टीमध्ये खूपच बदल झाला होता. आधीच्या ब्रिटिश मोहिमेच्या वेळी हायड्रोजन वायूच्या फुग्यामधून वरून ती किनारपट्टी जशी दिसली होती तशी ती अजिबात राहिली नव्हती. त्याऐवजी त्या जागी आता शेकडो व्हेल माशांची वस्ती असल्याचे त्याला आढळले. याचाच अर्थ तो भाग आता चांगलाच अस्थिर झाला होता. त्या जागी तळ उभारून कोणत्याही प्रकारचे संशोधन करणे आता धोकादायक होते. त्या जागेचे 'बे ऑफ व्हेल्स' असे नामांतर करून शॅकल्टनने जहाज आइस बॅरियरच्या पलीकडे 'किंग एडवर्ड VII' या भूभागाकडे हाकारले. परंतु लवकरच त्याच्या लक्षात आले की या प्रयत्नामध्ये त्याचे जहाज - आणि त्याचबरोबर मोहिमेचे यशपण - बर्फामध्ये अडकून पडण्याचा धोका आहे. त्यांचे जहाज सुखरूपपणे इंग्लंडच्या परतीच्या प्रवासाला लागावे यासाठी उन्हाळा संपण्यापूर्वी शॅकल्टनला त्वरित तळ उभारणे जरुरीचे होते.

शॅकल्टनने फार वेळ न घालवता, त्यांच्या मार्गामध्ये पसरलेले घट्ट बर्फ पाहून जहाज पश्चिमेकडे वळवले आणि रॉस बेटाच्या जवळ असलेल्या 'मॅकमुर्डो साउंड' या ठिकाणापर्यंत परत फिरण्याचे ठरवले. जहाजावरील इतरांनी जरा विरोध दर्शवला, थोडी कुरकुर केली, परंतु शॅकल्टनकडे वेळ आणि पैसा दोन्ही गोष्टी मर्यादित होत्या. जानेवारी जवळजवळ संपत आला होता आणि फेब्रुवारी संपण्याआधी निमरॉडला सुखरूप पोहोचण्याच्या दृष्टीने उत्तरेकडे प्रवास सुरू करणे जरुरीचे होते. एका आठवड्याच्या प्रवासानंतर जहाज रॉस बेटावर पोहोचले. आधीच्या डिस्कव्हरी मोहिमेच्या वेळी जेथे तळ उभारला होता, त्याच्या उत्तरेकडे चाळीस किलोमीटर अंतरावरील 'केप रॉइड' येथे जहाजाने नांगर टाकला आणि अत्यंत घाईघाईने कामाला सुरुवात झाली. पुढील तीन आठवड्यांमध्ये मोहिमेतील सदस्यांनी 'निमरॉड'वरून सर्व सामान उतरवले. लाकडांची एक खोली तयार केली, जी त्यांचे पुढचे एक वर्ष घर असणार होती आणि निमरॉडला उत्तरेकडील प्रवासासाठी निरोप दिला. मागे राहिलेल्या माणसांनी आता दोन महिन्यांच्या अंधकारमय थंडीच्या काळाची आणि त्यानंतर येणाऱ्या उन्हाळ्यामध्ये करायच्या दक्षिण ध्रुवावरील चढाईची तयारी सुरू केली.

पृथ्वीच्या दक्षिणेला एवढ्या दूरवर आतापर्यंत माणसाने कधीच वस्ती केली नव्हती. शॅकल्टनच्या मोहिमेतील तरुण साहसवीरांसाठी दक्षिण ध्रुवीय प्रदेश हा एक अद्‌भुत आणि अगदी वेगळा अनुभव होता. भूभागाचा तो अथांग विस्तार, तापमानात, प्रकाशमानात आणि आवाजामध्ये होणारे टोकाचे बदल अगदी खंबीर मनाच्या धडधाकट माणसांवरपण परिणाम करतात. आता त्यांना बाह्य जगापासून अतिदूर अशा प्रदेशात एकांतवासाची आणि एकमेकांच्या आधाराने राहण्याची सवय करावी लागणार होती. पूर्वीच्या काळातील सामुद्री मोहिमेवर जाणाऱ्या दर्यावर्दींप्रमाणेच दक्षिण ध्रुवीय प्रदेशातील साहसवीरांची परिस्थिती होती. त्यांना एक दुसऱ्याच्या आधाराने राहण्यावाचून गत्यंतर नव्हते.

डार्विनचा सहकारी आणि मित्र असलेल्या 'थॉमस हक्स्ले'ने त्या मन:स्थितीचे अचूक वर्णन केले होते. त्याने लिहिले होते - 'तुम्ही एकमेकांबाबत इतके कंटाळता, इतके त्रासून जाता की त्याला काही सीमाच उरत नाही, इतर सर्वसाधारण परिस्थितीत आपल्या सवयी किंवा खास लकबी किंवा स्वभावातील वैचित्र्य आपल्या सामाजिक जीवनाला वैविध्य देते, कौतुकाचा विषय होते. परंतु अशा प्रसंगी म्हणजे जेव्हा तुम्ही दिवसरात्र एकत्र कोंडल्यासारखे राहता तेव्हा ते अतित्रासदायक होते, कधीकधी अगदी असह्य होते. माझा एक चांगला मित्र जो नेहमी जेवणाच्या वेळी माझ्याबरोबर असायचा, त्याची हसण्याची तऱ्हा काही वेगळीच होती आणि त्याच्या त्या हसण्याच्या लकबीचा मला नंतर इतका त्रास व्हायला लागला की मला वेड लागायची पाळी आली.'

या अशा परिस्थितीमध्ये भर पडायला आणखी एक कारण म्हणजे सततचा अंधार, रात्र. आता या आजाराचे किंवा मानसिकतेचे विश्लेषण करून त्याचे - 'Seasonal Affective Disorder' असे नामकरण करण्यात आले आहे आणि त्याचे कारणपण शोधले आहे ते म्हणजे प्रदीर्घ काळाच्या नैसर्गिक सूर्यप्रकाशाच्या अभावाने माणसाच्या मनावर असा परिणाम होतो. डी गेर्लाच आणि बोर्चग्रेव्हिंक यांच्या अनुभवांवरून हेच दिसून आले. ज्या वेळी माणसांवर प्रदीर्घ अशा हिवाळ्याच्या रात्री कोंडलेल्या अवस्थेमध्ये, एकत्र वाढवण्याची वेळ येते तेव्हा त्यांना नैराश्य ग्रासून टाकते; त्यांच्या वागणुकीमध्ये कृतींमध्ये असंबद्धता येते. हे टाळण्यासाठी प्रत्येकाला कामामध्ये गुंतवून ठेवणे अगदी जरुरीचे होते आणि हे लक्षात घेऊनच शॅकल्टनने दिनक्रम आखला.

सर्वप्रथम तळाभोवतालच्या परिसराच्या संपूर्ण निरीक्षणाचे काम हाती घेण्यात आले आणि लवकरच येणाऱ्या हिवाळी रात्रीचा काळ विचारात घेऊन विविध नमुने गोळा करण्यास सुरुवात केली. शॅकल्टनने डेव्हिडच्या नेतृत्वाखाली एक गट तयार केला आणि जवळच्याच इरेबस पर्वतावर चढाई करण्याची कामगिरी त्यांना दिली. ती कामगिरी यशस्वी झाली. यातून शॅकल्टनने दोन गोष्टी साधल्या, एकतर मोहिमेतील सदस्यांचे नीतिधैर्य उंचावले व दुसरे म्हणजे घसरगाडीवरून त्या प्रदेशात लांबवर प्रवास करण्याच्या त्यांच्या क्षमतेची चाचपणी झाली. 'इरेबस' पर्वताच्या चढाईच्या कामगिरीवरून आल्यावर, सूर्यप्रकाशाचा उरलेला सर्व काळ, 'डेव्हिड' आणि प्रिस्टले' यांनी तळाभोवतालच्या परिसरातून भूभागांचे नमुने गोळा केले. मरेने जवळच्याच तळ्यांमधून, पाणथळ जागांमधून जैवविषयक नमुने गोळा केले तर मॉसनने तेथील बर्फाच्या स्पेनचा अभ्यास केला. त्या वेळच्या तळाचे वर्णन करताना शॅकल्टनने लिहिले आहे, 'दिवसभर तळावर पसरलेल्या ब्लँकेटवर सर्वत्र कॅमेरे, स्पेक्ट्रोस्कोप, थर्मोमीटर, इलेक्ट्रोमीटर आणि काही तत्सम उपकरणे विखरून पडलेली असायची आणि ब्लँकेटच्या दुसऱ्या भागात गोळा केलेल्या नमुन्यांनी भरलेले छोटे छोटे चकाकणारे पत्र्यांचे डबे, रंगीबेरंगी प्लॅस्टिकच्या पिशव्या पडलेल्या असायच्या. त्यामुळे आमच्या तळाला ऑस्ट्रेलियन बॉवर पक्ष्याच्या घरट्याचे स्वरूप आलेले असायचे.' डेव्हिड आणि मॉसन यांच्या भागामध्ये कायम विखरून पडलेल्या या असंख्य शास्त्रीय उपकरणांमुळे तळावरील त्यांच्या त्या भागाला 'गहाण वस्तूंचे दुकान' असे नाव पडले होते.

हिवाळ्याच्या काळामध्ये मोहिमेतील सदस्यांनी हवामानाची निरीक्षणे नोंदवणे, गोळा केलेल्या भूभागांच्या नमुन्यांचे वर्गीकरण करणे, चुंबकीय मोजमापे घेणे, त्याची निरीक्षणे नोंदवणे, गोळा केलेल्या वनस्पती आणि प्राण्यांच्या नमुन्यांचे वर्गीकरण करणे अशा प्रकारची कामे चालू ठेवली. मुख्य म्हणजे त्यांनी रात्रीच्या

वेळी आकाश प्रकाशमान करणाऱ्या अद्भुत आणि गूढ अशा 'Aurora Australis' या नैसर्गिक चमत्काराबाबत निरीक्षणे नोंदवली. (उत्तर ध्रुवीय प्रदेशात अशाच प्रकारच्या दिसणाऱ्या निसर्ग चमत्काराला 'Aurora Borealis' असे नाव आहे) अशा प्रकारे कामामध्ये गुंतून राहिल्यामुळे 'Seasonal Affective Disorder' चे भूत लांब ठेवण्यात मदतच झाली. इतर उरलेल्या काळामध्ये त्यांची चर्चा, ऐनवेळी बदलाव्या लागलेल्या तळ उभारण्याच्या जागेबद्दल लंडनमध्ये काय चर्चा होत असेल किंवा या बातमीचे कसे स्वागत होईल याकडेच वळत असे. बाकी काहीही असो पण तळाच्या जागेबद्दलचे वास्तव स्कॉटला मानण्यावाचून आता गत्यंतर नव्हते.

या मोहिमेच्या तयारीसाठी शॅकल्टनने युरोप पालथा घातला होता आणि त्याच्या आधीच्या दक्षिणेकडील मोहिमांच्या अनुभवावर जो कोणी म्हणून त्याला वेळ देत होता त्याच्याबरोबर त्याने संवाद साधला होता. अर्थातच त्याला मिळालेली माहिती, मिळालेले सल्ले हे ज्यांना उत्तर ध्रुवीय मोहिमांचा किंवा त्या संबंधीच्या तयारीचा अनुभव होता त्यांच्याकडूनच मिळाले आणि त्यांपैकी सर्वांत महत्त्वाची व्यक्ती, नव्याने स्वतंत्र झालेल्या नॉर्वेची नागरिक, 'फ्रीड्टजॉफ नानसेन' ही होती.

'नानसेन' यांच्याबद्दल सांगायचे झाले तर त्यांचे वर्णन ध्रुवीय प्रदेशांच्या शोध / संशोधन मोहिमांचे पितामह असेच करावे लागेल. हा भरघोस मिशा ठेवणारा, उंचापुरा तगडा माणूस अनेक मोहिमांचे प्रेरणास्थान होता आणि या क्षेत्रामध्ये ज्या कुणाला अत्यंत गंभीरपणे काही करण्याची इच्छा होती त्यांना नानसेनच्या सल्ल्याशिवाय पर्याय नव्हता.

नानसेन यांचा जन्म सन १८६१ मध्ये नॉर्वेची राजधानी असलेल्या ऑस्लो शहराजवळच्या एका छोट्या गावात झाला. त्या वेळी नॉर्वे स्टॉकहोमशी राजकीय दृष्ट्या संलग्न होते आणि ऑस्लोचे त्या वेळी ख्रिस्तीयाना असे नाव होते. वयाच्या सत्ताविसाव्या वर्षी त्यांनी पाठीचा कणा विकसित न झालेल्या (Invertebrates), उत्क्रांतीच्या अगदी खालच्या पायरीवर असलेल्या प्राण्यांच्या मज्जासंस्थेवर अगदी मूलभूत संशोधन करून डॉक्टरेट मिळवली होती. त्यांनी संशोधनाअंती मांडलेले विचार नंतर मज्जासंस्थेविषयक आधुनिक अभ्यास विकसित करण्यात पायाभूत ठरले. नानसेन यांची खरी आवड होती स्कीइंग - लाकडाच्या पट्ट्या बुटांना लावून बर्फावरून घसरत जाणे - त्या वेळी हा खेळ किंवा प्रकार स्कँडीनेव्हीयाबाहेर फारसा प्रचलित नव्हता. राष्ट्रीय स्पर्धांच्या निमित्ताने अनेक वेळा दूरदूरच्या अंतराच्या सहलींना नॉर्वेमधील विविध पर्वतांवर जाण्याचा त्यांना छंद होता. स्कीइंगचा वापर ध्रुवीय प्रदेशांच्या शोधात आणि संशोधनात चांगल्या प्रकारे कसा होऊ शकेल या विचाराने त्यांना पछाडले होते आणि त्यांनी अशा प्रकारे प्रवास करण्याची मोहीम

आखली ज्याचे वर्णन नंतर एकमेवाद्वितीय प्रवास मोहीम असे केले गेले.

सन १८८० संपेपर्यंत कुणीही 'ग्रीन लँड'चा एका टोकापासून दुसऱ्या टोकापर्यंत प्रवास केला नव्हता. ग्रीनलँडचा अंतर्गत भाग, प्रदेश बर्फाच्छादित नसावा असा समज होता. त्याने एक अत्यंत धाडसी - की मूर्खपणाचा - निर्णय घेतला. त्याने ग्रीनलँडची पूर्व किनारपट्टी - ज्यामुळे त्याला पश्चिमेकडेच प्रवास करणे भाग होते - गाठण्याचे ठरवले. त्याच्या डॉक्टरेट पदवीच्या मुलाखतीच्या दुसऱ्याच दिवशी तो ग्रीनलँडच्या मोहिमेवर निघाला. स्कीच्या मागे सामानाने भरलेल्या घसरगाड्या (स्लेज) जोडून तशा प्रकारे प्रवास करण्याची मोहीम कल्पनेपेक्षा यशस्वी झाली. त्याने त्याच्या सहकाऱ्यांबरोबर प्रथम ग्रीनलँडचा एका टोकापासून दुसऱ्या टोकापर्यंत प्रवास केला आणि त्याच्या लक्षात आले की संपूर्ण ग्रीनलँड हे बर्फाचे अफाट पसरलेले मैदान आहे.

या मोहिमेच्या यशामुळे नानसेनचे नाव वर्तमानपत्रांच्या पहिल्या पानावर झळकले आणि त्याला एकदम राष्ट्रीय प्रसिद्धी, ओळख मिळाली. तशा प्रकारच्या साहसांसाठी अनेक जणांकडून त्याला विचारणा होऊ लागली. सन १८८३ मध्ये त्याने एके ठिकाणी लिहिले की, 'उत्तर ध्रुवीय प्रदेशातून परतल्यावर मी दक्षिण ध्रुवीय प्रदेशात जाईन आणि त्यानंतरच माझे जीवन सार्थकी लागेल असे मी समजेन.' त्याने उत्तर भौगोलिक ध्रुवावर पोहोचण्याच्या दृष्टीने मूलभूत नवनवीन विचार आणि कल्पना मांडण्यास सुरुवात केली. 'रॉस' जरी उत्तर चुंबकीय ध्रुवावर पोहोचण्यात सन १८३१ मध्ये यशस्वी झाला होता तरी त्या नंतरच्या मोहिमा उत्तर भौगोलिक ध्रुवावर पोहोचण्यात अयशस्वी ठरल्या होत्या. त्या आधी बहुतेकांनी त्यांचे प्रयत्न कॅनडाच्या किनाऱ्यापासून बर्फाची घसरगाडी/ स्लेज उत्तरेकडे ओढत नेऊन केले होते. ॲडमिरल सर जॉर्ज रिचर्ड यांनी त्याचे वर्णन करताना म्हटले होते, 'बर्फावरील त्या घसरगाड्या नांगर चालवल्यासारख्या ओढल्या गेल्या, अशा प्रकारे घसरगाड्यांच्या साहाय्याने उत्तर ध्रुवीय प्रदेश गाठणे केवळ अशक्य आहे, जो कोणी असा प्रवास करण्याचा विचार मनातदेखील आणेल त्याच्यासाठी वेड्याचे हॉस्पिटल हीच योग्य जागा असेल.' नानसेनचे पण अगदी तसेच मत होते.

उत्तर भौगोलिक ध्रुव हा बर्फाच्या समुद्राने वेढलेला आहे असे गृहीतक मान्य करून आणि उत्तर ध्रुवीय प्रदेशातील समुद्रामध्ये मुक्तपणे प्रवाहाच्या दिशेने वाहत जाणाऱ्या लाकडाच्या ओंडक्यांचा मार्ग लक्षात घेऊन त्यावरून नानसेन याला एक अफलातून कल्पना सुचली. उत्तर ध्रुवीय प्रदेशातील बर्फाच्या समुद्रामध्ये सैबेरियाच्या बाजूने जहाज पाण्यात ढकलायचे आणि प्रवाहाच्या दिशेने वाहत वाहत उत्तर भौगोलिक ध्रुव गाठायचा. तो एकदम नवीनच विचार होता हे नक्की, परंतु त्या काळामध्ये महिनोन्महिने बर्फात अडकून राहिल्यामुळे, जहाजांच्या बाजूंवर पडणारा

बर्फाचा दाब सहन करू शकेल असे जहाज अस्तित्वात नव्हते. नानसेनच्या डोक्यामध्ये एका वेगळ्या आकाराच्या जहाजाची कल्पना घोळत होती आणि ती प्रत्यक्षात अमलात आणण्यासाठी तशा प्रकारच्या जहाजाच्या बांधणीसाठी त्याने सन १८९० मध्ये ख्रिस्तीयाना जिऑग्राफिक सोसायटी, नॉर्वेचे सरकार आणि नॉर्वेचे राजे यांच्याकडून आर्थिक मदत मिळण्यासाठी प्रयत्न केले.

तोपर्यंत कुणीही बर्फामध्ये जहाज मुद्दाम अडकावे म्हणून त्या दृष्टीने जहाजाची रचना किंवा बांधणी करण्याचा प्रयत्न केला नव्हता. ध्रुवीय प्रदेशातील या आधीच्या साहसवीरांनी, सील प्राण्यांच्या आणि व्हेल माशांच्या शिकारीसाठी वापरली जाणारी जहाजेच थोडेफार बदल करून मोहिमांसाठी वापरली होती. नानसेनच्या कल्पनेप्रमाणे त्याला त्याचे जहाज आकाराने वर्तुळाकार (गोल) आणि बाहेरून 'इल' प्राण्यासारखे निसरडे, बुळबुळीत हवे होते. जहाजाच्या बाहेरच्या बाजूंवर दाब टाकणाऱ्या बर्फाचा प्रतिकार करण्याऐवजी त्या दाबामुळे जहाज आपोआप बर्फावर उचलले जावे अशी काहीशी त्याची कल्पना होती. उदाहरणच द्यायचे झाले तर अंगठ्याच्या आणि पहिल्या बोटाच्या पकडीतून जरा दाब दिल्यावर बुळबुळीत चेरीचे फळ ज्याप्रमाणे उडते, त्याचप्रमाणे वर्तुळाकार जहाज बर्फाच्या पकडीमध्ये सापडणार नाही आणि वर उचलले जाईल. जहाजाची बांधणी अत्यंत दणकट अशी केली गेली. त्यामधील खलाशांची राहण्याची जागा, बाह्य तापमानापासून आणि धक्क्यांपासून पूर्णपणे सुरक्षित केली गेली होती. त्यासाठी, रेनडियर प्राण्याचे केस, लिनोलीयम (कॅनव्हासचे अस्तर असलेले कापड) आणि लोकरीचे कापड इ. वेगवेगळ्या नैसर्गिक गोष्टी वापरल्या होत्या. त्या जहाजावर असलेला जनरेटर चालवण्यासाठी एका पवनचक्कीची सोय केली होती. नानसेनच्या बायकोने— इव्हाने— त्या जहाजाचे नाव ठेवले 'फ्राम'. नॉर्वेजियन भाषेतील या शब्दाचा अर्थ 'पुढे' असा होतो आणि त्या जहाजाचे अनावरण सन १८९२ च्या अखेरीस झाले.

आज ते छोटं आणि चिवट जहाज ऑस्लो येथील 'ध्रुवीय प्रदेशासंबंधी' असलेल्या वस्तुसंग्रहालयात ठेवलेले आहे. या जहाजाने सन १९१२ मधील घडामोडींमध्ये महत्त्वाची कामगिरी बजावली होती. एकतीस मीटर लांबीचे, तळाचा भाग सपाट असलेले 'फ्राम' हे जहाज एखाद्या अवाढव्य उथळ थाळीसारखे दिसते. जहाजातील एकत्र काम करण्याची मोकळी जागा, तसेच खलाश्यांच्या खोल्या चकचकीत उजेडामध्ये न्हाऊन निघाल्यामुळे जहाज प्रत्यक्षात आहे त्यापेक्षा मोठे भासते. आजपण त्या जहाजाचा वापर संशोधनाच्या कामासाठी करता येईल यात काही शंका नाही.

'फ्राम'ची वेगळी रचना, आकार एक नवीन प्रयोग म्हणून खूपच चांगला होता, तरीपण नानसेन हे जहाज, बर्फामध्ये अडकले जाण्यापूर्वी, सैबेरियन किनाऱ्यापासून

फार लांबवर नेऊ शकला नाही. जहाज भरकटत जरी ग्रीनलँडच्या दिशेने गेले तरी ते उत्तर ध्रुवावरून काही जाऊ शकले नाही. फ्राम उत्तरेकडे जेथे भरकटत पोहोचले होते तिथून ते उत्तर ध्रुवापर्यंत जाणे शक्य नाही याचा अंदाज आल्यावर नानसेन आणि त्याचा सहकारी 'हल्मर जोहान्सेन' यांनी 'स्की'वरून आणि कुत्र्यांनी ओढलेल्या ढकलगाड्यांच्या साहाय्याने उत्तर भौगोलिक ध्रुव गाठायचे ठरवले. त्या दोघांनी उत्तर भौगोलिक ध्रुवापासून ३ अंश अक्षांशाच्या आतपर्यंत यशस्वी मजल मारली. परंतु पुरेसा अन्नसाठा व इतर साधनसामग्री नसल्याचा अंदाज आल्यावर त्यांनी तिथून माघारी परतायचे ठरवले. परंतु मूळ जागी परतल्यावर 'फ्राम' जहाज न सापडल्यामुळे या नॉर्वेजियन साहसवीरांनी 'स्लेज'वरून सैबेरियन किनाऱ्याजवळ असलेल्या 'फ्रान्झ जोसेफ' भूभागाचा उत्तरेकडील किनारा गाठला.

लवकरच येऊ घातलेला उत्तर ध्रुवीय प्रदेशातील अंधकारमय हिवाळा नानसेन आणि जोहान्सेन यांना त्या बेटावरच घालवणे भाग होते. नंतरच्या काळामध्ये 'फ्रान्झ जोसेफ' भूभागाच्या दक्षिण किनाऱ्यावर पोहोचलेल्या एका ब्रिटिश मोहिमेशी त्यांची गाठ पडली. ही भेट अगदी योगायोगानेच झाली होती. परंतु या भेटीचे पडसाद पुढील दक्षिण ध्रुवीय प्रदेशांच्या शोधमोहिमांवर उमटणार होते. या 'जॅक्सन-हॅम्सवर्थ' मोहिमेचे नेतृत्व 'फ्रेडरिक जॉर्ज जॅक्सन' नावाच्या एका तऱ्हेवाईक ब्रिटिश साहसवीराकडे होते. त्याने आधी नानसेनकडे त्याच्या मोहिमेत सहभागी करून घेण्यासंबंधी विचारणा केली होती, परंतु त्याची विनंती मान्य न झाल्यामुळे त्याने स्वत:च एक उत्तरध्रुवीय प्रदेशात मोहीम काढण्याचे ठरवले. परंतु 'फ्रान्झ जोसेफ' हा प्रदेश अनेक बेटांचा बनलेला आहे हे कळल्यानंतर जॅक्सनच्या लक्षात आले की उत्तर ध्रुव गाठणे अशक्य आहे. त्याऐवजी त्याने ८१ अंश अक्षांशापर्यंत मजल मारत जवळच्याच छोट्या मोठ्या बेटांचा शोध घ्यायला सुरुवात केली. त्याने अनेक प्रकारची शास्त्रीय मोजमापे, निरीक्षणे नोंदवली आणि स्थानिक वन्यपशूंची - एक हजाराहूनही अधिक ध्रुवीय अस्वलांची शिकारही केली.

मोहिमेवर निघण्याआधी जॅक्सनने नानसेनच्या भावाची नॉर्वेमध्ये भेट घेतली होती आणि मोहिमेच्या दरम्यान नानसेनशी भेट झालीच तर त्याला देण्यासाठी त्याच्या भावाकडून जस्ताच्या सीलबंद पेटीमध्ये पत्रेपण घेतली होती. ज्याप्रमाणे स्टॅन्लेची लिव्हिंगस्टनबरोबर गाठ पडली होती, त्याचप्रमाणे जॅक्सनची आणि नानसेनची अचानक भेट झाली होती. भेटीदरम्यान नानसेनने त्याच्या पत्नीची ख्यालीखुशाली विचारली आणि त्याच्या देशाचे (नॉर्वेचे) स्वीडनबरोबर युद्ध सुरू झाले का याचीपण चौकशी केली. नंतर जॅक्सनने नानसेनला त्याच्या भावाने पाठवलेली पत्रांची पेटी दिली.

अर्नेस्ट शॅकल्टनला त्याच्या मोहिमेच्या तयारीसाठी नानसेन आणि जॅक्सन यांनी दिलेले सल्ले नक्कीच उपयोगी पडले. कारण ध्रुवीय प्रदेशाच्या शोधाची धडपड ही अजून अगदी प्राथमिक अवस्थेमध्येच होती. त्याला अजून शास्त्रीय आधार मिळायचा होता. कोणतीही योजना आखण्यात किंवा तयार करण्यात प्रत्यक्ष अनुभव असणे ही एक महत्त्वाची गोष्ट तर आहेच परंतु ध्रुवीय प्रदेशाच्या मोहिमांमध्ये असे झाले की तेच ते साहसवीर वेगवेगळ्या मोहिमांमध्ये परत परत दिसत होते आणि इतरांना सल्ले आणि मते देत होते, कधीकधी मोबदला घेऊन! रॉबर्ट स्कॉटचा डिस्कव्हरी मोहिमेच्या वेळी असलेला नंबर दोनचा सहकारी, अल्बर्ट आर्मीटेज हा जॅक्सनबरोबर उत्तर ध्रुवीय प्रदेशाच्या मोहिमेत होता. 'फ्रॅन्झ जोसेफ भूभागा'चा संपूर्ण शोध घेण्याच्या कामी त्यांनी शास्त्रीय उपकरणे आणि रसद वाहून नेण्यासाठी कुत्र्यांचा आणि घोड्यांचा तसेच स्लेजचा वापर केला होता. पहिल्या काही दिवसांतच दोन घोडे मेले. त्यामुळे मोठ्या प्रमाणावर असलेले सामान वाहून नेण्याचे काम एका घोड्यावर पडले, काही दिवसांनी तोही घोडा मेला, परंतु बरोबर असलेले कुत्रे मात्र तग धरून होते. तरीही जॅक्सन, जो कोणी ध्रुवीय मोहिमेबाबत सल्ला विचारण्यास येईल त्याच्याकडे घोड्यांचेच कौतुक करत होता आणि कुत्र्यांच्या कामगिरीबद्दल बोलताना मात्र जरा हातचे राखूनच बोलायचा. जॅक्सनच्या या सल्ल्याचा आर्मीटेजवर खूपच प्रभाव पडला आणि त्याने हाच सल्ला स्कॉट आणि शॅकल्टन यांना सन १९०१ च्या दक्षिणेकडील मोहिमेच्या वेळी दिला.

शॅकल्टनने मोहिमेसाठी कुत्र्यांचाच वापर करण्याचे ठरवले होते. कुत्र्यांचा तशा प्रदेशातील केलेला वापर त्याने 'डिस्कव्हरी' मोहिमेच्या वेळी पाहिला होता. त्याने नंतर एके ठिकाणी लिहिलेपण होते की, 'मला वाटतं आमच्याबरोबर साठ ते सत्तर कुत्रे असते, तरच आम्हाला दक्षिण ध्रुवावर पोहोचणे शक्य झाले असते. परंतु आर्मीटेजने, त्याच्या उत्तर ध्रुवीय प्रदेशातील अनुभवाच्या आधारे, घोडे बरोबर असण्याचे फायदे सांगितले होते.' 'डिस्कव्हरी' मोहिमेवरून लंडनला परतल्यावर शॅकल्टनने जॅक्सनला गाठले आणि तऱ्हेवाईक ब्रिटिश साहसवीराने या तरुण साहसवीराला त्याच्या मोहिमेसाठी ठरलेली रूपरेखा बदलण्याबाबत सुचवले. जॅक्सनच्या युक्तिवादाने शॅकल्टनही काहीसा भारावून गेला आणि त्याच्या अंगभूत उत्साहाने त्याने दक्षिण भौगोलिक ध्रुवावर जाण्याचा प्रयत्न करणाऱ्या ब्रिटिश मोहिमेमध्ये घोड्यांचा समावेश करण्याचे प्रयत्न सुरू केले.

बर्फावरील प्रवासाच्या काळामध्ये, ज्या वेळी परत परत रसद भरून घेणे शक्य नसते अशा वेळी असलेल्या रसदीच्या, खाद्यपदार्थांच्या वापराचे सुयोग्य नियोजन करणे अत्यंत महत्त्वाचे असते. कारण स्लेजेसचे वजन ही प्रमाणाबाहेर वाढू न देता, त्या ओढून नेण्याच्या दृष्टीने विचार करता, कमीत कमी ठेवणे हेही तितकेच

महत्त्वाचे असते. नानसेन यांनी तयार केलेल्या वेगळ्या प्रकारच्या स्लेजेस आणि खासकरून कूकर्स शॅकल्टनच्या मोहिमेमध्ये महत्त्वाची भूमिका बजावणार होते. नानसेनच्या या कूकरमध्ये एकात एक दोन भांडी राहतील अशी रचना होती आणि त्या कूकरमध्ये पॅराफीनवर चालणाऱ्या 'प्रायमस स्टोव्ह'पासून मिळणारी उष्णता आतील भागातच बंधीत राहून तिचा जास्तीतजास्त वापर करून घेण्याची क्षमता होती. त्या कूकरमुळे अन्न शिजवणे, पिण्याचे पाणी करण्यासाठी बर्फ वितळवणे आणि महत्त्वाचे म्हणजे तंबूतील हवा उबदार राखणे इ. गोष्टी सोप्या झाल्या. त्यांच्या तळावर विविध प्रकारच्या खाद्यपदार्थांची बेगमी केली होती. उदा. हवाबंद अन्नाचे डबे, पाव, स्थानिक पेंग्विन, सील प्राण्यांचे ताजे मांस वगैरे गोष्टी होत्या. परंतु बर्फावरून स्लेजच्या साहाय्याने प्रवास करतेवेळी सगळे चित्रच बदलते. अशा वेळी 'पेमीकॅन' (बारीक मांसाचे तुकडे, तेल वगैरे घालून केलेला एक पदार्थ जो गरम आणि थंडपण खाता येतो)- च्या बरोबर बिस्किटे, चीज, चॉकलेट्स, कोको, दुधाची पावडर, साखर, ओट आणि चहा असे, शरीरामध्ये त्वरित ऊर्जा निर्माण करणारे पदार्थ जवळ ठेवणे अत्यंत गरजेचे असते; परंतु ते कधीच पुरेसे वाटत नाहीत.

अशा प्रकारच्या प्रवासासाठी योग्य पोशाखाची निवड करणे हे एक अत्यंत कठीण काम आहे. अतिउत्तरेकडील स्थानिक लोकांना लोकरी किंवा चामड्यापासून बनवलेले कपडे घालणे पसंत होते, परंतु तेथे जाणाऱ्या युरोपीयन साहसवीरांना मात्र तशा प्रकारचे कपडे घालणे तितकेसे पसंत नसायचे. योग्य प्रकारच्या लोकरीचे कपडे घातले नाहीत तर ते उलट त्रासाचेच ठरते कारण अशा प्रकारच्या कपड्यांमध्ये आलेला घाम शरीरालगतच अडकून राहतो आणि शारीरिक क्रिया थांबल्यावर तो आतच गोठतो, शिवाय अतिशारीरिक परिश्रमांच्या वेळी तशा प्रकारच्या कपड्यामध्ये उकडण्याचीही शक्यता असते. हे सर्व विचारात घेऊन या मोहिमेसाठी शॅकल्टन यांनी अनेक पदरी, उबदार परंतु पातळ, त्याचबरोबर वादळी वाऱ्यांपासून बचाव करू शकेल असे आवरण असलेल्या कपड्यांची निवड केली. सन १९१२ मधील आणि त्यानंतरच्या काळातील शोध / साहसमोहिमांसाठी ब्रिटिश आणि इतर साहसवीरांनी बहुतेककरून लोकर आणि कापसासारख्या नैसर्गिक धाग्यांपासून बनवलेल्या अस्तरांचे कपडे घालणेच पसंत केले. 'नानसेन' यांना मात्र शरीरालगत घट्ट बसतील असे लोकरीचे, शिकारी घालतात तसे कपडे घालणेच पसंत होते. अतिघट्ट कपड्यांमुळे हवा आतमध्ये अडकली जाऊन शरीर उबदार राहण्यास मदत होते. नानसेन घरी आणि शेतामध्ये अशाच कपड्यांमध्ये वावरणे पसंत करायचे.

थंडगार आणि बोचऱ्या वाऱ्यापासून रक्षण करण्यासाठी शॅकल्टन यांनी त्या वेळी बाजारामध्ये सर्वोत्तम असलेल्या, घट्ट वीणीच्या 'बरबेरी' कंपनीच्या 'गॅबर्डीन' कापडाची निवड केली. जॅकसनने या प्रकारच्या कापडाचे आणि पोशाखाचे खूपच

गुणगान केले होते. परंतु डोक्यावरून टोपीसारखा घेण्याचा भाग प्रमुख पोशाखाला शिवलेला नसल्यामुळे गोठवणाऱ्या थंडीमध्ये मानेचा भाग उघडा पडत होता. यावर उपाय म्हणून मान, कान आणि डोक्याचा काही भाग झाकण्यासाठी स्कार्फ गुंडाळून घ्यावा लागे आणि तो घट्ट बसण्यासाठी वरून लोकरीची टोपी घालावी लागे. तरी हा सगळा प्रकार तितकासा जमायचा नाही आणि मानेचा भाग हळूहळू उघडा पडायचाच आणि त्या हवामानात अत्यंत गरजेची असलेली शरीराची उब निसटायची. जोरदार वाऱ्यांनी टोपी उडून जाऊ नये म्हणून टोपी लोकरीच्या जाडजूड हातमोजांना बांधलेली असायची. दुर्दैवाने लोकरीच्या हातमोजांनी हातजरी उबदार राहत होते, तरी ते मोजे घालून शास्त्रीय उपकरणे हाताळणे किंवा इतर कोणतेही काम करणे शक्यच नव्हते, म्हणून त्यांच्या आतमध्ये पातळ हातमोजे घालावे लागायचे. त्यामुळे प्रयोग करतेवेळी, शास्त्रीय मोजमापे घेतेवेळी किंवा निरीक्षणे नोंदवते वेळी थोडा वेळ का होईना, हातमोजे काढावेच लागायचे.

या सगळ्या जामानिम्यामध्ये आणखीही एक गोष्ट होती ती म्हणजे जुन्या काळातील मोठे आणि वजनदार गॉगल्स. दक्षिण ध्रुवीय प्रदेशामध्ये डोळ्यांवर जर योग्य संरक्षक गॉगल नसेल तर बर्फाच्या पांढऱ्याशुभ्र पृष्ठभागावरून तीव्रतेने परावर्तित होणाऱ्या प्रकाशातील अतितीव्र अल्ट्राव्हायोलेट किरणांमुळे अंधत्व येण्याचा (Photokeratitis) संभव असतो. आणि सततच्या अशा प्रकाशामुळे बाहेर काम करताना शॅकल्टनच्या मोहिमेतील सदस्यांना कायमच रंगीत गॉगल्सचा वापर करावा लागे.

उत्तर ध्रुवीय प्रदेशातील साहसमोहिमांच्या दरम्यान आलेल्या सर्वच अनुभवांकडे, किंवा त्यापासून शिकलेल्या धड्यांकडे दुर्लक्ष केले गेले नव्हते. अशा प्रदेशांतील मोहिमांसाठी खास पद्धतीचे बूट बनवले जातात. फिनेस्को बूट- हे सर्वसाधारणपणे रेनडियर प्राण्याच्या डोक्याच्या कातडीपासून तयार केले जातात. त्यामध्ये परत युरोपिअन ध्रुवीय प्रदेशातील पाणथळ जागेत उगवणारे 'सेनेग्रास' नावाचे गवत अस्तर म्हणून घातले जाते. साहसी मोहिमेवरून परतल्यावर 'बोर्चग्रेव्हिंक'ने मोठ्या उत्साहाने लिहिले होते, 'माझ्या लक्षात आले होते की फीन बूट वापरताना (Finn boots) पायमोजे न घालण्याची लॅपची कल्पना चांगली होती. फीन बुटामधील गवतामुळे बूट घातल्यावर पाय जरी ओले झाले / राहिले तरी नंतर कधी नव्हे एवढे उबदार, आरामदायक वाटायला लागते. कारण ओलाव्यामुळे आणि पायाच्या उष्णतेमुळे ते गवत एक प्रकारे धुमसायला किंवा जळायला लागते.' नंतर शॅकल्टनच्या असेही लक्षात आले की रात्री ते गवत बुटातून काढून टांगून ठेवले तर त्यातील ओलावा गोठतो आणि दुसऱ्या दिवशी ते गवत झटकून, गोठलेले बर्फकण काढून टाकून परत वापरता येते.

या सर्व गोष्टींसाठी प्रायोजकांकडून मिळणाऱ्या पैशाची गरज होती आणि संभाव्य प्रायोजकांचा, सर्वसामान्य जनतेचा पाठिंबा आणि उत्साह कायम ठेवण्यासाठी शॅकल्टनला निरनिराळ्या क्लृप्त्या लढवण्याची गरज होती. त्याचबरोबर त्या गोठलेल्या खंडामध्ये तग धरून राहण्यासाठी आणि त्या अनुषंगाने उद्भवणारे प्रश्न सोडवण्याच्या दृष्टीने नवनवीन तंत्रज्ञानाचा लाभ घेण्याचाही त्याचा प्रयत्न होता. त्यामुळे निरनिराळ्या कंपन्यांच्या नवनवीन वैशिष्ट्यपूर्ण उत्पादनांची— जी अत्यंत प्रतिकूल वातावरणात उपयोगी ठरतील— आपोआपच जाहिरात होणार होती. वर्तमानपत्रांमधून साहस मोहिमांसंबंधीच्या अशा बारीकसारीक गोष्टींना प्रसिद्धी मिळत असल्यामुळे मोहिमेबद्दलची उत्कंठा आपोआप वाढत होती. 'ग्रेट आइस बॅरियर'च्या भोवतालच्या गोठलेला पृष्ठभाग पुरेसा घट्ट असेल, टणक असेल या अंदाजाने शॅकल्टनने प्रथमच एक मोटारकार अति दक्षिणेकडे नेली, ज्यामुळे त्यांच्या जवळील रसदीची, वस्तूंची, उपकरणांची, खाद्यपदार्थांची बर्फावरून वाहतूक करणे सोपे जाणार होते. शॅकल्टनच्या मोहिमेचा एक प्रमुख प्रायोजक, आश्रयदाता असलेल्या 'बीअर्डमोर'ने काही दिवसांपूर्वीच एक दिवाळखोरीत निघालेली 'अरोल - जॉन्स्टन' ही कंपनी ताब्यात घेतली होती आणि त्या कंपनीचे नाव होण्यासाठी, प्रसिद्धी मिळण्यासाठी त्याने एक नवी कोरी मोटारकार देऊन ही संधी साधली. त्या प्रदेशातील गोठवणाऱ्या थंडीचे, बर्फाचे संभाव्य परिणाम लक्षात घेऊन मोहिमेसाठी कमी तपमानातपण न गोठणारे खास तेल आणि विविध प्रकारच्या पृष्ठभागावर कामाला येतील अशा प्रकारची निरनिराळ्या आकाराची चाके, लाकडी घसरपट्ट्या (स्की) इ. गोष्टी घेण्यात आल्या.

एवढे सर्व पुरेसे नव्हते म्हणून की काय शॅकल्टनने एक हलकी आणि लहान बोटसुद्धा तीन हजार दोनशे कि.मी. अंतरावरील दक्षिण ध्रुवीय प्रदेशात, 'निमरॉड' जहाजाला गाठण्याच्या उद्देशाने बरोबर घेण्याचे ठरवले. त्या बोटीचे नाव होते 'रेमंड' जे त्याच्या मुलाच्या नावावरून ठेवले होते.

परंतु ही ध्येयवादी योजना लवकरच बारगळली.

१६ जानेवारी १९०९, पूर्व-दक्षिण ध्रुवीय प्रदेशाचा बर्फाच्छादित पठारी भाग, सकाळचे सहा वाजत होते. ध्रुवीय प्रदेशातल्या पोशाखामधील तीन व्यक्ती जरा मनाविरुद्धच, हिरव्या रंगाच्या तंबूतून बाहेर पडल्या आणि त्यांनी सामानानी भरलेल्या स्लेजना स्वत:ला बांधून घेतले. गेले १०३ दिवस त्या व्यक्तींनी त्यांची रसद, तंबू आणि विविध प्रकारची शास्त्रीय उपकरणे इत्यादींनी लादलेले स्लेज, बर्फाची वादळे उठवणाऱ्या वाऱ्यांमधून, वाटेतील बर्फातील छोट्या मोठ्या दऱ्या चुकवत सोळाशे किमी ओढत आणले होते. बर्फाच्या वादळांना तोंड देत, भुकेशी आणि एकटेपणाशी त्यांनी सामना केला होता. आता त्यांचे ध्येय अगदी त्यांच्या आवाक्यामध्ये आले

होते. असह्य शारीरिक वेदना सहन करत, एक एक पाऊल पुढे टाकत त्यांची ध्येयाकडे वाटचाल चालू होती.

अर्नेस्ट शॅकल्टनच्या ब्रिटिश दक्षिण ध्रुवीय मोहिमेतील या तीन व्यक्ती एजवर्थ डेव्हिड याच्या नेतृत्वाखाली, उत्तर दिशेने वाटचाल करत 'दक्षिण चुंबकीय ध्रुवाकडे' निघालेल्या होत्या. त्या आधीच्या उन्हाळ्यामध्ये डेव्हिडने केलेल्या इरेबस पर्वतावरील यशस्वी चढाईमुळे त्यांना त्यावर असलेल्या ज्वालामुखीची महत्त्वाची भौगोलिक निरीक्षणेच फक्त नोंदवता आली होती असे नाही, तर त्याला आणि त्याच्या सहकाऱ्यांना वेगवेगळी शास्त्रीय उपकरणे हाताळण्याचा तसेच स्लेजच्या वापराचा अनुभवपण मिळाला होता. दक्षिण ध्रुवीय प्रदेशातील हिवाळ्यानंतर जरा विश्रांती घेऊन ऑक्टोबर १९०८ च्या सुमारास पुढील कामगिरीसाठी ते सज्ज झाले. त्याच वेळेला शॅकल्टननेदेखील काही सहकाऱ्यांबरोबर दक्षिण भौगोलिक ध्रुवाच्या दिशेने वाटचाल सुरू केली होती. डेव्हिड आणि शॅकल्टन या दोघांनीही आपापल्या लक्ष्यांच्या दिशेने म्हणजे दक्षिण चुंबकीय आणि दक्षिण भौगोलिक ध्रुवांच्या दिशेने चांगली प्रगती केली आणि १९०९ जानेवारीच्या मध्यापर्यंत त्या दोघांमध्ये तेराशे किमी.पेक्षा जास्त अंतर होते.

एक्कावन्न वर्षांचा डेव्हिड, लांबून तसा सडपातळ अंगयष्टीचाच वाटायचा. त्याला आता वयाची जाणीव होऊ लागली होती आणि स्वत:चे मनोधैर्य टिकवण्यासाठी, वजन ओढत ओढत पुढे जाताना स्वत:शीच स्फूर्तिदायक कविता, गाणी वगैरे म्हणण्याची त्याला सवय होती. डेव्हिडबरोबर असलेले त्याचे सहकारी म्हणजे एक त्याचाच शिष्य सव्वीस वर्षांचा डग्लस मॉसन आणि तीस वर्षांचा दणकट स्कॉटिश डॉक्टर ॲलिस्टेर मॅके, एक वेल्श, एक इंग्रज, आणि एक स्कॉटिश हे एकत्र येणे तसे अवघडच होते. त्यातून एखाद्या असामान्य ध्येयपूर्तीच्या स्वप्नाने भारून जाऊन एकत्र येणे हा तर निव्वळ विनोदच होता. तरीपण तसे घडले मात्र होते. त्या स्वप्नपूर्तीच्या मार्गावरील वाटचाल रॉसने सत्तर वर्षांपूर्वी सुरू केली होती आणि आज ती शॅकल्टनच्या मोहिमेची मोठी जबाबदारी होती.

अरोल-जॉन्स्टन मोटारीकडून अपेक्षा खूप होत्या. परंतु तिचा म्हणावा तसा उपयोग झाला नाही. ती बर्फावर मोठी सुंदर दिसत होती परंतु तेथील हवामानात तिचा टिकाव लागला नाही. घट्ट बर्फावरून जराशी ती बाजूला सरकली नाही तोच तिची चाके रुतली, तिचा धातूचा सांगाडा मोडून पडला. त्यामुळे इंजीनवरील सीटवर हताशपणे बसून राहण्यापलीकडे बिचाऱ्या ड्रायव्हरच्या हातात काहीच उरले नाही. त्या मोटारमध्ये जीव आणण्यासाठी कधीकधी तर कॉर्बेरेटरच्या खाली एका भांड्यात पेट्रोल पेटवण्यासारख्या धोकादायक पद्धतींचा अवलंब करावा लागला. उघड्या पडलेल्या इंजिनाला वारंवार बाह्य उपचारांनी गरम करावे लागे. बरेच वेळा

रुतलेली मोटार ओढून बाहेर काढावी लागे, तर बरेच वेळा वेगवेगळ्या प्रकारची चाके, टायर इ. वापरण्याचे प्रयोग करावे लागत.

डेव्हिडने नंतर एका ठिकाणी लिहून ठेवले होते की, 'दोनएक मैलांवरील केप बर्न पार करून गेल्यावर एवढा घनदाट बर्फाच्छादित प्रदेश लागला की किनारपट्टी जवळजवळ दिसेनाशीच झाली आणि त्या परिस्थितीत मी विचार केला की मोटारकार आणखी पुढे नेणे शहाणपणाचे ठरणार नाही आणि म्हणून मग मॅके, मॉसन आणि मी, आम्ही तिघांनी आमच्या मित्रांचा निरोप घेत आमच्या स्लेजना स्वत:ला बांधून घेतले आणि स्वत:शीच एक, दोन, तीन म्हणून गोठलेल्या समुद्रातील बर्फावरून आमच्या प्रदीर्घ प्रवासाला सुरुवात केली.' किनारपट्टीच्या खुणेच्या आधाराने निघालेले हे तीन साहसवीर आता अगदी स्वतंत्र होते. वजनदार स्लेज ओढत, एक एक पाऊल टाकत त्यांचा प्रवास चालला होता. अधूनमधून एखादा धीर देणारा शब्द कोणी उच्चारला तर तेवढाच काय तो आवाज येत होता नाहीतर डेव्हिडने वर्णन केल्याप्रमाणे त्या बर्फाच्छादित प्रदेशाच्या अज्ञाताकडे त्यांचा प्रवास चालू होता.

त्या प्रदेशातील चुंबकीय क्षेत्राचा काटकोनातील प्रभाव मोजण्यासाठी आणि त्या अनुषंगाने इच्छित ध्येय गाठण्यासाठी ते तिघे जण त्यांच्याजवळ असलेल्या उभ्या होकायंत्रावर पूर्णपणे अवलंबून होते. त्यांच्या प्रवासाच्या दरम्यान त्या होकायंत्रावर लक्ष ठेवण्याची जबाबदारी आणि त्यातील सुईच्या हालचालींच्या नोंदी घेण्याची जबाबदारी मॉसनवर होती. ज्या वेळी हे लक्षात आले की 'डिस्कव्हरी' मोहिमेतील निरीक्षणांतून दर्शवल्यापेक्षा किंवा अंदाज केला गेल्यापेक्षाही दक्षिण चुंबकीय ध्रुव हा तेथील भूभागामध्ये अजून आतल्या भागात आहे, त्या वेळी त्यांची निराशा झाली. परंतु अत्यंत निर्विकारपणे आणि कर्तव्यभावनेने ते दक्षिण ध्रुवीय पठारी प्रदेशातील डोंगररांगा चढून गेले. त्यांच्या मोहिमेच्या ध्येयाच्या दृष्टीने महत्त्वाच्या असणाऱ्या आणि प्रायोजकांना गुंतवणुकीच्या दृष्टीने आकर्षित करू शकणाऱ्या अशा प्रलोभनांकडे म्हणजे खनिज साठ्यांच्या शोधाच्या कामाला त्यांनी काही काळ बाजूला ठेवले. मॉसनचे भूगर्भीय निरीक्षणे नोंदवण्याचे काम चालूच होते. परंतु ही निरीक्षणे नोंदवतानाही त्याच्या मनामध्ये कोठेतरी, त्याला चांगल्या प्रकारे माहीत असलेल्या, खनिजांनी समृद्ध असलेल्या, दक्षिण ऑस्ट्रेलियातील 'Broken Hill' या प्रदेशाशी तुलना चालू होती. परंतु शास्त्रीय निरीक्षणांच्या पुढे आता ती दुय्यम गोष्ट होती. त्यांचा प्रवास चालू असतानाच एक अपघात घडला. मॉसन पाय घसरून एका बर्फाच्या घळीमध्ये पडला. कमरेला बांधलेल्या दोऱ्यांना लटकत असतानाही त्या अवस्थेमध्ये त्याने त्याच्या आजूबाजूच्या बर्फाच्या त्या प्रचंड भिंतीतून बर्फाचे स्फटिक काढले आणि वरती आपल्या सहकाऱ्यांकडे निरीक्षणासाठी आणि नमुने म्हणून जतन करण्यासाठी फेकले. सतत जोरदार वारा असलेल्या त्या बर्फाच्छादित

भूप्रदेशावरून त्यांचा प्रवास चालू असताना ते वाऱ्याच्या दिशांची, वेगांची निरीक्षणे नोंदवत होते, कारण त्यामुळे त्यांना त्या प्रदेशातील अधिक अंतर्गत भागातील परिस्थितीचा अंदाज करता येणार होता.

चुंबकीय ध्रुवाच्या दिशेने प्रवास चालू असतानाच 'मॉसन'च्या असे लक्षात आले की चुंबकीय ध्रुवाची जागा रोज बदलते आहे. त्याने त्या संभाव्य जागा बदलाचा अंदाज घ्यायला सुरुवात केली. चुंबकीय ध्रुवाच्या सान्निध्यात, नेहमीच्या होकायंत्राचा दिशा-निर्देशनासाठी काहीही उपयोग नव्हता. ते जसजसे चुंबकीय ध्रुवाच्या जवळ येत होते, तसतशी आणखी गोंधळाची परिस्थिती निर्माण झाली, कारण चुंबकीय ध्रुवाच्या काहीशे किमी.च्या परिघामध्ये होकायंत्राच्या सुईची काहीच हालचाल होत नव्हती. त्या वेळची परिस्थिती, घटना आठवताना डेव्हिड म्हणाला की, 'होकायंत्रातील सुईची हालचाल थांबली होती, किंबहुना 'Theodolite' होकायंत्राचे काम पूर्णपणे थंडावले होते, प्रथमतः आम्हाला त्या गोष्टीचा खूप आनंद झाला आणि काहीतरी साध्य केल्याचे समाधान वाटले, परंतु नंतर जशी परिस्थितीची जाणीव झाली तेव्हा मात्र आमची मन:स्थिती बदलली.

चुंबकीय ध्रुव शोधण्यासाठी त्यांच्याजवळ Lloyd - Creak dipping Circle हे वैज्ञानिक उपकरण होते. हे उपकरण अत्यंत नाजूक असे आहे आणि ते उपकरण तशा प्रकारच्या वातावरणात वापरण्या / हाताळण्याचे नव्हतेच. शून्य अंशाखाली तपमान, घोंघावणारे वारे आणि पायाखाली प्रवाही बर्फ अशा अवस्थेमध्ये मॉसन ते उपकरण हाताळत होता आणि त्या उपकरणाचीच जणू परीक्षा बघत होता. उणे वीस अंश इतक्या तपमानात जोरदार वाऱ्यात आणि बर्फात ते उपकरण वापरण वाटते इतके सोपे नव्हते. अगदी व्यवस्थितपणे नोंदी घ्यायच्या ठरवल्या तरी ती सर्व प्रक्रियाच मुळी दोन ते अडीच तासांची होती, आणि तीनएकशे नोंदी करण्याची गरज असणारी होती. त्या तशा हवामानात, मॉसनच्या सन १९१२ मधील टीमच्या एका सदस्याने नंतर लिहिले की, 'निरीक्षणे करणाऱ्यांसाठी आणि नोंदी घेणाऱ्यासाठी तो सगळा प्रकारच कंबरडे मोडणारा होता.' आता विज्ञान एवढे प्रगत झाले आहे की चुंबकीय क्षेत्रातील वेगवेगळ्या भागातील प्रभावाची तीव्रता आणि 'डीप' केवळ काही मिनिटांतच अचूकपणे आजकालच्या स्मार्टफोनमध्ये वापरल्या जाणाऱ्या 'मॅग्नेटोमीटर'च्या साहाय्याने मोजता येते आणि ते ही Lloyds Creak dipping Circle हे उपकरण हाताळण्यासाठी जी प्रशिक्षणाची गरज भासत होती तशा प्रकारच्या कोणत्याही प्रशिक्षणाची गरज न भासता.

१५ जानेवारी रोजीही होकायंत्रातील सुई हट्टीपणाने अजून पूर्ण काटकोनात येत नव्हती. परंतु मॉसनने जी काही निरीक्षणे नोंदवली होती आणि जे काही गणित मांडले होते, त्याप्रमाणे दक्षिण चुंबकीय ध्रुव त्यांच्यापासून केवळ १७ किमी. दूर

होता. आता त्या सर्वांनी थकण्याची परिसीमा गाठली होती. अन्नसाठा दिवसागणीक कमीकमी होत होता. त्यांनी दुसऱ्या दिवशी कसेही करून चुंबकीय ध्रुवावर पोहोचण्याचा निर्धार केला. त्यांच्या तात्पुरत्या उभारलेल्या तळापासून तीन किमी. अंतर गेल्यावर मॉसन, डेव्हिड आणि मॅके यांनी निर्णय घेतला की जवळचे सर्व अतिरिक्त जड सामान स्लेजवरच ठेवायचे आणि जास्तीतजास्त अंतर जाण्याच्या दृष्टीने पायी चालायला सुरुवात करायची.

परंतु तसे करण्यातही एक धोका होता, नव्हे जीवनमरणाचा प्रश्न होता कारण परतताना त्यांना तोच मार्ग सापडेल याची खात्री नव्हती. तशा परिस्थितीत होकायंत्राचा उपयोगच नव्हता आणि त्यांना परतताना जर तोच मार्ग सापडला नाही तर त्यांच्याजवळ फक्त अंगावरचे कपडे आणि जवळची शास्त्रीय उपकरणे एवढेच उरले असते. एकंदरीत हवामान, परिस्थिती चांगली होती, परंतु हवामानात क्षणात आमूलाग्र बदल घडणे हेच तर दक्षिण ध्रुवीय प्रदेशाचे वैशिष्ट्य आहे. परतीची वाट न चुकण्यासाठी एक उपाय म्हणून त्यांनी पुढे तीन किमी.चे अंतर चालून गेल्यावर स्थळ निदर्शक म्हणून एक शास्त्रीय उपकरण ठेवण्याचे ठरवले. तीन किमी. चालून गेल्यावर त्यांनी दुपारचे जेवण घेतले आणि त्या जागी एक तिपाई रोवली. परत एकदा त्या तिघांनी मोठ्या अपेक्षेने चाल सुरू केली. त्या दिवशी हवामानाने कृपा केली होती आणि त्यांच्या मोजमापांप्रमाणे, अंदाजाने, चुंबकीय ध्रुव आता फक्त आठ किलोमीटरवर होता.

काही तासांच्या चालीनंतर, समुद्रसपाटीपासून २२०० मीटर उंचीवर आणि कोणत्याही प्रकारच्या मानवी संपर्कापासून हजारो किमी. दूर त्या तिघांनी त्यांचे उद्दिष्ट गाठले होते. निराशाजनक गोष्ट एवढीच होती की प्रिझमॅटिक होकायंत्रातील सुई काही थपडा मारल्यावरही - अजून पश्चिमेकडेच दिशानिर्देश करत होती. याला कारण होते, चुंबकीय क्षेत्रातील समांतर आडवा थोडा का होईना पण असलेला प्रभाव. त्या तिघांजवळचा अन्नसाठा आता संपत आला होता. त्यांच्या गरजेच्या निम्म्यापेक्षा कमी अन्नसाठा आता त्यांच्याजवळ होता, आणि आता ते खूप दमलेले होते.

त्या दिवशी वारा मंद होता, आकाशातपण तुरळक ढग होते. एकंदरीत हवामान अनुकूल होते. त्यांनी दुपारी ३.३० वाजता त्या जागेवर युनियन जॅक फडकवला आणि एकमेकांचे अभिनंदन केले. ते तिघेही जण फोटोमध्ये येतील अशा प्रकारे मॉसनने कॅमेरा ठेवला आणि त्या कॅमेऱ्याची कळ ओढण्यासाठी दोरी बांधत डेव्हिडने घोषणा केली की, 'आज या दिवशी, या चुंबकीय ध्रुव असलेल्या प्रदेशाचा ब्रिटिश सत्तेच्या वतीने मी ताबा घेत आहे.' आणि त्याने कॅमेऱ्याची कळ ओढली. त्यांनी राजाच्या नावाने जयघोष केला. त्या फोटोमध्ये ते तिघे जण उणे

अठरा अंश सेल्सिअस तपमानात, थकलेले, दमलेले परंतु ध्येय साध्य केल्याचे समाधान चेहऱ्यावर प्रतीत होत असलेले असे राष्ट्रध्वजाभोवती उभे असलेले दिसतात. हे सर्व उपचार संपवून, मनापासून देवाचे आभार मानून त्या तिघांनी तात्पुरत्या उभारलेल्या तंबूकडे आपला मोहरा वळवला.

जवळ असलेल्या खाद्यपदार्थांचा साठा आता जवळजवळ संपलेला होता. म्हणून निमरॉड जहाजाची गाठ पडेल आणि परतीच्या प्रवासाला लिफ्ट मिळेल या आशेने त्यांनी किनाऱ्याच्या दिशेने जाण्याचा निर्णय घेतला. अशा प्रकारच्या परीक्षा बघणाऱ्या परिस्थितीत आणि इतक्या शारीरिक मानसिक थकव्यामुळे एकमेकांमध्ये चिडचिड होणे स्वाभाविक होते. त्यामुळे ते दोघे तरुण डेव्हिडच्या वागणुकीने अगदी त्रासून गेले होते. मॉसनच्या डायरीमध्ये त्यांना त्या वेळी झालेला त्रास, काळजी, तणाव आणि चिडचिड आदी प्रसंगांचे प्रतिबिंब पडलेले आढळते. त्याच्या डायरीमधील ३१ जानेवारीची नोंद अशी आहे - 'प्रोफेसरांची 'बरबेरी' पँट आता इतकी फाटली आहे की ती कमरेवर राहतच नाहीये, त्यांच्या वागण्याबोलण्यातून त्यांचे मानसिक संतुलन बिघडल्यासारखे वाटत होते; ते ज्या काही तणावातून जात आहेत ते त्यांच्या प्रत्येक हालचालीतून जाणवते आहे.' डायरीतील २ फेब्रुवारीची नोंद अशी आहे, 'डेव्हिडचे बूट गोठलेले होते आणि एक पाय बधिर झाला होता.' दिवसाचा बहुतेक काळ प्रोफेसर टाचेवरच चालत होते. ते त्यांच्या परीने निकराचा प्रयत्न करत होते यात काही शंकाच नाही आणि जेव्हा जेव्हा त्यांना जखडून ठेवायची वेळ आली तेव्हा तेव्हा मॅकेने त्यांना एक-दोन तडाखेपण लगावले.

दुसऱ्या दिवशी मात्र हा सगळा प्रकार असह्य होऊन मॅके यांनी मॉसन यांना त्यांच्या पथकाचे नेतृत्व स्वीकारायला सांगितले आणि डेव्हिड यांना वेड लागल्याचे घोषित करण्याची धमकी दिली. किनाऱ्याच्या दिशेने जाण्याची योजना या तरुण भूवैज्ञानिकाला तितकीशी पसंत नव्हती. डेव्हिडबद्दल लिहिताना, 'मी परत एकदा माझा निषेध नोंदवला आणि म्हणालो की मला काही हे पसंत नाही आणि त्याने पूर्वी ठरल्याप्रमाणेच मोहीम चालू ठेवावी.' दुसऱ्या दिवशी ते व्हिक्टोरिया किनाऱ्यावरच्या एका आरामदायी खाडीवर पोहोचले. त्या ठिकाणी मॅकेने लिहिले आहे, 'आम्ही आता जहाज येण्याची वाट पाहत आहोत, प्रोफेसरांच्या म्हणण्याप्रमाणे, शॅकल्टन यांनी आमच्या शोधात जहाज पाठवण्याचे त्यांना वचन दिले होते, परंतु या परिस्थितीत त्यांच्या शब्दावर विश्वास ठेवणे कठीण आहे.'

त्यांच्याजवळचा खाद्यपदार्थांचा साठा संपल्यामुळे त्यांच्यावर आता सील प्राण्याची शिकार करून जगण्याची वेळ आली होती. जर किनाऱ्यावरून दक्षिणेकडे असलेल्या त्यांच्या मुख्य तळाकडे परत चालत जाण्याची वेळ आलीच तर डेव्हिड याचे जिवंत राहणे कठीणच होते आणि त्यांची काळजी घेण्यात, त्यांच्यावर उपचार करण्यात

होणारा उशीर हा मॅके आणि मॉसन यांच्यासाठी अडचणीचा ठरणार होता. त्या प्रसंगाबद्दल मॅकेने लिहिले आहे, 'हा सगळा प्रकारच एखाद्या माणसाला धार्मिक, देवभोळा बनवायला पुरेसा आहे.'

एखादा चमत्कार घडावा तसे 'निमरॉड' जहाज दुसऱ्या दिवशी दुपारी ३:३० वाजता अवतरले. हे किनाऱ्यावर ज्या ठिकाणी होते, त्या ठिकाणाहून निमरॉड काही दिवसांपूर्वीच उत्तरेकडे गेले होते. जहाजावर असलेल्या 'जॉन किंग डेव्हिस' याला एकच चिंता सतावत होती ती म्हणजे दाट धुक्यामुळे ३२० किमी. लांबीच्या किनारपट्टीच्या एका भागाचे, तो निरीक्षण करू शकला नव्हता. जहाजावरचा कोळशाचा साठापण संपत आला होता. परंतु जहाज दक्षिणेकडे सुखरूप पोहोचले. शॅकल्टन आणि मॉसन यांना वेळोवेळी नशिबाने जी साथ दिली, त्यांपैकीच ही एक घटना होती.

जहाज दिसल्याच्या आनंदात धावत सुटलेला मॉसन बर्फाच्या एका घळीमध्ये पडला. डेव्हिसने पथकातील थकलेल्या सदस्यांच्या साहाय्याने त्याला बाहेर काढले. दक्षिण चुंबकीय ध्रुवाच्या शोधात या मोहिमेतील सदस्यांनी एकूण १२२ दिवसांत, कुत्र्यांच्या किंवा खेचरांच्या मदतीशिवाय आणि बरोबर ५०० किलो वजनाची अन्नसामग्री आणि उपकरणे घेऊन २०३० किमी. एवढा प्रवास केला होता. कोणत्याही बाह्य मदतीशिवाय अशा प्रदेशामध्ये एवढ्या प्रवासाचा एक विक्रमच त्यांच्या नावावर नोंदवला गेला होता. हा विक्रम सन १९८० पर्यंत अबाधित राहिला होता. दक्षिण चुंबकीय ध्रुवाचे ठिकाण अचूक शोधण्याचा आणि तेथवर पोहोचण्याचा यशस्वी प्रयत्न आणि पराक्रम या मोहिमेच्या नावावर जमा झाला होता.

डेव्हिड, मॉसन आणि मॅके यांनी समुद्रकिनाऱ्याच्या दिशेने परतीचा प्रवास सुरू केला असताना त्याच वेळी शॅकल्टनच्या नेतृत्वाखालील दुसरे पथक दक्षिण भौगोलिक ध्रुवाच्या शोधात निघाले होते. शॅकल्टनने काही वर्षांपूर्वीच स्कॉट आणि विल्सन यांच्या मदतीने या प्रदेशात जी मजल मारली होती त्याच्या कितीतरी पुढे या वेळी, ग्रेट आइस बॅरियरच्या घळी आणि दऱ्यांनी भरलेल्या प्रदेशावरून, घोड्यांच्या मदतीने, बरोबरचा अन्नसाठा आणि शास्त्रीय उपकरणांचे आसे ओढत त्यांनी मजल मारली होती. या संदर्भात शॅकल्टनने एके ठिकाणी निरीक्षण नोंदवले आहे की, 'आजपर्यंत कधीही आणि कुणीही न पाहिलेला प्रदेश आमच्या फारच कमी जणांच्या, डोळ्यासमोर उलगडत होता. सगळ्यांच्याच डोळ्यात त्या प्रदेशाबद्दल कुतूहल होते आणि त्याच्या भव्यतेबद्दल विस्मयपण होता. त्या अथांग पसरलेल्या प्रदेशातील जमिनीवरून वर आलेले डोंगर आम्ही बघत होतो.'

'व्हिक्टोरिया लँड' वरची डोंगररांग त्यांच्यासमोर पसरलेली होती. या डोंगररांगेचे

दक्षिण / पश्चिम टोक ८६ अंश अक्षांशापर्यंत गेलेले होते. दक्षिण भौगोलिक ध्रुवावर पोहोचण्यासाठी हा भौगोलिक अडथळा त्यांना पार करावा लागणार होता हे लक्षात आल्यावर या चार जणांनी डोंगर चढायला सुरुवात केली, तेव्हा त्यांच्या असे लक्षात आले की प्रत्यक्षात ते जगातील सर्वांत मोठे - ५० किमी. रुंद आणि २५० किमी. लांब असे आणि दक्षिण ध्रुवीय पठाराच्या पूर्वेकडे उतरणारे - ग्लॅशियर होते. हा कठीण प्रवास चालू असतानाच एक दुर्घटना घडली आणि उरलेले शेवटचे खेचर आणि त्यावरचा बराचसा अन्नसाठा 'बीअर्डमोर' हिमनदीच्या घळीमध्ये पडून गायब झाला, त्यामुळे उरलेला अन्नसाठा जपून वापरण्याची वेळ आली. भौगोलिक दक्षिण ध्रुवाच्या एकएका मैलाने जवळ जाणे म्हणजे परीक्षाच होती. वाटेतील डोंगर चढण्यासाठी, सुरक्षिततेच्या दृष्टीने, एकमेकांना बांधून घेण्यासाठी लागणाऱ्या दोऱ्या त्यांच्याकडे नव्हत्या. बर्फामधील घळी, दऱ्या पार करणे म्हणजे एक दिव्य होते. या सर्वांमुळे त्यांच्या प्रवासाचा वेग खूपच मंदावला होता आणि त्यामुळे त्यांच्याजवळचा अन्नसाठा लवकरच संपुष्टात आला.

तरीसुद्धा त्यांनी या नव्याने सापडलेल्या भूप्रदेशाची पाहणी चालू ठेवली. वितळलेल्या बर्फातून आतील उघडे पडलेले खडक त्यांना त्यांच्या पायाखालील बर्फात खोलवर काय आहे याची कल्पना देत होते. बीअर्डमोअर ही हिमनदी पूर्वी खूपच मोठी असावी कारण त्याच्या वितळण्यामुळे दोन्ही बाजूंना निर्माण झालेल्या भिंती त्याची साक्ष देत होत्या. हवेच्या तपमानातील चढाव / उतारांच्या काटेकोर नोंदी त्यांनी घेतल्या. भोवतालची एकूण परिस्थिती पाहिल्यास त्यांची ही शास्त्रीय उपलब्धी खूपच महत्त्वाची होती.

स्कॉटच्या 'डिस्कव्हरी' मोहिमेच्या दरम्यान केंब्रिज विद्यापीठाचा एक पदवीधर, साहसवीर 'हार्टले फेरर' हा रॉस आयलंडच्या परिसरातील आणि विशेषत: व्हिक्टोरिया लँडचा भूप्रदेश अभ्यासण्यासाठी स्लेजवरून गेला होता. फेररच्या निरीक्षणातून हे लक्षात आले की त्या संपूर्ण भागातील भूस्तर हे एकाच ठरावीक प्रकारच्या दगडांनी बनलेले आहेत. सगळ्यात खाली असलेला भूस्तर हा ज्वालामुखीच्या उद्रेकातून निर्माण झालेल्या राखेपासून आणि दगडापासून बनलेला आहे. त्यावरून या प्रदेशातील एकेकाळच्या ज्वालामुखीच्या अस्तित्वाची आणि जिवंतपणाची साक्ष पटत होती. त्यावरील जवळजवळ १ किमी. जाडीचे भूस्तर हे 'बेकॉन सँडस्टोन'पासून बनलेले आढळले. या पद्धतीच्या दगडांचा भूस्तर हे या दक्षिण ध्रुवीय प्रदेशाचे वैशिष्ट्य मानले जाते. त्यामध्ये सापडलेल्या अश्मांवरून असा निष्कर्ष निघतो की - तो भूस्तर ४१६ ते २४५ दशलक्ष वर्षांपूर्वीचा असावा आणि त्या वेळी तो भूभाग हा उथळ तळ्यांनी आणि नद्यांनी भरलेला असावा. फिकट बदामी रंगाच्या बेकॉन सँडस्टोनच्या अस्तित्वावरून त्या भूभागाचा कालदर्शक अभ्यास करता येतो. शॅकल्टनच्या

मोहिमेच्या दरम्यान बीअर्डमोर हिमनदीत बेकॉन सँडस्टोनचे अस्तित्व मोठ्या प्रमाणात आढळून आले आणि काही ठिकाणी कोळशाचे एक एक मीटर जाडीचे थरपण आढळून आले.

आतापर्यंतची मोहिमेची प्रगती, काढलेले वैज्ञानिक निष्कर्ष वगैरे सर्व ठीक होते, पण शॅकल्टनला जाणीव होती की मोहिमेच्या प्रायोजकांच्या, समर्थकांच्या अपेक्षा याहीपेक्षा जास्त आहेत आणि हीरो होऊन परतण्यासाठी, लोकांच्या कौतुकाला पात्र होण्यासाठी आणि मुख्य म्हणजे डोक्यावर झालेल्या त्या कर्जाच्या परतफेडीसाठी दक्षिण भौगोलिक ध्रुवावर पोहोचणे किंवा जास्तीतजास्त त्याजवळ जाणे हा एकच उपाय होता. जवळचा अन्नसाठा आता काळजी वाटण्याइतका कमी झाला होता. वजन कमी करण्यासाठी न लागणारी उपकरणे समुद्रात फेकून देण्यात आली आणि अधिक काळ मोहीम लांबवता येण्याच्या दृष्टीने प्रत्येकाच्या खाद्यपदार्थांच्या हिश्शामध्ये कपात करण्यात आली.

१३५० किमी.च्या स्लेजवरच्या कंबरडे मोडणाऱ्या प्रवासानंतर शॅकल्टनची खात्री पटली की भौगोलिक दक्षिण ध्रुवाच्या शोधात आणखी पुढे जाणे आता अशक्य आहे. समुद्रसपाटीपासून ३००० मीटर उंचीवरच्या या बर्फाच्या महासागरात एवढ्या आतवर आलेल्या त्या चौघांची सहनशक्ती संपुष्टात आली होती. सर्वसाधारण उणे ३० अंश से. तपमान, दमणूक, उपासमार, समुद्रसपाटीपासूनच्या उंचीमुळे होणारे आजार आणि स्कर्व्हीची शक्यता या सगळ्याचा एकत्रित परिणाम असा झाला की ४ जानेवारीपर्यंत त्यातील तिघांची शरीरे एवढी थंड पडली होती की थर्मामीटरवरदेखील त्यांच्या शरीराच्या तपमानाची नोंदच होत नव्हती. ते अगदी मरणाच्या दारात उभे होते.

आता बस झाले. त्यांनी विचार केला की आता जास्तीत जास्त दक्षिणेकडे जाण्याचा प्रयत्न करायचा आणि नंतर घराकडे कूच करायची. शॅकल्टनने नंतर त्याच्या त्या शेवटच्या दिवसांबद्दल लिहिले -

> 'पहाटे ४ वाजता आम्ही दक्षिणेकडे जायला सुरुवात केली. जास्तीत जास्त दक्षिण टोक गाठायचा आमचा विचार होता आणि त्या जागेवर रोवण्यासाठी आम्ही आमच्याबरोबर इंग्लंडचा राष्ट्रध्वज 'युनियन जॅक' आणि एका पितळी नळकांड्यामध्ये स्टँप, कागदपत्रे, इ. गोष्टी घेतल्या होत्या. आमच्याजवळ कॅमेरा, दुर्बीण आणि होकायंत्र इ. गोष्टी होत्या. काही दिवसांपूर्वीच होऊन गेलेल्या वादळानंतर घट्ट झालेल्या बर्फावरून अर्धवट पळत, अर्धवट चालत सकाळी ९ वाजण्याच्या सुमाराला आम्ही दक्षिणेकडे ८८° २३' या अक्षांशावर होतो. बरोबर स्लेज नसल्यामुळे

चालताना मोकळे मोकळे, वेगळेच वाटत होते. त्या ठिकाणावर आम्ही 'युनियन जॅक' फडकवला आणि 'एडवर्ड (सातवे)' यांच्या नावाने त्या पठाराचा ताबा घेतला. हाडे फोडणाऱ्या त्या थंड वाऱ्यामध्ये 'युनियन जॅक' डौलाने फडकत होता. आमच्याजवळच्या दुर्बिणीतून आम्ही दक्षिणेकडे नजर टाकली, परंतु शुभ्रधवल बर्फाशिवाय काहीही दुसरे दिसत नव्हते.

त्या पुढे जाणे अशक्य होते. त्यांच्या लक्ष्यापासून - भौगोलिक दक्षिण ध्रुवापासून - ९७ समुद्री मैल किंवा १८० किमी. एवढेच अंतर ते दूर होते. शॅकल्टनने दक्षिण ध्रुवाच्या जास्तीतजास्त जवळ जाण्याचा विक्रम प्रस्थापित केला होता. त्याने आपल्या सहकाऱ्यांच्या समवेत परतीच्या दिशेने मोर्चा वळवला. एके ठिकाणी त्याने असेही लिहून ठेवले आहे की, 'आम्हाला पुढे आमचे अन्न दिसत होते तर मागून मृत्यू पाठलाग करत होता.'

नंतर या मोहिमेचे वार्तांकन करताना शॅकल्टनने नोंदवले आहे की, 'अशा प्रकारे आम्ही गेलो आणि बरेच काही मिळवून परतलो. आमच्या तेथील कामगिरीमुळे विज्ञानाच्या वेगवेगळ्या शाखांमध्ये मोलाची भर पडली आहे आणि विशेष म्हणजे या मोहिमेमध्ये प्रथमच सर्वच सहकारी सुखरूप परतले.'

खाद्यपदार्थांचा साठा आता संपुष्टात आला होता. ते परतीचा प्रवास करून कसेबसे 'निमरॉड' जहाजावर पोहोचले. जिवंत राहण्यासाठी आता त्यांना कोकेनसारख्या अमली पदार्थापासून बनवलेल्या 'Forced March Tablets' चा आधार घ्यावा लागत होता.

दिनांक २८ फेब्रुवारी १९०९ रोजी शॅकल्टन 'Ross Sea' येथे असलेल्या तळावर पोहोचला. अतिथंड हवामानामुळे त्याच्या शरीरावर जखमा झालेल्या होत्या, डोळे खोल गेलेले आणि अंग फोडांनी भरलेले होते. दुसऱ्या दिवशी 'निमरॉड' जहाज मृत शरीरे उचलण्याच्या उद्देशाने तेथे आले, पण जिवंत माणसे पाहून त्यांना सुखद धक्का बसला. इंग्लंडला परतल्यावर बराच काळ त्याच्या प्रतीक्षेमध्ये घालवलेल्या आपल्या बायकोला तो विनोदाने म्हणाला, 'प्रिये मी विचार केला की तुला मेलेला सिंह बघायला मिळण्यापेक्षा जिवंत गाढव बघायला आवडेल.'

सन १९०९ मध्ये काही प्रमाणात यशस्वी झालेल्या मोहिमेवरून, शॅकल्टनच्या परतण्याने ब्रिटनमधील वातावरण अगदी भारून गेले होते. जरी मोहिमेतील सदस्य दक्षिण भौगोलिक ध्रुवावर पोहोचण्याचे त्यांचे मुख्य लक्ष्य गाठू शकले नव्हते तरी ते सर्व जण आता 'हिरो' झाले होते. शॅकल्टनची मोहीम प्रायोजित केलेल्या 'डेली मेल' या वर्तमानपत्रातून त्यांच्या साहसी मोहिमेबद्दल रकानेच्या रकाने मजकूर छापून

येऊ लागला. त्यांच्या मोहिमेतील सदस्यांची साहसी कृत्ये, त्यांना सहन कराव्या लागलेल्या हालअपेष्टा इ. च्या कथांमुळे वर्तमानपत्राचा खप कित्येक पटींनी वाढला. त्याचबरोबर शॅकल्टनला खूप प्रसिद्धी मिळाली. त्याच वर्षी त्याला राजाने 'सर' ही उपाधी बहाल केली. कित्येक भावी, होतकरू साहसवीर त्याचा सल्ला घेऊ लागले. 'मॅडम तुसाँ' यांनी त्याचा मेणाचा पुतळा बनवला, तो परवा परवापर्यंत म्हणजे सन १९६३ पर्यंत प्रदर्शनात ठेवला होता.

रॉयल जिऑग्राफिक सोसायटीच्या अध्यक्षपदाची सूत्रे क्लेमंट मार्कहॅम यांच्याकडून आता लिओनार्ड डार्विन यांच्याकडे आली होती. त्यांनी शॅकल्टनच्या सन्मानार्थ एका महोत्सवी प्रीतिभोजनाचे आयोजन केले. त्या वेळी त्यांनी काढलेले उद्‌गार लक्षणीय तर होतेच, पण रॉयल जिऑग्राफिक सोसायटीबद्दलपण खूप काही सांगून जात होते 'काही विक्रम मोडले, किंवा काही प्रस्थापित केले किंवा कोणी कोणत्यातरी ध्रुवावर पोहोचले तरच फक्त कौतुक करायचे, सन्मान करायचा अशा प्रकारची रॉयल जिऑग्राफिक सोसायटीची विचारसरणी कधीच नव्हती, कारण पृथ्वीवरच्या फक्त ठरावीक भूभागालाच काही विशेष वैज्ञानिक महत्त्व आहे असे समजण्याचे काहीच कारण नाही. केवळ भौगोलिक दृष्ट्या जरी पाहिले तरी आत्तापर्यंत संपूर्ण अज्ञात असलेल्या प्रदेशात ४०० मैल आतवर मुसंडी मारणे ही काही साधीसुधी घटना नाही. शॅकल्टनचा हा पराक्रम विज्ञानाच्या कालखंडावर कायमचा कोरला जाईल.'

व्हिक्टोरिया लँडवर असलेल्या आणि दक्षिण-पूर्व दिशेने शेकडो मैल पसरलेल्या पर्वतरांगांचा शॅकल्टनला शोध लागल्यावर जगाच्या नकाशावर एका नव्या पर्वतराजीची नोंद झाली. बीअर्डमोर या हिमनदीच्या भोवतालच्या बर्फातील खडकांमध्ये कोळशाचा साठा असल्याचे आढळून आले आणि वैज्ञानिकांच्या दृष्टीने महत्त्वाचे म्हणजे त्या भागात लागलेला अश्मांचा शोध, परंतु 'प्रिस्टले' यांनी नंतर भीती व्यक्त केली की 'नेमके याचमुळे माणसांचा, त्या पर्यावरण दृष्ट्या नाजूक असलेल्या प्रदेशाला धोका वाढणार होता.'

शॅकल्टनचा उजवा हात असलेल्या - फ्रँक वाइल्ड याची जहाजाने इंग्लंडला परतत असताना एका युवतीशी ओळख झाली. तिने त्याच्या साहसी मोहिमेच्या गोष्टी ऐकण्यामध्ये उत्सुकता दाखवली. वाइल्डने त्या युवतीला आठवण म्हणून बीअर्डमोर हिमनदी जवळील खोल जमिनीतून वर काढलेला 'चुनखडी' (लाइम स्टोन) प्रकारचा दगडाचा तुकडा देऊ केला. त्या दगडाच्या तुकड्यावर इजिप्शिअन चित्रलिपीसारख्या काही खुणा होत्या. ही गोष्ट प्रिस्टले याच्या कानावर गेली आणि त्याला काही ही गोष्ट पटली नाही. त्याने या देवाणघेवाणीला तिथेच प्रतिबंध केला. नंतर तो धावतच स्वत:च्या केबिनमध्ये गेला आणि त्याने लाल रंगाचे गार्नेट

असलेला ग्रॅनाइट दगडाचा तुकडा आणला आणि वाइल्ड याच्या हातात ठेवत म्हणाला, 'पाहिजे तर तिला हा दगड दे, त्यापेक्षा हा दिसायला आकर्षक आहे आणि पाहिजे तर तिला हेपण सांग की हा दगड दक्षिण ध्रुवाजवळून आणला आहे.'

सिडनेला परतल्यावर त्या मूळ दगडाचे पातळ आणि छोटे काप काढले तेव्हा असे लक्षात आले की त्यामध्ये मोठ्या प्रमाणात 'Archaeocyathus' या प्राण्याचे / वनस्पतीचे अश्म आहेत. 'Archaeocyathus' हा प्रकार 'स्पंज' आणि 'कोरल' (Sponge / Corals) या प्रकारांचा पूर्वज असावा. हाच एक अगदी ध्रुव प्रदेशातील खोलवर बर्फात सापडणारा चुनखडीचा दगड जो 'कॅंब्रियन' (Cambrian - First period in the Palaeozoicera - जेव्हा पहिल्या समुद्री वनस्पतींचा या पृथ्वीवर उगम झाला) काळातील असावा याबद्दल स्पष्ट आणि दुमत नसलेला पुरावा उपलब्ध झाला होता. या शोधावरून या नवीन सापडलेल्या खंडामध्ये पृथ्वीवरील जीव आणि वनस्पतिसृष्टीच्या उत्पत्तीसंबंधीची, म्हणजे जवळजवळ ५० कोटी वर्षांपूर्वीची रहस्ये उलगडणारे दगड दडले असल्याचे सिद्ध झाले. त्यानंतर कित्येक वर्षे डेव्हिड आणि प्रिस्टले यांच्या व्हिक्टोरिया लॅंड आणि त्या भोवतीच्या प्रदेशातील भूभागासंबंधीचा अभ्यास आणि निष्कर्ष प्रमाण म्हणून मानले गेले.

त्याचप्रमाणे मॉसनने केलेल्या चुंबकीय क्षेत्रासंबंधीच्या, काही महत्त्वाच्या प्रयोगांमुळे आणि त्यावरून काढलेल्या निष्कर्षांवरून दक्षिण चुंबकीय ध्रुव, - स्कॉट याच्या मोहिमेने सुचवल्याप्रमाणे - पूर्वेकडे सरकत नसून तो उत्तर-पश्चिम दिशेने सरकतो आहे हे सिद्ध झाले. या तरुण संशोधकाने मिळवलेले हे अपूर्व यश विशेष प्रकाराने साजरे करण्याचे, खासकरून, डेव्हिड याच्या मनात होते 'आमच्या या चुंबकीय ध्रुवाच्या शोधमोहिमेचा खरा हिरो आणि प्राण मॉसन होता. तो म्हणजे ऑस्ट्रेलियन नानसेन आहे, त्याच्याकडे उद्यमशीलता आहे, खणखणीत शरीरयष्टी आहे आणि मुख्य म्हणजे गोठवणारी अतिथंडी सहन करण्याची अमर्याद शक्ती आहे.'

मोहिमेवरून परतल्यावर पहिल्या सहा महिन्यात शॅकल्टन यांनी १२३ भाषणे दिली आणि दोन खंडांमध्ये मिळून जवळजवळ ३२ हजार किमी.चा प्रवास केला. त्याला बोलण्याची कला चांगली अवगत होती आणि फोटो, फिल्म इ. सारख्या प्रगत तंत्रज्ञानामुळे दक्षिण ध्रुवीय प्रदेश तो श्रोत्यांच्या थोडा आणखी जवळ आणू शकत होता. आफ्रिका आणि आशिया खंडाच्या शोधमोहिमांच्या वेळी जरी शक्य नव्हते तरी ज्या वेळी फोटोग्राफीच्या तंत्रज्ञानात लक्षणीय प्रगती झाली होती, त्या वेळी पाश्चिमात्यांनी दक्षिण ध्रुवीय शोधमोहिमांना सुरुवात केली होती. या नव्याने सापडलेल्या प्रदेशातील खडतर प्रवास, अद्‌भुत निसर्ग, प्राणी सृष्टी इ.च्या प्रत्यक्ष दर्शनाने, अनुभवाने सर्वसामान्य जनता अगदी भारावून गेली होती, अवाक् झाली होती.

नवीन शतक उजाडता उजाडता 'बोर्चग्रेव्हिंक'ने फोटोग्राफीचा उपयोग जरी त्याच्या मोहिमेमध्ये प्रथम केला होता तरी शॅकल्टनच्या मोहिमेपर्यंत फोटोग्राफीचे तंत्रज्ञान आणखी वरच्या पातळीवर पोहोचले होते. कॅमेरा किंवा फोटोग्राफी हे विज्ञानाच्या दृष्टीने जरी केवळ एक साधन होते, तरी शॅकल्टनने त्याचे महत्त्व जाणले होते आणि त्याहीपेक्षा ध्रुवीय प्रदेशातील वैविध्यपूर्ण प्राणिसृष्टीचे, जीवसृष्टीचे प्रत्यक्ष दर्शन सर्वसामान्य जनतेमध्ये खूपच लोकप्रिय होईल आणि त्यांची उत्सुकता कशी वाढीस लागेल याबद्दल त्याला खात्री होती. विज्ञान आणि करमणूक ही जोडगोळी जगाला अद्भुत भूभागाचे, विश्वाचे, जीवसृष्टीचे दर्शन घडवत होती. वर्तमानपत्रातील लेखांमधली जीवसृष्टीसंबंधीची माहिती, वैज्ञानिक प्रयोगांसंबंधीची माहिती, त्यातून काढलेले निष्कर्ष वगैरे, त्याबरोबर छापून आलेल्या अद्भुत फोटोंपुढे दुय्यम ठरले.

मोहिमेसाठी घेतलेल्या कर्जाच्या परतफेडीसाठी पैसा उभा करण्याकरिता मोहिमेतील इतर सदस्यांनीही वेगवेगळ्या ठिकाणी भाषणे देण्याचा सपाटा लावला. प्रथमत: ऑस्ट्रेलियन जनतेकडून भाषणासाठी काही मोबदला घेण्याचा विचार डेव्हिड याला तितकासा पसंत नव्हता, परंतु नंतर त्यालाही जाणवले की ध्रुवीय प्रदेशातील त्याचे भूशास्त्रीय निष्कर्ष, संशोधन प्रसिद्ध करण्यासाठी पैशाचे पाठबळ जरुरीचे आहे. त्यानंतर थोड्याच काळात त्याच्यामध्ये आणि शॅकल्टनमध्ये मतभेद निर्माण झाले आणि नवीनच प्रश्न समोर आला. कर्जफेडीसाठी पैसा उभा करण्याच्या दृष्टीने शॅकल्टनने ध्रुवीय प्रदेशात केलेल्या चित्रीकरणाच्या फिल्मचे हक्क ऑस्ट्रेलियामध्ये विकले होते आणि त्याच विषयावर डेव्हिड भाषणे देत असल्याचे लक्षात आल्यावर त्या फिल्मच्या वितरकाने त्यावर आक्षेप घेतला. शेवटी फिल्मच्या कराराचा कालावधी संपेपर्यंत डेव्हिडने आपला भाषण दौरा आवरता घेतला.

मोहिमेतील इतर सदस्यांच्याही काही कुरबुरी चालू होत्या. शॅकल्टनने त्याला 'मॅकमर्डो साउंड' या तळावरच ठेवल्याबद्दल स्कॉट मनातून खूप चिडला होता, परंतु त्याने त्याची मते, राग प्रकट केला नाही आणि वेगवेगळ्या समारंभांमध्ये भागपण घेतला. त्याने 'डेली मेल'मध्ये लिहिलेल्या लेखात भरभरून कौतुक केले होते - 'स्वत:ची ओझी स्वत: ओढत नेऊन त्या माणसांनी त्या परिस्थितीत उज्ज्वल असे यश मिळवले.' परंतु शेवटी शॅकल्टन भौगोलिक दक्षिण ध्रुवावर पोहोचण्यात अपयशी ठरला होता आणि म्हणूनच जमवाजमव करून परत एकदा दक्षिणेकडे परतण्याचे स्कॉटला एक कारण निश्चितच मिळाले होते.

मार्कहॅम मात्र आपल्या भावना लपवू शकत नव्हता आणि त्यामुळेच तो काहीसा अलिप्तपणेच राहिला. शॅकल्टनबद्दलचे त्याचे आधीचे मत आता बदलले होते आणि त्याचा उत्साह आता मावळला होता. संभाषणांच्या दरम्यान शॅकल्टनचा

उल्लेख 'तो कृतघ्न माणूस' असाच करायचा. त्याला वाटत होते की ध्रुवीय प्रदेशातील संशोधन तळ स्थापन करण्याचे जे ठिकाण सोडण्याचे त्याने मान्य केले होते, तेथेच तळ स्थापून शॅकल्टनने स्कॉटचा विश्वासघात केला होता. त्याने त्याच्या डायरीमध्ये अत्यंत परखडपणे अशी नोंद केली की, 'शॅकल्टनच्या मोहिमेकडे मी काही फारशा समाधानाने बघू शकत नाही. तळ उभारण्याच्या ठिकाणाबाबत विश्वासघात करून नंतर पण त्याने प्रत्येक बाबतीत त्याच्या आधीच्या नेत्याच्या- स्कॉटच्या- दक्षिण ध्रुवावर पोहोचण्याच्या प्रयत्नामध्ये अडचणी निर्माण केल्या. तळ उभारण्याच्या ठिकाणाबाबत तो कपटीपणाने यशस्वी झाला खरा, परंतु ध्रुवावर पोहोचण्यापासून तो स्कॉटला थांबवू शकला नाही. परंतु ज्या जोशामध्ये ६ डिसेंबर ते ९ जानेवारी या काळात त्याने धडक मारली ती नक्कीच वाखाणण्यासारखी होती, आणि त्यातून त्याचा एक प्रकारे निर्धार प्रकट होत होता. एकूणच त्याच्या या साहसी मोहिमेतील प्रवासाचा, हवामानाचा, परिस्थितीचा, खडतरपणा बघता मला त्याचे कौतुकच वाटते. त्याच्या या मोहिमेचे कौतुक करताना, विशेषत: त्याने शोधून काढलेल्या कोळशाच्या तेथील उपलब्धतेचा भाग सोडला तर मला कपटी, कृतघ्न, खोटारडा यापेक्षा जास्त बोलावेसे वाटत नाही.'

सार्वजनिक ठिकाणी मात्र मार्कहॅमने स्वत:च्या भावनांना आवर घातला होता. त्याच्या मृत्यूनंतर प्रकाशित झालेल्या त्याच्या 'The Lands of Silence' या पुस्तकामध्ये त्याने लिहिले की, 'या मोहिमेसाठी सर्वांत मोठी नशिबाची गोष्ट अशी की जाताना आणि येताना, दोन्ही वेळा वाऱ्याची साथ चांगली होती.' शॅकल्टनने मात्र त्याच्या निरीक्षणांना, मतांना फारसे महत्त्व दिले नाही.

इंग्लंडमधील त्या वेळच्या मासिकांमध्ये शॅकल्टनचा उल्लेख 'निर्विवाद सिंह' (Undisputed Lion) असा केला गेला, त्यानंतरच्या कित्येक मोहिमांसाठी शॅकल्टनने जणू एक प्रकारचा मार्ग आखून दिला होता, धडा घालून दिला होता आणि विक्रम मोडण्यासाठी आव्हान उभे केले होते. सन १९०९ मधील उन्हाळ्यामध्ये दक्षिणेकडील मोहिमांचा आढावा घेताना 'द टाइम्स' या वृत्तपत्राने लिहिले होते, 'सन १८४१ मध्ये रॉस ज्या ठिकाणापर्यंत पोहोचला होता त्याच्या पुढे केवळ ५० मैल जाण्यासाठी सन १९०० उजाडावे लागले, ज्या वेळी बोर्चग्रेव्हिंक यशस्वी ठरला होता. परंतु नंतर दोनच वर्षांनी कॅप्टन स्कॉटने त्याही पुढे २०० मैल गेला आणि नंतर सात वर्षांनी, त्याच्या त्या वेळच्या सहकाऱ्याने त्याही पुढे ४०० मैलांचा पल्ला गाठून दक्षिण ध्रुवापासून केवळ १०० मैलावर जाण्यात यश मिळवले होते.' 'Sphere' या वर्तमानपत्रात रॉयल जिऑग्राफिक सोसायटीच्या सेक्रेटरीने लिहिले होते की, 'शॅकल्टन पोहोचू शकला नाही असा तो शेवटचा १०० ते ११० मैलाचा टप्पापण लवकरच पार केला जाईल,आणि दक्षिण ध्रुवावर डौलाने युनियन जॅक फडकवला

जाईल अशी आशा आता आपण नक्कीच करू शकतो.' तरीपण दक्षिण भौगोलिक ध्रुवावर प्रथम पोहोचण्याच्या शर्यतीतले आव्हान अजून कायम होते आणि ९७ टक्क्यांपेक्षा जास्त अज्ञात भाग असलेले ते खंड, तो भूभाग त्यातील रहस्ये उलगडण्याची वाट बघत होता.

सन १९०९ संपतासंपता शॅकल्टनच्या मोहिमेसाठी आलेला एकूण खर्च ४५ हजार पौंडांच्या घरात असल्याचे लक्षात आले. ही रक्कम डिस्कव्हरी मोहिमेला आलेल्या खर्चाच्या निम्म्याने होती आणि या मोहिमेने मिळवलेले यश लक्षात घेतले तर ही मोहीम खूपच स्वस्तात झालेली होती. शॅकल्टनचा विश्वास सार्थ ठरला. ब्रिटिश सरकारने कर्जाच्या परतफेडीसाठी २० हजार पौंडांची मदत देऊ केली. या आशावादी, ध्येयवादी अँग्लो-आयरीश माणसाने जे काही साध्य केले होते, त्याच्या पुढे आता आणखी १०० ते ११० मैल दक्षिणेकडे जाण्यासाठी प्रत्येकाला याहीपेक्षा जास्त तयारी करण्याची गरज तर होतीच, पण विशेष असा कडवा ध्येयवाद असणे जरुरीचे होते. शॅकल्टन त्याच्या ध्येयाच्या जवळपास पोहोचण्यात यशस्वी झाला होता, पण ध्येय साध्य झाले नव्हते. परंतु आता तीच कामगिरी पूर्ण करण्यासाठी स्कॉटला परत सरकारी मदत मिळणे मात्र जवळजवळ अशक्य होते.

साहसी / शोधमोहिमांच्या इच्छुक नेत्यांनी, साहसवीरांनी वर्तमानपत्रांशी, पुस्तक प्रकाशकांशी स्वतंत्रपणे करार करण्यास सुरुवात केली, त्याचप्रमाणे साहसी मोहिमांची भव्य अशी स्वप्ने रंगवून, भाषणांची सत्रे, जेवणांच्या खासगी पार्ट्या वगैरेंना सुरुवात केली. शॅकल्टनच्या मोहिमेने दाखवून दिले होते की मोहीम जरी खनिज संपत्तीचे साठे शोधण्यात पूर्णपणे यशस्वी झाली नसली तरी मोहिमेच्या प्रायोजकांना स्वत:चे नाव एखाद्या भूखंडाला किंवा एखाद्या हिमटेकडीला दिले जाण्याने अमरत्व प्राप्त करण्याची संधीतरी हमखास होतीच. आता याला एखाद्या व्यवसायाचे स्वरूप येऊ लागले होते. इच्छुक साहसवीरांची एक समारंभाकडून दुसऱ्या समारंभाकडे, कधीकधी दुसऱ्या देशामध्येपण भाषणाच्या, मुलाखतीच्या, खाण्याच्या निमित्ताने धावपळ सुरू झाली होती. त्यांपैकी बरेच जण या पैसे मिळवण्याच्या धावपळीनेच थकून गेले.

सन १९०९ मध्ये दक्षिण ध्रुवावर जाण्याच्या प्रयत्नात असणारा अर्नेस्ट शॅकल्टन हा एकमेव साहसवीर नव्हता. अशाच सप्टेंबरमधील एका आठवड्यात दोन वेगवेगळ्या अमेरिकन मोहिमांनी भौगोलिक उत्तर ध्रुव गाठल्याचे दावे केल्याची बातमी जगभरात पसरली. ३ सप्टेंबर, डॉ. फ्रेडरिक कूक, जे दहा वर्षांपूर्वी 'डी गेर्लाच' यांच्या पथकासोबत दक्षिणेकडील मोहिमेमध्ये सहभागी होते, एक हिवाळा उत्तर ध्रुवीय प्रदेशात काढून परतल्यावर त्यांनी, आधीच्या वर्षी एप्रिल महिन्यात आपण उत्तर ध्रुवावर पाऊल ठेवल्याचे जाहीर केले. त्यांच्या या दाव्यावर संमिश्र

प्रतिक्रिया उमटल्या. ज्या वेळी 'मॅन्चेस्टर गार्डियन' या वर्तमानपत्राने या व्हेल शिकाऱ्याचा दावा प्रसिद्ध केला तेव्हा सर्वसामान्य जनतेने त्याकडे जरा संशयानेच पाहिले. एकाने असे मत प्रदर्शित केले की, 'हे असले फोल दावे वर्तमानपत्रांमध्ये प्रसिद्ध करू नका, हे पूर्णपणे कल्पित आहे' दुसऱ्या एकाने ज्याने आयुष्याचा तीस वर्षांहूनही अधिक काळ उत्तर ध्रुवीय प्रदेशात काढला होता, त्याने मत प्रदर्शित केले, 'ही एक अमेरिकन बनावटीची पण चांगली फिरकी आहे.'

चारच दिवसांनी अमेरिकन नौदलातील एक कमांडर 'रॉबर्ट पेरी'ने दावा केला की तोही सन १९०९ च्या एप्रिल महिन्यात उत्तर भौगोलिक ध्रुवावर पोहोचण्यात यशस्वी झाला होता. इंग्लंडमधील 'द टाइम्स' या वर्तमानपत्राने याचे वर्णन ध्रुवीय प्रदेशाच्या शोधाच्या इतिहासात 'चमत्कारांनी भरलेले वर्ष' (Annus Mirabilis) असे केले. रॉबर्ट पेरीने त्याच्या वयाच्या पन्नाशीपर्यंत ध्रुवीय प्रदेशांतील अनेक नावाजलेल्या मोहिमांमध्ये भाग घेतला होता आणि तो खूप अनुभवी होता, परंतु त्याचे सर्व प्रयत्न फोल ठरले होते. या वेडापायी त्याने जबरदस्त किंमत मोजली होती. अतिथंडीमुळे होणाऱ्या जखमांमुळे (Frostbite) त्याला त्याच्या पायांच्या टाचा गमवाव्या लागल्या होत्या. पेरीची सन १९०९ मधील मोहीम म्हणजे त्याच्यासाठी यश मिळण्याची शक्यता असलेली शेवटचीच संधी असे म्हटले जात होते.

या दुसऱ्या दाव्याबद्दल 'न्यू यॉर्क हेराल्ड' या वर्तमानपत्रामध्ये मत व्यक्त करताना डॉ. कूक यांची पहिली प्रतिक्रिया 'एका विक्रमापेक्षा दोन विक्रम बरे' अशी होती. परंतु पेरीला मात्र हे मान्य नव्हते. त्याने या प्रतिस्पर्धी अनुभवी साहसवीराची एक 'फ्रॉड' म्हणून संभावना केली. ज्या वेळी कूकने केलेल्या दाव्याला आव्हान दिले गेले तेव्हा कूक त्याच्या मोहिमेच्या 'सामुद्री प्रवासाचा तपशील' (Navigational Record) देऊ शकला नाही आणि तो युरोपला पळून गेला. पेरीला मात्र संशयाचा फायदा मिळाला. भौगोलिक उत्तर ध्रुवावर पोहोचल्याच्या पेरीच्या दाव्यातील सत्यासत्य काहीही असेल, परंतु बहुतेकांना आता तो दावा फोलच वाटतो. त्यावरील चर्चा मात्र नंतर थांबली. नंतरच्या आर्थिक प्रायोजकांच्या दृष्टीने मात्र उत्तर भौगोलिक ध्रुवावर निर्णायकपणे दावा सांगितला गेला होता.

अशा शोध / साहसमोहिमांमधील सहभागामुळे मिळणाऱ्या प्रसिद्धीसाठी कित्येक जण प्रोत्साहित होऊन, जगाच्या कानाकोपऱ्यातील अज्ञात प्रदेशांमध्ये जाऊन हातपायच काय, पण जीव आणि पतपण गमवायला तयार होते. उत्तर ध्रुवीय प्रदेशातील भूभाग एकदा जगाच्या नकाशावर आल्यावर साहसवीरांचे दक्षिणेकडे लक्ष गेले होते. या खऱ्या खोट्या दोन दाव्यांना प्रसिद्धी मिळाल्यावर अमेरिकेने त्याचा फायदा उठवायचे ठरवले. सन १९०९ संपता संपता पेरीने, १९११ मध्ये

'वेडेल' समुद्रात तळ उभारून भौगोलिक दक्षिण ध्रुव गाठण्यासाठी तो अमेरिकन मोहीम काढणार असल्याची घोषणा केली. एकूण त्या वर्षामध्ये सात मोहिमा काढण्याच्या घोषणा केल्या गेल्या. अमेरिकेच्या बरोबरीनेच स्कॉटलंड, ब्रिटन, नॉर्वे, जपान, जर्मनी आणि ऑस्ट्रेलिया/ न्यू-झीलंडया देशांनी दक्षिण ध्रुवीय प्रदेशात शोध / साहसमोहिमा काढण्याच्या घोषणा केल्या, परंतु बहुतेकांचे उद्दिष्ट मात्र भौगोलिक दक्षिण ध्रुवावर प्रथम पोहोचण्याचा मान मिळवण्याचे होते.

रॉबर्ट फाल्कन स्कॉटच्या मते मात्र शॅकल्टनने सुरू केलेले कार्य तडीस नेण्याची जबाबदारी फक्त एकाच देशाची होती. 'ते जे काही शेवटी थोडेफार अंतर राहिले होते ते चालून जाण्याची जबाबदारी इंग्लंडचीच होती.' आणि त्यासाठी सन १९१२चा मुहूर्त निश्चित केला गेला.

एक नवीन प्रदेश

रॉबर्ट स्कॉट आणि 'टेरा नोव्हा' मोहीम (१९१०-१९१३)

माणसाने एखाद्या अज्ञाताबद्दल काल्पनिक भूते उभी करून त्याचा संपूर्ण नायनाट करण्याचे ध्येय बाळगण्यापेक्षा, त्या अज्ञाताचा अथक शोध घेत आपल्या स्वत:च्या छोट्या, संकुचित जगाच्या जाणिवांच्या कक्षा विस्तारण्याचे ध्येय ठेवणे कधीही चांगले.

थॉमस हेन्री हक्सले (१८२५-१८९५)

शॅकल्टनचा दक्षिण भौगोलिक ध्रुवावर पोहोचण्याचा सन १९०९ मधील प्रयत्न अगदी थोडक्या अंतराने चुकल्यावर रॉबर्ट स्कॉटने त्याच्या बऱ्याच दिवसांपासून ठरवलेल्या मोहिमेच्या योजनेला गती देण्याचे ठरवले. त्याच्या मोहिमेला रॉयल जिऑग्राफिक सोसायटीकडून काही मदत मिळण्याची किंवा काही सहानुभूतिपूर्वक विचार तरी होण्याची शक्यता आहे का याची त्याने आडून आडून चाचपणी केली. त्याची रॉयल जिऑग्राफिक सोसायटीकडून खूप मोठ्या मदतीची अपेक्षा ही नव्हती, परंतु त्याला त्याच्या मोहिमेसाठी त्या सोसायटीच्या अधिकृत मान्यतेची मात्र नक्कीच गरज होती. लिओनार्ड डार्विनने त्याला एक सल्ला दिला - 'तुझ्या या नव्या मोहिमेमध्ये तू जर दक्षिण भौगोलिक ध्रुवाच्या आणखी जवळ जाण्याचा किंवा त्यावर पोहोचण्याच्या उद्दिष्टाबरोबरच काही नवीन भूशास्त्रीय संशोधन किंवा काही नवीन वैज्ञानिक शाखांमधील संशोधनाच्या तयारीची जोड दिलीस तर तुझ्या मोहिमेला सोसायटीची नक्कीच सहानुभूती मिळेल, मान्यताही मिळेल.'

सरकार दरबारी आणि समाजामध्ये स्कॉटला चांगली प्रतिष्ठा होती, नाव होते. रॉयल जिऑग्राफिक सोसायटीचे सदस्यत्व महिलांना देण्यावरून झालेल्या गोंधळाच्या आठवणी ताज्या असतानाच मार्कहॅम यांनी नोव्हेंबर १९११ मध्ये लॉर्ड कर्झन यांना लिहिले— 'त्याने आपल्या मोहिमेला यश मिळवून दिले होते आणि त्या वेळी ते

आपल्यासाठी खूपच महत्त्वाचे होते. त्यासाठी तरी आपण कृतज्ञ असलेच पाहिजे. महिलांना सोसायटीचे सदस्यत्व देण्यावरून जो गोंधळ झाला होता आणि आपली जी नाचक्की झाली होती ती त्याच्या यशामुळे थोड्याफार प्रमाणात भरून निघाली असेच म्हणावे लागेल. स्कॉटच्या मोहिमेतील वैज्ञानिक संशोधनाच्या भागाला संपूर्ण पाठिंबा देण्याचे रॉयल जिऑग्राफिक सोसायटीने मान्य केले.

स्कॉटने आपल्या मोहिमेची घोषणा लगेचच न करण्याचे ठरवले. त्याने त्याच्या दक्षिणेकडील मोहिमेची बातमी जगाला देण्याआधी मोहिमेची सर्व दृष्टीने काटेकोर तयारी करण्यावर भर देण्याचे ठरवले. परंतु सप्टेंबर १९०९ मध्ये कॅप्टन कूक आणि पेरी यांनी उत्तर भौगोलिक ध्रुवासंबंधी केलेल्या दाव्या प्रतिदाव्यांमुळे त्याचा नाइलाज झाला.

१३ सप्टेंबर १९०९ रोजी 'द टाइम्स' या वर्तमानपत्रामध्ये स्कॉट याच्या दक्षिण भौगोलिक ध्रुवावर ब्रिटनच्या वतीने दावा सांगण्याच्या संभाव्य प्रयत्नाबरोबरच नव्या भूभागाचा शोध, त्याचप्रमाणे भूगर्भशास्त्र, जीवशास्त्र, चुंबकीय क्षेत्र आणि हवामानशास्त्र इ. वैज्ञानिक शाखांतील संशोधनाची वेगवेगळी उद्दिष्टे ठेवणाऱ्या मोहिमेची बातमी प्रसृत झाली. या मोहिमेत तेथील थंडीचा काळ टाळण्यासाठी शॅकल्टनच्या मोहिमेप्रमाणेच साहसवीरांना घेऊन जाणारे जहाज त्यांना दक्षिणेकडे सोडून परत येणार होते. या मोहिमेसाठी खर्चाची मर्यादा, शॅकल्टनच्या मोहिमेसाठी आलेल्या खर्चापेक्षा कमीच म्हणजे ४० हजार पौंड एवढी ठरवण्यात आली. आणि देणगीदारांना, प्रायोजकांना देणग्या '३६ व्हिक्टोरिया स्ट्रीट, लंडन' या पत्त्यावर पाठवण्याचे आवाहन करण्यात आले.

'रॉयल जिऑग्राफिक सोसायटीच्या मासिकात स्कॉटने त्याच्या मोहिमेची रूपरेषा स्पष्ट करताना लिहिले होते — मॅकमर्डो साउंड येथील त्यांच्या मुख्य तळावरून एकूण तीन पथके वेगवेगळ्या उद्देशाने निघतील, प्रत्येक पथकात एक भूवैज्ञानिक असेल. दक्षिणेकडे जाणाऱ्या पथकाचे उद्दिष्ट दक्षिण भौगोलिक ध्रुव गाठणे हे असेल, पश्चिमेकडे जाणाऱ्या पथकाचे उद्दिष्ट संपूर्ण 'व्हिक्टोरिया लँड'चा शोध घेणे हे असेल तर पूर्वेला जाणारे सहा साहसवीरांचे पथक 'किंग एडवर्ड VII लँड'वर किंवा त्याजवळ दक्षिणेकडील हिवाळा व्यतीत करेल आणि त्या काळामध्ये वैज्ञानिक परीक्षणे नोंदवेल, निरनिराळे प्रयोग करेल. याचा शॅकल्टनने प्रयत्न केला होता, परंतु त्याला यश मिळाले नव्हते. दक्षिण भौगोलिक ध्रुव गाठणे हे नक्कीच महत्त्वाकांक्षी लक्ष्य होते, स्कॉटने लिहिले, कारण अजूनपर्यंत तेथे माणूस पोहोचलेला नाही, तिथे पोहोचण्याची इच्छा बाळगणे, स्वप्न बघणे म्हणजे आपण एक देश म्हणून अजूनही काही कठीण ध्येय समोर ठेवून ते साध्य करण्यासाठी प्रयत्न करू शकतो, मानवजातीच्या प्रगतीसाठी, ज्ञानाच्या कक्षा रुंदावण्यासाठी हातभार लावू शकतो

याचेच हे निदर्शक आहे.'

वर उल्लेखलेल्या विज्ञानाच्या इतर शाखांमधील संशोधनामुळे मिळणाऱ्या माहितीतून एकंदरीतच दक्षिण ध्रुवीय प्रदेशाच्या समजण्याला मोलाची मदत होणार होती. उदाहरणच द्यायचे झाले तर एक 'मॅकमर्डो साउंड' हा भूभाग सोडला तर 'ग्रेट आइस बॅरियर'च्या पलीकडल्या भागाची अजिबातच माहिती नव्हती. 'किंग एडवर्ड VII लँड' हा ही एक भूभाग असाच होता जिथे अजूनपर्यंत माणसाने पाय ठेवला नव्हता आणि त्याबद्दल काहीही माहिती नव्हती. तो एक बेटांचा समूह आहे का? व्हिक्टोरिया लँडशी तो कोणत्याही प्रकारे संलग्न आहे का? इ. प्रश्नांची उत्तरे शोधण्याचे स्कॉटने ठरवले होते.

स्कॉट याचे असे मत होते की, फक्त चाललेल्या अंतरांची नोंद ठेवणे एवढेच साहसवीरांचे काम नाही तर त्याहीपेक्षा मोठी जबाबदारी त्यांच्या खांद्यांवर आहे. त्यांना या अद्‌भुत प्रदेशाला भेट देण्याच्या मिळालेल्या संधीचा तेथील नैसर्गिक घडामोडींचा, वेगळेपणाचा अभ्यास करून तसेच फक्त तिथेच बघायला मिळणाऱ्या दगडांचा, वनस्पतींचा अभ्यास करून विज्ञानाच्या क्षेत्रात भर घालणे हे अपेक्षित आहे, ते त्यांचे कर्तव्यच आहे. आणि हे एकट्यादुकट्याचे किंवा एकाच विज्ञानशाखेत पारंगत असलेल्या अनेकांचे काम नाही. यासाठी विविध ज्ञानशाखांतील विशेष ज्ञान असलेल्या तज्ज्ञांची गरज आहे. या नौदल अधिकाऱ्याने 'डिस्कव्हरी' मोहिमेवरून हा धडा घेतला होता आणि या वेळेला त्याच्या मोहिमेमध्ये विज्ञानाच्या विविध शाखांमधील शास्त्रज्ञांचे एक पथकच असणार होते.

'चार्ल्स रॉइड' (Charles Royds) हा स्कॉटच्या आधीच्या दक्षिणेकडील मोहिमेत त्याच्याबरोबर होता. त्या मोहिमेमध्ये त्याने अनेक जबाबदाऱ्या सांभाळल्या होत्या आणि तो त्या मोहिमेतील हवामानतज्ज्ञ होता. मोहिमेतून परतल्यावर त्याने 'रॉयल मेटेरेओलॉजिकल सोसायटी'च्या सदस्यांपुढे भाषण दिले - 'मला खरोखरच मनापासून वाईट वाटते की इंग्लंडहून निघण्याआधी मी माझ्या कामासंबंधी संपूर्ण माहिती करून घेतली नाही.' रॉइडने अगदी प्रांजळपणे कबुली दिली, 'कशा प्रकारे आणि कोणती निरीक्षणे नोंदवायची याची मला नक्की माहिती नव्हती, कल्पना नव्हती. काही शास्त्रीय उपकरणे कशी वापरायची याचे मला प्राथमिक ज्ञान नव्हते आणि माझ्याकडून लोकांच्या नक्की काय अपेक्षा आहेत याबद्दल मी संपूर्ण अनभिज्ञ होतो. झाल्या प्रकाराबद्दल मी खरोखरच मनापासून आपली माफी मागतो.'

त्या मोहिमेनंतर मिळालेल्या विविध माहितीच्या आधारे तयार केलेल्या अहवालात हवामान खात्याने असे गृहीत धरले होते - आणि ते साहजिकच होते - की रॉइडने उल्लेख न केलेली चुंबकीय क्षेत्राची दिशा ही भौगोलिक संदर्भ लक्षात घेऊनच दिलेली असणार. त्यानंतर 'Times Literary Supplement' मध्ये हवामान

खात्याने सादर केलेल्या अहवालावर आलेले परीक्षण वाचणे हा एक फार मोठा दुःखद अनुभव होता. 'ज्यांच्यावर देशाच्या कारभाराची जबाबदारी टाकली आहे त्यांना वैज्ञानिक संशोधनाचे महत्त्व आणि गांभीर्य पटण्यासाठी इंग्लंडच्या जनतेला अजून किती काळ वाट पाहावी लागणार आहे? बहुतेक या निष्काळजीपणामुळे जेव्हा काही मोठे अपघात घडतील किंवा मोठी नैसर्गिक अरिष्टे कोसळतील तेव्हाच त्यांना शहाणपण येईल.'

स्कॉटच्या मते चूक हवामान खात्याची होती, परंतु आता जे नुकसान व्हायचे ते झाले होते. डिस्कव्हरी मोहिमेच्या दरम्यान इतर वैज्ञानिक शाखांमधील झालेल्या संशोधनावर टीकेची झोड उठली होती. त्या मोहिमेतील दुसरे महत्त्वाचे शास्त्रज्ञ 'जॉन वॉल्टर ग्रेगरी' यांनी मतप्रदर्शन केले की, 'दक्षिणेकडे खोल समुद्रातील वनस्पती जीवनाबाबतच्या ज्ञानामध्ये आणखी काही भर पडण्याची अपेक्षा करता येण्यासारखी नाही हा विचारच निराशाजनक आहे, मोहिमेच्या दरम्यान बऱ्याच वेळा ज्या गोष्टी सहजपणे बघण्यात यायला हव्या होत्या त्या अपघातानेच निरीक्षणास आल्या आणि ती निरीक्षणे नंतर उपयोग होईल अशा अचूकतेने नोंदवली गेली नाहीत.' सन १९०८ मध्ये झालेल्या 'फिजिकल सोसायटी ऑफ लंडन'च्या एका मीटिंगमध्ये त्या सोसायटीच्या अध्यक्षांनी, चार्ल्स क्री यांनी वैज्ञानिक संशोधनातील एकंदरीत ढिसाळपणावर नाराजी व्यक्त करताना म्हटले होते की, 'या पुढील दक्षिण ध्रुवीय प्रदेशामध्ये, मोहिमांदरम्यान केल्या जाणाऱ्या वैज्ञानिक संशोधनाचा दर्जा राखण्यासाठी 'वैज्ञानिक कोर्ट मार्शल'सारखी एखादी योजना अमलात आणली पाहिजे.' यातून एक संदेश स्पष्ट होता - स्कॉटच्या मोहिमेवर बारीक लक्ष असणार होते.

या पार्श्वभूमीवर स्कॉटने रॉयल जिऑग्राफिक सोसायटीला आश्वस्त करताना सांगितले की, या आधीच्या कोणत्याही मोहिमेपेक्षा माझ्या मोहिमेमध्ये मी जास्त संख्येने शास्त्रज्ञ आणि वैज्ञानिक दृष्टिकोन बाळगणाऱ्यांचा समावेश केला आहे, त्याचप्रमाणे विविध प्रकारची वैज्ञानिक उपकरणे घेण्याची तयारी केली आहे. सर्वप्रथम त्याने त्याचा जुना मित्र आणि डिस्कव्हरी मोहिमेतील सहकारी, 'एडवर्ड विल्सन' याच्याशी संपर्क साधला. त्याने या मोहिमेतील प्राणिशास्त्रज्ञ आणि मुख्य वैज्ञानिक म्हणून जबाबदारी सांभाळण्याची तयारी दर्शवली. आणि त्या दोघांनी या नव्या महत्त्वाकांक्षी मोहिमेसाठी सहकाऱ्यांच्या निवडीला सुरुवात केली.

त्या काळातील वैज्ञानिकांपुढील सर्वांत मोठा प्रश्न, दक्षिण ध्रुवीय प्रदेशाचे पृथ्वीवरील एकंदरीत हवामानाच्या पद्धतीमध्ये, रचनेमध्ये काय स्थान आहे, हा होता. आधीच्या काळामध्ये अशी एक थिअरी, असा एक विचार मांडला गेला होता की अतिदक्षिणेकडे कमी दाबाचे वातावरण असल्यामुळे साहजिकच त्या भागाकडे अगदी दक्षिण

ध्रुवापर्यंत हवा ओढली जाते. तिथून परत वरच्या दिशेने तिचा प्रवास सुरू होतो आणि ती ठरावीक उंचीवर पोहोचल्यावर परत खालच्या दिशेने विषुववृत्तीय प्रदेशाकडे प्रवास सुरू होतो. वर जाणाऱ्या हवेमुळे दक्षिण ध्रुवीय प्रदेशात मोठ्या प्रमाणात बर्फ पडायला मदत होत असणार आणि त्यामुळे तो प्रदेश कायमचा बर्फाच्छादित राहत असणार. परंतु सन १८९८ मध्ये रॉयल सोसायटीच्या एका चर्चासत्रामध्ये बोलताना रॉस यांनी नोंदवलेल्या 'दक्षिणेकडे वाहणाऱ्या वाऱ्यामुळे अतिदक्षिणेकडे बहुतांशी आकाश निरभ्र असते, परिणामी दक्षिण भौगोलिक ध्रुवाजवळ अवादळी पण मोठ्या प्रमाणावर अतिदाबाचे वातावरण असते' या निरीक्षणावरून 'जॉन मरे' यांनी आधीच्या समजाला संपूर्णपणे छेद देणारा निष्कर्ष काढला. हा अगदी विरुद्ध असा विचार खरा असेल तर त्याचा अर्थ 'दक्षिण ध्रुवावर हवा खालच्या बाजूला उतरत असणार आणि तिची दिशा खालच्या बाजूला असणार. त्यामुळे तिथे बर्फ पडण्याचे प्रमाण त्या मानाने कमी असणार म्हणजेच उत्तर ध्रुवीय प्रदेशाच्या तुलनेत दक्षिण ध्रुवीय प्रदेशातील बर्फ हे खूप पुरातन काळापासून हळूहळू साठत आलेले असणार.'

या निष्कर्षाच्या समर्थनार्थ काही पुरावे उपलब्ध झाले होते. 'बेल्जिका' मोहिमेच्या दरम्यान वाऱ्याच्या दिशा बदलासंबंधी, म्हणजे हिवाळ्यामध्ये वाहणारे पश्चिमी वारे आणि उन्हाळ्यामध्ये वाहणारे पूर्वेकडील वारे, अशी काही निरीक्षणे नोंदवली गेली होती. याचाच एक संभाव्य अर्थ असाही निघतो की, गृहीत धरलेले अ-वादळी हवामान हिवाळ्यामध्ये पूर्व गोलार्धातील थंडीमुळे त्या दिशेने सरकते. याचा अर्थ त्या बर्फाच्छादित भागामधील अतिदाबाच्या हवामानाचे अस्तित्व हाच एकमेव महत्त्वाचा घटक नाही. त्या बर्फाच्छादित खंडाचा खूप मोठा भाग हा पूर्व गोलार्धात आहे हे आता सिद्ध झाले आहे. ढगांच्या आणि 'इरेबस' ज्वालामुखीतून निघणाऱ्या धुराच्या निरीक्षणातून असे दिसून आले आहे की हवेच्या वरच्या थराची दिशा दक्षिण ध्रुवाकडे राहिली आहे आणि पृष्ठभागालगतचा अतिथंड हवेचा थर हा पंधराशे मीटरपेक्षा जास्त उंचीचा नाही.

परंतु हे सर्व खरे असेल तर दक्षिण ध्रुवीय प्रदेशातील त्या प्रचंड बर्फाच्या साठ्याबाबत समाधानकारक असे कोणते कारण देता येईल? 'डिस्कव्हरी' मोहिमेनंतर स्कॉटने एके ठिकाणी मत मांडले होते की, 'मला हे कबूल केले पाहिजे की, आम्ही अनुभवलेले दक्षिणी वारे - उबदार बर्फाचे वारे - हे अजूनही एक कोडेच आहे, त्याचे नक्की कारण अजूनपर्यंत सांगता आलेले नाही. अगदी कडाक्याच्या हिवाळ्यातपण या वाऱ्याचे तपमान +१० ते +१५ अंश फॅरेनहाईट एवढे होते.' स्कॉट यांनी आधी असे मत मांडले होते की या उबदार वाऱ्यांचा आणि मोठ्या प्रमाणातल्या बर्फवृष्टीचा परस्परसंबंध आहे, म्हणजेच यातून असे सूचित होते की आजच्या काळापेक्षा हिमयुगातील दक्षिण ध्रुवीय प्रदेशातील वातावरण अधिक उबदार होते. थोडक्यात

या नवीन खंडातील हवामानाबद्दल, ऋतुचक्राबद्दल कोणालाच नक्की काही माहीत नव्हते.

'बोर्चग्रेव्हिंक' याच्या दक्षिण ध्रुवीय मोहिमेमध्ये हवामानाच्या निरीक्षणाची आणि अभ्यासाची जबाबदारी 'लुइस बर्नाच्ची' याची होती. या विषयावर नंतर त्याने विस्तृत लिखाणही केले. जवळजवळ एका वर्षापेक्षा जास्त काळ अनेक प्रकारच्या शास्त्रीय उपकरणांच्या साहाय्याने त्याने रोजच्या कमाल-किमान तपमानांची, हवेच्या दाबाची, वाऱ्यांच्या दिशांची आणि वेगांची निरीक्षणे करून नोंदी ठेवल्या. प्रयोग करताना, निरीक्षणे नोंदवताना त्याला अतिदक्षता घ्यावी लागत होती, कारण एकतर बहुतेक शास्त्रीय उपकरणे ही प्राथमिक अवस्थेमध्ये होती आणि दुसरे म्हणजे तेथील अतिथंड हवामानाचा त्यांच्या कामगिरीवर परिणाम होत होता. उदाहरणच द्यायचे झाले तर दक्षिण ध्रुवीय प्रदेशामध्ये हिवाळ्यामध्ये तपमान इतके कमी असते की तिथे पारा गोठतो आणि नेहमीच्या थर्मामीटरचा वापर करता येत नाही, त्यासाठी स्पिरीटच्या थर्मामीटरचा वापर करावा लागतो. परंतु इतक्या टोकाच्या कमी तपमानात थर्मामीटरमधील स्पिरीटपण योग्य पातळी दाखवेलच याची खात्री देता येत नाही. वाऱ्याचा वेग मोजण्यासाठी 'कप ॲनीमोमीटर'चा वापर केला जायचा, परंतु जसजसा वेळ जाईल तसतसे त्याच्या दर्शकामध्येपण फरक जाणवायला लागायचा आणि ताशी १४५ किमी.पेक्षा जास्त वेगाने वाहणाऱ्या वाऱ्यांमध्ये तर ते उपकरण कामच करायचे नाही. मोहिमेहून परतल्यावर 'बर्नाच्ची' यांनी विविध शास्त्रीय उपकरणांमध्ये, त्यांची कामगिरी उंचावण्यासाठी अनेक प्रकारच्या सुधारणा सुचवल्या. या आधीच्या अनुभवावरून आणि 'रॉइड'च्या दुर्दैवी कबुलीवरून स्कॉटने त्या प्रकाराची पुनरावृत्ती टाळण्याच्या दृष्टीने त्याच्या मोहिमेसाठी योग्य ते धडे घेतले होते.

त्या दृष्टीने तयारी करण्यासाठी स्कॉट आणि विल्सन यांनी भारतीय हवामान खात्यामध्ये काम करणाऱ्या जॉर्ज सिम्पसन या व्यावसायिक हवामानतज्ज्ञाची निवड केली. सिम्पसनने उत्साहाने ताबडतोब त्याच्या गावांमधून ५०० पौंड इतका निधी गोळा केला आणि ऑटोमिक रेकॉर्डिंग थर्मोमीटर्स, बॅरोमीटर्स, ॲनीमोमीटर्स आणि दक्षिण ध्रुवीय प्रदेशातील हवामानाचा जास्तीतजास्त सर्वांगीण अभ्यास करण्यासाठी फुगे इ. गोष्टींची खरेदी केली. त्याने मोहिमेच्या तयारीसाठी रॉयल जिऑग्राफिक सोसायटीने 'Hints to Travellers' या साहसवीरांसाठी काढलेल्या मार्गदर्शक पुस्तिकेमध्ये केलेल्या सूचनांचे तंतोतंत पालन केले. त्याने 'क्यू' येथून विविध प्रकारची शास्त्रीय उपकरणे नियमित (Calibrate) करून घेतली. या वेळेला केल्या गेलेल्या शास्त्रीय निरीक्षणांच्या, नोंदीच्या विश्वासार्हतेबाबत प्रश्नच असणार नव्हता.

स्कॉटने मोहिमेसाठी, विज्ञानाच्या विविध शाखांमधील तज्ज्ञांची निवड करण्यासाठी अनेकांशी, अगदी 'एजवर्थ डेव्हिड' सकट सल्लामसलत केली, चर्चा केली.

एजवर्थ डेव्हिडचे आणि ऑस्ट्रेलियामध्ये राहणाऱ्या त्याच्या बायकोचे संबंध आता सुधारले होते. डेव्हिडच्या यादीमध्ये पहिले नाव होते 'डग्लस मॉसन'चे. ते वर्ष संपता संपता तो लंडनला जाणार होता. लंडनला जाण्याआधी त्याने स्कॉटला तार करून दक्षिण ध्रुवीय मोहिमेतील संभाव्य वैज्ञानिक संशोधनाबाबत चर्चा, विचारविनिमय करण्यासाठी तो उपलब्ध असेल का याची चौकशी केली. स्कॉट यांनी तत्काळ होकार कळवला, परंतु हा तरुण ऑस्ट्रेलियन शास्त्रज्ञ मोहिमेमध्ये सहभागी होण्यासाठी फारसा उत्सुक नव्हता हे बघून स्कॉट याला खूप आश्चर्य वाटले.

त्याऐवजी मॉसनने स्कॉटला त्याच्या मोहिमेमध्ये 'केप अडर'चा समावेश करण्याचा विचार आहे का म्हणून विचारणा केली. मॉसनने नंतर त्याच्या डायरीमध्ये लिहिले— 'त्याचा तसा विचार नसल्याचे त्याने मला सांगितले. मी त्याला त्या भूभागाचे महत्त्व पटवून देण्याचा प्रयत्न केला आणि सांगितले की मला आणि माझ्याबरोबर दोघांना त्या किनाऱ्यावर, भूभागावर उतरवण्याची त्याची तयारी असेल तर माझी त्याच्या मोहिमेमध्ये सहभागी होण्याची तयारी आहे. त्याने मला त्याच्या मोहिमेमध्ये सहभागी होण्यासंबंधी विचार करण्यासाठी आणि माझा निर्णय कळवण्यासाठी तीन आठवड्यांची मुदत दिली. आम्ही त्या दिवशी सकाळपासून दुपारी तीनपर्यंत चर्चा करत होतो. त्याने मला दोन वर्षांच्या कालावधीसाठी ८०० पौंड एवढी रक्कम देऊ केली, शिवाय काही अघटित घडले नाही तर दक्षिण भौगोलिक ध्रुवावर पोहोचण्याचा प्रयत्न करणाऱ्या तीन जणांच्या पथकामध्ये माझाही समावेश असेल असे आश्वासन दिले.

परंतु दक्षिण भौगोलिक ध्रुवावर प्रथम पोहोचण्याच्या संधीचे 'मॉसन' याला काही विशेष आकर्षण नव्हते. तर त्याला त्या प्रदेशामध्ये वैज्ञानिक संशोधन करायला मिळण्याच्या संधीचे विशेष महत्त्व वाटत होते. त्या दृष्टीने त्याची 'केप अडर' या भूभागाची सूचना महत्त्वाची होती. 'बोर्चग्रेव्हिंक' याच्या पहिल्या दक्षिण ध्रुवीय मोहिमेच्या वेळी त्याने त्या भागातील भूभागांचे नमुने गोळा केले होते आणि डेव्हिडने त्यावर नंतर केलेल्या संशोधनावरून, अभ्यासावरून त्या भूभागाचा आणि ऑस्ट्रेलियाचा काही संबंध असावा असे पुरावे मिळाले होते. त्या दोन खंडांना जोडणाऱ्या भूमार्गाशी याचा काही संबंध असावा हे दर्शवणारा हा पुरावा होता. मॉसनने डेव्हिडला, शॅकल्टनच्या दक्षिण ध्रुवीय मोहिमेमध्ये सहभागी होण्यासंबंधी लिहिताना हेच विचार त्याच्या डोक्यात घोळत होते.

त्याच महिन्यामध्ये नंतर 'मॉसन'ने स्कॉट आणि विल्सन यांची मोहिमेच्या कार्यालयामध्ये भेट घेतली. या मोहिमेच्या एकूणच तयारीमध्ये स्कॉट अगदी बुडून गेला होता आणि मॉसनच्या म्हणण्याप्रमाणे जेव्हा त्याने स्वतःच स्वतंत्रपणे उत्तरेकडे जाण्याची तयारी दर्शवली तेव्हा त्याने काहीशी सावध भूमिका घेतली. स्कॉट

म्हणाला की त्याची स्वत:ची पण उत्तरेकडील किनाऱ्यावर काही काम करण्याची इच्छा होती, परंतु त्याबद्दल लगेचच नक्की काही सांगणे / ठरवणे शक्य नव्हते. परंतु जहाज परतल्यावर उत्तरेकडील किनाऱ्यावर बोटीने जाऊन काही नमुने गोळा करण्याचे त्याच्या मनात नक्की होते. या सगळ्यानंतर तरीपण मॉसनने त्याला जर मोहिमेतील मुख्य शास्त्रज्ञाचा दर्जा दिला असता तर स्कॉटच्या मोहिमेत सहभागी होण्याबाबत विचार केला असता, परंतु विल्सनला तो दर्जा आधीच बहाल करण्यात आला होता. यावरून एकंदरीत असे वाटते की मॉसनला मोहिमेपासून दूरच राहायचे होते. त्याने त्याच्या डायरीमध्ये लिहिले होते - 'माझे डॉ. विल्सन या व्यक्तीबरोबर जमणे कठीणच आहे.'

डॉ. विल्सन यांनी एजवर्थ डेव्हिड यांना नंतर मॉसन याच्या मोहिमेमध्ये सहभागी न होण्याबाबतच्या निर्णयाचे कळवले. डॉ. विल्सन यांनी मॉसन याच्या सहभागी न होण्याचे कारण देताना म्हटले होते, 'त्याचे म्हणणे असे की 'किंग एडवर्ड लँड' असो किंवा 'मॅकमर्डो साउंड' चा दक्षिण-पश्चिम किनारा असो, त्याच्या लायकीचे असे करण्याजोगते काही कामच नव्हते. परंतु कॅप्टन स्कॉटने जर त्याला त्याच्या म्हणण्याप्रमाणे केप नॉर्थच्या पश्चिमेकडील किनाऱ्यावर कुठेही उतरवण्याची तयारी दाखवली असती तर तो त्याच्या निर्णयाचा पुनर्विचार करायला तयार होता. परंतु जोपर्यंत किंग एडवर्ड लँडवरील ठरलेली कामगिरी पार पडत नाही तोपर्यंत इतर गोष्टींचा विचार करणेपण शक्य नव्हते.' फेब्रुवारी १९१० मध्ये मॉसनने सुचवलेला वैज्ञानिक संशोधनाचा आराखडा, ब्रिटिश मोहिमेच्या दरम्यान प्रामुख्याने करायच्या यादीमध्ये खूप खालच्या क्रमांकावर होता.

डेव्हिडने त्याच्या बदली तीन तरुण वैज्ञानिकांची नावे सुचवली. रेमंड प्रिस्टले जो शॅकल्टनबरोबर त्याच्या आधीच्या मोहिमेत होता, फ्रँक डेबेनहॅम आणि ग्रिफीथ टेलर यांपैकी ग्रिफीथ टेलर हा त्याच्या, काहीशा अतिरेकीपणाकडे झुकणाऱ्या, परंतु ठाम मतासाठी ओळखला जायचा. नंतरच्या काळात एके ठिकाणी मतप्रदर्शन करताना त्याने म्हटले होते की, 'ज्या वेळी थर्मामीटरमधला पारा ७५ अंश फॅरेनहाइटपेक्षा जास्त तपमान दाखवतो, त्या वेळी तशा परिस्थितीत ब्रिटिश लोकांची बौद्धिक आणि शारीरिक गती कुंठितच होते. परंतु तरीही तो एक चांगल्या दर्जाचा भूवैज्ञानिक होता हे खरे.'

मॉसन त्याला चांगले ओळखत होता आणि स्कॉट यांनी त्यांच्या मोहिमेमध्ये 'केप अडर' या भूभागाचा समावेश न करण्याबद्दल त्याने नाराजी व्यक्त केली. ''मी आता माझी स्वत:चीच मोहीम काढण्याचा विचार करतो आहे. जे काम करणे जरुरीचे आहे ते काम स्कॉट करणार नाही. परंतु मला हेही मान्य आहे की मोहिमेचा आवाका वाढवणे म्हणजे दक्षिण भौगोलिक ध्रुवावर पोहोचण्याच्या मूळ उद्दिष्टापासून

भरकटण्यासारखे आहे. म्हणूनच मी माझे म्हणणे आणखी ताणून धरत नाही. परंतु माझ्या मते एक गोष्ट नक्की की शॅकल्टनच्याच जुन्या मार्गाने दक्षिण ध्रुवीय प्रदेश गाठण्याच्या प्रयत्नात तो नवीन प्रदेशातील वैज्ञानिक संशोधनाच्या प्रमुख संधी गमावतो आहे. ते काहीही असले तरी अमेरिकनांना या शर्यतीत हरवलेच पाहिजे.''

या मोहिमेमध्ये इतर काही जणांचा समावेश केवळ आर्थिक आणि त्यांच्या उपयोगितेमुळे केला गेला. स्कॉटच्या आधीच्या मोहिमांमध्ये फोटोग्राफरचे काम मोहिमेतीलच कोणाही एकाला दिले जायचे. आता त्यांनी या मोहिमेमध्ये एका व्यावसायिक फोटोग्राफरची एक सदस्य म्हणून निवड केली. 'हर्बट पाँटिंग' हा एक कॅमेऱ्यामागचा कलाकार होता. त्याच्यावर मोहिमेमध्ये फोटो आणि फिल्म काढण्याची जबाबदारी होती. त्याच्या कामामुळे मोहिमेसाठी निधी जमवण्याच्या कामाला मोठीच मदत होणार होती. विशेषकरून दक्षिणेकडील उन्हाळ्यामध्ये परतल्यावर काढलेले फोटो/ फिल्म दाखवून/ प्रदर्शित करून मोहिमेच्या दुसऱ्या वर्षासाठी निधी जमवण्याच्या कामाला पाठबळ मिळणार होते.

अॅपस्ले चेरी गेरार्ड हा खरेतर सैन्यातला माणूस, तो चेरी या नावाने ओळखला जायचा आणि कॅप्टन लॉरेन्स टीट्स ओट्स हा टीटस नावाने ओळखला जायचा. हे दोघेही प्रत्येकी १००० पौंड देऊन सहभागी झाले. ज्या वेळी स्कॉटला कुणकुण लागली की 'वेल्श दक्षिण ध्रुवीय मोहिमेचे' नेतृत्व करणारा एडवर्ड टेडी इव्हान्स म्हणजेच टेडी जो १९०३ साली शॅकल्टनला दक्षिण ध्रुवीय मोहिमेतून मध्येच परत आणणाऱ्या 'मॉर्निंग' या जहाजावर एक अधिकारी होता. याच्या रूपाने प्रतिस्पर्धी निर्माण होण्याची शक्यता आहे तेव्हा स्कॉटने या तरुण लेफ्टनन्ट लाच त्याच्या मोहिमेत सहभागी होण्याचे आणि द्वितीय अधिकारी म्हणून जबाबदारी सांभाळण्याचे आमंत्रण दिले. इव्हान्सने स्कॉटचे आमंत्रण तत्काळ स्वीकारले.

सन १९०९ हे काही लोकांकडे देणग्या मागायला जाण्यासाठी योग्य असे वर्ष नव्हते. चॅन्सेलर डेव्हिड लॉइड जॉर्ज यांनी श्रीमंतांवर जादा कर लादणारा आणि त्या मार्गाने पैसे गोळा करून, देशाच्या संपत्तीचे पुनर्वाटप करून ब्रिटनमधील गरिबी हटवण्याचे स्वप्न दाखवणारा अर्थसंकल्प सादर केला होता. त्यामुळे श्रीमंतांमध्ये एकूणच नाराजी होती. दक्षिण ध्रुवीय मोहिमा काढणारे साहसवीर आतापर्यंत श्रीमंतांकडेच मदतीच्या अपेक्षेने बघत होते, जात होते.

मोहिमेकरिता निधी जमवण्यासाठी फक्त स्कॉटच धडपडत नव्हता. एकूणच निधी उभा करणे ही गोष्ट कठीण होऊन बसली होती. स्कॉटिश मोहिमेतील सदस्यांनाही निधी जमवणे अवघड होऊन बसले होते. परिणामी ती मोहीम निघण्याबाबतच साशंकता निर्माण झाली. अमेरिकन मोहिमेशी स्पर्धा होण्याच्या शक्यतेने ब्रिटनमध्ये

निधी जमवण्याच्या प्रयत्नांना काहींशी चालना मिळाली. परंतु अटलांटिकच्या दुसऱ्या बाजूला, उत्तर ध्रुवासंबंधीच्या 'पेरी' आणि 'कूक' यांच्या दाव्या-प्रतिदाव्यांमुळे दक्षिणेकडील मोहिमांच्या शर्यतीमध्ये उतरण्यासाठी जनमत म्हणावे तसे तयार झाले नाही. त्यामुळे पुरेसा निधी जमा होऊ शकला नाही. दक्षिण ध्रुवीय प्रदेशामध्ये अमेरिकन मोहीम निघण्याचे स्वप्न सुरुवातीलाच भंगले.

अशा प्रकारे अमेरिकन आणि स्कॉटिश मोहिमा स्पर्धेतून बाहेर पडल्याने आपली स्वत:ची मोहीम सत्यात उतरवण्यासाठी स्कॉटच्या मनाने उभारी घेतली. त्याने भाषणे देण्यासाठी, काही खासगी देणगीदारांच्या भेटी घेण्यासाठी आणि वैज्ञानिक उपकरणांच्या देणग्या मिळवण्यासाठी तसेच कंपन्या आणि शाळांना भेटी देण्यासाठी देशभर दौरे सुरू केले. हे सर्व प्रयत्न करत असतानाच दक्षिण ध्रुवीय प्रदेशामध्ये सापडण्याची शक्यता असलेल्या नैसर्गिक खनिज संपत्तीबाबत कोणतेही वचन देण्याबाबत मात्र तो अत्यंत सावध होता. केवळ अशा कारणासाठी देणग्या देऊ इच्छिणाऱ्यांना शक्यतो टाळण्याच्याच प्रयत्नात तो होता. मॅन्चेस्टर येथे फेब्रुवारी १९१० रोजी एका सभेमध्ये बोलताना त्याने स्पष्ट सांगितले होते की, 'नैसर्गिक खनिजाबाबत नक्की कोणते आश्वासन देणे हे मूर्खपणाचेच ठरेल.' आणि त्या भूभागामध्ये जरी काही खनिज संपत्ती असलीच तरी तिचा मुद्दाम शोध घेतल्याशिवाय ती सापडणे शक्य नाही. परंतु मोहिमेतील त्याचा दोन नंबरचा सहकारी 'इव्हान्स' मात्र बिनधास्त होता. तो संभाव्य देणगीदारांना प्रायोजकांना अगदी बेधडकपणे आश्वासने देत होता आणि अर्थातच मोहिमेच्या निधीमध्ये त्याने मोठीच भर घातली.

स्कॉट याचे देशभर चाललेले दौरे केवळ निधी जमवण्यासाठीच नव्हते तर त्या संधीचा त्याने निरनिराळ्या क्षेत्रातील वैज्ञानिकांना, इंजिनिअर्सना भेटण्यासाठी आणि मोहिमेची रूपरेषा ठरवण्यासाठी उपयोग करून घेतला. त्याने वनस्पती अश्मांविषयीच्या तज्ज्ञ वनस्पतिशास्त्रज्ञ डॉ. मेरी स्टोपस (१८८०-१९५८) यांची मॅन्चेस्टर येथे भेट घेतली. त्या दोघांनी रात्रभर चर्चा केली आणि चर्चेच्या दरम्यान तिने स्कॉटला दक्षिण ध्रुवीय प्रदेशामध्ये २४/२५ कोटी वर्षांपूर्वी अस्तित्वात असलेल्या 'ग्लासोप्टेरीस' या 'फर्न' प्रकारामध्ये मोडणाऱ्या वनस्पतीचे अश्म मिळण्याच्या शक्यतेबाबत आणि वनस्पतिशास्त्राच्या दृष्टीने ते सापडण्याच्या महत्त्वाबद्दल पटवून दिले. तिने स्कॉटला त्याच्या मोहिमेमध्ये तिला सहभागी करून घेण्याबाबत विचारणा केली, परंतु स्कॉट यांनी तिला नम्रपणे नकार दिला. परंतु काही दिवसांनी मात्र स्कॉट यांनी त्या वनस्पती आणि अश्मासंबंधी आणखी माहिती मिळवण्यासाठी परत तिची विद्यापीठामध्ये जाऊन भेट घेतली. आधीच्या मोहिमांमध्ये जी गोष्ट घडली नव्हती ती आता घडत होती. निधी जमवण्यासाठीच्या दौऱ्यामुळे, भेटीगाठींमुळे वैज्ञानिक प्रयोगांच्या,

संशोधनाच्या कक्षा रुंदावत होत्या आणि मोहिमेदरम्यानच्या संशोधन कार्याला एक आकार येत होता.

दक्षिण ध्रुवीय मोहिमेवर जाताना परत एकदा 'डिस्कव्हरी' जहाजालाच घेऊन जाण्याचा स्कॉट याचा विचार होता, परंतु ते जहाज विकले गेले होते आणि नवीन मालक ते जहाज द्यायला तयार नव्हता. निवडण्यासाठी तशा प्रकारची जहाजेही फार नव्हती. शॅकल्टनचे 'निमरॉड' मिळण्यासारखे होते, परंतु स्कॉटने सन १९०४ मध्ये त्याची आणि त्याच्या माणसांची दक्षिणेकडून सुटका करण्यासाठी पाठवण्यात आलेल्या व्हेल माशांच्या शिकारीसाठी वापरल्या जाणाऱ्या, 'टेरा नोव्हा' या जहाजाची निवड केली. जहाजाची किंमत त्याच्या मोहिमेच्या एकूण बजेटच्या एक चतुर्थांशापेक्षा जास्त, म्हणजे १२५०० पौंड एवढी होती. जहाजाची अवस्थाही फार चांगली नव्हती. 'इव्हान्स'ने नंतर एके ठिकाणी लिहिले की 'ते जहाज अत्यंत घाण आणि दुर्लक्षिलेले होते, त्याची स्थिती एवढी खराब होती की कोणीही नौदलाचा अधिकारी त्याची पाहणी करण्यासाठी आला की माझी मलाच लाज वाटायची. ते खरोखरच खूप घाण होते.'

त्या जहाजावर, व्हेल माशांच्या शरीराचे निरनिराळे भाग धुण्यासाठी असलेले टँक काढून टाकले आणि ते जहाज अंतर्बाह्य स्वच्छ करून मोहिमेवर जाण्यासाठी योग्य असे करून घेतले. त्यावर मोहिमेतील सदस्यांना राहण्यासाठी छोट्या छोट्या केबिन करून घेतल्या, एका बाजूला प्रयोगशाळेच्या खोलीची उभारणी केली. वरच्या डेकवर मोठ्या शीतगृहाची उभारणी केली, जहाजाच्या सांगाड्याची डागडुजी करून त्याचे मजबुतीकरण केले. त्या शीतगृहामध्ये कोणतीच लोखंडाची गोष्ट नसल्यामुळे जहाजाचे होकायंत्र आणि 'लॉइड-क्रीक डीपिंग सर्कल' त्याच्यामध्येच ठेवले जाणार होते. म्हणजेच त्यामध्ये ठेवल्या जाणाऱ्या मांसासाठी घेतलेल्या १५०, मृत प्राण्यांच्या बाजूलाच वेगवेगळ्या शास्त्रीय मोजमापांची नोंद केली जाणार होती, प्रयोगपण केले जाणार होते.

सन १९०६ पासूनच बर्फावर प्रवास करण्यासाठी स्वयंचलित स्लेज बनवण्याची कल्पना स्कॉटच्या डोक्यामध्ये होती. त्यानंतर लगेचच, त्याचा 'डिस्कव्हरी' वरील जुना सहकारी आणि नौदलामध्ये इंजिनीअर असलेल्या 'रेजिनाल्ड स्केल्टन' याच्याशी त्याच्या कल्पनेला मूर्त स्वरूप देण्यासाठी आणि मोहिमेवर येण्यासंबंधी विचारणा करण्यासाठी त्याने त्यांच्याशी संपर्क साधला. स्केल्टनने त्याचा सगळा मोकळा वेळ या कामासाठी कारणी लावला. स्वयंचलित स्लेजच्या पहिल्या आराखड्याप्रमाणे नेहमीच्या स्लेजला खाली नळकांडी लावण्याची किंवा बाजूला पॅडल लावून दोन स्लेजच्या पट्ट्यांमध्ये चाके लावण्याची कल्पना होती. चाकांना गती देण्यासाठी

स्लेजवर ८ ते १० अश्वशक्तीची पेट्रोलवर चालणारी मोटार बसवली जाणार होती. या नव्या स्लेजची रचना अशा प्रकारे केली होती की माणूस ओढून नेऊ शकणाऱ्या सर्वसाधारण स्लेजच्या सामानाच्या वजनाच्या बावीस पट वजन आणि तेसुद्धा ताशी ५ किमी. वेगाने वाहून नेऊ शकतील. जर ही कल्पना यशस्वी झाली असती तर त्याने मोहिमांच्या एकूणच कार्यपद्धतीमध्ये आमूलाग्र असे बदल घडले असते.

मार्च १९०८ मध्ये तशा प्रकारचा पहिला स्वयंचलित स्लेज, फ्रेंच आल्प्समध्ये चाचणीसाठी तयार झाला. परंतु चाचणी फारशी समाधानकारक झाली नाही. स्लेजवरचे इंजीन आणि चाके त्या वातावरणात तग धरू शकली नाहीत, कुचकामी ठरली. माणसे निराश होऊन परतली. स्केल्टनने परत त्याच्या डोक्यात जी कल्पना घोळत होती त्याप्रमाणे आराखडे बनवायला सुरुवात केली. स्कॉटला लिहिलेल्या पत्रामध्ये स्केल्टनने लिहिले की, 'माझ्या डोक्यामध्ये एक नवीनच विचार घोळतो आहे. त्याप्रमाणे स्लेजची लांबी जरा वाढवायची, मोटार आता आहे तशीच ठेवायची, स्लेजच्या पुढे आणि मागे एक एक रुंद चाक लावायचे आणि त्यावरून धातूचा खाचा असलेला, फिरणारा रुंद पट्टा लावायचा म्हणजे मग स्लेज पुढे जाताना हा धातूचा पट्टा स्वत:चा मार्ग तयार करत जाईल.' ही एक फार मोठी क्रांतिकारी कल्पना होती. या कल्पनेतूनच नंतर पहिल्या जागतिक महायुद्धामध्ये वापरल्या गेलेल्या रणगाड्यांचा जन्म झाला.

मार्च १९१० पर्यंत या नवीन कल्पनेप्रमाणे तयार केलेला स्लेज नॉर्वेमध्ये चाचणीसाठी तयार झाला. या नव्या स्वयंचलित स्लेजने बर्फामधील चढउतार अगदी सहजपणे पार केले. ही चाचणी यशस्वी झाली होती. या चाचणीच्या वेळी 'नानसेन'ही उपस्थित होते. या नव्या स्लेजला स्टिअरिंग नव्हते, परंतु पुढे असलेला माणूस त्याच्या पुढील दोरीच्या साहाय्याने स्लेजची दिशा नियंत्रित करू शकत होता. वर्तमानपत्रांतून या प्रयोगाला चांगली प्रसिद्धी मिळाली. मोहिमेमध्ये वेळेला खूपच महत्त्व असल्यामुळे स्कॉटला आशा होती की या नवीन स्वयंचलित स्लेजची दक्षिण ध्रुवीय प्रदेशामध्ये आणि विशेषत: 'ग्रेट आइस बॅरियर' या प्रदेशामध्ये सामग्री वाहून नेण्यासाठी खूपच मदत होईल. नंतर त्याने त्याच्या डायरीमध्ये लिहिले की, 'मोहिमेतील या छोट्या यशाने ध्रुवीय प्रदेशातील एकूणच सामान वाहून नेण्याच्या संदर्भात, दळणवळणाच्या संदर्भात महत्त्वाचा बदल घडून येण्याच्या शक्यतेवर शिक्कामोर्तब झाले असते.'

दक्षिण भौगोलिक ध्रुवावर पोहोचण्याचा शॅकल्टनचा प्रयत्न अगदी थोडक्यात चुकल्यामुळे स्कॉट आता त्या ध्येयाने अगदी वेडा झाला होता आणि आर्मिटेंज याचे घोड्यांविषयीचे प्रेम लक्षात घेऊन घोड्यांना नेण्याचा प्रयत्न स्वत:च करायचे त्याने

ठरवले. स्कॉटने सेसील मिअर या एका गूढ पार्श्वभूमी असलेल्या बहुभाषक साहसवीराला, ज्याचा बहुधा ब्रिटिश हेर खात्याशी संबंध असावा, कुत्रे (ज्याच्याविषयी त्याला खूप ज्ञान होते) आणि खेचरे (ज्यांच्याविषयी त्याला अजिबात ज्ञान नव्हते) खरेदी करण्यासाठी सायबेरियाला पाठवले. तेथील घोडेबाजारामध्ये त्या वेळी विक्रीला आलेल्या दोनएकशे घोड्यांपैकी बहुतेक घोडे अगदी कमी प्रतीचे होते. आणि त्यातून स्कॉटने सांगितल्याप्रमाणे फक्त पांढऱ्या आणि करड्या रंगांच्याच घोड्यांचा विचार केला तर त्यांच्या निवडीसाठी परिस्थिती आणखीनच कठीण होती. या विशिष्ट रंगाच्या निवडीमागे एक कारण होते, शॅकल्टनने त्याच्या 'निमरॉड' मोहिमेबाबत लिहिताना एके ठिकाणी लिहिले होते की 'काळ्या रंगाच्या घोड्यांची कामगिरी अगदीच सुमार झाली' आणि हेच स्कॉटच्या डोक्यामध्ये होते. त्यामुळे त्याचा असा काहीसा समज झाला होता की पांढऱ्या रंगाचे घोडे अतिथंडीमध्ये चांगले तग धरू शकतील. त्यांनी एकूण १९ खेचरे विकत घेतली. तो घोडेव्यापारी अर्थातच खूश झाला होता. 'त्याच्या चेहऱ्यावरच्या रुंद हास्यावरूनच कळत होते.'

बोअरयुद्धामध्ये मानसन्मान मिळवलेल्या सैनिक, ओट्सवर या मोहिमेमध्ये घोडे सांभाळण्याची जबाबदारी होती. या घोड्यांची एकंदरीत अवस्था बघून त्याने कपाळाला हात लावला. त्यांची अवस्था बघून तो म्हणाला, 'माझ्या आतापर्यंतच्या बघण्यामध्ये एवढी मरतुकडी जनावरे मी कधीच पाहिली नव्हती.' मोहिमेतील एक भूवैज्ञानिक 'फ्रँक डेबेनहॅम'ने या सगळ्यांचे वर्णन 'आश्चर्यकारक घोडचूक' असे केले. घोडे पुरे पडणार नाहीत असे वाटून स्कॉटने 'ट्रायग्वे ग्रान' या निष्णात नॉर्वेजियन स्कीपटूला, - जो त्याची स्वत:ची दक्षिणेकडे मोहीम घेऊन जाण्याच्या विचारात होता - मोहिमेतील सहकाऱ्यांना स्कीइंग शिकवण्यासाठी आमंत्रित केले.

या सगळ्याचा जर काही उपयोग झाला नाही तर शेवटी माणसांनी स्लेज ओढून नेण्याचा पर्याय होताच. डिस्कव्हरी मोहिमेसंदर्भामध्ये एके ठिकाणी स्कॉटने लिहिलेले प्रसिद्धच आहे -

> 'मोहिमेमध्ये कुत्र्यांचा उपयोग करून घेण्याने तुमची कार्यकक्षा रुंदावते हे नक्कीच, परंतु तो करत असताना त्यांचा काही त्रास होत नाही किंवा त्यांचे होणारे मृत्यू चटका लावून जात नाहीत असे नाही. त्यामुळे कुत्र्यांनी ओढलेल्या स्लेजवरून प्रवास करण्यातली मजाच हिरावून घेतली जाते. माझ्या मते माणसांनी इतर कोणत्याही मदतीशिवाय वाटेतील संकटांना तोंड देत, धोके पत्करत, अज्ञाताचा शोध घेण्यासाठी रात्रंदिवस शारीरिक कष्ट करत केलेल्या प्रवासाचा आनंद काही निराळाच आहे आणि वेगळेच समाधान मिळवून देणारा आहे. तो आनंद, ते समाधान कुत्र्यांनी ओढलेल्या

स्लेजवरून केलेल्या प्रवासात नक्कीच मिळण्यासारखे नाही. अशा प्रकारे साध्य केलेले ध्येय हे अधिक उच्च दर्जाचे आणि योग्य प्रकारचे आहे असे मला वाटते.'

टेडी इव्हान्सला इंजिनिअर असलेल्या स्केल्टनबरोबर जो नौदलामध्ये कमांडर या वरिष्ठ पदावर होता नंबर दोनच्या पदावर मोहिमेमध्ये काम करणे पसंत नव्हते. स्केल्टनने ही मोहीम हा काही नौदलाचा कार्यक्रम नाही हे लक्षात घेऊन समजूतदारपणे योग्य ते नागरीपद स्वीकारण्याची तयारी दाखवली. परंतु टेडी इव्हान्सच्या दृष्टीने हेही पुरेसे नव्हते. त्याने स्केल्टनबरोबर काम कराण्यास स्पष्ट नकार दिला. शेवटी त्याने जरी या मोहिमेसाठी तीनएक वर्षे काम केले होते तरी स्कॉटला नाइलाजाने त्याला सोडणे भाग पडले. मोहिमेच्या सुरुवातीला हा शुभशकुन नक्कीच नव्हता.

आणि जरी असे वैयक्तिक हेवेदावे, रुसवेफुगवे होते तरी पथक हे बहुविध सदस्यांचे बनलेले होते. पथकातील बहुतेक ब्रिटिश सदस्य हे ब्रिटिश राजवट असलेल्या वेगवेगळ्या भागातून आलेले होते. 'ग्रान' हा नॉर्वेजियन होता, एक भूवैज्ञानिक ऑस्ट्रेलियाचा होता तर मियर आणि कुत्र्यांची देखभाल करण्यासाठी असलेले त्याचे दोन सहकारी रशियन्स होते.

परंतु ऑस्ट्रेलियनांच्या मते तरी, सर्वसाधारण असा एक समज होता की 'ब्रिटिश' म्हणजे ते उत्तमच असले पाहिजे. डेबेनहॅमने एके ठिकाणी निरीक्षण नोंदवले आहे की, 'ज्या म्हणून इंग्रजांना मी भेटलो त्यांना ऑस्ट्रेलियनांबद्दल द्वेष असलेला दिसला.' कोणत्याही ऑस्ट्रेलियन गोष्टीला त्याच्याकडून विरोधच केला जात होता. स्वत:बद्दल फुशारक्या मारण्याच्या, स्वत:चीच पाठ थोपटून घेण्याच्या स्वभावाचे, तशी जरी सर्वसामान्य प्रवृत्ती असली तरी, योग्य प्रकारे समर्थन करता येणार नाही. कधीकधी ते खूपच विचित्र वाटायचे. सिडनीमध्ये चांगल्या शाळा आहेत, विद्यापीठे आहेत, तेथील शिकवण्याची पद्धती, अभ्यासक्रम अगदीच मागासलेला, टाकाऊ नाही यावर ते विश्वास ठेवायला तयार नसायचे.

स्कॉट मात्र दक्षिण भौगोलिक ध्रुवीय प्रदेशाच्या संशोधनामध्ये लक्षणीय कामगिरी करण्याच्या दृष्टीने आंतरराष्ट्रीय तज्ज्ञांची मदत घेण्यास खुल्या दिलाने तयार होता. रोआल्ड आमंडसेन हा नॉर्वेजियन साहसवीर 'फ्राम' या जहाजातून सन १९१० मध्ये उत्तर ध्रुवीय प्रदेशाच्या मोहिमेवर जाण्याच्या तयारीत आहे अशी बातमी मिळाल्यावर स्कॉटने स्वयंचलित स्लेजच्या चाचणीसाठी नॉर्वेला गेलेले असताना मुद्दाम त्याच्या घरी जाऊन त्याची भेट घेण्याचा प्रयत्न केला. आमंडसेनला अशा प्रकारच्या ध्रुवीय प्रदेशातील मोहिमांचा अनुभव असल्यामुळे स्कॉट त्याच्याबरोबर, या दोन गोलार्धातील दोन ध्रुवीय प्रदेशातील वैज्ञानिक संशोधनामध्ये कसा समन्वय साधता येईल, कसा

मेळ घालता येईल याविषयी चर्चा करण्यास उत्सुक होता.

परंतु स्कॉटची आमंडसेनबरोबर भेट होऊ शकली नाही. त्याने फोन करून आमंडसेनशी संपर्क साधण्याचा प्रयत्न केला, परंतु तरीही स्कॉटची या महाशयांबरोबर भेट होऊ शकली नाही. निराश होऊन स्कॉट त्याच्या मोहिमेच्या तयारीसाठी इंग्लंडला परतला आणि त्याने ज्या ज्या प्रकारची वैज्ञानिक उपकरणे दक्षिण ध्रुवीय प्रदेशात घेऊन जाण्याचे ठरवले होते त्या सर्व प्रकारच्या उपकरणांचा एक संच आमंडसेनला उत्तर ध्रुवीय प्रदेशाच्या मोहिमेमध्ये वैज्ञानिक प्रयोगांसाठी वापरण्याच्या दृष्टीने पाठवला. त्याचा उद्देश एवढाच होता की दोन्ही ध्रुवीय प्रदेशातील वैज्ञानिक प्रयोगातून नोंदवलेल्या निरीक्षणांचा तुलनात्मक अभ्यास खात्रीशीरपणे करता यावा.

दक्षिण ध्रुवीय प्रदेशाच्या वाटेवर मेलबोर्न येथे असताना स्कॉटला आमंडसेनचा टेलिग्राम मिळाला. त्या टेलिग्राममधील मजकुराने ब्रिटिश मोहिमेमध्ये एकच खळबळ माजली. 'कृपया कळवू इच्छितो की 'फ्राम'मधून आम्ही दक्षिण ध्रुवीय प्रदेशाकडेच निघालो आहोत.' नॉर्वेच्या साहसवीरांनी त्यांच्या मोहिमेसाठी 'नानसेन' यांचे जहाज घेतले होते.

न्यू-झीलंडच्या सुरक्षित समुद्रातून जहाज निघून ठरलेल्या मार्गाने दक्षिणेकडील प्रवास सुरू करते न करते तोच दक्षिण समुद्रातील थंड वादळाचा तडाखा 'टेरा नोव्हा'ला बसला. पन्नास अक्षांशाच्या जवळ वादळी हवामान नेहमीच अनुभवायला येते. या वादळाचा जोर एवढा होता की ही मोहीम अजून खऱ्या अर्थाने सुरू व्हायच्या अगोदरच संपुष्टात येते की काय अशी परिस्थिती निर्माण झाली. जहाजावरील माणसांची त्या वादळाच्या तडाख्यात जहाजाला स्थिर ठेवण्यासाठी धावपळ सुरू झाली, तर मोठ्या मोठ्या लाटा उसळल्यामुळे जसे पाणी डेकवर यायला लागले तसे जहाजावरच्या प्राण्यांचे डोळे भीतीने विस्फारले गेले आणि सुटका करून घेण्यासाठी धडपड सुरू झाली. जहाजाच्या हेलकाव्यांनी वैज्ञानिक उपकरणे आणि रसद इतस्तत: फेकली गेली. जहाजावरील सर्व सहकाऱ्यांना त्या जहाजाच्या छोट्या डेकवर येण्याचे आणि जहाजाला स्थिर करण्यासाठी प्रयत्न करण्याचे आवाहन केले गेले. त्याचप्रमाणे डेकवरचे पाणी बाहेर फेकण्यासाठी पंप सुरू केले गेले. काहीही करून जहाज तरंगते ठेवण्याचे प्रयत्न सुरू झाले. त्या जहाजावर खरोखरच अतिप्रमाणात सामान चढवले गेले होते आणि म्हणूनच ते बुडण्याची भीती होती. पुढले काही दिवस वादळाशी, कमी-अधिक प्रमाणात असा सामना चालू राहिला आणि शेवटी त्यांच्या प्रयत्नांना यश आले होते. 'टेरा नोव्हा' जहाज वादळातून बचावले होते. परंतु काळ मात्र नक्की आला होता.

स्कॉटने न्यू-झीलंडहून खूप आधीच प्रस्थान ठेवले होते. त्यामागे त्याचा असा

विचार होता की लवकरात लवकर समुद्रातील बर्फातून ते तोडत तोडत, मार्ग काढायचा आणि दक्षिण ध्रुवीय प्रदेशात उन्हाळा असेपर्यंतच 'ग्रेट आइस बॅरियर'च्या प्रदेशात, रसद ठेवण्यासाठी आणि वैज्ञानिक प्रयोगशाळेसाठी तळ उभा करायचा, त्यामुळे नंतर येणाऱ्या हिवाळ्याच्या काळात पुढील चढाईची आखणी करण्यासाठी वेळ मिळाला असता आणि सोपे गेले असते. ९ डिसेंबर १९१० रोजी समुद्रातील सपाट आणि घट्ट बर्फाने जहाजाचा मार्ग अडवला. वाटेतील बर्फ फोडत फोडत मार्गक्रमणा करायला जहाजाला तीन आठवडे लागले.

अगदी आजही त्या प्रदेशामध्ये प्रवास करताना वाटेतील कोणते बर्फ तुलनेने कमी घट्ट किंवा मऊ झालेले आहे आणि कोणते अजून घट्ट आहे हे सांगता येणे अवघड आहे. सन १९१२ मध्ये तर त्या प्रदेशातील आधीच्या मोहिमांच्या अनुभवातूनच तेथील बर्फाबद्दल काही अनुमान काढणे शक्य होते. शॅकल्टनने सन १९०८ मध्ये त्या प्रदेशातून दोन दिवसांत मार्ग काढला होता, परंतु त्या वेळी उन्हाळा संपत आला होता आणि आधी काही महिन्यांच्या सततच्या सूर्यप्रकाशामुळे ते बर्फ सैल होण्यास मदत झाली होती.

४ जानेवारी रोजी रॉस बेटावर पोहोचल्यावर स्कॉटने त्यांचा हिवाळी तळ मॅकमर्डो साउंड येथे उभारण्याचे ठरवले. आधीच्या डिस्कव्हरी मोहिमेच्या वेळी ज्या हट पॉइंट येथे तळ उभारला होता त्या जागेपासून १४ किमी. उत्तरेकडे असलेल्या एका उंच पठारी भूभागावर नवीन तळ उभारण्याचे ठरले. स्कॉटने या तळाला मोहिमेच्या उपकप्तानाचे नाव दिले- 'केप इव्हान्स'. या तळालगतच्या समुद्रामध्ये मोठ्या प्रमाणात बर्फ असल्यामुळे 'टेरा नोव्हा' जहाज किनाऱ्यापर्यंत आणणे शक्य नव्हते. त्यामुळे तेवीस माणसांना दोन वर्षे पुरेल एवढी रसद आणि वैज्ञानिक उपकरणे जहाजावरून उतरवून दोन किमी. अंतर आत ओढत किनाऱ्यापर्यंत आणण्यात पुढचे आठ दिवस गेले. 'टेरा नोव्हा' वरून सामान उतरवत असताना तीनपैकी एक स्वयंचलित स्लेज बर्फाच्या घळीतून आत समुद्रामध्ये पडले आणि दिसेनासे झाले. एवढी एक गोष्ट सोडली तर बाकी सर्व सामान सुरक्षितपणे उतरवले आणि तळाकडे हलवले गेले. १८ जानेवारीपर्यंत तळ उभारला गेला होता आणि मोहिमेच्या सदस्यांनी तिथे राहायला आणि कामाला सुरुवात केली होती.

प्रत्यक्ष मोहिमेच्या तयारीचा एक भाग म्हणून स्कॉटने त्याच्या मनातले 'ग्रेट आइस बॅरियर' आणि 'किंग एडवर्ड VII' भूभाग यांच्यामधील परस्परसंबंधांच्या शक्यतेबाबतचे, विचार त्याच्या पूर्व दिशेला जाणाऱ्या पथकाचा प्रमुख, नौदल अधिकारी, व्हिक्टर कॅम्पबेल याला बोलून दाखवले. स्कॉटला खात्री होती की 'बलून बाइट' भागाच्या पश्चिमेकडील बर्फ अस्थिर आणि तरंगते असावे तर पूर्वेला असलेले बर्फ बहुतेक स्थिर आणि जमिनीवर साठलेले असावे. स्कॉटने असा अंदाज

बांधला की हा किनारी भाग 'टेरा नोव्हा'साठी कधीही उपलब्ध होऊ शकेल आणि इथूनच 'कॅम्पबेल' आणि त्याच्या पथकाला पूर्वेकडे जाणे सोयीचे ठरेल - परंतु याचाच अर्थ शॅकल्टनने सन १९०८ मध्ये या ठिकाणी उतरण्याचा प्रयत्न जो अर्ध्यावरच सोडला तो संशयास्पद होता किंवा साफ चुकीचा होता असा ही होत होता. स्कॉटची योजना अशी होती की पूर्वेकडे जाणाऱ्या पथकाने संपूर्ण हिवाळ्याचा काळ या किनारी भागामध्ये राहून पुढील वर्षी 'किंग एडवर्ड VII' भूभाग या भूभागाची सखोल पाहणी करायची.

दिनांक ३ फेब्रुवारी रोजी पूर्वनियोजित ठिकाणी पोहोचल्यावर कॅम्पबेल याला धक्काच बसला. 'आम्ही बलून बाइट या जागेवर पोहोचलो. आम्ही प्रथमच तो भूभाग बघत होतो परंतु वर्णन केल्याप्रमाणे तो भूभाग नव्हता. आमच्या निरीक्षणांप्रमाणे १९०२ साली, प्रथमच पाहिल्या गेलेल्या 'ओल्ड बॅरियर एज' या ठिकाणाच्या दक्षिणेला आम्ही होतो. मध्यरात्रीचा सुमार असावा, त्या विस्तीर्ण किनारी प्रदेशामध्ये पाण्याचे फवारे उडवत असलेल्या व्हेल माशांच्या झुंडीच्या झुंडी बघत आम्ही उभे होतो. शॅकल्टनच्या आधीच्या मोहिमेतील एक सदस्य 'प्रीस्टले' याला शॅकल्टनचेच म्हणणे खरे ठरल्याचा आनंद झाला, तो किनारी प्रदेश स्थिर नव्हता, आणि सगळ्यात महत्त्वाचे म्हणजे ब्रिटिश मोहिमेतील सदस्यांना तिथे काही अंतरावर 'फ्राम' नांगरलेले दिसले.

हे नॉर्वेजियन जहाज दिसेपर्यंत 'रोआल्ड आमंडसेन' नक्की कोणत्या दिशेने दक्षिणेकडे निघाला आहे याची ब्रिटिशांना कल्पना नव्हती. काहींच्या मते तो वेडेल समुद्राच्या दिशेने निघाला असावा. ते जहाज दिसल्यावर एक गोष्ट नक्की झाली होती की आमंडसेनही त्याच भागामध्ये होता आणि त्यामुळे कॅम्पबेलच्या सर्व योजना धोक्यात आल्या होत्या. तरीही ज्या ठिकाणी या नॉर्वेजियनांनी त्यांचा हिवाळी तळ उभारला होता त्यावरून त्यांच्या योजनांचा कॅम्पबेलला नक्की अंदाज करता येत नव्हता. 'आम्ही त्यांच्या तळावर गेलो, त्यांच्याबरोबर कॉफी घेतली. त्यांचा हा तळ जहाजापासून दोन मैल अंतरावर आहे. माझ्या मते तळ उभारण्यासाठी ही जागा योग्य नाहीये, कारण एकतर ही किनारपट्टीच्या पूर्वेला आहे आणि तळाच्या दक्षिणी भागातील बर्फ पुरेसे घट्ट, कठीण नाहीये.'

कॉफीपानानंतर आमंडसेनने कॅम्पबेलला आणि त्याच्या पथकाला त्यांच्या तळावर राहण्याचे आमंत्रण दिले आणि त्यांचे काम चालू ठेवण्याचा सल्लाही दिला. निराश झालेल्या कॅम्पबेलला ते बरोबर वाटले नाही आणि म्हणून त्यांनी तिथून निघायचे ठरवले. 'जर तुम्ही काही कारणांनी किंग एडवर्ड भूभागापर्यंत पोहोचू शकला नाहीत तर केप इव्हान्सला आधी कळवून, 'रॉबर्टसन बे'च्या भागाकडे (केप अडरच्या पश्चिमेला) जाण्याचा तुम्ही प्रयत्न करू शकता' हा स्कॉटचा हुकूमवजा

सल्ला मानून कॅम्पबेल तळाकडे परतला. त्याने त्याच्या पूर्वेकडील दौऱ्यामध्ये काय काय पाहिले, अनुभवले याची माहिती देऊन तो 'व्हिक्टोरिया लँडच्या टोकाला असलेल्या बोर्चग्रेव्हिंकच्या जुन्या तळाकडे - उत्तरेकडे निघाला. कॅम्पबेलची पूर्वेकडील मोहीम आता उत्तर दिशेकडील झाली होती.

या दरम्यानच्या काळामध्ये, येणाऱ्या उन्हाळ्याच्या काळात दक्षिण भौगोलिक ध्रुवाच्या दिशेने कूच करण्याच्या तयारीचा भाग म्हणून ग्रेट आइस बॅरियरच्या भागामध्ये स्कॉटने रसद साठवण्यासाठी छोटे छोटे डेफे उभारण्याच्या कामाला सुरुवात केली. अन्नाचे डबे, चहा, कोको, तेल, घोड्यांसाठी चारा, स्लेज, काड्यापेट्या इ. गोष्टी वेगवेगळ्या डेपोंमध्ये विभागून ठेवल्या. त्याने दक्षिणेकडे ८० अंश अक्षांशापर्यंत जाण्याचे ठरवले होते आणि त्या ठिकाणी डेपो उभारून त्यामध्ये एक टनाचा साठा ठेवण्याचे ठरवले होते. जो पुढच्या वर्षी परतणाऱ्या पथकासाठी उपयोगी पडणार होता. परंतु जसा दक्षिणेकडील प्रवास सुरू झाला तसे स्कॉटच्या लक्षात आले की काही घोड्यांना त्रास होतो आहे, प्रवास करणे जड जात आहे. ओट्सने अशक्त खेचरांना मारून पुढे जाण्याचा सल्ला दिला, पण स्कॉटला तो मान्य नव्हता. त्याचे असे मत होते की त्यांना न मारता पुढील मुख्य प्रयत्न करते वेळी त्यांची गरज लागण्याची शक्यता आहे. आपला सल्ला मानला जात नाही हे बघून 'ओट्स' म्हणाला, 'सर मला वाटते माझा सल्ला न ऐकण्याचा तुम्हाला पश्चात्ताप होईल.' त्यावर स्कॉटने ताड्कन उत्तर दिले, 'मला पश्चात्ताप होईल न होईल, पण मी एक ख्रिश्चन, सभ्य माणूस म्हणून माझा निर्णय घेतला आहे.' हा अतिदक्षिणेकडील डेपो त्यांनी ठरवलेल्या अक्षांशांच्या अलीकडे ५७ किमी. उभारला आणि नंतर मोहिमेतील सदस्य हिवाळ्यासाठी केप इव्हान्स तळावर परतले.

बर्फावरील या डेपो उभारणीच्या कामाच्या दरम्यान मिळालेल्या वेळेमुळे मोहिमेतील सहकाऱ्यांना त्यांच्या नेत्याची पारख करता आली. सगळ्यांना त्याच्या वैज्ञानिक दृष्टिकोनाबद्दल माहिती होती, परंतु सगळेच काही त्याच्या प्रभावाखाली नव्हते. तळावर आणि बाहेर स्कॉटचा उल्लेख सर्वसाधारणपणे 'मालक' असा केला जायचा. डेबेनहॅमने त्याच्या आईला लिहिलेल्या पत्रामध्ये त्याचे विचार थोडक्यात असे मांडले होते 'मी त्याच्या बाबतीत फार निराश झालो आहे. अर्थात या निष्कर्षापर्यंत यायला मला वेळ लागला. ते चांगले आहेत, आमच्या वैज्ञानिक संशोधनाच्या कामात खूप लक्ष घालतात, त्यांना चांगल्या प्रकारे स्लेज हाताळता येते आणि एक संघटक म्हणून तर उत्तमच आहेत. परंतु त्यांच्याबद्दल चांगले इतपतच म्हणता येईल. त्यांच्या संतापी स्वभावाचा अंदाज करता येत नाही. अशा स्वभावामुळे छोट्या छोट्या गोष्टींवर ते उगाचच वाद घालतात. मला वाटते ते जो निर्णय घेतात, जे ठरवतात, ते बहुतेक वेळेला बरोबर असते, परंतु त्यांचा त्यांच्या

जिभेवर ताबा राहत नाही आणि त्यामुळे सगळेच जण चिडतात. एवढी एक गोष्ट सोडली तर आता आमचे 'मालक' सोडून, आम्ही सगळे एकाच कुटुंबाचे सदस्य झालो आहोत.'

संपूर्ण हिवाळाभर, नवीन संशोधनांचे, प्रयोगांचे निष्कर्ष जरी असमाधानकारक कधीकधी धक्कादायक आले, तरी वैज्ञानिक प्रयोग, निरीक्षणे, नोंदी ठेवणे इ. कामे जोमाने चालूच होती. 'व्हिक्टोरिया लँड' येथे काही संशोधन केल्यानंतर घेतलेल्या नोंदींचा निरीक्षणांचा अभ्यास केल्यावर डेबेनहॅमने एके ठिकाणी लिहिले की, 'काढलेले निष्कर्ष हे काही फार समाधानकारक नाहीत. यातील खरी गोष्ट अशी आहे की आमच्याजवळ असलेल्या नकाशांवर, त्यांच्या अचूकपणावर आम्ही फारच विश्वास ठेवला, 'ग्रीफ टेलर'ने 'डिस्कव्हरी' मोहिमेत तयार केलेले नकाशे म्हणजे एक लाजिरवाणी गोष्ट आहे' असे विधान करून स्कॉटचा रोष ओढवून घेतला. परंतु हे दोन भूवैज्ञानिक जेव्हा एकमेकांच्या चुका काढत नव्हते तेव्हा मोलाचे संशोधन करत होते. त्या दोघांनी त्या भूभागामध्ये पुरातन काळापासून झालेल्या हवामानाच्या बदलांची संगती लावली.

त्या भूभागामध्ये सापडणाऱ्या 'बेकॉन सँडस्टोन' प्रकारच्या दगडामधील वालुकामय मातीने भरलेल्या चिरा, भेगा या त्या भागामध्ये एके काळी असलेले कोरडे हवामान दर्शवत होत्या, तर त्या भूभागाच्या आजूबाजूच्या उतारांवर पसरलेले आणि हिमनद्यांबरोबर वाहत आलेले विविध प्रकारचे दगड तिथे एके काळी खूप मोठ्या प्रमाणावर असलेल्या बर्फाची साक्ष देत होते. या आणि अशा प्रकारच्या संशोधनाबरोबरच मोहिमेबरोबर आलेले वैज्ञानिकपण विज्ञानाच्या विविध ज्ञानशाखांमध्ये निरनिराळे प्रयोग, संशोधन करण्यात आणि त्या दक्षिण ध्रुवीय प्रदेशाचा अर्थ लावण्यात गुंतले होते. त्या भागातील बर्फाचा साठा, त्याचप्रमाणे त्यांचे प्रकार, समुद्राचे तपमान, त्यातील पाण्याचा खारटपणा, ओहोटी/भरतीतील चढउतार, त्या प्रदेशातील जमिनीवरील, समुद्रातील प्राणी, वनस्पती - बांडगुळे धरून -, पृथ्वीच्या चुंबकीय क्षेत्रामध्ये घडणारे बदल आणि अर्थातच कधीही न संपणारा विषय म्हणजे 'हवामानातील चढउतार'.

'एडवर्ड विल्सन' या सगळ्या संशोधनांवर बारीक लक्ष ठेवून होता आणि जिथे गरज असेल तिथे मित्रत्वाचे सल्ले देत होता.

'Hints to Travellers' या पुस्तकामध्ये हवामानासंबंधीच्या निरीक्षणांचे महत्त्व समजावून देताना नमूद केले होते, 'साहसवीरांनी / प्रवाशांनी हवामानाच्या नोंदी, त्या संबंधीची निरीक्षणे मुख्यत: तीन कारणांसाठी घेतली पाहिजेत, एक म्हणजे त्या प्रदेशाची समुद्रसपाटीपासूनची उंची ठरवण्यासाठी आणि एकूण त्या प्रदेशाची

रूपरेषा ठरवण्यासाठी, दुसरे म्हणजे तेथील हवामानाच्या परिस्थितीचा एकंदरीत अंदाज बांधता येण्यासाठी आणि तिसरे म्हणजे भविष्यामध्ये तिथे होणाऱ्या बदलांची शक्यता वर्तवण्यासाठी. त्याशिवाय रोजच्या उपयोगासाठी ते उपयुक्त ठरेलच.' साधारणत: २४ तासांचे सम भागामध्ये विभाजन करून ४, ६, ८, १२ तासांनी निरीक्षणांच्या नोंदी घ्यायच्या होत्या. सिम्प्सनच्या प्रयत्नांनी एक चांगल्या दर्जाचे हवामान परीक्षण केंद्र उभारण्यात यश आले. त्या केंद्रातील उपकरणे, तळावरील अनेक प्रकारच्या स्वयंनोंदणी करणाऱ्या उपकरणांशी, बॅटरींशी आणि स्विच बोर्डबरोबर अनेक तारांनी जोडली गेली होती. त्यामुळे तळावरील खोलीमध्ये सतत मोटरच्या फिरण्याचा, तारांमधून गुणगुणल्यासारखा तर कधी एखाद्या घंटेचा आवाज येत राहायचा आणि तळाच्या आजूबाजूला चाललेल्या वैज्ञानिक प्रयोगांची जाणीव होत राहायची.

अनेक नवीन शोधांमुळे प्रगत झालेल्या वैज्ञानिक उपकरणांमुळे वैज्ञानिकांचे काम सोपे आणि जलद झाले होते. निरीक्षणाच्या नोंदी घेण्यात अचूकता आली होती. तळाबाहेरील अतिथंड वातावरणात त्यांना कमी वेळ काढावा लागत होता. वैज्ञानिकांची संख्या त्या मानाने कमी असून प्रयोगांमधील विविधता आणि त्यांची संख्या वाढली होती. त्या भूभागातील चुंबकीय क्षेत्राची निरीक्षणे नोंदवण्याची जबाबदारी सिम्प्सनवरच होती आणि त्यासाठी तो खास बनवलेल्या खोलीमध्ये, ठरलेल्या आंतरराष्ट्रीय वेळांना निरीक्षणे नोंदवण्यासाठी तासन्तास बसून राहायचा.

दक्षिण ध्रुवीय प्रदेशातील कठीण आणि टोकाच्या हवामानाच्या परिस्थितीमुळे बरेच वेळा शास्त्रीय उपकरणांचीही परीक्षा बघितली जायची आणि मोडतोड, तूटफूट तर चालूच असायची. सिम्प्सनने त्याच्या डायरीमध्ये लिहून ठेवले होते 'वादळी हवामानामध्ये दर तासागणीक बाहेर जाऊन शिडी घेऊन ती छपराला लावून वर लावलेला वाऱ्याची दिशा दाखवणारा बाण काढून त्याच्या वर आणि खाली साठलेला बर्फ काढून तो परत लावावा लागे. बर्फ कणांनी जड झालेल्या आणि ताशी सत्तर मैल, कधीकधी त्याहून जास्त वेगाने वाहणाऱ्या वाऱ्यामध्ये दर तासाने करावा लागणारा हा प्रकार काही सुखावह नक्कीच नव्हता.' हे सगळे धोके पत्करून सिम्प्सनने दक्षिण ध्रुवीय प्रदेशातील हवामानशास्त्र विसाव्या शतकात नेण्यात नक्कीच यश मिळवले होते.

पहिल्या मोहिमेच्या वेळीच स्कॉटच्या एक गोष्ट लक्षात आली होती, की माउंट इरेबस या ज्वालामुखीतून निघणाऱ्या वायूंचे तयार होणारे ढग त्या पर्वताच्या उतारावर वाहणाऱ्या वाऱ्याच्या दिशेने न जाता वेगळ्याच दिशेने भरकटतात. माउंट इरेबस ही स्वत:चीच अशी एक प्रचंड 'वेधशाळा' आहे आणि त्या ३ हजार मीटर उंची असलेल्या ज्वालामुखीतून निघणाऱ्या वायूंच्या ढगांची भरकटण्याची दिशा त्या

उंचीवरच ठरवली जाते. सर्वच हवामानमापक यंत्रांची एक मर्यादा असते ती म्हणजे त्यांची स्थिर आणि ठरावीक जागा. जर हवेतील वेगवेगळ्या थरांतील वातावरणाच्या हालचालींचा, घडामोडींचा वेध घ्यायचा असेल तर माउंट इरेबसचा तसा उपयोग नाही. तरीपण अशा घडामोडींच्या निरीक्षणांची, नोंदींची एका फार मोठ्या आणि महत्त्वाच्या प्रश्नाची उकल करण्यासाठी गरज होती. एवढ्या प्रदीर्घ हिवाळ्यामध्ये हे खंड एवढे थंड कसे राहते आणि पृथ्वीवरच्या हवामानाच्या जडणघडणीत या दक्षिण ध्रुवीय प्रदेशाचा नेमका काय आणि किती भाग आहे, किती प्रभाव आहे?

या प्रश्नांची उत्तरे शोधण्यासाठी सिम्पसनने सतत निरीक्षणे आणि नोंदी स्वयंचलितपणे घेणारे थर्मामीटर आणि बॅरोमीटर, हैड्रोजन वायूने भरलेल्या फुग्यांना जोडून, ते फुगे 'केप इव्हान्स' इथे हवेत सोडले. वातावरण शांत असेल तरच अशा प्रकारचे फुगे हवेत सोडणे शक्य असते. सगळी जय्यत तयारी झाल्यावर त्या फुग्याच्या खाली अत्यंत काळजीपूर्वक काडी लावली जाते आणि जसजसा फुगा वर जाईल तसे त्यावर टेलिस्कोपमधून लक्ष ठेवले जाते. वाऱ्याची दिशापण आपोआपच समजते. खाली लावलेली काडी पूर्ण जळाल्यावर तो फुगा खाली येतो. त्या फुग्याला बांधलेल्या दोरीचे दुसरे टोक त्यावर लक्ष ठेवणाऱ्याच्या हातात असल्यामुळे फारसा त्रास न होता आणि नुकसान न होता तो फुगा परत मिळवता येतो. ही सर्व प्रक्रिया वाचायला बोलायला जरी सोपी वाटली तरी तेवढी ती सोपी नाही. 'माउंट इरेबस'चा फारसा उपयोग होण्यासारखा नव्हता. ज्वालामुखीतून निघणाऱ्या वायूमुळे तयार होणाऱ्या ढगांची हालचाल वेगाने झाली तर फुगे भरकटण्याची भीती होती आणि ते परत मिळवणे अवघड होते. त्यातून परत एकंदरीत हवामानाचा अंदाज घेऊन फुगे सोडलेच तर ते खाली आल्यावर आदळल्यामुळे त्यामधील किमती वैज्ञानिक उपकरणांची मोडतोड होण्याची शक्यता किंवा अजिबातच न मिळण्याची शक्यता होती. एकूणच फुग्यांच्या उड्डाणामागे हे सगळे प्रश्न होते.

परंतु सन १९११ च्या हिवाळ्यापर्यंत या पद्धतींमध्ये खूप सुधारणा झाली होती, प्रगती झाली होती आणि त्यामुळे त्यांनी फुग्यांची दहा उड्डाणे यशस्वीपणे केली. त्यातून मिळालेल्या नोंदी, निरीक्षणे थक्क करणारी होती. उन्हाळ्याच्या काळामध्ये अपेक्षेप्रमाणे उंचीप्रमाणे हवेचे तपमान कमीकमी होत गेले, परंतु त्याउलट हिवाळ्यामध्ये भूपृष्ठापासून एक हजार मीटर उंचीपर्यंत तपमानात वाढच होत गेलेली आढळली आणि त्यानंतर तपमान कमीकमी होत गेले. सिम्प्सनने या निरीक्षणाचा अर्थ लावताना सांगितले, 'जर पृष्ठभाग थंड असेल तर त्यालगतचा हवेचा थर थंड होतो, परंतु तो वरच्या दिशेने सरकत मात्र नाही. त्यामुळे त्या वरच्या हवेचा थर त्या मानाने उबदारच राहतो.' हिवाळ्यामध्ये उंचीप्रमाणे कमीकमी होणाऱ्या हवेच्या तपमानाच्या स्थितीमध्ये अगदी टोकाची उलथापालथ, म्हणजेच अगदी

विरुद्ध घडामोड झालेली आढळते. आणि त्याला कारण म्हणजे भूपृष्ठाचा असाधारण असा चकचकीतपणा. 'दक्षिण ध्रुवीय प्रदेशाच्या परिघामध्ये एकूण पडणाऱ्या सौरकिरणांपैकी खूप मोठ्या प्रमाणात सौरकिरण बर्फाच्या चकचकीत पृष्ठभागावरून परावर्तित झाल्यामुळे जी काही थोडीफार सौरऊर्जा तिथे पोहोचते आणि उरते, ती तेथील हवेचे तपमान गोठणबिंदूपर्यंत वाढवण्यास पुरेशी नसते. हे थोड्याफार प्रमाणात फक्त जेव्हा सूर्य विषुववृत्तापासून सर्वांत दूर असतो (दक्षिणायनात) त्याच काळात घडते.'

साधारणत: उन्हाळ्यामध्ये सूर्यकिरणांमुळे, पर्यायाने सौरऊर्जेमुळे, भूपृष्ठावरील बर्फाचे तपमान, त्यालगत असलेल्या हवेच्या थराच्या तपमानापेक्षा थोडे वाढते, परंतु हिवाळ्यामध्ये तिथे पोहोचणारे सूर्यकिरण एवढे क्षीण असतात आणि एवढे तिरके असतात की ते भूपृष्ठापर्यंत पोहोचतच नाहीत आणि वरच्या वर परावर्तित होतात. परिणामी सर्वसाधारण कल्पनेच्या विरुद्ध म्हणजे दक्षिण ध्रुवीय खंडातील तपमानात वाढ होते. 'डिस्कव्हरी' मोहिमेच्या वेळी ज्या सर्वदूर आणि सततच्या थंड तपमानाचे प्रथम निरीक्षण नोंदवण्यात आले होते त्याचे शास्त्रीय उत्तर आता मिळाले होते.

मोहिमेच्या दरम्यान रोजच्या कामातून मोकळे झाल्यावर, सदस्यांपैकी कुणीना कुणीतरी आपल्या प्रयोगाबाबत, विषयाबाबत, संशोधनाबाबत इतरांच्या माहितीसाठी एखादा क्लास घ्यायचे. त्यामध्ये मग भूभागातील कठीण खडक, ग्रेट आइस बॅरियर, ध्रुवीय प्रदेशातील प्राणिजीवन, घोडे हाताळण्याबाबतचे नवे विचार इ. कोणतेही विषय असायचे. परंतु सिम्पसन या माणसाला प्रभावित करणे, पटवून देणे ही सगळ्यात कठीण गोष्ट होती. 'डेबेनहॅम'ने एके ठिकाणी लिहिले की - 'त्याच्या या शंकेखोर स्वभावामुळे त्याला 'सनी जीम' हे नाव पडले. सिम्पसनच्या प्रत्येक गोष्ट ठासून सांगण्याच्या स्वभावाची आणि 'तुझ्या म्हणण्याला काहीही अर्थ नाही' या वाक्याची आम्हाला गंमत वाटायची, परंतु एक गोष्ट नक्की की त्याचे विचार स्पष्ट होते आणि त्याच्याबरोबर चर्चा करताना खूप काळजी घ्यावी लागे.

अधूनमधून काही विनोदही घडायचे. 'अटकिन्सन'ने एक दिवस 'स्कर्व्ही' या आजारावर भाषण दिल्यावर 'पॉंटिंग म्हणाला, ''हे भाषण ऐकून मी खूपच निराश झालो कारण त्याच्या म्हणण्याप्रमाणे मी 'सील' प्राण्याचे मांस खाल्ले नाही तर मला स्कर्व्ही होण्याची शक्यता आहे'' आणि मी ते खाल्ले तर मला 'सांधेदुखी'चा त्रास होण्याची शक्यता आहे. 'स्कॉट'च्या या सगळ्या प्रयत्नांचा 'विज्ञान' हा पाया आहे या तत्त्वज्ञानाने भारलेले ते एक दक्षिण ध्रुवीय विद्यापीठ होते.'

स्थानिक प्राणिजीवन हा स्कॉटच्या संशोधन कार्यक्रमाचा केंद्रबिंदू होता. परंतु लवकरच ते प्राणिजीवन विज्ञानापुरते मर्यादित राहिले नाही. त्यांच्या तळाभोवती

वावर असणाऱ्या गुडघ्याएवढ्या उंचीच्या 'अॅडले पेंग्वीन'चा सगळ्यांना लळा लागला. 'चेरी'ने एके ठिकाणी लिहिले की 'ते प्राणी अगदी लहान मुलांसारखे आहेत या विशाल गोठलेल्या खंडाचे छोटे रहिवासी, लहान मुलांसारखे किंवा वृद्धांसारखे. स्वत:ला कोणी विशेष समजणारे, स्वत:कडे लक्ष वेधून घेण्यासाठी धडपडणारे, थोडेसे ढेरपोटे, पांढरा शर्ट आणि काळा कोट घालून वावरणारे आणि रात्री जेवायला नेहमी उशीर करणारे. मोहिमेतील दुसऱ्या एकाने त्यांच्यावर एक प्रसिद्ध पुस्तक लिहिले आणि त्यांच्या वेगवेगळ्या आवाजांवर बसवलेले एक गाणेही रचले.

मोहिमेच्या पहिल्या वर्षानंतर तयार झालेल्या 'South with Scott' या फिल्ममध्ये सगळ्यात भाव खाऊन गेले ते 'अॅडले पेन्गीन' मँचेस्टर गार्डियन या वर्तमानपत्राने या फिल्मबद्दल लिहिले होते, 'या फिल्ममध्ये पेंग्वीन पक्ष्यांनी खरी विनोदनिर्मिती केली आहे. पडद्यावरचे त्यांचे दर्शन, त्यांचे उगीचच इकडून तिकडे धावणे, पोत्यात पाय घालून उड्या मारण्याच्या शर्यतीची आठवण करून देत होते आणि खूपच विनोदी होते.' या फिल्मला मिळालेल्या प्रतिसादामुळे, लोकप्रियतेमुळे स्कॉटचा विश्वास की - पाँटिंगच्या कामामुळे लोकांमधील त्या प्रदेशाबद्दलचे औत्सुक्य, आकर्षण वाढीला लागेल आणि मोहिमेसाठी त्याचा निधी उभारण्याकरिता फायदा होईल. - सार्थ ठरला.

> त्या फिल्मचा सगळ्यात सुंदर भाग म्हणजे त्या खंडातल्या त्या मूळ रहिवाशांचा या नवीन आलेल्या पाहुण्यांना पाहून उडालेला गोंधळ. त्यांच्या अविचारी वागणुकीमुळे निर्माण झालेल्या समस्यांबाबत स्कॉटने लिहिले की, 'तो प्राणी अगदी चालायला लागल्यापासून त्याची वागणूक किंवा त्याचे स्वभाववैशिष्ट्य म्हणजे स्वत:च्या सुरक्षिततेबाबतीत संपूर्ण निष्काळजीपणा, अनभिज्ञता आणि प्रत्येक गोष्टीबद्दल आत्यंतिक कुतूहल. आमच्याबरोबर असलेले कुत्रे बांधलेले असायचे आणि घसा खरवडून त्यांच्यावर भुंकत असायचे, तरीपण त्यांचे ते विचित्रपणे पुढे-मागे मान हालवत, संकटाची जराही जाणीव न ठेवता पुढे पुढे येणे चालूच असायचे. ते जणू आम्हाला आव्हान देत विचारायचे की तुम्ही येथे आलातच कसे, तुम्हाला काय पाहिजे? ते आणखी पुढे आल्यावर आमच्या बरोबरचे कुत्रे दोऱ्यांना हिसडा मारून त्यांच्यावर धावून जायचा प्रयत्न करायचे. परंतु त्यामुळे पेंग्वीन माघारी फिरायचे नाहीत, उलट त्यांच्या अंगावरची पिसे उभी राहायची आणि रागाने त्यांच्या आवाजाची पट्टीपण चढायची. जणूकाही रागाने ते आम्हाला विचारायचे तुम्ही स्वत:ला

काय समजता, तुम्ही चुकीच्या ठिकाणी आलेले आहात. आम्ही तुम्हाला फसणार नाही इ. इ. तरी एखादा पेंग्वीन आणखी पुढे यायचा, एखाद्या कुत्र्याच्या आवेशात यायचा. मग फक्त एकदाच मोठ्याने चीत्कार आणि बर्फावर लाल रंगाचे थारोळे एवढेच उरायचे. नाट्याचा एक अंक संपायचा.'

विसाव्या शतकाच्या सुरुवातीची काही वर्षे पेंग्वीन या पक्ष्यावर खूप संशोधन केले गेले. या भागामध्ये आलेल्या अगदी पहिल्या मोहिमांपैकी १८८२-१८८३ सालच्या जर्मन मोहिमेच्या दरम्यान साउथ जॉर्जियाच्या किंग पेंग्वीन या पक्ष्याचा अभ्यास केला गेला. या संशोधनातून पेंग्वीन या पक्ष्याबद्दल काही प्राथमिक माहिती उदा. त्यांचा स्वभाव, त्यांची प्रजनन पद्धती इ.इ. समजली. मात्र संशोधनासाठी वापरण्यात आलेल्या पद्धती रानटी, राक्षसी होत्या. त्यांना बंद पिंजऱ्यामध्ये चामड्याच्या जॅकेटमध्ये जखडून आणि खांबांना बांधून त्यांच्यावर प्रयोग केले गेले. ब्रिटिशांनी या पद्धतीचा अर्थातच अवलंब केला नाही.

स्थानिक वन्यजीवनाच्या वैशिष्ट्यांचा, त्यांच्या वागणुकीचा आणि एकूणच जीवशास्त्राचा अभ्यास करण्याची, त्यांचे नमुने गोळा करण्याची, त्यांचे विच्छेदन करून सूक्ष्मदर्शकाखाली तपासण्याची आदी जबाबदारी विल्सन यांच्यावर होती. आधीच्या 'डिस्कव्हरी' मोहिमेपासूनच छातीच्या भागावर पिवळी पिसे असलेल्या आणि चांगल्यापैकी उंची असलेल्या पेंग्वीनबाबत त्याला उत्सुकता निर्माण झाली होती. 'रॉस आयलंड'च्या दुसऱ्या बाजूला असलेल्या 'केप क्रोझियर' येथील या रुबाबदार पक्ष्यांच्या वसाहती पाहून तो स्तंभित झाला होता. सप्टेंबर १९०३, म्हणजे उन्हाळ्याच्या सुरुवातीलाच त्याने पेंग्वीन पक्ष्यांच्या वसाहतीला भेट दिली होती. पण तेव्हा तिथे फक्त फुटलेली अंडी इतस्तत: पसरलेली बघून त्याची निराशा झाली होती, कारण हिवाळ्यामध्येच अंडी फुटून त्यातून पक्षी बाहेर आलेले होते. नंतरच्या एका पाहणीमध्ये असे आढळून आले की नवजात पिल्लांच्या मृत्यूचे प्रमाण ७०% इतके आहे, जे ब्रिटिश वैज्ञानिकांना खूपच जास्त वाटले.

विल्सनला एम्परर पेंग्वीनचे जीवनचक्रच फक्त मोह घालत नव्हते, तर हे पक्षी म्हणजे त्याला उत्क्रांतीच्या साखळीमधील एक वेगळीच कडी असावेत असे वाटत होते. या पक्ष्याचे शास्त्रीय नाव 'Aptenodytes Forsteri' असे आहे. हे नाव कॅप्टन कूक याच्या मोहिमेतील 'जोहान रेनहोल्ड फॉर्स्टर' या एका पर्यावरण वैज्ञानिकाच्या— ज्याने या रुबाबदार पक्ष्याचा प्रथम अभ्यास केला— नावावरून ठेवले आहे. Aptenodytes म्हणजे पिसांशिवाय पोहणारे. या पक्ष्यांची पाण्याखाली राहण्याची क्षमता काही औरच आहे. (ते २७ ते ३० मिनिटे पाण्याखाली राहू शकतात) या पक्ष्यांच्या अंगावर पिसांचे चार थर असतात आणि ते खवल्यांसारखे

दिसतात. विल्सनच्या मते या खवल्यांसारख्या दिसणाऱ्या पिसांमध्येच उत्क्रांतीचे काही रहस्य दडलेले आहे.

बव्हेरियातील चुनखडीच्या खाणीमध्ये सन १८६१ मध्ये छोट्या डायनासॉरच्या अश्माचा नमुना मिळाला होता. त्याचे शास्त्रीय नाव 'Archaeopteryx' आणि तो शोध खूप महत्त्वाचा होता. दोन चुनखडींच्या सपाट दगडांवर डायनासोरची पिसे, दात असलेला जबडा आणि लांब हाड असलेली शेपटी इ. अगदी स्पष्ट दिसत होते. यावरून असे अनुमान निघत होते की उडू शकणाऱ्या सरपटणाऱ्या प्राण्यांपासून पक्ष्याची उत्पत्ती झाली असावी. विल्सन हा अत्यंत धार्मिक मनोवृत्तीचा होता, परंतु त्याचे मन वैज्ञानिक विचारांसाठी खुले होते. 'डिस्कव्हरी' मोहिमेच्या दरम्यान त्याने केलेल्या वैज्ञानिक संशोधनांच्या अनेक अहवालांपैकी एकामध्ये त्याने लिहिले होते, 'एम्परर पेंग्वीन हे फक्त पुरातन पेंग्वीनशीच नाही, तर पक्ष्यांशी जवळून संबंधित असण्याची शक्यता आहे. त्यामुळे त्यांचे गर्भवृद्धिशास्त्र (Embryology) अभ्यासणे महत्त्वाचे ठरेल.

अशा विचाराचे मूळ कारण म्हणजे त्या वेळी अनेक अभ्यासकांमध्ये असलेला चुकीचा समज की 'वाढ होणाऱ्या सुरुवातीच्या काळात गर्भ हे उत्क्रांतीच्या वेगवेगळ्या अवस्थांमधून गेले असावेत. त्यामुळे त्याच्या अभ्यासातून एखाद्या प्रजातीचा उगम कळण्यास मदत होईल.' हा विचार जर बरोबर असेल तर विल्सनला वेगवेगळ्या अवस्थेतील वाढ झालेले गर्भ शोधण्याची, मिळवण्याची गरज होती. त्या वेळच्या हिवाळ्यातील प्रवासाबद्दल लिहिताना विल्सनने नोंदवले की, 'आजच्या काळातल्या पक्ष्यांच्या दातांचे अवशेष जर शोधायचे झाले तर किंवा सापडणार असतील, तर ते पेंग्वीन पक्ष्यांच्या गर्भात सापडू शकतील, कारण आजच्या घडीला पेंग्वीन हेच अतिपुरातन पक्षी अस्तित्वात आहेत आणि एम्परर पेंग्वीन पक्षी हे अभ्यासाला सगळ्यात योग्य आहेत.' विल्सनचा असा अंदाज होता की उत्क्रांतीच्या साखळीमध्ये पेंग्वीन ही डायनासोरच्या पुढची कडी असावी आणि त्याचे उत्तर त्यांच्या गर्भवृद्धीच्या अभ्यासातूनच मिळण्याची शक्यता होती.

आधीच्या अनुभवावरून हे कळले होते की पेंग्वीन पक्ष्यांची अंडी मिळवण्यासाठी भर हिवाळ्यामध्येच जाणे जरुरीचे होते. विल्सनने 'केप क्रोझियर' येथे जाण्यासाठी आणि त्याच्याबरोबर 'चेरी' आणि 'बर्डी बॉवर' - याचे नाक पोपटाच्या चोचीसारखे होते म्हणून त्याला हे नाव पडले होते - यांनापण नेण्याची स्कॉटकडे परवानगी मागितली. मोहिमेच्या दृष्टीने महत्त्वाची असलेली तीन माणसे एकाच वेळी एकदम अशा अवघड कामगिरीवर - उपमोहिमेवर - कशी पाठवायची याची खरेतर स्कॉटला चिंता होती, परंतु 'डिस्कव्हरी' मोहिमेपासूनच विल्सनला काहीही करून पेंग्वीन पक्ष्यांची अंडी मिळवायचीच होती, म्हणून स्कॉटने त्याला परवानगी दिली.

विज्ञान संशोधन क्षणभर बाजूला ठेवले तरी यातून स्कॉटला आणखी एक फायदा होणार होता. एक म्हणजे त्याच्याबरोबरच्या वैज्ञानिक उपकरणांची आपोआपच चाचणी होणार होती आणि दुसरे म्हणजे त्यानंतरच्या येणाऱ्या उन्हाळ्यात ज्या वेळी ते दक्षिण भौगोलिक ध्रुवाच्या दिशेने कूच करणार होते, तेव्हा त्यांना किती प्रमाणात रसद, अन्नसाठा बरोबर ठेवावा लागेल याचाही अंदाज येणार होता.

जूनच्या सरतेशेवटी या तिघांनी रॉस आयलंडच्या दक्षिण किनाऱ्याने एम्परर पेंग्वीनच्या वसाहतींच्या दिशेने चाल सुरू केली. त्यांना तिथे जाऊन परतायला पाच आठवडे लागले. तो प्रवास एवढा सोपा नव्हता. त्यांना संपूर्ण प्रवासात (रात्रीचा) अंधाराशी, उणे ६० अंश से. इतक्या तपमानाशी आणि कधीकधी ताशी २०० किमी. वेगाने वाहणाऱ्या वाऱ्याशी सामना करावा लागला. बरेच वेळा हवामान इतके थंड असायचे की अति घट्ट बर्फावरून बुटांना लावलेल्या स्लेजच्या पट्ट्या घसरायच्याच नाहीत. परिणामी त्या काढून टाकाव्या लागत आणि जवळचे सामान उचलून न्यावे लागायचे. तळावरील त्यांच्या सहकाऱ्यांना ते तिघे कशा परिस्थितीचा सामना करताहेत याची काहीच कल्पना नव्हती. 'केप क्रोझियर' हा दक्षिण ध्रुवीय प्रदेशातील भूभाग हवामानाच्या दृष्टीने अत्यंत खडतर आणि बेभरवशाचा समजला जातो. 'मॅकमर्डो साउंड' येथे जेव्हा हवामान शांत असते तेव्हाही रॉस आयलंडच्या पूर्व किनाऱ्यावर वादळी हवामान असण्याची शक्यता असते. दक्षिण ध्रुवीय प्रदेशातील सर्वांत कठीण आणि खडतर हवामानाचा या तिघांना अनुभव मिळाला होता.

आणि तरी हा असा कठीण आणि खडतर हवामानाचा प्रदेश एम्परर पेंग्वीनना वसाहत करण्यासाठी, प्रजनन करण्यासाठी योग्य वाटतो. थंडीच्या काळामध्ये तेथे पेंग्वीन एकत्र येतात. पेंग्वीन माद्या एकेका नराकडे एकेका अंड्याची जबाबदारी सोपवतात आणि ते अंडे गच्च पिसांच्या घड्यांमध्ये ठेवून, पावलांवर तोलत उबवण्याची जबाबदारी नरांची असते. त्या काळामध्ये हजारोंच्या संख्येने पेंग्वीन दाटीवाटीने वर्तुळाकार उभे असतात आणि आळीपाळीने जागा बदलत वर्तुळाच्या मध्यापर्यंत जातात. अशा दाटीवाटीने उभे राहण्यामुळे त्यांच्यात प्रचंड प्रमाणात उष्णता निर्माण होते आणि अंडी उबवायला मदत होते, शिवाय त्यामुळे त्या काळात त्यांचे वजन घटण्याचे प्रमाण निम्म्यापेक्षा कमी होते. हिवाळा संपता संपता म्हणजे जुलै महिन्याच्या शेवटी आणि ऑगस्टच्या सुरुवातीला अंडी फुटून पिल्ले बाहेर येतात आणि आता त्यांची पुढील काळजी घेण्याची जबाबदारी माद्यांची असते. नर दीड-दोन महिन्यांच्या उपवासानंतर अन्नाच्या शोधात समुद्राकडे वळतात. डिसेंबरपर्यंत पिल्ले मोठी आणि स्वतंत्र होतात. 'चेरी'ने नंतर एके ठिकाणी लिहिले 'मला नाही वाटत या पृथ्वीतलावर, एम्परर पेंग्वीनपेक्षा कठीण परिस्थितीशी कोणाला सामना करावा लागत असेल.'

तीन आठवडे उग्र निसर्गाशी सामना केल्यावर ते तिघे जुलै महिन्यात कसेबसे केप क्रोझियर येथे पोहोचले. तिथे पोहोचल्यावर विल्सनला आश्चर्याचा धक्काच बसला, कारण तेथे शंभर पक्षीपण नव्हते. त्याच ठिकाणी त्याने, आधीच्या मोहिमेत हजारोंच्या संख्येने असलेल्या पक्ष्यांची वसाहत पाहिली होती, त्याने अंदाज केला की या शंभरएक पक्ष्यांपैकी जेमतेम २० ते २५ टक्के पक्ष्यांजवळच अंडी असण्याची शक्यता आहे. त्यांनी त्या पक्ष्यांच्या वसाहतीजवळ उभा केलेला कॅनव्हासचा तंबू आणि जवळच दगडी आडोशांवर घातलेले कॅनव्हासचे छप्पर वादळाने उडून गेले. वादळ शांत झाल्यावर त्यांना तो तंबू परत मिळवण्यात यश आले आणि खूप शोधानंतर फक्त पाच अंडी घेऊन - त्यातील पण दोन परतीच्या प्रवासामध्ये फुटली - थकलेले भागलेले ते तिघे जण त्यांच्या तळाकडे परतले.

आणि आता पक्ष्यांची संख्या एवढी कमी कशी झाली याचा शोध घेण्यासाठी 'केप क्रोझियरला' परत एकदा जायचे विल्सनला वेध लागले. कारण या प्रश्नाचे उत्तर शोधण्यासाठी तिथे परत जाण्यावाचून दुसरा काही मार्गच नव्हता आणि हे या वर्षीच परत सप्टेंबर-ऑक्टोबरमध्ये किंवा पुढील वर्षी ऑगस्टमध्ये जमण्यासारखे होते.

चेरीची मात्र तिकडे परत तिथे जाण्याची तयारी नव्हती. त्यांच्या या पाच आठवड्यांच्या प्रवासाच्या अनुभवावर त्याच्या 'The Worst Journey in the World' या पुस्तकामध्ये तो लिहितो - 'केप इव्हान्स ते केप क्रोझियर' या एकोणीस दिवसांच्या भयंकर आणि अतिखडतर प्रवासाची एखाद्याला कल्पनापण करता येणार नाही आणि त्यातून तिथे परत जाणारा तर वेडाच असला पाहिजे.'

या सर्व अनुभवातून काही मोलाचे धडे मात्र शिकायला मिळाले होते. 'केप क्रोझियर' च्या पाच आठवड्यांच्या उपमोहिमेसाठी तीन जणांना लागलेल्या एकूण रसदीवरून स्कॉटला दक्षिण भौगोलिक ध्रुवाकडे सपाट पठारी प्रदेशातून जाताना साधारण किती साठा बरोबर ठेवण्याची गरज आहे याचा अंदाज करता आला. वैज्ञानिक उपकरणांच्या आणि पोशाखाच्या बाबतीत या तिघांना काही त्रुटी जाणवल्या होत्या. उपकरणांवरील लोकरी कापडाच्या आवरणांमध्ये आर्द्रता शोषली जाऊन ती कडक झाली होती, गोठली होती. त्यामुळे हाताळणे कठीण झाले, तसेच तंबूमध्ये वरच्या बाजूला वाळत टाकलेले हातमोजे/पायमोजे कधीच पूर्णपणे वाळले नाहीत. स्कॉटच्या मनात आले की अशा हवामानात आतमध्ये लोकरीचे अस्तर असलेला पोशाख योग्य ठरला असता, परंतु आता ते शक्य नव्हते.

रेनडीअरच्या लोकरीचे अस्तर असलेल्या 'स्लिपिंग बॅग्ज' हा तर आणखीनच भयंकर प्रकार होता. आतमध्ये झोपलेल्या माणसाच्या श्वासोच्छ्वासातील आर्द्रतेमुळे त्या ओल्या व्हायच्या आणि आतील माणूस बाहेर आल्यावर ती लोकर गोठायची

आणि स्लिपिंग बॅग्ज कडक व्हायच्या आणि इतक्या कडक व्हायच्या की परत आत शिरणे हे एक दिव्यच होऊन बसायचे आणि त्यासाठी पाऊण ते एक तास झगडावे लागायचे. शिवाय अशा बर्फ साठण्याने त्या बॅगा जड व्हायच्या, वजनदार व्हायच्या. केप क्रोझियर ट्रीपमध्ये सुरुवातीला ८ किलो वजन असलेल्या स्लिपिंग बॅगचे वजन शेवटी २१ किलोपर्यंत वाढले होते (आज दक्षिण ध्रुवीय प्रदेशामध्ये वापरल्या जाणाऱ्या स्लिपिंग बॅगचे वजन तीन ते चार किलो असते). काही जमेच्या गोष्टीपण होत्या. दुहेरी कॅनव्हास वापरलेले तंबू आतमध्ये चांगले उबदार राहत असल्याचे आढळून आले. त्याचप्रमाणे बर्फावरून प्रवास करताना, सुरक्षिततेच्या दृष्टीने एकमेकांना बांधून घेणे हे केव्हाही फायदेशीर आहे याचाही प्रत्यय आला. 'केप क्रोझियर' च्या वाटेवर असताना 'बॉवर' एकदा बर्फाच्या घळीमध्ये पडला, परंतु तो स्लेजला बांधलेला असल्यामुळे त्याला सुरक्षितपणे वर काढणे सोपे गेले. अज्ञात भूभागामध्ये प्रवास करणाऱ्यांसाठी ही मोठीच दिलासादायक गोष्ट होती.

सन १९११चा हिवाळा सरतेशेवटी स्कॉटने त्याची दक्षिण भौगोलिक ध्रुवावरच्या चढाईची योजना निश्चित केली. शॅकल्टनला त्याच्या मोहिमेच्या दरम्यान प्रवासाला लागलेला वेळ आणि आलेले इतर अनुभव यांचा अंदाज घेऊन, 'डिस्कव्हरी' मोहिमेचाच मार्ग चोखाळण्याचे त्याने ठरवले. बरोबर असलेल्या कुत्र्यांवर, खेचरांवर आणि स्वयंचलित स्लेजवर पूर्ण विश्वास टाकून आणि त्यांच्यावर अवलंबून राहून 'बीअर्डमोर ग्लॅशियर' गाठण्याबाबत स्कॉट जरा साशंकच होता. प्रत्यक्ष दक्षिण भौगोलिक ध्रुवावर जाण्याचा प्रयत्न करणाऱ्या पथकातील सदस्यांची संख्या, त्यांना लागणारा वेळ, त्यासाठी लागणारे इंधन, अन्नसाठा या सर्वांचा व्यवस्थित मेळ बसण्यासाठी त्याने अनेक गणिते मांडली. त्या ३ हजार मीटर उंचीवरच्या पठारी प्रदेशामध्ये हवामान किती टोकाचे असेल, खडतर असेल याची स्कॉटला पूर्ण कल्पना होती आणि आधीच्या अनुभवावरून त्याला हेही माहीत होते की तिथे हवामान खराब असण्याची शक्यता जास्त होती. त्या प्रदेशामध्ये ऑक्टोबर महिन्यात उठणारी बर्फाची वादळे लक्षात घेऊन स्कॉटने अतिदक्षिणेकडे नोव्हेंबर महिन्याच्या सुरुवातीला निघायचे ठरवले. त्याने डिसेंबर महिन्याच्या सुरुवातीलाच पठारी प्रदेशावर पोहोचून २२ डिसेंबरच्या आसपास दक्षिण भौगोलिक ध्रुव गाठण्याचे निश्चित केले. जसजसे ते दक्षिणेकडे सरकणार होते, तसतसा आकाशातील सूर्याचा मार्ग जास्तीत जास्त क्षितिजाकडे झुकलेला असणार होता आणि ज्या वेळी ते दक्षिण भौगोलिक ध्रुवाच्या अगदी निकट असणार होते, त्या वेळी आकाशातील सूर्य क्षितिजाशी २३ अंश कोनात असणार होता. त्यांच्या स्थाननिश्चितीसाठी ते 'थिओडोलाईट'चा वापर करणार होते, त्यामुळे त्यांच्या ठिकाणाला १.५ किमीच्या परिघाचा नेमकेपणा

मिळणार होता. आणि स्थाननिश्चितीमधील एवढा नेमकेपणा दक्षिण भौगोलिक ध्रुवावर पोहोचल्याचा दावा करण्यासाठी पुरेसा होता. त्याच्या मते एकूण प्रवास हा १४४ दिवसांचा असणार होता आणि त्यांना तळावर परतण्यासाठी २७ मार्च १९१२ उजाडणार होते म्हणजेच उन्हाळा संपत आलेला असणार होता.

आमंडसेन दक्षिणेकडेच निघाल्याचे स्कॉटला जरी समजले होते, तरी स्कॉटने आपल्या मोहिमेचे आधी ठरलेले वेळापत्रक बदलले नाही. दक्षिण भौगोलिक ध्रुवावर पोहोचणे महत्त्वाचे तर होतेच, पण त्याहीपेक्षा वेळापत्रकामध्ये घाईघाईने बदल केल्याने मोहिमेचा तितकाच महत्त्वाचा असलेला वैज्ञानिक संशोधनाचा भाग धोक्यात येण्याची शक्यता होती, याची त्याला जाणीव होती. त्याच्या दृष्टीने ही शर्यत वगैरे नव्हतीच. शेवटी दक्षिण ध्रुवीय प्रदेशाकडे जाण्याचा किंवा दक्षिण भौगोलिक ध्रुवावर पोहोचण्याचा तो उद्देशच नव्हता. त्याने घरी लिहिलेल्या पत्रामध्ये - जे जगभरातील वर्तमानपत्रांमध्ये छापून आले होते - अत्यंत निर्विकारपणे लिहिले होते— 'तो (आमंडसेन) जर दक्षिण भौगोलिक ध्रुवावर प्रथम पोहोचला आणि कुत्र्यांच्या मदतीने तो जलद गतीने जाण्याची शक्यता आहे, तर त्याला मिळालेले यश हेच त्याने स्वीकारलेल्या मार्गाचे समर्थन असेल. ते काहीही असले तरी तो फार मोठा धोका पत्करतो आहे आणि जर त्याला यश मिळाले तर ते नशीबच असेल. परंतु तू खात्री बाळग की आम्ही पण आमची तयारी करत आहोत आणि आधी ठरलेल्या वेळापत्रकाप्रमाणेच जाणार आहोत.' शेवटी यापेक्षा जास्त काही करण्यासारखे स्कॉटच्या हातात नव्हते. त्याने बरोबर खेचरे घेऊन जाण्याचे ठरवले होते आणि जोपर्यंत त्या प्राण्यांना मानवेल एवढी तपमानात वाढ होत नाही तोपर्यंत तो दक्षिणेकडे जाण्यासाठी निघू शकत नव्हता.

त्याच्या अंतिम चढाईची योजना सहकाऱ्यांपुढे मांडताना स्कॉटने सांगितले, 'एक गोष्ट आपल्याला कोणत्याही परिस्थितीत विसरून चालणार नाही की सर्वसाधारण जनता असो किंवा वैज्ञानिक दृष्टिकोन बाळगणारे अभिजन असो, आपल्या वैज्ञानिक प्रयोगांची आणि त्यांच्या निष्कर्षांची प्रसिद्धी किंवा महत्त्व हे आपल्या प्रमुख, दक्षिण भौगोलिक ध्रुवावर पोहोचण्याच्या उद्दिष्टांच्या साध्य करण्याच्या यशापयशावर अवलंबून असणार आहे. आपण यशस्वी झालो तर आपले सर्वच मार्ग सोपे होतील आणि सगळ्याच गोष्टींचे कौतुक होईल, परंतु जर आपण अपयशी ठरलो तर मात्र आपण केलेले संशोधन कितीही महत्त्वाचे असो ते दुर्लक्षिले जाईल, विसरले जाईल, निदान काही काळापुरते तरी हे नक्की.'

जेवढे करता येणे शक्य आहे तेवढे आपण केले आहे याची खात्री पटल्यावर स्कॉटने परत एकदा आपल्या मोहिमेतील तोपर्यंतच्या वैज्ञानिक कामगिरीचा आढावा घेतला आणि आमंडसेन दक्षिण भौगोलिक ध्रुवावर अगोदर पाऊल ठेवण्याच्या

शक्यतेच्या पार्श्वभूमीवर त्याने त्याच्या डायरीमध्ये लिहिले, 'मोहिमेच्या सर्वांगीण तयारीचा विचार केला तर परिस्थिती चांगली आहे आणि उद्या या दक्षिण ध्रुवीय प्रदेशाच्या मोहिमेतून, प्रवासातून काही निष्पन्न जरी झाले नाही, अगदी दक्षिण भौगोलिक ध्रुवावर पोहोचणेदेखील शक्य झाले नाही तरीही दक्षिण ध्रुवीय प्रदेशामध्ये काढलेल्या मोहिमांपैकी एक महत्त्वाची मोहीम म्हणून या मोहिमेची नक्कीच नोंद घ्यावी लागेल आणि आमचे तेवढे श्रेय कोणीच हिरावून घेऊ शकणार नाही.'

तोपर्यंत झालेल्या सर्व घडामोडींची इत्थंभूत माहिती घेऊन 'टेरा नोव्हा' जहाज न्यू-झीलंडला परतले. रॉयल जिऑग्राफिक सोसायटीच्या एप्रिल १९११ मध्ये झालेल्या मीटिंगमध्ये सोसायटीच्या अध्यक्षांनी सांगितले—

> 'एक गोष्ट आपण प्रकर्षाने लक्षात घेतली पाहिजे की फक्त नागरीकरण झालेल्या प्रदेशामध्ये, भूभागावरच प्रवाशावर संकटे येण्याची शक्यता कमी असते. परंतु अज्ञात प्रदेशांमध्ये, दुर्गम प्रदेशांमध्ये जाणाऱ्या साहसवीरांसाठी परिस्थिती एवढी साधी सरळ नसते. दुर्दैवी घटनांबद्दल वाईट वाटणे साहजिकच आहे, पण म्हणून कॅप्टन स्कॉटच्या मोहिमेकडून वैज्ञानिक क्षेत्रामध्ये काही भरीव कार्य घडण्याची किंवा दक्षिण भौगोलिक ध्रुवावर पोहोचण्यात यशस्वी होण्याची जी आपणा सर्वांची इच्छा आहे ती योग्यच आहे. नॉर्वेजियन मोहिमेबाबत, जोपर्यंत आपल्याला त्याबाबतची संपूर्ण माहिती मिळत नाही, तोपर्यंत काहीही न बोलणेच योग्य ठरेल. तरी मला मिळालेल्या या संधीचा फायदा, माझे वैयक्तिक मत प्रदर्शित करण्यासाठी घेऊन, मी म्हणेन की कोणीही साहसवीर किंवा कोणतीही साहसी मोहीम केवळ एखाद्या जागेवर पोहोचल्यामुळे त्या जागेवर कोणत्याही प्रकारचा हक्क सांगू शकत नाही, म्हणून आपण दक्षिण ध्रुवीय भूभागावरील विदेशी वैज्ञानिक मोहिमांचे स्वागतच केले पाहिजे. मात्र अशी आशा आहे की नॉर्वेजियन आणि ब्रिटिश मोहिमांचे एकमेकांशी जे सौहार्दपूर्ण संबंध आहेत ते तसेच राहतील. परंतु त्याच वेळी मला नाइलाजाने आणि दुःखाने हेही म्हणावे लागेल की कॅप्टन आमंडसेनने युरोप सोडून दक्षिणेकडे प्रस्थान ठेवण्याआधी त्याच्या मोहिमेच्या उद्दिष्टांसंबंधी चर्चा करण्याची, विचारविनिमय करण्याची संधी दिली नाही.'

त्यानंतर दक्षिण ध्रुवीय प्रदेशातील उन्हाळ्यामध्ये जे काही घडले ती मात्र अशा प्रकारच्या मोहिमांच्या इतिहासातील एक अविस्मरणीय अशी कहाणी आहे. स्कॉटने आखलेल्या मोहिमेमध्ये - कदाचित त्यामध्ये काही तथ्यही असेल - अलीकडच्या

काळात टिकाटिप्पणी करण्याऱ्या बऱ्याच बातम्या वर्तमानपत्रांमधून प्रसिद्ध झाल्या. परंतु त्याने वैज्ञानिक संशोधनाचे जे ध्येय ठेवले होते ते खूप महत्त्वाकांक्षी होते यात शंकाच नाही. या ब्रिटिश मोहिमेचा, दक्षिण भौगोलिक ध्रुवावर पोहोचण्याच्या योजनेचा, त्याने केलेला आराखडा जर पाहिला तर तो खूप गुंतागुंतीचा होता. एकूण सोळा जण दक्षिण भौगोलिक ध्रुवाकडे निघणार होते आणि जसजसे भौगोलिक ध्रुव जवळ येईल तसतसे ते छोट्या छोट्या गटांमध्ये विभागले जाणार होते. त्यांच्याबरोबर दहा खेचरे, दोन कुत्र्यांचे गट आणि दोन स्वयंचलित स्लेज असणार होते.

अगदी सुरुवातीपासूनच अनेक कारणांमुळे त्याच्या वाटचालीची गती मंदावली, त्यामुळे स्कॉट निराश झाला होता. त्यातून पहिल्या दिवसापासूनच खराब हवामानाची लक्षणे दिसायला लागली. त्याच्या डायरीमधील दिनांक ४ डिसेंबरची नोंद अशी आहे— 'आतमध्ये कुठेतरी असे वाटते आहे की हवामान खूप खराबच राहणार आहे.' तापमानामध्ये खूप मोठ्या प्रमाणात चढउतार होत होते, मधूनमधून जोरदार वारे सुटत होते आणि त्यात परत जोरदार बर्फवृष्टीमुळे वेग आणखी मंदावत होता.

स्वयंचलित स्लेज अशा हवामानात काम करणे शक्यच नव्हते. त्यांनी बरोबर घेतलेले स्पेअर पार्ट्स पुरेसे नव्हते आणि अशा हवामानामध्ये स्लेजची दुरुस्ती करणे म्हणजे कठीणच होते. छोट्या छोट्या गोष्टींसाठी त्यांना अक्षरश: झगडावे लागत होते. स्वयंचलित स्लेजचे इंजीन अतिगरम होत होते आणि चाकावरचा लोखंडी पट्टा सारखा घसरत होता. बऱ्याच वेळेला त्यांना त्यांची आगेकूच थांबवून स्लेजचे इंजीन बंद करून ते थंड होण्याची वाट बघावी लागे. परंतु ते गोठून देणे पण चालण्यासारखे नव्हते, कारण परत ते सुरू करण्यासाठी थोडे गरम करावे लागे. परंतु या सगळ्या खटाटोपतच बराचसा वेळ जात होता, दिवस जात होते. काही दिवसांनी इंजीनमधील सिलिंडर्सना तडे गेले, स्पेअर पार्ट्स संपले आणि ते स्वयंचलित स्लेज तिथेच सोडून द्यावे लागले. जवळ असलेली रसद आणि वैज्ञानिक उपकरणे लादलेले स्लेज ओढत पुढे पायी चालू लागण्यावाचून त्यांना गत्यंतर नव्हते. स्लेजच्या इंजिनांची पूर्ण माहिती असलेल्या स्केल्टन याला मोहिमेत बरोबर न घेतल्याबद्दल स्कॉटला नक्कीच पश्चात्ताप झाला असेल.

७९°२९, 'दक्षिण अक्षांशावर उभारलेल्या एक टन डेपोपर्यंत, निसर्गाशी झगडत, यांत्रिक अडथळे पार करत, पोहोचायला त्यांच्या पथकास पंधरा दिवस लागले. स्कॉटने त्याच्या डायरीमध्ये नोंद केली की, 'निसर्गाची साथ मिळण्याबाबत शॅकल्टन फार नशीबवान ठरला.' स्कॉटपुढच्या समस्या फक्त नैसर्गिकच नव्हत्या तर विविध प्रकारच्या होत्या. उदा. मागे मागे रेंगाळणाऱ्या खेचरांवर कुत्रे धावून जायचे आणि काठ्या मारूनच त्यांना दूर करावे लागे. हे पथक 'बीअर्डमोर ग्लॅशियर'पर्यंत पोहोचेस्तोवर त्या मांचुरीयन खेचरांमधले त्राण संपत आले होते.

अत्यंत कमी तपमान, त्यांच्या नेहमीच्या चाऱ्याचा अभाव इ. गोष्टींचा हा सगळा परिणाम होता. त्याशिवाय ग्रेट आइस बॅरियरच्या भागातल्या मऊ आणि पातळ बर्फाच्या पृष्ठभागावरून त्यांना चालणेही शक्य होत नव्हते. त्यामुळे प्रवासातले बरेच दिवस वाया गेले, जे खरे तर ब्रिटिश मोहिमेला परवडणारे नव्हते. जी काही खेचरे थोडेफार चालू शकत होती, त्यांची वजन ओढून नेण्याची क्षमता अपेक्षेपेक्षा खूपच कमी होती.

वाया गेलेले दिवस भरून काढण्यासाठी मिअरच्या कुत्र्यांचा उपयोग करून घ्यायचे ठरले. मूळ योजनेप्रमाणे बॅरियरचे निम्मे अंतर पार करेपर्यंतच त्यांचा वापर करण्याचे ठरले होते, पण आता त्यांचा उपयोग बीअर्डमोर ग्लॅशियरच्या पायथ्यापर्यंत करायचे ठरले. परंतु त्यासाठी त्यांच्या खाद्यपदार्थांची पुरेशी सोय केलेली नव्हती. परत एकदा बरोबर आणलेल्या रसदीचा आढावा घेऊन तिचे फेरवाटप करून, प्रमाण ठरवून मिअरच्या पथकाने प्रवास चालू ठेवला.

बीअर्डमोर ग्लॅशियरच्या पायथ्याशी पोहोचल्यावर स्कॉटने शेवटच्या उरलेल्या खेचराला मारून त्याच्या मांसासाठी, त्याला डेपोमध्ये ठेवण्याचा निर्णय घेतला. कारण शॅकल्टनचा पूर्वानुभव लक्षात घेता, स्कॉटला त्यांच्या बरोबरची खेचरे आणि त्यांच्यावर लादलेले सामान बर्फांमधील घळींमध्ये अपघाताने पडून गमवायचे नव्हते, त्यामुळे पुढील संपूर्ण मोहीमच धोक्यात आली असती. ग्लॅशियरच्या पायथ्याशी पोहोचल्यावर कुत्र्यांना परत पाठवण्यात आले आणि आता यापुढे त्यांच्याबरोबरचे सामान त्यांनाच ओढून न्यायचे होते.

पाँटिंगने त्या दिवसांचे चित्रीकरण केलेल्या फिल्म्सवरून तो सगळा प्रवासच किती कठीण आणि कष्टदायक होता हे स्पष्ट होते. त्या फिल्म्समध्ये माणसांनी स्वत:ला दोऱ्यांनी स्लेजला बांधून घेतलेले दिसते. त्या दोऱ्यांची दुसरी टोके त्यांच्या अंगावरच्या डेनीम जॅकेटला बांधलेली दिसतात. अंगावरच्या जॅकेटमुळे सामानाने भरलेल्या स्लेजचे वजन त्यांच्या खांद्यांवर आणि पोटावर विभागले गेलेले दिसते. जड सामान ओढून नेण्याच्या प्रयत्नात ते परत परत अडखळताना आणि बर्फावरून घसरून पडताना दिसतात. चेरीने त्या दिवसांचे वर्णन असे केले— 'ध्रुवीय प्रदेशातील साहसमोहिमा हा एकूणच स्वत:ला त्रास करून घेण्याचा, स्वत:चाच छळ करून घेण्याचा वेगळाच असा शुद्ध आणि सात्त्विक प्रकार आहे.'

जसजशी पुढेपुढे वाटचाल होत राहिली तसतसे छोटे छोटे गट त्यातून बाजूला निघत गेले. दोन गटांवर मागे फिरून बॅरियरच्या सभोवतालच्या प्रदेशाचा शोध घेण्याची, अभ्यास करण्याची जबाबदारी होती, तर एक गट बीअर्डमोर ग्लॅशियर चढून वरपर्यंत जाण्यास निघाला. दक्षिण भौगोलिक ध्रुवापासून फक्त दीड अंश अक्षांश अंतर उरलेले असताना स्कॉटने अचानक जाहीर केले की तो स्वत: पाच

जणांच्या - पूर्वनियोजित चार नव्हे - पथकासोबत दक्षिण भौगोलिक ध्रुवावर पोहोचण्याचा प्रयत्न करेल. दुसऱ्या स्लेज पथकातील 'बॉवर' खरेतर स्कॉटला येऊन मिळणार होता आणि मोहिमेचा उपकप्तान असलेला इव्हान्स दुसऱ्या दोन नौदलाच्या माणसांबरोबर - टॉम क्रीन आणि विल्यम लॅश्ली - परत फिरणार होता. अचानक झालेल्या बदलामुळे हे तिघे जण खूप निराश झाले. इव्हान्सचा संताप अनावर झाला, त्याने सरळ सरळ आरोप केला की त्याला बरोबर घेऊन जाण्याची स्कॉटची मुळातच इच्छा नव्हती. आणि त्याने 'बॉवर'ला बरोबर घेण्याचे कारण म्हणजे त्याला स्लेज ओढण्यात मदत झाली असती - परंतु इव्हान्ससाठी जे झाले होते ते एक प्रकारे चांगलेच झाले होते. कारण बॅरियरच्या प्रदेशात पोहोचेस्तोवर इव्हान्स स्कर्व्हीने आजारी पडला. तो इतका आजारी झाला की त्याला चालणे अशक्य झाले. शेवटी 'क्रीन' आणि 'अॅश्ले' यांनी वजन कमी करण्यासाठी भूभागांचे गोळा केलेले नमुने स्लेजवरून उतरवून तेथेच ठेवले आणि इव्हान्सला स्लेजवर घेऊन त्याला ओढत प्रवास सुरू ठेवला. इव्हान्सला ओढत ओढत नेणे जेव्हा अशक्य झाले, तेव्हा आधीच दमलेला आणि अशक्त झालेला 'क्रीन' उरलेले ५६ किमी. चे अंतर चालून रॉस आयलंडवर पोहोचला आणि आवश्यक ती औषधे आणि मदत घेऊन पुन्हा तेवढेच अंतर मागे आला. इव्हान्सचा जीव वाचला होता.

या सगळ्या संकटांना तोंड देत असताना वैज्ञानिक प्रयोगांचे, निरीक्षणांचे आणि नोंदी घेण्याचे काम अव्याहतपणे चालूच होते. योग्य जागी 'होकायंत्रे' आणि 'थिओडोलाइट्स' ठेवून त्यांनी त्या प्रदेशातील पर्वतांची नकाशावरील स्थाने नियमित केली, पक्की केली, भूगर्भदृष्ट्या त्यांच्या रचनांचा अभ्यास केला, नोंदी केल्या. हवामानाच्या अभ्यासावर त्यांचे विशेष लक्ष होते आणि दररोज काटेकोरपणे निरनिराळ्या नोंदी घेतल्या जात होत्या. तळावरील सिम्पसनला अद्ययावत आणि स्वयंचलित उपकरणांद्वारे निरीक्षणे नोंदवण्याचे जे सुख होते ते स्लेजिंग पथकातील सदस्यांना नव्हते. त्याऐवजी 'Hints to Travellers' या पुस्तकामध्ये म्हटल्याप्रमाणे 'चालत असताना किंवा जिथे चांगला आडोसा मिळण्याची शक्यता नाही तेव्हा त्यातल्या त्यात योग्य ठिकाणी, थर्मामीटरच्या वरच्या टोकाला दोरी बांधून हाताच्या अंतरावर अर्धाएक मिनिट स्वत:भोवती फिरवणे' हा सल्ला अमलात आणण्यासारखा होता. त्यामुळे दररोज सकाळी, दुपारी आणि संध्याकाळी दोरी बांधलेला थर्मामीटर अगदी नियमितपणे बाहेर काढून स्वत:भोवती अर्धाएक मिनिट फिरवला जायचा आणि तापमानाची नोंद केली जायची. समुद्रसपाटीपासूनच्या उंचीमध्ये होणारे बदल, वातावरणाचा दाब वगैरे 'बॅरोमीटर'च्या साहाय्याने नोंदवले जायचे. जसे ते दक्षिण ध्रुवीय पठारी प्रदेशाच्या जवळ आले तसे तापमान नियमितपणे उणे ३० अंश से. च्या आसपास

किंवा त्याहीपेक्षा कमी असल्याचे आढळून आले. केप क्रोझियर इथे दुहेरी कॅनव्हासचे अस्तर असलेल्या तंबूंची चाचणी झालीच होती. तेच तंबू आता परीक्षेला पूर्णपणे उतरले होते.

अतिश्रमामुळे, थकण्यामुळे काही चुकाही झाल्या. ते दक्षिण भौगोलिक ध्रुवाच्या जवळजवळ सरकत असताना एक गोष्ट लक्षात आली की दोन क्रोनोमीटरमध्ये २६ मिनिटांचा फरक आहे. हा वेळेमध्ये असलेला फरक म्हणजे काही मामुली गोष्ट नव्हती, त्यामुळे त्या अथांग पसरलेल्या गोठलेल्या खंडात स्वत:च्या ठिकाणाचा नेमकेपणा कळण्यात अनंत अडचणी निर्माण होणार होत्या. प्रत्येकाजवळ स्वत:चे घड्याळ होते आणि ते एका छोट्या कातडी पिशवीमध्ये घालून ती पिशवी अगदी आतल्या अंगरख्यात शरीरालगत ठेवलेली होती. उद्देश एवढाच की बाहेरच्या टोकाच्या हवामानापासून त्याचे रक्षण व्हावे. सूर्य जेव्हा आकाशात सर्वोच्च बिंदूला पोहोचेल ती वेळ ठरवणे महत्त्वाचे होते कारण त्यावरून त्यांच्या ठिकाणाचा नेमकेपणा कळायला मदत होणार होती.

यामागचे अगदी साधे गणित असे आहे की सूर्य एका तासाला १५ अंश रेखांश एवढे भ्रमण करतो. ज्या वेळी सूर्य अगदी डोक्यावर असेल ती वेळ मोजून निरीक्षणकर्त्याचे ठिकाण आणि शून्य अंश रेखांशावर असलेल्या ग्रीनविच या लंडनच्या ठिकाणाशी मेळ घालून निश्चितपणे सांगता येते. जर एखाद्या ठिकाणी दुपार (मध्यान्ह) ग्रीनविचच्या मध्यान्हीनंतर एक तासाने होत असेल तर निरीक्षणकर्त्याचे ठिकाण १५ अंश पश्चिम रेखांशावर असले पाहिजे. परंतु फक्त काही मिनिटांच्या चुकीमुळे पुढचे गणित मोठ्या प्रमाणावर चुकण्याची शक्यता असते, म्हणूनच स्कॉटने स्वत:बरोबर दोन क्रोनोमीटर घेण्याची खबरदारी घेतली होती. त्यांना दिवसातून दोन वेळा किल्ली द्यावी लागे. एकदा दिवसाचा प्रवास सुरू करण्यापूर्वी आणि एकदा त्या दिवसाचा प्रवास संपल्यावर.

परंतु आता दोन क्रोनोमीटर दोन वेगळ्या वेळा दाखवत असल्यामुळे त्यांचे ठिकाण निश्चित करण्याचा प्रश्न निर्माण झाला होता आणि त्याचबरोबर या ब्रिटिश साहसवीरांना थेट दक्षिण भौगोलिक ध्रुवाकडे जाणारा मार्ग निश्चित करण्याचाही प्रश्न निर्माण झाला होता. 'बॉवर'ने त्याच्या उपकरणांची योग्य प्रकारे काळजी घेतली नव्हती हे उघडच होते. स्कॉटला संताप अनावर झाला. 'बॉवर'ने त्याच्या डायरीमध्ये लिहून ठेवले की, 'स्कॉटने त्याचा सगळा राग, संताप माझ्यावर काढला. त्या मोहिमेमध्ये त्या वेळी माझे नाव धुळीला मिळाले, त्या मोक्याच्या वेळी मोहिमेच्या नेत्याची नाराजी ओढवून घेणे माझ्यासाठी खूपच दु:खदायक होते.'

आणि तरी स्कॉटने आत्मविश्वासाने पुढे चालत राहायचे ठरवले. सहा जानेवारीला ब्रिटिश मोहिमेतील स्लेज पार्टी शॅकल्टनने गाठलेल्या दक्षिण

टोकाच्या (८८°२३द) पुढे गेली होती. पार्टीतील सगळेच उत्साहात होते, आशावादी होते. ते आता अगदी नवीन प्रदेशात प्रवेश करण्याच्या बेतात होते. त्यानंतर अजून दहा दिवसांचा खडतर प्रवास झाला आणि सगळ्या आशा धुळीला मिळाल्या. 'बॉवर'ला दूरवर एका बर्फाच्या चौथऱ्यावर, मध्ये रोवलेल्या ताठ काठीला लावलेले काळे निशाण फडकताना दिसले. त्याचा अर्थ एकच होता.

दिनांक १७ जानेवारी (बुधवार) १९१२, निराश झालेला रॉबर्ट स्कॉट त्याच्या चार सहकाऱ्यांसमवेत 'अडखळत, थकल्याभागल्या अवस्थेत, आत्तापर्यंत स्वप्न पाहिलेल्या त्या ठिकाणावर, दक्षिण भौगोलिक ध्रुवावर उभा होता. परंतु त्या जागेवर आधीच उभारलेला एक छोटा तंबू होता आणि त्यावर नॉर्वेचा राष्ट्रध्वज फडकत होता. रसद आणि उपकरणे ओढत एकूण ७८ दिवसांच्या आणि १४०० किमी.च्या खडतर प्रवासानंतर, तोपर्यंत दावा न सांगितल्या गेलेल्या अतिदक्षिणेकडील भूभागावर, ते पोहोचले खरे, परंतु ते दुसरे होते.

आमंडसेन आणि त्याच्या सहकाऱ्यांनी स्कॉट आणि त्याच्या सहकाऱ्यांवर अगदी थोड्या फरकाने मात केली होती. विल्सनने त्याच्या डायरीमध्ये नोंद केली— 'आमंडसेनचा दक्षिण भौगोलिक ध्रुवावरचा पहिलेपणाचा हक्क सगळ्यांनाच मान्य होता. त्याच्या दृष्टीने ती जर शर्यत असेल तर ती त्याने जिंकली होती. परंतु त्याचबरोबर आम्हीही ज्यासाठी इथवर आलो होतो ते साध्य केले होते.'

सन १८८२-८३ मधील जर्मन ध्रुवीय प्रदेशातील मोहिमेच्या वेळी, शास्त्रीय प्रयोगांसाठी चामड्याच्या जॅकेटमध्ये बांधलेले पेंग्वीन पक्षी.

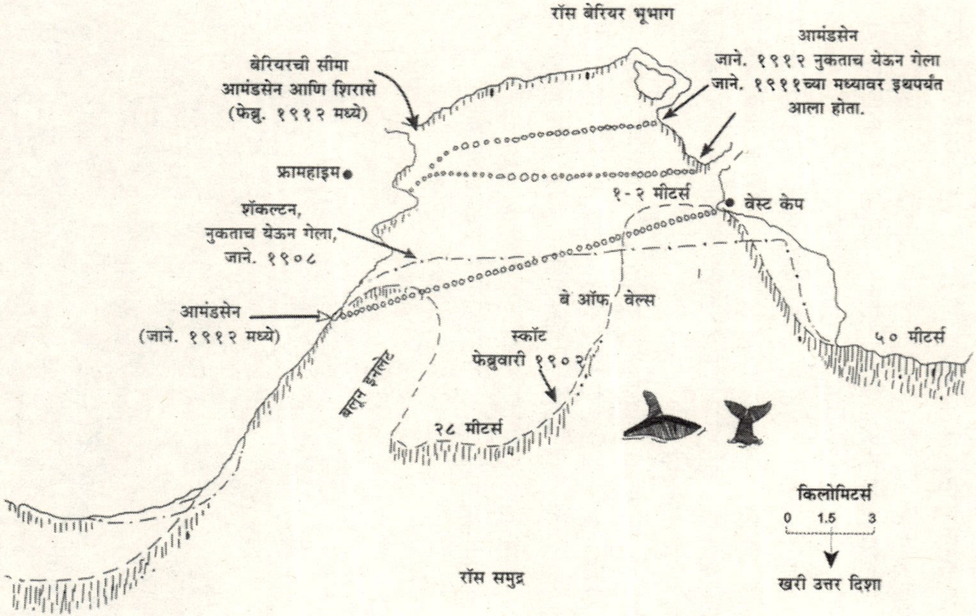

'बे ऑफ व्हेल्स'चा बदलता चेहरा. एजवर्थ डेव्हिडने सन १९१४ च्या 'रॉयल जिऑग्राफिक सोसायटी'मधील भाषणाचे वेळी वापरलेला नकाशा.

रेनडीअर, तट्टू आणि स्वयंचलित स्लेज

रोआल्ड आमंडसेन आणि दक्षिण ध्रुवासाठी नॉर्वेचा प्रयत्न
(१९१०-१९१२)

एखादा वेडा शास्त्रज्ञ सोडला तर कोणालाच पर्वतमाथ्यांवरचे बर्फ वितळवावेसे वाटणार नाही. आणि जरी त्याने तसे काही केलेच तरी तापमानाची उठाठेव कोण करणार आहे?
विल्यम अर्न्स्ट बोमॅन (१९११-१९८५)

सन १९१२ उजाडताना 'रोआल्ड आमंडसेन' हे नाव घराघरात पोहोचले होते. सन १८७२ मध्ये जन्मलेल्या या नॉर्वेजियन साहसवीराला ध्रुवीय प्रदेशातील प्रवासाचे लहानपणापासूनच आकर्षण होते. अगदी लहान वयामध्येच त्याने फ्रँकलीन या साहसवीराच्या अपयशी प्रयत्नांच्या, मोहिमांच्या कहाण्या ऐकल्या होत्या आणि नंतर फ्रिड्टजॉफ नानसेन याच्या सन १८८८ मधील ग्रीनलँडच्या प्रवासातून प्रेरणा घेतली होती. तोपण त्याच्या हिरोप्रमाणे— नानसेनप्रमाणे— काहीतरी पराक्रम करून दाखवण्याची स्वप्ने बघत होता. आमंडसेनचा जन्म जहाज वाहतुकीचा व्यवसाय असलेल्या एका सधन कुटुंबामध्ये झाला होता. त्याचे त्याच्या आईवर खूप प्रेम होते. त्याची आई ही एक कणखर व्यक्तिमत्त्व असलेली स्त्री होती आणि तिच्या या चौथ्या मुलाने डॉक्टर व्हावे अशी तिची फार इच्छा होती. परंतु आमंडसेनचे मन अभ्यासामध्ये रमत नव्हते. आईच्या आग्रहाखातर, आज्ञाधारक मुलाप्रमाणे त्याने वैद्यकीय महाविद्यालयामध्ये नाव घातले. कॉलेजमध्ये तो क्वचितच लेक्चर्सना बसला असेल कारण त्याला कॉलेजमधून काढून टाकण्यापर्यंत वेळ आली होती. एके दिवशी अचानक त्याच्या आईचा मृत्यू झाला आणि वयाच्या एकविसाव्या वर्षी आईच्या प्रेमळ धाकातून, दबावातून अचानक त्याची सुटका झाली. आणि त्याने

समुद्राचा रस्ता धरला.

ध्रुवीय प्रदेशामध्ये शोधमोहीम काढण्याची आयतीच संधी या नॉर्वेजियन तरुणाकडे चालून आली. सन १८९७ ते १८९९ या कालावधीसाठी जाणाऱ्या 'बेल्जिका' या मोहिमेमध्ये खलाशी म्हणून जाण्याची त्याला संधी मिळाली. 'डी गेर्लाच' याच्या मार्गदर्शनाखाली दक्षिण ध्रुवीय प्रदेशातील थंडीच्या प्रदीर्घ रात्रींमध्ये आमंडसेनला खूप शिकायला मिळाले, नेतृत्वगुणांचा विकास करण्याची संधी मिळाली. त्याच्या आयुष्याची दिशा ठरवणारा तो काळ होता. आमंडसेनच्या कामगिरीचे, हुशारीचे इतके कौतुक झाले की त्याचा दुसरा हिरो असलेल्या 'फ्रँकलीन' याला जे जमले नव्हते ते साध्य करण्याची संधी त्याच्याकडे चालून आली. समुद्रीव्यापारासाठी वायव्य (उत्तर-पश्चिम) मार्ग शोधणे (या मार्गाची गरज आशिया खंडाशी जवळच्या समुद्रीमार्गाने व्यापार करण्यासाठी भासू लागली होती. तेव्हा जो एकमेव मार्ग होता तो आफ्रिका खंडाला, 'केप ऑफ गुड होप'ला वळसा घालून जाणारा लांबचा मार्ग होता.)

आमंडसेनने मोहिमेसाठी निधी उभा करण्याच्या कामाला जोमाने सुरुवात केली. त्याला जाणीव होती की फक्त 'नवीन समुद्री व्यापारी मार्ग शोधणे' हे काही देणगीदारांनी, प्रायोजकांनी पैसे काढून देण्यासाठी पुरेसे कारण होऊ शकत नाही, म्हणून त्याच्या मोहिमेचा वेगळेपणा दाखवण्यासाठी, महत्त्व पटवून देण्यासाठी काहीतरी शास्त्रीय कारण शोधण्याची, आधार घेण्याची त्याला गरज वाटत होती. ध्रुवीय प्रदेशातील मोहिमेच्या समर्थनार्थ काहीतरी शास्त्रीय कारण पुढे करण्याचे महत्त्व ज्याप्रमाणे शॅकल्टनने ओळखले होते, त्याचप्रमाणे आमंडसेनला त्याच्या मोहिमेसाठी काही विद्वत संस्थांच्या पाठिंब्याची गरज वाटत होती आणि तो मिळवण्यासाठी त्याने खूप कष्ट घेतले. 'रॉस'ने सात दशकांपूर्वी उत्तर चुंबकीय ध्रुवावर जाण्यात यश मिळवले होते. त्यानंतर मात्र तेथे कोणीही गेले नव्हते. आता उत्तर चुंबकीय ध्रुव रॉसने पाहिलेल्याच स्थानावर होता का? की त्याने बऱ्याच जणांनी अंदाज वर्तवल्याप्रमाणे जागा बदलली होती? आमंडसेनला वाटले त्याच्या मोहिमेच्या समर्थनार्थ हे कारण पुरेसे आहे. मोहिमेसाठी निधी जमवणे कठीणच जात होते. परंतु आमंडसेनने त्याचे सहकारी जमवण्यास आणि दोन वर्षांच्या मोहिमेसाठी पुरेशी रसद गोळा करण्यास सुरुवात केली.

आशिया खंडाकडे जाणारा उत्तर-पश्चिम (वायव्य) समुद्री व्यापारी मार्ग शोधण्याच्या प्रयत्नात तोपर्यंत कित्येकांनी आपले प्राण गमावले होते. तर कित्येकांची आयुष्ये उद्ध्वस्त झाली होती. साहसवीरांसाठी ते एक अशक्यप्राय असे आव्हान होते. असा व्यापारी मार्ग शोधण्यासाठी, बऱ्याच जणांनी तोपर्यंत बर्फाच्या समुद्रातून बर्फ फोडत जाणाऱ्या मोठ्या जहाजांचा उपयोग करून पाहिला होता. आमंडसेनकडे एकतर

एवढे पैसे नव्हते आणि त्याला अशा प्रकारे बर्फ फोडत मार्ग काढत जाण्याचा उत्साहपण नव्हता. त्याऐवजी त्याने एक वेगळाच उपाय अवलंबण्याचे ठरवले.

ऑस्लो येथील 'फ्राम' वस्तुसंग्रहालयाच्या देखण्या इमारतीबाहेर एक अरुंद आणि अगदी जमिनीलगत लाकडी ट्रॉलर ठेवलेला आहे. 'जोआ' हे एक शोधमोहिमांच्या इतिहासातील एक अत्यंत महत्त्वाचे जहाज आहे. परंतु वस्तुसंग्रहालयाला भेट देणाऱ्या बहुतेक पर्यटकांचे त्याच्याकडे लक्ष जात नाही आणि ते दुसरे मोठे आकर्षण म्हणजे 'जोर्ड' (Fjord) बघण्याच्या घाईत पुढे जातात. त्या वेळी मात्र आमंडसेन या दणकट जहाजाच्या मोहात पडला होता आणि त्याला त्याच्या मनाप्रमाणे प्रवास करण्याचा पर्याय सापडला होता. त्या जहाजावर सात माणसे आणि त्यांच्या बर्फावरील एक हिवाळा निघू शकेल एवढी रसद सामावून घेण्याची क्षमता होती. सगळ्यात महत्त्वाचे म्हणजे 'जोआ' हे जहाज उथळ किंवा कमी खोल पाण्यामध्ये काम करू शकत होते. त्यामुळे किनारपट्टीला धरून प्रवास करू शकत होते. समुद्रामधील बर्फामधून वाट शोधत जाण्याच्या दृष्टीने ही गोष्ट अत्यंत महत्त्वाची होती.

आमंडसेनने अनेक शास्त्रज्ञांशी, वैज्ञानिकांशी विचारविनिमय केला, त्यांचे सल्ले घेतले, 'नानसेन'ने समुद्री प्रवासामध्ये कोणती निरीक्षणे नोंदवायची आणि का या विषयावर एक विस्तृत पुस्तक लिहिले होते. त्याची त्याने पारायणे केली. चुंबकीय क्षेत्रासंबंधी आणि समुद्री प्रवासाला लागणाऱ्या दिशादर्शक उपकरणांची माहिती करून घेण्यासाठी त्याने 'हॅम्बर्ग'ला भेट दिली. प्रसिद्ध जर्मन शास्त्रज्ञ 'जॉर्ज व्हॉन न्यूमेयर' यांची भेट घेऊन त्यांचा सल्ला घेतला. त्याच्याबरोबरच्या साहसवीरांचा सल्ला घेण्यात त्याला कधी कमीपणा वाटायचा नाही. उदा. 'फ्रेडरिक जॉर्ज जॅक्सन' याला पत्र लिहून त्याने त्याच्या उत्तर ध्रुवीय प्रदेशातील मोहिमेच्या वेळी वापरलेल्या बरबेरी जलरोधक कापडाविषयी विचारले होते.

परंतु पैशाची अजून तंगीच होती. परिस्थिती एवढी वाईट होती की, शास्त्रीय उपकरणांनी, तसेच रसदीने भरलेले जहाज घेऊन आमंडसेनने सन १९०३ मध्ये ज्या दिवशी युरोपचा किनारा सोडला त्या दिवशी त्याला उधारीवर माल देणारे व्यापारी त्याच्या मागावर बंदरापर्यंत आले होते. त्यानंतर तीन वर्षे त्याच्याबद्दल कुणालाच काहीही कळणार नव्हते.

कॅनेडियन उत्तर ध्रुवीय समुद्रातील अनेक छोटी-मोठी अज्ञात बेटे पार करत लांबचा प्रवास करून त्याचे जहाज 'बफिन बे'च्या दिशेने लागले. किनाऱ्यालगतच्या उथळ समुद्राचा फायदा घेत 'जोआ'ने जितके पुढे जाता येईल तितके जात मार्गक्रमणा चालू ठेवली. परंतु एके ठिकाणी मार्ग खुंटला आणि हिवाळ्यातील नंतरचे काही महिने त्यांना बर्फामध्ये अडकलेल्या अवस्थेत काढावे लागले. परंतु

ते महिने वाया गेले नाहीत. दिनांक २६ एप्रिल १९०४ रोजी आमंडसेन उत्तर चुंबकीय ध्रुवावर पोहोचला. रॉसनंतर उत्तर चुंबकीय ध्रुव गाठणारा तोच साहसवीर होता. आणि त्याच्या लक्षात आले की उत्तर चुंबकीय ध्रुवाने खरोखरच जागा बदलली आहे. या त्याच्या निरीक्षणामुळे नंतर वैज्ञानिक जगतामध्ये एकच खळबळ माजणार होती आणि त्या घटनेचा अर्थ लावण्यासाठी चढाओढ लागणार होती. परंतु आतातरी काही काळ ती बातमी त्याच्याच पुरती मर्यादित राहणार होती कारण आमंडसेनचा बाह्य जगताशी काहीही संबंध राहिला नव्हता आणि आतापर्यंत अनेकांना जो प्रवास करण्यात अपयश आले होते तो प्रवास सन १९०६पर्यंत आमंडसेन पूर्ण करणार होता.

उत्तर-पश्चिमी (वायव्य) सागरी व्यापारी मार्ग शोधण्यात आमंडसेन यशस्वी ठरल्याची बातमी ज्या वेळी सगळीकडे पसरली, त्या वेळी क्षणात आंतरराष्ट्रीय स्तरावर त्याचे नाव झाले आणि त्याला प्रसिद्धी मिळाली. वयाच्या केवळ चौतिसाव्या वर्षी त्याने पॅसिफिक महासागराशी जोडणारा नवीन सागरी व्यापारी मार्ग शोधण्यात यश मिळवले होते. या आधी अशा प्रकारची कामगिरी 'मॅगेलान' आणि 'ड्रेक' यांनी केलेली होती, पण ती अमेरिकेच्या विरुद्ध दिशेच्या टोकाला. परंतु या मोहिमेचा, या शोधाचा त्याला म्हणावा तसा आर्थिक लाभ घेता आला नाही. आमंडसेनने त्याच्या या यशस्वी मोहिमेची, शोधाची बातमी देणारा जो टेलिग्राम नानसेनला पाठवला होता, तो अमेरिकन सैन्यातील अधिकाऱ्याने मध्येच अडवून वाचला होता, आणि आमंडसेनने त्या खास बातमीचे हक्क एखाद्या वर्तमानपत्राला विकून आर्थिक लाभ उठवण्याआधीच ती बातमी जगातील वर्तमानपत्रांपर्यंत पोहोचली होती. आणि एकदा बातमी जगजाहीर झाल्यावर कोणतेही वर्तमानपत्र पैसे देऊन ती बातमी घेण्यात उत्सुकता दाखवणे शक्यच नव्हते. आमंडसेनला आणखी एक आशा होती ती म्हणजे ब्रिटिश सरकारने १७४५ साली वायव्य सागरी मार्ग शोधण्यासाठी ठेवलेले २० हजार पौंडांचे बक्षीस. नानसेनने त्या बक्षिसाबद्दल ब्रिटिश सरकारकडे चौकशी केली, पण त्याला कळले की 'फ्रँकलीन' याच्या शोधामध्ये भाग घेणाऱ्या मोहिमेतील साहसवीरांना ते बक्षीस आधीच देण्यात आले होते. आमंडसेन निराश झाला आणि आपण फसवले गेलो आहोत याची जाणीव झाली परंतु यातून तो एक महत्त्वाचा धडा शिकला होता— भविष्यात यश मिळवण्यासाठी गोपनीयता राखणे हे सर्वांत महत्त्वाचे आहे.

रॉयल जिऑग्राफिक सोसायटीला मात्र आमंडसेनच्या या कामगिरीबद्दल, यशाबद्दल उत्सुकता होती. सोसायटीचे सेक्रेटरी 'स्कॉट केल्टी' यांनी त्याला एक पत्र लिहिले आणि सुचवले - 'जर सर्व गोष्टी व्यवस्थितपणे हाताळल्या तर अजूनपण त्याच्या या प्रवासासंबंधी, शोधासंबंधी लेख लिहून, भाषणे करून आणि एखादे पुस्तक

लिहून त्याला चांगले पैसे मिळवता येण्यासारखे आहे.' त्याने आमंडसेन पुढे असाही एक प्रस्ताव मांडला की त्याने त्याचे जहाज 'जोआ' थेम्स नदीतून लंडनपर्यंत आणावे - त्यासाठी आमंडसेनला जवळजवळ अमेरिकेला वळसा घालावा लागेल - त्याच्यामुळे ब्रिटिश जनतेमध्ये खूप मोठ्या प्रमाणावर कुतूहल निर्माण होईल. परंतु आमंडसेनला आता घरी परतण्याची घाई झाली होती आणि त्याने या सूचनांकडे दुर्लक्ष केले. 'जोआ'ला घरी परत आणण्याची जबाबदारी त्याने दुसऱ्या कप्तानावर सोपवली आणि युरोप गाठले.

घरी परतल्यावर आमंडसेन स्वस्थ बसला नाही. त्याने त्याच्या पुढील मोहिमेची आखणी सुरू केली. त्याची पुढील मोहीम ही उत्तर ध्रुवीय समुद्रातील शास्त्रीय शोधमोहीम असणार होती. त्याचे ध्येय होते त्याच्या गुरूच्या— नानसेनच्या— पावलावर पाऊल ठेवून त्या थोर साहसवीराने सुरू केलेल्या कार्याला पूर्ण करण्याचे! उत्तर ध्रुवीय समुद्रातून 'फ्राम' या जहाजाने प्रवास करत उत्तर भौगोलिक ध्रुव गाठण्याचे! जहाजावरील खलाशांव्यतिरिक्त या मोहिमेसाठी त्याने नऊ सहकाऱ्यांची निवड केली. त्या नऊ जणांमध्ये, नानसेनबरोबर त्याच्या उत्तर ध्रुवीय मोहिमेमध्ये सहभागी असलेल्या 'जालमर जोहानसेन' याचाही समावेश होता. नानसेनच्या मोहिमेवरून परत आल्यावर त्याने काही काळ सैन्यामध्ये कॅप्टनच्या हुद्द्यावर काम केले, परंतु नंतर त्याला निराशेने घेरले आणि तो दारूच्या आहारी गेला. त्याने आमंडसेनच्या मोहिमेमध्ये सहभागी होण्यासाठी २४ नोव्हेंबर १९०८ रोजी अर्ज केला. नानसेनने त्याच्यासाठी आमंडसेनकडे शब्द टाकला आणि त्याचे काम झाले, परंतु त्याला बरोबर घेण्याबाबत आमंडसेन जरा साशंकच होता.

दोनएक महिन्यांनी त्याने 'रॉयल जिऑग्राफिक सोसायटी'च्या मुख्यालयाला भेट दिली आणि त्याच्या मोहिमेसाठी त्यांचा पाठिंबा मिळवला. तेथील चर्चेच्या दरम्यान त्याने मान्य केले की या आधी जास्तीत जास्त उत्तरेकडील टोक गाठण्याच्या प्रयत्नामध्ये मोठ्या प्रमाणात आर्थिक नुकसान सोसावे लागले आहे आणि कित्येकांना त्या प्रयत्नांत आपले प्राण पण गमवावे लागले आहेत. मात्र त्याच्या मोहिमेचे मुख्य ध्येय हे उत्तर ध्रुवीय प्रदेशातील समुद्राची 'शास्त्रीय पाहणी' हेच असणार होते.

तरी पण प्रसिद्धीसाठी आणि आर्थिक लाभासाठी उत्तर भौगोलिक ध्रुव गाठण्याचा किंवा तशा प्रयत्नाचा उल्लेख असणे महत्त्वाचे आहे याबद्दल दुमत नव्हतेच. आमंडसेन हा स्वत: कोणी शास्त्रज्ञ नव्हता, परंतु मोहीम प्रत्यक्षामध्ये उतरवण्यासाठी शास्त्रीय संशोधनाची जोड किती महत्त्वाची आहे हे तो ओळखून होता. 'रॉयल जिऑग्राफिक सोसायटी'च्या सेक्रेटरीचा त्याच्या मोहिमेला पूर्ण पाठिंबा होता. दिनांक २८ जुलै १९०९ रोजी 'केल्टी' यांनी रोआल्डच्या भावाला- लिऑन आमंडसेनला'

जो या मोहिमेचा व्यवस्थापक होता— लिहिले आणि ब्रिटनमधील वर्तमानपत्रांबरोबर बोलणी करण्याचे सुचवले. 'तुझा भाऊ उत्तर भौगोलिक ध्रुवावर पोहोचण्यात यशस्वी झाला तर 'डेली मेल' आणि 'द टाइम्स' सारखी वर्तमानपत्रे मोहिमेसंबंधीच्या बातम्यांच्या एकमेव हक्कांसाठी चांगली रक्कम देऊ करतील.'

परंतु सप्टेंबर १९०९ मधील घटनांनी सगळेच चित्र पालटले. 'कूक' आणि 'पेरी' या दोन साहसवीरांनी उत्तर ध्रुव पादाक्रांत केल्याच्या दाव्यांची बातमी सगळीकडे वाऱ्यासारखी पसरली आणि आमंडसेन संभ्रमात पडला. त्याचे त्याच्या प्रायोजकांकडून, देणगीदारांकडून प्रामुख्याने उत्तर भौगोलिक ध्रुवाच्या मोहिमेसाठी पैसा उभा केला होता, परंतु तोच आता पादाक्रांत केल्याच्या दाव्यामुळे त्याच्या मोहिमेतील हवाच काढून घेतल्यासारखे झाले होते आणि अर्थातच त्यामुळे प्रायोजकांमध्ये आणि देणगीदारांमध्ये अस्वस्थता पसरली. दिनांक ९ ऑक्टोबर रोजी 'केल्टी' यांनी मत प्रदर्शित केले की या 'पेरी-कूक' दाव्यानंतर आता त्याला त्याच्या मोहिमेसंबंधीच्या बातम्यांसाठी खूप मोठी किंमत मिळणे अशक्य आहे. या सगळ्या घडामोडी होत होत्या तरी सप्टेंबर महिन्याच्या सुरुवातीला आमंडसेनने कूकला त्याच्या यशस्वी कामगिरीबद्दल अभिनंदन करणारे पत्र पाठवले आणि हेही कळवले की तो 'कूक'च्या युरोपमधील विजयी यात्रेमध्ये सामील होऊ शकणार नाही. त्याला आता विचार करायला वेळ हवा होता.

'पेरी'ने दिनांक ७ सप्टेंबर रोजी उत्तर भौगोलिक ध्रुव गाठल्याची घोषणा केल्यावर आमंडसेनने त्याला अभिनंदन करणारे पत्र पाठवण्याचे जाणीवपूर्वक टाळले. त्याने एके ठिकाणी लिहिले की— 'मला पेरीच्या वागणुकीचा राग येतो आणि मला हे जाहीरपणे सांगावेसे वाटते की दक्षिण ध्रुवीय प्रदेशातील प्रवासाचा आणि उत्तर भौगोलिक ध्रुवावर पोहोचल्याचा डॉ. कूक याचाच दावा खरा असण्याची शक्यता आहे आणि त्याच्या दाव्याबाबतीत संशय व्यक्त करणे आणि पेरींच्या दाव्यावर विश्वास टाकणे बरोबर नाही.' आमंडसेनने कूकला भेटण्यासाठी कोपनहॅगेनला जाणारी पहिली गाडी पकडली. ध्रुवीय प्रदेशातील एका मोहिमेच्या आधारावर, किमान वैज्ञानिक प्रयोगांच्या कारणामुळे, तो त्याच्या उत्तरेकडील मोहिमेचे समर्थन करू शकला असता, परंतु आता दोन मोहिमा त्याच्या खात्यावर जमा झाल्यामुळे आमंडसेनला त्याच्या सल्ल्याची गरज होती आणि जुन्या विश्वासू मित्रापेक्षा चांगला कोण असू शकतो?

रोआल्ड आमंडसेनने उत्तरेकडे जाण्याची त्याची योजना कधी बदलली हे नक्की सांगता येण्यासारखे नाही. नंतर बऱ्याच वर्षांनी कूकने त्याच्या वादग्रस्त ठरलेल्या पुस्तकामध्ये लिहिले की— 'त्यांची जेव्हा कोपनहॅगेनला भेट झाली होती तेव्हा

त्यानेच आमंडसेनला दक्षिण भौगोलिक ध्रुवावर पोहोचण्याचा प्रयत्न करण्याबाबत सुचवले होते. आमंडसेन त्या भेटीविषयी स्पष्टपणे काही सांगत नाही, परंतु या नॉर्वेजियन साहसवीराने आपले मन बदलावे असे त्यांच्या डेन्मार्कमधील भेटीमध्ये नक्कीच काहीतरी घडले असावे. कूकबरोबरच्या भेटीनंतर आमंडसेनने उत्तरेकडील मोहिमेसाठी निवडलेल्या त्याच्या सर्व सहकाऱ्यांना पत्र लिहून कळवले— 'पुढील वर्षाच्या जुलैपर्यंत मोहीम निघण्याची अजिबात शक्यता नाही.' पत्रामध्ये त्याचे कारण मात्र दिलेले नव्हते.

अजून एका भौगोलिक विक्रमावर हक्क, दावा सांगितला गेला नव्हता आणि तो म्हणजे दक्षिण भौगोलिक ध्रुव. आमंडसेनला आधीच्या आलेल्या अनुभवावरून गोपनीयतेचे महत्त्व चांगलेच समजले होते. 'आर्क्टोव्हस्की' या पोलीश साहसवीराने जेव्हा १९०७ मधील 'डी गेर्लाच' याच्या नेतृत्वाखालील बेल्जियन संभाव्य मोहिमेची माहिती उघड केली, तेव्हा त्याचे लंडनमध्ये काय झाले हे त्याला चांगले माहीत होते. आमंडसेनच्या अगदी खास तीन निकटवर्तीय सहकाऱ्यांनाच त्याच्या मनात काय चालले आहे याची जाणीव होती. इतरांसाठी मात्र हा नॉर्वेजियन साहसवीर त्याच्या 'फ्राम' जहाजातून दक्षिण अमेरिकेच्या अगदी दक्षिण टोकाला जाऊन तेथील 'Terra del Fuego' या भागाला वळसा घालून तिथून उत्तरेकडे मोहरा वळवून द. अमेरिकेच्या पश्चिम किनाऱ्याने प्रवास करून 'बेरिंग सामुद्रधुनी' मधून उत्तर ध्रुवीय समुद्रामध्ये प्रवेश करणार होता. नानसेनला त्रासदायक ठरलेला मार्ग त्याने कटाक्षाने टाळण्याचे ठरवले होते आणि तो नंतर सायबेरियाच्या किनाऱ्याने प्रवास करून उत्तर भौगोलिक ध्रुव गाठण्याचा प्रयत्न करणार होता.

अगदी काळजीपूर्वक बघणाऱ्याला आमंडसेनच्या मोहिमेपूर्व तयारीचे जरा आश्चर्यच वाटले असते. उदाहरणेच द्यायची झाली तर, एक म्हणजे आमंडसेनकडे १२० 'ग्रीन लँड' कुत्रे होते, ते प्रवासादरम्यानच्या मार्गामध्ये 'अलास्का' येथे सोबत घेण्याऐवजी त्याने ते नॉर्वेला पाठवून द्यायचे ठरवले. त्यामुळे कुत्र्यांना दोन वेळा विषुववृत्तीय उष्णतेचा त्रास सहन करावा लागणार होता. नंतर दुसरी गोष्ट म्हणजे त्याने बरोबर 'लाकडी हट'चे सामान घ्यायचे ठरवले. आधी ठरल्याप्रमाणे आमंडसेन 'फ्राम'वरच राहणार होता आणि 'फ्राम' हे जहाजपण मोहिमेसाठी तयार करताना त्यावर मोठे पथक राहू शकेल याची खबरदारी घेतली होती. त्यामुळे बर्फावर जर तळ उभारण्याची गरज नव्हती तर मग 'लाकडी हट'चे सामान बरोबर घेण्याचे काय कारण होते. नानसेनने ज्याप्रमाणे 'स्की'वरून प्रवास केला होता तसे काही करण्याचे जरी त्याच्या डोक्यात असले तरी 'लाकडी हट'ची गरज नव्हती. ते सगळेच विचित्र होते, खटकणारे होते. मोहिमेतील काही सदस्यांनी त्याबाबत त्याला विचारण्याचा प्रयत्न केला, परंतु त्यांना काहीतरी थातुरमातुर उत्तरे देऊन वेळ मारून नेली.

शास्त्रीय उपकरणांच्या खरेदीबाबत पण तो ज्या प्रकारच्या उपकरणांची नॉर्वेच्या बाहेरून खरेदी करणार होता त्यावरून त्याच्या मूळ योजनेत काही बदल झाला असावा असे वाटण्यास वाव होता. सन १९१० च्या सुरुवातीला त्याने शॅकल्टनच्या 'ब्रिटिश दक्षिण ध्रुवीय प्रदेशाच्या' मुख्यालयाकडे, त्याच्या मोहिमेच्या वेळी त्यांना 'हिप्सोमीटर' पुरवणाऱ्या विक्रेत्याबद्दल विचारणा करणारे पत्र पाठवले. त्या वेळेपर्यंत त्या दोघांमध्ये जो काही पत्रव्यवहार झाला होता तो प्रामुख्याने पोशाख, कापड इ. पुरताच मर्यादित होता, परंतु या वेळची विचारणा अगदी वेगळ्या प्रकारातील होती. हिप्सोमीटर हे एखाद्या ठिकाणाची समुद्रसपाटीपासूनची उंची मोजण्याचे अत्यंत साधे आणि सोपे शास्त्रीय उपकरण आहे. तोपर्यंत साधारणत: सांधेदुखी बळावण्याच्या वेळेतील अंतरावर, आडवळणाने ठिकाणाच्या उंचीचे मोजमाप काढले जायचे. परंतु हिप्सोमीटर हे पूर्णत: शास्त्रीय उपकरण आहे. यामध्ये एका बर्फ भरलेल्या धातूच्या भांड्यावर धातूची नळी घट्ट बसवलेली असते. त्या धातूच्या भांड्याखाली स्पिरीटच्या बर्नरने उष्णता देऊन ते बर्फ वितळवले जाते आणि पाणी उकळवले जाते. त्या नळीमध्ये बसवलेल्या थर्मामीटरमुळे उकळत्या पाण्याचे तापमान कळते. उंचीबरोबरच हवेचा दाब बदलत असल्यामुळे पाण्याचा उत्कलन बिंदूपण बदलतो आणि उत्कलन बिंदूच्या बदलावरून त्या ठिकाणाच्या उंचीचे गणित मांडता येते. जसजशी समुद्रसपाटीपासून उंची वाढत जाते तसतसा हवामानाचा दाब कमीकमी होत जातो आणि पाण्याचा उत्कलन बिंदूपण खाली येतो. साधारणत: उंचीमधील प्रत्येक २५ मीटर वाढीला उत्कलन बिंदू ०.१ अंश से.ने कमी होतो. अर्थात 'Hints to Travellers' या पुस्तकामध्ये दिल्याप्रमाणे 'कमीत कमी चार ते पाच निरीक्षणे, अर्ध्या मिनिटांच्या अंतराने घेऊनच अंतिम निष्कर्ष काढणे योग्य ठरेल.'

अधिक अचूक आणि अधिक भरवशाचे 'बॅरोमीटर्स' येण्याआधी 'हिप्सोमीटर' हेच प्रामुख्याने गिर्यारोहणाच्या मोहिमांमध्ये समुद्रसपाटीपासूनची उंची मोजण्यासाठी वापरले जायचे. उत्तर ध्रुवीय समुद्रामध्ये खरेतर समुद्रसपाटीपासूनची उंची मोजण्याचा प्रश्नच नव्हता आणि हे शॅकल्टनच्या नक्कीच लक्षात आले असणार किंवा कमीतकमी त्याला काहीतरी घोळ आहे एवढा संशय तरी नक्कीच आला असणार. परंतु उघडपणे कुणीच काही बोलले नाही. त्या काळामध्ये आंतरराष्ट्रीय स्तरावर घडणाऱ्या घटना पाहिल्या तर तो काळ तसा नाजूक होता. सन १९०५ मध्ये स्वीडनपासून नॉर्वे वेगळा होण्यास ब्रिटनने पाठिंबा दर्शवला होता. विभाजनाच्या काळामध्ये त्या कामात महत्त्वाची भूमिका बजावलेल्या नानसेनची नॉर्वेने सन १९०६ ते १९०८ या कालावधीसाठी ब्रिटनमधील स्वतंत्र राजदूत म्हणून नेमणूक केली होती. आणि अशा पार्श्वभूमीवर नॉर्वेच्याच आमंडसेनची दक्षिण ध्रुवीय प्रदेशातील मोहीम ही ब्रिटनसाठी— म्हणजे ज्या देशाने त्यांना स्वातंत्र्य मिळवून

देण्यामध्ये मदत केली होती— उपमर्दकारक ठरली असती, एक खिजवण्यासाठी केलेली खेळी समजली गेली असती.

'पेरी' उत्तर ध्रुवावरील मोहिमेहून परतल्यानंतर लगेचच स्कॉटने जेव्हा १३ सप्टेंबर १९०९ रोजी, त्याच्या दक्षिण ध्रुवीय प्रदेशाकडील मोहिमेची घोषणा केली. तेव्हा आमंडसेनला एकदम जाणवले की दक्षिणेकडे त्याला एक प्रतिस्पर्धी निर्माण झाला आहे. तरी या नॉर्वेजियन साहसवीराने आपल्या मोहिमेवर ठाम राहायचे ठरवले. कोणालाही एखाद्या ठिकाणी पोहोचल्याशिवाय त्या ठिकाणावर हक्क सांगण्याचा अधिकार नाही. आणि ते काहीही असले तरी अगदी स्कॉट डिस्कव्हरी मोहिमेचा नेता होण्याअगोदरपासूनच त्याला दक्षिण ध्रुवीय प्रदेशाचा अनुभव होता. त्याने त्या प्रदेशामध्ये आधी एक हिवाळा घालवलेला होता.

आमंडसेन याला आता तारेवरची कसरत करावी लागणार होती. एके ठिकाणी त्याने लिहिले आहे— 'काहीही झाले तरी दक्षिण ध्रुवावर पोहोचण्याचा प्रथम मान मिळवलाच पाहिजे आणि हे लक्षात घेऊनच सर्व तयारी केली पाहिजे.' आमंडसेनला त्याच्या मोहिमेचा चेहरामोहरा, स्कॉटच्या मोहिमेच्या शास्त्रीय संशोधनाच्या उद्दिष्टापेक्षा काहीसा वेगळा ठेवायचा होता. त्याची मोहीम वेगळ्याच प्रकारची असणार होती. 'आमच्या या काहीशा आडवळणी मार्गाने केलेल्या प्रवासामध्ये वैज्ञानिक संशोधन आपोआपच होणार होते, कारण मी जो मार्ग मोहिमेसाठी निवडला होता त्या मार्गाने प्रवास करताना विज्ञानाच्या विविध शाखांमध्ये मोलाची भर पडणे अपरिहार्यपणे घडणारच होते.'

नॉर्वेजियन साहसवीराच्या या प्रयत्नामध्ये, साधारणत: अंदाज केल्यापेक्षा शास्त्रीय संशोधनाला नक्कीच अधिक वाव असणार होता. परंतु अगदी शेवटच्या क्षणी उद्भवलेल्या अडचणींमुळे काही पूर्वनियोजित संशोधन / प्रयोग होऊच शकले नाहीत. त्यामध्ये प्रामुख्याने चुंबकीय गुणधर्माच्या अभ्यासाचा, प्रयोगांचा समावेश होता. दिनांक ५ ऑगस्ट १९०९ रोजी एक अमेरिकन तरुण डॉ. हॅरी एडमंड्सने आमंडसेनला त्याच्या फ्रामवरील मोहिमेमध्ये एका अत्यंत महत्त्वाच्या आणि महत्त्वाकांक्षी वैज्ञानिक अभ्यासासाठी सहभागी होण्याच्या आमंत्रणाला होकार देणारे पत्र पाठवले. या तरुण वैज्ञानिकाचे वडील सॅन फ्रान्सिस्को येथे न्यायाधीश होते. त्याने वरील पत्रामध्ये 'अशा प्रकारच्या मूलभूत संशोधनाला लागणारी जिद्द माझ्या रक्तामध्येच आहे' असे म्हटले होते. डॉ. एडमंड्सला विविध ज्ञानशाखांमध्ये गती होती. तो खरेतर वैद्यकीय डॉक्टर होता. त्याला उत्तर ध्रुवीय प्रदेशातील संशोधनाचा अनुभव होता आणि त्याची स्वत:ची चुंबकीय निरीक्षणे नोंदवणारी वेधशाळा होती. ते पत्र मिळाल्यावर आमंडसेनला खूप आनंद झाला आणि त्याने डॉ. एडमंड्सचे 'प्रमुख चुंबकीय शास्त्रज्ञ' आणि 'डॉक्टर' म्हणून मोहिमेतील स्थान निश्चित केले. उत्तरेकडे

प्रवासाला सुरुवात करताना मार्गावरच्या सॅन फ्रॅन्सिस्को येथे डॉ. एडमंड्सला आणि त्याच्या वैज्ञानिक उपकरणांना 'फ्राम'वर घ्यायचे ठरले.

काही महिन्यांनंतर, आमंडसेनने वॉशिंग्टन येथील 'कार्नेजी इन्स्टिटट्यूट' या जगातील प्रतिष्ठित आणि प्रसिद्ध अशा चुंबकीय संशोधन केंद्रातील 'भूपृष्ठीय चुंबकत्वा'मध्ये संशोधन करणाऱ्या एका विभागाशी संपर्क साधला. डॉ. एडमंड्सचा त्या क्षेत्रातील अनुभव लक्षात घेऊन त्या इन्स्टिटट्यूटने डॉ. एडमंड्सला 'फ्राम' मोहिमेदरम्यान उपयोगी पडतील अशी वैज्ञानिक उपकरणे तयार करण्यासाठी किंवा त्यामध्ये अधिक काही सुधारणा करण्यासाठी, काम करण्याची संधी देण्याचे मान्य केले. संशोधनासाठी लागणाऱ्या उपकरणांची यादी करण्यात आली, त्यामध्ये 'मॅग्नेटोमीटर्स' आणि 'डीप सर्कल' यांचा प्रामुख्याने समावेश होता. त्यानंतर काही काळाने आमंडसेनने डॉ. एडमंड्सला मोहिमेच्या बदललेल्या कार्यक्रमासंबंधी, होणाऱ्या उशिरासंबंधी कोणतेही कारण न देता पत्र लिहिले. एडमंड्सला वाटले त्याने त्या इन्स्टिटट्यूटमध्ये घालवलेल्या वेळेचा केलेल्या कामाचा आता मोहिमेच्या दृष्टीने काहीच फायदा नाही. जुलै १९१० पर्यंत मोहीम निघण्याची पूर्ण तयारी झाली होती.

आमंडसेनने खास आग्रह करून पण, त्याने दिलेल्या १ ऑगस्ट या दिवशी, 'ख्रिस्तियानिया' (१६२४-१९२५) (इ.स. १६२४-१९२५ या कालावधीमध्ये 'ऑस्लो' या शहराचे नाव 'ख्रिस्तियानिया' असे बदलण्यात आले होते.) या बंदरामध्ये मोहिमेमध्ये सामील व्हायला डॉ. एडमंड्सने फारशी उत्सुकता दाखवली नाही. मोहिमेमध्ये आता सहभागी होण्याची त्याला गरज वाटत नव्हती. याचे मुख्य कारण म्हणजे इन्स्टिटट्यूटमधील सहकाऱ्यांनी त्याला सांगितले होते की 'केप हॉर्न' या भागाला वळसा घालताना घेतलेल्या नोंदींना किंवा निरीक्षणांना काहीही महत्त्व नाही. चुंबकीय निरीक्षणे नोंदवताना 'फ्राम'ला फिरवून खोल समुद्रामध्ये न्यावे लागेल कारण इन्स्टिटट्यूटमधील वैज्ञानिकांनी केपहॉर्नजवळील भूभागाची विविध प्रयोग करून आधीच निरीक्षणे नोंदवलेली आहेत. एडमंड्सच्या मते मोहिमेतील शास्त्रीय प्रयोगांना 'फ्राम'ने एकदा बर्फाच्या समुद्रात नांगर टाकल्यावरच सुरुवात होणार होती. एडमंड्सने बोलून दाखवले की तो या मोहिमेसंबंधी पूर्णपणे अंधारात आहे. तो स्वस्थ बसला आणि 'फ्राम' सॅन फ्रान्सिस्कोला येईपर्यंत त्याने मोहिमेमध्ये सामील न होण्याचा त्याचा निर्णय पक्का केला.

आमंडसेनचा संताप अनावर झाला. तो म्हणाला, 'आता मला फ्रामवर कोणत्याही प्रकारची वैद्यकीय मदत नसतानाच मोहिमेची सुरुवात करावी लागणार आहे आणि हा प्रकार फारच त्रासदायक आहे.' कार्नेजी इन्स्टिटट्यूट यात कोणत्याही प्रकारे मध्यस्थी करण्यास तयार नव्हती आणि एडमंड्सपण त्याच्या निर्णयावर ठाम होता. आमंडसेनला त्याच्याच गोपनीयतेची किंमत मोजावी लागली होती.

उत्तर ध्रुवीय प्रदेशातील माहीमेमध्ये स्लेज ओढण्यासाठी ध्रुवीय प्रदेशातील अस्वलांचा उपयोग करण्याचे योजले होते आणि म्हणून त्यासाठी त्यांना दक्षिणेकडील प्रवासात बरोबर घेऊन जाण्याच्या निर्णयाचे समर्थन करणे अगदी आमंडसेनसारख्या महत्त्वाकांक्षी साहसवीराला शक्य नव्हते. या नॉर्वेजियन साहसवीराच्या डोक्यामध्ये अजून एक अफलातून कल्पना घोळत होती, ती म्हणजे पतंगाच्या साहाय्याने उडून अंतर पार करण्याची, परंतु ती कल्पना सन १९०९ च्या उन्हाळ्यामध्ये मोहिमेचा उपनेता, कॅप्टन 'ओले एंजलस्टड' याचा त्या प्रयत्नामध्ये विजेचा शॉक लागून मृत्यू झाल्यामुळे लगेचच मागे पडली. तरी आमंडसेन त्याच्या काळाच्या खूप पुढेच होता. आज पतंगाच्या साहाय्याने 'स्की' करण्याचा प्रकार खूपच लोकप्रिय झाला आहे. सन २००८ मध्ये 'रॉनी फिन्सास' या साहसवीराने पतंगाच्या साहाय्याने दक्षिण भौगोलिक ध्रुवापासून समुद्रकिनाऱ्यापर्यंतचा प्रवास फक्त पाच दिवसांमध्ये पूर्ण करण्याचा विक्रम केला होता.

आमंडसेन याच्या मोहिमेच्या -अंतिम ध्येयाबद्दल जरी गोपनीयता राहिली होती -छोट्यामोठ्या गोष्टी बाहेर येतच होत्या. त्या बातम्यांच्या आधारे विविध प्रसारमाध्यमांनी साहसवीरांना प्रश्न विचारायला, त्यांची मते विचारायला सुरुवात केली होती. त्यांच्यापैकी 'बोर्चग्रेव्हिंक' सगळ्यात जास्त मोकळेपणाने मते प्रदर्शित करत होता. त्याने स्कॉटला दक्षिणेकडील मोहिमेमध्ये रेनडीअर वापरण्याचा सल्ला दिला होता आणि उत्तर ध्रुवीय प्रदेशामध्ये त्यांचा वापर न करून घेतल्याबद्दल आमंडसेनवर टीका केली होती.

नानसेनलापण दक्षिण भौगोलिक ध्रुवावर जाण्याचा प्रयत्न करण्याची खूप इच्छा होती आणि याची आमंडसेनला चांगली कल्पना होती. तरीही आमंडसेनने नानसेनचे बर्फाच्या समुद्रामध्ये वापरण्यास योग्य असे 'फ्राम' जहाज त्याला देण्याबाबत त्याचे मन वळवले होते. आणि नंतर आमंडसेनने त्याची मूळ योजना बदलून दक्षिणेकडे जायचे ठरवले तरी या बदलाचा त्याने नानसेनला अजिबात पत्ता लागू दिला नाही. जेव्हा स्कॉटने आमंडसेनला दोन भौगोलिक ध्रुवीय प्रदेशांमधील केल्या जाणाऱ्या वैज्ञानिक संशोधनामध्ये समन्वय साधण्याच्या दृष्टीने बोलणी करण्यासाठी दोन वेळा फोन केला, तेव्हा पण या नॉर्वेजियन साहसवीराने खरी बातमी लपवून ठेवली. स्कॉटने पाठवलेली वैज्ञानिक उपकरणे मिळाल्यावर तर आमंडसेनची परिस्थिती आणखी अवघड झाली, पण त्याने त्याच्या दक्षिणेकडील मोहिमेचा निर्धार कायम ठेवला आणि गप्प राहणेच पसंत केले. आश्चर्याची गोष्ट म्हणजे ज्या वेळी जहाज बंदरामधून निघाले तेव्हा फार थोड्या खलाशांना / साहसवीरांना त्यांच्या प्रवासाचे अंतिम उद्दिष्ट माहीत होते. बहुतेकांचा असाच समज होता की ते 'बेरिंग

सामुद्रधुनीं'च्या मार्गाने उत्तरेकडेच चालले आहेत.

'फ्राम' ने ९ ऑगस्ट १९१० रोजी नॉर्वेचा किनारा सोडला. चार आठवड्यांनी जहाज जेव्हा अटलांटिक महासागरातील 'मडेरा' या पोर्तुगीज बेटावर पोहोचले तेव्हा आमंडसेनने त्याच्याबरोबरच्या एकोणीस सहकाऱ्यांसमोर त्याचा बेत आणि त्यांच्या मोहिमेचे खरे स्वरूप उघड केले. आमंडसेनने या नव्या गौप्यस्फोटाच्या पार्श्वभूमीवर कोणाला परत जायचे असेल तर तीही परवानगी दिली, पण कुणीही परत जाण्याची इच्छा व्यक्त केली नाही. सर्वांनीच नव्या प्रदेशाच्या शोधामध्ये पुढे जाण्याचेच ठरवले. आमंडसेनचा भाऊ लिऑन 'फ्राम'वर त्यांच्याबरोबर 'मडेरा' बंदरापर्यंत आला होता. एकदा सर्व गोष्टी स्पष्ट झाल्यावर आणि सर्वांनी पुढे जाण्याचे ठरवल्यावर सर्वांची पत्रे, टेलिग्राम आणि ही स्फोटक बातमी घेऊन तो युरोपला परतला.

'लिऑन'ने आणलेल्या पत्रांमध्ये एक टाइप केलेले तीनपानी, रोआल्डने नानसेनला लिहिलेले, वैयक्तिक क्षमायाचना करणारे पत्र होते. त्या पत्रामध्ये त्याने त्याच्या वागणुकीबाबत, हेतूबाबत आणि गोपनीयता राखण्याबाबतचे स्पष्टीकरण दिले होते. साहसमोहिमांचा हा नॉर्वेजियन पितामह आपले मन वळवण्याचा, उलट पत्र लिहून प्रयत्न करेल या भीतीने आमंडसेनने दक्षिणेकडे तो कुठे तळ उभारण्याची शक्यता आहे हे स्पष्ट केले नव्हते. परंतु त्याने एक गोष्ट स्पष्ट केली होती की दक्षिण ध्रुवीय प्रदेशामध्ये तो स्कॉटची भेट घेऊन त्याच्या मोहिमेबाबत सांगण्याचा प्रयत्न नक्की करेल. त्याच्या दक्षिणेकडील मोहिमेबाबत कळवणारा टेलिग्राम ३ ऑक्टोबर १९१० रोजी त्याने स्कॉटला पाठवला आणि तो टेलिग्राम स्कॉटला मेलबोर्न येथे मिळाला. आतापर्यंत गोपनीय असलेली बातमी आता फुटली होती. 'द टाइम्स' या वर्तमानपत्राने लिहिले की आमंडसेन याची वागणूक खिलाडूपणाची नव्हती.

आमंडसेनच्या मोहिमेतील सदस्यांना या मोहिमेमध्ये काय 'पणाला' लागले आहे याची कल्पना होती. मोहिमेतील एक सदस्य आणि वैज्ञानिक 'जॉर्न हेलांड - हॅनसेन'ने लिऑनला लिहिलेल्या पत्रामध्ये म्हटले होते, 'आता फक्त प्रार्थनाच करणे आपल्या हातात आहे की फक्त कुत्र्यांच्या मदतीने त्या प्रदेशात गेल्यावर सर्व काही सुरळीतपणे पार पडेल आणि रेनडीअर, तट्टू आणि स्वयंचलित स्लेज यांच्याशिवाय आपले काही अडणार नाही.' दक्षिण भौगोलिक ध्रुवावर प्रथम पोहोचण्याच्या शर्यतीला सुरुवात झाली होती.

सन १९११, जानेवारी महिन्याच्या तिसऱ्या आठवड्यात रॉस समुद्राच्या भागामध्ये पोहोचल्यावर नॉर्वेजियनांना एक सुखद धक्का बसला. त्या भागामधील बर्फाची स्थिती अपेक्षा केल्याइतकी काही वाईट नव्हती. प्रखर उन्हामुळे बर्फ बऱ्यापैकी सैल

झाले होते. स्कॉटनंतर जवळजवळ महिनाभराने मोहिमेला सुरुवात केल्याचा आमंडसेनला चांगलाच फायदा झाला होता. स्कॉटला समुद्राचा तो भाग पार करायला तीन आठवड्यांचा कालावधी लागला होता, पण तेवढेच अंतर आमंडसेनने पाच दिवसात पार केले होते. ब्रिटिश पथक 'मॅकमर्डो' परिसरामध्ये असल्याचे आमंडसेनला माहीत होते म्हणून त्याने 'शॅकल्टन'च्या व्हेल्स किनाऱ्याकडे आपले जहाज वळवले.

तिथे पोहोचल्यावर नॉर्वेजियन पथकाने झपाट्याने कामाला सुरुवात केली. त्यांनी तिथे, ज्याबद्दल नॉर्वेमध्ये बरेच तर्कवितर्क केले गेले होते, ती 'झोपडी' उभारली आणि तिचे नामकरण केले 'फ्रामहाइम'. त्याचबरोबर दक्षिणेकडील पुढील प्रवासाची तयारी म्हणून त्यांनी कुत्र्यांना स्लेजसाठी सज्ज केले. दोन आठवड्यांमध्ये तळ उभारला गेला. जहाजामधून आणलेली रसद उतरवून सुरक्षितपणे तळावर आणण्यात आली आणि 'फ्राम' जहाज दक्षिणेकडील अटलांटिक महासागराच्या खोली मोजण्याच्या कामगिरीवर रवाना झाले.

आज आपण आपल्या घरामध्ये बसून जगाच्या कानाकोपऱ्यातील कोणतीही घटना, कोणताही प्रदेश बघू शकतो, अनुभवू शकतो. परंतु त्या वेळी नॉर्वेजियन साहसवीर ज्या प्रदेशात होते, ज्या भूभागावर पोहोचले होते, तो भाग तोपर्यंत जगाच्या नकाशावरदेखील आलेला नव्हता हे आपल्याला विसरून चालणार नाही. आमंडसेन ज्या वेळी दक्षिण ध्रुवीय प्रदेशाच्या मार्गावर होता, त्या वेळी तो भूभाग म्हणजे एक खंड आहे की बर्फाच्छादित बेटांचा समूह आहे यावर चर्चा चालू होती. त्यातून आमंडसेन हा स्कॉटप्रमाणे ठरलेल्या मार्गाने गेलेला नव्हता. त्याने अगदी अज्ञात प्रदेशातून नवीन मार्ग शोधला होता.

त्याच्यासमोर लगेचच एक आव्हान होते ते 'ग्रेट आइस बॅरियर'चे. स्कॉटने सन १९०३ मध्ये शॅकल्टन आणि विल्सन यांच्याबरोबर दक्षिण भौगोलिक ध्रुवावर पोहोचण्याच्या केलेल्या प्रयत्नामध्ये त्यांच्या पथकाला ८३ अंश अक्षांशापर्यंत जाण्यात यश मिळाले होते आणि ते 'ग्रेट आइस बॅरियर' च्या बरोबर पुढे जात राहिले होते. त्या प्रयत्नामध्ये स्कॉट आणि त्याच्या सहकाऱ्यांना व्हिक्टोरिया लॅंडचा कणा असलेल्या आणि खोल दक्षिणेपर्यंत पसरलेल्या आणि अतिउंच पठारी प्रदेश झाकणाऱ्या पर्वतरांगेचा शोध लागला होता. स्कॉटच्या मते 'ग्रेट आइस बॅरियर' हा प्रदेश तरंगता होता आणि शॅकल्टनने शोधलेल्या मार्गाच्या आणखी किती पुढे हा पसरला आहे याची काही कल्पना नव्हती. सन १९०३ च्या तुलनेने सन १९०५ मध्ये दक्षिण भौगोलिक ध्रुवाच्या आणखी जवळ गेल्यावर स्कॉटने लिहिले— 'व्हिक्टोरिया लॅंडवरील बर्फाच्या थराच्या उंचीचा, समुद्रातून किंवा किनाऱ्यावरून, पूर्ण अंदाज येणे जवळजवळ अशक्य आहे, परंतु एक गोष्ट नक्की की बर्फाचा थर अफाट भूभागावर पसरलेला आहे आणि या संपूर्ण खंडावर तो जवळजवळ सारख्या

उंचीचा पसरलेला आहे.' शॅकल्टनने नंतर नोंदवलेल्या निरीक्षणावरून हेच दिसते.

परंतु आमंडसेनच्या मताप्रमाणे 'ग्रेट आइस बॅरियर' या प्रदेशाची व्याप्ती आणि पठारी प्रदेशाची सुरुवात ही अजून कोडीच होती. त्याला ब्रिटिश पथकाच्याच मार्गाने गेल्याचा आरोप त्याच्यावर व्हायला नको होता म्हणून त्याने आणखी पूर्वेकडून, तोपर्यंत कोणीही न गेलेल्या मार्गाने जायचा निर्णय घेतला. त्यामुळे त्याला काही फायदे होणार होते. त्यापैकी एक म्हणजे त्यांनी ज्या व्हेल्सच्या खाडीजवळ तळ उभारला होता ती जागा तुलनेने भौगोलिक ध्रुवाला जवळ होती. 'फ्रामहाइम' तळ स्कॉटने उभारलेल्या तळाच्या ठिकाणाच्या मानाने १ अंश अक्षांशाने भौगोलिक ध्रुवाजवळ, म्हणजे साधारणत: १०० किमी.पेक्षा जास्त अंतराने जवळ होता. म्हणजेच तेवढे अंतर स्लेज, स्की किंवा कुत्र्यांच्या मदतीने कमी कापावे लागणार होते. प्रथमत: आमंडसेनचा असा अंदाज होता की 'ग्रेट आइस बॅरियर' ही एक खूप मोठी हिमनदी आहे आणि ती पार करून पुढे सात हजार फूट उंचीवर किंवा त्यापेक्षा आणखी थोडे वर भौगोलिक ध्रुव असण्याची शक्यता आहे. आणि कदाचित तोच भौगोलिक ध्रुवावर पोहोचण्याचा सोपा मार्ग असू शकेल. शॅकल्टनच्या अंदाजाप्रमाणे, जर ती पर्वतरांग दक्षिणेकडे आणखी पसरली असेल तर पठारी भागामध्ये त्यांना कमी वेळ मिळणार होता आणि संशोधनासाठी दक्षिण ध्रुवीय प्रदेशाच्या एकूण व्याप्तीचा प्रथम अंदाज घ्यावा लागणार होता. परंतु त्यामुळे मोहिमेवरून परतल्यावर या नॉर्वेजियन साहसवीरांकडे, युरोपातील विविध वैज्ञानिक आणि सांस्कृतिक जगताला, सागंण्यासाठी खूप अद्भुतरम्य गोष्टी असणार होत्या.

परंतु या सगळ्यांमध्ये एक मोठा धोका होता. काही वर्षांपूर्वीच शॅकल्टनने व्हेल्सच्या खाडी भागाला भेट दिली होती आणि त्याला तो भाग खूपच असुरक्षित वाटला होता. अगदी अशाच प्रकारचे मत 'टेरा नोव्हा' मोहिमेतील 'व्हिक्टर कॅम्पबेल'नेपण व्यक्त केले होते. आमंडसेनने नंतर लिहिलेल्या 'दक्षिण ध्रुव' (The South Pole) या पुस्तकामध्ये तो भाग असुरक्षित असल्याच्या मताना फारसे महत्त्व दिले नसल्याचे दिसून येते. मात्र त्याने एक निरीक्षण नोंदवले आहे की, 'सन १८४० मध्ये रॉसने त्या भागाला दिलेल्या भेटीनंतर व्हेल्स खाडीच्या आकारमानामध्ये थोडा फरक पडला आहे.'

'ग्रेट आइस बॅरियर' हा बर्फाच्छादित भाग हा जमिनीवर आहे आणि स्थिर आहे असे आमंडसेनचे मत होते, परंतु मोहिमेतील काही सदस्यांना मात्र त्या भागाची हालचाल होत असल्याचे जाणवत होते आणि त्यांना ठामपणे वाटत होते की असे होण्याचे कारण म्हणजे त्या बर्फाखाली असलेला समुद्र. आणि म्हणून त्यांच्या मते त्यांनी उभारलेल्या तळाला ही धोका असून 'फ्रामहाइम' रॉस समुद्रामध्ये भरकटले जाण्याचा संभव आहे. ते काहीही असले तरी आमंडसेनला एक गोष्ट राहून राहून

वाटत होती की शॅकल्टनने जर या इथे तळ उभारला असता तर बहुधा दक्षिण भौगोलिक ध्रुवावर प्रथम पोहोचण्याचा मान त्याला मिळाला असता.

आता ही गोष्ट स्पष्ट झाली आहे की व्हेल्सच्या खाडीसभोवतालचे बर्फ तरंगते आहे आणि अस्थिर आहे. शॅकल्टनने नोंदवलेले निरीक्षण बरोबर होते की व्हेल्स खाडीचे आकारमान, परिस्थिती सतत बदलत असते आणि कधीकधी तर होणारा बदल हा मूळ प्रदेशाचा चेहरामोहरा बदलवून टाकणारा असतो. हा किनारी प्रदेश हा 'रुझवेल्ट बेट' या बर्फाच्छादित भागाच्या उतारावर तयार झालेला एक भाग आहे. सन १९३० साली या प्रदेशामध्ये केलेल्या पाहणीवरून असे आढळून आले आहे की दोन संपूर्ण वेगळे बर्फाच्छादित भूभाग जेथे एकत्र येतात बरोबर त्या ठिकाणी 'रुझवेल्ट बेट' आहे आणि ते प्रत्येक वर्षी साधारणत: अर्धा किमी. या वेगाने उत्तरेकडे सरकते आहे. त्याचा परिणाम असा होतो की खालच्या अंगाला असलेले बर्फ नियमितपणे वेगळे होऊन समुद्रात कोसळण्याची क्रिया चालू असते. कधीकधी तर हा किनारी प्रदेशच गायब होतो आणि त्यामुळे त्या ठिकाणी तात्पुरता तळ उभारणे किंवा किनारपट्टीचा बंदर म्हणून वापर करणे धोक्याचे ठरते.

'फ्रामहाइम' तळ उभारण्याचे काम समाधानकारकपणे पूर्ण झाल्यावर आमंडसेनने हवामानाच्या अभ्यासाला सुरुवात केली आणि लवकरच ठरावीक वेळी नोंदी घेण्याचा दिनक्रम ठरून गेला. या नॉर्वेजियन साहसवीराने त्या वेळेची अत्याधुनिक आणि स्वयंचलित नोंदी घेणारी शास्त्रीय उपकरणे आणली होती, परंतु ही उपकरणे सिम्पसनच्या उपकरणांएवढी आधुनिक नव्हती. त्याने हवेचा दाब मोजण्यासाठी आणलेले बॅरोमीटर्स स्वयंपाकघराच्या दरवाजामागे लावले होते, उद्देश एवढाच की स्टोव्हची उष्णता त्याला लागू नये. त्यांच्या राहण्याच्या खोलीमध्ये 'बॅरोग्राफ' ठेवलेला होता. बॅरोमीटर हे हवेचा दाब मोजणारे अत्यंत संवेदनाक्षम असे एक उपकरण आहे. या उपकरणामध्ये एक निर्वात केलेली धातूची डबी असते आणि त्यावर पारा भरलेली नळी असते किंवा आधुनिक यंत्रामध्ये स्प्रिंगला जोडलेला एक काटा असतो. हवेच्या कमी-जास्त दाबामुळे त्या डबीच्या पृष्ठभागावरचा होणारा परिणाम त्या संवेदनाशील स्प्रिंगला जोडलेल्या काट्याच्या साहाय्याने, त्याच्या जवळच असलेल्या आणि अत्यंत धिम्या गतीने फिरणाऱ्या, ड्रमवरच्या कागदावर आलेखला जातो.

आमंडसेनने त्यांच्या झोपडीजवळच, त्याच्या दृष्टीने लकीली वाटणाऱ्या जागेवर एक छोटी वेधशाळाच उभी केली. जी वेधशाळा फ्रामहाइमपासून चौदा मीटर अंतरावर होती. त्यामुळे फ्रामहाइममधील उष्णतेचा तेथील उपकरणांवर परिणाम होण्याची शक्यता नव्हती. तेथे ठेवलेल्या शास्त्रीय उपकरणांचे सूर्यप्रकाशापासून

संरक्षण व्हावे म्हणून 'हेन्रीक लिंडस्ट्रॉम'ने एक आडोसा निर्माण केला. या वेधशाळेत तापमानाची नोंद करण्यासाठी दोन थर्मामीटर आणि हवेतील आर्द्रता मोजण्यासाठी हायड्रोमीटर ठेवले गेले. एक 'थर्मोग्राफ'पण ठेवण्यात आला. हे उपकरण बॅरोग्राफच्या तत्त्वावर चालते. फक्त यामध्ये द्विधातूंची (पितळ आणि स्टील) पट्टी असते आणि तापमानाचा या द्विधातूच्या पट्टीवर होणाऱ्या आकुंचन / प्रसरणाच्या परिणामाचा आलेख काढला जातो. अशा या वातावरणात थर्मोग्राफवर बर्फ साठणे आणि ते काढून टाकणे हे एक नित्याचेच काम झाले होते. त्याशिवाय थोड्या अंतरावर वाऱ्याची दिशा आणि वेग दाखवणारी 'वेदर व्हेन' आणि 'ॲनीमोमीटर' ही उपकरणे बसवण्यात आली होती.

आमंडसेनने एक गंमत म्हणून त्याच्या सहकाऱ्यांमध्ये 'तापमान ओळखा' अशी एक स्पर्धा सुरू केली होती. यामध्ये प्रत्येक सदस्याला सकाळी आणि संध्याकाळी तापमानाचा अंदाज वर्तवावा लागे आणि प्रत्येकाने वर्तवलेल्या अंदाजाची एका वहीमध्ये काटेकोरपणे नोंद केली जायची. महिन्याच्या शेवटी ज्याचे अंदाज जास्तीतजास्त अचूक येतील त्याला -त्यांच्या ठरलेल्या कोट्यापेक्षा- बक्षीस म्हणून काही सिगार जास्त दिले जायचे. त्या अतिथंड, दुर्गम आणि एकाकी भागामध्ये अशा छोट्याशा गोष्टीमुळे एक प्रकारचा विरंगुळा मिळायचा. आकाश ज्या वेळी अगदी निरभ्र असायचे, तेव्हा आमंडसेन त्यांच्या तळावरून भौगोलिक नोंदी करायचा. त्याने त्याच्या डायरीमध्ये लिहिले होते— 'वरती काळ्याशार रंगाचे, पाण्याच्या ढगांनी भरलेले अथांग आकाश सर्वदूर पसरलेले आहे, त्यावरून रॉस समुद्राचा बराच मोठा भाग हा बाराही महिने खुला असणार यात काही शंकाच नाही.'

दक्षिण भौगोलिक ध्रुवाकडे अंतिम चढाई सुरू करण्याआधी, ग्रेट आइस बॅरियरवर पुढील उन्हाळ्यातील बेगमी म्हणून अंतराअंतराने पुरवठा डेपो उभारण्याचे काम करायचे होते. सन १९११ च्या अगदी सुरुवातीला संपूर्ण बॅरियरवर प्रत्येकी १ अंश अक्षांशाच्या अंतराने ८२ अंश अक्षांशापर्यंत पुरवठा डेपो उभारले गेले. त्या डेपोंमध्ये प्रत्येकी दीड टनाच्या आसपास, आठ माणसांना पुरेल एवढा अन्नसाठा ठेवला, एकूणच व्यवस्थापनामध्ये हुशार असलेल्या आमंडसेनने अचानक उद्भवणाऱ्या संकटांना तोंड देता यावे याची खबरदारी घेतली होती. नानसेन कुकरमध्ये वापरण्यात येणारे पॅराफीन थंड हवामानामध्ये पंपाच्या वॉशरमधून गळण्याच्या शक्यतेचा विचार करून त्याने ते टाळण्यासाठी पंपावरची झाकणे 'सॉल्डर' करून बंद केली होती. त्याचा खूपच फायदा झाला हे पुढील घटनेवरून लक्षात येते. सन २०११ मध्ये (शंभर वर्षांनी) नॉर्वेजियन मोहिमेच्या मार्गावरून प्रवास करणाऱ्या 'हेन्री वर्सले' या ब्रिटिश लष्करी अधिकाऱ्याला पॅराफीनचा पूर्ण भरलेला डबा आढळून आला.

खराब हवामान, वादळी वारे यांसारखी परिस्थिती गृहीत धरून, शिवाय प्रवास

करणाऱ्या पथकाला दुरूनही ओळखता यावे, दिसावे यासाठी या डेपोंवर काळ्या रंगाच्या कापडांचे झेंडे लावले गेले. प्रत्येक डेपोच्या दोन्ही बाजूंना ९०० मीटर अंतरापर्यंत प्रत्येकी १० बांबू रोवून त्यावर झेंडे लावले गेले. आमंडसेनने ही एक चांगली शक्कल लढवली होती त्यामुळे पथकातील सदस्यांना त्या शुभ्ररंगाच्या खंडामध्ये हरवण्याची भीती नव्हती.

मार्च उजाडता उजाडता मोहिमेतील सदस्यांच्या लक्षात आले की त्यांनी त्यांचा गृहपाठ योग्यपणे केला नव्हता. त्या दिवसांमध्ये तापमान उणे ४० अंश से. एवढे खाली जात होते. आमंडसेनने एके ठिकाणी लिहिले, 'अजून उन्हाळा पूर्णपणे संपला नाहीये, तरीही तापमान एवढे खाली जाते आहे हे खरोखरच आश्चर्यकारक आहे. विशेषत: शॅकल्टनने याच काळामध्ये याच भागातून स्लेजवरून केलेल्या प्रवासामध्ये 'मध्यम तापमान' अनुभवल्याचे लिहिले होते, त्या पार्श्वभूमीवर.'

याआधी ब्रिटिश 'डिस्कव्हरी' मोहिमेच्या वेळी ही स्कॉटने असाच हवामान संशोधनाचा कार्यक्रम, त्या बिचाऱ्या रॉइड्सच्या देखरेखीखाली अमलात आणला होता. युरोपला परतल्यावर त्याने ऑस्ट्रेलियन हवामानतज्ज्ञ 'ज्युलियस व्हॉन हॅन' याला त्याने केलेल्या हवामानाच्या नोंदींचा अर्थ लावण्यासाठी खास पाचारण केले होते. हॅन याच्या लक्षात आले की पृथ्वीवर इतरत्र कुठेही अनुभवायला येत नाही असे हवामान त्या प्रदेशात अनुभवायला येते. दक्षिण ध्रुवीय प्रदेशामध्ये एकदा सूर्य क्षितिजाखाली गेला की तापमान झपाट्याने कमी होते आणि सूर्य उगवेपर्यंत तसेच कमी राहते. संपूर्ण हिवाळ्यामध्ये तापमान सरळ रेषेत कमीच असते. जुलैमध्ये तापमान जेवढे खाली असते तेवढेच ते मार्चमध्ये असते. हे उत्तर ध्रुवीय प्रदेशातील परिस्थितीच्या अगदी विरुद्ध आहे. उत्तर ध्रुवीय प्रदेशामध्ये सगळ्यात कमी तापमान वर्षातल्या सर्वांत लहान दिवसाच्या पुढे-मागे काही महिनेच एवढ्या काळापुरते असते.

'हॅन'ने सन १९०९ मध्ये, दक्षिण ध्रुवीय प्रदेशातील हिवाळ्याचे वर्णन 'Kernlos' म्हणजे 'मध्य बिंदू नसलेला' असे केले. सिम्पसनने या तापमानातील उलटापालटीचे, वैचित्र्याचे निरीक्षण केले आणि त्याचे स्पष्टीकरण दिले— 'दक्षिण ध्रुवीय प्रदेशाभोवती कुठेही भूभाग नसल्यामुळे, जमीन नसल्यामुळे, तिथून परावर्तित उष्णता मिळण्याची शक्यता नसल्यामुळे त्या प्रदेशात थंड उन्हाळ्यानंतर थेट अतिथंडीचा हिवाळाच सुरू होतो.' उत्तर ध्रुवीय प्रदेशातील कोणतीच निरीक्षणे दक्षिण ध्रुवीय प्रदेशात लागू पडत नाहीत याचे हे उत्तम उदाहरण आहे. परंतु आमंडसेनने स्वत:चा असा एक शोध लावला. त्याच्या लक्षात आले की तो रॉस बेटापेक्षाही थंड हवामानाच्या प्रदेशात पोहोचलेला आहे. त्याने नकळतपणे एक नवीन 'ध्रुव' (Pole of Cold) शोधला होता. हा भाग दक्षिण ध्रुवीय प्रदेशातील

सर्वांत थंड भाग आहे. सन १९११ च्या आधी या प्रदेशातील हवामानाचा अभ्यासच जवळजवळ केला गेला नव्हता. ग्रेट आइस बॅरियरच्या पूर्व भागामध्ये, जिथे त्यांनी थंडीच्या काळात राहण्याचे ठरवले होते तिथून जवळच हा भूभाग येतो.

इंग्रजी वर्तमानपत्रांनी यातून फारसा काही बोध न झाल्यामुळे नॉर्वेजियन पथकाचे हिवाळ्यातील चंद्रप्रकाशाचा उपयोग करून एक ध्येय साध्य केल्याबद्दल कौतुक केले. आमंडसेनने शहाणपणाने हिवाळ्याचा काळ 'फ्रामहाइम' येथेच घालवण्याचे ठरवले.

नॉर्वेजियन पथकातील सदस्यांना जाणीव होती की त्यांच्या दक्षिण ध्रुवीय प्रदेशातील उपस्थितीमुळे मॅकमर्डो येथे तळ ठोकून असलेल्या ब्रिटिश पथकाच्या सदस्यांना पोटदुखी उद्भवण्याची शक्यता आहे. सगळेच ईर्षेने झपाटलेले होते कारण पैज पण तशीच मोठी होती. फ्रामवरील एका खलाशाने लिहिले - 'आम्ही स्वत:लाच एक प्रश्न सतत विचारत होतो की हे ब्रिटिश आमच्याबरोबरच्या स्पर्धा कशा प्रकारे करतील, त्यांचा जर आमच्या विरुद्ध काही कट शिजत असेल तर आमच्या बरोबरचे कुत्रे त्यांना माघारी पळवून लावतील. मला कोणत्याही प्रसंगासाठी तयार राहिले पाहिजे.'

व्हेल्स खाडीच्या भागात ब्रिटिश मोहिमेचे जहाज 'टेरा नोव्हा' आणि नॉर्वेजियन मोहिमेचे सदस्य जेव्हा समोरासमोर आले तेव्हा त्या थंड वातावरणातही त्यांनी केलेले एकमेकांचे अतिथंड स्वागत जाणवत होते. त्यांनी बरोबर चहापान केले, एकमेकांची जहाजे फिरून दाखवली. या सर्व देवाणघेवाणीमुळे ब्रिटिशांच्या एकंदरीत तांत्रिक तयारीबाबत वाटणारी भीती जरा कमी झाली आणि आमंडसेनला एका गोष्टीमुळे जरा हायसे वाटले. दूर अंतरांवर संदेशांचे दळणवळण करू शकणाऱ्या बिनतारी संदेश यंत्रणेचे तंत्रज्ञान विकसित होण्याला सन १९११ हे वर्ष खूपच आधीचे होते. तरीपण आमंडसेनला माहीत होते की स्कॉटला तंत्रज्ञानामध्ये खूप रस आहे, दक्षिण भौगोलिक ध्रुव गाठण्याच्या शर्यतीमध्ये जगाला प्रथम जो मोहिमेच्या यशाबद्दल कोणतीही बातमी कळवू शकेल, मग शर्यतीमध्ये तो दुसरा असला तरी, त्यालाच प्रसिद्धीचे फायदे आणि श्रेय मिळणार होते ही वस्तुस्थिती होती. आमंडसेनला हायसे वाटायचे मुख्य कारण म्हणजे 'टेरा नोव्हा'वर बिनतारी संदेश यंत्रणा नव्हती.

आमंडसेनला ब्रिटिशांजवळ असलेल्या स्वयंचलित (मोटार बसवलेल्या) स्लेजबाबतची पूर्ण कल्पना होती. ज्यामुळे त्यांचा प्रवास तुलनेने जलद गतीने होणार होता. आमंडसेनने कॅम्पबेल याला त्या स्वयंचलित स्लेजबाबत विचारले आणि त्याने जे उत्तर दिले त्यावरून आमंडसेनच्या मनातील भीती आणखीनच वाढली. कॅम्पबेलने त्याला एक स्लेज आधीच बर्फावर उतरवले असल्याचे सांगितले. खरंतर कॅम्पबेल

त्याला जहाजावरून उतरवत असताना बर्फाच्या घळीमधून समुद्रामध्ये पडलेल्या त्या स्लेजबद्दल सांगत होता, परंतु त्याने पूर्ण माहिती न देता 'नरो वा कुंजरोवा' पद्धतीने सांगितले. आमंडसेन आणि त्याचे सहकारी एकदम गप्प झाले आणि ब्रिटिश पथकातील सदस्यांनी, आमंडसेन आणि त्याच्या सहकाऱ्यांसाठी जाता जाता एक भेट -नवीन चिंता -ठेवून त्याचा निरोप घेतला.

लंडनला परतलेल्या लिऑन आमंडसेनने, अनेक ब्रिटिश वृत्तपत्रांशी, रोआल्ड आमंडसेन याच्या दक्षिण ध्रुवीय प्रदेशाच्या मोहिमेच्या वृत्तांकनाच्या एकमेवाधिकारासाठी करार करण्याच्या दृष्टीने चर्चा सुरू केली. या चर्चेदरम्यान त्याच्या सन १९१२ च्या मोहिमेमधील बऱ्याच उत्सुक आणि महत्त्वाच्या व्यक्तींशी गाठीभेटी झाल्या. मॉसन याच्या नेतृत्वाखाली निघणाऱ्या ऑस्ट्रेलेशियन दक्षिण ध्रुवीय प्रदेशाच्या मोहिमेमध्ये नंतर उपकप्तान होणाऱ्या कॅप्टन 'जॉन किंग डेव्हिस'ने मत व्यक्त केले की आमंडसेन दक्षिण भौगोलिक ध्रुवावर पोहोचण्याच्या शर्यतीमध्ये स्कॉटला मागे टाकण्याची / हरवण्याची शक्यता आहे. 'रॉयल जिऑग्राफिक सर्व्हे'चे नवे अध्यक्ष 'लिओनार्ड डार्विन' प्रसिद्ध शास्त्रज्ञ चार्ल्स डार्विन यांचा मुलगा - यांनी बोलताना इच्छा व्यक्त केली की जो उत्तम असेल तो जिंकेल. परंतु मार्कहॅम बरोबर मात्र लिऑनची तार जुळली नाही. नंतर त्याविषयी बोलताना लिऑन म्हणाला, 'तो थेरडा मूर्ख आहे.' शॅकल्टनने पण लिऑनच्या वतीने काही वृत्तपत्रांशी चर्चा केली. सरतेशेवटी 'डेली क्रॉनिकल' या -आता बंद पडलेल्या -वृत्तपत्राबरोबर २००० पौंड एवढ्या रकमेसाठी एकमेव वृत्तांकनाचा करार करण्यात लिऑन यशस्वी झाला. शॅकल्टनच्या मते त्या वेळी ध्रुवीय प्रदेशातील गोष्टींच्या बातम्यांसाठी भाव कमी होऊ लागले होते, तरी ही रक्कम ठीक होती.

'रॉयल जिऑग्राफिक सोसायटीच्या' एप्रिल १९११ च्या अंकांमध्ये बातमी आली - 'आमंडसेनला 'किंग एडवर्ड VII ' या भूभागावर उतरवून 'फ्राम' जहाज ब्यूनॉस आयरीसला पोहोचले आहे आणि ऑक्टोबरमध्ये त्याला परत आणण्यासाठी ते दक्षिणेकडे जाणे अपेक्षित आहे.' त्याच अंकामध्ये आणखी एक बातमी होती - 'अमेरिकन काँग्रेसने एक ठराव संमत करून कमांडर पेरीने दिलेल्या योगदानाच्या बदल्यात कृतज्ञता म्हणून निवृत्तीच्या वेळी त्याला रिअर ॲडमिरलचा हुद्दा आणि त्याप्रमाणे निवृत्तिवेतन देण्याचे जाहीर केले आहे.' ही बातमी म्हणजे सर्व साहसवीरांना एक इशाराच होता की ध्रुवीय शोधमोहिमांच्या संदर्भात 'उत्तरे'कडील शोध संपलेला आहे आणि आता फक्त 'दक्षिणच' काय ती शिल्लक आहे.

ऑगस्ट महिन्याच्या शेवटी आमंडसेनची दक्षिण भौगोलिक ध्रुवावर जाण्याची तयारी पूर्ण झाली होती. परंतु त्याच प्रदेशामध्ये असलेल्या ब्रिटिश साहसवीरांच्या उपस्थितीमुळे

त्याच्या मनाला स्वस्थता नव्हती. 'फ्रामहाइम' इथेच असताना त्या मोहिमेतील एकाने लिहिले की 'जर आपण दक्षिण भौगोलिक ध्रुवावर प्रथम पोहोचण्यामध्ये यशस्वी ठरणार नसलो तर मग आपण घरीच राहणे योग्य ठरेल.' सप्टेंबर १९११ च्या सुरुवातीला लागोपाठ तिसऱ्या दिवशी, त्या मानाने कमी तापमानाचा, म्हणजे छानपैकी उणे ३२ अंश से. तापमानाचा अनुभव येत होता. सूर्य क्षितिजावर सतत दिसत नव्हता तरी आमंडसेनने आता निघण्याचे ठरवले. लिंडस्ट्रॉमवर 'फ्रामहाइम' येथील हवामान अभ्यासाची जबाबदारी सोपवून एकूण आठ जण दक्षिण भौगोलिक ध्रुवाच्या दिशेने निघाले.

प्रवासासाठी आणि बरोबरचे सामान वाहून नेण्यासाठी आमंडसेनने त्याच्या गुरूचा, नानसेनचा सल्ला अमलात आणला. त्या नॉर्वेजियन साहसवीराने, ध्रुवीय प्रदेशातील मोहिमांच्या पितामहाने, ध्रुवीय प्रदेशामध्ये स्लेजिंग करण्यासंबंधी काही नियम, काही तत्त्वे घालून दिली होती. त्यांचे अगदी तंतोतंत पालन करायचे आमंडसेनने ठरवले होते. त्यांनी बरोबर आणलेले स्लेज, युरोपमधील 'ॲश' झाडांच्या टणक लाकडाच्या रुंद पट्ट्यांचे बनवलेले होते. त्या पट्ट्यांची दोन्ही बाजूंची टोके 'स्की'सारखी वर वळवलेली होती. स्लेजच्या दोन मुख्य लांब पट्ट्यांमध्ये ठरावीक अंतरांनी, त्यांना एकत्र ठेवण्यासाठी, छोट्या पट्ट्या लावलेल्या होत्या. स्लेजच्या दोन मुख्य पट्ट्यांवर त्यांच्या लांबीभर शेल्फसारख्या दोन मजबूत पट्ट्या, अर्धा टन वजन सहन करू शकतील अशा पद्धतीने लावलेल्या होत्या. स्लेज खडबडीत भूपृष्ठावरून नेताना किंवा वाटेतील चढउतार पार करताना, त्यांच्यावर नियंत्रण ठेवण्याच्या दृष्टीने त्यांना चामड्याचे पट्टे बांधले होते. या सुधारणांमुळे स्लेज हे आता दक्षिण ध्रुवीय प्रदेशातील मोहिमांसाठी अत्यावश्यक उपकरण झाले होते. अंतर मोजण्यासाठी स्लेजच्या मागे नियमित केलेले चाक स्लेजोमीटर लावलेले (Calibrated) होते. ब्रिटिशांच्या इतर गोष्टींकडे दुर्लक्ष करून आमंडसेनने त्यांच्यासाठी आणि बरोबरचे सामान वाहून नेण्यासाठी 'स्की' आणि कुत्रे वापरायचे ठरवले. त्यांनी स्वत:साठी लोकरीचा पोशाख पसंत केला. एकंदरीत दक्षिण भौगोलिक ध्रुवाकडे वेगाने जाण्यासाठी सर्व गोष्टी जुळून आल्या होत्या.

'फ्रामहाइम'च्या परिसरामध्ये काही दिवस, तुलनेने कमी वाटणारे तापमान हा एक चकवा होता. त्यांनी तीन दिवस प्रवास करून जवळजवळ ५० किमी. अंतर कापले होते. दुसऱ्या दिवशी परिस्थिती आणखी बिघडली. त्यांच्या होकायंत्रामधील द्रव गोठले, दोन कुत्रे गारठून मेले. त्यांनी विचारविनिमय करून जवळच्याच डेपोकडे रसद ठेवण्यासाठी आणि तेथून 'फ्रामहाइम'कडे परतण्याचा निर्णय घेतला. थोड्याच दिवसात तापमान आणखी घसरून उणे ५६ अंश से. च्या आसपास आले. माणसांना आणि कुत्र्यांना एवढ्या कमी तापमानाचा, अतिथंडीचा चांगलाच त्रास

होऊ लागला आणि सर्वांवर कडी म्हणजे अल्कोहोलपण गोठले. १४ सप्टेंबरला तर अतिथंडीचा कहरच झाला. दोघांना आधीच अतिथंडीमुळे जखमा (Frost Bite) झाल्या होत्या आणि अशा थंडीमुळे त्यांच्या पायांच्या टाचा निकामी होण्याचा / गमावण्याचा धोका निर्माण झाला. आमंडसेनने तळाकडे परतण्याचा निर्णय घेतला. बरोबरची रसद परत डेपोमध्ये ठेवून सर्वांनी 'फ्रामहाइम'च्या दिशेन पळ काढला. परतीच्या प्रवासामध्ये हवामानामुळे, धुक्यामुळे साधारणत: एकमेकांच्या नजरेच्या टप्प्यामध्ये असणारे स्लेज नजरेआड झाले, त्यांच्यामध्ये अंतर पडत गेले आणि त्यांची चुकामूक झाली. दोन दिवसांनंतर उपकप्तान 'ख्रिस्तियान प्रेस्ट्रड' याची परिस्थिती गंभीर झाली आणि त्याला 'स्कीइंग' करणे अशक्यच झाले. 'जोहानसेन' त्याच्यासाठी दोनएक तास थांबून राहिला आणि कुत्र्यांनी ओढलेल्या स्लेजवर त्याला बसवून त्यांनी धिम्या गतीने तशाही अवस्थेत प्रवास चालू ठेवला. त्यांच्याबरोबर स्टोव्ह नव्हता, अन्नसाठा नव्हता, होती फक्त बिस्किटे. तेवढ्या आधारावर परिस्थितीशी झगडत त्यांनी त्यांचा प्रवास चालू ठेवला.

ते दोघे जण मध्यरात्र उलटून गेल्यावर अर्ध्या तासाने, म्हणजे पथकातील बाकीचे सदस्य परतल्यावर जवळजवळ साडेसहा तासांनी, 'फ्रामहाइम' तळावर येऊन पोहोचले. 'लिंडस्ट्रॉम'ने सर्वांसाठी कॉफी बनवली, परंतु एकही जण उठून ती पिण्याच्या शारीरिक किंवा मानसिक अवस्थेमध्ये नव्हता. 'प्रेस्ट्रड'च्या बाबतीत तर या परतीच्या प्रवासामध्ये काळ आला होता पण वेळ आली नव्हती. आमंडसेनने नंतर हा घडलेला सगळा प्रकार फार गांभीर्याने घेतला नाही असे वरकरणी तरी दाखवले. परंतु त्या दोघांना त्याने तुम्ही वाट कशी चुकलात असे जरा वरच्या आवाजात विचारले आणि ठिणगी पडली. 'त्या दोघांना एवढा वेळ का लागला, हे देवच जाणे' एवढीच त्यांची प्रतिक्रिया होती. या घटनेचा नंतर असा अर्थ लावला गेला की, आमंडसेनने असे गृहीत धरले -आणि कोणाही नेत्याच्या दृष्टीने ते स्वाभाविकच आहे -पथकातील प्रत्येक जण स्वत:ची काळजी घ्यायला समर्थ आहे आणि म्हणून मागे वळून न बघता त्याने आणि इतरांनी तळाकडे प्रवास चालू ठेवला. पण हवामान आणि अतिथंडीमुळे चुकामूक झाली होती.

जोहानसेनने त्याच्या डायरीमध्ये झाल्या प्रकाराची 'दु:खद परिणती' अशी नोंद केली. ब्रेक फास्टच्या वेळी आमंडसेनने त्याला आणि प्रेस्ट्रड याला, उशीर का झाला म्हणून विचारणा केली. त्या वेळी जोहानसेनने उत्तर दिले की, 'मी तशा प्रकारचा प्रवास प्रथमच करत होतो आणि आधी कधीही तशा हवामानात अशा प्रकारे प्रवास केला नव्हता.' त्यावर कोणीतरी फार शहाणपणाचा आव आणून म्हणाले, 'माणूस मरेपर्यंत शिकतच असतो आणि जसजसे दिवस जातील तसतसे मला अधिक शिकायला मिळेल.' जोहानसेनला हे बोलणे लागले, पण तो गप्प

राहिला. तरी आमंडसेनला त्याने तो नेता म्हणून पथकाला मार्गदर्शन करायला कमी पडला ही खंत बोलून दाखवली.

आमंडसेनने त्याच्या डायरीमध्ये लिहिले 'नेता म्हणून माझ्या पात्रतेविषयी व्यक्त केलेली विधाने अपमानास्पदच होती.' जोहानसनने त्याच्या डायरीमध्ये लिहिले 'सकाळी आमच्या नेत्याने त्याच्या रात्रीच्या विधानांबद्दल खेद व्यक्त केला' परंतु पथकातील सदस्यांची मने कलुषित झाली होती, उघडउघड दोन तट पडले होते, तरी त्या परिस्थितीमध्ये आमंडसेनने जो निर्धार दाखवला, खंबीरपणा दाखवला, त्यामुळे त्याचे नेतृत्व शाबूत राहिले आणि मुख्य म्हणजे मोहीम चालू राहिली, परंतु किंमत मोजावी लागली होती. आमंडसेन प्रेस्ट्रडसह प्रत्येकाशी वैयक्तिकरीत्या बोलला आणि त्यांची मते जाणून घेतली. यामुळे जोहानसेन एकटा पडला. आमंडसेनने त्याच्या डायरीमध्ये लिहिले 'अर्थातच आधी जे काही झाले होते त्यामुळे 'फ्रामहाइम'वरून निघणाऱ्या तिसऱ्या प्रयत्नामध्ये त्याला स्थान असणारच नव्हते.' त्याने पथकाचे विभाजन करायचे ठरवले, दक्षिण भौगोलिक ध्रुवावर जाण्याच्या दुसऱ्या प्रयत्नामध्ये त्याला पथकात बंडाळी व्हायला नको होती.

आमंडसेनने त्याच्या पथकातील काही जणांवर, तोपर्यंत कोणीही न केलेली एक कामगिरी सोपवली ती 'किंग एडवर्ड VII' भूभागाचा शोध घेण्याची आणि अभ्यास करण्याची. 'प्रेस्ट्रड' च्या नेतृत्वाखाली तीन जणांचे पथक या कामगिरीसाठी निवडले गेले. जोहानसेनने शिस्तभंग केल्यामुळे, त्याचा या उपमोहिमेमध्ये एक 'खासगी व्यक्ती' म्हणून सहभाग असणार होता. जोहानसेनने खेदाने त्याच्या डायरीमध्ये नमूद केले 'दक्षिण भौगोलिक ध्रुवावर जाणाऱ्या पथकात सहभागी होण्यासाठी मला अपात्र ठरवले आहे आणि म्हणून मला वगळले आहे.'

आमंडसेनला दक्षिण भौगोलिक ध्रुवावर जाण्याच्या केलेल्या पहिल्या प्रयत्नाच्या चुकलेल्या निर्णयाचा अनपेक्षितपणे एक फायदाच झाला होता. आधीच्या उन्हाळ्यामध्ये त्यांनी ठरावीक अंतरावर रसद साठवण्यासाठी जे डेपो उभारले होते त्यात त्यांच्या फसलेल्या पहिल्या प्रयत्नाच्या वेळी त्यांच्याबरोबर असलेली रसदपण ठेवली गेली होती. त्यामुळे त्या डेपोमध्ये आता गरजेपेक्षा जास्त रसद साठवली गेली होती आणि ती आता त्यांना त्यांच्या दुसऱ्या प्रयत्नामध्ये कामी येणार होती, शिवाय या दुसऱ्या प्रयत्नामध्ये आठऐवजी पाचच जण हा प्रवास/ प्रयत्न करणार होते. थोडक्यात रसद भरपूर होती.

दिनांक १९ ऑक्टोबर रोजी आमंडसेन आणि त्यांचे चार सहकारी एकूण बावन्न कुत्र्यांनी ओढलेले चार स्लेज घेऊन आणि साठ दिवस पुरेल एवढी रसद घेऊन तळावरून दक्षिण भौगोलिक ध्रुवाच्या दिशेने निघाले. सप्टेंबर महिन्याच्या मानाने

आता हवामानामध्ये खूपच सुधारणा झाली होती. किमान तापमान उणे १८ अंश से. ते उणे १२ अंश से. च्या दरम्यान राहत होते आणि स्लेजसाठीदेखील घसरण्याच्या दृष्टीने हे तापमान उत्तमच होते. कारण स्लेजच्या लाकडी पट्ट्यांना खालच्या बाजूने आणखी एक 'जर्मन सिल्व्हर' या धातूच्या पट्टीचा जोड लावलेला असतो आणि ती धातूची पट्टी अतिथंडीमध्ये बर्फाच्या पृष्ठभागाला चिकटण्याचा धोका असतो. परंतु वरील तापमानामध्ये धातूची पट्टी बर्फावर घसरताना घासली गेल्यामुळे पृष्ठभागावरचे बर्फाचे कण निर्माण होणाऱ्या घर्षणामुळे, तापमानामुळे, वितळतात आणि तयार होणारे पाणी वंगणाप्रमाणे काम करते आणि स्लेज घसरायला मदत करते. अतिथंडीमध्ये मात्र अशा प्रकारे क्रिया होत नाही आणि स्लेज बर्फाला घट्ट चिकटून बसतात याचा प्रत्यय केप क्रोझियरकडील प्रवासामध्ये आलेला होता.

स्कॉटच्या पथकातील 'चेरी-गेरार्ड'ने प्रयोगाअंती असा निष्कर्ष काढला होता की स्लेज ओढण्यासाठी किंवा घसरण्यासाठी सर्वांत योग्य तापमान उणे ९ अंश से. असावे. साधारणतः उणे ४० अंश से. पर्यंत स्लेज बऱ्यापैकी बर्फावर काम करू शकतात. त्यापेक्षा कमी तापमानामध्ये मात्र बर्फाच्या पृष्ठभागावरचे बर्फ घर्षणातून निर्माण होणाऱ्या तापमानात वितळत नाही आणि पाणी तयार होण्याचे प्रमाण अत्यल्प होते. परिणामी स्लेजच्या घसरण्यावर परिणाम होतो. आमंडसेन स्लेजचा वापर करण्यामध्ये तरबेज होता. ग्रेट आइस बॅरियरच्या भागातून, कुत्र्यांच्या मदतीने त्यांनी दरदिवशी सरासरी सदतीस किमी. अंतर कापले. कधीकधी तर त्यांनी हे अंतर केवळ पाच तासातच पार करण्याचा पराक्रम केला. त्यामुळे दिवसाच्या उरलेल्या वेळामध्ये त्यांना तंबू उभारायला, विश्रांती घ्यायला खूप वेळ मिळायचा. परंतु अशा प्रदेशामध्ये एकाकी वाटणे किंवा कंटाळा येणे वगैरे तक्रारी कायमच्याच असायच्या.

आमंडसेनने प्रवासाचा मार्ग ठरवताना रेखांशामध्ये बदल केला नाही, 'फ्रामहाइम' ज्या रेखांशावर होते त्याच रेखांशावर त्याने प्रवास चालू ठेवला आणि निरीक्षणे नोंदवताना, प्रयोग करताना, ती अक्षांशाच्या संदर्भात नोंदवली आणि दरदिवशी कापलेल्या अंतराचा हिशोब स्लेजला जोडलेल्या स्लेजोमीटरच्या साहाय्याने ठेवला. विसाव्या शतकाच्या सुरुवातीला दक्षिण ध्रुवीय प्रदेशामध्ये नकाशाशिवाय मार्ग शोधण्याच्या, दिशा निर्देशनाच्या संदर्भामध्ये दोन मतप्रवाह होते. काही जणांचे, स्कॉटप्रमाणे म्हणणे होते की अचूक भौगोलिक स्थान निश्चित करण्यासाठी अक्षांश आणि रेखांश या दोन्हींच्या संदर्भामध्ये अचूक नोंदी घेणे जरुरीचे आहे. परंतु दोन्ही ध्रुवांकडे अगदी टोकांना रेखांश एकत्र येऊन मिळतात - त्याचप्रमाणे पृथ्वीच्या पृष्ठभागावर त्यांच्यातील अंतरे मोठ्या प्रमाणावर बदलतात. उदा. विषुववृत्तावर दोन रेखांशामधील अंतर १११ किमी. असते, तर ८६ अंश रेखांशावर हा फरक फक्त

सहा किमी. असतो आणि ध्रुवांवर अर्थातच काहीच फरक राहत नाही.

सन १९१० मध्ये 'रॉयल जिऑग्राफिक सोसायटी'च्या मुद्दाम बोलावलेल्या सभेमध्ये ब्रिटिश भूगोलतज्ज्ञ आणि भूमापन तज्ज्ञ 'ऑर्थर हिंक्स' यांनी असा विचार मांडला की स्थळनिश्चितीसाठी, दक्षिण ध्रुवीय क्षेत्रातील शोधमोहिमांच्या दरम्यान रेखांशांना फारसे विचारात घेण्याची गरज नाही. उत्तर ध्रुवीय प्रदेशामध्ये मात्र समुद्रातील प्रवाही बर्फामुळे एखाद्या ठिकाणचे स्थान निश्चित करताना प्रचंड गोंधळ उडू शकतो. दक्षिण ध्रुवीय प्रदेशामध्ये अक्षांशांचे भान ठेवले तरी पुरेसे आहे, मात्र तेथे रोजच्या प्रवासाचा अंतराचा हिशोब काटेकोरपणे ठेवणे गरजेचे आहे. आणि हा साधा सोपा मार्ग आमंडसेनला पसंत होता.

तुम्ही कोणत्याही मार्गाने 'ध्रुव' गाठायचे ठरवले तरी तुमच्याजवळ मार्गदर्शनासाठी, एक अत्यंत मौल्यवान पुस्तक असणे गरजेचे आहे आणि ते म्हणजे 'समुद्री पंचांग' (Nautical Almanac). आमंडसेनने मोहिमेवर निघण्याआधी ब्रिटिश नौदलाकडे समुद्री पंचांग कधी उपलब्ध होऊ शकेल याची विचारणा केली होती आणि जुलै १९१० मध्ये सन १९१०-१९१३ या कालावधीचे पंचांग विक्रीसाठी तयार असेल असे त्याला ताबडतोब कळवण्यात आले होते. परंतु सन १९१२ मध्ये आमंडसेन, दक्षिण ध्रुवीय मोहिमेवर जाताना हे समुद्री पंचांग बरोबर न्यायला विसरला. हे समुद्री पंचांग आजही 'UK Hydrographic Office' तर्फे प्रकाशित केले जाते आणि हे दर्यावर्दीसाठी एक अत्यावश्यक साधन आहे. या पंचांगामध्ये सूर्याचे, इतर ताऱ्यांचे पृथ्वीशी होणारे कोन, दिवसातील दर तासांच्या वेगवेगळ्या अक्षांशांवरच्या ग्रहांच्या, चंद्राच्या कला, समुद्रांच्या भरती-ओहोटी इत्यादींबद्दलची भरगच्च माहिती, अनेक नकाशे, आकडेवारी आलेखासह दिलेली असते. आमंडसेनसाठी आणि त्याच्या प्रतिस्पर्ध्यासाठी हे 'समुद्री पंचांग' जवळ असणे अत्यंत आवश्यक होते. कारण तेथील उन्हाळ्याच्या काळात आकाशामध्ये चोवीस तास असणाऱ्या सूर्यामुळे, स्थाननिश्चितीसाठी सूर्याच्या हालचालींची काटेकोर माहिती असणे हाच एक मार्ग होता.

स्कॉटच्या मोहिमेतील क्रोनोमीटरच्या वेळातील फरकामुळे उडालेला गोंधळ आणि त्यामुळे चुकलेले अंदाज हे आपण पाहिलेच आहे. एखाद्या जागी सूर्याच्या भ्रमणमार्गातील सर्वोच्च बिंदू किंवा स्थानिक मध्यान्ह कळणे हा जमिनीवरील एखाद्या जागेचे स्थान निश्चित करण्यासाठी, स्थान कळण्यासाठी एकमेव व्यवहार्य मार्ग आहे. आणि स्थानिक दुपार, मध्यान्ह जाणून घेण्याचा सर्वांत सोपा मार्ग म्हणजे सूर्याचा कोन मोजणाऱ्या (Sextant) उपकरणाचा उपयोग, वापर. हे उपकरण वापरण्यासाठी फार तांत्रिक ज्ञानाची गरज भासत नाही. फक्त स्थिर हात आणि धीर किंवा वाट पाहण्याची तयारी या दोनच गोष्टी पुरेशा आहेत. 'सेक्स्टंट' हे उपकरण साधारणतः जहाजांवर वापरले जाते. परंतु बऱ्याचदा धुक्यामुळे किंवा ढगाळ

हवामानामुळे क्षितिज रेषा स्पष्ट दिसत नाही आणि म्हणून नक्की मार्ग कळण्यासाठी कृत्रिम क्षितिजाचा (Artificial Horizon) वापर करावा लागतो. दक्षिण ध्रुवीय प्रदेशामध्ये तर परिस्थिती आणखी बिकट होते कारण अथांग पसरलेला बर्फाच्छादित भूभाग आणि आकाश यांमधील रंगाच्या साधर्म्यामुळे, चटकन फरकच लक्षात येत नाही आणि त्यामुळे क्षितिज रेषा ठरवणे अवघड होऊन बसते.

सन १९१२ मध्ये पारा भरलेल्या छोट्या डबीचा 'कृत्रिम क्षितिजा'साठी उपयोग केला जायचा. आज वैज्ञानिकदृष्ट्या पुढारलेल्या काळामध्ये पाऱ्याऐवजी पाणी, मोटर ऑईल इत्यादीचा उपयोग केला जातो. अर्थात अतिथंड प्रदेशामध्ये पाण्याचा उपयोग होत नाही. सरळ रेषेतील सूर्याचे सेक्स्टंटच्या निर्देशांकाच्या साहाय्याने, कृत्रिम क्षितिजावर प्रतिबिंब बघून सूर्याचा आकाशातील कोन मोजला जातो. जास्तीतजास्त अचूक निरीक्षणासाठी, नोंदींसाठी आणि स्पष्ट प्रतिमा मिळण्यासाठी वेगवेगळ्या प्रकारच्या गाळण्यांचा वापर केला जातो. अशा पद्धतीने दर काही मिनिटांनी नोंदी घेऊन त्यावरून आकाशातील सूर्याचे चढ/उतार अभ्यासले जातात.

क्रोनोमीटर अचूक असणे हे फार गरजेचे होते. ग्रिनवीच प्रमाणवेळेप्रमाणे किंवा आज ओळखल्या जाणाऱ्या 'जागतिक प्रमाणवेळे'प्रमाणे लावलेल्या या घड्याळांनी मोहिमांदरम्यान खूप महत्त्वाची कामगिरी बजावली. समुद्री पंचांगातील दिलेले आकडे आणि मोहिमेदरम्यान सूर्याचा आकाशातील कोन आणि वेळा यासंबंधी घेतलेली निरीक्षणे आणि नोंदी यांचा मेळ घालून बऱ्याच प्रमाणामध्ये अचूकपणे अक्षांश समजणे शक्य झाले, सोपे गेले. हा ब्रिटिशांनी तिपाईवर थिओडोलाइट ठेवून घेतलेल्या नोंदींपेक्षा खूपच सोपा आणि परिणामकारक उपाय होता. परंतु या दोन्हींसाठी एक गोष्ट अत्यंत गरजेची होती - आकाशामध्ये सूर्य दिसण्याची.

ढगाळ हवामानामध्ये सूर्य झाकला जातो अशा वेळी सेक्स्टंटच्या साहाय्याने नोंदी घेता येत नाहीत. तेव्हा होकायंत्राच्या नोंदी, निरीक्षणे महत्त्वाची भूमिका बजावतात. परंतु होकायंत्राचा वापर किंवा नोंदीही विषुववृत्तीय प्रदेशामध्ये अनेक प्रश्न निर्माण करतात, करू शकतात. परंतु ज्या संशोधकाला नक्की काय बघायचे हे माहीत असते तो मार्ग काढू शकतो, बरोबर निष्कर्ष काढू शकतो, शॅकल्टन यांच्या 'निमरॉड' मोहिमेतील डेव्हिड, मॉसन आणि मॅके यांना एका गोष्टीचे श्रेय द्यावेच लागेल आणि ते म्हणजे बऱ्याच निरीक्षणांनंतर, प्रयोगानंतर त्यांनी दक्षिण चुंबकीय ध्रुवाचे स्थान बऱ्याच अचूकपणे निश्चित केले होते. होकायंत्रातील दक्षिण आणि खरी दक्षिण या दोन्हींमधील फरकाचा उपयोग करून आमंडसेनने होकायंत्र या उपकरणाचा दिवसा प्रवास करताना मोठा फायदा करून घेतला. आश्चर्याची गोष्ट म्हणजे दक्षिण ध्रुवाच्या दिशेने जाताना त्याचा प्रवास उत्तर दिशेला होत होता.

त्या शुभ्र, गोठलेल्या, अथांग पसरलेल्या प्रदेशावरून अविरतपणे त्यांचा प्रवास चालू असताना हळूहळू एक प्रचंड पर्वतरांग त्यांच्या नजरेच्या टप्प्यात आली. ही तीच पर्वतरांग होती जी शॅकल्टनने सन १९०९ मध्ये 'व्हिक्टोरिया लँड'वरून निघताना पाहिली होती. परंतु आमंडसेन आणि त्याच्या सहकाऱ्यांना तीच पर्वतरांग या दक्षिण-पूर्वेकडे, खूप आतमधील भागात आता दृष्टिपथामध्ये येत होती. आमंडसेनची एकच मनोमन इच्छा होती की ही पर्वतरांग अशीच हळूहळू विस्तारत भौगोलिक ध्रुवापर्यंत पसरलेली नसावी. त्यांनी त्यांचा प्रवास तसाच पुढे चालू ठेवल्यावर काही वेळाने दोन पर्वतांमधून खालच्या पठारी प्रदेशावर पसरत आलेली एक हिमनदी त्यांना आढळली, आमंडसेनने त्या हिमनदीला नॉर्वेच्या राणीच्या सन्मानार्थ 'Queen Maud Range' असे नाव दिले. त्याचप्रमाणे त्या भागातील बर्फाच्या एका मोठ्या प्रवाहाला, त्यांच्या मोहिमेचा महत्त्वाचा प्रायोजक आणि नॉर्वेजियन उद्योजक 'ॲक्सेल हेबर्ग' याचे नाव दिले आणि कुत्र्यांच्या आणि स्लेजच्या साहाय्याने त्यावरून प्रवासही केला.

जसजसा त्यांचा प्रवास पुढे पुढे होत राहिला, तसतसा त्यांनी हवामानाच्या सतत नोंदी घेण्याचा आणि नवनवीन भूभागांचे नकाशे बनवण्याचा त्यांचा कार्यक्रम काटेकोरपणे चालूच ठेवला. त्यांना पर्वतशिखरे, हिमनदी, बर्फांचे प्रवाह इ. जसजसे सापडत गेले, दिसत गेले, तसतसे त्यांनी नकाशामधील जागा भरण्याचे, नोंदी करण्याचे काम सुरूच ठेवले. आमंडसेनने त्या त्या भागामधील आकाशांची, निसर्गाची काही रेखाचित्रे काढली. ही पेन्सिलच्या साहाय्याने काढलेली आणि आत्तापर्यंत कुठेही प्रसिद्ध न झालेली निसर्ग चित्रे ऑस्लो येथील 'National Library Archive' मध्ये ठेवलेली आहेत. त्या रेखाचित्रांवरून एक गोष्ट जाणवते की, आत्तापर्यंत मानवाने न पाहिलेला प्रदेश, भूभाग आपण बघतो आहोत तसेच त्या त्या भागातील काही ठळकपणे ओळखू येणारी निसर्गाची, भूभागाची वैशिष्ट्ये, खाणाखुणा आपल्याला परतीच्या प्रवासामध्ये मार्गदर्शक ठरणार आहेत आदी गोष्टींची ती चित्रे रेखाटताना त्याला नक्की जाणीव होती हेपण आपल्या लक्षात येते.

आमंडसेन आणि त्याचे सहकारी जेव्हा ८५ अंश अक्षांशापर्यंत जेव्हा पोहोचले, तेव्हा त्यांच्याबरोबर ४२ कुत्रे होते आणि त्या सर्व कुत्र्यांना त्यांनी वरच्या पठारी प्रदेशावर घेऊन जाण्याचे ठरवले. एकदा वर पोहोचल्यावर त्यांनी २४ कुत्र्यांना ठार मारले आणि त्या जागेचे नामकरण केले 'खाटकाचे दुकान'. मारलेल्या कुत्र्यांचे मांस त्यांनी बाकी कुत्र्यांना खायला देऊन उरलेले साठवून ठेवले. स्कॉटच्या मोहिमेमध्ये त्यांच्याबरोबर असलेल्या खेचरांना वेगळा चारा लागत होता, परंतु येथे कुत्रे एकमेकांना खाऊ शकत होते.

आमंडसेन आणि त्याच्या सहकाऱ्यांनी त्यांची आगेकूच चालूच ठेवली, परंतु

पुढे जाण्याच्या गडबडीमध्ये 'खाटकाच्या दुकानाच्या' ठिकाणी बर्फातील मोहिमांसाठी अत्यावश्यक असे 'क्रॅम्पॉन' (Crampons) बर्फामध्ये चालता यावे तसेच बर्फामध्ये वर चढताना पकड येण्याच्या दृष्टीने बुटांना बाहेरून लावता येणारी स्टीलचे काटे असलेली फ्रेम— ते तेथेच विसरले, आणि ही चूक, ते जेव्हा 'Davils Ballroom' या नावाने ओळखल्या जाणाऱ्या, घळी, छोट्या-मोठ्या भेगा, दऱ्या असलेल्या बर्फमय प्रदेशात पोहोचले तेव्हाच त्यांच्या लक्षात आली. आमंडसेनने थांबून क्रॅम्पॉनसाठी परत जाण्याच्या शक्यतेचा विचार केला. कारण ती वस्तू तेवढी महत्त्वाची नक्कीच होती. त्यामुळे त्यांचा पुढचा प्रवास सोपा आणि सुखकर होण्यास मदत होणार होती. परंतु त्यासाठी वाया जाणारा वेळ ही फार मोठी किंमत चुकवण्यास आमंडसेन तयार नव्हता. त्याने शेवटी तो विचार सोडून दिला आणि त्यांनी अडखळत, धडपडत प्रवास चालूच ठेवला. बर्फांमधील भेगांमध्ये, घळींमध्ये माणसे, कुत्रे, स्लेज इ. वारंवार पडणे, अडकणे हा प्रकार सुरू झाला, इतका की एक-दोन प्रसंगांमध्ये त्याच्या सहकाऱ्यांच्या जीवावर बेतले. तो 'Davils Ballroom' प्रदेश मागे पडल्यावर परत सुरळीतपणे प्रवास चालू राहिला. त्या प्रदेशामध्ये तापमान नियमितपणे उणे २० अंश से. च्या आसपास होते.

ज्या हिप्सोमीटर उपकरणासाठी आमंडसेनने शॅकल्टनच्या ऑफिसबरोबर संपर्क साधला होता त्याचा उपयोग करण्याची आता वेळ आली होती. आपण आणि आपले सहकारी आता अतिउंचीवरच्या पठारी प्रदेशामध्ये पोहोचलो आहोत याची आमंडसेन याला खात्री करून घ्यायची होती. ते उपकरण उपयोगाच्या दृष्टीने आता अतिशय बहुमूल्य असे होते. आणि म्हणूनच प्रवासातील मोडतोडीच्या शक्यता लक्षात घेऊन आमंडसेनने चार थर्मामीटर बरोबर घेतले होते. दिनांक ६ डिसेंबर रोजी ८८ अंश अक्षांशावर त्यांनी पाणी उकळवून त्याचा उत्कलन बिंदू काढला आणि त्यांच्या लक्षात आले की आपण समुद्रसपाटीपासून जवळजवळ ३३०० मीटर उंचीवर आहोत. आमंडसेनने त्याच्या डायरीमध्ये लिहिले 'आम्ही अत्युच्च अशा पठारी प्रदेशामध्ये आता पोहोचलो आहोत का? मला असे खात्रीने वाटते.' त्यांनी ॲक्सेल हेबर्ग ग्लॅशियर मागे टाकले होते. घळी, दऱ्याखोऱ्यांनी भरलेला प्रदेश मागे टाकला होता आणि आता ते अत्युच्च अशा दक्षिण ध्रुवीय पठारी प्रदेशामध्ये पोहोचले होते.

ध्रुवीय प्रदेशामध्ये शरीरातील पाण्याचे प्रमाण झपाट्याने कमी होते. आमंडसेन आणि त्याच्या सहकाऱ्यांच्या आता ओठ फुटण्याच्या, घसा कोरडा पडण्याच्या तक्रारी सुरू झाल्या होत्या, त्याचप्रमाणे अतिउंचीवर सर्वसाधारणपणे होणारे डोकेदुखी, धाप लागणे इ. सारखे प्रकार सुरू झाले होते. अतिउंचीवरील पठारी प्रदेशामध्ये

असलेल्या विरळ हवामानामुळे, श्वसनाचा वेग वाढल्यामुळे आणि शारीरिक श्रमांमुळे हे त्रास जास्त प्रमाणात जाणवत होते. अति कोरडी हवा आणि शारीरिक तपमानातील वाढ यांमुळे दक्षिण ध्रुवीय वातावरणात काम करताना शरीरातून घाम मोठ्या प्रमाणात येतो. स्लेजवरून प्रवास करणे हे ही एक कष्टप्रद काम वाटू लागते आणि म्हणून मधील विश्रांतीच्या काळामध्ये पेय पदार्थांची जास्तीत जास्त गरज भासते. तरी बर्फ खाणे हे कधीकधी अतिघातकपण ठरू शकते. बर्फ खाण्याने शरीराची पाण्याची निकड भागण्यापेक्षा शरीराचे अंतस्थ तापमान धोकादायक प्रमाणामध्ये कमी होण्याची भीती असते. सुदैवाने त्यांच्याजवळ इंधनाचा साठा भरपूर असल्यामुळे ते बर्फ वितळवून पाण्याची गरज भागवू शकत होते.

परंतु त्यांच्या त्रासांना सुरुवात झाली होती. अतिथंडीमुळे आमंडसेनसह तिघांच्या चेहऱ्यावर, जखमा झाल्या होत्या. अंगावर डाव्या बाजूला फोड आले होते. बरोबर असलेले कुत्रे पिसाळल्यासारखे झाले होते; आमंडसेनच्या मनात त्यांना काहीतरी होण्याचीच धास्ती वाटत होती, परंतु आश्चर्यकारकपणे त्यांनी तसा काही त्रास दिला नाही.

दिनांक ७ डिसेंबर - ते त्यांच्या ध्येयाच्या जवळ आले होते. ध्येय आता अगदी आवाक्यामध्ये आल्यासारखे वाटू लागले होते. त्यांच्या स्वत:च्या ठिकाणांच्या निश्चितीसाठी आकाशातील सूर्याचा कोन आता अतिमहत्त्वाचा ठरणार होता. परंतु गेले पाच दिवस तो आकाशामध्ये दिसलाच नव्हता. आमंडसेनने त्याच्या डायरीमध्ये लिहिले, 'ते महाशय काही आपले दर्शन द्यायला तयार नव्हते, पण शेवटी पाच दिवसांनी त्यांनी कृपा केली, त्यांनी दर्शन दिले अगदी पूर्ण दिमाखाने नाही परंतु काहीसे ढगाआडून अंधूकपणे, शालीनतेने.' आम्ही भराभर आमची निरीक्षणे नोंदवली, अगदी परत परत नोंदी घेतल्या. कारण कोणत्याही प्रकारे चूक होऊन चालणार नव्हते. घनदाट धुक्यातून आणि सरकत्या बर्फातून दीड अंश चालल्यावर आम्ही ८८°१६,' अक्षांशावर पोहोचलो होतो.' ते आता त्यांच्या ध्येयाच्या अगदी जवळ होते.

शॅकल्टनने अतिदक्षिणेकडे जाण्याचा जो विक्रम प्रस्थापित केला होता तो टप्पा आमंडसेन आणि त्याच्या सहकाऱ्यांनी ८ डिसेंबर रोजी ओलांडला. आता दक्षिण भौगोलिक ध्रुव फक्त १५३ किमी. अंतरावर होता. आता त्यांच्यामध्ये उत्साह संचारला, हवामान चांगले होते आणि त्याच्याच कृपेने पुढच्या फक्त सहा दिवसात ते दक्षिण भौगोलिक ध्रुवाच्या अगदी जवळ जाण्यात यशस्वी झाले आणि तिथे त्यांनी तळ उभारला. तो काळ डिसेंबरचा मध्य होता, अजून सूर्य आकाशामध्ये त्याच्या अत्युच्च स्थितीला पूर्णपणे आलेला नव्हता. जरी आकाशातील सूर्याच्या स्थितीतील फरक साध्या डोळ्यांना ओळखू येण्यासारखा नव्हता, तरी सूर्य दिसामाजी हळूहळू वर सरकत होता. कोणत्याही प्रकारचे वादंग, मतभेद टाळण्याच्या दृष्टीने

आणि त्यांनी मिळवलेले यश सिद्ध करता येण्याच्या दृष्टीने आमंडसेनने तो भूभाग, आसमंत परत परत बघितला, त्या भूभागाचे आलेखन करून, नोंदी घेतल्या. आमंडसेनने त्याच्या सहकाऱ्यांची दोन गटांमध्ये विभागणी केली. आमंडसेन, त्यांनी तळ उभारला होता तेथेच थांबला आणि पुढचे चोवीस तास सेक्स्टंटच्या साहाय्याने निरीक्षणे नोंदवण्याचे काम केले. हे करत असताना त्याने दुसऱ्या गटाला १८.५ किमी. अंतरावर अशा रितीने पाठवले की त्यांच्या दोन गटांच्या अगदी मधोमध दक्षिण भौगोलिक ध्रुवाचे स्थान येईल. यामागे उद्देश एवढाच होता की, 'कूक' आणि 'पेरी' यांचा उत्तर ध्रुवीय प्रदेशामध्ये श्रेय घेण्यावरून झालेला गोंधळ, दावे प्रतिदावे इ. त्यांना टाळायचे होते आणि दुसरे कारण म्हणजे केलेल्या निरीक्षणांसंबंधीची, नोंदींसंबंधीची विश्वासार्हता संशयातीत करायची होती.

निरीक्षणाअंती त्यांनी ८९°५९' अक्षांशावर पोहोचल्याची नोंद केली. तिथे उपस्थित असलेल्या सर्वांनी लॉगबुकातील नोंदीवर सह्या केल्या आणि ते पाच जण दक्षिण भौगोलिक ध्रुवावर प्रथम पोहोचण्यात यशस्वी झाले होते. आमंडसेनच्या डायरीमधील तारीख जरी वेगळा दिवस दाखवत होती तरी तो दिवस होता शुक्रवार १४ डिसेंबर १९११ आणि दुपारचे तीन वाजले होते. 'फिलीस फॉग' याला त्याने जगाभोवती केलेल्या प्रदक्षिणेनंतर जसा एका दिवसाचा फायदा झाला होता, त्याचप्रमाणे दक्षिण ध्रुवीय प्रदेशातील प्रवासामध्ये आंतरराष्ट्रीय 'वार रेषा' ओलांडल्यामुळे आमंडसेनला एक दिवस गमवावा लागला होता.

दक्षिण भौगोलिक ध्रुवावर पोहोचल्यावर आमंडसेनने त्याच्या डायरीमध्ये लिहिले— 'दिवसरात्र सूर्याला एकाच उंचीवरून आकाशामध्ये फिरताना बघणे हा एक अद्‌भुत अनुभव आहे. मला वाटते हा चमत्कार बघणारे आम्हीच पहिले असू.' कॅप्टन कूक आणि पेरी यांनी उत्तर भौगोलिक ध्रुवावर पोहोचल्यासंबंधीच्या केलेल्या दाव्या प्रतिदाव्याबाबत आमंडसेनने जाहीरपणे काहीही विधाने केली असली तरी त्याचा त्या दोघांनी केलेल्या दाव्यांवर अजिबात विश्वास नव्हता.

नॉर्वेजियनांनी त्या जागी तंबू उभारला आणि त्याला नाव दिले 'पोलहाइम'. पाठोपाठच ब्रिटिश पथक येण्याच्या अपेक्षेने त्यांनी त्यांच्याजवळचे काही जास्त सामान त्या तंबूमध्ये ठेवले. त्याचप्रमाणे 'नॉर्वेचे राजे हाकॉन' यांना लिहिलेले एक पत्रपण तंबूमध्ये ठेवले. त्यांच्या परतीच्या प्रवासामध्ये काही दुर्घटना झाली तर स्कॉटने ते पत्र 'राजे हॉकॉन' यांना पोहोचवावे अशी अपेक्षा आमंडसेनने दुसऱ्या एका पत्रामध्ये व्यक्त केली. वरील डाव्या कोपऱ्यामध्ये 'फ्राम' जहाजाचे चित्र असलेल्या कागदावर लिहिलेले ते पत्र आजही 'ऑस्लो' येथील 'National Library Archive' येथे बघायला मिळते.

दक्षिण भौगोलिक ध्रुव गाठण्याचे ध्येय साध्य केल्यानंतर त्या सर्वांनी श्रमपरिहाराचा भाग म्हणून सिगार ओढण्याचा आनंद घेतला आणि थोडा वेळ थांबून 'फ्राम' कडे परतीचा प्रवास सुरू केला. नॉर्वेजियनांचा असा अंदाज होता की ब्रिटिश पथक त्यांच्यापाठोपाठच येत आहे आणि त्यांना मनोमन वाटत होते की परतीच्या प्रवासामध्ये त्यांच्याबरोबर गाठ पडू नये. आता घरी आधी बातमी कोण देतो यावरच सगळे अवलंबून होते. 'फ्राम'च्या दिशेने उत्तरेकडे प्रवास सुरू केल्यावर त्यांच्या हवामानाच्या नोंदी घेणे, आदी चालूच होते. फ्रामवरील त्यांच्या सहकाऱ्यांसाठी भेटवस्तू म्हणून त्यांनी वाटेमध्ये दगडांचे नमुने गोळा केले.

जोहानसेन आणि प्रेस्ट्रड यांना जरी वेगळ्या कामगिरीवर पाठवले होते तरी एकमेकांबद्दलची कटुता शिल्लक होती, राग आतमध्ये कुठेतरी खदखदत होता. आमंडसेनवर एकूणच या मोहिमेचा, ती यशस्वी पार पाडण्याचा मानसिक तणाव होता, त्याशिवाय त्याला मूळव्याधीचा त्रास होता, जो साधारणपणे अति प्रथिनयुक्त आहार घेणाऱ्या बहुतेक साहसवीरांना असतो. आमंडसेनचा चिडचिडा स्वभाव आणि कोणत्याही प्रकारचा विरोध सहन न करण्याच्या मानसिकतेमुळे मोहिमेतील सदस्यांमध्ये त्याच्याविषयी कायम कटुता असायची. त्यांच्या दक्षिण भौगोलिक ध्रुवावरील अंतिम चढाईतील एक घटना खूपच बोलकी होती. ॲक्सेल हेबर्ग ग्लॅशियर चढून जाताना 'स्की'वरील 'ओलाव्ह जालँड'ने आमंडसेनच्या एका सूचनेला विरोध दर्शवला. आमंडसेनने ताबडतोब त्याला 'फ्रामहाइम'वर परतण्याचा हुकूम दिला. 'जालँड' याला दिशानिर्देशनाचे सखोल ज्ञान नव्हते म्हणून आमंडसेनने 'स्वेर हॅसेल' याला ते पठारी प्रदेशावर पोहोचल्यावर, जालँडला परत सोडून येण्याच्या सूचना दिल्या. ज्या वेळी जालँडने अगदी गुडघ्यावर पडून क्षमायाचना केली तेव्हाच त्याला माफ करून त्यांच्याबरोबर येण्याची परवानगी मिळाली.

'हॅसेल'ने त्याच्या डायरीमध्ये नोंद केली होती— त्याला आणि जालँड यांना ते रात्री घोरतात म्हणूनही आमंडसेनचे ऐकून घ्यावे लागले होते. 'हेपण एक वेळ समजू शकतो, पण सांगण्याची काही पद्धत असते. आमंडसेन याची सांगण्याची, बोलण्याची पद्धत नेहमीच उद्धटपणाची आणि आढ्यतेची असायची.' नंतर एके ठिकाणी त्याने लिहिले 'एखाद्याला असे वाटणे शक्य आहे की या माणसाचा आटा जरा ढिलाच असावा.' मोहिमेच्या काळामध्ये नंतर नंतर तर त्याने भांडणांना, वादविवादांना सुरुवात करणे हे नित्याचेच झाले होते. खरेतर मोहिमेचा नेता म्हणून सर्व सहकाऱ्यांमध्ये सुसंवाद कसा राहील, एकजूट कशी राहील हे बघणे त्याचे मुख्य काम होते. 'हेल्मर हॅनसेन' हीच एक अशी व्यक्ती होती की ज्याचे आमंडसेनबरोबर बिनसले नव्हते, परंतु परतीच्या प्रवासामध्ये 'फ्रामहाइम' येथे पोहोचण्याला एक आठवडा बाकी असताना त्याचे आणि आमंडसेनचे जोरदार

वाजले. 'हेल्मर हॅनसेनच्या मते त्यांच्याबरोबर असलेल्या एका कुत्र्याच्या अंगाला वास येत होता आणि आमंडसेनच्या मते त्या कुत्र्याच्या अंगाला अजिबात वास येत नव्हता.' यावरून त्यांच्यात प्रचंड वादावादी झाली. त्यानंतर बरेच दिवस ते दोघे एकमेकांशी बोलले नाहीत.

दक्षिण भौगोलिक ध्रुवावर प्रथम पोहोचण्यात यशस्वी होऊन आमंडसेन आणि त्याचे सहकारी २६ जानेवारी १९१२ रोजी 'फ्रामहाइम' येथे पोहोचले. त्यांना तीन हजार किमी. चा प्रवास करण्यास ९९ दिवस लागले होते. त्यांनी प्रवासाला लागणाऱ्या वेळेबद्दल केलेला अंदाज तंतोतंत खरा ठरला होता, किंबहुना ते त्यांच्या अंदाजापेक्षा आठ दिवस आधीच आले होते. त्याचप्रमाणे रसदीबद्दल, कुत्र्यांच्या संख्येबद्दल त्यांचे अंदाज खरे ठरले होते. वाटेमध्ये उभारलेल्या डेपोंमधील उरलेली रसद परतीच्या प्रवासामध्ये बरोबर घेतल्यामुळे परतताना त्यांच्याजवळचे सामान उलट वाढलेच होते. त्यांनी मिळवलेले यश खरोखरीच अद्वितीय असेच होते. कुत्र्यांच्या बाबतीत - नंतरनंतर ते जरी पिसाळल्यासारखे झाले होते - तरी त्यांनी त्यांची उपयुक्तता निःसंशयपणे सिद्ध केली होती.

आमंडसेन आणि त्याचे सहकारी परतल्याचे सूचित करण्यासाठी नॉर्वेचा राष्ट्रीय ध्वज फडकावत 'फ्राम' जहाज व्हेल्सच्या खाडीकडे परतले. तेथे त्यांनी अजिबात वेळ घालवला नाही. ३० जानेवारीपर्यंत तळावरील सर्व सामान आणि उरलेले कुत्रेपण जहाजावर चढवले गेले होते आणि जहाजाने 'फ्रामहाइम' सोडले. आमंडसेनने त्याच्या यशस्वी मोहिमेची बातमी जगाला सांगण्याची वेळ आता आली होती.

६ मार्च १९१२ रोजी 'फ्राम' जहाजाने टास्मानियाच्या दक्षिणेला, 'होबार्ट' बंदरात नांगर टाकला. लवकरच सर्वदूर वाऱ्यासारखी बातमी पसरली की आमंडसेन हा माणसांमध्ये परतला आहे, परंतु दक्षिण भौगोलिक ध्रुवावर पोहोचण्यात तो यशस्वी झाला आहे की नाही हे अजून गुपित होते. एका स्थानिक हॉटेलवाल्याने तर त्याला आणि त्याच्या सहकाऱ्यांना भणंग समजून त्यांना हॉटेलमध्ये जागा द्यायला नकार दिला. त्याच्याकडून बातमी काढायला उत्सुक असलेल्या वार्ताहरांनी त्याला घेरले, त्याचा अगदी पिच्छा पुरवला, पण त्याने त्यांना काहीही थांगपत्ता लागू दिला नाही. आमंडसेनने त्याच्या प्रवासासंबंधीच्या, मोहिमेच्या बातम्यांचे सर्व हक्क 'Daily Chronicle' या वृत्तपत्राला विकले होते आणि आधीच्या 'उत्तर-पश्चिम' सागरी मार्ग शोधण्याच्या अनुभवावरून तो गोपनीयतेचे महत्त्व चांगल्या प्रकारे समजला होता. आमंडसेनने सांकेतिक भाषेत नॉर्वेच्या राजाला, भाऊ लिऑनला आणि 'Daily Chronicle' या वर्तमानपत्राला मोहिमेच्या यशाची बातमी कळवली. 'नानसेन' याला त्याने संदेश पाठवला. 'केलेल्या मदतीबद्दल त्रिवार धन्यवाद, ध्येय

गाठले, सर्व ठीक आहे.' नंतर त्याने त्याबद्दल जास्त काही सांगण्यास, बोलण्यास नकार दिला.

इतर काहीच बातम्या न कळल्यामुळे वर्तमानपत्रांनी काही सांगोवांगी बातम्या, थोड्याफार अफवा यांना प्रसिद्धी द्यायला सुरुवात केली. त्यांच्या अंदाजाप्रमाणे स्कॉटने आमंडसेनला दक्षिण भौगोलिक ध्रुव गाठण्याच्या शर्यतीमध्ये मागे टाकले असण्याची शक्यता जास्त होती. काहीच नक्की बातमी हाती लागत नसल्याच्या नैराश्यातून 'मँचेस्टर गार्डियन' वर्तमानपत्राने लिहिले की 'ऑस्लो (ख्रिस्तिनिया)' मध्ये असा टेलिग्राम मिळाल्याचे समजते की आमंडसेन आणि त्याचे सहकारी हे दक्षिण भौगोलिक ध्रुवावर जाण्यात यशस्वी झालेले आहेत, परंतु वेलिंग्टन न्यूझीलंडमध्ये अशी बातमी आहे की, स्कॉट हा दक्षिण भौगोलिक ध्रुवावर जाण्यात यशस्वी झाला आहे, असा टेलिग्राम आमंडसेनने पाठवला आहे. दरम्यान नॉर्वे येथील वर्तमानपत्रे त्यांच्या साहसवीरांच्या गुणगानामध्ये दंग होती, विशेषकरून आमंडसेनच्या— 'आमंडसेन याच्याबद्दल एक गोष्ट खात्रीने सांगता येईल की, प्रवासाच्या काळामध्ये त्याने हवामानविषयक चुंबकिय क्षेत्र आणि त्यांच्या गुणधर्माविषयक तसेच भौगोलिक वैशिष्ट्यांसंदर्भात अनेक निरिक्षणे नोंदवलेली असणार आणि स्कॉट याने पण त्याच्या प्रवासाच्या काळामध्ये नोंदवलेली निरीक्षणे लक्षात घेतली तर दोन्ही मिळून अनेक वैज्ञानिक शाखांमध्ये नवीन माहितीची, ज्ञानाची मोलाची भर नक्कीच पडेल.'

आणि दिनांक ७ मार्च १९१२ रोजी रोआल्ड आमंडसेन आणि त्याच्या सहकाऱ्यांच्या अद्वितीय यशाची बातमी 'डेली क्रोनिकल' या वृत्तपत्रामध्ये ठळकपणे छापून आली. जगभरातून त्याच्यावर अभिनंदनाच्या पत्रांचा आणि टेलिग्राम्सचा वर्षाव झाला. काही जणांनी ब्रिटिश वर्तमानपत्रातून फसवले गेल्याची भावना व्यक्त करणारी पत्रे लिहिली, परंतु बऱ्याच जणांनी स्वत:च्या मतप्रदर्शनावर ताबा ठेवला. युरोपबाहेरील जगालाही या विक्रमाबद्दल तेवढीच तीव्र उत्सुकता होती. 'न्यूयॉर्क टाइम्स' या वर्तमानपत्राने कुठूनतरी आमंडसेनच्या यशस्वी मोहिमेची, विक्रमाची बातमी मिळवली आणि ब्रिटनमध्ये ज्या दिवशी बातमी प्रसिद्ध केली गेली त्याच दिवशी ती न्यूयॉर्क टाइम्समध्ये प्रसिद्ध झाली.

आमंडसेन जरी निधड्या छातीचा साहसवीर होता तरी त्याला गोष्टी रंगवून, चटकदार करून सांगण्याची कला अवगत नव्हती. त्यामुळे त्याने त्याच्या या मोहिमेचा वृत्तान्त अगदी कोरड्या भाषेत, जसे घडले तसे अशा प्रकारे लिहिला. प्रवासामध्ये आलेले कसोटीचे प्रसंग, संकटे, पाहिलेले अद्भुत भूभाग, निसर्गाचे चमत्कार इ. वर्णने त्यांनी अत्यंत संक्षिप्त भाषेत आणि कोरड्या स्वरूपात लिहिली. परंतु सर्वसाधारण जनतेला नानसेन, शॅकल्टन आणि स्कॉट यांनी लिहिलेल्या त्यांच्या प्रवासांचा वर्णनाप्रमाणे आमंडसेनकडून रसभरीत वर्णने वाचायला मिळण्याची

अपेक्षा होती. आमंडसेनने मोहिमेच्या पूर्वतयारीच्या संदर्भात लिहिले होते 'मोहिमेच्या आधीची तयारी हे एक प्रशिक्षणच आहे लागणाऱ्या शास्त्रीय उपकरणांचा अंदाज घेणे, संभाव्य धोक्यांचा अंदाज घेणे आणि त्यांना तोंड देता यावे किंवा टाळता यावे म्हणून पूर्ण तयारीमध्ये राहणे हे अत्यंत महत्त्वाचे आहे. जो या सर्व गोष्टींचा विचार करून तयारी करतो तो नक्कीच यशस्वी होतो - सर्वसामान्य लोक त्याला नशीब किंवा सुदैव म्हणतात. आणि याउलट जे वागतात त्यांचे अपयश हे नक्की आहे आणि त्यालाच लोक दुर्दैव म्हणतात आणि नशिबाला दोष देतात.'

आमंडसेनने लिहिलेले सर्व अगदी बरोबर आहे, परंतु लोकांना बातम्या किंवा वर्णने कशा प्रकारची वाचायला आवडतात याची जाणीव त्याला नव्हती. दक्षिण ध्रुवीय प्रदेशातील मोहिमेबाबत नॉर्वेजियन पथक जरी अगदी सुसज्ज होते, सर्व संभाव्य धोक्यांचा अंदाज घेऊन तयारीत होते, तरी यशाची खात्री कुणीच देऊ शकले नसते. आमंडसेनने त्यांच्यावर आलेले कसोटीचे प्रसंग, संकटे वगैरे गोष्टींना फार महत्त्व दिले नसले तरी मोहिमेच्या दरम्यान सहकाऱ्यांमध्ये झालेली भांडणे, उद्भवलेले वादावादीचे प्रसंग इ. गोष्टींमुळे मोहिमेच्या मूळ ध्येयालाच धोका पोहोचण्याचे प्रसंग वारंवार उद्भवले होते, त्याचप्रमाणे तेथील बर्फाच्छादित भूभागाच्या अस्थिरतेमुळे, त्यामधील दऱ्या, घळीमुळे अचानक आलेले कसोटीचे प्रसंग तर बरेच होते. आमंडसेनने लिहिलेल्या वृत्तांकनामध्ये आणि माहितीमध्ये या सर्वांचा उल्लेख अगदी त्रोटकपणे आलेला होता.

मोहिमेबरोबर असलेला छायाचित्रकार 'अँडर्स बीर विल्स'ने मोहिमेतील सहकाऱ्यांना कॅमेरा हाताळण्याचे, चित्रफीत बनवण्याचे धडे दिले, परंतु आमंडसेनने स्वतः शिकण्यात फारशी उत्सुकता दाखवली नाही, कारण त्याचे म्हणणे असे होते की मी जर 'झडपांच्या वेगवेगळ्या वेगाने' सहा फोटो काढले तर कमीत कमी एक फोटो तरी नक्की चांगला येईल. वेगवेगळी भिंगे जोडण्याची सोय असलेले, बहुतेक क्रिया स्वयंचलितपणे होण्याची सोय असलेले आजचे कॅमेरे हाताळताना मजा वाटते, परंतु तेव्हाचे कॅमेरे हाताळणे, फोटो काढणे हे फार कठीण होते. मी ही दक्षिण ध्रुवीय प्रदेशामध्ये जाण्याआधी तशा प्रकारचा कॅमेरा हाताळण्याचे शिक्षण घेतले आणि फोटो काढायचा प्रयत्न केला, परंतु शेवटी मी आमंडसेनचाच मार्ग— सहासात फोटो काढण्याचा— अवलंबला. परंतु माझे बहुतेक फोटो वाया गेले. त्यामधील वजनदार काचेच्या पारदर्शिका हाताळणे हे एक कौशल्याचे आणि कठीण काम आहे. त्या वेळी ही बहुतेक साहसवीरांना ते जमले नाही.

'विल्स'च्या मते आमंडसेनच्या खराब फोटोंमुळे त्याचे हजारो क्रोनरचे नुकसान झाले. त्यामुळे वर्तमानपत्रांना इतरांनी घेतलेल्या फोटोंवर- बहुतेककरून जालँडने घेतलेल्या फोटोंवर— अवलंबून राहावे लागले. त्या मोहिमेतील सर्वांत महत्त्वाचा

आणि प्रसिद्ध फोटो - दक्षिण भौगोलिक ध्रुवावरचा - जालँडने घेतला होता. त्या फोटोमध्ये त्या अफाट शुभ्र बर्फाच्छादित भूभागावर 'पोलहाइम' जवळ उभारलेल्या गडद रंगाच्या तंबूवर फडकावलेला नॉर्वेचा राष्ट्रध्वज आणि त्याच्याकडे तोंड करून उभे असलेले चौघे जण दिसतात. त्यामध्ये सर्वांत डावीकडे आमंडसेन उभा आहे. या फोटोच्या असंख्य प्रती काढल्या गेल्या. परत त्या प्रतींच्या प्रती काढल्या गेल्या आहेत. त्यामुळे नंतरच्या प्रती खूपच अस्पष्ट आणि पुसट आल्या आहेत. आमंडसेनने त्याच्या भाषणांच्या दौऱ्यामध्ये नंतर याच फोटोचा वापर केला. नॉर्वेसारख्या एका नव्याने अस्तित्वात आलेल्या देशासाठी हा फोटो म्हणजे एक अभिमानाचा, अस्मितेचा विषय होता. हा फोटो म्हणजे जगाच्या नकाशावर नॉर्वेच्या झालेल्या उदयाचा पुरावा होता.

ज्या काचेच्या पारदर्शिकेवरून हा प्रसिद्ध फोटो तयार झाला ती पारदर्शिका 'होबार्ट' येथे बनवण्यात आली होती. परंतु आता त्या पारदर्शिकेचा ठावठिकाणा लागत नाही. सन २००९ मध्ये मूळ फोटोच्या जवळपास पोहोचणारी एक प्रत 'कॅनबेरा' येथील नॅशनल लायब्ररी ऑफ ऑस्ट्रेलिया येथे सापडली. एका जुन्या, गडद करड्या रंगाचे कव्हर असलेल्या, वर 'टास्मानिया व्ह्यू' लिहिलेल्या अल्बममध्ये काही फोटो आढळले. ते फोटो होबार्ट येथील व्यावसायिक छायाचित्रकार जे. डब्ल्यू. बेट्टी आणि त्याचा सहकारी 'एडवर्ड सर्ल'ने तयार केलेले होते. त्यामधील एक फोटो वर उल्लेखलेल्या प्रसिद्ध फोटोशी बराच मिळताजुळता होता. त्या फोटोमध्ये उन्हाने रापलेले, आमंडसेन आणि त्याचे तीन सहकारी नॉर्वेच्या राष्ट्रध्वजाला वंदन करताना दिसतात. त्या फोटोमधील नॉर्वेचा ध्वज फडकताना दिसत नाही त्यावरून त्या वेळी फारसा वारा नसावा असे वाटते. परंतु त्या प्रसिद्ध असलेल्या फोटोमध्ये राष्ट्रध्वज फडकताना दिसतो. या फोटोमध्ये क्षितिज रेषापण खूप अंधूक दिसते.

आमंडसेनने त्याच्या ऑस्ट्रेलियातील भाषणांच्या दौऱ्यामध्ये काही भाषणे दिली. पण त्याला म्हणावा तसा लोकांचा प्रतिसाद लाभला नाही. भाषणांच्या कार्यक्रमामध्ये आमंडसेनची छाप पडत नाहीये हा प्रकार जेव्हा 'ली कीडिक' या जाहिरात तज्ज्ञाला समजला, तेव्हा त्याने लिऑन आमंडसेनला पत्र लिहून कळवले की आमंडसेनने इंग्रजी भाषेची शिकवणी लावणे जरुरीचे आहे. त्याने पुढे असेही सुचवले की आमंडसेनने त्याच्या भाषणांमध्ये फार तांत्रिक आणि शास्त्रीय गोष्टींवर भर देण्यापेक्षा, ज्याप्रमाणे शॅकल्टनने केले होते, तसे त्याचे भाषण थोडे विनोदी, हलकेफुलके करण्यावर त्याने भर द्यावा.

'ली कीडिक'च्या सल्ल्याप्रमाणे आमंडसेनने त्याच्या भाषणाच्या पद्धतीमध्ये, भाषेमध्ये बदल केला. फोटो स्लाइड्स, फिल्म्स यांचा वापर करण्यास सुरुवात केली. तो भाषणे देत देत जेव्हा सिडनी इथे आला तेव्हा परिस्थितीत खूपच सुधारणा

झाली होती. सिडनीतील त्याच्या भाषणाचे आयोजन 'एजवर्थ डेव्हिड'ने केले होते. त्याने सुरुवातीला आमंडसेनचे त्याच्या अद्वितीय यशाबद्दल खूप कौतुक केले आणि त्याच्या दक्षिण ध्रुवाकडे जाण्याच्या निर्णयाचे समर्थन केले. त्याच्या भाषणामध्ये श्रोते अनेक वेळा टाळ्या वाजवून प्रतिसाद देत होते. ज्या वेळी तो भाषणांमध्ये सांगे की 'माझी खात्री आहे की कॅप्टन स्कॉटपण दक्षिण भौगोलिक ध्रुवावर पोहोचण्यात नक्की यशस्वी झाला असेल आणि आता तो त्याच्या हिवाळी तळावर सुरक्षित असेल' तेव्हा तर टाळ्यांचा कडकडाट होत असे. हा ऑस्ट्रेलियातील भाषण दौरा म्हणजे युरोपच्या दौऱ्याची पूर्वतयारी होती, सराव होता.

उत्तर गोलार्धात परतल्यावर आमंडसेन झपाट्याने कामाला लागला आणि त्याच वर्षी त्याच्या 'द साउथ पोल' या पुस्तकाचे हस्तलिखित त्याने त्याच्या नॉर्वेजियन प्रकाशकाकडे सुपूर्द केले. आमंडसेन याची दक्षिण ध्रुवीय मोहीम यशस्वी झाल्याची घोषणा झाल्यावर दोनच दिवसांमध्ये हाइनमन प्रेसचे संस्थापक संपादक, 'विल्यम हाइनमन' यांनी त्याच्या येणाऱ्या पुस्तकाच्या इंग्रजी आवृत्तीचे हक्क विकत घेण्याचा प्रयत्न केला, त्या आधी आलेल्या ध्रुवीय प्रदेशातील शोधमोहिमांच्या पुस्तकांना चांगला प्रतिसाद मिळाला होता, त्यामुळे आमंडसेनच्या आगामी पुस्तकाचे हक्क फायदेशीर ठरण्याची शक्यता खूप होती. हाइनमनने नानसेनला या व्यवहारामध्ये मध्यस्थाची भूमिका बजावण्याची विनंती केली. परंतु १८ मार्चपर्यंत हाइनमनने पुस्तकाच्या इंग्रजी आवृत्तीचा त्यांचा देकार मागे घेतला. याला कारण घडले ते डेली क्रोनिकल वृत्तपत्रामध्ये आमंडसेनच्या आलेल्या दुसऱ्या मुलाखतीचे. त्याने नानसेन याला लिहिले 'मला एक गोष्ट तुला सांगितलीच पाहिजे की आमंडसेन याच्याकडे कल्पकतेचा संपूर्ण अभाव आहे. एवढ्या मोठ्या यशस्वी मोहिमेसंबंधीच्या पुस्तकामध्ये, सर्वसामान्य जनतेसाठी असणारे मुख्य आकर्षण म्हणजे छायाचित्रे आणि त्यांचाच अभाव असणे हे त्याचेच लक्षण आहे, म्हणून मी माझा देकार परत घेत आहे. माझे असे ठाम मत झाले आहे की आमंडसेन एक साहसवीर म्हणून कितीही मोठा असला आणि त्याने मिळवलेले यश कितीही मोठे असले तरी त्याने लिहिलेले पुस्तक चांगले असण्याची शक्यता कमीच आहे आणि एखादे वेळी ते जरी बरे असले तरी त्याने वृत्तपत्राला केबलने ही जी मुलाखत दिली आहे ती अगदीच निराशाजनक आहे.

आमंडसेनच्या सुदैवाने इतर प्रकाशक तो धोका पत्करायला तयार होते. आमंडसेन याच्या पुस्तकाच्या इंग्रजी आवृत्तीमध्ये 'फ्रामहाइम' येथे घेतलेली हवामानविषयक निरीक्षणे आणि नोंदी यांची माहिती पुस्तकाच्या सुरुवातीलाच दिली होती आणि ती देताना इंग्रजी जाणणाऱ्या वैज्ञानिकांसाठी, ती माहिती मेट्रिक पद्धतीतून बदलून

इंपिरियल पद्धतीमध्ये दिली होती. नॉर्वेला परतल्यावर आमंडसेनने त्याने घेतलेल्या अक्षांशांच्या नोंदी, खगोल शास्त्रज्ञांकडे स्वतंत्रपणे तपासणीसाठी दिल्या. त्याने केलेली निरीक्षणे, घेतलेल्या नोंदी अगदी बरोबर होत्या. आमंडसेन दक्षिण भौगोलिक ध्रुवावर पोहोचण्यात यशस्वी झाला होता हे परत एकदा सिद्ध झाले होते. खगोलशास्त्रज्ञाने दिलेला सविस्तर अहवाल त्याने त्याच्या पुस्तकामध्ये 'परिशिष्ट' म्हणून जोडला.

'द साउथ पोल' या पुस्तकाची विक्री तशी निराशाजनकच होती आणि वर्तमानपत्रांमधून परीक्षणे आली तीपण फार चांगली नव्हती. पुस्तकामधील आणखी एका परिशिष्टामध्ये, 'फ्राम' जहाजाने समुद्री जीवनाच्या अभ्यासासाठी केलेल्या प्रवासाचीही माहिती देण्यात आली होती. सन १९११ च्या जुलै / ऑगस्ट महिन्यांमध्ये 'फ्राम' जहाजाने ब्यूनॉस आयर्स ते आफ्रिका आणि परत असा हजारो किमी.चा प्रवास केला आणि त्या प्रवासामध्ये विविध ठिकाणी समुद्राच्या पाण्याचे तापमान, खारटपणाचे प्रमाण इ.च्या संदर्भात नोंदी घेतल्या. या संदर्भामध्ये एका परीक्षणकर्त्याने लिहिले की 'फ्रामसारख्या जहाजाने हे संशोधनाचे काम आफ्रिकेच्या टोकाला करण्यापेक्षा दक्षिण अटलांटिक महासागरामध्ये अतिदक्षिणेला करायला हवे होते, कारण इतर सर्वसामान्य जहाजांना तशा प्रकारचे काम करणे अशक्य आहे.' रॉयल जिऑग्राफिक सर्व्हेने केलेल्या पुस्तकाच्या परीक्षणामध्ये या पुस्तकाबद्दल चांगले मतप्रदर्शन केले होते. फक्त आमंडसेनने त्याच्या मोहिमेमध्ये एकाही डॉक्टरला सहभागी करून घेतले नव्हते याबद्दल आश्चर्य मात्र व्यक्त केले होते आणि पुढे म्हटले होते की 'कुणालाही डॉक्टरची गरज लागली नाही हे सुदैवच होते.' डॉ. हॅरी एडमंड्स हा अमेरिकन डॉक्टर या मोहिमेबरोबर जाणार होता, परंतु तो जाऊ शकला नाही. त्याने वरील विधानावर कोणतेही मतप्रदर्शन केले नाही.

आलेले काही अभिप्राय आणि व्यक्त केलेली काही मते विनोदी स्वरूपाचाही होती. 'ऑब्झर्व्हर' वृत्तपत्राने लिहिले होते, 'कॅप्टन आमंडसेन यांच्या कथनामध्ये नरकासंबंधी, अग्नीसंबंधी शब्दांचा वारंवार वापर केला गेला आहे. उदाहरणार्थ, एके ठिकाणी तो म्हणतो आम्ही डेव्हिल्स ग्लॅशियर येथे पोहोचलो. दुसऱ्या एका अशाच अवघड भूभाग असलेल्या प्रदेशाचे वर्णन करताना तो लिहितो, तो प्रदेश म्हणजे डेव्हिल्स डान्सिंग रूम होता. दक्षिण ध्रुवीय प्रदेशासारख्या अतिथंड ठिकाणी असे आगीचे / नरकाचे संदर्भ किंवा आठवणी त्याला बहुतेक उष्णतेची चोरटी अनुभूती देत असावेत.'

दक्षिण भौगोलिक ध्रुवावर यशस्वी चढाई करून परत जहाजावर पोहोचल्यावर आमंडसेन आणि त्याच्या सहकाऱ्यांनी, त्यांनी प्रवास केलेल्या मार्गाचा, प्रदेशाचा एक नकाशा तयार केला, तो नकाशा त्याच्या पुस्तकामध्ये परिशिष्ट म्हणून जोडला होता. आमंडसेन आणि त्याच्या सहकाऱ्यांनी त्यांच्या प्रवासामध्ये चढून गेलेल्या

अर्नेस्ट शॅकल्टन - १९०८
जॉन किंग डेव्हिस याच्या संग्रहातून,
आभार - स्टेट व्हिक्टोरिया लायब्ररी.

दक्षिण चुंबकीय ध्रुवावर ध्वज फडकवताना १९०९
डावीकडून - ॲलेस्टर मॅके, एजवर्थ डेव्हिड, डग्लस मॉसन एजवर्थ डेव्हिड यांच्या संग्रहातून
आभार - स्टेट व्हिक्टोरिया लायब्ररी

खोल दक्षिणेकडे पोहोचण्याच्या खडतर प्रयत्नांनंतर 'निमरॉड' जहाजावर सुखरूप परतल्यावर - १९०९
डावीकडून - फ्रँक वाइल्ड, अर्नेस्ट शॅकल्टन, ऐरिक मार्शल, जेमसन ॲडम्स
आभार - नॅशनल लायब्ररी ऑफ ऑस्ट्रेलिया - कॅनबेरा.

रॉबर्ट फाल्कन स्कॉट - दक्षिण ध्रुवीय प्रदेशात - १९११
फोटो - हर्बर्ट पाँटिंग
आभार - स्कॉट पोलर रिसर्च इन्स्टिटट्यूट - केंब्रिज

होबार्ट ऑस्ट्रेलिया येथे 'फ्राम' जहाजावर
रोआल्ड आमंडसेन - १९१२
फोटो - एडवर्ड सर्ल / जे. डब्ल्यू बेट्टी
स्टुडिओ - होबार्ट
आभार - नॅशनल लायब्ररी - ऑस्ट्रेलिया

जपानी दक्षिण ध्रुवीय मोहीम - सिडने- ऑस्ट्रेलिया १९१२
डावीकडे बसलेला - नोबु शिरासे, सेझोऊ मिशो यांच्या संग्रहातून
आभार - शिरासे अंटार्क्टिक मोहीम मेमोरियल म्युझियम - निकाहो.

विल्हेल्म फिल्चनेर १९०६
आभार - फिल्चनेर
अर्काइव्ह, बव्हेरियन ॲकेडमी
ऑफ सायन्स ॲंड
ह्युमॅनिटीज म्युनीक.

डग्लस मॉसन - १९१६, थॉमसन स्टुडिओ लंडन
आभार - नॅशनल पोर्ट्रेट गॅलरी - कॅनबेरा

माउंट इरेबसच्या जवळ स्वयंचलित स्लेजची देखभाल करताना - १९११
फोटो - हर्बर्ट पाँटिंग, आभार - स्कॉट पोलर रिसर्च इन्स्टिट्यूट

शल्य विशारद एडवर्ड अटकिन्सन, ब्रिटिश हिवाळी तळावरील प्रयोगशाळेत काम करताना १९११. फोटो - हर्बर्ट पाँटिंग, आभार - स्कॉट पोलर रिसर्च इन्स्टिट्यूट

हवामानतज्ज्ञ जॉर्ज सिम्पसन केप इव्हान्स येथे फुगा वर पाठवण्याच्या तयारीत - १९११.
फोटो - हर्बर्ट पाँटिंग, आभार - स्कॉट पोलर रिसर्च इन्स्टिट्यूट

फ्रामहाइम येथे, नॉर्वेजिअन, हवामानविषयक निरीक्षणे घेताना : हेन्रीक लिंड स्ट्रॉम वाऱ्याचा वेग मोजताना १९११
आभार - फ्राम म्युझियम ऑस्लो.

पर्वतरांगेच्या संदर्भात मतप्रदर्शन करताना एका परीक्षणकर्त्याने लिहिले 'आमंडसेनने सगळ्यात महत्त्वाचा शोध हा लावला की ती पर्वतरांग 'ग्रॅहम लँड' या अंटार्क्टिका द्वीपकल्पाच्या दिशेने न जाता, 'कोट्स लँड' म्हणजे 'वेडेल समुद्राच्या (पूर्व किनाऱ्याच्या म्हणजे) क्वीन्स मॉड'च्या दिशेने जाते. त्याचप्रमाणे ८६ अंश अक्षांशावर १६० अंश पश्चिमेला दुसरी पर्वतरांग उत्तर-पूर्व दिशेला जाते त्या भागाला आमंडसेनच्या नकाशामध्ये नाव दिलेले नाही परंतु पुस्तकातील निवेदनामध्ये त्या जागेचा उल्लेख 'कार्मेन लँड' असा केलेला आहे.' आमंडसेनला कार्मेन लँड भागाच्या अस्तित्वाची खात्री नव्हती म्हणून त्याने फक्त जमिनीसारखा दिसणारा भाग असे वर्णन केले होते. परंतु परीक्षणकर्त्याला ही पळवाट पसंत नव्हती म्हणून आणखी भाष्य करताना त्याने लिहिले, 'अशी काळजी घेणे नक्कीच कौतुकास्पद आहे, परंतु नाव न दिल्यामुळे भविष्यामध्ये दुसरा एखादा साहसवीर तो भूभाग शोधल्याचा दावा करू शकण्याचा धोका आहे, हे विसरून चालणार नाही.'

परंतु आमंडसेनने अशा प्रकारे काळजी घेणे हेच योग्य होते. अतिदक्षिणेकडे प्रकाशाच्या छटांमुळे, विविधतेमुळे नजर भूल होण्याची आणि त्यामुळे एखाद्या ठिकाणी भूभाग वाटण्याची दाट शक्यता असते. त्या भागामध्ये नजरभुलीमुळे अशा अनेक घटना घडल्याची उदाहरणे आहेत. त्या भागामध्ये वातावरणातील हवेच्या थरांवरून प्रकाश परावर्तित झाल्यामुळे नजरेला विविध आकृत्या भासमान होण्याचे प्रकार घडतात. मृगजळ, दृष्टिभ्रम हे त्याचे प्रकार. वाळवंटी प्रदेशामध्ये तहानलेल्या, दमलेल्या प्रवाशाला पाणथळ जागेचा भास होणे, मृगजळ दिसणे हे कित्येक सिनेमांमध्ये आपण पाहिले आहे. वाळवंटामध्ये भूपृष्ठालगतच्या हवेचे तापमान वेगाने कमी होण्याच्या, क्रियेमुळे असे मृगजळाचे, दृष्टिभ्रमाचे अनुभव येतात. त्याच्या उलट म्हणजे हवेच्या वरच्या थरांचे तापमान जेव्हा कमी होते तेव्हा दूरवरच्या गोष्टी तरंगल्यासारख्या दिसतात, क्षितिज वर उचलल्यासारखे भासते.

स्वच्छ आणि निरभ्र आकाश आणि धूळविरहित हवेमुळे अशा प्रकारचे दृष्टिभ्रमांचे प्रकार जास्त प्रकर्षाने जाणवतात. त्यामुळे अनेक नवनवीन किनारपट्ट्या, नवनवी पर्वतरांगा दिसल्याचे दावे केले गेल्याची आणि त्यांचे नामकरणही केले गेल्याची उदाहरणे जरा जास्तच प्रमाणात दक्षिण ध्रुवीय प्रदेशामध्ये अनुभवास येतात. प्रकाशाच्या चकव्यामुळे क्षितिजावर अगदी स्पष्टपणे आकृत्या भासमान होतात आणि आहे त्यापेक्षा त्या अगदी जवळ पण भासतात. म्हणूनच अशा प्रदेशातील शोधमोहिमांमध्ये एखादी गोष्ट स्पष्टपणे नजरेच्या टप्प्यामध्ये असेल तरच त्याच्या / तिच्या अस्तित्वाची दखल घेतली जाते. काही वेळा तर मृगजळातील भासमान आकृती ही तिच्या प्रत्यक्ष स्थानापासून ४५० किमी. दूर अंतरावर असल्याची उदाहरणे आहेत. अशा प्रकारांमुळेच नंतर संशयाला जागा उरते आणि गोंधळाची

परिस्थिती निर्माण होते. म्हणूनच ज्या वेळी आमंडसेन आणि त्याच्या सहकाऱ्यांना शंभरएक किमी. लांब अंतरावर एक पर्वतरांग दिसल्यासारखे वाटले, ज्या भागाला त्यांनी 'कार्मेन लँड' हे नाव दिले, तेव्हा त्याबद्दल त्यांनी संशय व्यक्त केला आणि नक्की विधाने करण्याचे टाळले. त्या भूभागाच्या खरे-खोटेपणामुळे दक्षिण ध्रुवीय प्रदेशाच्या, आपल्या समजुतीवर मोठा परिणाम झाला असता.

आमंडसेनचे नाव चांगलेच प्रसिद्धीझोतात आले होते. तो हीरो झाला होता. बऱ्याच जणांना त्याच्याबरोबर असलेल्या जवळकीमुळे, ओळखीमुळे परावर्तित प्रसिद्धीचा फायदा घ्यायचा होता. त्यांपैकी पहिला होता, दक्षिण ध्रुवीय मोहिमेतील त्याचा आधीचा सहकारी 'फ्रेडरिक कूक'. सन १९१२ च्या उन्हाळ्यामध्ये, उत्तर ध्रुवावर पोहोचणारा तो पहिला साहसवीर कसा होता हे युरोपीयन जनतेला पटवून देण्याच्या कामगिरीवर, युरोपला येणार होता. त्याने आमंडसेनकडे त्याची भेट होण्याच्या शक्यतेबाबत आणि दोघांनी मिळून एकत्र फोटो काढण्याबाबत विचारणा केली. त्याच्या फोटोचे शीर्षक असणार होते— 'दोन ध्रुवांवर प्रथम पोहोचणारे दोघे जण.' आमंडसेनला हा धोका पत्करायचा नव्हता कारण कूकच्या दाव्यासंबंधी परिस्थिती संशयास्पद होती. कूकचा आणि पेरीचा, उत्तर ध्रुवावर प्रथम पोहोचण्याच्या त्यांच्या दाव्यांसंबंधी मोठा वादविवाद झाला होता. त्याला भेटल्यामुळे त्याच्या यशाची आणि स्कॉटच्या प्रयत्नाची तुलना होईल आणि मग संशय निर्माण होण्याची आमंडसेनला भीती वाटत होती. त्याने कूकच्या आवाहनाला प्रतिसाद दिला नाही आणि नंतर थोड्याच दिवसांमध्ये कूक लोकांच्या विस्मृतीत गेला.

आमंडसेन ज्या वेळी मोहिमेवरून यशस्वी होऊन परतला त्या वेळी स्कॉटच्या मोहिमेची कुठवर प्रगती झाली असावी याबद्दल बरेच मतभेद आहेत, विचारप्रवाह आहेत. काही वृत्तपत्रांनी असा प्रश्न उपस्थित केला की खरोखरच जर दोघेही जण दक्षिण भौगोलिक ध्रुवावर पोहोचण्यात यशस्वी झाले असतील तर ते एकमेकांना न भेटणे कसे शक्य आहे. काही जण स्कॉटच्या मोहिमेसंबंधी, तिच्या प्रगतीसंबंधी काहीतरी माहिती मिळवण्याच्या प्रयत्नात होते, खटाटोपामध्ये होते. स्कॉट याच्या मोहिमेशी काहीना काही प्रकारे संबंधित असलेल्या बऱ्याच जणांनी खासगीमध्ये आपली नाराजी बोलून दाखवली. सर क्लेमंट मार्कहॅम यांच्या मासिकामध्ये येणाऱ्या बातम्या म्हणजे ब्रिटिश जनतेची प्रातिनिधिक मते किंवा प्रतिक्रिया होत्या असेच म्हणावे लागेल. दिनांक १२ मार्च १९१२ रोजी त्याने लिहिले - 'आमंडसेनने होबार्ट येथून दक्षिण भौगोलिक ध्रुवावर पोहोचण्यात मिळवलेल्या यशाच्या बातमीची शहानिशा जेव्हा 'टेरा नोव्हा' जहाज परत येईल तेव्हाच होईल.' मार्कहॅमने त्याच्या मासिकातील लेखामध्ये चिडून आमंडसेनला 'गोचिडा'ची उपमा दिली होती आणि

मोहिमेच्या सुरुवातीला केलेल्या फसवणुकीबद्दल आणि स्कॉटला प्रथम पोहोचण्याचे श्रेय मिळू नये म्हणून केलेल्या खटपटींबद्दल संताप व्यक्त केला होता.

आमंडसेनला त्याच्या इतर सहकाऱ्यांचा मात्र चांगला पाठिंबा होता. रॉयल जिऑग्राफिक सोसायटीच्या 'स्कॉट केल्टी' यांनी 'दक्षिण भौगोलिक ध्रुवावर पोहोचल्याबद्दल, त्याच्यावर हक्क सांगितला गेल्याबद्दल समाधान व्यक्त केले. नानसेनने मत व्यक्त केले की, 'शेवटी दोन्ही ध्रुव पादाक्रांत केले गेले ही समाधानाची गोष्ट आहे, आता वेळ आली आहे ती त्या दोन्ही प्रदेशांमध्ये सखोल वैज्ञानिक संशोधन करण्याची आणि शास्त्राच्या, ज्ञानाच्या विविध शाखांमध्ये लक्षणीय भर घालण्याची.' दक्षिण भौगोलिक ध्रुवावर प्रथम पोहोचण्याच्या घाईत जे मार्ग अवलंबले गेले त्याबद्दल नक्कीच कुरबुरी आणि मतमतांतरे होती, परंतु नानसेनने मनाचा मोठेपणा दाखवला होता. केल्टी यांना लिहिलेल्या एका पत्रामध्ये नानसेन यांनी लिहिले होते, 'आमंडसेनने ज्या मार्गाने त्याची दक्षिण ध्रुवीय मोहीम नेली त्याच मार्गाने मी माझ्या मोहिमेची खरेतर तयारी केली होती, परंतु उत्तर ध्रुवीय प्रदेशातून परत आल्यावर मी माझ्या दक्षिण ध्रुवीय प्रदेशातील मोहिमेचा कार्यक्रम बाजूला ठेवून माझे 'फ्राम' हे जहाज आमंडसेनला त्याच्या मोहिमेसाठी उपलब्ध करून दिले. कदाचित यामुळेसुद्धा त्याला माझ्याशी बोलणे अवघड वाटले असेल कारण मी त्याला दक्षिण ध्रुवावर जाण्यापेक्षा, त्याने उत्तर ध्रुवावर जाणे हे माझ्या दृष्टीने कसे जास्त महत्त्वाचे आहे, हे परत परत सांगितले होते, आणि म्हणूनच मी त्याला माझे 'फ्राम' हे जहाज वापरण्यासाठी दिले होते.'

या सगळ्यामध्ये, आमंडसेनने अजून उत्तर ध्रुवावर जावे म्हणून नानसेनचा आग्रह चालूच होता. त्याच्या चेल्याने उत्तर ध्रुवावर गेलेच पाहिजे अशी त्याची तीव्र इच्छा होती. कारण शेवटी दक्षिण ध्रुवीय प्रदेशामध्ये नाहीतर उत्तर ध्रुवीय प्रदेशामध्ये वैज्ञानिक संशोधन करण्यासाठी त्याच्या नॉर्वेजियन मोहिमेमध्ये अनेकांनी आर्थिक गुंतवणूक केली होती आणि आता त्याच्यावर ती नैतिक जबाबदारी हेती. त्यांच्या परतीच्या प्रवासादरम्यान आमंडसेनने 'फ्राम' जहाजावरील खलाशांबरोबर आणि सहकाऱ्यांबरोबर हा उत्तर ध्रुवीय प्रदेशातील संभाव्य मोहिमेचा विषय काढला आणि कोणाची येण्याची तयारी आहे हे विचारले. बहुतेक जण आता घरी परतायला उत्सुक होते आणि कुणामध्येच उत्साह उरला नव्हता. आमंडसेनने प्रत्येकाशी वैयक्तिकरीत्या संवाद साधून येण्याबद्दल मन वळवण्याचा प्रयत्न केला, एक जालँड सोडून. कारण तो तर काहीही ऐकूनच घेण्याच्या मन:स्थितीत नव्हता.

मध्यंतरीच्या काळात आमंडसेनचे जोहानसेनबरोबरचे संबंध अगदी तुटेपर्यंत ताणले गेले. आमंडसेनने त्याचे वर्णन 'बेशरम' असे केले. 'होबार्ट' येथे परतल्यावर नानसेनच्या जुन्या मित्राने 'फ्राम'ला रामराम केला आणि तो स्वतंत्रपणे घरी परतला.

यशस्वी नॉर्वेजियन मोहिमेतील साहसवीरांचा 'ऑस्लो' येथे एक नागरी सत्कार समारंभ आयोजित केला होता. त्या सत्काराच्या वेळी जोहानसेन 'सोली पार्क'मध्ये गेला आणि त्याने गोळी झाडून घेऊन आत्महत्या केली - एका थोर साहसवीराचा असा दुर्दैवी अंत झाला.

या सगळ्या टीकेच्या भडिमाराबरोबरच आमंडसेनवर बक्षिसांचा आणि कौतुकाचा वर्षाव झाला. ब्रिटनमधील विविध संस्थांनी त्याला भाषणासाठी, सत्कारासाठी आमंत्रणे पाठवली. 'रॉयल जिऑग्राफिक सोसायटी'ने वर्षाच्या शेवटी त्याचा सत्कार समारंभ आयोजित करण्याचे ठरवले होते. परंतु जुलै महिन्यात ब्रिटिश वृत्तपत्रांमध्ये काही टीकात्मक मजकूर / बातम्या प्रसिद्ध झाल्यामुळे आमंडसेन चिडला आणि तेव्हा रॉयल जिऑग्राफिक सोसायटीचा अध्यक्ष असलेल्या लॉर्ड कर्झनने लिहिलेल्या एका टीकात्मक लेखानंतर आमंडसेनने 'केल्टी'ला खरमरीत भाषेत पत्र पाठवले. त्यानंतर 'केल्टी' ला सारवासारव करणे भाग पडले. 'केल्टी'ने आमंडसेन याला कळवले की 'वैयक्तिकपणे मला तुझ्या यशाबद्दल अभिनंदन करताना खूप आनंद होत आहे आणि तू मिळवलेले यश उत्तुंग असेच आहे.'

एवढ्या आश्वासनानंतर आमंडसेनने लंडनला भेट देण्याचे ठरवले. रॉयल जिऑग्राफिक सोसायटीच्या सदस्यांसमोर सादरीकरणासाठी त्याने नव्याने भाषण तयार केले. त्यांनी मोहिमेच्या दरम्यान केलेल्या संशोधनावर आधारित, सोसायटीच्या मासिकामध्ये छापण्यासाठी एक लेख लिहिला. तो नंतर जगभरातील वैज्ञानिक मासिकांमध्ये छापला गेला. आमंडसेन याच्या त्या लेखाबद्दल अनेक शंका उपस्थित केल्या गेल्या आणि त्यामध्ये दिलेल्या परीक्षणांच्या आकडेवारीबद्दल संशय व्यक्त केला गेला. तो लेख काहीसा बोलीभाषेमध्ये लिहिल्याप्रमाणे होता. केल्टीने आमंडसेन याला त्याच्या लेखामध्ये काही बदल करण्याचे सुचवले. उदा. कुत्रे मारून खाल्ल्याचे सर्व उल्लेख गाळण्याचे सुचवले, त्याचप्रमाणे नंतर असेही मत व्यक्त केले की, 'मला वाटते की आमंडसेनने ज्या पठारी प्रदेशाला 'किंग हॅकॉन' (King Haakon) यांचे नाव दिले तो खरंतर 'किंग एडवर्ड' या पठाराचाच एक भाग आहे, परंतु तरीही त्याचा तो हक्क आहे.'

रॉयल जिऑग्राफिक सोसायटीच्या सदस्यांपुढे झालेले त्याचे भाषण फार यशस्वी झाले असे म्हणता येणार नाही. आमंडसेनच्या भाषणानंतर समारोपाच्या भाषणाचा शेवट करताना भारतातील भूतपूर्व व्हाइसरॉय राहिलेल्या लॉर्ड कर्झन यांनी आमंडसेनच्या भाषणातील, त्याला मोहिमेमध्ये झालेल्या कुत्र्यांच्या मदतीबद्दल आणि त्याने केलेल्या कौतुकाबद्दलचे संदर्भ घेऊन आमंडसेनकडे बघत बघत खवचटपणे उद्गार काढले की, 'म्हणून मी मला मिळालेली ही संधी घेऊन त्या शूर कुत्र्यांचे अभिनंदन करतो.' अर्थात ही गोष्ट कितपत खरी आहे याबद्दल विविध

मते आहेत. त्या वेळी कर्झनने केलेल्या भाषणावर वर्तमानपत्रातून टीका झाली होती. एका वार्ताहराने लिहिले होते लॉर्ड कर्झन यांचे बहुतेक भाषण हे तोंडातल्या तोंडात बोलल्याप्रमाणे झाले, शब्द स्पष्टपणे ऐकू येत नव्हते. मुद्दाम उल्लेख करावा असे एक वाक्यपण त्यांनी उच्चारले नाही.' त्याच वार्ताहराने त्याच्या बातमीपत्राच्या शेवटी लिहिले होते 'अशा प्रकारचे भाषण कदाचित भारतामध्ये चालले असते, हाउस ऑफ लॉर्ड्समध्येपण चालेल, परंतु 'रॉयल जिऑग्राफिक सोसायटी'सारख्या प्रतिष्ठित सोसायटीच्या सभेमध्ये निश्चितच चालण्यासारखे नव्हते.'

लॉर्ड कर्झन यांनी केलेला कुत्र्यांबद्दलचा उल्लेख हा त्यांच्या काही गैरसमजातून झाला होता की त्यांनी तो मुद्दाम केलेला विनोद होता हे नक्की सांगता येणार नाही. परंतु आमंडसेनला मात्र तो प्रकार म्हणजे जाहीरपणे केलेला अपमान वाटला. त्याने सन १९२८ मध्ये लिहिलेल्या त्याच्या आत्मचरित्रामध्ये लिहिले की 'मला हे विधान करायला अजिबात संकोच वाटत नाही किंवा वाईटपण वाटत नाही की ब्रिटिश ही जमातच मुळी पराभूतांची जमात आहे.' एक गोष्ट नक्की की आमंडसेन त्याच्या भाषणाबाबत खूपच हळवा होता. तो दिवस कसाबसा पार पडला आणि सर्वांनीच सुस्कारा सोडला.

असंतुष्ट प्रतिस्पर्धी, भाषणांना आणि पुस्तकाला मिळालेला संमिश्र प्रतिसाद या सर्व गोष्टी जरी खऱ्या होत्या तरी एक गोष्ट निर्विवादपणे सर्वांना मान्य होती की आमंडसेन याच्या शोधमोहिमेने मिळवलेले यश हे एकमेवाद्वितीयच होते, खूप मोठे होते. त्याने केवळ दक्षिण भौगोलिक ध्रुवावर प्रथम पोहोचण्यापेक्षा आणखीही खूप मोठे कार्य केले होते. अत्यंत योजनाबद्ध रीतीने आणि काटेकोरपणे मोहीम आखून आणि संपूर्ण नवीन मार्ग चोखाळून त्याने दक्षिण ध्रुवीय प्रदेशाचे अंतरंग जगापुढे उलगडले होते.

आमंडसेनच्या 'रॉयल जिऑग्राफिक सोसायटी'मध्ये केलेल्या भाषणानंतर केलेल्या आभार प्रदर्शनाच्या भाषणामध्ये 'विल्यम स्पिअर ब्रुस'ने दक्षिण ध्रुवीय प्रदेशामध्ये आमंडसेनने केलेल्या अमूल्य अशा शास्त्रीय संशोधनाचा प्रामुख्याने उल्लेख केला 'सगळ्यात महत्त्वाचे म्हणजे शॅकल्टनने ८० अंश अक्षांशापर्यंत दक्षिण-पूर्व पसरलेली पर्वतरांग शोधून काढली होती, त्याची पुष्टी केली आणि त्याशिवाय त्याने ८६ अंश अक्षांशापासून उत्तर-पूर्व पसरलेली नवीन पर्वतरांग शोधली.'

आमंडसेनच्या मोहिमेनंतर 'कार्मेन लँड' या भूभागाचा प्रश्न प्रामुख्याने चर्चेमध्ये आला. तो केवळ उत्सुकतेपोटी नव्हता तर त्यामुळे एका मोठ्या प्रश्नाचे उत्तर सापडण्याची शक्यता निर्माण झाली होती. 'ब्रुस'ने स्पष्टीकरण देताना म्हटले 'दक्षिण ध्रुवीय खंडाच्या संदर्भात अलीकडच्या काळामध्ये दोन मुख्य मतप्रवाह आहेत. काहींच्या मते हे पूर्ण खंड म्हणजे एकच भूभाग आहे तर काहींच्या मते हे

खंड म्हणजे 'रॉस समुद्रापासून ते वेडेल समुद्रापर्यंत' पसरलेल्या बॅरियरमुळे विभागले गेलेले दोन भूभाग आहेत.' आमंडसेन याच्या संशोधनामुळे हा प्रश्न आता समाधानकारकपणे निकालात निघाला आहे. त्याच्या संशोधनाप्रमाणे आणि निरीक्षणाप्रमाणे, 'पठारी प्रदेशाला उत्तरेला जोडणारी पर्वताची प्रचंड रांग उत्तर-पूर्व दिशेने 'एडवर्ड लॅंड'पर्यंत पसरलेली आहे. त्यामुळे 'रॉस बॅरियर' ही किनारपट्टी जवळच संपते हे स्पष्ट होते. हा निघालेला शास्त्रीय निष्कर्ष सगळ्यात महत्त्वाचा होता.'

आमंडसेनपेक्षा ब्रुस याचाच वरील निष्कर्षावर जास्त विश्वास असल्याचे दिसले. परंतु तरीही एक प्रश्न अनुत्तरित राहीलच- 'कार्मेन लॅंड' हा भूभाग कितपत खरा आहे?

जपानी गस्तिपथक

नोबु शिरासे आणि जपानी दक्षिण ध्रुवीय मोहीम (१९१०-१९१२)

विज्ञानाच्या वेदीवर दिल्या गेलेल्या प्रत्येक बळीमुळे मानवजात एक पाऊल पुढे गेली आहे. विज्ञानाच्या मदतीने या भूतलावरच्या प्रत्येक रहस्याचा उलगडा झाल्याशिवाय हा प्रवास थांबणार नाही.

कर्स्टेन बोर्चग्रेव्हिंक (१८६४-१९३४)

कॅप्टन कूक आणि पेरी यांनी सन १९०९ मधील उत्तर भौगोलिक ध्रुवावर पोहोचल्याच्या केलेल्या दाव्यामुळे फक्त नॉर्वेजियनांनाच त्यांच्या मोहिमेचा फेरविचार करावा लागला नाही, तर त्याहीपेक्षा खूप काही घडले. त्या घटनेमुळे आणखी एका देशाच्या साहसवीरांच्या मोहिमेला - जी आता बहुतांशी विस्मृतीत गेली आहे - दक्षिण ध्रुवीय प्रदेशाचा विचार करण्यास भाग पाडले. ही मोहीम नॉर्वेसारख्या दर्यावर्दी परंपरा असणाऱ्या देशातून निघणार नव्हती, तर ज्या देशाला जवळजवळ अजिबातच दर्यावर्दी परंपरा नव्हती अशा एका देशातून निघणार होती. 'नोबु शिरासे' याच्या नेतृत्वाखाली उत्तर ध्रुवीय प्रदेशाकडे जाणाऱ्या जपानी मोहिमेची, त्या दोन अमेरिकनांच्या दाव्यांमुळे गाडी घसरली होती. शॅकल्टनच्या थोडक्यात हुकलेल्या यशाच्या पार्श्वभूमीवर शिरासेने त्याच्या साहस आणि संशोधन ही उद्दिष्टे असलेल्या मोहिमेचा मोहरा दक्षिण ध्रुवीय प्रदेशाच्या दिशेने वळवला. परिणामी दक्षिण ध्रुवीय प्रदेशातील मोहिमांच्या इतिहासातील एका असामान्य अशा मोहिमेचा जन्म झाला.

शिरासेने त्याच्या मोहिमेसाठी अशा काही निष्ठेने आणि एककल्लीपणे तयारी केली की त्याच्या कडव्या टीकाकारांनाही त्याच्या प्रयत्नांचे कौतुक करणे भाग पडले. सन १९१२ साली दक्षिण ध्रुवीय प्रदेशाकडे मोहीम काढणाऱ्या इतर देशांच्या साहसवीरांचा परस्परांशी काहीना काही प्रमाणामध्ये संपर्क होता, त्यांचे

एकमेकांशी संबंध होते, माहितीची देवाणघेवाण होत होती, परंतु या जपानी साहसवीरांचा मात्र बाह्य जगाशी अशा प्रकारचा कोणताच संपर्क नव्हता. दक्षिण ध्रुवीय प्रदेशाबद्दल त्यांची जी काही माहिती होती ती पुस्तकी तरी होती, नाहीतर वर्तमानपत्रातून वगैरे मिळवलेली होती. त्यामुळे जपानच्या साहसवीरांच्या मोहिमेबद्दल, त्यांच्या प्रयत्नांबद्दल इतर देश संपूर्ण अनभिज्ञ होते - इतके की सन १९१० च्या डिसेंबर महिन्यात, जपानी जहाज 'कैनान-मारू' जेव्हा न्यूझीलंडच्या बंदरामध्ये दाखल झाले तेव्हाच सगळ्या जगाला त्यांच्या मोहिमेबद्दल बातमी कळली. त्यामध्येपण सर्वांत आश्चर्याची गोष्ट म्हणजे एक 'नोबू शिरासे' सोडला तर मोहिमेतील त्याच्या एकाही सहकाऱ्याला 'ध्रुवीय प्रदेशाचा' अजिबात अनुभव नव्हता. शिरासेने मोहिमेसाठी जे कोणी सहकारी जमवले होते त्यामध्ये खलाशी होते, सैनिकी पेशातील होते, एक शास्त्रज्ञ होता तर बाकीचे केवळ हौशी साहसवीर होते. त्या सर्वांनी दक्षिण भौगोलिक ध्रुवावर पोहोचण्याची आणि अपयश आले तर मरण पत्करण्याची (जपानी परंपरेप्रमाणे) शपथ घेतली होती.

नोबु शिरासेचा जन्म, जपानच्या उत्तर-पश्चिमेला असलेल्या 'कोनूरा' या छोट्याशा गावामध्ये सन १८६१ मध्ये झाला. त्याचे वडील बौद्ध भिख्खू होते, आणि नोबु हा त्यांचा सगळ्यात मोठा मुलगा. आज 'कोनूरा' हे गाव 'निकाहो' या मोठ्या शहराचा एक भाग झाले आहे आणि 'टीडीके' या तंत्रज्ञान क्षेत्रातील अग्रगण्य कंपनीमुळे निकाहो शहराची ओळख आज जगभरात सर्वदूर झाली आहे. परंतु विसाव्या शतकाच्या सुरुवातीला 'कोनूरा' हे गाव अगदी लहान होते आणि त्या गावामध्ये असलेल्या एक हजार वर्षांच्या जुन्या देवळामुळे आणि वर्षातून एकदा भरणाऱ्या प्रसिद्ध मत्स्योत्सवामुळे प्रामुख्याने प्रसिद्ध होते. अशा या छोट्या गावांमध्ये नोबुच्या कानावर युरोपीयन साहसवीरांच्या पराक्रमांच्या आणि उत्तर ध्रुवीय प्रदेशामध्ये 'फ्रँकलीन'ने उत्तर-पश्चिमी व्यापारी समुद्रीमार्ग शोधण्याच्या प्रयत्नांच्या कहाण्या कशा पडल्या हे एक कोडेच होते. या कहाण्यांपासून स्फूर्ती घेऊनच शिरासेने स्वत:च्या साहसी मोहिमेची स्वप्ने रंगवली होती. ते त्याच्या आयुष्याचे ध्येयच बनून गेले होते.

आमंडसेनप्रमाणेच शिरासेच्या नशिबानेही त्याच्या आयुष्याला प्रथम वेगळीच कलाटणी मिळण्याची शक्यता निर्माण झाली होती. त्याला वडिलांप्रमाणेच - सर्वांत मोठा मुलगा असल्यामुळे - बौद्ध भिख्खू होणे बंधनकारक होते आणि म्हणून १८७९ मध्ये त्याची शाळा सुटली. परंतु त्यानंतर लगेचच त्याच्या लक्षात आले की भिख्खू होणे हे त्याच्या साहसवीर होण्याच्या स्वप्नपूर्तीच्या मार्गामध्ये येत आहे आणि त्याच क्षणी त्याने गुरुकुलातून नाव काढून सैन्यामध्ये भरती होण्याचा निर्णय घेतला आणि भिख्खू होण्याची जबाबदारी त्या कुटुंबातील दोन नंबरच्या मुलावर

पडली. शिरासेला सैन्यामध्ये खूप वाईट अनुभव आले, पण त्यातूनच त्याच्या दक्षिण ध्रुवीय प्रदेशाकडील प्रवासाचा मार्ग मोकळा झाला.

दक्षिण भौगोलिक ध्रुव गाठण्याच्या शिरासेच्या मोहिमेच्या धडपडीचा काळ हा नेमका त्याच्या देशाच्या इतिहासातील भयंकर अशा राजकीय, सामाजिक उलथापालथीचा काळ होता. चाळीस वर्षांआधी 'टोकूगावा' ही अडीचशे वर्षे अस्तित्वात असलेली (१६०३-१८६७) सैनिकी परंपरेची, जपानी जनतेवर कठोर बंधने लादणारी आणि जपानला जगापासून अलिप्त ठेवणारी राजवट उलथली जाऊन 'मैजी' सम्राटाची राजवट, दिनांक ०३/०५/१८६८ रोजी प्रस्थापित झाली होती. जपानमध्ये सामाजिक, वैचारिक मोकळेपणाचे वारे खेळू लागले होते. जपान जगातील इतर देशांबरोबर संबंध प्रस्थापित करून स्वत:ची प्रगती साधण्यासाठी उत्सुक होता. त्याआधी 'साकोकु आज्ञेनुसार' (Sakoku Edict) परदेशगमन आणि आगमन निषिद्ध समजले जात होते.

'टोकूगावा' राजवटीच्या सैनिकी परंपरेप्रमाणे बाह्य जगाच्या संपर्कामुळे जपानमध्ये अस्थिरतेचे वातावरण आणि त्यातून अंतर्गत अस्वस्थता येण्याची भीती होती आणि ज्यामुळे परत बाह्य शक्तींनाच त्याचा फायदा मिळण्याची शक्यता होती. 'मैजी' राजवट प्रस्थापित झाल्यावर जपानने जगातील इतर देशांबरोबर संबंध सुधारण्यावर आणि व्यापारीकरणावर भर देण्यास सुरुवात केली. दोन-अडीचशे शतकांच्या अलिप्ततेच्या धोरणानंतर बदललेल्या परिस्थितीमुळे काहींना मनातून भीती वाटायला लागली तर काहींना या परिस्थितीमध्ये नव्या संधी दिसायला लागल्या. जपानमधील बुद्धिजीवी वर्गाला पाश्चिमात्य देशांनी वैज्ञानिक क्षेत्रात केलेल्या प्रगतीचे आकर्षण वाटत होते. त्यांचे असे म्हणणे होते की, जपानने वैज्ञानिक ज्ञानाला आणि प्रगतीला गांभीर्याने घेतले पाहिजे आणि तसे झाले तरच जपान जगातील इतर देशांशी बरोबरीच्या नात्याने व्यापार, व्यवहार करू शकेल. काही काळातच विविध प्रकारच्या शास्त्रीय संशोधनाला वाहिलेल्या संस्था उभारण्यावर भर दिला गेला आणि जपानने वैज्ञानिक प्रगतीच्या दिशेने वाटचाल सुरू केली. सन १९१० साली जपानला नोबेल पारितोषिकासाठी प्रथम नामांकन मिळाले - आणि त्याच वर्षी 'नोबु शिरासे' दक्षिण ध्रुवीय प्रदेशाकडे साहसी मोहीम काढण्याच्या तयारीमध्ये होता.

शिरासेला खात्री वाटत होती की त्याच्या या दक्षिणेकडील साहसी मोहिमेची, तोपर्यंत अज्ञात राहिलेल्या एकमेव खंडावर पोहोचण्याच्या शर्यतीमध्ये भाग घेण्याच्या प्रयत्नांची जपानचे जागतिक स्तरावरील श्रेष्ठत्व सिद्ध करण्यास मदतच होईल. दक्षिण ध्रुवीय प्रदेशामध्ये यश मिळण्याने, जगातील इतर प्रगत देशांबरोबर जपान परत जोडला गेल्याचे सिद्ध होणार होते.

शिरासे दक्षिण ध्रुवीय प्रदेशामध्ये पोहोचला तो लांबच्या मार्गाने वळसा घालून. सन १८७५ मध्ये जपानने रशियाकडून, एका बेटावरचा त्यांचा हक्क मान्य करून त्या बदल्यात 'चिशिमा' बेटे मिळवली होती. आता ती बेटे 'कुरिल' बेटे म्हणून ओळखली जातात. हा बेटांचा समूह, जपानच्या उत्तरेकडील दुसरे सर्वांत मोठे जे 'होक्कायडो' बेट आहे तिथपासून थेट रशियाच्या अतिपूर्वेकडे असलेल्या 'कामचट्का'च्या दक्षिणेपर्यंत पसरलेला आहे. सैन्यामध्ये भरती झाल्यावर चारच वर्षांनी शिरासेला 'नारिटाडा गुंजी' यांच्या नेतृत्वाखाली निघालेल्या पहिल्या ध्रुवीय प्रदेशातील मोहिमेमध्ये सहभागी होण्याची संधी मिळाली आणि त्या निमित्ताने शिरासे 'चिशिमा' बेटावर पोहोचला. सन १८८३ ते १८८५ या दोन वर्षांत त्यांनी या नवीन बेटांचा शोध घेतला आणि त्या बेटांवर जपानी वसाहत उभारली. या मोहिमेची आखणी व्यवस्थितपणे न केल्यामुळे पहिल्याच हिवाळ्यामध्ये दहा सैनिकांना प्राण गमवावे लागले आणि नंतरच्या उन्हाळ्यात चीन आणि जपानमध्ये सुरू झालेल्या पहिल्या युद्धामध्ये लढण्यासाठी गुंजीला जपानला परतावे लागले. शिरासे आणि त्याच्याबरोबरच्या पाच नवीन सहकाऱ्यांनी दुसरा हिवाळा त्याच बेटांवर काढला.

त्यानंतरही परिस्थितीत काही सुधारणा झाली नाही. सहापैकी तिघे जण 'स्कर्व्ही' आजारामुळे मरण पावले आणि उरलेले तिघे जण ऑगस्ट महिन्यात जपानला परतले. गुंजीच्या मोहिमेमध्ये नियोजनाचा संपूर्ण अभाव होता. त्यामुळे शिरासेला वाईटही वाटले आणि रागपण आला. कारण या मोहिमेमध्ये फारसे काही पदरामध्ये न पडता सैनिकांचे नाहक प्राण गेले होते. शिरासेने मोहिमेच्या ढिसाळ आयोजनाबद्दल आणि झालेल्या जीवित हानीबद्दल जाहीररीत्या आवाज उठवला. सैन्यातील प्रशासनाला एक खरमरीत पत्र लिहून निषेध नोंदवला. परंतु शिरासेने सैन्यातील आपली नोकरी चालूच ठेवली. त्याने १९०४-१९०५ मध्ये झालेल्या रशिया/ जपान युद्धामध्ये भाग घेतला. ध्रुवीय प्रदेशातील वातावरणाचा अनुभव असलेल्या, ओळख असलेल्या फार थोड्या जपान्यांपैकी तो एक होता आणि हाच अनुभव त्याला त्याच्या दक्षिण ध्रुवीय प्रदेशातील मोहिमेच्या आयोजनाच्या कामाला येणार होता.

सन १९१० च्या प्रारंभीच शिरासेने त्याच्या प्रस्तावित दक्षिण ध्रुवीय प्रदेशातील मोहिमेला मदत करण्यासाठी आणि पाठिंबा मिळवण्यासाठी सरकार दरबारी एक प्रस्ताव पाठवला. त्यामध्ये त्याने लिहिले होते -'मला वाटते दक्षिण ध्रुवीय प्रदेशाच्या या आव्हानाला धैर्याने सामोरे जाणेच योग्य ठरेल. जगातील इतर शक्तिशाली देश जपानची चेष्टा करतात, निर्भर्त्सना करतात. त्यांच्या मते जपान हा रानटी आणि जे फक्त युद्धखोरी करण्यात पुढे आहेत अशा लोकांचा देश आहे, पण जेव्हा वैज्ञानिक प्रगतीचा विषय येतो तेव्हा त्यांच्याइतकी मागास आणि मूर्ख जमात दुसरी नसेल. आपला आणि देशाचा आत्मसन्मान राखण्यासाठी आणि जगाचे

आपल्या विषयीचे मत बदलण्यासाठी आपण काहीतरी भव्यदिव्य करून दाखवणे जरुरीचे आहे.

जपानचा प्रगतिशील चेहरा जगापुढे आणायचा असेल तर विज्ञानाशिवाय दुसरा मार्ग नाही, पर्याय नाही. आणि या एकमेव कारणासाठी, या वर्षीच्या जुलै-ऑगस्ट महिन्यापासून, मी अत्यंत नम्रपणे आपणास कळवू इच्छितो की, विविध ज्ञानशाखेतील शास्त्रज्ञांना बरोबर घेऊन, दक्षिण ध्रुवीय प्रदेशाच्या शोधात मी एक संशोधन मोहीम काढण्याचे ठरवले आहे. आणि या शास्त्रीय संशोधनाबरोबरच पुढील तीन वर्षांच्या काळात, जगापुढे असलेल्या या अज्ञात खंडाचे आव्हान संपुष्टात आणून, दक्षिण भौगोलिक ध्रुवावर जपानचा राष्ट्रध्वज फडकवण्याची मी शपथ घेतो - देशाच्या सीमारेषा विस्तारून जगापुढे जपानची एक पुढारलेले आणि शक्तिशाली राष्ट्र म्हणून प्रतिमा निर्माण करण्यासाठी.'

अर्थात हे एक स्वप्नरंजन होते की आत्मघातकी अविचार होता हे सर्वस्वी बघणाऱ्याच्या दृष्टिकोनावर अवलंबून होते. शिरासेच्या या आवाहनाचा सरकारवर काहीही परिणाम झाला नाही. त्यानंतर त्याने सरकारकडून मिळालेल्या प्रतिसादाबद्दल एके ठिकाणी लिहिले 'एक म्हणजे सरकारकडे पैसा नाही आणि अशा प्रकारच्या शोधमोहिमांना पाठिंबा देणे हे त्यांच्या धोरणात बसत नाही.' तरीही शिरासेने त्याचे प्रयत्न चालूच ठेवले, शंकेखोरांबरोबर चर्चा केल्या, वादविवाद केले आणि शेवटी नौदलाकडून एक जहाज आणि १५ हजार येन एवढ्या रकमेच्या मदतीचे आश्वासन मिळवण्यात तो यशस्वी झाला. परंतु तेही शेवटी आश्वासनच ठरले आणि प्रत्यक्षात काहीच हाती लागले नाही कारण नौदलाने सैन्यदलातील सैनिकाला जहाज देण्यास नकार दिला आणि आश्वासन दिल्याप्रमाणे सरकारकडून पैसे कधीच आले नाहीत.

शिरासेने या अनुभवावर एके ठिकाणी लिहिले 'सरकारी अधिकाऱ्यांबरोबर वादविवाद करण्यापेक्षा मी एखाद्या बुद्धांच्या मूर्तीबरोबर वाद घालणे पसंत करीन.' मोहिमेसाठी आता त्याने इतरांकडून मदत गोळा करण्याचे ठरवले. अगदी इरेला पेटून त्याने, 'मैजी' राजवट प्रस्थापित करण्यात महत्त्वाची भूमिका बजावणाऱ्या 'शिगेनोबु ओकुमा' या सरदाराशी संपर्क साधला आणि मदतीसाठी साकडे घातले. सरदार 'शिगेनोबु ओकुमा' हे नंतर जपानचे अर्थमंत्री आणि पंतप्रधान झाले. त्या वेळी सत्तरीच्या घरात असलेल्या सरदारांना शिरासेची योजना एकदम पसंत पडली, त्याने दाखवलेले धाडस भावले. सरकारी नकाराकडे दुर्लक्ष करून आणि त्या वेळच्या अस्थिर परिस्थितीवर मात करण्याच्या उद्देशाने, शिरासेने जनतेलाही मदतीसाठी आवाहन केले. टोक्यो येथे सन १९१० च्या जुलै महिन्यात मोठ्या समुदायासमोर भाषण करताना 'ओकुमा' यांनी स्वत:च्या अध्यक्षतेखाली, दक्षिण ध्रुवीय प्रदेशातील

संभाव्य मोहिमेला पाठिंबा दर्शवणाऱ्यांची, एक संघटना स्थापन केली.

'ओकुमा' यांचा पाठिंबा मिळाल्यावर जनतेकडून पैसे यायला सुरुवात झाली. परंतु शिरासे याच्या म्हणण्याप्रमाणे, त्याच्या अगदी प्राथमिक अवस्थेमध्ये असलेल्या मोहिमेच्या आयोजनात सरकारने वारंवार हस्तक्षेप करून अडथळे निर्माण करणे चालूच ठेवले. तरीही या अडथळ्यांना न जुमानता शिरासेने निधी गोळा करण्याचे काम चालूच ठेवले, शिवाय प्रायोजकांशी बोलणी, वृत्तपत्रांशी करार इ. गोष्टी करण्यावर लक्ष केंद्रित केले. त्याने 'Expedition World' या नियतकालिकाशी बोलणी केली आणि एक करार केला. त्या कराराप्रमाणे त्या नियतकालिकाने शिरासेच्या मोहिमेची जाहिरात करायची आणि त्या बदल्यात शिरासेने त्या नियतकालिकाला मोहिमेच्या पहिल्या वार्तांकनाचे एकमेव हक्क देऊ केले.

युरोपमध्ये शोधमोहिमांची परंपराच असल्यामुळे विज्ञानाला वाहिलेल्या संस्थांकडून युरोपियन साहसवीरांना त्यांच्या मोहिमांसाठी पाठिंबा मिळायचा आणि निधी जमवणे सोपे व्हायचे, परंतु जपानमध्ये तशी परंपराच नसल्यामुळे शिरासेला जपानमधील शैक्षणिक संस्थांकडून पाठिंबा मिळणे तसे कठीणच होते आणि त्यामुळे निधी मिळणेपण कठीणच होते. सन १९१२ मध्ये निघालेल्या इतर देशांच्या शोधमोहिमांना त्या त्या देशातील 'जिऑग्राफिक सोसायटी'कडून मान्यता मिळाली होती, परंतु शिरासेच्या शोधमोहिमेला मात्र 'टोक्यो जिऑग्राफिक सोसायटी'ने मान्यता द्यायला नकार दिला. शिरासेला एकमेव आधार आणि आशा होती ती जनतेकडून मिळणाऱ्या पैशाचीच आणि पाठिंब्याची, परंतु खूप प्रयत्न करूनदेखील पुरेसा निधी जमा होत नव्हता. त्यामुळे शेवटी नाइलाजाने शिरासेने मोहिमेच्या वैज्ञानिक संशोधनाच्या बाजूकडे मोठ्या प्रमाणात काटछाट केली आणि मोहिमेचे एकमेव ध्येय दक्षिण भौगोलिक ध्रुव गाठणे एवढेच राहिले.

मोहिमेसाठी निधीची कमतरता एवढाच एक भाग नव्हता, तर सरकारी मान्यता नसल्यामुळे व्यावसायिक शास्त्रज्ञ ही या मोहिमेमध्ये सहभागी होऊन त्यांचे करीअर आणि त्यांचा जीव धोक्यात घालू इच्छित नव्हते. मोहिमेसंबंधीच्या जाहिरातीला प्रथम अगदी उत्साहाने प्रतिसाद मिळाला, सामील होण्यासाठी शेकडोंनी इच्छुकांचे अर्ज आले, परंतु शास्त्रीय संशोधनाची थोडीतरी जाण, पार्श्वभूमी असणारे अवघे दोघे जण होते. त्यातील एकाने मोहीम निघायच्या अगदी आदल्या दिवशी माघार घेतली आणि शेवटी फक्त 'टेरुटारो टाकेडा' हा भूशास्त्राचा शिक्षक एकमेव उरला. अशी सर्व जरी निराशाजनक परिस्थिती होती तरी शिरासेने बऱ्याच मोठ्या प्रमाणात शास्त्रीय उपकरणे गोळा केली. बहुतांशी शास्त्रीय उपकरणे ही दक्षिण ध्रुवीय प्रदेशातील हवामानाच्या संदर्भातील, बर्फाच्या संदर्भातील, परीक्षणे, निरीक्षणे आणि नोंदी करण्यासंदर्भात होती.

स्कॉट यांच्या ब्रिटिश दक्षिण ध्रुवीय मोहिमेतील दोन सदस्य 'सेसिल मियर' आणि 'विल्फ्रेड ब्रुस' हे त्या मोहिमेमध्ये सामील होण्यासाठी तट्टे आणि कुत्रे घेऊन न्यूझीलंडला जात असताना वाटेमध्ये सन १९१० च्या ऑगस्ट महिन्यात जपानला काही दिवस थांबले होते. परंतु या घटनेची, शिरासेच्या मोहिमेबद्दल जपानी जनतेमध्ये उत्सुकता निर्माण होण्याच्या दृष्टीने काहीच मदत झाली नाही. जपानमधील वृत्तपत्रांनी त्या दोघांच्या मुलाखती घेतल्या. एका मुलाखतीमध्ये 'ब्रुस'ने मत प्रदर्शित केले की, 'दक्षिण ध्रुवीय प्रदेशामध्ये जाणाऱ्या कोणत्याही मोहिमेमध्ये जर विविध ज्ञानशाखेमधील वैज्ञानिकांचा आणि तज्ज्ञांचा सहभाग नसेल, समावेश नसेल तर त्या मोहिमेला काही अर्थच उरत नाही. आणि त्या दृष्टीने जपानची दक्षिणेकडील मोहीम ही एक फार मोठी चूक आहे.' आत्तापर्यंत स्थानिक शास्त्रज्ञांचा, तज्ज्ञांचा केवळ प्रतिसाद नव्हता, आतातर त्यांनी उघडपणे विरोध करायला सुरुवात केली. 'टोक्यो जिऑग्राफिक सोसायटी'च्या निघणाऱ्या नियतकालिकांमध्ये इतर देशांच्या उत्तर / दक्षिणेकडे जाणाऱ्या, तयारीत असणाऱ्या मोहिमांसंबंधी विस्तृत माहिती येत होती, परंतु त्यांच्या देशाच्या, जपानच्या मोहिमेबद्दल मात्र त्यामध्ये एक ओळही छापून येत नव्हती.

शिरासेच्या प्रयत्नांना सैन्यांकडून मात्र अनपेक्षितपणे पाठिंबा मिळाला. 'त्सुचिया मित्सुहारा' या सैन्यातील जनरलने जपानी शास्त्रज्ञांबद्दल चीड व्यक्त केली. ते म्हणाले, 'सैनिकांप्रमाणेच शास्त्रज्ञांनीपण वेळप्रसंगी त्यांच्या ध्येयासाठी, विज्ञानाच्या प्रगतीसाठी जीव द्यायला तयार असले पाहिजे.' त्याचप्रमाणे जपानच्या पार्लमेंटमध्ये 'कोकुबो किशीची' हेही शास्त्रज्ञांच्या मनोवृत्तीवर टीका करताना म्हणाले, 'खरं सांगायचे तर शास्त्रज्ञांइतकी घाबरट जमात दुसरी कोणती नसेल.' किशिचिंनी पुढे पुस्ती जोडली, 'शिरासेच्या दक्षिण ध्रुवीय प्रदेशातील मोहिमेला शास्त्रज्ञांची तशीही काही गरज नाही कारण हवामान निरीक्षणे आणि नोंदी तसेच अश्मांचे प्रकार आणि स्थानिक वनस्पती, प्राण्यांचे नमुने गोळा करणे काय कोणीही करू शकते.'

शिरासेला त्याच्या टीकाकारांना चोख उत्तर देण्यासाठी, शिवाय अमेरिकन आणि स्कॉटिश मोहिमा ज्याप्रमाणे काही ना काही कारणांनी नंतर निघूच शकल्या नाहीत, अशांसारखी परिस्थिती टाळण्यासाठी, काहीही करून अगदी संपूर्ण तयारी झाली नसती तरीही सन १९१० संपता संपता तरी जपानचा किनारा सोडणे भाग होते. शिरासेला त्याच्या मोहिमेसाठी अगदी योग्य असे जहाज मिळेपर्यंत - सप्टेंबर उजाडला होता. तीन शिडांचे, २०४ टन वजनाचे ते एक लाकडी जहाज होते. त्या जहाजाचे नाव होते 'डाइनी होको-मारु'. इतरांनी दक्षिण ध्रुवीय प्रदेशामधील मोहिमांसाठी वापरलेल्या जहाजांपेक्षा ते लहान होते. आमंडसेनच्या 'फ्राम' जहाजाचे वजन ४००

टन होते, तर स्कॉट च्या 'टेरानोव्हा' जहाजाचे वजन ७०० टन होते. जपानच्या उत्तरेकडील समुद्रामध्ये, जेथे त्यांच्या साम्राज्याचा विस्तार होत होता, तेथे खरेतर मासेमारीसाठी हे जहाज बांधण्यात आले होते. असे असले तरी मोहिमेवर जाणाऱ्या २७ जणांसाठी, त्यांना राहण्यासाठी आणि त्यांच्या रसदीची सोय होण्याइतके पुरेसे हे जहाज होते. शिवाय ते जहाज बांधून फक्त एक वर्षच झाले होते. परंतु एक अवघड प्रश्न बाकीच होता. त्या जहाजाचा कप्तान हा शिरासेच्या आधीच्या उत्तरेकडील मोहिमेचा नेता, 'गुंजी' होता.

दरम्यान बराच काळ गेला असला तरी पूर्वीच्या जखमा मात्र अजून भरून आल्या नव्हत्या. 'गुंजी' त्याच्या हाताखालच्या आधीच्या सहकाऱ्याला, शिरासेला मदत करायला नाखूश होता. हा तिढा सोडवायला सरदार 'ओकुमा' यांनी मदत केली, त्यांनी 'डाइनी होको-मारु' जहाज २५ हजार येनला विकत घेतले आणि त्याची नोंदणी स्वत:च्या नावावर करून त्या जहाजाचे नव्याने नामकरण केले 'कैनान-मारु' म्हणजे 'दक्षिणेकडील मूळ शोधक'. त्या जहाजामध्ये नव्याने काही सुधारणा करण्यात आल्या. त्यावर अठरा अश्वशक्तीचे वाफेवर चालणारे इंजिन बसवण्यात आले आणि बाहेरून लोखंडी पत्रे लावून जहाजाची बांधणी आणखी मजबूत करण्यात आली.

शिरासे आणि त्याच्या सहकाऱ्यांच्या नजरेतून, ब्रिटिशांनी त्यांच्या दक्षिण ध्रुवीय प्रदेशातील मोहिमेमध्ये केलेला तट्टूंचा समावेश आणि वापर सुटलेला नव्हता. शिरासेने शॅकल्टनच्याच योजनेचे अनुकरण करण्याचे ठरवले आणि दहा मांजुरियन तट्टूच्या साहाय्याने दक्षिण भौगोलिक ध्रुव गाठण्याची योजना त्यानेही बनवली. कारण शेवटी शॅकल्टन त्याचे ध्येय गाठण्यात जवळपास यशस्वी झाला होताच. बऱ्याच जाणकारांचा असा विश्वास होता की 'बीअर्डमोर ग्लॅशियर' येथील बर्फाच्या घळीमध्ये थोडे आणि बरोबरची रसद गमावण्याचा धक्का जर त्यांना बसला नसता तर शॅकल्टन आणि त्याच्या सहकाऱ्यांनी दक्षिण भौगोलिक ध्रुवावर पोहोचण्यात नक्की यश मिळवले असते. परंतु शिरासेचे 'कैनान-मारु' हे जहाज घोड्यांना सामावून घेण्याइतके मोठे नव्हते म्हणून मग त्यांनी कुत्रे बरोबर न्यायचे ठरवले. आणि जरी त्यांना दुसरा काही पर्याय नव्हता तरी हा त्यांचा निर्णय शेवटी शहाणपणाचाच ठरला.

शिरासे आणि त्याच्या सहकाऱ्यांनी आता जोमाने तयारी सुरू केली. कुत्र्यांची स्लेज ओढण्याची सर्वसाधारण क्षमता जाणून घेण्यासाठी त्यांनी रस्त्यांवर प्रयोग सुरू केले. अनेक चाचण्यांनंतर शिरासेने असा निष्कर्ष काढला. एका माणसाला दिवसाला लागणाऱ्या सर्वसाधारण आहाराएवढ्या आहारावर एक कुत्रा माणसाच्या क्षमतेच्या दीडपट वजन ओढू शकतो आणि या तुलनेने घोडे फारसे फायदेशीर ठरत नव्हते.

ज्या दिवशी 'मॅगेलान'ने पृथ्वी प्रदक्षिणा करण्यासाठी युरोपचा किनारा सोडला त्याच दिवसाचा मुहूर्त शिरासेने मोहिमेवर निघण्यासाठी निवडला. तो दिवस होता २८ नोव्हेंबर. योजनेप्रमाणे त्यांनी प्रथम न्यू-झीलंड गाठायचे ठरवले आणि तिथे पुरेशी रसद भरून घेऊन तेथून दक्षिण ध्रुवीय प्रदेशाकडे जायचे ठरवले. दक्षिण ध्रुवीय प्रदेशातील ऋतुमानाचा विचार केला तर तिथे काही दिवस आधी उन्हाळ्यामध्ये पोहोचून नंतर येणाऱ्या थंडीच्या काळासाठी तळ उभारण्याच्या दृष्टीने शिरासेला निघायला खूपच उशीर झाला होता. परंतु सर्वसामान्य जनता अशा तांत्रिक बाबींबद्दल अनभिज्ञ असल्यामुळे जनतेमध्ये मोहिमेबद्दल एकंदरीत उत्साहाचे, आनंदाचे वातावरण होते.

शिरासे आणि त्याच्या सहकाऱ्यांना निरोप देण्यासाठी त्या दिवशी हजारोंच्या संख्येने लोक किनाऱ्यावर जमले होते. मोहिमेवर जाणाऱ्या सर्व सदस्यांनी त्या दिवशी बंदरामध्ये झालेल्या अधिकृत समारंभामध्ये शपथा घेतल्या. परंतु काही कारणांनी त्या दिवशी 'कैनान-मारु' जहाजाचा प्रवास सुरू होऊ शकला नाही आणि मुहूर्त दुसऱ्या दिवसावर ढकलला गेला. दुसऱ्या दिवशी बंदरामध्ये लोकांची खूपच कमी उपस्थिती होती. शिरासे निराशेने उद्‌गारला 'आत्तापर्यंत कोणाही ध्रुवीय प्रदेशातील साहसवीरांच्या वाट्याला एवढा दुर्दैवी निरोप समारंभ आला नसेल.'

निराश होण्यासारख्या गोष्टी खूपच होत्या - मोहिमेच्या सुरुवातीलाच डोक्यावर दहा हजार येन एवढे कर्ज झाले होते. कैनान-मारु जहाजाने डिसेंबर संपता संपता विषुववृत्त ओलांडण्याचे आणि वेगाने न्यू-झीलंड गाठण्याचे ध्येय ठेवले होते. ते दक्षिण ध्रुवीय प्रदेशाच्या जवळपास तरी पोहोचू शकतील की नाही याबद्दल अनेकांना शंका होती.

शिरासे आणि त्याच्या सहकाऱ्यांची दक्षिण ध्रुवीय प्रदेशाकडे शोधमोहीम काढण्याची जरी अटीतटीने तयारी चालली होती तरी इतर जगाला त्यासंबंधी काहीच माहिती नव्हती. पॅसिफिक महासागर ओलांडल्यावर शिरासेला प्रथमच एका मोठ्या संकटाला तोंड द्यावे लागले, ते म्हणजे आंतरराष्ट्रीय प्रसिद्धिमाध्यमांना सामोरे जावे लागले. त्यांचे जहाज ७ फेब्रुवारी १९११ रोजी वेलिंग्टन बंदरामध्ये जेव्हा पोहोचले, तेव्हा त्यांच्याकडे अशा काही नजरेने पाहिले गेले की जणूकाही परग्रहावरचेच कोणी आले आहेत. अशा प्रकारचे झालेले स्वागत शिरासे आणि त्याच्या सहकाऱ्यांना पण धक्कादायक होते. ही पुढील घटनांची चुणूक होती. न्यू-झीलंडच्या जनतेच्या मते आणि एकूणच पाश्चिमात्य जनतेच्या मते जपानी मोहिमेला किंवा त्यांच्या त्या वेळी येण्याला काही अर्थच नव्हता. त्या वर्षी दक्षिण ध्रुवीय प्रदेशाकडे अनेक मोहिमा निघालेल्या होत्या आणि समुद्रातील बर्फातून मार्ग काढणे सोपे जावे, प्रवासासाठी

वेळ मिळावा आणि येणाऱ्या उन्हाळ्याच्या काळामध्ये संशोधनाचे काम करता यावे म्हणून तळ उभारण्यासाठी, रसद साठवणुकीचे भांडार उभारण्यासाठी पुरेसा वेळ मिळावा म्हणून, त्या सर्व मोहिमांनी डिसेंबरपर्यंत नागरी जगाचा निरोप घेतला होता.

स्कॉटच्या मोहिमेने न्यू-झीलंडचे 'लायटलटन' बंदर आधीच्या नोव्हेंबर महिन्यातच सोडले होते, तर आमंडसेनच्या मोहिमेने दक्षिण ध्रुवीय समुद्राकडे जानेवारीमध्येच कूच केली होती. आणि आता शिरासे आणि त्याचे सहकारी फेब्रुवारीमध्ये, पॅसिफिक महासागर ओलांडताना आजारी पडून मेलेल्या कुत्र्यांना घेऊन, न्यू-झीलंडमध्ये अवतरले होते. सर्वांत पाश्चिमात्यांच्या दृष्टीने संशयास्पद वाटणारी गोष्ट म्हणजे त्यांपैकी कोणालाही दक्षिण ध्रुवीय प्रदेशाकडे जाण्यासाठी ठरावीक काळ / वेळ पाळली जाण्याचे महत्त्व किंवा उशीर झाल्याचे गांभीर्य वाटत नव्हते.

त्यातून कोणालाही इंग्रजी भाषेचा गंधही नसल्यामुळे गोंधळामध्ये भरच पडली. लवकरच अफवा पसरली की कैनान-मारुमधून आलेले जपानी हे हेर आहेत आणि सार्वजनिकपणे त्यांची खिल्ली उडवण्यास सुरुवात झाली. शिरासेने नंतर एके ठिकाणी लिहिले— "न्यू-झीलंडमधील वृत्तपत्रांनी आमच्या प्रयत्नांची, आमच्या मोहिमेची चेष्टाच केली. विशेषत: 'द न्यू-झीलंडटाइम्स' या वृत्तपत्रामध्ये आमच्या मोहिमेसंबंधी छापलेल्या बातम्या जास्त बोचक होत्या, दु:खदायक होत्या." एका बातमीपत्रामध्ये त्यांनी लिहिले होते— 'ध्रुवीय प्रदेशासारख्या धोक्यांनी भरलेल्या प्रदेशामध्ये व्हेल माशांच्या शिकारीसाठी वापरल्या जाणाऱ्या बोटीने जाण्याचा प्रयत्न करणारे आम्ही म्हणजे गोरिला माकडेच होतो आणि तो भाग आमच्यासारख्या रानटी, जंगली लोकांसाठी नाही. आम्हाला गोरिला माकडांची दिलेली उपमा एक वेळ वर्णनात्मक म्हणून ठीक आहे, परंतु तेथील रहिवाशांनी त्याचा अगदी शब्दश: अर्थ घेतला.'

अशा प्रकारच्या टीकात्मक प्रसिद्धीने दु:ख तर होतेच, परंतु मोहिमेतील सदस्यांनी चुकांची आणि गोंधळाची मालिका चालूच ठेवली. या जपानी साहसवीरांना, दक्षिण ध्रुवीय प्रदेशामध्ये आपल्याला नक्की कशा परिस्थितीला तोंड द्यावे लागणार आहे याची काहीच कल्पना नव्हती आणि स्थानिकांच्या मते जपान्यांची त्या वेळची तेथील उपस्थिती काही वेगळेच संकेत देत होती, कारण त्या वेळी वर्तमानपत्रातून जपान/ रशिया युद्धाच्या बातम्या येत होत्या, त्या पार्श्वभूमीवर स्थानिक वृत्तपत्रांना आशिया खंडातील या देशाचा, त्यांचे राजकीय हितसंबंध दक्षिणेपर्यंत पोहोचवण्याच्या कटाचा भाग वाटत होता.

शिरासे आणि त्याच्या सहकाऱ्यांनी दक्षिण ध्रुवीय प्रदेशासंबंधीची पुस्तके, वर्तमानपत्रांमधील लेख इ. वाचत बराचसा वेळ बंदरामध्येच जहाजात काढला. काही दिवसांनी स्थानिक वृत्तपत्रांचे त्याच्या विषयीचे मत, काही प्रमाणात बदलण्यात

त्यांना यश आले. मोहिमेसाठी पुरेशी रसद जहाजावर भरून घेतल्यावर शिरासे आणि त्याच्या सहकाऱ्यांनी दक्षिणेकडे प्रस्थान ठेवले. 'अतिपूर्वेकडील देशातून आलेल्या या निधड्या छातीच्या साहसवीरांना त्यांच्या दक्षिणेकडील प्रवासासाठी शेवटच्या शुभेच्छा आणि निरोप देण्याचा मान न्यू-झीलंडला मिळाला आहे' एवढाच काय तो एका ओळीचा सकारात्मक मजकूर 'लायटलटन टाइम्स' या वर्तमानपत्रामध्ये छापून आला.

दक्षिणेकडे जाण्यासाठी निघण्यात खूपच उशीर झाल्यामुळे वाटेतील अनेक अडथळ्यांना तोंड देत पुढे पुढे जाण्याशिवाय 'कैनान-मारु' जहाजाला दुसरा पर्यायच नव्हता. परंतु धैर्याने त्यांचा प्रवास चालू होता. दिनांक १७ फेब्रुवारी रोजी जपान्यांना त्याच्या जहाजाच्या दिशेने पोहत येणाऱ्या पेंग्वीन पक्ष्यांचे प्रथम दर्शन झाले. एका पेंग्वीनला त्यांनी पिशवीमध्ये पकडले आणि त्याला जहाजाच्या डेकवर घेतले 'तो प्राणी ताठ मानेने दोन पायांवर इकडे तिकडे चालत होता, काळा कोट घातलेल्या सभ्य गृहस्थाप्रमाणे आजूबाजूच्या परिस्थितीचे निरीक्षण करत होता. आम्ही ताबडतोब जहाजावरील सुताराला त्याच्यासाठी एक पिंजरा बनवायला सांगितले आणि खाण्यासाठी काहीबाही देऊ लागलो. आम्ही दिलेल्या खाण्याच्या पदार्थांना तो तोंड लावत नाही हे लक्षात आल्यावर आम्ही पावाचे तुकडे करून त्याच्या चोचीमध्ये घातले.'

अकरा दिवसांच्या प्रवासानंतर त्यांना समुद्रामध्ये तरंगणारे विविध आकारांचे बर्फांचे खडे दिसू लागले आणि नंतर 'डोक्याचा भाग पाण्यात बुडवलेला - आणि मागचा भाग पाण्यावर असल्यासारखे प्रचंड बैलाप्रमाणे हिमनग दिसले. ६ मार्च रोजी 'व्हिक्टोरिया लँड' भागामधील 'अडमिरॅल्टी' पर्वतरांग त्यांच्या दृष्टोत्पतीस आली. त्या पर्वतरांगेतील टोकदार शिखरे 'उलट्या ठेवलेल्या छोट्या तोफांप्रमाणे आकाशात घुसलेली होती.' ते सर्व बघून जहाजावरील जपानी साहसवीर एवढे उत्तेजित झाले की त्या ठिकाणी जहाजाचा नांगर टाकावा की नाही हा निर्णय शिरासेने घेण्याच्या आधीच सर्व जण खाली उतरण्यासाठी कंबर कसून तयार झाले. हिमनग मागे पडले - त्यांचे सपाट पृष्ठभाग 'शिनागावा' किनाऱ्यावरील बॅटऱ्यांप्रमाणे चकाकत होते - आणि ९ मार्च रोजी समुद्र गोठायला सुरुवात झाली. समुद्राच्या पृष्ठभागावर प्रथम कमळाच्या पानांच्या आकाराचे पसरट बर्फ जमलेले दिसू लागले आणि हळूहळू सगळा पृष्ठभाग पांढऱ्याशुभ्र बर्फाने भरून गेला. संकटामध्ये भर म्हणून की काय होकायंत्रातील सुई भरकटल्याप्रमाणे जोरजोरात फिरू लागली. दक्षिण चुंबकीय ध्रुवाच्या जवळ आल्याचा परिणाम त्यांना जाणवू लागला होता.

आता हिवाळा अगदी जवळ येऊन ठेपला होता. 'बर्फ तयार होऊ लागले होते, प्रथम तुकड्या तुकड्यांनी होणारे बर्फ साधारणतः तीस सेंमी. व्यासाचे आणि तीन

सेंमी. जाडीचे होते, नंतर ते एकमेकांमध्ये मिसळून त्यांचे चार मीटर व्यासाच्या पसरट ताटल्याच्या आकारामध्ये रूपांतर झाले. लवकरच अशा प्रकारच्या पसरट ताटल्यांच्या तरंगत्या बर्फाने भोवतालचा समुद्र व्यापून टाकला.' मोहिमेच्या अधिकृत वृत्तांकनामध्ये असे म्हटले होते 'जिथवर दृष्टी पोहोचत होती तिथवर सगळीकडे समुद्रावर बर्फाच्या पसरट ताटल्याच दिसत होत्या आणि त्यामुळे आता जहाजाला प्रवास थांबवावा लागण्याची शक्यता निर्माण झाली.' जहाजासकट तेथे गोठलेल्या समुद्रामध्ये अडकले जाण्याचा धोका लक्षात घेऊन जपान्यांनी वेगळा मार्ग काढण्याचा प्रयत्न सुरू केला. सभोवतालचा समुद्र चांदीप्रमाणे चकचकीत शुभ्र दिसत होता. अगदी सपाट, कुठेही एक लाटही दिसत नव्हती. संपूर्ण समुद्र गोठला होता. १२ मार्चपर्यंत समुद्रातील बर्फाची जाडी साठ सेंमी. एवढी झाली आणि जहाजाचा प्रवास पूर्णपणे थांबला. त्यातल्या त्यात सैल बर्फातून मार्ग काढण्याच्या प्रयत्नात, जहाजाच्या धडकण्यामुळे सभोवतालच्या बर्फाला जाणाऱ्या तड्यांचे आवाज आणि जहाजाच्या बाह्य भागावर त्याच्या होणाऱ्या घर्षणामुळे होणारे आवाज भीतिदायक आणि हृदयाचा थरकाप उडवणारे होते.

जहाजावरील खलाशांनी 'कैनान-मारु' तातडीने परत वळवण्याचा निकराचा प्रयत्न सुरू केला. दक्षिण ध्रुवीय प्रदेशातील हिवाळ्यामध्ये अडकलेल्या 'गेर्लाच'चे उदाहरण त्यांना चांगले माहीत होते. शिरासेच्या लक्षात आले की हिवाळ्याचा काळ त्या प्रदेशामध्ये काढणे त्यांना शक्य नाही आणि त्याने जहाज ऑस्ट्रेलियाच्या दिशेने वळवले. परंतु ते प्रत्यक्ष कृतीत आणणे ही शिरासे आणि त्याच्या सहकाऱ्यांची परीक्षाच होती, कारण गच्च गोठलेल्या बर्फात तो फोडत फोडत जहाज उत्तरेकडे वळवताना जहाजाच्या सुकाणूचे खूप नुकसान झाले. त्या वेळी 'कैनान-मारु' जहाज ७४° १६' अक्षांशावर होते. वर्षातील त्या काळामध्ये आणि तशा परिस्थितीमध्ये एवढ्या अक्षांशापर्यंत दक्षिणेकडे जाणे हे जपान्यांसाठी नक्कीच अभिमानास्पद होते; त्यांचे हे यश नक्कीच नोंद घेण्यासारखे होते.

परतीच्या प्रवासामध्ये अनंत अडचणींना तोंड देत निराश झालेले जपानी साहसवीर निसर्गाकडून पराभूत होऊन, १ मे १९११ रोजी सिडनी बंदरामध्ये दाखल झाले. ऑस्ट्रेलियातील प्रसिद्ध वैज्ञानिक 'एजवर्थ डेव्हिड' यांनी जपान्यांच्या वतीने आधिकाऱ्यांकडे रदबदली केली आणि सिडनी बंदरामध्ये त्यांच्या जहाजाला नांगर टाकण्यास परवानगी देण्यात आली. शिवाय त्यांना सर्व प्रकारचे भाडे, कर वगैरेतून सूट देण्यात आली.

वर्तमानपत्रातून येणाऱ्या बातम्या आणि मिळणारी प्रसिद्धी मात्र काहीशी टीकात्मक आणि बोचरीच राहिली. ब्रिटनमधून निघणाऱ्या 'ऑब्झर्वर' या वर्तमानपत्राने अगदी

कोरडेपणाने मोहिमेची बातमी देताना 'शिरासे आणि त्यांचे सहकारी जवळजवळ १५ अंश अक्षांशांनी शॅकल्टनच्या प्रयत्नांच्या कमी पडले' असे म्हटले होते. 'या सगळ्यातून एकच गोष्ट परत स्पष्ट होते की अशा प्रकारच्या धोकादायक मोहिमा पुरेशा तयारीनिशी हाती न घेणे हेच शहाणपणाचे आहे.' बहुतेक निरीक्षकांच्या मते, जपानी सरकारने वेळीच हस्तक्षेप करून पूर्ण तयारी केल्याची खात्री केल्याशिवाय त्यांना जपानचा किनारा सोडण्याची परवानगीच द्यायला नको होती, त्यामुळे कदाचित अपयश जरी पदरात पडले असते तरी मोहिमांचे असे हसे झाले नसते. अमेरिकेतील 'टाकोमा टाइम्स' या एका छोट्या वृत्तपत्राने पहिल्या पानावर ठळक बातमी देताना लिहिले, 'बुद्धाला साक्षी ठेवून दक्षिण ध्रुव शोधायला निघालेल्या जपानी मोहिमेच्या पदरी अपयश.' त्याच वर्तमानपत्रामध्ये आणखी पुढे जहाजावरील झालेल्या काल्पनिक बंडाळीची बातमी देण्यात आली होती. त्यामध्ये म्हटले होते 'कॅप्टन नोमुरा यांनी नोबु शिरासे यांच्याकडून मोहिमेची सूत्रे हाती घेतली आहेत आणि जहाज सिडनी बंदरामध्ये दाखल झाल्यावर जपानी सरकारने त्यांच्यावर अनेक प्रकारची बंधने घातली आहेत.'

दक्षिण ध्रुवीय प्रदेशाकडे जाण्यासाठी पुढील वर्षीचा योग्य काळ येईपर्यंत, त्याचप्रमाणे जहाजाच्या सुकाणूची दुरुस्ती आणि इतर डागडुजी होईपर्यंत शिरासे आणि त्याच्या सहकाऱ्यांना 'पार्सले बे' या भागामध्ये राहण्याची परवानगी देण्यात आली. तो भाग आज अगदी समुद्रकिनाऱ्यापर्यंत पसरलेल्या झाडाझुडपांनी गच्च भरलेला आहे आणि तिथून सिडनी बंदराचे विहंगम दृश्य दिसते. सन १९११ मध्ये त्या जागी झाडेझुडपे नव्हती, तर इंग्रजी घरांपुढे ज्याप्रमाणे हिरवळीचे पट्टे असतात, त्याप्रमाणे तो भाग होता. निलगिरीच्या काही उंच झाडांमध्ये जपान्यांनी आपले तंबू उभारले. बर्फावर तळ उभारण्यासाठी घेतलेले तंबू आणि झोपडीच्या सामानांनी त्यांनी तेथे तंबू आणि एक झोपडी उभी केली आणि त्याचा वापर सामान ठेवण्यासाठी आणि अंघोळी वगैरेंसाठी करण्यास सुरुवात केली.

जवळचे पैसे संपल्यामुळे शिरासे आणि त्याच्या सहकाऱ्यांना भिकाऱ्यासारखे मदत मागून जगावे लागत होते. शिरासेने नंतर एके ठिकाणी लिहिले की 'काही जण आमच्या मूर्खासारख्या केलेल्या प्रयत्नावर टीका करत होते, काही जण आमची टिंगलटवाळी करत होते, तर काही जण आम्हाला शिव्याशापसुद्धा देत होते.' शिरासेची सर्वांत मुख्य चिंता होती ती निधीच्या कमतरतेची, त्यामुळे पुढील वर्षी परत एक प्रयत्न करू शकण्याबाबत तो जरा साशंक होता. मे महिन्यामध्ये त्यांच्या मोहिमेने त्यांच्या प्रथम प्रयत्नामध्ये काय काय साध्य केले, काय काय घडले याची इत्थंभूत माहिती आणि पुढील वर्षीच्या दुसऱ्या प्रयत्नाचा आराखडा, यांचा एक सविस्तर अहवाल तयार केला आणि तो घेऊन 'नोमुरा' याला जपानला पाठवले.

त्या अहवालामध्ये त्याने पुढील वर्षी आणखी एक प्रयत्न करण्याबद्दल आणि फेब्रुवारी १९१३ मध्ये दक्षिण भौगोलिक ध्रुवावर पोहोचण्याबाबत लिहिले होते. मोहिमेच्या समर्थकांना आणि प्रायोजकांना मोहीम अर्ध्यावरच सोडणे म्हणजे जपानचे नाक कापले जाण्यासारखे आहे, लाजिरवाणे आहे असे वाटत होते. त्यांनी हिरिरीने निधी गोळा करायला सुरुवात केली.

ऑस्ट्रेलियन सैन्यदलाने त्यांच्या 'South Head' येथील किल्ल्यामधील तळाच्या अगदी जवळ असलेल्या या जपान्यांच्या उपस्थितीबद्दल आधीच चिंता व्यक्त केली होती. ऑस्ट्रेलियन सैन्यदलाने त्यांची गस्तिपथके वाढवली. सैनिकांच्या रजा रद्द केल्या आणि त्यांना ताबडतोब कामावर रुजू होण्यास सांगितले. जपान्यांच्या सैन्यतळाजवळच्या उपस्थितीबद्दल जपानी दूतावासाकडे अधिकृत तक्रार दाखल केली आहे की नाही हे जाणून घेण्यास ऑस्ट्रेलियातील वृत्तपत्रे उत्सुक होती. 'The Clarence and Richmond Examiner' या वर्तमानपत्राने 'जपानी हेरगिरी' या शीर्षकाखाली एक छोटा लेख प्रसिद्ध केला आणि त्या लेखावर, जपानच्या प्रवक्त्याची 'हा मूर्खपणाचा आरोप फारसा गांभीर्याने घेण्याची गरज नाही' ही प्रतिक्रियाही रागाने छापली.

काही काळानंतर सर्वांचीच डोकी जरा शांत झाली. सिडनेच्या 'सन' या वृत्तपत्राने १५ मे रोजी 'गूढ जपान' या शीर्षकाखाली लिहिले 'शिरासे आणि त्याचे सहकारी हेर असणे शक्य नाही, कोणताही देश - आणि त्यातून जपानसारखा धूर्त आणि हुशार देश अशा उघडपणे हेरगिरीचा प्रयत्न करणे शक्यच नाही.' वैज्ञानिक दृष्टिकोन बाळगणारे 'एजवर्थ डेव्हिड' यांनी 'डेली टेलिग्राफ' या वर्तमानपत्राला दिलेल्या मुलाखतीमध्ये म्हटले होते की, 'केवळ काल्पनिक भूते उभी करून त्यांना वर्तमानपत्रातून हेर म्हणून झोडपत राहणे हे आदरातिथ्य न करण्यापेक्षाही अपमानास्पद आहे. हा केवळ नैराश्यातून केलेला मूर्खपणा आहे.'

अशा प्रकारच्या बातम्यांमुळे सर्वसामान्य जनतेचा त्यांच्याकडे बघण्याचा दृष्टिकोन बदलला आणि जनमानसातला वेडेपणा जरा कमी झाला. आता चित्र एकदम पालटले. ऑस्ट्रेलियन नागरिक जपान्यांच्या कॅंपला भेट देण्यासाठी कुटुंबासमवेत येऊ लागले, त्यांच्याबरोबर स्वत:चे फोटो काढून घेऊ लागले. त्यांच्या मुलांचे शिरासेबरोबर फोटो घेऊ लागले. मोठ्या प्रमाणात तरुण मुलीपण फुलांचे गुच्छ घेऊन शिरासे आणि त्याच्या सहकाऱ्यांच्या भेटीला येऊ लागल्या.

शिरासे आणि त्याचे सहकारी ऑस्ट्रेलियाला परतल्याची बातमी जपानमध्ये थडकल्यावर मोहिमेच्या 'आयोजन समिती'ने परत जोमाने निधी गोळा करण्याच्या कामाला सुरुवात केली. पैशाअभावी मोहीम अर्धवट सोडण्याची वेळ, ऑस्ट्रेलियामध्ये

असताना, जपानी साहसवीरांवर येणे हा जपानच्या प्रतिष्ठेचा, अस्मितेचा प्रश्न होता आणि हे सहन होण्यासारखेच नव्हते. सरदार 'ओकुमा' यांनी परत पुढाकार घेतला आणि आयोजन समितीच्या सदस्यांनी जपानभर दौरे करून भाषणांचा धडाका सुरू केला. 'जपान टाइम्स' या वर्तमानपत्राला दिलेल्या मुलाखतीमध्ये सरदार ओकुमा यांनी मोहिमेला मदत करण्याचे वचन न पाळल्याबद्दल आणि त्यांना वाऱ्यावर सोडल्याबद्दल सरकारवर टीकेची झोड उठवली.

'त्या जहाजावरील साहसवीरांना समुद्री प्रवासाचे, नौकानयनाचे आणि खगोलशास्त्राचे पुरेसे ज्ञान आहे, आणखी काय अपेक्षा आहे? फक्त उत्तम प्रकृती, ध्येयाबद्दलची आसक्ती आणि थोडे पैशाचे पाठबळ या गोष्टींचीच काय ती गरज आहे. तिथे विद्वान असण्याची फार गरज नाही. आणि म्हणून आम्ही देशबांधवांच्या औदार्याला आवाहन करतो. फक्त ७० हजार येन एवढ्या रकमेची गरज आहे. आपण युरोपीयन नाही. आपल्या अन्नाच्या आणि कपड्यांच्या गरजा त्यांच्यापेक्षा एक पंचमांशाने कमी आहेत. आपल्याला देवाने उत्तम शरीरे दिली आहेत, ज्यामुळे थोड्याशा आहारावरपण आपण मोठी कामे करू शकतो, एवढेच नाही तर आपल्या निग्रही स्वभावामुळे आपण कोणत्याही हालअपेष्टा सहन करू शकतो. तर एवढ्या गोष्टी आपल्या बाजूने असताना दक्षिण ध्रुवावर जाण्याचा प्रयत्न अर्ध्यावर सोडून देण्याची आपल्यावर वेळ का यावी? आणि तो मान युरोपीयनांना मिळण्याची संधी आपण का द्यावी? दक्षिण ध्रुवावर जाण्याने काय साध्य होणार आहे किंवा त्याचा उपयोग काय असेही काही जण विचारतील. उत्तर ध्रुवावर प्रथम पोहोचण्याचा अमेरिकनांना काही फायदा झाला का? जर शिरासे आणि त्याचे सहकारी या खेपेला त्यांच्या प्रयत्नामध्ये यशस्वी झाले तर ते ध्रुवीय प्रदेशातील भूभागांचे, समुद्रांचे नकाशे तयार करू शकतील आणि बरोबर आणू शकतील आणि तसे करणारे ते पहिलेच असतील. दक्षिण ध्रुवीय प्रदेशाचा अभ्यास पूर्ण झाल्यावर एखादे वेळी आपल्यासाठी मासेमारीचे नवीन क्षेत्र उपलब्ध होऊ शकेल. ज्या वेळी आपल्या देशासाठी उत्तरेकडील समुद्रामध्ये परिस्थिती अवघड होते आहे तेव्हा दक्षिणेकडे नवीन समुद्री क्षेत्र खुले होणे हे कधीही फायद्याचेच ठरेल. अंतराचाच विचार केला तर हे अंतर फक्त दोन हजार मैलांचेच आहे. समुद्रातील कधीही न संपणाऱ्या संपत्तीच्या शोधाच्या प्रयत्नासाठी ७० हजार येन ही फार मोठी रक्कम आहे का?'

या अतिशयोक्तिपूर्ण भाषणाने काम केले होते. ऑक्टोबरमध्ये, दक्षिणेकडील दुसऱ्या प्रयत्नासाठी पुरेसे पैसे, रसद आणि इतर गरजेच्या वस्तू घेऊन 'नोमुरा' सिडनीला परतला. नंतर काही दिवसांनी काही आजारी खलाशी जपानला परतले. शिरासे आणि त्याच्या पथकामध्ये काही कुत्रे आणि दोन नवीन साहसवीर दाखल झाले. 'मासाकिचि इकेडा' हा शेतीशास्त्राचा पदवीधर होता. याच्या सामील होण्याने मोहिमेची संशोधनाची बाजू बळकट झाली आणि दुसरा होता 'तैझुमि यासुनाओ' हा जपानी फिल्म कंपनी 'M. Pathe' मध्ये काम करणारा कॅमेरामन होता (आंतरराष्ट्रीय फिल्म कंपनी 'Pathe Films' वेगळी). शिरासेने आता दक्षिणेकडील त्यांच्या दुसऱ्या प्रयत्नाची तयारी जोमाने सुरू केली.

शिरासेच्या मोहिमेचा मूळ उद्देश होता दक्षिण भौगोलिक ध्रुवावर पोहोचण्याचा, परंतु दक्षिण ध्रुवीय प्रदेशामध्ये स्कॉट आणि आमंडसेन या दोघांनीही तळ ठोकले होते आणि त्यांनी एकंदरीत खूपच आघाडी घेतली होती. त्यामुळे जपानी पथकाच्या प्रयत्नांबद्दल आणि यशाबद्दल शॅकल्टन जरा साशंकच होता आणि सन १९१२ संपता संपता शिरासेलाही तसे वाटू लागले होते. शिरासेने आता आपल्या मोहिमेचे ध्येय आणि कार्यक्षेत्र बदलण्याचे ठरवले आणि ते आता वैज्ञानिक संशोधनापुरतेच मर्यादित केले.

'एजवर्थ डेव्हिड'बरोबर प्रस्थापित झालेले संबंध हा शिरासेसाठी एक शुभशकुनच होता. शिरासेच्या मोहिमेसंबंधीची स्थानिक जनमानसातील प्रतिमाच केवळ त्याने बदलली नव्हती तर त्याने जपान्यांच्या दक्षिणेकडील मोहिमेच्या तयारीला वेग आणण्याचे कामही केले. त्याने जपान्यांना दक्षिण ध्रुवीय खंडाची संपूर्ण माहिती म्हणजे, तेथे जाण्याचे समुद्रीमार्ग, वेगवेगळ्या ठिकाणची समुद्राची खोली, पाण्यातील अंतर्गत प्रवाह, भूभागाची वैशिष्ट्ये, भूशास्त्र वगैरेंबद्दल माहिती हातचे न राखता दिली. शिरासे आणि त्याच्या सहकाऱ्यांना शेवटी एका अनुभवी दक्षिण ध्रुवीय प्रदेशाबाबतच्या तज्ज्ञाचे, जाणकाराचे मार्गदर्शन लाभले होते.

दक्षिण ध्रुवीय प्रदेशातील दुसऱ्या प्रयत्नासाठी पुरेसा निधी गोळा झाल्यावर 'सरदार ओकुमा' यांनी सिडनीला शिरासेला टेलिग्राम पाठवला. 'दुसऱ्या प्रयत्नासाठी तयारी सुरू करा, नव्याने जहाज पाण्यात लोटा, प्राण गमवावे लागले तरी चालतील, परंतु विजयी होऊनच या' मोहिमेच्या अधिकृत वृत्तांकनामध्ये म्हटले आहे, 'सरदार ओकुमा यांच्याकडून असा टेलिग्राम मिळाल्यावर त्या निधड्या छातीच्या सत्तावीस साहसवीरांना काय वाटले असेल? यावर वेगळे भाष्य करण्याचीच गरज नाही.'

दिनांक १० नोव्हेंबर १९११ रोजी 'न्यू साउथ वेल्स' च्या रॉयल सोसायटीने डग्लस मॉसन याच्या नेतृत्वाखाली जाणाऱ्या 'ऑस्ट्रेलेशियन दक्षिण ध्रुवीय प्रदेशातील

मोहिमेसाठी एक निरोप समारंभ आयोजित करून सहभोजनाचे आयोजन केले होते. त्या समारंभासाठी जपानी मोहिमेतील सर्व सदस्य हजर होते आणि त्यांच्या यशासाठी सिडनी विद्यापीठाच्या रजिस्ट्रारनी खास सदिच्छा प्रकट केल्या. जपानचे ऑस्ट्रेलियातील उप-राजदूत 'मिहो' यांनी त्यांच्या आभार प्रदर्शनाच्या भाषणामध्ये म्हटले, 'शेवटी या सर्व मोहिमांचे ध्येय एकच आहे ते म्हणजे मानवजातीच्या प्रगतीसाठी शास्त्रीय सत्य शोधणे.'

या खेपेला ऑस्ट्रेलियाचा किनारा सोडताना शिरासे आणि त्याचे सहकारी ध्रुवीय प्रदेशातील संशोधनामध्ये मोलाची भर घालण्याच्या दृष्टीने पूर्वीपेक्षा नक्कीच चांगल्या परिस्थितीत होते. शिरासे आणि त्याच्या काही सहकाऱ्यांनी ब्रिटिश मोहिमेचे नेतृत्व करणाऱ्या स्कॉटला त्यांच्या मोहिमेच्या उद्दिष्टांबद्दल आणि ध्येयाबद्दल एक पत्र लिहिले होते, जे नंतर सिडनीच्या 'डेली टेलिग्राफ' या वर्तमानपत्रामध्ये प्रसिद्ध झाले, त्यांनी एजवर्थ डेव्हिड यालापण, त्याने केलेल्या मदतीबद्दल त्याचे मनापासून आभार मानणारे एक पत्र लिहिले.

डिअर सर,

आम्ही उद्या सिडनी बंदरामधून आमच्या दक्षिण ध्रुवीय प्रदेशाकडील प्रवासासाठी निघणार आहोत याची आपणास कल्पना आहेच. परंतु सिडनी बंदरामध्ये आम्हाला नाइलाजाने कराव्या लागलेल्या मुक्कामाच्या काळात तुम्ही आम्हाला केलेल्या मदतीसाठी आणि आमच्या मोहिमेला आकार देण्यासाठी जी धडपड केलीत त्यासाठी तुमचे मनापासून आभार मानल्याशिवाय आणि कृतज्ञता व्यक्त केल्याशिवाय आम्हाला निघताच येणार नाही.

ज्या वेळी आम्ही प्रथम सिडनी बंदरामध्ये येऊन पोहोचलो तेव्हा आमच्या पहिल्या प्रयत्नाला आलेल्या अपयशाने आणि अपेक्षाभंगाने आम्ही खचलो होतो, निराश झालो होतो. त्यात भर म्हणून काही जणांनी आमच्या प्रामाणिक हेतूबाबत शंका घेऊन संशयाचे वातावरण निर्माण केले. या गोष्टी आम्हाला अगदीच अनपेक्षित होत्या आणि आमच्या आत्मसन्मानाच्या विरुद्ध होत्या.

त्या वेळेला सर, आपण स्वतंत्रपणे चौकशी करून, शोध घेऊन आमच्या मोहिमेच्या उद्दिष्टांबद्दल खात्री पटल्यावर, आमच्या मदतीला धावून आलात. त्या वेळी तुमच्याशिवाय जगातील इतर कोणीही व्यक्ती आमच्या बाजूने बोलण्यास तयार नव्हती. आमच्या हेतूंच्या आणि खुद्द आमच्या खरेपणावर तुम्ही स्वतःच्या नावलौकिकाचा ठसा उमटवलात. असा मनाचा मोठेपणा फक्त तुम्हीच दाखवू शकता. शास्त्रीय सत्याच्या

शोधामध्ये निघालेल्या आम्हाला तुम्ही समानतेची वागणूक दिलीत.

आमच्या मोहिमेला आकार देण्यासाठी, मोहिमेला जनतेमध्ये प्रसिद्धी मिळवून देण्यासाठी, तुम्ही केलेली सर्व प्रकारची मदत स्वीकारण्यास एखादे वेळी आम्हीच कमी पडलो असण्याची शक्यता आहे. परंतु तुम्ही मोठ्या मनाने केलेल्या मदतीची, औदार्याची आम्हाला सवय लागण्याची आणि नंतर तोच हक्क वाटू लागण्याची पण आमच्या मनात कुठेतरी भीती होती. कारण आम्हाला आमचे यश हे प्रयत्नांनी आणि झगडूनच मिळवायचे आहे.

आमच्या या प्रयत्नाचा निकाल काहीही लागो, आम्ही तुम्हाला विसरणे केवळ अशक्य आहे.

आपले कृपाभिलाषी

नोबु शिरासे - मोहिमेचा नेता

नाकिची नोमुरा - कॅप्टन कैनान-मारु

टेरुटारो टाकेडा - शास्त्रज्ञ

मासाकिचि इकेडा - शास्त्रज्ञ

सेइझो मिशो - डॉक्टर

शिरासे आणि त्याच्या सहकाऱ्यांनी सिडनीमधील त्यांच्या शेवटच्या दिवशी १९ नोव्हेंबर रोजी एजवर्थ डेव्हिड यांना एक फार मोठा सन्मान प्रदान केला. तोपर्यंतच्या ज्ञात इतिहासामध्ये सामुराई तलवार कोणा परदेशी व्यक्तीला देण्यात आलेली नव्हती. ती अगदी काहीच मिलिमीटर जाडीचं पात असलेली सामुराई तलवार १६४४ - १६४८ च्या दरम्यान आता 'ओसाका' नावाने ओळखल्या जाणाऱ्या शहरामध्ये, तलवारी घडवण्यातील तज्ज्ञ अशा 'मुत्सुनो कामि कानेयासु' या कारागिराने घडवलेली होती. जी सामुराई तलवार आता सिडनी येथील म्युझियममध्ये ठेवलेली आहे. ती तलवार म्हणजे खरोखरच एक सुंदर कलाकृती आहे.

ती सामुराई तलवार जपानी मोहिमेच्या एका प्रायोजकाने शिरासेला सन १९१० साली दक्षिण ध्रुवीय मोहिमेवर निघताना, त्याचे आणि त्याच्या सहकाऱ्यांच्या धैर्याचे कौतुक म्हणून दिलेली होती. त्या तलवारीने अनेक लढाया पाहिल्या होत्या - परंतु दक्षिणेकडील मोहिमेत आलेल्या पहिल्या अनुभवानंतर आणि न्यू-झीलंडआणि ऑस्ट्रेलियामधील प्रसारमाध्यमांनी त्यांना दिलेल्या वागणुकीनंतर एजवर्थ डेव्हिडने निरपेक्षपणे केलेल्या मदतीचे, केलेल्या उपकारांचे प्रचंड मानसिक दडपण शिरासेवर आले होते. शिरासेने केलेल्या सन्मानामुळे हा ऑस्ट्रेलियन प्राध्यापक आतून हलला.

बक्षीस समारंभ आटोपल्यावर कैनान-मारु जहाजाने दुसऱ्या प्रयत्नासाठी, सिडनी

बंदरातून दक्षिण ध्रुवीय प्रदेशाच्या दिशेने प्रस्थान केले. या खेपेला जपान्यांची कोणत्याही परिस्थितीला तोंड देण्याची चांगली तयारी होती. त्यांच्याजवळ सत्तावीस जणांना पुरेल एवढी रसद होती, स्लेज ओढायला तीस कुत्रे होते आणि मुख्य म्हणजे त्यांचा दक्षिणेकडील प्रवास वर्षातल्या अगदी योग्य अशा काळामध्ये सुरू झाला होता.

जपानी मोहिमेतील सदस्यांच्या आशा आता उंचावल्या होत्या. दक्षिण भौगोलिक ध्रुवावर पोहोचण्याचा प्रयत्न करण्यात जरी त्यांना आता एक वर्ष उशीर झाला होता तरी त्या प्रदेशामध्ये काही संशोधन करून ज्ञानाच्या विविध शाखांमध्ये अमूल्य भर टाकणे त्यांना शक्य होते. या खेपेला तरी ते अगदी योग्य काळामध्ये तेथे पोहोचणार होते. या आधीच्या प्रयत्नामध्ये कैनान-मारु जहाज जसे गोठलेल्या समुद्रामध्ये अडकून पडण्याचा धोका निर्माण झाला होता तशी भीती आता नव्हती. मोहिमेच्या अधिकृत वृत्तान्ताप्रमाणे - 'तरंगणारे बर्फ आता वितळण्याच्या बेतात होते, अर्धवट वितळले होते आणि त्यांनी आता चित्रविचित्र आकार घेतले होते. काही काही ठिकाणी मात्र बर्फ अजून बऱ्यापैकी घट्ट होते आणि त्यातून मार्ग काढणे धोकादायक होते. तरंगणाऱ्या मोठ्या मोठ्या बर्फाच्या तुकड्यांचा जहाजाच्या बाहेरील भागावर आपटल्यामुळे होणारा आवाज, मागोमाग बर्फ फोडत जहाज घुसल्यामुळे बर्फाला तडे पडण्यामुळे होणारे आवाज त्या पाठोपाठ जहाजाच्या बाह्य भागावर घट्ट बर्फाच्या घर्षणामुळे होणारे आवाज' जहाजाच्या डेकच्या खालच्या भागामध्ये असलेल्या छोट्या केबिनमध्ये डोळे मिटून पडल्यावर हे आवाज ऐकणे म्हणजे एखाद्या पिंपामध्ये कोंडून घेऊन बाहेरून कोणीतरी त्यावर काड्या, दगड इ. मारत असल्याचा अनुभव घेण्यासारखे होते. प्रत्येक वेळी घट्ट बर्फावर धडकल्यामुळे जहाजाला धक्के बसायचे, ते हेलकावायचे, भेलकंडायचे, कधीकधी तर भीती वाटावी एवढे तिरके व्हायचे.'

गोठलेल्या समुद्रातून प्रवास करताना त्यांना मार्गामध्ये कित्येकदा हिमनग लागत होते; पुढील दारी नरभक्षक वाघ असावा आणि मागील दारी दबा धरून बसलेला कोल्हा असावा, अशी एका मागोमाग एक संकटांची मालिका चालू होती. कधीकधी जहाजावर नियंत्रण ठेवण्याची जबाबदारी असणाऱ्यावर प्रमाणाबाहेर दडपण वाढायचे, मानसिक ताण वाढायचा. बरेचसे उडालेले खटके, झालेले वादविवाद तेव्हाच विसरले जायचे, परंतु काही वेळा मात्र तुटेपर्यंत ताणले जायचे. या मोहिमेचा सचिव असलेल्या 'केइचि टाडा' बरोबरचे शिरासेचे संबंध असेच तुटेपर्यंत ताणले गेले होते. कैनान-मारुच्या दोन्ही प्रवासांमध्ये त्याचे जवळजवळ प्रत्येकाशी भांडण झाले होते. शिरासेची सहनशक्ती शेवटी संपली आणि त्याने 'टाडा' याला सचिवपदावरून

हटवले आणि मोहिमेमधूनपण त्याचे नाव काढून टाकले.

काही दिवस बर्फाने भरलेल्या समुद्रातून प्रवास केल्यानंतर त्यांच्या जहाजाने मोकळ्या रॉस समुद्रात प्रवेश केला. कैनान-मारुचा प्रवास समाधानकारकपणे चालला होता आणि ३ जानेवारीला व्हिक्टोरिया लँडच्या दक्षिणेला असलेली 'ॲडमिरॅल्टी' पर्वतरांग त्यांच्या दृष्टिपथात आली. दक्षिण ध्रुवीय प्रदेश आता आवाक्यात आल्यासारखा वाटत होता. आता पुढे काय करता येईल हा शिरासेपुढचा प्रश्न होता. कारण दक्षिण भौगोलिक ध्रुवावर पोहोचण्याइतकी पुरेशी तयारी नव्हती आणि रसदही नव्हती. परंतु संशोधनाच्या दृष्टीने जास्तीतजास्त विस्तृत भूभागाचे परीक्षण त्यांना करता येण्यासारखे होते आणि शिरासेने तोच निर्णय घेतला. त्या भूभागावरील हवामानाचा अभ्यास निरीक्षणे आणि नोंदी, त्याचप्रमाणे समुद्राचे तापमान आणि खारटपणा इ. च्या नोंदींबरोबरच त्याने 'किंग एडवर्ड' VII या भूभागावर लक्ष केंद्रित करण्याचे ठरवले. 'व्हिक्टोरिया लँड' या भागामध्ये स्कॉट यांचे काम चालू असल्याची त्यांना माहिती होती, शिवाय त्याच भागामध्ये आधीच्या काही मोहिमांदरम्यान पण संशोधन, अभ्यास केला गेला होता. नॉर्वेजियन पथकात, दक्षिण भौगोलिक ध्रुवावरील पहिल्या चढाईच्या पहिल्या फसलेल्या प्रयत्नाचे वेळी झालेल्या बेबनावाची शिरासेला काहीच कल्पना नव्हती, त्यामुळे त्याला वाटले की 'किंग एडवर्ड VII लँड' भूभागावर संशोधनाच्या दृष्टीने, अभ्यासाच्या दृष्टीने लक्ष केंद्रित करणे योग्य ठरेल.

दक्षिण ध्रुवीय प्रदेशातील हा एक भाग असा होता जो स्कॉट आणि शॅकल्टन यांनीदेखील फक्त दुरूनच पाहिला होता. त्या दोघांपैकी एकही जण जहाज घेऊन त्या भागापर्यंत पोहोचू शकला नव्हता. त्या भूभागाचा (किंग एडवर्ड VII लँड) त्या संपूर्ण खंडाशी नक्की कशा प्रकारचा संबंध आहे हे अजूनही एक कोडेच होते. एक जो सर्वसाधारण मान्य आणि प्रचलित समज होता तो म्हणजे, त्या अफाट बर्फाने व्यापलेल्या सामुद्रधुनीचा 'वेडेल समुद्री' भागातून थेट जाणारा आणि दक्षिण ध्रुवीय प्रदेशाचे दोन भाग करणारा 'ग्रेट आइस बॅरियर' भूभाग हे त्यांचे एक टोक असावे. शिरासे जर या भूभागाचा शोध घेऊन त्याचा एकूण विस्तार आणि भूगोल निश्चित करू शकला तर जपान्यांकडून एक फार मोठे कोडे उलगडले जाण्याची शक्यता होती. एजवर्थ डेव्हिड यांनी जपान्यांना त्यांच्याकडे उपलब्ध असलेला वेळ आणि त्यांची एकूण तयारी पाहून या भूभागाच्या अभ्यासाचा पर्याय सुचवला असण्याची दाट शक्यता होती. कैनान-मारु जहाजाने किंग एडवर्ड VII भूभागाच्या पूर्वेकडे आपला मोहरा वळवला.

शिरासेच्या मोहिमेचा अधिकृत अहवाल, स्कॉट आणि शॅकल्टन यांच्या मोहिमांच्या अहवालांप्रमाणे सफाईदार, सुस्पष्ट आणि तांत्रिक बाबींना धरून लिहिलेला नाही,

परंतु त्यातील वर्णनात्मक भाग बऱ्याच ठिकाणी खूप परिणामकारक झाला आहे आणि काही ठिकाणी तर त्याने काव्यात्मक पातळी गाठली आहे. उदाहरणार्थ - दिनांक १० जानेवारी रोजी ते जसे किनारपट्टीजवळ आले तेव्हा त्यांना सभोवतालच्या बर्फावरून परावर्तित झालेला मंद परंतु अगदी स्पष्ट असा पांढरा उजेड दिसला आणि थोड्याच वेळामध्ये सर्वांच्याच तोंडून सामूहिक उद्‌गार निघाला -

- आला ग्रेट आइस बॅरियर प्रदेश आला - ग्रेट आइस बॅरियर समोर दिसत होते. आमच्या डोळ्यांसमोर शुभ्र चमचमत्या बर्फाची नागमोडी सलग, चीनच्या भींतीप्रमाणे, एक पर्वतरांग पसरली होती.

परंतु परिस्थिती बघताबघता पालटली. तापमान एकदम खाली गेले, एवढे खाली की त्यांच्या पेनांमधली शाईपण गोठली. 'कैनान-मारु'ला एक शिकार समजून अचानक वीसएक व्हेल माशांनी जहाजावर हल्ला केला. जहाजाला धडका बसत होत्या. आमच्यातील कुत्रे हाताळणाऱ्या दोघांची अशी श्रद्धा होती की व्हेल्स हे देवाचे दूत आहेत आणि म्हणून त्यांनी मनोभावे त्यांची प्रार्थना सुरू केली. सुदैवाने लवकरच त्यांची चूक व्हेल माशांच्या लक्षात आली आणि त्यांनी माघार घेतली.

मोहिमेच्या अधिकृत वृत्तान्तामध्ये, स्थानिक वन्यप्राण्यांशी त्यांना झगडावे लागण्याची काही उदाहरणे दिलेली आहेत. रॉयल जिऑग्राफिक सोसायटीने तयार केलेले 'Hints for Travellers' हे पुस्तक जपान्यांच्या वाचनात आले होते की नाही याची काही कल्पना नाही, परंतु वनस्पती / प्राणी यांचे नमुने गोळा करण्यासाठी लागणाऱ्या विविध उपकरणांची त्यांना नक्की माहिती होती. जवळजवळ सर्वच प्रकारचे प्राणी हाताळताना बंदुकीची किंवा कमीतकमी काठीची मदत ही घ्यावीच लागते आणि हे काम ते अगदी सैनिकी उत्साहाने करायचे.

समुद्रामध्ये बर्फावर, वातावरणात सगळीकडेच धोका भरून राहिला होता. 'अल्बट्रॉस'ची अगदी नियमितपणे शिकार केली जायची. एका 'अल्बट्रॉस'ला तर त्याचे तोंड पाण्याच्या पिंपात दाबून मारण्यात आले. आजूबाजूला तरंगणाऱ्या हिमखंडांवर पसरलेल्या सील प्राण्यांचीपण नियमित शिकार केली जायची. मोहिमेच्या अधिकृत वृत्तांकनामध्ये एका खलाशाने उघड्या अंगाने त्या थंडगार पाण्यात उडी मारून जखमी सीलला मारल्याची घटना सांगितली आहे. त्या खलाशाला नंतर बक्षीस म्हणून फळांचा डबा देण्यात आला.

शिरासे आणि त्याच्या सहकाऱ्यांचे खरे कुतूहल जागृत झाले ते पेंग्वीन प्राण्यांमुळे. त्यांना त्यांच्या आजूबाजूला 'अॅडले पेंग्वीन' खूप मोठ्या प्रमाणात बघायला मिळाले आणि त्यातील काही त्यांनी शास्त्रीय संशोधनासाठी घरी आणायचे ठरवले. त्यांनी एखाद्या सैनिकी मोहिमेप्रमाणे त्या दुर्दैवी प्राण्यांना पकडण्याचा केलेला प्रयत्न मोहिमेच्या अधिकृत वृत्तांकनामध्ये दिला आहे. 'कैनान-मारु' जहाजावरून

पेंग्वीन पकडण्याच्या मोहिमेवर एकूण चौघे जण खाली उतरले. त्या चौघांमध्ये मिळून फक्त एक बंदूक होती. एका छोट्या बोटीतून वल्हवत ते पांढऱ्याशुभ्र बर्फाच्छादित बेटाकडे निघाले. बेटावर पेंग्वीन पक्षी उभेच होते. पेंग्वीन पक्ष्यांच्या नजरेस पडू नये म्हणून ते चौघे जण बेटावरील एका बर्फाच्या उंचवट्याआड लपले.

बरेचसे पक्षी पकडल्यावर त्यांच्या लक्षात आले की उरलेले दोन पेंग्वीन पक्षी पकडायला माणसांची आणखी कुमक मागवणे गरजेचे आहे. मोहिमेच्या अधिकृत वृत्तांकनामध्ये म्हटले आहे— 'तो सगळा प्रकारच अगदी बघण्यासारखा होता, पकडलेले पेंग्वीन पक्षी त्यांच्या हातातून निसटत होते, ते सर्व जण त्यांना परत पकडण्यासाठी जिवाचा आटापिटा करत होते आणि त्या प्रयत्नांमध्ये दोघेही बर्फावरून सतत घसरत होते, पडत होते. तो सर्व प्रकार तसा नेमकेपणाने शब्दबद्ध करणे कठीणच आहे, परंतु तो सर्व प्रकार प्रचंड विनोदी होता आणि डेकवरून आम्ही तो बघून पोट दुखेपर्यंत हसत होतो.' शेवटी त्यांनी चार पेंग्वीन पकडून डेकवर आणले आणि त्यांच्यासाठी चार पिंजरे बनवून त्यांना त्यात ठेवले.

दिनांक १५ जानेवारी रोजी त्यांनी 'ग्रेट आइस बॅरियर'च्या किनारपट्टीच्या भागामध्ये एक खोलगट, म्हणजे समुद्र काही प्रमाणात आत घुसलेला, भाग पाहिला (७८°१७द. आणि १६१°५०प) आणि त्या भागाचे 'कैनान-बे' असे नामकरण केले. त्या भागाच्या निरीक्षणासाठी चौघा जणांचे पथक किनाऱ्यावर उतरले. तो भाग बर्फामधील छोट्या-मोठ्या दऱ्यांनी, घळींनी भरलेला होता. ती जागा तळ उभारण्यायोग्य नव्हती. त्यांनी तिथून पुढे जायचे ठरवले आणि पश्चिमेच्या दिशेने जहाज हाकारले. काही अंतरावरच त्यांना त्यांच्या पुढे चाळीसएक किमी.वर एक जहाज नांगरलेले दिसले. यांच्या जहाजावर क्षणात भीतीचे वातावरण पसरले. प्रत्येकाच्या मनात ते समुद्रीचाचांचे जहाज असावे हाच विचार आला. जहाजाच्या डेकवर गोंधळ उडाला. सर्व जण डोळे फाडून त्या जहाजाकडे बघत होते आणि अंदाज करत होते. शिरासेने सर्व सहकाऱ्यांना वेळप्रसंगी संघर्षासाठी तयार राहण्याचे आदेश दिले, परंतु आणखी काही अंतर पुढे गेल्यावर त्यांना त्या जहाजावर फडकत असलेला नॉर्वेचा राष्ट्रध्वज दिसला आणि कोडे उलगडले. ते 'फ्राम' होते. ते 'Bay of Whales' भागामध्ये आमंडसेन त्या महिन्याच्या शेवटी परत येण्याची वाट पाहत उभे होते.

'कैनास-मारु' त्या नॉर्वेजियन जहाजाच्या बाजूने पुढे गेले आणि काही किमी. अंतर पुढे जाऊन त्याने नांगर टाकला. ती अगदी योग्य अशी जागा होती. किनारा बॅरियरच्या अगदी जवळ होता, त्या भागामध्ये पेंग्वीन आणि सील प्राणी मुबलक प्रमाणात होते, हे प्राणी वेळप्रसंगी त्यांच्या जवळील रसदीतील तूट भरून काढायला मदतच करणार होते. 'फ्राम'वरील नॉर्वेजियनांना, दोन देशांच्या मोहिमांची जगाच्या

अतिदक्षिण टोकाला अशा प्रकारे गाठ पडावी याचे खूप आश्चर्य वाटले. कारण - त्यांना कळलेल्या शेवटच्या माहितीप्रमाणे जपानी अजून सिडनी इथेच होते. आमंडसेनच्या सहकाऱ्यांना, शिरासेच्या मोहिमेबद्दल किंवा त्यांच्या एकंदर योजनेबद्दल काहीही बोध झाला नाही, परंतु त्यांचा उत्साह मात्र जाणवला आणि संभाषणाच्या प्रयत्नामध्ये 'किती सुंदर दिवस आहे' आणि 'खूप बर्फ आहे' एवढेच काय ते शब्द कळले.

दक्षिण ध्रुवीय प्रदेशामध्ये हिवाळ्यात नॉर्वेजियनांप्रमाणे राहण्याचा, जपान्यांचा विचार नव्हता. त्यांचा उद्देश एवढाच होता की 'बे ऑफ व्हेल्स' भागामध्ये दोन आठवडे राहायचे आणि त्या काळामध्ये जेवढे म्हणून संशोधनाचे काम करता येईल तेवढे करायचे आणि परतायचे. अनेक दिवस चाललेल्या या प्रवासाचा कंटाळा घालवण्यासाठी जपानी साहसवीर खाली बर्फावर उतरले, जणूकाही पिंजऱ्यामध्ये कोंडलेले पक्षी मोकळे सोडावे तसे! त्यांनी पेंग्वीन, सील वगैरे प्राण्यांच्या शिकारीचा धडाकाच लावला. नॉर्वेजियनांना हे सगळे फार भयंकर, क्रूर वाटले.

त्यांनी जहाजावरील रसद, शास्त्रीय उपकरणे इ. गोष्टी बॅरियरच्या प्रदेशात किनाऱ्यावर उतरवल्या. सहा सहकाऱ्यांच्या मदतीने बर्फातून मार्ग काढत त्यांनी योग्य जागा बघून त्याचा तळ उभारला. मोहिमेच्या अधिकृत वृत्तांकनामध्ये त्या प्रसंगाचे वर्णन अगदी काव्यात्मक भाषेमध्ये केले आहे. कित्येक शतके साठलेल्या बर्फाच्या थरांनी बनलेल्या त्या बॅरियरचे वर्णन करताना - 'हे भव्य चित्र शिल्प (Mural) कित्येक शतकांची मेहनत घेऊन खुद्द निसर्गाने बनवले आहे. स्वर्गीय रंगांनी रंगवलेल्या या चित्राची कल्पना फक्त स्वर्गामधील नियंत्यालाच सुचू शकते.'

काही दिवसातच शिरासे आणि त्याच्या सहकाऱ्यांनी बॅरियरपर्यंत मार्ग तयार केला आणि बरोबरची रसद तेथपर्यंत नेली. मोहिमेच्या अधिकृत वृत्तांकनामध्ये याबद्दल लिहिले आहे - 'ते काम खूपच अवघड होते आणि पावलापावलावर धोके होते. या जगामध्ये आल्यापासून एवढ्या कठीण प्रसंगांना प्रथमच तोंड द्यावे लागले.' शिरासे आणि त्याच्या सहा सहकाऱ्यांना बॅरियर येथे सोडून कैनान-मारु, काही आठवड्यांनी परतण्यासाठी, किंग एडवर्ड VII भूभागाच्या दिशेने रवाना झाले. कैनान-मारुवरील इतर काही साहसवीर त्या भूभागावर उतरून तेथे संशोधनाचे काम करण्याचा प्रयत्न करणार होते.

दिनांक २० जानेवारी रोजी कुत्र्यांनी ओढलेल्या स्लेजवरून शिरासे त्याच्या चार सहकाऱ्यांना बरोबर घेऊन दक्षिणेकडे आणखी आतील प्रदेशामध्ये जाण्यासाठी निघाला. दक्षिण भौगोलिक ध्रुवावर जाण्याची शक्यताच नसल्यामुळे त्याने व त्याच्या सहकाऱ्यांनी जास्तीत जास्त खोल दक्षिणेकडे जाण्याचे आणि तोपर्यंत कोणीही न बघितलेला, न गेलेला प्रदेश बघण्याचे एवढेच सीमित ध्येय ठेवले होते.

म्हणून आमंडसेनप्रमाणे दक्षिणेकडे मुसंडी मारण्याऐवजी त्यांनी दक्षिण-पूर्व (आग्नेय) मार्ग धरला. त्यांचे दोन सहकारी हवामानाच्या निरीक्षणासाठी, नोंदी घेण्यासाठी तळावरच थांबले होते.

शिरासे आणि त्याचे सहकारी कुत्र्यांवर आणि स्लेजवर संपूर्णपणे अवलंबून होते. त्यांना स्कीइंगचे अजिबात ज्ञान नव्हते. त्यामुळे त्यांनी जेव्हा नंतर आमंडसेनचे सहकारी 'अरुंद लाकडी पट्टी लावलेले बूट घालून बर्फावरून घसरत जाताना पाहिले' तेव्हा त्यांना खूप आश्चर्य वाटले. शिरासे आणि त्याच्या सहकाऱ्यांकडे लोकरीच्या घट्ट विणीच्या कापडाचे अस्तर असलेले बूट नव्हते, तरीपण सोसाट्याच्या वाऱ्यामध्ये, बर्फाच्या वादळामध्ये, तापमान उणे २५ अंश से. एवढे खाली गेलेले असताना त्यांनी त्यांचा प्रवास चालूच ठेवला. त्याचे एकच ध्येय होते. जेवढे पुढे जाता येईल तेवढे जायचे. वाटेमध्ये येणाऱ्या अडथळ्यांमुळे त्यांना वारंवार थांबावे लागत होते. त्यांच्या तयारीची एकूण परिस्थिती बघता, अजिबात पूर्वानुभव नसताना त्यांनी धैर्याने प्रवास चालूच ठेवला आणि पुढे पुढे जात असतानाच त्यांनी हवामानाच्या आणि बर्फाच्या नोंदी घेण्याचे काम चालूच ठेवले.

बर्फामध्ये घालायच्या खास प्रकारच्या गॉगल्सच्या काचांवर धुके जमण्याचा त्रासही होत होता. आजही दक्षिण ध्रुवीय प्रदेशामध्ये तो अनुभव येतोच. घामामुळे गॉगल्सच्या काचांवर धुके जमते आणि काचा धुरकट होऊन त्यांची पारदर्शकता कमी होते. त्यावर, गॉगल्स वारंवार डोळ्यावरून काढून कापडाने पुसून परत घालण्याव्यतिरिक्त काहीही उपाय नाही. गॉगल्सशिवाय स्पष्ट दिसण्याच्या मोहाला बळी पडून काही साहसवीर तात्पुरते अंधत्व ओढवून घेतात. दहा-दहा, पंधरा-पंधरा दिवस बर्फावर काढणाऱ्यांना तो मोह अनेकदा अनावर होतो. सन १९१२ मधील दक्षिण ध्रुवीय मोहिमांच्या मोसमामध्ये अशा प्रकारच्या बर्फावरील तात्पुरत्या अंधत्वाला तोंड देण्याची वेळ अनेकांवर आली.

दिनांक २८ जानेवारीपर्यंत शिरासेच्या पथकाने जेवढी खोलवर मुसंडी मारता येईल तेवढी त्यांनी मारली होती. शिरासेला मनातून, कैनान-मारु जहाजाच्या वेळापत्रकाशी चुकामूक होण्याची आणि त्या प्रदेशामध्ये अडकून हिवाळा तेथेच काढावा लागण्याची भीती वाटत होती. जपान्यांनी ८ दिवसांमध्ये २३७ किमी. अंतर पार केले होते. त्या आधीच्या मोहिमांच्या तुलनेमध्ये हे अंतर खूपच होते आणि त्यांनी मिळवलेले हे यश नक्कीच दखल घेण्याजोगे होते. स्कॉटने त्याच्या आधीच्या दक्षिण भौगोलिक ध्रुवीय 'डिस्कव्हरी' मोहिमेच्या वेळी चारशे किमी. अंतर पार केले होते, परंतु त्याला त्यासाठी ५८ दिवस लागले होते. जपान्यांनी त्यांच्या यशाचे श्रेय कुत्र्यांना दिले.

८०°५द आणि १५६°३७प या ठिकाणावर पोहोचल्यावर त्यांनी त्या जागी,

त्यांच्या मोहिमेला ज्यांनी ज्यांनी मदत केली त्यांच्या नावाची यादी असलेली तांब्याची एक कुपी पुरली. एक बांबू रोवून त्यावर जपानचा राष्ट्रध्वज फडकवला आणि जपानच्या सम्राटाच्या नावाने त्रिवार जयघोष केला आणि त्या भूभागावर जपानचा दावा सांगून त्या भूभागाचे 'जपानी पठार' असे नामकरण केले. त्यानंतर फार वेळ न घालवता त्यांनी काही फोटो काढले आणि 'बे ऑफ व्हेल्स' च्या दिशेने आणि तेथे कैनान-मारु त्यांची वाट बघत असल्याच्या आशेवर परत उत्तरेच्या दिशेने प्रवास सुरू केला.

दिनांक १९ जानेवारी रोजी शिरासे आणि त्याच्या सहकाऱ्यांना बॅरियर भागामध्ये उतरवून 'कैनान-मारु' जहाजाने 'बे ऑफ व्हेल्स' चा किनारा सोडला आणि ते 'किंग एडवर्ड VII भूभागाच्या' दिशेने निघाले, जहाजाने १५५° पश्चिम रेखांशापर्यंतचा - हा विक्रम १९३४ पर्यंत अबाधित होता - पल्ला गाठला. जपान्यांनी मोहिमेच्या या भागाचे वर्णन 'अत्यंत सुदैवी आणि यशस्वी' असे केले. 'किंग एडवर्ड VII' या भागामध्ये किनाऱ्यावर सर्वप्रथम पोहोचणारे जपानी पथक ठरले. ते ज्या भागामध्ये पोहोचले होते तो भाग, स्कॉट किंवा शॅकल्टन हे ज्या भागामध्ये पोहोचले होते, त्याच्या कितीतरी पूर्वेला होता. त्यामुळे समुद्राच्या बाजूंनी 'किंग एडवर्ड VII' भूभागाच्या अंतर्गत भागामध्ये पोहोचणारे ते पहिलेच होते.

वाटेतील बर्फाची बॅरियर ओलांडून गेल्यावर त्यांच्यापैकी दोघे जण, स्कॉटने प्रथम पाहिलेल्या, 'अलेक्झांड्रा' पर्वतरांगेजवळ पोहोचले. त्या ठिकाणी पोहोचल्यावर त्यांना त्याही पलीकडे दक्षिण-पूर्व (आग्नेय) दिशेने गेलेला पर्वतरांगेचा एक भाग दिसला. तो भूभाग म्हणजे 'कार्मेन लँड' असण्याची शक्यता कमी होती, परंतु हा भूभाग म्हणजे 'ग्रेट आइस बॅरियर' या भागाचे पूर्वेकडील टोक असण्याच्या शक्यतेची पुष्टी करणारा एक पुरावा होता. त्या जागेला भेट दिल्याची खूण म्हणून त्यांनी त्यांची नावे लिहिलेला एक खांब तेथे रोवला आणि कैनान-मारु जहाजाने परत पश्चिमेकडे, 'बे ऑफ व्हेल्स' च्या दिशेने प्रवास सुरू केला.

मोहिमेसाठी निधी उभारण्याच्या उद्देशाने शिरासेने चित्रीकरणाचे हक्क 'M. Pathe' या कंपनीला विकले होते. त्यांनी मोहिमेच्या या दुसऱ्या प्रयत्नाचे चित्रीकरण करण्यासाठी टोक्यो येथील त्यांच्या स्टुडिओतील एक तंत्रज्ञ पाठवला. छायाचित्रकार 'तैझुमि यासुनाओ' जेव्हा सिडनी येथे मोहिमेमध्ये सामील झाला तेव्हा फक्त तेवीस वर्षांचा होता. प्रथम तो या मोहिमेमध्ये सहभागी व्हायला तयारच नव्हता, परंतु त्याचा पगार वीस पटीने वाढवल्यावर आणि त्याची पाच हजार येन एवढ्या रकमेची विमा पॉलिसी काढल्यावर तो कसाबसा तयार झाला.

दक्षिण ध्रुवीय प्रदेशामध्ये छायाचित्रण करणाऱ्या त्या वेळच्या नावाजलेल्या

छायाचित्रकारांएवढा तैझुमि अनुभवी नव्हता आणि तरबेजही नव्हता, परंतु मोहिमेच्या दृष्टीने महत्त्वाच्या अशा गोष्टी टिपण्यात तो यशस्वी झाला. परतीच्या प्रवासामध्ये दुर्दैवाने हवामान बिघडल्यामुळे चित्रीकरण केलेली बऱ्यापैकी लांबीची फिल्म खराब झाली. परंतु जी काही फिल्म वाचली होती - जवळजवळ एका तासाचे चित्रीकरण - ती जेव्हा जपानमध्ये दाखवली गेली तेव्हा त्याला प्रचंड प्रसिद्धी मिळाली, प्रतिसाद मिळाला. कृष्णधवल रंगातील ते मूक चित्रीकरण दक्षिण ध्रुवीय प्रदेशातील परिस्थिती, निसर्ग आणि रौद्रभीषण सौंदर्य यथार्थपणे दाखवण्यात यशस्वी ठरले होते.

त्या M. Pathe चित्रीकरणामधील एका प्रयोगाचे काहीसे विनोदी आणि तेवढेच थरारक चित्रीकरण बऱ्याच जणांच्या नजरेतून त्या वेळी सुटले. त्या वेळी ती फिल्म इतर देशांमध्ये वितरित केली गेली नव्हती. शिरासेच्या मोहिमेच्या अधिकृत वृत्तांकनाचे इंग्रजी भाषांतर अलीकडील काळामध्ये प्रसिद्ध होण्याआधी, जगाला जपानी मोहिमेतील साहसवीरांच्या कर्तृत्वासंबंधीची माहिती ही, एका उत्साही नॉर्वेजियन व्हेल शिकाऱ्याने, 'इव्हार हॅमरे' १९३३ मध्ये प्रसिद्ध केलेल्या संक्षिप्त पुस्तिकेवरूनच प्रामुख्याने समजली होती. त्यातील लेखामध्ये हॅमरेने लिहिले होते - 'कैनान-मारु' 'किंग एडवर्ड VII' भूभागाजवळ पोहोचल्यावर 'एम्परर पेंग्वीन' पक्ष्यांचा समुदाय अजिबात न घाबरता मोहिमेतील साहसवीरांच्या अंगावर आला. त्या पक्ष्यांच्या हालचाली आणि त्यांची वागणूक एवढी मानवी होती की मोहिमेतील एकाने एका पक्ष्याशी हात मिळवण्याचा प्रयत्न केला. त्या 'साहसवीराच्या थोपटण्याचा अर्थ त्या पक्ष्याने काही वेगळाच काढला आणि त्या पक्ष्याने त्याच्या शेजारच्या पक्ष्याला चोच मारली, त्याने त्याच्या शेजारच्या पक्ष्याला चोच मारली आणि असा चोची मारण्याचा प्रकार त्या पक्ष्यांच्या समुदायामध्ये वर्तुळाकार रितीने घडला आणि अखेर शेवटच्या पक्षाने परत पहिल्या पक्ष्याला चोच मारली.

परंतु नवीन भाषांतरामध्ये वरील प्रसंगाचा काहीसा वेगळा अर्थ लावला गेला आहे. 'एकदम सात-आठ पेंग्वीन पुढे आल्यावर मोहिमेतील एकाने त्या पेंग्वीनची प्रतिक्रिया जाणून घेण्याच्या दृष्टीने एका पेंग्वीनला ठोसा मारला. त्या मूर्ख प्राण्याच्या हे लक्षात आले नाही की तो ठोसा त्या बेटावर नव्याने आलेल्या प्राण्याने - माणसाने - मारला आहे आणि शेजारच्या दुसऱ्या पेंग्वीनने चोच मारली आहे. असे समजून त्याने त्या पेंग्वीनला परत चोच मारली, परत शेजारच्या पेंग्वीनने त्याच्या शेजारच्या पेंग्वीनला चोच मारली अशा प्रकारे त्या पक्ष्यांनी एकमेकांना चोची मारल्या.' तैझुमिच्या फिल्ममध्ये नंतर घडलेल्या अशा प्रसंगाचे चित्रीकरण आहे, त्याचप्रमाणे मोहिमेतील काही जण पेंग्वीन पक्ष्यांना हाकत नेत आहेत अशा प्रकारचे चित्रीकरणपण

आहे. सर्वसामान्य जनतेला हे प्रसंग बघताना गंमत वाटली असणार यात संशय नाही.

स्थानिक प्राणिजीवनाचा अनुभव घेतल्यानंतर कैनान-मारुने किनाऱ्याला धरूनच प्रवास सुरू केला. आणि त्यांनी शेवटचा एक महत्त्वाचा शोध लावला— साहसवीरांचे पथक 'किंग एडवर्ड VII' भूभागाच्या अगदी टोकाला म्हणजे जिथून 'ग्रेट आइस बॅरियर' ची सुरुवात होते तिथे पोहोचले. आता ग्रेट आइस बॅरियर भागाची पूर्वेकडील सीमा नक्की झाली होती. रॉसने सन १८४१ मध्ये दक्षिण ध्रुवीय प्रदेशातील हा वैशिष्ट्यपूर्ण भाग प्रथम शोधला होता आणि त्याची पश्चिमेकडील सीमा ही 'मॅकमर्डो साउंड' या भागात आहे असा अंदाज वर्तवला होता. शिरासेने पूर्वेकडील टोक शोधून त्या कोड्यामधील शेवटची कडी जुळवली होती. शिरासेने त्या भागाचे नामकरण 'ओकुमा बे' असे केले. एका छोट्या जहाजासाठी आणि अन् अनुभवी साहसवीरांसाठी हे यश खरोखरच लक्षणीय होते, खूप मोठे होते. जी गोष्ट रॉस, स्कॉट आणि शॅकल्टन यांना जमली नव्हती ती गोष्ट जपान्यांनी साध्य करून दाखवली होती.

'ओकुमा बे' इथे त्यांना एक विचित्र प्रकार पाहायला मिळाला. दिनांक २९ जानेवारी रोजी, अंतर्भागामध्ये दगड असलेला एक मोठा हिमनग त्यांनी पाहिला. सन १८३९ सालापासून म्हणजे 'चार्ल्स डार्विन' हे नाव घराघरांमध्ये पोहोचण्याच्या आधीपासून अनेक साहसवीरांनी पृथ्वीच्या उत्तर गोलार्धामध्ये हिमनगांमध्ये अडकलेले दगड पाहिल्याची निरीक्षणे नोंदवली होती. परंतु हा प्रकार दक्षिण गोलार्धामध्ये सर्रास पाहायला मिळतो हे नंतर लक्षात आले, सील प्राण्यांच्या शिकारींसाठी पूर्वापार चालत आलेल्या मोहिमांच्या अभ्यासावरून डार्विनने, एक मूलभूत निष्कर्ष काढला, स्थानिक भूभागापेक्षा अगदी वेगळ्या प्रकारचे दगड एखाद्या प्रदेशामध्ये सापडण्याचे कोडे आज अनेक वर्षे भूगर्भशास्त्रज्ञांना सतावते आहे. परंतु अशा प्रकारे हिमनगांबरोबर वाहत जाणारे दगड ते कोडे उलगडण्यावर थोडाफार तरी प्रकाश टाकतात. अशा प्रकारे हजारात किंवा दहा हजारांतील एखाद्या हिमनगात अडकून त्याच्याबरोबर वाहत आलेल्या दगडांनी दक्षिण ध्रुवीय समुद्र आणि छोट्या-मोठ्या बेटांचे किनारे इतर खंडांतील विविध प्रकारच्या दगडांनी विखुरलेले आढळतात. हेच समुद्राच्या तळाशी सापडणाऱ्या विविध प्रकारच्या दगडांच्या बाबतीतपण म्हणता येईल.

'किंग एडवर्ड VII' भूभागातील भूरचनेचा अभ्यास करण्यासाठी, त्या प्रदेशाची सखोल माहिती करून घेण्यासाठी जपान्यांनी खूप नमुने गोळा केले. शॅकल्टनने ज्याप्रमाणे 'बीअर्डमोर ग्लॅशियर' भागामध्ये तेथील भूरचनेच्या अभ्यासासाठी नमुने गोळा केले होते त्याचप्रमाणे आतापर्यंत कधीही न पाहिलेल्या भूभागावरील नमुने गोळा करण्याची संधी जपान्यांना मिळाली होती. आसपासच्या छोट्या बेटांवरील

दगडांचे आणि इतर प्रकारचे नमुने गोळा करण्यासाठी त्यांनी छोट्या बोटीचा वापर केला. समुद्रातून तळापासून सुटल्यामुळे अचानक गडगडाट करत एक हिमनग उसळी घेऊन वर आला. बर्फाचे आणि पाण्याचे खूप मोठे कारंजे हवेमध्ये उसळले, त्यांची छोटी बोट हवेमध्ये फेकली गेली, परंतु सुदैवाने कोणालाही काही इजा झाली नाही.

शास्त्रीय प्रयोगांसाठी, निरीक्षणांसाठी नमुने गोळा करण्याचे, तुलनेने जास्त सुरक्षित असे आणखीही काही मार्ग होते. आज प्रयोगांसाठी निरीक्षणांसाठी कोणाही प्राण्याला प्रत्यक्ष पकडण्याची गरज भासत नाही. परंतु सन १९१२ मध्ये दक्षिण ध्रुवीय प्रदेशातील सर्वच मोहिमांच्या वेळी अन्नासाठी आणि प्रयोगांसाठी, सील प्राणी आणि पेंग्वीन पक्षी सर्रासपणे पकडले आणि मारले जात होते. जपान्यांनी त्यांच्या मोहिमेदरम्यान पेंग्वीन पक्षी मोठ्या प्रमाणावर पकडले होते. त्यांपैकी एक त्यांनी खाण्यासाठी गळा दाबून मारला आणि त्याचा अंतर्गत रचनेचा अभ्यास करण्यासाठी पण उपयोग केला. त्या पक्ष्याच्या जठरामध्ये सहा मिमी. आकाराचे तीन दगड त्यांना सापडले. त्याशिवाय छोटे छोटे मासेपण सापडले. पकडलेल्या इतर पेंग्वीन पक्ष्यांना खाऊ घालणे अवघड आहे हे लक्षात आल्यावर जपान्यांनी त्यांना क्लोरोफॉर्म देऊन मारून टाकले. मोहिमेच्या अधिकृत वृत्तांकनामध्ये या घटनेचे वर्णन करताना लिहिले आहे 'तरीपण त्यांनी मरायला खूप वेळ घेतला.'

पेंग्वीन पक्ष्यांच्या पोटामध्ये दगड सापडण्याची उदाहरणे खूप आधीपासूनच माहीत होती. परंतु आजही त्यांच्या पोटामध्ये दगड जाण्याचे, असण्याचे नक्की कारण कळलेले नाही. त्या संबंधामध्ये वेगवेगळी मते मांडली गेली आहेत. एक म्हणजे अन्नपचनाला मदत होण्याच्या दृष्टीने ते मुद्दाम कठीण पदार्थ गिळत असण्याच्या शक्यतेपासून ते मासे समजून चुकून दगड गिळत असण्याच्या शक्यतेपर्यंत. त्यापैकी बरेचसे दगड हे समुद्रतळी सापडणारे असल्याचे आढळून आले आहे आणि त्यांच्या मदतीने पण समुद्रतळीच्या भूपृष्ठाच्या अभ्यासाला मदत झाली आहे.

कैनान-मारु जहाज जेव्हा दिनांक १ फेब्रुवारी रोजी 'बे ऑफ व्हेल्स' भागामध्ये पोहोचले तेव्हा जपान्यांना आश्चर्याचा धक्काच बसला. 'बे ऑफ व्हेल्स' या भागाचा चेहरामोहराच संपूर्णपणे बदलला होता. दोनच आठवड्यांपूर्वी ते जेव्हा तिथे आले होते तेव्हा जो भाग बर्फाने पूर्णपणे अच्छादित होता, तो आता तुटून वेगळा झाला होता आणि समुद्रामध्ये गेला होता आणि किनारपट्टीचा आकारच बदलला होता. मधल्या भागामध्ये वेगवेगळ्या आकाराचे छोटे-मोठे बर्फाचे खंड तरंगत होते. त्या परिस्थितीत शिरासे आणि त्याच्या बरोबरच्या सहा सहकाऱ्यांना, त्या सैल झालेल्या बर्फावरून जहाजावर घेणे धोकादायक असल्यामुळे कैनान-मारुने रात्री किनाऱ्याजवळच समुद्रात नांगर टाकला. जपान्यांना त्या किनारपट्टीवरील भूभागाच्या धोकादायक अस्थिरतेची चांगलीच जाणीव झाली होती.

पुढील दोन दिवसांमध्ये ज्या वेळी परिस्थितीमध्ये जरा सुधारणा झाली तेव्हा शिरासे आणि त्याच्या बरोबरचे सहा सहकारी यांना घाईघाईने जहाजावर घेण्यात आले. परत हवामान एकदम बिघडले आणि ४ फेब्रुवारी रोजी त्यांना पुढील प्रवास सुरू करावा लागला. त्या परत निघालेल्या जहाजाचा किनाऱ्यावरून पाठलाग करत, बर्फावरून आर्तपणे भुंकत धावत येणाऱ्या वीस कुत्र्यांना त्या निर्जन प्रदेशामध्ये तसेच सोडून देण्यात आले होते. हा प्रसंग सगळ्यांनाच चटका लावून गेला. शिरासेने त्याच्या शेवटच्या दिवसापर्यंत त्या कुत्र्यांसाठी सकाळ-संध्याकाळ प्रार्थना केली. जपान्यांनी अत्यंत जड अंत:करणाने उत्तरेकडे न्यू-झीलंडमार्गे आपल्या घराकडे प्रवास सुरू केला.

शिरासे आणि त्याचे सहकारी जपानला परतले ते हिरो बनूनच. त्यांचे मोठे दिमाखात स्वागत करण्यात आले 'देश सोडताना आम्हाला जनतेचा म्हणावा तसा पाठिंबा नव्हता, परंतु आम्ही परतलो तेव्हा मात्र जनतेने आम्हाला डोक्यावर घेतले.' जपानला नौकानयनाची, अज्ञात प्रदेशातील शोधमोहिमांची परंपरा नसताना किंवा दक्षिण ध्रुवीय प्रदेशामध्ये समुद्रात व्हेल माशांच्या शिकारीचा अनुभव नसताना शिरासे आणि त्याच्या सहकाऱ्यांनी ही नवीन वाट चोखाळली होती. त्या अज्ञात प्रदेशात शास्त्रीय संशोधन करण्यात आणि त्या प्रदेशाची काही रहस्ये उलगडण्यात ते यशस्वी झाले होते. शिरासेला ताबडतोब जपानच्या सम्राटाकडून, त्यांच्या मोहिमेची इत्थंभूत माहिती करून घेण्यासाठी आमंत्रण आले. त्यांच्या या कामगिरीबद्दल जपानभर उत्सव साजरे केले गेले आणि टोक्योमध्ये त्यांची भव्य मिरवणूक काढण्यात आली. ठिकठिकाणांहून अभिनंदनाच्या तारा आल्या, त्यामध्ये एक तार 'एजवर्थ डेव्हिड' यांची होती. शिरासे आणि त्याचे सहकारी 'वेलिंग्टन' येथे सुखरूप आल्याचे कळल्यावर डेव्हिडने त्यांच्या दक्षिणेकडील यशाबद्दल अभिनंदन करणारी तार पाठवली होती.

काही काळानंतर 'M. Pathe' यांची फिल्म जपान आणि चीनमध्ये वितरित केली गेली आणि तिला प्रचंड प्रतिसाद मिळाला. त्यामुळे मोहिमेचे यश आणि प्रसिद्धी सर्वदूर पसरली. त्या फिल्मच्या वितरणामुळे 'M. Pathe' कंपनीला अमाप पैसा मिळाला, त्या काळी जवळजवळ एक लाख येन. शिरासेने त्या फिल्मचे हक्क फारच कमी किमतीत विकले होते. जरी त्यांना प्रसिद्धी मिळाली होती तरी अगदी सुरुवातीला सर्वच जण काही शिरासेच्या दाव्यांवर विश्वास ठेवण्यास तयार नव्हते, अगदी शिरासेच्या गावातील लोकही साशंकच होते. परंतु फिल्म वितरित झाल्यावर मात्र चित्रच पालटले.

दक्षिण ध्रुवीय प्रदेशातील त्या मोहिमेच्या अधिकृत अहवालाचे नाव आहे 'अ

रेकॉर्ड ऑफ अंटार्क्टिका'. त्या अहवालाप्रमाणे जपानने, शिरासेने भेट दिलेल्या त्या प्रदेशातील भूभागांवर अधिकृतपणे दावा सांगितला आहे आणि पुढे वाचकांना 'ज्या प्रदेशामध्ये आकाशाला गवसणी घालणारे बर्फाचे पर्वत आहेत, दिवसरात्र तळपणारा आणि न मावळणारा सूर्य आहे.' अशा प्रदेशाला भेट देण्याचे आवाहन करण्यात आले आहे. परंतु या मोहिमेचा अहवाल, वृत्तांकने, तेथे केले गेलेले शास्त्रीय प्रयोग, त्यांचे निष्कर्ष इ. सर्व गोष्टींचे वर्णन जपानी भाषेतच केले गेले होते. त्यामुळे जगातील इतरेजनांना या गोष्टी कळण्याचा, समजण्याचा संभव तसा कमीच होता. अपवाद होता तो काही थोड्या लोकांचा ज्यांचा शिरासेशी संपर्क होता आणि ज्यांनी पाश्चिमात्य वृत्तपत्रांमध्ये छापून आलेला थोडाफार मजकूर वाचला होता. त्यामध्ये मुख्य होता डेव्हिड, त्याने काही वृत्तांकने वाचली होती आणि त्याच्या संपर्कामध्ये शिरासे स्वत: होता. शिरासेच्या मोहिमेची फिल्म जगभरामध्ये वितरित केली गेली नव्हती. त्या मोहिमसंबंधी बाजारामध्ये जी काही पुस्तके आली, ती जपानी भाषेतच होती. मुख्य म्हणजे सामान्य जनतेला त्या प्रदेशाची माहिती देण्याबरोबरच त्यांचे मनोरंजनपण होईल अशा पद्धतीने ती लिहिलेली होती.

त्यामुळे दक्षिण ध्रुवीय प्रदेशाकडे निघताना जी मोहीम वादग्रस्त होती, परतल्यावर जिचा एकदम उदोउदो झाला, ती नंतर थोड्याच दिवसात विस्मृतीत पण गेली. विविध शास्त्रीय प्रयोगातून गोळा केलेली माहिती, निरीक्षणे, नोंदी इ. गोष्टी त्या अधिकृत अहवालामध्ये शेवटी 'परिशिष्टे' म्हणून जोडली गेली आणि ना त्यांचा अभ्यास केला गेला ना काही निष्कर्ष काढले गेले. सन १९५० च्या दशकामध्ये, जपानमध्ये प्रसिद्ध होणाऱ्या 'अंटार्क्टिक रीसर्च' या नियतकालिकामध्ये त्या अधिकृत अहवालातील माहिती लेखांच्या स्वरूपामध्ये इंग्रजीमध्ये छापून आली, परंतु जपानबाहेर फारच थोड्या वैज्ञानिकांचे त्याकडे म्हणावे तसे लक्ष गेले. बाकीच्या जगाच्या दृष्टीने जपानी दक्षिण ध्रुवीय मोहीम जणूकाही कधी निघालीच नव्हती असेच एकंदरीत वातावरण राहिले.

जपानी भाषेच्या अडचणीमुळे दक्षिण ध्रुवीय प्रदेशातील मोहिमेचा मूळ उद्देश, दक्षिण भौगोलिक ध्रुवावर पोहोचणे आणि त्या प्रयत्नामध्ये वेळप्रसंगी जीव गमावण्याची तयारी ठेवणे, असा काहीसा करण्यात आल्याने जगभरामध्ये संभ्रम निर्माण झाला होता. मोहिमेचे ध्येय स्पष्ट करताना वापरलेल्या 'नान्क्योकु' या शब्दाप्रमाणे त्यांच्या उद्दिष्टांमध्ये 'संपूर्ण दक्षिण ध्रुवीय प्रदेश' आणि 'दक्षिण भौगोलिक ध्रुव' या दोन्ही गोष्टींचा अंतर्भाव होता. परंतु इंग्रजी बोलणाऱ्या-समजणाऱ्या, जगाच्या दृष्टीने शिरासे आणि त्याचे सहकारी दक्षिण भौगोलिक ध्रुवावर पोहोचले नव्हते म्हणजे त्याची मोहीम अपयशी ठरली होती तर जपान्यांच्या दृष्टीने त्यांची मोहीम पूर्णपणे यशस्वी झालेली होती. आणि जाहीरपणे त्यांच्या वैज्ञानिक प्रयोगांची आणि शोधांची,

अधिकृत वृत्तांकनामध्ये भलावण करण्यात आली.

या मोहिमेतील शोधामुळे आणि अभ्यासामुळे मुख्यत: 'किंग एडवर्ड VII' आणि 'ग्रेट आइस बॅरियर' या भूभागांचे दक्षिण ध्रुवीय प्रदेशाशी नक्की कसे परस्परसंबंध आहेत हे स्पष्ट होण्यास मोठी मदत झाली. मोहिमेची ती खरी उपलब्धी होती. नॉर्वेजियनांनी 'किंग एडवर्ड VII' या भूभागातून गोळा केलेल्या नमुन्यांच्या अभ्यासानंतर निष्कर्ष काढला होता की, त्या भागातील दगड मुख्यत: ग्रॅनाईटचे आहेत आणि निरनिराळ्या खनिजांच्या स्फटिकांनी बनलेले दगडपण आहेत, शिवाय ते ८५ अंश दक्षिण अक्षांशावरील 'ॲक्सेल हेबर्ग ग्लॅशियर' जवळील 'माउंट बेट्टी' या भूभागातून गोळा केलेल्या नमुन्यांशी मिळतेजुळते आहेत. या नमुन्यांचे 'साउथ व्हिक्टोरिया लँड' येथे सापडलेल्या नमुन्यांशी एवढे साधर्म्य आहे की रॉस बॅरीयर सभोवतालच्या भूभागाची भूभागाची ओळख खात्रीशीररीत्या पटलेली आहे असा आता आपण निष्कर्ष नक्की काढू शकतो. 'एडवर्ड' भूभाग हा नि:संशयपणे व्हिक्टोरिया भूभागाच्या पठारी प्रदेशाचाच भाग आहे आणि 'रॉस समुद्र' हा तो भूभाग लाखो वर्षांपूर्वी दुभंगण्यातून तयार झालेल्या दरीमुळे (Rift Valley), निर्माण झाला असावा असा संशय बळावण्यास पुष्टीच मिळते.

नॉर्वेजियनांनी काढलेले वरील निष्कर्ष संपूर्णत: खरे नव्हते तर फक्त काही बाबतीतच खरे होते. जपान्यांनी दक्षिण ध्रुवीय प्रदेशामध्ये गोळा केलेल्या नमुन्यांपैकी, पेंग्वीन पक्ष्यांच्या पोटामध्ये सापडलेले दगड धरून, काही नमुने 'व्हिक्टोरिया' भूभागातून घेतलेल्या नमुन्यांशी पूर्णपणे जुळत नव्हते. लाव्हापासून तयार झालेल्या दगडांच्या मिळण्यामुळे समुद्राच्या तळाशी ज्वालामुखीच्या आणि पर्यायाने भूपृष्ठांवरील विवरांच्या अस्तित्वाचे संकेत मिळत होते, परंतु हेपण निर्देशित होत होते की उत्तर ध्रुवीय प्रदेशाच्या पूर्वेकडील भागापेक्षा 'किंग एडवर्ड VII' हा भूभाग खूप आधी अस्तित्वामध्ये आला असावा. व्हिक्टोरिया लँड भूभागातून जपान्यांना अलीकडच्या काळात नव्याने तयार झालेल्या दगडांचे नमुने न मिळण्याने वरील निष्कर्षाला पुष्टीच मिळत होती. न्यू-झीलंडबेटाबरोबरच्या भूशास्त्रीय संबंधांच्या सापडलेल्या सूचक पुराव्यांवरून, प्रथम कल्पना केल्यापेक्षा या प्रदेशाचा इतिहास, भूशास्त्रीय जडणघडण जास्तच गुंतागुंतीची असावी हे स्पष्ट होते.

सुदैवाने एजवर्थ डेव्हिडबरोबर असलेल्या मैत्रीपूर्ण संबंधांमुळे शिरासेने, त्यांनी आणलेले भूभागांचे नमुने डेव्हिडकडे अभ्यासासाठी पाठवले. डेव्हिड यांनी त्यांच्या अभ्यासातून काढलेले निष्कर्ष, शॅकल्टनच्या 'निमरॉड' मोहिमेच्या भूशास्त्रीय अभ्यासाच्या अहवालासोबत जोडून प्रसिद्ध केले. त्यामुळे एक झाले की जपान्यांनी दक्षिण ध्रुवीय प्रदेशामध्ये केलेल्या संशोधनाची माहिती इतर जगाला झाली.

त्या मोहिमेमध्ये इतरही काही महत्त्वाचे संशोधन केले गेले. हवामान आणि

समुद्राच्या निरीक्षणाबरोबरच जपान्यांनी दक्षिण ध्रुवीय प्रदेशातील बर्फाच्छादित भूभागात होणाऱ्या बदलांचा, भूभागाच्या बदलणाऱ्या रूपांचा अभ्यास केला. 'बे ऑफ व्हेल्स' भागातून फ्राम जहाजातून नॉर्वेजियन मोहीम पुढे गेल्यावर जपानी साहसवीर त्या भागामध्ये बरेच दिवस ठाण मांडून होते. आधी कल्पना केल्यापेक्षा 'बे ऑफ व्हेल्स'च्या किनारी भागाचा विस्तार कितीतरी मोठा होता आणि शिरासे आणि त्याचे सहकारी त्या भागातून निघेपर्यंत त्या किनारपट्टीचा विस्तार आणखी ५० मैलांनी वाढला होता.

शिरासेच्या मोहिमेमध्ये 'ग्रेट आइस बॅरियर' भूभागाबाबतही त्याची अस्थिरता, त्यामुळे घडणारे बदल इ. संबंधी महत्त्वाचे संशोधन केले गेले. शिरासे आणि त्याचे सहकारी जेव्हा त्यांनी गाठलेल्या अतिदक्षिणेकडील टोकाच्या निम्म्या अंतरावर होते तेव्हा त्यांनी 'बॅरियर'च्या पूर्वेकडे असणारा आणि आज 'रूझवेल्ट बेट' म्हणून ओळखला जाणारा प्रदेश पार केला. त्या वेळी त्या भूभागातील हा महत्त्वाचा भाग म्हणजे 'बेट' आहे हे माहीत नव्हते. हवामान अत्यंत खराब होते आणि तेथील उतरणीचा अंदाज येणे कठीण होते. हा भाग बर्फाच्या एका मोठ्या कड्याच्या दक्षिणेला असलेल्या ३०० मीटर उंचीच्या टेकाडाचा उतार होता. तो बर्फाचा प्रचंड कडा मात्र, पृथ्वीच्या भूगर्भामध्ये प्रचंड उलथापालथ होऊन, ज्वालामुखीचा उद्रेक होऊन एखादा सुळका बाहेर यावा, त्याप्रमाणे वर आला होता.

नॉर्वेजियनांनाही त्या प्रदेशाबद्दल कुतूहल होते, कोडे होते. त्यांचा असा अंदाज होता की 'बे ऑफ व्हेल्स' च्या दक्षिणेकडील उंच बर्फाच्छादित भाग हा स्थिर जमिनीवर असावा आणि त्याच्या भोवतालच्या छोट्या छोट्या टेकड्या या त्याच्याभोवती प्रवाही बर्फाच्या साठण्यामुळे निर्माण झालेल्या असाव्यात. अर्थात हा अगदी प्राथमिक असा अंदाज होता. आज या 'छोट्या छोट्या टेकड्या' ही दक्षिणेकडील समुद्रामध्ये तरंगणाऱ्या काही मोठ्या हिमनगांची उगमस्थाने आहेत.

स्कॉट यांचा या प्रदेशाविषयीचा अंदाज खरा होता. रॉस समुद्राच्या पूर्वेकडील भाग हा 'दक्षिण ध्रुवीय प्रदेश' या मोठ्या कोड्यातील फार महत्त्वाचा दुवा होता.

शिरासे आणि त्याच्या सहकाऱ्यांच्या टोक्यो शहरातील विजयी मिरवणुकीला जेमतेम सहाच आठवडे झाले असतील, तोच 'सम्राट मैजी' यांचे निधन झाले. संपूर्ण जपान शोकसागरात बुडाला. ज्या सम्राटाने जपानची आधुनिकतेकडे वाटचाल सुरू केली होती, जपानला नवीन स्वप्ने दाखवली होती त्याचेच अचानक निधन झाले होते - आणि त्याचबरोबर दक्षिण भौगोलिक ध्रुवाचे स्वप्न भंग पावले होते. शिरासेसाठी याहून मोठा धक्का असूच शकत नव्हता. दक्षिणेकडील समुद्रामध्ये पुढील दोन वर्षे संशोधनाचे काम करण्याबाबतच्या योजना आखल्या जात होत्या, परंतु म्हणावे तसे

आर्थिक पाठबळ मिळत नव्हते आणि आतातर ते शक्यच नव्हते. शिरासे आणि त्याच्या सहकाऱ्यांच्या मोहिमेचे एक वर्ष वाढल्यामुळे, आधीच्या अंदाजापेक्षा आधीच खूप खर्च झाला होता. शिरासे जरी हिरो होऊन जपानला परतला होता तरी त्याच्यासाठी एक वाईट बातमी होती. शिरासेच्या मोहिमेने जपानचा किनारा सोडल्यावर निधी उभारण्याचे काम सुरूच होते, परंतु तरीही जमाखर्चामध्ये ५३ हजार येन एवढ्या रकमेची तूट येत होती.

शिरासेकडे त्याच्या सहकाऱ्यांचे, खलाशांचे पगार देण्यासाठीही पैसे नव्हते, त्यातून मोहिमेला पाठिंबा देणाऱ्या आणि मोहिमेसाठी निधी गोळा करणाऱ्या समितीनेच त्यांच्या सभांवर आणि मनोरंजनावर गोळा केलेला निधी उडवल्याच्या अफवा पसरल्या होत्या. खरेखोटे देव जाणे, पण एक गोष्ट नक्की होती की शिरासेच्या डोक्यावर कर्ज झाले होते. शॅकल्टनच्या मदतीला त्यांचे सरकार धावून आले होते. परंतु शिरासेच्या मदतीला त्यांचे सरकार धावून येण्याची शक्यताच नव्हती आणि आता पाठिंबा देणारे सम्राटही नसल्यामुळे शिरासेवरच त्यातून काहीतरी मार्ग काढण्याची जबाबदारी पडली होती. शिरासेने 'कैनान-मारु' जहाज आधीच्याच मालकाला - गुंजी याला- २० हजार येनला विकले आणि जहाज परत मासेमारीच्या उद्योगाला लागले. अजूनही बाकीची रक्कम उभी करण्याचे आव्हान होतेच.

शिरासेने पुढील पाच वर्षे जपानभर भाषणांचे दौरे काढले. त्याने टोक्योतील त्याचे राहते घर विकले - तरी पैसे कमी पडत होते. सन १९२१ ते १९२४ या तीन वर्षांत शिरासेने कुरिल बेटांवर छोटी मोठी कामे करून पैसे उभे करण्याचा प्रयत्न केला. तिथे लोकरीच्या व्यापारामध्ये त्याने थोडाफार पैसा मिळवला. नंतर तो जपानला परतला आणि काही काळ भाजीपाल्याची शेती केली. हे सर्व करत असताना त्याला अधूनमधून दक्षिण ध्रुवीय प्रदेशाची स्वप्ने पडतच होती. सन १९२७ साली आमंडसेन त्याच्या उत्तर भौगोलिक ध्रुवावरून उडत जाण्याच्या प्रस्तावित मोहिमेची माहिती सम्राटांना देण्यासाठी टोक्योला आला असताना शेवटी शिरासे आणि त्याची भेट झाली.

जपानच्या दक्षिण ध्रुवीय प्रदेशातील मोहिमेला त्यांच्या प्रयत्नांना आंतरराष्ट्रीय समुदायाची मान्यता मिळावी, प्रसिद्धी मिळावी म्हणून शिरासेच्या मोहिमेतील एक वैज्ञानिक 'मासाकिचि इकेडा'नेपण अधिकृतपणे काही प्रयत्न केल्याचे दिसते. 'इकेडा'ने त्यांनी तयार केलेला नकाशा 'रॉयल जिऑग्राफिक सोसायटी', लंडनकडे पाठवून दिला आणि त्यासोबत दक्षिण ध्रुवीय प्रदेशामध्ये त्यांनी केलेल्या वैज्ञानिक प्रयोगांची माहिती, नोंदी, निरीक्षणे वगैरे देणारा एक सविस्तर अहवालही पाठवला. त्या नकाशामध्ये 'इकेडा'ने 'किंग एडवर्ड VII' या भूभागावरील दोन प्रमुख पर्वतांची नावे 'नोबु पर्वत' आणि 'ओकुमा पर्वत' अशी दर्शवली होती आणि ग्रेट

आइस बॅरियरच्या अतिपूर्वेकडील टोकाला जिथे समुद्र भूभागामध्ये घुसलेला होता, त्या भागाचे, त्यांच्या मोहिमेचे एक प्रमुख प्रायोजक, 'मुराकामी' यांच्या नावाने 'मुराकामि बे' असे नामकरण केलेले दाखवले होते.

'रॉयल जिऑग्राफिक सोसायटी'ने त्यांच्या पुरातत्त्व विभागाच्या नोंदीमध्ये त्या नकाशाची केवळ नोंद करून घेतली आणि लवकरच तो नकाशा विस्मृतीत गेला. त्यानंतर सोसायटीकडून आणि काही वरिष्ठ सभासदांकडून जपानी मोहीम दुर्लक्षिलीच गेली. सप्टेंबर १९१२ मध्ये रॉयल जिऑग्राफिक सोसायटीच्या सचिवांनी, 'स्कॉट केल्टी' यांनी लॉर्ड कर्झन यांना काहीशा अलिप्तपणेच लिहिलेल्या पत्रामध्ये म्हटले होते— 'जपानच्या दक्षिण ध्रुवीय प्रदेशातील मोहिमेतील एका सदस्याने त्यांच्या मोहिमेतील वैज्ञानिक संशोधनाबद्दल आणि त्यांनी काढलेल्या निष्कर्षांबद्दल एक अहवाल अध्यक्षांकडे पाठवला आहे, परंतु त्यामध्ये विशेष असे फार काही नाही. मला वाटते आपण केवळ त्याची पोच द्यावी. सर क्लेमंट मार्कहॅम यांनी ध्रुवीय प्रदेशातील मोहिमांच्या इतिहासावर लिहिलेल्या 'लँड्स ऑफ सायलेन्स' या पुस्तकामध्ये जपानी मोहिमेचा किंवा त्यांच्या प्रयत्नांचा कुठे उल्लेखही नाही आणि त्यांनी केलेल्या वैज्ञानिक संशोधनाची सोसायटीच्या नियतकालिकांमध्ये नंतर कित्येक वर्षे दखलपण घेतली गेली नव्हती.

शेवटी जपानच्या दक्षिणेकडील मोहिमेची आणि त्यांच्या प्रयत्नांची जगाकडून दखल घेतली जाण्यामध्ये दोन तपांचा काळ जावा लागला. सन १९२९ मध्ये हवाई साहसवीर 'रिचर्ड बर्ड'ने रॉस समुद्राच्या किनाऱ्याने उड्डाण केले आणि त्याच्या निरीक्षणात आलेल्या अनेक ठिकाणांना, जागांना त्याने नावे दिली. त्यामध्ये जपान्यांनी प्रथम पाहिलेल्या, शोधलेल्या अनेक किनारपट्ट्यांची नावे बदलून, त्यांचे दुसऱ्यांदा नामकरण केले गेले. या गोष्टीचा सुगावा लागल्यावर जपान्यांनी जोरदार निषेध नोंदवला. 'बर्ड'ने 'अमेरिकन जिऑग्राफिक सोसायटी'च्या 'जिऑग्राफिक रिव्ह्यु' या मासिकामध्ये एक विस्तृत लेख लिहिला. त्यामध्ये दोन महत्त्वाच्या किनारपट्ट्यांची नावे 'कैनान-बे' आणि 'ओकुमा-बे' अशीच दाखवण्यात आलेली होती.

या सर्व घडामोडींमुळे जपानच्या दक्षिण ध्रुवीय मोहिमेकडे आणि त्यांच्या त्या प्रदेशातील संशोधन कार्याकडे परत एकदा सर्वांचे नव्याने लक्ष गेले. त्याच वर्षी 'इव्हार हॅम्रे' या नॉर्वेजियनाने मोहिमेचा संक्षिप्त अहवाल प्रसिद्ध केला. सन १९१२ मधील दुसऱ्या एका देशाच्या मोहिमेला त्यांच्या कामाबद्दल श्रेय आणि प्रसिद्धी मिळाल्यावर कित्येक वर्षांनी जपान्यांच्या मोहिमेची दखल घेतली जाण्याची वेळ आली होती. दक्षिण ध्रुवीय प्रदेशाच्या मोहिमांच्या इतिहासामध्ये शेवटी त्यांना स्थान मिळाले होते. शिरासेने जपानच्या सरकारला एक निवेदन करून 'रॉस' समुद्राच्या

प्रदेशाच्या वर,-जिथे त्याने जपानचा राष्ट्रध्वज फडकावला होता-दावा सांगण्याची विनंती केली. अर्थातच या विनंतीचा विचारच केला गेला नाही. दक्षिणेकडील समुद्राचा, त्यातील संपत्तीचा उपयोग करून घेण्याच्या अनेक संधी शिरासेला दिसत होत्या. त्याने एके ठिकाणी लिहिले -'दक्षिण ध्रुवीय प्रदेशातील समुद्राच्या तळाशी दडलेल्या खजिन्याचा अभ्यास करा आणि त्याचा फायदा करून घ्या, अगदी मी मेल्यावरपण.'

दक्षिणेकडील समुद्रामध्ये सन १९३० पर्यंत जपान्यांची उपस्थिती जाणवण्याएवढी वाढली होती. व्हेल माशांच्या शिकारीसाठी जपानी जहाजे नियमितपणे दक्षिणेकडील खोल समुद्रांमध्ये जाऊ लागली. त्यामुळे त्या भागाबद्दल जपानमध्ये आपोआपच आस्था निर्माण झाली. सन १९३३ मध्ये जपानच्या ध्रुवीय संशोधन केंद्राची स्थापना करण्यात आली आणि शिरासे त्या संस्थेचा मानद अध्यक्ष झाला. शिरासेच्या डोक्यावर मोहिमेच्या वेळी झालेले कर्ज अजूनही होते आणि सरकारकडून काहीच मदत मिळत नव्हती. शेवटी सन १९३५ मध्ये, त्याच्या मृत्यूच्या काही काळच आधी त्याने ते कर्ज फेडले. सन १९८१ मध्ये शिरासेच्या जन्मगावी असलेल्या देवळाच्या प्रांगणामध्ये शिरासेचा, आजूबाजूला छोटे छोटे पेंग्वीन असलेला पुतळा उभारण्यात आला आणि सन १९९० मध्ये 'निकाहो' येथे एक वस्तुसंग्रहालय उभारण्यात आले. आज त्या वर्तुळाकार वास्तूमध्ये असलेल्या वस्तुसंग्रहालयाचे कर्मचारी जपानी ध्रुवीय प्रदेशातील मोहिमेच्या आणि त्यांनी केलेल्या संशोधनाच्या गोष्टी मोठ्या अभिमानाने सांगतात. दरवर्षी २८ जानेवारीला शिरासेच्या स्मरणार्थ एक उत्सव, 'बर्फात चाला' (Walk in the Snow) या नावाने साजरा केला जातो. ज्या माणसाने अनंत अडचणींवर मात करून दक्षिण ध्रुवीय प्रदेशामध्ये मोहीम काढण्याचा निर्धार दाखवला आणि काही काळापुरते का होईना पण देशाला एक स्वप्न दाखवले त्या माणसाच्या स्मरणार्थ, कृतज्ञता व्यक्त करण्यासाठी हा उत्सव साजरा केला जातो.

जपानी मोहिमेच्या अधिकृत वृत्तांकनामध्ये शिरासे आणि त्याच्या सहकाऱ्यांच्या प्रयत्नांचे वर्णन करताना म्हटले आहे -'नेत्यांमधील सुसंवाद त्यांच्या अनुयायांना एकत्र आणतो.' परंतु हे शब्दश; खरे नव्हते, कारण कैनान-मारु जहाजावर मोहिमेमध्ये भांडणे झाली होती, मतभेद झाले होते - परंतु सन १९११-१९१२ मधील दुर्दैवी 'विल्हेल्म फिल्चनेर' याच्या नेतृत्वाखाली निघालेल्या जर्मनीच्या दक्षिण ध्रुवीय मोहिमेच्या तुलनेमध्ये ते काहीच नव्हते. जर्मन मोहिमेला जपानी मोहिमेप्रमाणे पैशाची जरी चिंता नव्हती तरी जर्मनीच्या दक्षिणेकडील मोहिमेने काय पाहिले नाही? खुनाचा प्रयत्न पाहिला, बंडाळी पाहिली, अगदी टोकाचा वेडेपणा पाहिला आणि तरीही इतर मोहिमांमध्ये ती मोहीम अत्यंत महत्त्वाची समजली गेली.

एल्सवर्थ पर्वताजवळील हेरिटेज रेंज येथील अत्याधुनिक हवामान संशोधन तळ -२०११, फोटो - ख्रिस टर्नी (इस्टमन कोडॅक-२) फोल्डिंग ऑटोग्राफिक ब्राऊनी (मॉडेल १९२४-२६)

बर्फातील बंदिवास

विल्हेल्म फिल्चनेर आणि जर्मनीची दुसरी दक्षिण ध्रुवीय मोहीम (१९११-१९१२)

वस्तुस्थिती सिद्धान्तांना वाऱ्यावर उधळून लावते.
सर क्लेमंट मार्कहॅम (१८३०-१९१६)

१६ जुलै १९१० रोजी सकाळीच बदलाची चाहूल लागली होती. त्या महिन्याच्या पहिल्या पंधरवड्यात इंग्लंडच्या दक्षिणेकडील भागामध्ये अनुभवास आलेला सुखद उन्हाळ्याचा काळ आता संपत आला होता. त्या सकाळी लंडनवासी जागे झाले ते उत्तरेकडून वाहणाऱ्या वाऱ्याच्या चाहुलीनेच आणि संभाव्य वादळी हवामानाच्या अपेक्षेनेच. परंतु मिनिटागणीक बिघडत जाणाऱ्या त्या हवामानाचा 'वाटर्लू' स्टेशनवर त्या दिवशी जमलेल्या काही खास निमंत्रितांच्या जमावावर, त्यांच्या उत्साहावर काहीही परिणाम नव्हता. ते सर्व जण रॉबर्ट स्कॉट आणि ब्रिटिश दक्षिण ध्रुवीय मोहिमेतील साहसवीरांना निरोप देण्यासाठी तिथे जमले होते. सगळीकडे उत्साह ओसंडून वाहत होता. फुलांची, बक्षिसांची देवाणघेवाण होत होती, एकमेकांना सूचना, सल्ले दिले जात होते. शुभेच्छा दिल्या जात होत्या.

साउथॅम्पटनकडे, आणि तेथील बंदरामध्ये उभ्या असलेल्या जहाजाकडे जाण्यासाठी काही मिनिटांतच गाडी निघण्याच्या तयारीत असताना ब्रिटिश मोहिमेचा नेता आणि त्याची पत्नी गाडीत चढले आणि त्या क्षणी अर्नेस्ट शॅकल्टनने ओरडून स्कॉटला शुभेच्छा दिल्या, 'थ्री चिअर्स फॉर कॅप्टन स्कॉट.'

स्कॉटने मागे वळून बघत, डोक्यावरची बॉउलर हॅट काढून हलवत आणि शुभेच्छांचा स्वीकार करत म्हटले, 'ध्रुवावर भेटू या.'

परंतु उद्गार शॅकल्टनसाठी नव्हते. तर ते उद्गार 'विल्हेल्म फिल्चनेर' या

कडक पोशाखातील, जर्मनीच्या दक्षिण ध्रुवीय प्रदेशातील आगामी मोहिमेच्या नेत्याला उद्देशून होते.

बव्हेरियातील 'बेरुथ' या गावी सन १८७७ मध्ये जन्मलेला फिल्चनेर खरेतर चित्रकारच व्हायचा. या तरुणाकडे प्रसिद्ध चित्रकारांच्या नावाजलेल्या कलाकृती हुबेहूब काढण्याची, रंगवण्याची विलक्षण हातोटी होती. परंतु साहसी जीवनाच्या आकर्षणाने त्याच्यामधील कलावंतावर मात केली. वयाच्या पंधराव्या वर्षीच त्याने चित्रकलेकडे पाठ फिरवली आणि प्रशियाच्या सैनिकी शाळेत प्रवेश घेतला. फिल्चनेर प्रथम प्रसिद्धीच्या झोतामध्ये आला तो त्याने मध्य आशियातील पामिर पर्वतरांगांतून घोड्यावरून एकट्याने प्रवास करण्याची कामगिरी केली तेव्हा. त्याची ती मोहीम सेनादलानेच आयोजित केली होती, परंतु नंतर त्याच्यावर हेरगिरी करण्याचे आरोप केले गेले आणि रशियामध्ये प्रवास करण्यास त्याच्यावर बंदी घातली गेली. त्याला आलेल्या प्रवासातील अनुभवांवर त्याने लिहिलेले 'Ein Ritt iiberden Pamir' हे पुस्तक खूपच गाजले - आणि त्याच बरोबर एक धडाडीचा जर्मन साहसवीर म्हणून त्याचे नाव झाले.

तरुणपणीच मिळालेल्या प्रसिद्धीमुळे उत्साहित होऊन फिल्चनेरने त्याच्या उपजत साहसीवृत्तीला वैज्ञानिक दृष्टिकोनाची जोड असण्याचे महत्त्व ओळखले आणि तो जोपासण्यावर भर देताना विज्ञानाच्या विविध शाखांची माहिती करून घेतानाच त्याने भूभौतिक (Geophysics) शास्त्र आणि भूमापन (Survey) शास्त्राचे अद्ययावत तंत्रज्ञान अवगत केले आणि या ज्ञानाचा उपयोग करण्याची संधीही लगेचच त्याच्याकडे चालून आली. तिबेटमधील चुंबकीय क्षेत्राचा अभ्यास आणि त्या क्षेत्रांचे नकाशे तयार करण्याच्या कामगिरीवर जाणाऱ्या मोहिमेचे नेतृत्व त्याच्याकडे चालत आले. ती कामगिरी यशस्वीपणे पार पाडल्यावर मानसन्मान आणि अनेक मानद पदव्या आपोआपच त्याच्याकडे आल्या. एक धडाडीचा साहसवीर आणि शास्त्रज्ञ अशी फिल्चनेरची दुहेरी ओळख लवकरच प्रस्थापित झाली.

हा तरुण जर्मन साहसवीर आणि शास्त्रज्ञ, शॅकल्टनच्या दक्षिण ध्रुवीय प्रदेशातील कामगिरीने अगदी भारावून गेला होता. शॅकल्टनच्या ब्रिटिश मोहिमेने 'मॅकमर्डो साउंड' भोवतालचा प्रदेश जरी पिंजून काढला होता आणि अभ्यासला होता तरी दक्षिण ध्रुवीय प्रदेशातील दुसरी बाजू अजून बहुतांशी अंधारातच होती. 'जेम्स वेडेल' या सील प्राण्यांच्या शिकाऱ्याने, सन १८२३ मध्ये, अतिदक्षिणेकडे शिकारीसाठी गेलेले असताना पक्षी पाहिल्याची नोंद केली होती आणि त्यावरून त्याने जवळच कुठेतरी जमीन असण्याचा अंदाज व्यक्त केला होता. सन १९०२ मध्ये 'विल्यम स्पिअर ब्रुस' या स्कॉटिश शास्त्रज्ञ साहसवीराला पुढे गोठलेला समुद्र लागल्यामुळे

'वेडेल' पोहोचलेल्या ठिकाणाच्या बरेच अंतर आधी थांबावे लागले होते तरी त्याने वेडेल समुद्राच्या पूर्वेकडील भागामध्ये 'कोट्स लँड' हा भूभाग शोधून काढला होता. फिल्चनेरची योजना शॅकल्टनच्याच योजनेप्रमाणे होती, म्हणजे 'वेडेल' समुद्रातील बर्फातून, त्या अज्ञात खंडाच्या अंतर्भागातून मार्ग काढत 'रॉस' समुद्र गाठायचा.

त्या वेळी दक्षिण ध्रुवीय प्रदेशाचा एकूण विस्तार, प्रदेशाच्या सीमारेषा वगैरेबद्दल जरी नक्की कल्पना नव्हती, माहिती धूसर होती, तरी जगभरातील साहसवीरांनी आणि अभ्यासकांनी त्या खंडाबाबत निरनिराळ्या कल्पना, निरनिराळे विचार मांडणे काही थांबवले नव्हते. नानसेनसारख्या काही जणांचे म्हणणे होते, 'दक्षिण ध्रुवीय प्रदेश हा अनेक बर्फाच्छादित बेटसमूहाचा बनलेला आहे.' तर शॅकल्टनसह काही अभ्यासकांचे म्हणणे होते की, दक्षिण ध्रुवीय प्रदेश हा एकच सलग भूभाग आहे.

तर 'फ्रेडरिक अल्बर्ट पेंक' सारखी जर्मनीच्या वैज्ञानिक जगतामध्ये मोठे नाव असलेली आणि बर्लीन विद्यापीठामध्ये भूगोल या विषयातील अधिकारी व्यक्ती अगदी वेगळेच मांडत होती. 'पेंक'च्या मते दक्षिणेकडे एक खंडप्राय भूभाग आहे हे निःसंशय, परंतु तो एका गोठलेल्या सामुद्रधुनीने, जिच्या एका टोकाला 'वेडेल' समुद्र आहे तर दुसऱ्या टोकाला 'रॉस' समुद्र आहे, दोन भागांमध्ये विभागला गेला आहे. दक्षिण ध्रुवीय प्रदेश हा दोन मोठ्या, पूर्व आणि पश्चिम भूभागांनी बनलेला प्रदेश आहे.

दक्षिण ध्रुवीय प्रदेशाच्या अंतर्भागामध्ये पसरलेल्या पर्वतरांगांच्या आधारावर 'पेंक'चे वरील मत बनलेले होते. सन १९१२च्या आधी पण एक गोष्ट स्पष्ट झाली होती की आज दक्षिण ध्रुवीय द्वीपकल्प म्हणून ओळखला जाणारा प्रदेश हा दक्षिण अमेरिकेतील 'अँडीज' पर्वतरांगेशी भूस्तरीय सलगता दर्शवतो. प्रश्न एवढाच होता की हा दक्षिण ध्रुवीय अँडीज भूभाग हा 'व्हिक्टोरिया लँड' येथे मिळालेला आहे की इतरत्र कुठे गेला आहे - आणि जर ते कुठेही मिळालेले नसतील तर मग 'ब्रुस'ने शोधलेल्या 'कोट्स लँड' या भागाशी त्याचा काही संबंध असेल का? याच पार्श्वभूमीवर 'पेंक'ने त्याचा दोन खंडप्राय भूभागांचा सिद्धान्त मांडला होता.

'फिल्चनेर'ने दक्षिण भौगोलिक ध्रुवाकडे प्रवास करतानाच या सिद्धान्ताचा शोध घेण्याचे ठरवले. फिल्चनेरने स्वतःवर नॉर्वेजियन किंवा जपान्यांप्रमाणे कोणत्याही प्रकारच्या मर्यादा घालून न घेता त्याच्या दक्षिण ध्रुवीय प्रदेशातील मोहिमेमध्ये जास्तीतजास्त शास्त्रीय माहिती, भौगोलिक माहिती गोळा करण्याचे ध्येय ठेवले होते. दक्षिण ध्रुवीय प्रदेशाच्या निकटच्या भागासंबंधी, दक्षिण ध्रुवीय वर्तुळामध्ये येणाऱ्या भूभागासंबंधीही बरेच प्रश्न अजून अनुत्तरित होते. दक्षिण ध्रुवीय प्रदेशातील विविध समुद्र एकमेकांशी जोडले गेले आहेत का? जोडले गेले असतील तर कशा प्रकारे? त्या सर्वांचा एकत्रितपणे जागतिक हवामानावर काही परिणाम होतो का?

फिल्चनेरच्या मोहिमेत वैज्ञानिक प्रयोगांना, निरीक्षणांना, नोंदी घेण्याला मोहिमेच्या पहिल्या दिवसापासून सुरुवात होणार होती. फिल्चनेरने सन १९०९ मध्ये 'बर्लिन जिऑग्राफिक सोसायटी' कडे मदतीसाठी विचारणा केली आणि त्याच्या प्रस्तावाला सोसायटीकडून तत्काळ सकारात्मक प्रतिसाद मिळाला. या प्रस्तावित मोहिमेच्या बातमीने 'पेंक' एवढा उत्तेजित झाला की त्याने मार्च १९१० मध्ये फिल्चनेरची मोहिमेची योजना जनतेपुढे मांडली.

दक्षिणेकडे जाणाऱ्या जर्मन मोहिमेचे नेतृत्व करणारा 'फिल्चनेर' हा काही पहिलाच नव्हता. त्याच्याएवढाच साहसी आणि प्रसिद्ध असलेला त्याचा पूर्वाधिकारी 'एरिक व्हॉन ड्रायगलस्की'ने एका तपापूर्वी असाच प्रयत्न केला होता. स्कॉटच्या 'डिस्कव्हरी' मोहिमेच्या समकालीन असलेल्या 'व्हॉन ड्रायगलस्की'ने 'मॅकमर्डो साउंड'चा भूभाग मोठ्या मनाने संशोधनासाठी 'स्कॉट' साठी सोडून, तोपर्यंत अज्ञात असलेला दक्षिण ध्रुवीय प्रदेशाच्या पूर्वेकडील किनारपट्टीचा भाग संशोधनासाठी निवडला होता, ज्या ठिकाणी अमेरिकन साहसवीर 'चार्ल्स विल्कीस'ने, साठ वर्षांपूर्वी पोहोचल्याचा दावा केला होता. दक्षिण चुंबकीय ध्रुवावर प्रथम पोहोचण्याचा मान मिळवण्याच्या उद्देशाने निघालेल्या जर्मन मोहिमेला त्यांच्या प्रयत्नात कधीच यश मिळाले नाही. जानेवारी १९०२ मध्ये दक्षिण ध्रुवीय प्रदेशाजवळ पोहोचण्याच्या बेतात असताना त्यांचे 'गॉस' जहाज समुद्रातील बर्फामध्ये अडकले.

जर्मन साहसवीर तेथील हिवाळ्याला तोंड देण्याच्या तयारीनेच गेले होते. स्थानिक वन्यजीवांच्या आधारे - त्यामध्येपण अन्न आणि जळणासाठी, प्रामुख्याने पेंग्वीनचा वापर करून - तशाही परिस्थितीमध्ये त्यांनी त्यांचे काम चालूच ठेवले. हवामानशास्त्रापासून ते अगदी भूशास्त्रापर्यंत त्यांनी विविध ज्ञानशाखांमध्ये वैज्ञानिक प्रयोग करून त्यांची निरीक्षणे घेतली आणि 'स्कॉट' च्या निरीक्षणांबरोबर तुलनात्मक अभ्यास करण्याच्या दृष्टीने ती अत्यंत काळजीपूर्वक नोंदवून ठेवली. हे सर्व प्रयत्न चाललेले असतानाच गरम हवेच्या साहाय्याने, हवामानाच्या अभ्यासासाठी, आकाशामध्ये फुगा सोडला. तो फुगा पाचशे मीटर उंचीवर गेला आणि त्या उंचीवरून 'व्हॉन ड्रायगलस्की'ने सभोवतालच्या प्रदेशाची पाहणी केली, तेव्हा त्याला दक्षिणेकडे बर्फविरहित भूभाग असल्याचे दिसले. स्लेजवरून त्या भूभागाकडे गेल्यानंतर जर्मन साहसवीरांना तिथे एक निद्रिस्त ज्वालामुखी आढळला आणि पडझड झालेली बर्फाची तटबंदी दिसली. ती पडझड झालेली बर्फाची तटबंदी तिथे एके काळी आजच्यापेक्षा मोठ्या प्रमाणावर बर्फ असण्याचे सूचित करत होती.

हिवाळा संपून आकाशामध्ये जरी सूर्य दिसायला लागला होता तरी 'गॉस' जहाजाभोवतालच्या बर्फामध्ये जराही फरक पडला नव्हता आणि डायनामाईटच्या

साहाय्याने स्फोट करून ते बर्फ फोडून जहाजाची सुटका करण्याचे सर्व प्रयत्न निष्फळ ठरले. शेवटी आणखी एक उपाय म्हणून जहाजावरील बॉयलरमधील राख भोवतालच्या बर्फावर पसरली तेव्हा कुठे थोडेफार बर्फ सैल झाले. आणखी खोल दक्षिणेकडे जाण्यात अपयश आल्यामुळे जर्मन साहसवीर निराश झाले होते, तरी दक्षिणेकडील समुद्रामध्ये भूभाग असल्याचे दाखवून देण्यात त्यांना यश आले होते. त्या भूभागाचे 'कैसर विल्हेल्म II' भूभाग असे नामकरण करून ते जेव्हा मायदेशी परतले तेव्हा त्यांचे जंगी स्वागत झाले.

तेवढ्याच योग्य प्रकारे आखणी करून आणि योजनाबद्ध रितीने मोहीम काढून 'व्हॉन ड्रायगलस्की'च्या यशाची पुनरावृत्ती करण्याची फिल्चनेरची महत्त्वाकांक्षा होती. दक्षिण ध्रुवीय प्रदेशातील पूर्णतः अज्ञात अशा प्रदेशामध्ये जाऊन काही वैज्ञानिक कोड्यांची उत्तरे शोधण्यासाठी तिथे संशोधन करण्याचे आणि शिवाय दक्षिण भौगोलिक ध्रुवावर पोहोचून त्यावर जर्मनीचा दावा सांगण्याचे त्याचे स्वप्न होते.

आत्तापर्यंतच्या सर्व ध्रुवीय मोहिमांमध्ये एक जर कोणता समान धागा असेल तर तो म्हणजे निधीची कमतरता आणि त्याला फिल्चनेरची मोहीमपण अपवाद नव्हती. दक्षिण ध्रुवीय प्रदेशामध्ये दोन जहाजे नेण्याच्या त्याच्या मूळ योजनेचा खर्च वीस लाख मार्क्सच्या जवळपास होता. आणि अत्यंत कमी निधी जमल्यामुळे मुळात मोहिमेच्या निघण्यावरच प्रश्नचिन्ह होते. तशा परिस्थितीत इतर कोणी कदाचित मोहीम काढण्याचा नाद सोडला असता परंतु फिल्चनेरने मात्र निधी उभारणीच्या कामामध्ये धडाडी दाखवली, कल्पकता दाखवली.

सन १९१० च्या सुरुवातीलाच मोहिमेच्या आयोजन समितीने मोहिमेला राजघराण्याची मान्यता मिळवण्याच्या उद्देशाने 'कैसर' यांच्या सन्मानार्थ एका खान्याचे आयोजन केले. एका निरीक्षकाच्या मते जर्मनीच्या राजाला या मोहीम वगैरेबद्दल प्रथमपासूनच काही स्वारस्य नव्हते. 'तर तुम्हाला दक्षिण ध्रुवावर जायचे आहे म्हणे?' त्यांनी प्रश्न केला. 'तो 'झॅपलिन' त्याच्या हवाई जहाजाने तिथवर पोहोचण्यापर्यंत थांबता आले तर बघा. तुम्हाला जे साध्य करायला तीन वर्षे लागणार आहेत ते तो काही दिवसातच करून दाखवेल. तुम्ही ही मोहीम वगैरे काही काढणार नाही - समजले?'

या संभाषणावर 'फिल्चनेर'ने असे उत्तर दिल्याचे समजते, 'राजेसाहेब माझ्या नेतृत्वाखाली मी ही मोहीम काढण्याचा निर्णय आधीच घेतला आहे.' - आणि कैसर यांनी पाठ फिरवली आणि समारंभातून ते निघून गेले. नंतर मात्र त्या सर्व प्रसंगाचे वर्णन करताना फिल्चनेर यांनी कौशल्याने उत्तरे देऊन वेळ मारून नेली. त्याने सांगितले, त्यांची विनंती अमान्य करण्यापूर्वी कैसर यांनी मोहिमेसंबंधीचे त्यांचे

म्हणणे शांतपणे ऐकून घेतले.

कैसर यांच्याबरोबर झालेल्या बोलण्यानंतर दुसऱ्याच दिवशी फिल्चनेरने म्युनिकला जाऊन 'ल्युटपोल्ड' यांची भेट घेतली. त्या वेळी ल्युटपोल्ड हे बव्हेरियाच्या राजपुत्राच्या वतीने राज्यकारभार पाहत होते. त्या वेळी खरेतर ल्युटपोल्ड हेच सर्वार्थाने राजे होते, कारण त्यांचे दोन्ही पुतणे 'लुडविग दुसरा' आणि 'ओट्टो' हे जबाबदारी सांभाळण्याच्या मानसिक परिस्थितीत नव्हते.

मध्य युरोपचे सांस्कृतिक पुनरुज्जीवन करण्यात आणि म्युनिकला सांस्कृतिक राजधानीचे शहर बनवण्यात ल्युटपोल्ड यांचा सिंहाचा वाटा होता. त्यांनी फिल्चनेरचे आणि जर्मनीच्या दक्षिण ध्रुवीय प्रदेशातील मोहिमेच्या प्रस्तावाचे खूप उत्साहाने स्वागत केले आणि त्या मोहिमेसाठी 'मानद आश्रयदाते' होण्याचे मान्य केले.

शेवटी मोहिमेच्या खर्चामध्ये कपात करण्याचे ठरले आणि आधीची दोन जहाजे घेऊन जाण्याची योजना बदलून एकच जहाज घेऊन जाण्याचे ठरले आणि मोहिमेचा खर्च अकरा लाख मार्क्सवर आणण्यात आला. मोहिमेच्या आखणीकरता, निधी गोळा करण्यासाठी एका राष्ट्रीय समितीची स्थापना करण्यात आली आणि निधी जमवण्याच्या कामाला नव्याने सुरुवत करण्यात आली. निधी उभारण्यासाठी एक नवीन प्रयोग म्हणून जनतेसाठी लॉटरीची योजना जाहीर केली गेली. एका वर्षामध्ये फिल्चनेरच्या मोहिमेसाठी पुरेसा पैसा जमा झाला आणि सन १९१२ मधील जर्मनीची ही मोहीम पैशाचे सर्वांत भक्कम पाठबळ असलेली मोहीम ठरली.

मोहिमेचे उद्दिष्ट लक्षात घेऊन तिच्या वैज्ञानिक बाजूकडे लक्ष देण्याच्या दृष्टीने आणि संशोधनातून जास्तीतजास्त फायदा मिळवण्याच्या दृष्टीने आणि त्याच वेळी अनावश्यक पुनरावृत्ती टाळण्यासाठी या जर्मन मोहिमेच्या नेत्याने खूप कष्ट घेतले. त्या वर्षामध्ये दक्षिणेकडे गेलेल्या आणि जाण्याच्या तयारीत असणाऱ्या इतर देशांच्या मोहिमांच्या नेत्यांबरोबर त्याने संपर्क साधले. वैज्ञानिक परीक्षणांची, नोंदींची, निष्कर्षांची देवाणघेवाण करण्याची तयारी दर्शवली. बहुतेक सर्व मोहिमांच्या नेत्यांनी, अगदी दक्षिण भौगोलिक ध्रुवावर पोहोचण्याच्या शर्यतीमध्ये असलेल्या प्रतिस्पर्ध्यांना पण त्याला उत्साहाने आणि खुल्या मनाने प्रतिसाद दिला. मोहिमांची आखणी करण्याबाबत, शास्त्रीय उपकरणांबद्दल सल्ले दिले / घेतले गेले. विशेषकरून शॅकल्टन या मोहिमेच्या तयारीमध्ये सक्रिय भाग घेऊन मदत करण्यास तयार होता. तो जर्मनीला आला, त्याने सार्वजनिक भाषणे दिली आणि फिल्चनेरच्या 'डॉइशलँड' या जहाजाचे समुद्रातील बर्फातून प्रवास करण्याच्या दृष्टीने मजबुतीकरण करण्यासाठी, त्याला योग्य बनवण्यासाठी काही मोलाच्या सूचना केल्या. एवढेच नाही तर ते काम त्याने स्वतःच्या देखरेखीखाली करून घेतले. शॅकल्टनने घोडे बरोबर नेण्याची जॅकसनची कल्पना फिल्चनेरच्या डोक्यात भरवून दिली. मोहिमेबरोबर घोडे नेण्याची

कल्पना फिल्चनेरला एवढी पसंत पडली की त्याने ताबडतोब चीनच्या उत्तर-पूर्व भागातून, त्याच्या बरोबरच्या ग्रीनलँड कुत्र्यांच्या जोडीला, घोडे मागवले.

दक्षिण भौगोलिक ध्रुवावर पोहोचण्यासाठी केलेल्या प्रयत्नांबाबत स्कॉट आणि ब्रुस काय हक्क किंवा दावे सांगू शकतात याची माध्यमांना चांगली कल्पना होती आणि म्हणून दक्षिण ध्रुवीय प्रदेशातील अगदी वेगळ्या भागावर, प्रदेशावर लक्ष केंद्रित करून व्हॅन ड्रायगलस्कीप्रमाणे, फिल्चनेर ब्रिटिश मोहिमेशी कोणत्याही प्रकारचे गैरसमज, मतभेद न होण्याची कटाक्षाने काळजी घेणार होता. परंतु एवढा विचार करण्याची त्याला गरजच पडली नाही. त्या दोन्ही नेत्यांची प्रत्यक्ष भेट घेण्यासाठी फिल्चनेर सन १९१० च्या वसंतऋतूमध्ये इग्लंडला गेला आणि त्याच्या या नवीन युरोपिअन मोहिमेच्या बातमीनंतर पण त्याने त्या दोघांनाही अगदी निर्धास्त आणि त्यांच्या तयारीत मग्न असल्याचे पाहिले.

फिल्चनेरने एडिनबर्ग येथे ब्रुसची भेट घेतली. त्या भेटीमध्ये असे ठरले की फिल्चनेरने 'कोट्स लँड'च्या पश्चिमेकडील भागामध्ये काम करायचे आणि पूर्वेकडील भूभाग ब्रुसच्या आगामी मोहिमेला काम करण्यासाठी सोडायचा. स्कॉटच्या मोहिमेची उद्दिष्टे जवळजवळ फिल्चनेरच्या मोहिमेच्या उद्दिष्टांशी मिळतीजुळती होती. त्याशिवाय तो 'वेडेल' समुद्राचा सखोल शास्त्रीय सर्व्हे करणार होता आणि त्याचा 'रॉस' समुद्राला जोडणारा मार्ग शोधण्याचाही विचार होता. 'ब्रुस' हा 'पेंक'ने मांडलेल्या 'दोन खंडप्राय आकाराच्या भूभागांचा' सिद्धान्ताशी सहमत नव्हता आणि त्याचे असे म्हणणे होते की 'व्हिक्टोरिया लँड' येथील पर्वतरांग ही 'दक्षिण ध्रुवीय अँडीच'पर्यंत पसरलेली आहे. मात्र स्वत:च्या मोहिमेसाठी निधी मिळण्याची वाट न बघणाऱ्या, जो कधीच मिळाला नाही, आणि तयारीमध्ये गुंतलेल्या ब्रुसने फिल्चनेरला दक्षिण ध्रुवीय प्रदेशामध्ये वैज्ञानिक संशोधन करण्यासंबंधी काही मोलाच्या सूचना दिल्या आणि एवढेच नाही तर समुद्री प्रवासादरम्यान प्रयोग करण्यासाठी काही शास्त्रीय उपकरणेपण दिली.

लंडन येथे झालेली स्कॉटबरोबरची भेट तर अधिकच अर्थपूर्ण आणि यशस्वी ठरली. स्कॉट त्याचे अनुभव, त्याच्या निरनिराळ्या कल्पना, त्याची उपकरणे, - अगदी स्वयंचलित स्लेजचे आराखडे धरून - इ. गोष्टींची फिल्चनेरबरोबर मुक्तपणे देवाणघेवाण करण्यास तयार होता. त्याने तर त्याचा काही सहकाऱ्यांना जर्मन मोहिमेबरोबर पाठवण्याची तयारी दर्शवली. नंतर एके ठिकाणी बोलताना स्कॉट म्हणाला, 'लेफ्टनंट फिल्चनेर आणि मी, आम्ही दोघांनी मोहिमेतील वैज्ञानिक कार्यक्रमासंबंधी आणि प्रयोगांबाबत जेवढे शक्य होईल तेवढे एकत्रपणे काम करायचे ठरवले आहे.' स्कॉटने शेवटी आणखीही एक गोष्ट केली, त्याने फिल्चनेरला अधिकृत ब्रिटिश दक्षिण ध्रुवीय प्रदेश मोहिमेसाठी दिनांक १६ जुलै रोजी 'वॉटर्लू'

स्टेशनवर आयोजन केलेल्या निरोप समारंभाचे आमंत्रण दिले.

फिल्चनेर जर्मनीला परतला. आता जर्मन मोहिमेच्या तयारीने वेग घेतला. फिल्चनेरला तरीही एक उणीव भासत होती. ध्रुवीय प्रदेशसदृश प्रदेशात जाऊन प्रत्यक्ष अनुभव घेण्याची निकड त्याला वाटत होती. त्याला त्याच्या सहकाऱ्यांच्या, शास्त्रीय उपकरणांच्या, प्राण्यांच्या कार्यक्षमतेची, टिकाव धरण्याच्या क्षमतेची बर्फाच्छादित पर्वतामध्ये जाऊन परीक्षा घ्यायची होती. त्यासाठी त्याने नॉर्वेच्या उत्तरेकडे असलेल्या ध्रुवीय प्रदेशातील 'स्वालबार्ड' द्वीपकल्पाकडे जाण्याचे ठरवले. जहाजावर, बरोबर असलेली तट्टू चढवल्यावर त्याच्या लक्षात आले की तट्टूसाठी जहाजावरील जागा खूपच अपुरी आहे त्यामुळे समुद्री प्रवासादरम्यान वाटेत मध्ये त्याला काही तट्टू विकून टाकावी लागली. या घटनेमुळे त्याला त्याच्या मोहिमेच्या ध्येयवाक्याचा 'अंमलबजावणीत आशावादी परंतु तयारीमध्ये निराशावादी' - (Optimist in Execution, Pessimist in Preparation) - अर्थ नव्याने कळला.

एकदा तिथे पोहोचल्यावर त्याच्या लक्षात आले की तेथील परिस्थिती अंदाज केल्यापेक्षा खूपच कठीण आहे आणि त्यामुळे त्याला आणि त्याच्या सहकाऱ्यांना ठरवल्यापेक्षा जास्त दिवस तिथे काढावे लागले आणि बाह्य जगाशी त्यांचा संपर्क तुटल्यामुळे त्यांचे काही बरेवाईट झाल्याच्या अफवा पसरल्या. परंतु या अनुभवातून काही चांगले ही हाती लागले. फिल्चनेर आणि त्याचे सहकारी त्या परिस्थितीमध्ये चांगल्या प्रकारे टिकाव धरू शकले, काम करू शकले आणि मुख्य म्हणजे त्या परिस्थितीमध्ये वैज्ञानिक उपकरणांनी त्यांची कामगिरी चोख बजावली होती.

जेव्हा जर्मन दक्षिण ध्रुवीय मोहिमेची बातमी प्रसिद्ध झाली तेव्हा मोहिमेमध्ये सामील होण्यासाठी त्यांच्यावर अर्जांचा पाऊस पडला. काही नावाजलेल्या शास्त्रज्ञांच्या आलेल्या अर्जातून फिल्चनेरने जर्मन खगोलशास्त्रज्ञ 'एरिक प्रिझबायलॉक', ऑस्ट्रेलियन जीवशास्त्रज्ञ 'फेलिक्स कोनिंग' आणि उदयोन्मुख सागर वैज्ञानिक 'विल्हेल्म ब्रेनेक' यांची निवड केली. इतर अर्जांचा विचारच केला गेला नाही. आलेल्या अर्जांपैकी काही तर 'विचित्र' याच प्रकारामध्ये मोडतील असे होते. त्यांपैकी एक होता आधीच्या तिबेटमधील मोहिमेतील त्याचा सहकारी 'अल्बर्ट टाफेल' ज्याने 'फ्रेडरिक पेंक' यांचा वशिला लावायचा प्रयत्न केला, तिबेटमधील मोहिमेच्या वेळी हाच टाफेल, फिल्चनेरची मोठी डोकेदुखी होऊन बसला होता.

त्याच्या आधीच्या तिबेट मोहिमेच्या वेळी जवळजवळ सुरुवातीपासूनच संकटांना सुरुवात झाली होती. टाफेल हा एक माथेफिरूच माणूस होता. छोट्या छोट्या गोष्टींवरून स्थानिकांशी वादावादी करून आणि भांडून त्याने गंभीर प्रसंग ओढवून घेतले होते. त्या मोहिमेमध्ये फिल्चनेरचा बराचसा वेळ दोन्ही बाजूंना शांत करण्यात

आणि त्यांची समजूत काढण्यातच गेला. मोहिमेवरून जर्मनीला परतल्यावर तर त्याने फिल्चनेरच्या बदनामीची जणू मोहीमच उघडली होती. त्याने फिल्चनेरवर उघडपणे भित्रेपणाचा आरोप केला, त्याने तयार केलेल्या नकाशांच्या सत्यतेबद्दल, खरेपणाबद्दल शंका उपस्थित केल्या आणि आता तोच टाफेल परत दक्षिण ध्रुवीय मोहिमेमध्ये सामील होण्याच्या प्रयत्नात होता. एवढेच नाही तर त्याला सामील करून न घेतल्यास संपूर्ण मोहिमेचाच बोजवारा उडवण्याच्या धमक्यापण देत होता. फिल्चनेर आता त्याची नाटके खपवून घेण्याच्या मन:स्थितीत अजिबातच नव्हता. त्याने टाफेलचा अर्ज विचारातच घेतला नाही आणि सरळ त्याला केराची टोपली दाखवली.

त्यानंतर थोड्याच काळाने फिल्चनेरच्या आशिया खंडातील केलेल्या भ्रमंतीबद्दल अफवा, वावड्या पसरायला सुरुवात झाली. जर्मन मोहिमेतील जहाजाचा कॅप्टन, 'रिचर्ड वासेल'वरपण चिखलफेक सुरू झाली. धमक्या - प्रतिधमक्या देण्यापर्यंत गोष्टी गेल्या. सकृतदर्शनी तरी 'वासेल'ची कॅप्टन म्हणून नेमणूक योग्य वाटत होती. 'गॉस' या जहाजावर त्याने 'सेकंड ऑफिसर' म्हणून काम केल्यामुळे त्याला दक्षिण ध्रुवीय प्रदेशाचा अनुभव होता आणि एवढाही अनुभव असलेला दुसरा कोणी जर्मन नौदल अधिकारी नव्हता. परंतु 'वासेल'ची मोहिमेसाठी निवड झाल्याचे कळल्यावर 'गॉस' जहाजाच्या आधीच्या कॅप्टनने, 'कमोडोर रुसेर'ने फिल्चनेरला पत्र लिहून कळवले, 'वासेल'पासून जरा जपून.'

मोहिमेसाठी तयार करण्यात आलेल्या समितीने 'वासेल' च्या नेमणुकीवर शिक्कामोर्तब केले, परंतु मोहिमेवर जाणारे जहाज 'डॉईशलँड' हे नौदलाच्या ध्वजाखाली मोहिमेमध्ये सामील होईल असे घोषित करून एकच गोंधळ उडवून दिला. जहाज समुद्रात असताना कॅप्टन हा जहाजाचा सर्वेसर्वा असतो, जहाजातील प्रवाशांच्या जीविताची जबाबदारी ही त्याची असते. या घोषणेमुळे फिल्चनेरच्या हातून मोहिमेचे नेतृत्व करण्याची संधी अचानकपणे हिसकावून घेतली गेली. जहाजाचा कप्तान म्हणून नेमणूक एकदा पक्की झाल्यावर 'वासेल' एकदम बदलला. त्याच्या डोक्यात हवा गेली. प्रवासादरम्यान फिल्चनेरने गडबड करण्याचा प्रयत्न केला तर त्याला बेड्या ठोकण्याची भाषा तो करायला लागला. दक्षिणेकडे अद्वितीय यश मिळवण्याचा आधीचा आशावाद आता झाकोळायला लागला होता. समितीच्या अविचारी निर्णयाचे सावट संपूर्ण मोहिमेवर पडणार होते.

फिल्चनेरने मात्र या घडामोडींना फारसे महत्त्व न देता दक्षिण ध्रुवीय मोहिमेच्या आयोजनाकडे लक्ष केंद्रित केले. त्याच्या मते दक्षिण ध्रुवीय प्रदेश हा दोन खंडप्राय भूभागांचा बनलेला आहे की नाही हे शोधायचा सर्वांत सोपा मार्ग म्हणजे तिथे प्रत्यक्ष

जाऊन ग्रेट आइस बॅरियरवरून प्रवास करणे. आत्तापर्यंत ब्रिटिशांनी किंवा नॉर्वेजियनांनी यामध्ये म्हणावे तसे लक्ष का घातले नाही याचे त्याला आश्चर्य वाटत होते. फिल्चनेरच्या कानावर ज्या वेळी बातमी आली की 'रॉस' समुद्राच्या भागामध्ये जपानी मोहीम आहे त्या वेळी अजून एक मोहीम त्याच भागामध्ये घेऊन जाण्यात काहीच अर्थ नव्हता, म्हणून ऐन वेळी त्याने मोठ्या धैर्याने त्याच्या मोहिमेचे लक्ष्य बदलले - 'वेडेल समुद्र'.

'डॉईशलँड' जहाजाने डिसेंबर १९११ मध्ये वेडेल समुद्राकडे जाण्यासाठी प्रस्थान ठेवण्याचे ठरवले. त्यासाठी त्यांचा, 'ब्युनॉस आयर्स', नंतर दक्षिण अटलांटिक महासागरातील 'साउथ जॉर्जिया' हे छोटे बेट आणि तेथून वेडेल समुद्र, असा मार्ग असणार होता. फिल्चनेरची योजना काहीशी अशी होती 'कोट्स लँडची किनारपट्टी धरून जेवढे खोल दक्षिणेकडे जाता येईल तेवढे जायचे आणि तेथे तळ उभारून हिवाळ्याच्या काळामध्ये त्या भागात शास्त्रीय प्रयोग, आसपासच्या भूभागांचे प्रवास, निरीक्षणे, नोंदी वगैरे करायच्या. उन्हाळा सुरू होताच चौघांनी स्वयंचलित तसेच कुत्र्यांनी, तट्टूंनी ओढलेल्या स्लेजच्या साहाय्याने दक्षिण भौगोलिक ध्रुवाकडे प्रवास सुरू करायचा - परंतु ऐन वेळी स्वयंचलित स्लेज बरोबर घेऊन न जाण्याचे ठरले.

'डॉशलँड' जहाज मोहिमेतील साहसवीरांना दक्षिण ध्रुवीय प्रदेशात सोडून परत उत्तरेच्या दिशेने प्रवास सुरू करणार होते आणि प्रवासामध्ये 'ओशनोग्राफिक' वैज्ञानिक प्रयोग आणि निरीक्षणे नोंदवणार होते. त्यांच्या मदतीला त्या वेळची अद्ययावत बिनतारी संदेशयंत्रणा असणार होती. त्यामुळे बाह्य जगाबरोबर त्यांचा सतत संपर्क राहणार होता. त्यातूनही अगदी काही अघटितच घडले किंवा दुर्दैवाने अगदी पिच्छाच पुरवला आणि संपूर्ण हिवाळा बर्फामध्ये अडकलेल्या अवस्थेत काढायची वेळ आली तर त्यालाही तोंड देता यावे म्हणून जहाजावर अगदी मुबलक रसदीचा साठा घेतला होता. कोणतीही गोष्ट नशिबावर सोडलेली नव्हती, प्रत्येक शक्यतेचा काटेकोरपणे विचार केला गेला होता.

फिल्चनेरच्या वेडेल समुद्राबद्दलच्या, त्या भागाबद्दलच्या कल्पना अगदी स्पष्ट होत्या. त्याला अशा बातम्या कळल्या होत्या की त्या भागातील हवामानाची एकूण परिस्थिती योग्य अशीच होती. आधीच्या उन्हाळ्यामध्ये दक्षिण ध्रुवीय प्रदेशातील मुख्य भूभागातून मोठ्या संख्येने तुटून निघालेले हिमनग उत्तरेकडे समुद्रात तरंगताना दिसले होते. शॅकल्टनशी झालेल्या चर्चेनंतर आणि इतर अनुभवी साहसवीरांशी केलेल्या सल्लामसलतीवरून फिल्चनेरने असा निष्कर्ष काढला की त्या बहुसंख्येने तरंगणाऱ्या हिमनगांना एकसंध व्हायला अजून पुरेसा वेळ मिळालेला नसणार आणि त्यामुळे 'वेडेल' समुद्राकडे जाणारा मार्ग तुलनेने मोकळा असणार, निर्धोक असणार. 'वेडेल' समुद्राच्या दक्षिणेकडे पोहोचण्याचा विक्रम मोडण्यासाठी आणि प्रमुख

भूभागावर उतरण्यासाठी जर कोणती वेळ योग्य असेल तर तीच होती.

'डॉईशलँड' जहाजाने मे १९११ मध्ये फिल्चनेरशिवायच 'ब्रेमरहेवन' बंदरातून दक्षिणेच्या दिशेने प्रवास सुरू केला. फिल्चनेर काही तांत्रिक बाबींची आणि कागदपत्रांची पूर्तता करण्यासाठी मागे राहिला होता आणि नंतर तो वेगवान बोटीने प्रवास करून 'ब्युनॉस आयर्स' येथे त्यांना जाऊन मिळणार होता. परंतु ती एक घोडचूक ठरली. दक्षिणेकडील प्रवासादरम्यान 'डॉईशलँड'चे जरी ओशनोग्राफिक निरीक्षणे, प्रयोग, नोंदी करण्याचे प्रयत्न चालू होते तरी संपूर्ण प्रवासभर 'वासेल'चे मोहिमेच्या प्रमुख वैज्ञानिकाशी सतत खटके उडत होते. 'डॉईशलँड'वरील परिस्थिती एवढी बिघडली होती की 'फिल्चनेर' अर्जेंटिनाच्या वाटेवर असताना त्याला एक टेलिग्राम मिळाला— 'कॅप्टन त्याच्या पदाचा राजीनामा देण्याच्या विचारात आहे.' वासेलच्या तोपर्यंतच्या एकूण वर्तणुकीचा विचार करता ती बातमी ऐकून फिल्चनेरला हायसेच वाटले. सुंठीवाचूनच खोकला जात होता.

फिल्चनेर प्रवास करत असलेल्या प्रवासी जहाजावर त्याची एका होतकरू नौदल अधिकारी, 'अल्बर्ट क्लिंग' याच्याशी भेट झाली. आणि त्या संधीचा फायदा उठवत त्याने क्लिंग याला 'वासेल'च्या जागी मोहिमेमध्ये सामील होण्याबाबत विचारणा केली. परंतु फिल्चनेर ब्युनॉस आयर्सला पोहोचेस्तोवर परिस्थिती एकदम बदलली होती. 'वासेल'ने त्याचा विचार बदलला होता आणि त्याऐवजी प्रमुख वैज्ञानिकाने राजीनामा दिला होता. निराश झालेल्या फिल्चनेरला प्राप्त परिस्थिती मान्य करण्याशिवाय गत्यंतरच नव्हते. परंतु जहाजाच्या कप्तानपदी नाही तरी क्लिंग मोहिमेमध्ये सामील झाला.

'डॉईशलँड' ब्युनॉस आयर्सला पोहोचल्यावर तिथे त्याची 'फ्राम' जहाजाशी गाठ पडली. 'फ्राम' काही दिवसांपूर्वीच, आमंडसेन आणि त्याच्या सहकाऱ्यांना 'बे ऑफ व्हेल्स' भागामध्ये सोडून दक्षिण ध्रुवीय प्रदेशातून परतले होते. 'फ्राम' आता अटलांटिक महासागराचा सर्व्हे करण्यासाठी आफ्रिकेपर्यंत जाऊन परत येणार होते. 'डॉईशलँड' आणि 'फ्राम' वरील साहसवीरांनी एकमेकांना शुभेच्छा देऊन 'डॉईशलँड' पुढील प्रवासाला रवाना झाले. आमंडसेन आणि स्कॉट यांना जर दक्षिण भौगोलिक ध्रुवावर पोहोचण्यामध्ये अपयश आले तर फिल्चनेर तो प्रयत्न करण्याच्या तयारीतच होता आणि मधील काळात शास्त्रीय प्रयोग, निरीक्षणे, नोंदी घेणे वगैरे काम चालूच राहणार होते. फिल्चनेरने अगदी विचारपूर्वक, काटेकोरपणे तयारी तर केली होती, परंतु आता ठरल्याप्रमाणे गोष्टी घडतात की नाही एवढेच बघायचे होते.

सन १८८२ हे वर्ष, दक्षिण ध्रुवीय प्रदेशाच्या वैज्ञानिक शोधाच्या जागतिक प्रयत्नाचे पहिले वर्ष म्हणून ओळखले जाते. ते वर्ष आंतरराष्ट्रीय ध्रुवीय वर्ष किंवा आय पी

वाय (इंटरनॅशनल पोलर इयर) म्हणून ओळखले जाते. जर्मनीमध्ये ध्रुवीय प्रदेशांबद्दल तोपर्यंत मोठ्या प्रमाणावर कुतूहल, आकर्षण निर्माण झालेले होते. त्या वर्षी दक्षिण ध्रुवीय प्रदेशामध्ये, जागतिक पातळीवर संशोधनाचे काम करण्याचे आणि त्यातून मिळणारी माहिती, निष्कर्ष इ. सर्वांना उपलब्ध करून देण्याचे ठरवले होते. भौगोलिक प्रदेशांवर दावे प्रतिदावे करण्याचा जो त्या काळामध्ये एक पायंडा पडून गेला होता, त्याऐवजी आंतरराष्ट्रीय सहकारातून वैज्ञानिक प्रगती साधणे हा ते वर्ष साजरे करण्यामागचा उद्देश होता. त्या आधीच्या 'चुंबकीय मोहिमे'मध्ये जगातील वेगवेगळ्या भागांमध्ये जाऊन तेथील चुंबकीय क्षेत्रांची निरीक्षणे नोंदवण्यात आली होती व त्यांचा अभ्यास करून जगाचा चुंबकीय नकाशा तयार करण्यात आला होता, परंतु 'आय पी वाय' वर्षामध्ये केवळ ध्रुवीय प्रदेशाकडे आणि त्यातून पण अति-दक्षिणेकडील भागाकडे वैज्ञानिक दृष्ट्या लक्ष केंद्रित करण्याचे ठरले होते. त्या वर्षी दोन मोहिमा दक्षिणेकडे गेल्या होत्या, त्यांपैकी एक होती जर्मन. त्यांनी साउथ जॉर्जिया या बेटावर तळ उभारला होता आणि तिथे नंतर कुख्यात झालेले, पेंग्वीनवरील संशोधनाचे काम केले होते.

त्या आधीच्या प्रयत्नांमध्ये दक्षिणेकडील विविध समुद्रांचा अभ्यास पण केला गेला. परंतु वैज्ञानिक उपकरणांच्या मोडण्यामुळे, व्यवस्थित काम न करण्यामुळे अभ्यासामध्ये अनेकदा बाधा आली आणि त्रुटी राहून गेल्या. समुद्राच्या पाण्याचे, निरनिराळ्या खोलींवर कमाल आणि किमान तापमान मोजण्याच्या पहिल्या प्रयत्नात, त्यांच्या सुरक्षिततेची कोणतीही काळजी न घेता थर्मामीटर डेकवरून थेट पाण्यामध्ये सोडण्यात आले, परंतु पाण्याच्या वेगवेगळ्या थरातील बदलत्या खारटपणामुळे आणि निरनिराळ्या पातळीवरील पाण्याच्या दाबामुळे दुर्दैवाने निरीक्षणे व्यवस्थितरीत्या नोंदवता आली नव्हती. उदा. दोन हजार मीटर खोलीवर पाण्याच्या पृष्ठभागापेक्षा दोनशे पट दाब जास्त असतो. आणि जी काही निरीक्षणे नोंदवता आली होती त्यांच्या विश्वासार्हतेबद्दल निश्चितपणे सांगता येणे कठीण होते. हा प्रश्न सोडवण्यासाठी अनेकांनी थर्मामीटर्सची वेगवेगळी डिझाइन्स बनवली आणि काही प्रमाणात त्यांना यशपण आले, परंतु शेवटी 'नानसेन' आणि त्याच्या सहकाऱ्यांनी खोल समुद्रामध्ये काम करण्यास योग्य थर्मामीटर बनवण्यात यश मिळवले. हा नवीन थर्मामीटर अतिखोल पाण्यात तेथील दाबाचा परिणाम न होऊ देता अचूकपणे तापमानाच्या नोंदी घेऊ शकत होता.

'डॉईशलँड' मोहिमेपर्यंत एक गोष्ट नक्की कळून चुकली होती की जगाच्या पाठीवरील सर्व समुद्र हे एकसारखे नाहीयेत, त्यांचेही वेगवेगळे प्रकार आहेत. 'एच.एम.एस' चॅलेंजर मोहिमेने सन १८७० मध्ये ६५ अंश अक्षांश दक्षिणेकडील समुद्राची पाहणी केली होती आणि त्यांना असे आढळून आले होते की तिथे

पृष्ठभागावरील पाणी थंड होते आणि त्याचा खारटपणाही खूपच कमी होता, परंतु त्याच्या खालील थरावरील पाण्याची स्थिती मात्र अगदी विरुद्ध होती. विषुववृत्तीय प्रदेशामध्ये मात्र थंड आणि ताज्या पाण्याचे प्रवाह पृष्ठभागाच्या खाली आढळून येतात. निरनिराळ्या खंडांतील विविध समुद्रांच्या पाण्याचे तापमान आणि खारटपणा मोजून समुद्रातील पाण्याच्या साठ्यांचा आणि त्यांच्या अंतर्गत प्रवाहांचा नकाशा तयार करणे शक्य होते.

'डी गेर्लाच' याच्या नेतृत्वाखाली निघालेल्या दक्षिण ध्रुवीय प्रदेशातील 'बेल्जिका' मोहिमेमध्ये खोल समुद्रांमध्ये अत्याधुनिक थर्मामीटर वापरून अभ्यास केला गेला. त्या पाहणीतून असे निदर्शनास आले की अतिदक्षिणेकडे समुद्राच्या पृष्ठभागावरचे पाणी थंड होते आणि खालील थरांवर मात्र पाण्याचे तापमान तुलनेने जास्त होते. आश्चर्याची गोष्ट म्हणजे त्याच्या खालच्या थरावर, अगदी समुद्राच्या तळापर्यंत, परत पाणी थंड होते. यावरून एक सूचित होत होते की समुद्र हे जगाच्या निरनिराळ्या भागांतून येणाऱ्या वेगवेगळ्या प्रकारच्या पाण्याच्या साठ्यांनी भरलेले आहेत, तयार झालेले आहेत. आणि नंतर एकमेकांत मिसळल्यामुळे त्यांच्या तापमानात, खारटपणात बदल होत गेले आहेत. परंतु हे नक्की कसे घडते हे मात्र एक कोडे होते.

ब्युनॉस आयर्सच्या दिशेने जात असताना 'डॉईशलँड' वरचे वैज्ञानिक समुद्रातील पाण्याचे तापमान, खारटपणा इ. गोष्टींची निरीक्षणे घेत असतानाच त्यांचे आणखी एक वैशिष्ट्यपूर्ण संशोधनपण चालू होते. ते म्हणजे समुद्र जीवशास्त्रीय दृष्ट्या किती जिवंत आहे, जागृत आहे. 'डॉईशलँड' दक्षिण अमेरिकेला पोहोचण्याआधीच, 'चॅलेंजर' मोहिमेच्या पाहणीत आढळलेला आणि दक्षिण ध्रुवीय प्रदेशात उगम असलेला, 'नायट्रेट' या खनिजाचे जरा जास्तच प्रमाण असलेला थंड पाण्याचा साठा असलेला भाग लागला. नायट्रेट हे अत्यंत महत्त्वाचे असे पोषक द्रव्य आहे. ज्यावर सूक्ष्म आणि अतिसूक्ष्म 'फायटोप्लॅन्कटन' सारखे एकपेशीय जिवाणू वाढतात. प्रथम त्यांना चुकीने शेवाळ सदृश वनस्पती समजले गेले होते आणि एकपेशीय जिवाणूंच्या वर्गीकरणात असा गोंधळ नेहमीच उडतो; परंतु आता त्यांचे वर्गीकरण, 'प्रोटिस्ट' (Protists) असे केले गेले आहे. हे 'प्रोटिस्ट' कर्ब वायूचे प्रकाश संश्लेषण करतात. ही वनस्पती 'क्रिल' माशांचे आवडते खाद्य आहे. उन्हाळ्यामध्ये वितळणाऱ्या बर्फामध्ये, सतत पडणाऱ्या सूर्यप्रकाशामुळे, 'फ्लँक्टन'ची वाढ जोमाने होते आणि साहजिकच क्रिलची प्रचंड प्रमाणावर पैदास होण्यास मदत होते - आणि त्याबरोबरच दक्षिण समुद्रातील अन्न श्रृंखला तग धरते. 'डॉईशलँड' जहाजावरील वैज्ञानिकांनी केलेल्या सागरीय अभ्यासातून एक निष्कर्ष निघाला की दक्षिण ध्रुवीय प्रदेशातील समुद्रातील पाणी हे जीवसृष्टीसाठी सर्वांत पोषक असे आहे आणि

दक्षिणेकडील समुद्राच्या पाण्याची पोषकता पुन्हा पुन्हा भरून काढण्याची काहीतरी निसर्गात व्यवस्था आहे.

ब्युनॉस आयर्स बंदर सोडल्यानंतर तेथून १७० मैल अंतरावर असलेल्या साउथ जॉर्जिया बेटाच्या दिशेने, या पृथ्वीवरच्या सर्वांत रौद्र आणि खवळलेल्या अशा समुद्रातून 'डॉईशलँड'चा प्रवास सुरू झाला. साउथ जॉर्जिया हे बेट दक्षिण गोलार्धात बरोबर मध्यभागी म्हणजे ५५ अंश ते ६० अंश अक्षांशांच्या मध्ये, जिथे वाऱ्याचे आणि खवळलेल्या लाटांचे नेहमी तांडव चालू असते, अशा ठिकाणी आहे. त्या भागाच्या या वैशिष्ट्यामुळे त्या भागाला सर्व प्रकारची नाट्यपूर्ण नावे दिली गेली आहेत - उदा. 'स्क्रीमिंग सिक्सीटीज', 'फ्युरिअस फिफ्टिज' आणि 'रोअरिंग फोर्टिज' - याचे प्रमुख कारण म्हणजे त्या अक्षांशांच्या दरम्यान असलेल्या अति अरुंद पट्ट्यांमध्ये आढळून येणारी समुद्रांच्या पाण्याच्या तापमानातील फार मोठी तफावत. त्यातून पृथ्वीची स्वत: भोवतीची भ्रमणगती आणि समुद्राचा अफाट विस्तार यामुळे त्या भागात कायमच अतिवेगवान पश्चिमी वारे वाहत असतात.

साउथ जॉर्जिया बेटावर कायमच सर्व बाजूंनी अतिवेगवान वाऱ्याचा आणि लाटांचा मारा चालू असतो. हे बेट साउथ अमेरिका आणि दक्षिण ध्रुवीय प्रदेश यांच्यामधील 'ड्रेक पॅसेज' नावाने ओळखल्या जाणाऱ्या अरुंद पट्ट्यामध्ये असल्यामुळे त्याच्या भोवतालच्या समुद्रामध्ये पाण्यात निर्माण होणाऱ्या भोवऱ्यांमुळे तेथे समुद्र नेहमीच खवळलेला असतो. या भागातील समुद्रातून प्रवास म्हणजे दक्षिण ध्रुवीय प्रदेशातील प्रवासाची नांदी असते. दिनांक २० जानेवारी १७७५ रोजी कॅप्टन कूकने त्याच्या 'एचएमएस रिजोल्युशन' जहाजातून त्याच्या दुसऱ्या मोहिमेचा एक भाग म्हणून साउथ जॉर्जिया बेटाच्या दक्षिण पश्चिम किनाऱ्याच्या पाहणीसाठी, दक्षिण अटलांटिक महासागरातील याच भागातून झगडत मार्ग काढला होता. त्याला ठामपणे वाटत होते की तो दक्षिण-पश्चिम किनारा आणखी दक्षिणेकडे पसरलेला असेल आणि एखादेवेळी, तोपर्यंत अज्ञात असलेल्या 'Terra Australis Incongnita' प्रदेशाचा एक भाग असेल. 'एचएमएस रेजोल्युशन' जहाजाने दक्षिणेकडे प्रवास चालू ठेवला आणि बेटाच्या दक्षिण टोकाला वळसा घातला आणि कूकला आश्चर्याचा धक्काच बसला. कारण पुढील भूभाग उत्तर-पूर्व दिशेने पसरलेला होता. 'साउथ जॉर्जिया' हे एक बेट होते व एका मोठ्या खंडाचा भाग नव्हते. आधीचा आशावाद खोटा ठरला होता. ब्रिटिश कॅप्टनला ध्रुवाच्या दिशेने प्रवास चालू ठेवावा लागला.

जगाच्या नकाशावर जिथे म्हणून जमिनींचे भाग समुद्रामध्ये खोलवर घुसलेले आहेत, अशा 'केप' भागांच्या स्थितीची अनिश्चितता हा एक कायमचा प्रश्न निर्माण झाला आहे. कॅप्टन कूकने नंतर एके ठिकाणी साउथ जॉर्जिया या बेटाबद्दल लिहिले,

'निसर्गानेच त्या बेटाला अतिथंडपणाचा शाप दिला आहे. तेथील भयानकतेचे आणि रौद्रपणाचे वर्णन करायला माझ्याकडे शब्दच नाहीत.' परंतु नंतर जेव्हा त्याने त्या बेटावर असलेल्या विपुल प्राणिजीवनाबद्दल विशेषकरून सील प्राण्यांच्या वसाहतींबद्दल लिहिले तेव्हा साउथ जॉर्जिया बेटाला एकदम महत्त्व प्राप्त झाले. शिकारीसाठी ते एक महत्त्वाचे ठिकाण बनले.

आजही 'साउथ जॉर्जिया' बेटावर पोहोचणे अत्यंत कठीण आहे. त्या बेटावर विमानतळ किंवा हवाई धावपट्टी नाही, उन्हाळ्यामध्ये जहाजेच काय ती त्या बेटापर्यंत जाऊ शकतात. परंतु तिथवरचा प्रवास खूप महाग आहे. वैज्ञानिकांसाठी त्या बेटावर, साउथ जॉर्जियाच्या सरकारने चालवलेल्या मत्स्यरक्षक बोटींचा वापर करणे हाच एक तिथे पोहोचण्याचा प्रमुख मार्ग आहे. 'फारोस' या नावाने ओळखल्या जाणाऱ्या प्रामुख्याने लाल रंगाच्या बोटी फॉकलंड बेटे, साउथ जॉर्जिया, आणि त्यापुढे, यांदरम्यान वाहतुकीचे काम करतात. चिलीयन लोकांसाठी पक्वान्न असलेल्या प्रसिद्ध - टूथफिश - दक्षिण गोलार्धात सापडणारा मासा. त्याची लांबी ६ फुटांपर्यंत वाढते आणि वजन २०० किलोपर्यंत वाढते. याला अंटार्क्टिक कॉडफिश पण म्हणतात.) जातीच्या माशांची अवैध शिकार रोखण्यासाठी, त्यांचे रक्षण करण्यासाठी, या फारोसचा त्या प्रदेशामध्ये दिवसरात्र संचार चालू असतो. दक्षिण ध्रुवीय प्रदेशातील माशांच्या इतर अनेक जातींप्रमाणे 'टूथफिश' जातीच्या माशांच्या शरीरामध्ये 'ग्लायकोप्रोटिन्स' सापडते, जे शरीरातील द्रावांचा गोठण्यापासून प्रतिबंध करते, त्यामुळे हे मासे उणे २ अंश से. एवढ्या कमी तापमानाच्या पाण्यात सहज संचार करू शकतात. सभोवतालच्या वातावरणाशी, परिस्थितीशी अशा प्रकारच्या जुळवून घेण्याच्या अनेक निसर्गदत्त क्लृप्त्यांमुळे दक्षिणेकडील समुद्रामध्ये निरनिराळ्या प्रकारच्या माशांची आणि अन्य जीवांची मोठ्या प्रमाणावर पैदास होते आणि एकमेकांवर अवलंबून असल्यामुळे त्यांचे जीवचक्र अव्याहत सुरू आहे. परंतु मोठ्या प्रमाणातल्या अवैध शिकारींमुळे अनेक जलचरांची संख्या आता झपाट्याने कमी कमी होते आहे.

फरोसमधून प्रवास म्हणजे त्रासदायक प्रवास हे समीकरणच तयार झालेले आहे. नाही म्हणायला प्रवासामध्ये तुम्हाला सतत 'अल्बट्रॉस' पक्ष्यांची साथ असते, नाहीतर अथांग पसरलेला समुद्र आणि त्यावर उसळणाऱ्या लाटा याव्यतिरिक्त बघण्यासारखे काही नाही. त्या बेटावर जाण्यासाठी प्रवास करणे म्हणजे सन १९१२ मधील दक्षिण ध्रुवीय प्रदेशाच्या मोहिमेचा थोडासा अनुभव घेण्यासारखे आहे. परंतु एकदा तिथे पोहोचल्यावर मात्र कष्टाचे सार्थक झाल्यासारखे वाटते. त्या बेटावर जाणे म्हणजे 'प्रेस्टर जॉन' ('प्रेस्टर जॉन' - एक काल्पनिक पात्र, पाश्चिमात्य कार्टून पुस्तकांमध्ये आढळते आणि खूप प्रसिद्ध आहे. हे पात्र नेहमी खलनायकाच्या

भूमिकेत असते.) च्या प्रसिद्ध पौराणिक राज्यातील स्वप्नाच्या जगामध्ये जाण्यासारखे आहे. त्या बेटावरील निसर्ग, तेथील हिमनदी वगळता स्कॉटिश हायलँडची आठवण करून देणारा आहे. तुम्ही जर नशीबवान असाल आणि तुमच्या भेटीच्या दिवशी जर ढग पांगलेले असतील तर तुम्हाला बेटावरील बर्फाच्छादित पर्वतशिखरांचे दर्शन होण्याचा योग जुळून येऊ शकतो आणि त्याचबरोबर कर्कश ओरडणारे समुद्री पक्ष्यांचे थवे, डॉल्फिन्सच्या झुंडी, पसरलेली तरंगती शेवाळे, सील प्राण्यांच्या वसाहती इ. निसर्गाचे बहुविध सौंदर्य अनुभवास येऊ शकते.

'साउथ जॉर्जिया' बेटावरील प्राणिजीवन एवढे विविध आणि विपुल प्रमाणात असण्याचे मुख्य कारण म्हणजे हे बेट दक्षिणेकडील वेगवेगळ्या समुद्रांच्या सीमारेषा जेथे मिळतात अशा नेमक्या ठिकाणी आहे. हाच प्रदेश ध्रुवीय प्रदेशाचे प्रवेशद्वार म्हणून ओळखला जातो. दक्षिण ध्रुवीय प्रदेशातील समुद्रांच्या पाण्यामध्ये प्रामुख्याने दोन अगदी वेगळ्या प्रकारचे समुद्रीप्रवाह बघायला मिळतात. वरच्या थरातले पाणी सततच्या पश्चिमी वाऱ्यामुळे ओढले जाते, तर मधील आणि अतिखालच्या थरातील पाणी दक्षिण आणि उत्तर दिशांकडे वाहताना आढळून येते. या विषयीची निरीक्षणे प्रथम 'चॅलेंजर' आणि 'बेल्जिका' या मोहिमेदरम्यान नोंदवण्यात आली.

हा प्रकार समजून घेण्यासाठी आपल्याला दक्षिणेकडे नक्की काय घडते, म्हणजे दक्षिण ध्रुवीय प्रदेशामध्ये जेव्हा समुद्राचा वरचा थर गोठून पाण्याचे बर्फ बनते त्या वेळी काय होते ते समजून घ्यावे लागेल. नवीन तयार झालेल्या बर्फामध्ये मिठाचे प्रमाण कमी असल्यामुळे, ज्या पाण्याचे बर्फ झालेले नसते असे पाणी जड होऊन समुद्राच्या तळाकडे जाते आणि त्याचा प्रवाह उत्तरेकडे वाहतो आणि या जड पाण्याबरोबर त्यात विरघळलेले वायू, वनस्पती / सूक्ष्म जीवांचे अवशेष वगैरेपण उत्तरेकडे जातात. वरच्या थरातील बर्फही वेगवान वाऱ्यांमुळे उत्तर दिशेने सरकते आणि जसे ते काही काळाने विरघळते तसे त्या जागी समुद्रामध्ये नवीन, स्वच्छ आणि तुलनेने कमी खारट पाण्याचा साठा तयार होतो. हा पाण्याचा साठा जसा 'साउथ जॉर्जिया' बेटाच्या जवळ येतो तशी त्याची विरुद्ध दिशेने येणाऱ्या तुलनेने उबदार पाण्याच्या प्रवाहाशी गाठ पडते. परिणामी उत्तर दिशेने प्रवाही राहण्यासाठी या पाण्याला खालचा थर गाठावा लागतो. 'साउथ जॉर्जिया' बेटाच्या दृष्टीने अत्यंत महत्त्वाचे म्हणजे येथे समुद्रातील उबदार पाण्याचा साठा आणि त्याचबरोबर अत्यंत समृद्ध अशा पोषक द्रव्यांचा साठा दक्षिणेकडे प्रवाही होता आणि पृष्ठभागावरचा थंड पाण्याचा साठा, उत्तर दिशेला प्रवाही राहण्यासाठी खालच्या थराकडे ढकलला जातो. या वैशिष्ट्यपूर्ण निसर्गचक्रामुळे 'साउथ जॉर्जिया' बेटावरील प्राणिजीवन, जीवसृष्टी समृद्ध झाली आहे.

आज 'साउथ जॉर्जिया' बेट 'फर' (Fur) आणि 'एलिफंट' (Elephant) सील

यांनी ओसंडून वाहते आहे असे म्हटले तर अतिशयोक्ती होणार नाही. सर्वत्र म्हणजे किनाऱ्यावरील खडकांवर, 'किंग एडवर्ड पॉइंट' संशोधन केंद्राच्या आजूबाजूला, व्हेल माशांच्या शिकारीचे जुने केंद्र असलेल्या 'ग्राइटविकेन'च्या परिसरात अगदी सर्वत्र सील प्राणी पसरलेले आढळतात. कॅप्टन कूकचा या प्रदेशासंबंधीचा अहवाल प्रसिद्ध झाल्यावर सील शिकाऱ्यांनी या उपदक्षिण ध्रुवीय प्रदेशाकडे त्या प्राण्यांच्या शिकारीसाठी धाव घेतली. फर-सील शिकाऱ्यांचे लक्ष्य झाले ते त्यांच्या जाड आणि केसाळ कातडीमुळे, ज्यापासून हॅट्स, फॅशनेबल कपडे, बूट्स, वगैरे तयार केले जातात तर एलिफंट-सीलची शिकार त्यांच्या चरबीसाठी केली जाते. त्यामुळे नुकसान मात्र फार मोठ्या प्रमाणात झाले. त्या बेटावरच्या सील प्राण्यांची संख्या झपाट्याने खाली आली आणि अवैध शिकाऱ्यांनी नवीन प्रदेशाचा शोध सुरू केला. सन १८२१ मध्ये रशियाच्या 'फॅबिअन गॉटलीब व्हॉन बेलिंग्जहॉसन'ने जेव्हा फक्त एकाच वर्षाआधी शोधलेल्या अत्यंत छोट्या आणि खडकाळ अशा 'डिसेप्शन बेटा'वर एकूण अठरा, अमेरिकन आणि ब्रिटिश, सील प्राण्यांची शिकार करणारी जहाजे नांगरलेली पाहिली तेव्हा त्याला धक्काच बसला.

मोठ्या प्रमाणावर झालेल्या, विशेषकरून 'फर' सीलच्या शिकारीमुळे त्यांची संख्या झपाट्याने घटली. सन १८२५ मध्ये 'जेम्स वेडेल'ने केलेल्या पाहणीनुसार एकट्या साउथ जॉर्जिया बेटावर जवळजवळ बारा लाख फर सील्सची शिकार केली गेली. शिकारीच्या या अतिरेकाचा तेथील निसर्गावर होणाऱ्या परिणामाचा त्याला अंदाच येऊन त्यावर त्याने उपाय सुचवला की सील प्राण्यांची पिल्ले जोपर्यंत मोठी होऊन दक्षिण ध्रुवीय प्रदेशातील समुद्रांना रुळत नाहीत तोपर्यंत जरी सील प्राण्यांच्या माद्यांची शिकार टाळली तरी वर्षाला एक लाखापर्यंत केसाळ कातडी उपलब्ध होऊ शकेल. त्या काळाचा विचार केला तर, निसर्गचक्राचा तोल सांभाळण्याच्या दृष्टीने हा विचार निश्चितच क्रांतिकारी होता. परंतु तो दुर्लक्षिला गेला. ज्या वेळी काही दशकांनंतर विल्हेल्म फिल्चनेर साउथ जॉर्जिया बेटावर पोहोचला तेव्हा त्याला तिथे फर-सील आढळले, पण त्यांची संख्या शेकड्यामध्येच होती आणि एलिफंट सीलपण आढळले, पण तेही बेटावर काही ठरावीक भागातच आणि अगदी तुरळक होते. आज साउथ जॉर्जिया बेटावरील सील्सची संख्या प्रचंड प्रमाणात, म्हणजे काही लाखांत झालेली आहे. बहुधा कधी नव्हे एवढी.

एकोणिसाव्या शतकाच्या शेवटी शेवटी दक्षिणेकडील समुद्रांमध्ये व्हेल माशांची शिकार करणे हा सर्वांत फायदेशीर व्यापारी उद्योग होता. 'हर्मन मेलव्हिले'च्या सन १८५१ मधील कादंबरीतील कॅप्टन इश्माएल म्हणतो 'आज कित्येक वर्षे व्हेल माशांची शिकार करणाऱ्या जहाजांनी पृथ्वीच्या पाठीवरील अतिदूरचे अज्ञात प्रदेश पिंजून काढले आहेत. जिथे समुद्री मार्ग नव्हते, नकाशे नव्हते, तिथे कूक किंवा

व्हँकुव्हर (Vancouver) पोहोचले नाहीत अशी ठिकाणे, असे प्रदेश त्यांनी शोधून काढले.' ज्या वेळी विविध देशांच्या सरकारांचे दक्षिण ध्रुवीय प्रदेशाकडे म्हणावे तसे लक्ष गेलेले नव्हते त्या वेळी या व्हेल शिकाऱ्यांना मोकळे रान मिळाले होते. औद्योगिकीकरणाच्या रेट्यामुळे व्हेल माशांच्या तेलाची मागणी वाढली आणि उत्तर अटलांटिक प्रदेश अपुरा पडायला लागला, पुरवठा कमी कमी होऊ लागला आणि 'साउथ जॉर्जिया' लवकरच व्हेल माशांच्या शिकारीचे मोठे केंद्र बनले.

आजच्या घडीला 'ग्राइटविकेन' येथील एके काळचे व्हेल माशांच्या शिकारीचे केंद्र ओसाड पडलेले आहे, वर्षातून काही तुरळक पर्यटक तेथील वास्तुसंग्रहालयाला भेट देण्यासाठी येतात. परंतु एका शतकाआधी ते एक मोठे औद्योगिक केंद्र होते. सन १९०४ - जेव्हा 'कार्ल अँटन लार्सेन' या नॉर्वेजियनाने तेथे व्हेल माशांचे तेल काढण्याची फॅक्टरी काढली - सन १९१४ मध्ये जवळजवळ तीस हजार व्हेल मासे तेथे मारले गेले. मारलेले मासे, त्यांच्यावर प्रक्रिया होण्याच्या प्रतीक्षेमध्ये, किनाऱ्यावरच ठेवलेले असायचे. प्रक्रियेनंतर त्यांची धडं परत समुद्रात लोटली जायची, जी परत वाहत किनाऱ्याला लागायची आणि सडायची, कुजायची. आजही किनाऱ्यावरील वाळू जरा बाजूला केली तर कुजलेल्या मांसाचा आणि उग्र तेलाचा असह्य वास येतो.

या पार्श्वभूमीवर जर्मन मोहिमेने ऑक्टोबर १९११मध्ये त्या बेटावर पाय ठेवला. लार्सनच्या आश्चर्यकारकरीत्या झालेल्या आर्थिक भरभराटीमुळे त्या बेटावर बाराशे जणांना रोजगार मिळाला होता. तिथे पोहोचल्यावर जर्मनांच्या लक्षात आले की 'ग्राइटविकेन' हा भाग स्कँडीनोव्हियाच्या नियंत्रणाखाली येतो आणि त्याच्या रक्षणासाठी ब्रिटिश सैनिक तिथे तैनात करण्यात आले होते. परंतु तरीही बेटावर पण त्यांचे स्वागत केले गेले. आजूबाजूचा गलिच्छ परिसर बघून फिल्चनेरला किळस वाटली, परंतु तरीही लार्सेनशी त्याचे सुत जुळले आणि लार्सेननेपण सभोवतालच्या समुद्रामध्ये फिरण्यासाठी, अभ्यासण्यासाठी त्याचे एक जहाज उपलब्ध करून दिले.

पुढील जवळजवळ दोन महिने जर्मनांनी त्या संपूर्ण बेटाचा अभ्यास करण्यात घालवले. नंतर ते आधीच्या 'इंटरनॅशनल पोलर इयर स्टेशन' कडे परतले आणि या दरम्यानच्या तीस वर्षांच्या काळामध्ये चुंबकीय क्षेत्रामध्ये काय बदल झाला आहे हे बघण्यासाठी, त्यांनी त्या ठिकाणी नव्याने चुंबकीय क्षेत्राची मोजमापे घेतली, नोंदी घेतल्या. दक्षिण ध्रुवीय प्रदेशातील हवामानाशी तुलना करणे सोपे जावे म्हणून या बेटावर त्यांनी हवामानविषयक निरीक्षणे केली, नोंदी केल्या आणि उरलेल्या दिवसांमध्ये त्यांनी स्कॉटिया समुद्रातील 'स्कॉटिया आर्क' नावाने ओळखल्या जाणाऱ्या बेटांच्या समूहाला, ज्यामध्ये साउथ जॉर्जिया बेटाचापण समावेश आहे, भेटी दिल्या.

फिल्चनेरची त्यांच्या पुढील दक्षिणेकडील प्रवासासाठी, शास्त्रीय उपकरणे

तयार ठेवणे, रसद जमवणे, इ. कामे शास्त्रीय प्रयोगातून वेळ काढून चालूच होती. परंतु या तयारीमध्ये खंड पडला. कारण 'ग्राइटविकेन' येथील किनाऱ्याजवळ मासेमारी करत असताना त्यांचा एक सहकारी अचानक गायब झाला. तो बोटीवरून समुद्रामध्ये पडला - काहींच्या मते तो अपघात होता तर काहींच्या मते त्याने आत्महत्या केली होती. त्यांच्या जहाजावरील 'लुडविक कोल' या डॉक्टरला अ‍ॅपेंडीसायटीसचा त्रास सुरू झाला आणि त्याने मोहिमेतून माघार घेण्याचा निर्णय घेतला. तो साउथ जॉर्जिया बेटावरच राहिला, त्याच्या आजारपणामध्ये लार्सेनच्या मुलीने त्याची शुश्रूषा केली, नंतर त्या दोघांनी लग्न केले.

एवढे सगळे होऊनपण 'डॉईशलँड' जहाजाने ठरल्याप्रमाणे म्हणजे डिसेंबर १९११ मध्ये दक्षिणेकडे जाण्यासाठी साउथ जॉर्जिया बेटाचा किनारा सोडला, परंतु हवामानामध्ये झपाट्याने बदल होत होता आणि शॅकल्टनला चिंता वाटत होती, जर्मन मोहीम आता गोठलेल्या समुद्रामध्ये अडकून पडण्याचा धोका निर्माण झाला होता त्याची.

'डॉईशलँड' जहाजाचा वेडेल समुद्राच्या दिशेने प्रवास सुरू झाला आणि पहिल्या काही दिवसातच त्यांनी चांगले अंतर कापले. परंतु एक आठवडा होतो ना होतो तोच समुद्रामध्ये बर्फ पसरलेले दिसायला लागले. प्रवासासाठी निर्वेध आणि मोकळा मार्ग मिळण्याची फिल्चनेरची आशा हळूहळू मावळायला लागली. वेडेल समुद्रामध्ये सर्वत्र हिमखंड तरंगत होते. त्यातून सावधपणे मार्ग काढताना जर्मनांचा वेग मंदावला, पण लवकरच त्यांच्या प्रयत्नांना यश आले. २८ जानेवारीपर्यंत समुद्रातील बर्फाचे प्रमाण एकदम कमी झाले आणि 'डॉईशलँड'चा प्रवासाचा वेग परत वाढला. दिनांक २९ जानेवारी रोजी ब्रिटिश सील शिकारी 'वेडेल', नव्वद वर्षांपूर्वी दक्षिणेकडे जिथवर पोहोचला होता त्याही पुढे 'डॉईशलँड' जहाज गेलेले होते.

जवळच जमीन असल्याची त्यांना चाहूल लागली. ध्वनिलहरींच्या साहाय्याने केलेल्या पाहणीतून जहाजाखाली खोल समुद्र असावा असे दिसत होते, परंतु जहाजातून पाण्यात सोडलेल्या वजनाला निळसर रंगाचा चिखल चिकटून वर येत होता. यावरून एक निष्कर्ष निघत होता की समुद्रतळाशी पुरातन ग्लॅशियर असण्याची शक्यता आहे - म्हणजेच तिथून किनारपट्टी फार लांब असण्याची शक्यता नव्हती. आणखी पुढे पुढे जाताना पाण्याची खोली कमी कमी होताना आढळून आली आणि दुसऱ्या दिवशीच्या दुपारपर्यंत क्षितिजावर दोनशे मीटर उंचीचा बर्फाचा पठारी प्रदेश आणि त्यावर असलेला एक दगडी सुळका दृष्टिपथात आला. 'वेडेल' समुद्राच्या अतिदक्षिणेला भूभाग असल्याचा हा सबळ पुरावा होता. जर्मनांनी त्यांच्या मोहिमेच्या प्रमुख आश्रयदात्याच्या सन्मानार्थ या नवीन किनारपट्टीचे प्रिन्झरीजंट ल्युटपोल्ड लँड

असे नामकरण केले.

'डॉईशलँड' जहाजाबद्दल अतिकुतूहल दाखवत जवळ येणाऱ्या पेंग्वीन पक्ष्यांना पकडून जर्मनांनीही जपान्यांप्रमाणेच त्यांच्यावर अनेक प्रयोग केले. त्यांनाही पक्ष्यांच्या पोटामध्ये बॅसॉल्टचे दगड मिळाले. त्यावरून हा नवीन सापडलेला भूभागपण बॅसॉल्ट प्रकारच्या दगडांचाच असावा हा निष्कर्ष निघत होता. तळ उभारण्यासाठी आणखी योग्य जागेच्या शोधामध्ये त्यांनी ल्युटपोल्ड लँडच्या दक्षिणेकडे प्रवास चालूच ठेवला, परंतु ते ७८ अंश दक्षिण अक्षांशांच्या जवळपासच पोहोचू शकले, कारण ते ज्या भागामध्ये पोहोचले होते तेथे समुद्र भूभागामध्ये खोलवर घुसलेला होता आणि त्यांच्या मार्गामध्ये आठ ते पंधरा मीटर उंचीचा बर्फाचा कडा आलेला होता. येथील परिस्थिती वेगळीच होती. समुद्राची खोली जवळजवळ ११५० मीटर एवढी होती. त्यांना अचानक रॉस समुद्रातील ग्रेट आइस बॅरियरशी साधर्म्य सांगणाऱ्या आणि तोपर्यंत अज्ञात असलेल्या प्रदेशाचा शोध लागला होता.

आणखी खोल दक्षिणेकडे जाण्याच्या प्रयत्नात फिल्चनेरने 'डॉईशलँड' पश्चिमेकडे वळवले. परंतु त्या दिशेने मार्ग नव्हता. जर्मनांना आढळून आले की उत्तर-पश्चिमेकडून (वायव्येकडून) मार्ग आहे, परंतु तेथील परिस्थिती धोकादायक होती. 'डॉईशलँड'च्या सुरक्षिततेलाच धोका निर्माण होण्याची शक्यता होती. त्यांचा दक्षिणेकडे जाण्याचा मार्गच बंद होता. त्यांच्या मार्गामध्ये तो बर्फाचा प्रचंड कडा आडवा आला होता. नाइलाजाने फिल्चनेरला आल्या मार्गानेच परत फिरावे लागले. वेडेल समुद्राच्या दक्षिणेकडील विस्तार जर्मनांच्या लक्षात आला होता, सापडला होता. जर्मनीच्या राजाने जरी त्यांना कोणत्याही प्रकारे मदत केली नव्हती तरी त्या बॅरियरचे 'कैसर विल्हेल्म आइस बॅरियर' असे नामकरण त्यांनी केले.

'डॉईशलँड' जहाज २ फेब्रुवारी रोजी 'ल्युटपोल्ड भूभाग' आणि नव्याने सापडलेले 'आइस बॅरियर' हे जिथे एकत्र येतात त्या ठिकाणी पोहोचले आणि त्याने त्या ठिकाणी नांगर टाकला. त्यांच्या मागे दक्षिणेकडे छोट्या मोठ्या पर्वतशिखरांनी भरलेला आणि क्षितिजापर्यंत अथांग पसरलेला बर्फमय प्रदेश होता. 'फिल्चनेर'ने या नवीन किनारपट्टीचे 'वासेल बे' असे नामकरण केले.

मोहिमेची प्रगती एकंदरीत आशादायक होती आणि यश मिळण्याच्या बेतात असतानाच मोहिमेतील सदस्यांच्या आपापसातील हेव्यादाव्यांनी उचल घेतली. परिस्थिती एवढी गंभीर झाली की मोहिमेचे अस्तित्वच धोक्यात येते की काय असे वाटू लागले. जहाजाच्या डेकवर काही मारामाऱ्याही झाल्या. फिल्चनेरने त्याच्या डायरीमध्ये त्याच्याविरुद्ध काहीतरी कट शिजत असल्याची नोंद करून ठेवल्याचे आढळते. हा सर्व प्रकार म्हणजे समोर भूभाग दिसत असतानादेखील त्यावर उतरू न शकण्यामुळे सर्वांनाच आलेल्या निराशेची परिणती होती. वेडेल समुद्राच्या

गोठलेल्या भागामागे असलेल्या अत्यंत दुर्गम किनारपट्टीचा शोध आणि त्याही पलीकडील भागाचा शोध घेण्यासाठी जाण्याच्या दृष्टीने खाली उतरण्यायोग्य जागा शोधणे जर्मनांना अपेक्षेपेक्षा कठीण गेले.

फिल्चनेरने मोहिमेसंबंधी लिहिलेल्या त्याच्या पुस्तकामध्ये जहाजावरील मारामाऱ्या व इतर घटनांबद्दल अगदी थोडक्यात आणि संदिग्ध माहिती दिली आहे. त्याने लिहिलेल्या 'टू द 'सिक्स्थ' कॉन्टिनेंट' या पुस्तकामध्ये मोहिमेसंबंधी एकूणच तटस्थपणे आणि कोरडेपणाने माहिती दिलेली आहे. पडद्यामागे प्रत्यक्षात काय घडामोडी घडल्या यावर त्याने काहीही भाष्य केलेले नाही. फिल्चनेर हा एक 'प्रशियन' अधिकारी होता, त्याला अशी लक्तरे वेशीवर टांगणे पसंत नव्हते. त्याच्या आयुष्याच्या शेवटी त्याने मोहिमेतील काही घटनांचा शपथेवर, उलगडा करणारे एक पुस्तक लिहिले आणि प्रसिद्ध केले. त्यानंतर त्याची डायरी संशोधकांना अभ्यासासाठी उपलब्ध झाली. परंतु त्याची डायरी आणि पुस्तकाचे एकत्रित वाचन केले तर त्या दोन्हीमध्ये दिलेल्या घटनांतून मोहिमेसंबंधीची दोन वेगळी चित्रे पुढे येतात.

एक गोष्ट मोहिमेच्या अगदी सुरुवातीलाच स्पष्ट झाली होती की फिल्चनेर आणि जहाजाचा कप्तान यांचे एकमेकांशी पटण्यासारखे नव्हते. दोघांची व्यक्तिमत्त्वे अगदी विरुद्ध होती आणि त्यातून मोहिमेच्या समितीने मोहिमेच्या नेतृत्वासंबंधीच्या निर्णयावर संदिग्धता ठेवून आणखीनच घोळ घातला होता. फिल्चनेरचे मद्यपान अगदी मर्यादित प्रमाणात होते आणि तंबाखूचा तर त्याला तिटकाराच होता. त्याउलट 'वासेल'ला दारू प्रिय होती आणि अतिपिण्यामुळे त्याच्या तब्येतीच्या अनेक तक्रारी होत्या - सर्दी, सांधेदुखी, धाप लागणे, हृदरोग इ. आणि हे सगळे कमी होते म्हणून की काय त्याला गुप्तरोगही होता. आणि हे सगळे आजार तेथील थंड हवामानात अधिकच उफाळून येत. फिल्चनेरला अशी आशा होती की 'डॉईशलँड' वर प्रत्येकाला स्वतंत्र केबिन असल्यामुळे, ध्रुवीय प्रदेशासारख्या कित्येक महिने चालणाऱ्या मोहिमेत ताणतणाव निर्माण होणे जरी अपरिहार्य असले तरी ते धोकादायक पातळी गाठणार नाहीत. परंतु फिल्चनेरची आशा खोटी ठरली. त्या दोघांमध्ये आणि त्यांना पाठिंबा देणाऱ्या सहकाऱ्यांमध्ये आणि खलाशांमध्ये उघडउघड दोन तट पडले.

अशा या तणावपूर्ण आणि अविश्वासाच्या वातावरणात मोहिमेच्या भवितव्याबद्दल प्रश्न निर्माण झाला. उन्हाळा संपत येत होता आणि मोहिमेचे वेळापत्रक पूर्णपणे कोलमडले होते. लवकरच त्यात काही नवीन प्रश्नांची भर पडली. 'वासेल'ने नवीनच मुद्दा उपस्थित केला. त्याच्या म्हणण्याप्रमाणे मोहिमेचे प्रमुख ध्येय, जे वेडेल समुद्राचा सन १८२३ मध्ये प्रथम पाहिलेला अतिदक्षिणेकडील भाग ओलांडण्याचे

होते, ते आता साध्य झाले आहे. वासेलने या नव्यानेच काढलेल्या मुद्द्याचा फिल्चनेरला धक्काच बसला कारण किनाऱ्यावर उतरून योग्य ठिकाणी तळ उभारून स्लेजच्या साहाय्याने त्या प्रदेशामध्ये खोलवर जाऊन वैज्ञानिक संशोधन करण्याच्या उद्देशाने आणि तयारीने ते तिथे आलेले होते. वासेलला मात्र कोणत्याही परिस्थितीत जहाजावरून खाली उतरायचे नव्हते, त्याला ती कल्पनाच पटत नव्हती. कदाचित 'गॉस' जहाजाबरोबर समुद्रात बर्फामध्ये एकदा अडकून पडल्याची भीती मनात अजून कुठेतरी राहिली असण्याची शक्यता होती. तो आता तशा प्रकारे दुसऱ्यांदा अडकून पडायला तयार नव्हता आणि त्याउलट जहाजावरून खाली उतरून योग्य जागी तळ उभारून लवकरात लवकर वैज्ञानिक प्रयोग सुरू करण्यासाठी फिल्चनेर अधीर झाला होता. त्यासाठी वासेलची अक्षरश: मनधरणी करायची वेळ फिल्चनेरवर आली.

शेवटी फेब्रुवारीमध्ये 'वासेल'ने मान्यता दिली - परंतु निवडलेली जागा वादग्रस्त, धोकादायक होती. वासेलने सुचवले की मुख्य भूभागाला लागूनच असलेल्या एका हिमनगावर त्यांनी त्यांचा तळ उभारावा, ज्यामुळे तो जहाजाच्या जवळ आवाक्यामध्ये असेल आणि मुख्य भूभागावरपण असेल. फिल्चनेरला ती जागा तळउभारणीसाठी अजिबात मान्य नव्हती. कारण ती जागा समुद्राच्या खूप जवळ अगदी किनाऱ्यावर होती आणि त्यामुळे उभारलेला तळ समुद्रात पडण्याची, वाहून जाण्याची भीती होती. परंतु वासेल त्याच्या मतावर ठाम होता. त्यामुळे आणखी एकाचे मत घ्यायचे ठरले. वासेलने हे नाइलाजाने मान्य केले आणि त्यांच्याबरोबर असलेल्या एका नॉर्वेजियन 'पॉल जॉर्व्हिक', ज्याला थोडाफार ध्रुवीय प्रदेशाचा अनुभव होता, याचे मत घेण्याचे ठरले. 'वासेल' नंतर थोड्या वेळासाठी तिथून निघून गेला आणि काही वेळाने परतला आणि म्हणाला त्याने 'जॉर्व्हिक' चे मत घेतले आहे आणि त्यानेही त्याच्याच जागेला दुजोरा दिला आहे; फिल्चनेर नाइलाजाने गप्प बसला. मोहिमेच्या दुसऱ्या चित्तथरारक भागाची आता सुरुवात होती.

तळ उभारण्याची जागा ठरल्यावर कामाला सुरुवात झाली. हिवाळ्याची तयारी म्हणून जहाजावरून घाईघाईने अनेक गोष्टी उतरवून घ्यायला सुरुवात झाली. 'जॉव्हिक' दिसल्यावर फिल्चनेरने तळ उभारण्याच्या जागेचा विषय काढला. तो म्हणाला, 'फारच धोकादायक जागा निवडली आहे. माझं ठाम मत आहे की संशोधन तळ हा तरंगत्या बर्फावर न उभारता पक्क्या बर्फाच्या भूभागावर आणि तोपण किनाऱ्यापासून काही किलोमीटर आत उभारला गेला पाहिजे.' ज्या वेळी जहाजावरील मालमत्तेची काळजी घेण्याची जबाबदारी असलेल्या एका अधिकाऱ्यानेही

आपली नाराजी व्यक्त केली आणि अनुभवी सहकाऱ्यांशी सल्लामसलत न करता निर्णय घेण्याचा फिल्चनेरवर आरोप केला त्या वेळी फिल्चनेरच्या लक्षात आले की 'वासेल'ने जॉर्व्हिकचे मत कधी विचारात घेतलेच नव्हते आणि त्याने चक्क खोटे सांगितले होते.

फिल्चनेरचा संताप अनावर झाला. त्याने वासेलला सरळसरळ जाब विचारला, वासेलने रागाने जॉर्व्हिकवर उलट खोटारडेपणाचा आरोप केला, फिल्चनेरने १३ फेब्रुवारी रोजी त्याच्या डायरीमध्ये लिहिले, 'आता माझा कॅप्टनवर अजिबात विश्वास नाही.' परंतु आता खूपच उशीर झाला होता. निर्णय झाला होता आणि तळ उभारण्याची जागापण ठरली होती.

चार दिवसांमध्ये झोपडीचा सांगाडा उभारला गेला आणि त्यावर छप्पर घातले गेले. काही काळासाठी तरी तळाच्या त्या जागेच्या योग्यायोग्यतेचा प्रश्न मागे पडला. तळ उभारला गेल्याच्या आनंदामध्ये सिगार्स पेटले, बीअरचे कॅन उघडले गेले, चॉकलेट्स वाटण्यात आली. दिनांक १७ फेब्रुवारी रोजी तळउभारणीचे काम पूर्ण झाले. पुढील वर्षी दक्षिण भौगोलिक ध्रुवावर जाण्याचा प्रयत्न करण्याच्या दृष्टीने आणि त्यासाठीच्या तयारीच्या दृष्टीने जहाजावरील कुत्रे, तट्टू, रसद, कोळसा, आणि वैज्ञानिक उपकरणे वगैरे जहाजातून खाली उतरवण्यात आली.

परंतु तो आनंद, तो उत्साह फार काळ टिकला नाही. चोवीस तासांच्या आतच एक मोठ्या स्फोटासारखा आवाज झाला आणि मोहीम गंभीर संकटामध्ये सापडली होती. फिल्चनेरने नंतर एके ठिकाणी दुःखाने लिहिले, 'दक्षिण ध्रुवीय प्रदेशामध्ये बर्फावर फार मोठ्या गाजावाजाने कोणी उत्सव साजरा करू नये. कारण एका क्षणी जर सर्व गोष्टी सुरळीत असतील तर पुढच्या क्षणी काही वेगळेच घडण्याची शक्यता असते.' आता यापेक्षा वाईट काही घडण्याचे उरलेच नव्हते. एक मोठ्या लाटेच्या तडाख्याने मुख्य भूभागाला चिकटलेला तो हिमनग तुटून वेगळा झाला होता आणि त्यावर उभारलेला तळ आता समुद्रामध्ये तरंगायला लागला होता.

हा तुटून वेगळा झालेला हिमनग प्रचंड मोठा म्हणजे जवळजवळ 'सिंगापूर'च्या आकाराचा आणि पाच हजार कोटी चौरस घनमीटर एवढ्या पाण्याचा बनलेला होता. 'डॉईशलँड' जहाजावरील माणसांसाठी ते नक्कीच एक डोळे विस्फारायला लावणारे रौद्रभीषण दृश्य होते. फिल्चनेरला नशिबाची साथ नव्हती असेच म्हणावे लागेल. कारण आजही त्या आकाराचा हिमनग दक्षिण ध्रुवीय प्रदेशामध्ये क्वचितच बघायला मिळतो.

किनाऱ्याजवळच नांगरलेल्या 'डॉईशलँड' जहाजाची इंजिने घाईघाईने चालू करण्यात आली आणि तळासकट मोहिमेची सर्व सामग्री बरोबर घेऊन जाणाऱ्या त्या तरंगत्या हिमनगाचा पाठलाग सुरू झाला. जर्मनांपुढे आता एकच लक्ष्य होते ते

म्हणजे अविश्रांत परिश्रम करून जेवढी म्हणून रसद, शास्त्रीय उपकरणे आणि प्राणी वाचवता येतील, तेवढे वाचवणे आणि 'डॉईशलँड'वरील छोट्या लाइफ बोट्सच्या साहाय्याने त्यांना परत जहाजावर घेणे, सुदैवाने बऱ्याचशा गोष्टी वाचवता आल्या.

कौतुकास्पद अशी जिद्द दाखवत, आशावाद दाखवत मोहिमेतील साहसवीरांनी जहाजावरची काही टन वजनाची रसद, शास्त्रीय उपकरणे इ. सुरक्षित ठेवण्यासाठी घट्ट बर्फाच्छादित भूभागावर परत नव्याने तळउभारणीच्या कामाला सुरुवात केली. वासेलच्या आडमुठ्या वागणुकीमुळे एवढी साधी गोष्टपण वेळेवर होऊ शकली नव्हती आणि त्यातून ४ मार्च रोजी त्याने अचानकपणे एक घोषणा केली. जहाज जर समुद्रामध्ये गोठून अडकून पडण्याचे टाळायचे असेल तर आपल्याला ताबडतोब परत साउथ जॉर्जिया बेट गाठणे जरुरीचे आहे. दुसरा प्रयत्न करण्यासाठी 'डॉईशलँड' जहाज परत पुढील वर्षी येऊ शकते. फिल्चनेरने इतर सहकाऱ्यांसमोर स्वत: डोके शांत ठेवले आणि जहाज उत्तर दिशेकडे वळले.

वरील सर्व घटनांमुळे जर्मन मोहिमेला परत वळायला आता खूप उशीर झाला होता. १५ मार्च १९१२ रोजी 'डॉईशलँड' गोठलेल्या समुद्रामध्ये अडकले. जहाजाभोवतालच्या घट्ट बर्फावर कुदळी, फावडी आणि डायनामाईटचा वापर करूनपण काही उपयोग झाला नाही, परिस्थिती हाताबाहेर गेली होती. जहाजाची इंजिने बंद करण्यात आली आणि जहाज थंड पडले.

गेल्या काही दिवसांमधल्या घटनांची अशी परिणती झाली होती. दक्षिण ध्रुवीय प्रदेशामध्ये हिवाळ्यासाठी तळ उभारता आला नव्हता आणि आता 'डॉईशलँड' जहाजावर सर्व जण अडकून पडले होते. परंतु अशा प्रतिकूल परिस्थितीमध्येही त्यांच्यातील जिद्द कायम होती. त्यांनी समुद्रातील बर्फावरच प्रयोगशाळा उभारली आणि हवामानविषयक आणि इतर निरीक्षणे नोंदवायला सुरुवात केली. त्यांनी त्यांच्या पायाखालील बर्फाला भोके पाडून बर्फाच्या थराचा वाढीचा वेग, पाण्याचे निरनिराळ्या खोलींवर असलेले तापमान आणि तेथील पाण्याचे नमुने, पाण्यातील सूक्ष्म जीव आणि वनस्पतींचे नमुने वगैरे गोळा करण्यास सुरुवात केली. त्यांनी खोल समुद्रातील पाण्याच्या प्रवाहांच्या दिशांचा अभ्यास केला. हवामानाचा वेध घेण्यासाठी उभारलेल्या केंद्रांमधून त्यांनी पतंगांच्या आणि फुग्यांच्या साहाय्याने स्वयंचलित थर्मामीटर दर काही दिवसांनी आकाशामध्ये सोडणे सुरू केले. एप्रिल महिना उजाडेपर्यंत चुंबकीय क्षेत्राच्या अभ्यासासाठी त्यांनी आणखी एक प्रयोगशाळा उभी केली. या सर्व गोष्टींमध्ये काही दिवस तरी ते सर्व जण अगदी गढून गेले आणि त्यांना त्यांच्या पुढील इतर प्रश्नांचा विसर पडला.

परंतु थोडेच दिवस, कारण शास्त्रीय प्रयोगांमुळे वगैरे त्यांच्यामध्ये पडलेली फूट, निर्माण झालेली तेढ इ. मध्ये काहीही बदल झाला नव्हता. त्या गोष्टी

खदखदतच होत्या. अर्थात काही प्रसंग त्या मानाने अगदीच पोरकट होते. उदाहरणच द्यायचे झाले तर एके दिवशी सकाळी 'प्रिझाबिलॉक' याला उठवण्यासाठी 'कोनिग'ने ओला स्पंज त्याच्या तोंडावर ठेवला. नंतर बदला म्हणून त्याने 'कोनिग'च्या केबिनच्या दारावर स्पाइक लावलेल्या बुटाने लाथा मारल्या. काही जणांनी आपापसातील तणाव कमी व्हावा म्हणून संगीताचा, करमणुकीचा कार्यक्रम करण्याचा प्रयत्न केला. परंतु त्या प्रयत्नांनापण यश आले नाही. फिल्चनेरने नंतर एके ठिकाणी लिहिले 'अशा दुर्गम एकांतवासामध्ये माणसाचा कान संगीताच्या बाबतीत अधिक उदार, अधिक समजूतदार होण्याऐवजी अधिक चोखंदळ होत असावा. दुर्दैवाने आमच्यामध्ये कोणीही गायक/ वादक नव्हता, आमच्यापैकी एकाने 'ॲकॉर्डीयन' वादनाचा केलेला प्रयत्न उलट त्रासदायकच ठरला.' त्यानंतर जहाजावरील माणसे जास्तीतजास्त वेळ आपापल्या केबिन्समध्येच घालवू लागली.

काही प्रश्न मात्र खरोखरच गंभीर बनले. कोणत्याही टीकेला उत्तर म्हणून थेट द्वंद करण्याच्या धमक्या मिळायला लागल्या. फिल्चनेरने या मोहिमेवर लिहिलेल्या पुस्तकामध्ये 'दारू'चा उल्लेख जवळपास नाहीये. त्याने असे नमूद केले आहे की 'जहाजावरील मद्याच्या साठ्याची जबाबदारी एका न पिणाऱ्या अधिकाऱ्यावर सोपवण्यात आली होती, प्रत्येकाकडे जो काही थोडाफार वैयक्तिक साठा होता तो त्यांनी स्वत:बरोबर केबिनमध्येच ठेवला होता. माझं मत विचाराल तर मी कधीही पिण्यासाठी फळांचे रस, पाणी, सोडा इ. सुचवीन आणि काही अगदी विशेष प्रसंगी सौम्य वाइनही काही वाईट नाही.' परंतु वास्तव काही वेगळेच होते. फिल्चनेरने त्याच्या डायरीमध्ये दारूमुळे मोहिमेदरम्यान त्यांच्यातील परस्परसंबंधांवर झालेले दुष्परिणाम वारंवार नोंदवले आहेत. काही जणांसाठी दारू पिणे हा प्राप्त परिस्थितीपासून दूर पळण्याचा प्रयत्न होता, परंतु त्यामुळे त्या व्यक्तींचे जे चेहरे उघड झाले ते फिल्चनेरच्या तत्त्वामध्ये बसणारे नव्हते. 'वासेल'चे प्रमाणाबाहेर व्हिस्की पिणे चालू असायचे आणि प्यायल्यानंतर तो उघडपणे इतरांसमोर फिल्चनेरचा अपमान करायचा, फिल्चनेरने 'वासेल'बद्दल डायरीमध्ये लिहिले होते - 'तो एक लबाड कोल्हा आहे.' 'वासेल'ने एकदा दारू पिऊन घातलेल्या गोंधळानंतर फिल्चनेरने त्याच्या डायरीत लिहिले 'ही दारुडी वृत्ती म्हणजे एक कॅन्सर आहे. वासेल हा नेहमी पिऊन तर्रर असतो.'

एके रात्री दहा वाजता एकदम आरडाओरडा झाला आणि त्यामुळे फिल्चनेरला जाग आली. मोहिमेतील डॉक्टर 'विल्हेल्म व्हॉन गोल्डेल' याचा आरडाओरडा चालला होता. फिल्चनेरने त्याच्या डायरीमध्ये नंतर नमूद केले 'गोल्डेल हा पिऊन तर्रर होता, त्याचे जहाजावरील सुताराबरोबर भांडण चालले होते आणि तो त्याच्या जवळच्या पिस्तुलाने त्याला धमकावत होता. 'प्रिबिलॉक'पण खूप प्यायला होता.

मी त्या दोघांना 'कोनिग' च्या मदतीने त्यांच्या केबिनमध्ये नेऊन झोपवले आणि त्या रात्री मला झोपायला दोन वाजले.'

एप्रिल उजाडता 'फिल्चनेर' आणि 'वासेल' यांचे एकमेकांतील संभाषण थांबले होते. फिल्चनेरने लिहिले 'कॅप्टन माझ्या प्रत्येक गोष्टीला केवळ विरोध करायचा म्हणून करतो.' 'व्हॉन गोल्डेल' आणि जहाजावरील एक अधिकारी 'विल्हेल्म लॉरेन्झेन' यांनी आता कॅप्टनला उघडपणे विरोध करायला सुरुवात केली होती. मोहिमेनंतर 'प्रिबिलॉक'ने एके ठिकाणी नमूद केले 'मोहिमेबरोबर असलेल्या डॉक्टरने मोहिमेतील सहकाऱ्यांना दोन वेळा पिस्तूल दाखवून गोळ्या घालण्याची धमकी दिली होती आणि अशा महाभागांबरोबर सकाळ-संध्याकाळ जेवणासाठी टेबलवर एकत्र येण्याची वेळ येत होती.' जहाजावरील इतर माणसे म्हणजे 'निव्वळ डुकरे' होती आणि त्यांनी फिल्चनेरला दिलेली वागणूक अगदी लज्जास्पद होती. अशा परिस्थितीमध्ये 'ब्रेनेक'ने जहाजावर, खलाशांची व इतरांची प्रातिनिधिक मते 'फिल्चनेर' याला कळावीत म्हणून एका समितीची स्थापना केली आणि त्यामुळे कॅप्टनची मते, त्याचे निर्णय धुडकावून लावण्यासाठी, दुर्लक्षिण्यासाठी एक सोय झाली.

या समितीने जहाजावर घडलेल्या एका मोठ्या घटनेची, ज्यामध्ये 'कोनिग' चा सहभाग होता, चौकशी केली. कोनिगची अशी तक्रार होती की खाली बर्फावर असताना त्याच्यावर कोणीतरी पिस्तुलातून गोळी झाडली होती. या ऑस्ट्रियन साहसवीराने फिल्चनेरकडेही तक्रार केली होती आणि पुरावा म्हणून बर्फामध्ये घुसलेली गोळीपण त्याने फिल्चनेरकडे आणून दिली होती. जहाजावरील सर्व उपस्थितांमध्ये या चौकशीची बातमी पसरली. 'कोनिग'ला प्रथम त्याचे म्हणणे मांडण्याची संधी देण्यात आली. फिल्चनेरला वेगळीच चिंता लागून राहिली होती, कारण 'व्हॉन गोल्डेल' हा डोके फिरल्यासारखे वागत होता. त्याने संधी मिळताच कोनिगला संपवण्याची धमकी दिली होती. चौकशीदरम्यान कोनिगच्या निवेदनामध्ये अडथळे आणले जात होते, त्याची मूर्ख, वेडा अशी संभावना केली जात होती. क्षणाक्षणाने परिस्थिती स्फोटक होत चालली होती. शेवटी फिल्चनेरने 'पिस्तुलातून गोळी सुटणे हा एक अपघात होता' असे जाहीर करून त्या प्रकरणावर पडदा टाकला. शेवटी 'व्हॉन गोल्डेल'नेपण गप्प बसायचे पसंत केले आणि हे प्रकरण मिटले. 'कोनिग' वर कोणी गोळी झाडली हे गूढ कायमच राहिले पण फिल्चनेरला मनातून संशय होताच.

जून महिन्यापर्यंत जहाजावरील वातावरण एवढे बिघडले होते की फिल्चनेरला आता काही दिवस तरी जहाजापासून दूर जावेसे वाटू लागले होते. दक्षिण ध्रुवीय प्रदेशाच्या किनारपट्टीवर त्याला खाली उतरणे शक्य झाले नसेल, पण दुसरे काहीतरी भरीव

काम तो नक्कीच करू शकत होता. त्याने दक्षिणेकडील समुद्रासंबंधातील केल्या जाणाऱ्या एका वादग्रस्त दाव्याचा शोध घेण्याचे ठरवले. सन १८३१ मध्ये एका तर्कट अमेरिकन सील शिकाऱ्याने 'बेंजामिन मॉरेल दक्षिणेकडील समुद्रामध्ये प्रवास करून आल्यावर, केलेल्या प्रवासावर एक पुस्तक 'अ नरेटिव्ह ऑफ फोर व्होयाजेस' प्रसिद्ध केले. त्या पुस्तकामध्ये 'मॉरेल'ने भेटी दिलेल्या प्रदेशांबद्दल आणि लोकांबद्दलच्या केलेल्या अतिरंजित दाव्यांमुळे आणि अतिशयोक्तिपूर्ण वर्णनामुळे ते पुस्तक खूपच मनोरंजक झाले होते. त्या पुस्तकामध्ये त्याने दोन शिडांच्या छोट्या बोटींतून, 'Wasp' मधून, वेडेल समुद्राच्या पश्चिमी भागामध्ये केलेल्या प्रवासाचे आणि तेथे त्याने शोधलेल्या ४८० किमी. लांबीच्या किनारपट्टीचे - जिचे नाव प्रथम न्यू साउथ ग्रीनलँड आणि नंतर मॉरेल लँड असे ठेवले गेले - वर्णन केले होते.

मॉरेलने नंतर दावा केला की त्याने दक्षिणेकडील प्रवास तसाच नेटाने चालू ठेवला, परंतु ७० अंश अक्षांशापर्यंत पोहोचल्यावर त्यांच्या जवळचा जळणाचा (इंधनाचा) साठा संपत आल्यावर नाइलाजाने त्याला दक्षिण ध्रुवावर जाण्याचा विचार सोडून द्यावा लागला. 'माझ्या समोरचा मार्ग अगदी मोकळा होता, कोणताही अडथळा नव्हता, हवेचे आणि पाण्याचे तापमान अगदी योग्य होते. एकूण हवामान छान होते, वारा त्रासदायक नव्हता, अशा सर्व गोष्टी मला प्रवासासाठी पूरक असताना दुःखाने मला तो विचार सोडून द्यावा लागला. उद्या एखाद्या हुकूमशहाचा एखादा आश्रित किंवा सेवक दक्षिणेकडील या बहुमोल भूभागावर हक्क सांगेल आणि हा प्रदेश त्या हुकूमशहाच्या राज्याचा भाग बनेल, त्या आधी आपण या प्रदेशावर हक्क प्रस्थापित करून आपल्या राष्ट्रध्वजामध्ये एक तारा जोडणे कधीही योग्य ठरेल.' परंतु मॉरेलच्या या दाव्याकडे, म्हणण्याकडे अमेरिकेमध्ये कोणीही लक्ष दिले नाही.

त्याने केलेल्या अनेक दाव्यांबद्दल जरी संशय व्यक्त केला जात होता तरी मॉरेल भूभागाच्या अस्तित्वाबद्दल नंतर काही दशके चर्चा मात्र चालू राहिली. रॉयल जिऑग्राफिक सर्व्हेच्या एका सभेमध्ये, सन १८७० मध्ये, मॉरेलने केलेल्या विविध दाव्यांसंबंधी वादळी चर्चा झाली. शोधमोहिमांसाठी मार्गदर्शक ठरलेल्या 'हिंट्स टू ट्रव्हलर्स' या पुस्तकाचा संपादक 'फ्रान्सिस गाल्टन' याला तर त्याच्या दाव्यांबद्दल संशयच होता. तो म्हणाला, याआधी मॉरेलने आफ्रिकेच्या अंतर्भागामध्ये २३ अंश दक्षिण अक्षांशावर काढलेल्या मोहिमेनंतर, दावा केला होता की, 'तेथे विविध वनस्पती, हिरव्यागार कुरणांनी भरलेल्या दऱ्या आहेत, त्यामध्ये पशूंचे कळपच्या कळप मुक्त संचार करत असतात, वगैरे. परंतु प्रत्यक्षात तेथे ओसाड वाळवंट होते. 'चार्ल्स एंडरबाय' या सील प्राण्यांच्या शिकारीचा व्यवसाय करणाऱ्या कंपनीच्या मालकाने दक्षिण ध्रुवीय प्रदेशातील त्या वेळी ज्ञात असलेल्या काही भूभागांपैकी

एका भूभागातील मोहिमेचा आर्थिक भार उचलला होता, त्याने 'मॉरेल'विषयी मत व्यक्त करताना म्हटले, 'मॉरेल म्हणजे 'बॅरन मंचहॉसेन' (बॅरन मंचहॉसेन - १७२० - १७९७, एक जर्मन सरदार, जो त्याने भाग घेतलेल्या खऱ्या-खोट्या लढायांबद्दलच्या अतिशयोक्तिपूर्ण गोष्टी सांगण्याबद्दल प्रसिद्ध होता.) सारखा लांब लांब गप्पा मारणारा प्राणी आहे.'

सगळ्यात बोचरी प्रतिक्रिया आली ती कॅप्टन डेव्हिसकडून, 'त्याने केलेले काम लक्षणीय होते यात काही शंकाच नाही आणि तितकेच आश्चर्यकारकपण - ५० अंश अक्षांशाच्या खाली 'मॉरेल' स्वत:चीच खोली हरवून बसला यात काही संशयच नाही. मॉरेलने जर त्याच्या लिखाणावर आणि जिभेवर जरा ताबा ठेवला असता तर त्याच्या वर्णनांवर कदाचित विश्वास बसला असता. 'केरग्युलीन' भूभागावरून निघून दर दिवशी १८० मैलाचा प्रवास करून (बर्फाने भरलेल्या समुद्रातून) बावीस दिवसांनी तो प्रत्यक्षात ऑकलंड बेटांवर पोहोचला होता. त्यानंतर त्या बेटांचे वर्णन 'सहलींसाठी अत्यंत योग्य, आनंददायक जागा' वगैरे करून त्याने स्वत:च्याच दाव्यांना उघडे पाडले होते.' त्याच बेटाबद्दल सर जेम्स रॉस म्हणाले होते, 'जन्मठेपेवरील कैद्यांना पाठवण्यायोग्य ठिकाण.'

जूनच्या मध्यापर्यंत 'डॉईशलँड' जहाज उत्तर-पश्चिम (वायव्य) दिशेने प्रवास करत, मॉरेलने जमीन बघितल्याचा दावा केलेल्या ठिकाणाच्या पूर्वेला ६५ किमी. अंतरापर्यंत पोहोचले होते. फिल्चनेरने या संधीचा फायदा घ्यायचे ठरवले. आत्ताच त्याला काहीतरी करून दाखवण्याची संधी होती, शिवाय काही काळ जहाजावरील तणावपूर्ण वातावरणापासून दूर राहण्याचीपण, फिल्चनेर त्याच्या दोन विश्वासू सहकाऱ्यांना - कोनिग आणि क्लिंग यांना - आणि बरोबर तीन आठवडे पुरेल एवढी रसद घेऊन इतर कोणत्याही मदतीशिवाय स्लेजच्या साहाय्याने त्या भूभागाची पाहणी करण्यासाठी जहाजावरून खाली बर्फावर उतरला. दर दिवशी, दिवसाच्या केवळ दोन ते तीन तास असणाऱ्या सूर्यप्रकाशाचा फायदा घेत आणि त्यानंतर चंद्रप्रकाशात या तिघांनी समुद्रावरील गोठलेल्या बर्फावरून आणि काही तुरळक ठिकाणी पाणथळ जागांमधून, उणे ३५ अंश से. एवढ्या कमी तापमानात त्यांचा प्रवास सुरू केला. क्लिंगने नंतर एके ठिकाणी लिहिले— 'बर्फाच्या छोट्या-मोठ्या टेकड्यांच्या आणि हिमखंडांच्या भुतासारख्या पडणाऱ्या सावल्यांमधून आम्ही वेगाने प्रवास सुरू केला, आम्ही अजिबात आवाज न करता अलगद तरंगल्याप्रमाणे जात होतो, जणूकाही आमचा प्रवास 'वल्हाल्ला' (Valhalla - 'नॉर्स' पौराणिक कथेप्रमाणे चांगल्या किंवा पवित्र कामामध्ये मारल्या गेलेल्या व्यक्तीच्या आत्म्याचे राहण्याचे ठिकाण) च्या दिशेने चालला होता. स्लेजच्या पट्ट्यांखाली बर्फ चिरडल्याचा आवाज आणि क्वचित कोनिगचा कुत्र्यांवर ओरडण्याचा आवाज सोडला तर, आमच्या

भोवतालच्या आसमंतामध्ये स्मशानशांतता भरून राहिली होती.

उत्तर ध्रुवीय प्रदेशामध्ये 'फ्राम' वरून खाली उतरल्यावर 'नानसेन'चे काय झाले होते याची फिल्चनेरला कल्पना होती म्हणून तो त्यांच्या प्रवासामध्ये दर थोड्या अंतराने त्यांच्या ठिकाणाच्या अक्षांश/ रेखांशांची नोंद घेत होता. शास्त्रीय उपकरणांनी आणि रसदींनी भरलेले स्लेज ओढत त्या तिघांचा प्रवास चालला होता. ते आता जहाजापासून ५० किमी. दूर आले होते, परंतु जमिनीचा कोठेही मागमूस नव्हता. एके ठिकाणी बर्फामध्ये तुटलेला भाग बघून त्यांनी दोरीला वजन बांधून त्यातून खाली पाण्यात सोडले. सोळाशे मीटर खोलवर ते वजन गेल्यावर दोरी तुटली, त्यामुळे त्या भागामध्ये समुद्र उथळ असण्याची शक्यता नव्हती. त्यांच्या त्या प्रवासादरम्यान त्यांना पश्चिम क्षितिजावर बर्फाच्छादित भूभाग असल्यासारखे वाटले 'परंतु पूर्ण निरीक्षणाअंती असे लक्षात आले की मृगजळामुळे आमची फसगत झाली होती.' फिल्चनेरची खात्री झाली की मॉरेल जर खरोखरच इतक्या दक्षिणेकडे आला असेल तर त्याचीपण बहुधा अशीच मृगजळामुळे फसगत झाली असण्याची शक्यता होती. तो धाडसी अमेरिकन सील-शिकारी चुकला होता किंवा त्याचा दावाच काल्पनिक होता.

फिल्चनेर आणि त्याच्या दोन सहकाऱ्यांनी जहाजाच्या दिशेने परतीचा प्रवास सुरू केला. समुद्रातील तरंगत्या बर्फाच्या प्रवाही दिशेचे आणि वेगाचे गणित मांडत त्यांनी बरोबर 'डॉईशलँड' जहाज गाठले. त्या तिघांनी तीन आठवड्यांमध्ये १६० किमी. एवढे अंतर कापले होते. जहाजावरील सर्वांनाच फिल्चनेरच्या यशाचे आश्चर्य आणि कौतुक वाटले. वासेलने ही फिल्चनेरचे कौतुक करताना 'हे भेकडांचे काम नाही' असे उद्‌गार काढले. परंतु थोड्याच दिवसात जहाजावरील परिस्थितीत आमूलाग्र बदल घडून येणार होता.

दिनांक ८ ऑगस्ट १९१२ रोजी 'वासेल' अचानक मरण पावला. फिल्चनेरने त्याच्या 'टू द सिक्स्थ कॉन्टिनेंट' या पुस्तकामध्ये त्याच्या मृत्यूच्या कारणाबाबत जरा संदिग्धताच बाळगली आहे. त्याचा मृत्यू हृदयविकाराच्या झटक्याने झाला असावा असे सूचित केले आहे. परंतु जहाजावरील प्रत्येकाला कॅप्टनच्या गुप्तरोगाविषयी (Syphilis) माहिती होती आणि फिल्चनेरलापण खासगीत, तेच मुख्य कारण असावे असे वाटत होते. खलाशांच्या ठरलेल्या पद्धतीप्रमाणे, दक्षिण ध्रुवीय प्रदेशातील समुद्रात 'वासेल'वर अंत्यसंस्कार करण्यात आला. आता प्रश्न होता 'डॉईशलँड'चे नेतृत्व कोणाकडे सोपवायचे हा. निवड करायला जास्त वावच नव्हता आणि फिल्चनेरलापण जिवाची भीती होती. जहाजावरील एकूण संशयी आणि तणावपूर्ण वातावरणाचा विचार केला तर फिल्चनेरला त्याच्या विश्वासू सहकाऱ्यावर 'क्लिंग'वर नेतृत्वाची जबाबदारी टाकण्याची भीती वाटत होती. शेवटी फिल्चनेरने

'लॉरेन्झेन' याची निवड केली ज्याच्याबद्दल फिल्चनेरच्या मनात 'वासेल' इतकीच अढी होती. परंतु ज्या वेळी 'लॉरेन्झेन'ने जहाजाच्या लॉगबुकमध्ये सही करून त्याखाली 'कॅप्टन' असा हुद्दा लिहिला तेव्हा फिल्चनेरने तो मुद्दाम खोडून टाकला, यावर 'लॉरेन्झेन'ने धक्का बसल्याचे आणि भोवळ आल्याचे नाटक केले. 'प्रिझबिलॉक'ने या घटनेचे वर्णन करताना लिहिले 'एखाद्या तरुण मुलीने नवीन फॅशनेबल कपड्यासाठी हट्ट करावा तसे त्याचे ते नाटक होते.'

'वासेल'च्या मृत्यूनंतर जहाजावरील परिस्थिती सुधारेल अशी 'फिल्चनेर' याला आशा वाटत होती. परंतु तो त्याचा भ्रम होता. जहाजावरील परिस्थिती आणखीनच बिघडली. खलाशांचे मनोधैर्य खचलेच होते आणि त्यात 'फिल्चनेर', 'लॉरेन्झेन' यांच्यामध्ये सतत खटके उडत राहिले, सप्टेंबरच्या मध्यापर्यंत 'डॉईशलँड' उत्तरेकडे सरकले होते आणि जहाजाची सगळी इंजिने चालू करून प्रवासाला परत सुरुवात करावी असे फिल्चनेरला तीव्रतेने वाटत होते, परंतु लॉरेन्झेनला ते काही पटत नव्हते. फिल्चनेरने अगदी वैतागून लिहिले 'लॉरेन्झेनला जहाजाचे नेतृत्व करणे काही जमत नाहीये आणि दर वेळेला मी काही बोललो की तो भोवळ आल्याचे नाटक करतो.'

डॉक्टर व्हॉन गोल्डेल आणि कोनिग यांच्यामधील कुरबुरी चालूच होत्या. त्याची मानसिक परिस्थिती आता आणखीनच बिघडली होती. त्यातच डॉक्टरने ऑस्ट्रियन जीवशास्त्रज्ञावर विषप्रयोगही करायचा प्रयत्न केला. फिल्चनेरला स्वत:ला बद्धकोष्ठतेचा आणि मूळव्याधीचा त्रास होता आणि डॉ. व्हॉन गोल्डेल याला कल्पना होती परंतु त्या दोघांमधील संबंध ताणले गेलेले असल्यामुळे फिल्चनेर त्याची औषधे आणायला 'क्लिंग'ला त्याच्याकडे पाठवायचा, परंतु डॉक्टर मुद्दाम आडमुठेपणा करायचा. फिल्चनेरने नंतर एके ठिकाणी लिहिले 'डॉक्टर गोल्डेलने खरेतर क्लिंगकडे रेचक द्यायला पाहिजेत परंतु तो क्लिंगला केवळ त्रास देण्याच्या हेतूने तासन्तास बसवून ठेवायचा आणि काहीतरी खाण्याची सक्ती करायचा.'

त्या दोघांमधील संबंध काही शेवटपर्यंत सुधारले नाहीत. दिनांक १७ ऑक्टोबर, फिल्चनेरने त्याच्या डायरीमध्ये लिहिले 'गोल्डेलने केबिनच्या लाकडी पार्टिशनमधून गोळ्या घालून मला मारू नये म्हणून रात्री मी केबिन लॉक करून माझ्या केबिनमध्ये मधोमध एका बाकावर झोपतो, शिवाय माझ्या उशीजवळच भरलेले पिस्तुलपण असते. मी उशाशी पिस्तुल ठेवून जमिनीवरच झोपणे पसंत करीन.'

सरतेशेवटी २६ नोव्हेंबर रोजी ६३ अंश दक्षिण अक्षांशावरून 'डॉईशलँड'ची बर्फातून, आठ महिन्याच्या भयंकर अशा बंदिवासातून, सुटका झाली. जहाजाने साउथ जॉर्जियाच्या दिशेने प्रवास सुरू केला. जहाजाने बर्फातून घसरत, सरकत उत्तर दिशेने वेडेल समुद्राजवळून आश्चर्यकारकपणे १० अंश अक्षांशाचा प्रवास केला होता.

दिनांक १९ डिसेंबर रोजी 'डॉईशलँड' ग्रेटविकेनच्या किनाऱ्याला लागले. तेथील रहिवाशांनी त्यांचे उत्साहाने स्वागत केले. परंतु त्या व्हेलिंग ठिकाणाची शांतता लवकरच जहाजावरील भांडणांनी आणि आरोळ्यांनी भंग पावली. त्या बेटावरील पोलिस अधिकारी जहाजावर चढले आणि त्यांनी फिल्चनेरकडे परिस्थिती आटोक्यात आणण्यासाठी काही मदत हवी का म्हणून विचारणा केली. परंतु या घटनेवर जर्मनीमध्ये पोहोचल्यावर काय प्रतिक्रिया होईल याची चिंता वाटून फिल्चनेरने पोलिसांची मदत नाकारली. 'लॉरेन्झेन'ने किंचाळतच फिल्चनेरला जहाजावरून खाली उतरण्यास सांगितले, 'जहाजाचा कॅप्टन मी आहे, या जहाजावर तुला कोणतेही अधिकार नाहीत.' जहाजावरील बऱ्याच सहकाऱ्यांचा तर आता अगदी धीरच सुटला होता, या सगळ्यातच एक अफवा पसरली की त्यांना कोणालाही पगार दिला जाणार नाही, त्यामुळे घाबरून सर्व जण 'लॉरेन्झेन'च्या मागे उभे राहिले आणि त्यांनी डॉ. फिल्चनेरबरोबरचे सर्व संबंध तोडल्याचे घोषित केले.

नॉर्वेजियन व्हेल शिकारी 'लार्सेन'ने काही समझोता घडवून आणण्याचा प्रयत्न केला, परंतु त्यात त्याला अपयश आले. सर्वांचीच मने संशयाने कलुषित झाली होती. या बंडामध्ये सहभागी झालेल्यांना साउथ जॉर्जिया येथे 'डॉईशलँड' जहाजावरून खाली उतरवून दुसऱ्या प्रवासी स्टिमरने ब्युनॉस आयर्सवरून जर्मनीला पाठवण्यात आले. एका धाडसी आणि महत्त्वाकांक्षी मोहिमेचा असा दुर्दैवी शेवट झाला होता.

जन्मजात महत्त्वाकांक्षी असलेल्या फिल्चनेरने अमेरिकन जिऑग्राफिक सोसायटीला, तो दक्षिणेकडे जाण्यासाठी आणखी एक प्रयत्न करण्यास तयार असल्याचे कळवले. 'या वर्षीच्या मे महिन्यापर्यंत 'डॉईशलँड' ब्युनॉस आयर्सला पोहोचेल, नंतर जुजबी डागडुजीसाठी ते काही काळ ड्राय डॉकमध्ये जाईल आणि नंतर याच वर्षी ते साउथ जॉर्जियाच्या दक्षिण-पूर्वेला (आग्नेयेला) असलेल्या 'सँडविच' बेटांकडे जाईल. या वर्षाच्या शेवटी, आधीच्या ठरलेल्या कार्यक्रमाप्रमाणे, नव्याने शोधलेल्या भूभागाच्या पाहणीसाठी आणि दक्षिण ध्रुवीय प्रदेशातील नवीन शोधकार्यासाठी दुसरा प्रयत्न करण्यासाठी तयार असेल.'

परंतु तसे घडायचे नव्हते. आधीच्या मोहिमेतील खलाशांनी आणि सहकाऱ्यांनी जर्मनीला पोहोचल्यावर, फिल्चनेरवर निरनिराळे आरोप करून त्याच्या बाबतीत अफवा पसरवायला सुरुवात केली. फिल्चनेरच्या वरिष्ठांपर्यंत या सर्व गोष्टी, अफवा पोहोचल्यावर त्यांनी फिल्चनेरला ताबडतोब जर्मनीला परतण्याचे आणि त्याच्यावरील आरोपांचे स्पष्टीकरण देण्याचे फर्मान सोडले. अर्थातच दक्षिण ध्रुवीय प्रदेशाकडे परतण्याच्या त्याच्या योजना बारगळल्या. सायबेरियातून आणलेले कुत्रे आणि तट्टू साउथ जॉर्जिया बेटावरच यांचा दुसऱ्या मोहिमेत उपयोग होईल म्हणून त्यांना मागे

सोडून देण्यात आले होते, मात्र त्यांचा उपासमारीने मृत्यू झाला.

जर्मनीमध्ये वृत्तपत्रामधून आरोप-प्रत्यारोप चालूच होते. लवकरच त्याच्या वरील आरोपांची चौकशी करण्यासाठी एक चौकशी समिती नेमण्यात आली. सर्व आरोपांची सुनावणी झाली. या चौकशी समितीला किंवा तिच्या निर्णयाला कायदेशीर आधार नव्हता, परंतु आरोप-प्रत्यारोप प्रसारमाध्यमांतून केले जाण्यापेक्षा त्यामध्ये खासगीपणे सन्माननीय तोडगा काढण्याचा प्रयत्न करणे एवढाच या समितीच्या स्थापनेमागचा उद्देश होता. फिल्चनेरच्या विरोधकांनी ज्या निर्णयाची अपेक्षा केली होती त्याच्याविरुद्ध निर्णय लागला. त्यांचा अपेक्षाभंग झाला होता. फिल्चनेरच्या नेतृत्वाबाबत कोणत्याही शंका उपस्थित केल्या गेल्या नाहीत, बहुसंख्य शास्त्रज्ञ त्याच्या मागे उभे राहिले.

फिल्चनेरने एके ठिकाणी लिहिले— 'चौकशी समितीच्या निकालामध्ये, इतर अनेक गोष्टींबरोबरच, म्हटले होते - 'डॉईशलँड' वरील वैज्ञानिकांनी, मला पाठिंबा दर्शवण्यासाठी, मोहिमेदरम्यान केलेल्या संशोधनाची निरीक्षणे, निष्कर्ष प्रसिद्ध करायला नकार दिला. पण हे संपूर्णत: खरे नव्हते. कारण मोहिमेतील खगोलशास्त्रज्ञ प्रा. डॉ. प्रिझबिलॉक या बहिष्काराशी सहमत नव्हते आणि त्यांनी त्यांचे निष्कर्ष, त्यांची निरीक्षणे इतर वैज्ञानिकांबरोबरच प्रसिद्ध करावीत या निर्णयाला विरोध दर्शवला होता.'

मोहिमेतील काही जणांना चौकशी समितीचा निर्णय मान्य नव्हता आणि त्यांनी त्यांचे आरोप करण्याचे काम चालूच ठेवले. फिल्चनेरने नंतर एके ठिकाणी नमूद केले - 'त्यांना चौकशी समितीकडून झटका मिळाल्यानंतर माझ्या विरोधकांनी त्यांच्या आरोपांचा सूर बदलला. त्यांनी अफवा पसरवल्या की, मोहिमेदरम्यान वैज्ञानिक, शास्त्रीय बाजूच्या खात्यामध्ये म्हणावे असे काहीच जमा झाले नाही. परंतु या त्यांच्या आरोपांचे मला काहीच वाटले नाही. कारण ते आरोप मला ओळखीचे होते, आधीपण त्यांनी तेच आरोप केले होते.

केले जाणारे आरोप सगळ्यांनाच पटत होते किंवा मान्य होते असे नव्हते. जर्मनीचे राजे कैसर यांनी जर्मन मोहिमेचा नेता, फिल्चनेरला 'डून' येथील राजवाड्यामध्ये आमंत्रित केले आणि त्यांचा पाठिंबा दर्शविला. 'पेंक'ने सन १९१४ च्या सुरुवातीलाच फिल्चनेरची बाजू मांडणारा, त्याचे समर्थन करणारा आणि मोहिमेच्या यशस्वीतेची ग्वाही देणारा एक विस्तृत लेख वृत्तपत्रामध्ये लिहिला. नक्की दोष कोणाचा होता याची त्याला चांगली कल्पना होती. 'वासेल आणि फिल्चनेरवर लादली गेलेली जहाजाची जबाबदारी.'

तरीही आरोप चालूच होते. व्हॉन गोल्डेलने फिल्चनेरच्या चारित्र्याबद्दल संशय व्यक्त करायला सुरुवात केली. परंतु खऱ्या-खोट्याचा निर्णय करण्याच्या पारंपरिक

'ट्युटॉनिक' (Teutonic) पद्धतीने निर्णय करण्याचे, द्वंद खेळण्याचे, जेव्हा आव्हान दिले गेले तेव्हा त्याने माघार घेतली.

'डॉईशलँड' जहाज युरोपला परतल्यावर ते ऑस्ट्रियाला विकण्यात आले. कारण त्याची दुरुस्ती झाल्यावर त्याच जहाजातून 'कोनिग' दक्षिणेकडे दुसरा प्रयत्न करण्याच्या आणि अपुरे काम पूर्ण करण्याच्या तयारीत होता. त्याने फिल्चनेरला मोहिमेमध्ये सहभागी होण्याचे आमंत्रण दिले. परंतु आता फिल्चनेर परत दक्षिण ध्रुवीय प्रदेशाच्या फंदात पडण्याच्या मन:स्थितीत नव्हता. कारण 'झाले तेवढे पुरे झाले' असे त्याला वाटत होते. 'त्याशिवाय माझ्या अनुभवातून मला नक्की समजले होते की ध्रुवीय प्रदेशामध्ये जर खरोखरच मोठे यश मिळण्याची शक्यता कुणाला असेल तर ती फक्त स्कॅडीनेव्हियन, रशियन ब्रिटिश आणि कॅनडा यांसारख्या नौकानयनाची आणि ध्रुवीय प्रदेशातील संशोधनाची परंपरा असलेल्या देशांनाच आहे. मी आता माझ्या मूळ क्षेत्राकडे म्हणजे मध्य आणि पूर्व आशियाकडे परतण्याचे ठरवले आहे.' परंतु त्या आधी फिल्चनेरने त्यांच्या दक्षिण ध्रुवीय प्रदेशातील मोहिमेतील वैज्ञानिक उपलब्धींबद्दल एक विस्तृत अहवाल तयार करण्याचे काम पार पाडले.

फिल्चनेरच्या मोहिमेवर जर्मनीमध्ये जरी अपयशाचा शिक्का बसला असला तरी इतर युरोपिअन देशांमध्ये मात्र त्याच्या मोहिमेबद्दल उत्सुकता होती. मोहिमेच्या सुरुवातीच्या काळामध्ये अनेक जाणकार, अभ्यासक 'डॉईशलँड'च्या प्रगतीबद्दल आणि फिल्चनेरच्या यशाच्या शक्यतेबद्दल निरनिराळ्या माध्यमांतून मतप्रदर्शन करण्यात गुंतलेले होते - 'अंदाज करायला काय हरकत आहे, लेफ्टनंट फिल्चनेर आता कोट्स लँडच्या भागामध्ये कुठेतरी असेल, कदाचित, त्या ठिकाणी दक्षिण ध्रुवापर्यंत पोहोचणारी दुसरी एखादी पर्वतरांग असेल फिल्चनेरला एखादे वेळेस स्कॉट पेक्षा चांगले हवामान अनुभवास येत असेल आणि या सगळ्याची त्याला दक्षिण ध्रुवाकडे जाणारा नवा मार्ग शोधण्यासाठी मदत होऊ शकेल.'

जर्मन्स परतल्यावरदेखील मोहिमेबद्दलची इतर युरोपीयन देशांमधील उत्सुकता, कुतूहल कमी झाले नव्हते. त्या क्षेत्रातील जाणकार व्यक्ती आणि विज्ञान, कलेच्या प्रगतीला वाहून घेतलेल्या संस्था मोहिमेच्या कामगिरीबद्दल भरभरून बोलत, लिहीत होत्या. जर्मनांनी मोठ्या धैर्याने अटलांटिक महासागराला मिळणाऱ्या दक्षिण ध्रुवीय समुद्राचे अतिदक्षिणेकडील टोक गाठलेले होते आणि वेडेल समुद्रातून एका टोकापासून दुसऱ्या टोकापर्यंत प्रवास करत, अज्ञात असलेली आणि त्या खंडाची उत्तरेकडील सीमा ठरवणारी किनारपट्टी शोधून काढली होती.

या नवीन शोधामुळे असे दिसत होते की वेडेल समुद्राच्या पलीकडे सामुद्रधुनी नसावी, त्याऐवजी प्रचंड विस्ताराचा बर्फाच्छादित भूभाग असावा. लवकरच त्या

प्रदेशाला दिलेले कैसरचे नाव मागे पडले आणि त्या प्रदेशाचे नव्याने नामकरण झाले 'फिल्चनेर आइस शेल्फ'. दक्षिण ध्रुवीय प्रदेशाच्या दुसऱ्या बाजूला जपान्यांना आणि नॉर्वेजियनांना 'ग्रेट आइस बॅरियर'च्या पूर्वेकडे काही पर्वतशिखरे आढळून आली होती. त्यामुळे 'रॉस समुद्रे आणि वेडेल समुद्र' यांना जोडणारा काही मार्ग, दुवा असण्याची शक्यताच नसल्यामुळे 'पेंक'चा अंदाज खोटा ठरत होता.

फिल्चनेरच्या प्रयत्नांबद्दल 'सर क्लेमंट मार्कहॅम' हे सर्वांत जास्त आशावादी आणि सकारात्मक होते. मार्कहॅम यांना वैज्ञानिक निष्कर्षांचे फारसे कौतुक नव्हते, पण त्यांना जर्मनांचे शौर्य भावले होते. 'त्याच्या पुढे न ओलांडता येण्यासारखा असा कोणताच अडसर नव्हता. त्याने वेडेल समुद्राच्या दुसऱ्या टोकाला अतिखोलवर जहाज नेले, पुढील गोठलेल्या भूभागातून मार्ग काढण्याचा प्रयत्न केला. जवळजवळ १२० मैलांचा पल्ला झगडत पार करून जहाज दुसऱ्या बाजूला मोकळ्या समुद्रात आले आणि ७६°३५' अक्षांशापासून ते ७९ अंश अक्षांशापर्यंत पसरलेला भूभाग त्यांना दिसला. पश्चिमेकडे बर्फाची मोठी भिंत होती.'

स्कॉटिशपण मोहिमेबद्दल तेवढेच उत्सुक होते. 'ब्रुस'च्या पथकातील एक सहकारी 'रॉबर्ट मॉसमन'ने फिल्चनेरच्या मोहिमेच्या वैज्ञानिक बाजूबद्दल म्हटले, 'वेडेल समुद्राच्या भागामध्ये गेलेली डॉ. फिल्चनेरच्या नेतृत्वाखालील जर्मन मोहीम ही काही बाबतीत वैशिष्ट्यपूर्ण होती. डॉ. फिल्चनेरचा उद्देश हाच होता की त्या भागामध्ये हिवाळ्यात राहून आणि स्लेजवरून पश्चिमेकडे प्रवास करून दक्षिण ध्रुवीय प्रदेश हा दोन वेगळ्या खंडप्राय भूभागांचा बनलेला आहे या 'पेंक' च्या दाव्याची सत्यता पडताळून पाहणे. आणि नवीन भूभागाच्या शोधाबरोबरच त्यांच्या अडकून पडलेल्या जहाजाच्या भरकटण्यातून वेडेल समुद्रातील अंतर्गत पाण्यांचे प्रवाह, त्यांच्या दिशा तसेच गोठलेल्या भूपृष्ठावरून वाहणारे वारे आणि त्यांची दिशा इ. गोष्टी कळण्यास, अभ्यासण्यास मदत झाली.'

त्या प्रदेशातील हवामानाचा अभ्यास करण्यासाठी सोडण्यात आलेल्या हायड्रोजन गॅसच्या फुग्यांच्या मदतीने थर्मामीटरनी नोंदवलेल्या तापमानांमध्ये आणि ब्रिटिश मोहिमेदरम्यान रॉस समुद्राच्या भागामधील नोंदवण्यात आलेल्या तापमानांमध्ये, अगदी हवेच्या थरागणीक होत जाणाऱ्या तापमानाच्या बदलामध्ये विलक्षण साधर्म्य आढळले, एकसारखेपणा आढळला. त्यावरून हा निष्कर्ष निघतो की दक्षिण ध्रुवीय प्रदेशामध्ये हवेच्या तापमानाचा साधारणत: हाच प्रकार बघायला मिळतो. 'डॉईशलँड' जहाजाने प्रवासासाठी निवडलेल्या मार्गावरूनदेखील वेडेल समुद्रामधील पाण्याचे प्रवाह हे घड्याळ्याच्या काट्यांच्या दिशेने वाहतात हे लक्षात आले. जर्मनांचे असे मत होते की हवेची दिशा आणि प्रवाही बर्फाची तसेच पाण्यातील प्रवाहांची दिशा घड्याळ्याच्या काट्यांच्या दिशेप्रमाणे असण्याचे कारण म्हणजे त्या प्रदेशात भूपृष्ठालगत

कायम असणारा कमी दाबाच्या हवामानाचा पट्टा. फिल्चनेरने त्याची निरीक्षणे नोंदवताना एके ठिकाणी लिहिले 'प्रवाही बर्फ त्यावरून वाहणाऱ्या हवेच्या दिशेनेच वाहते, परंतु कधीकधी बर्फाच्या वाहण्याच्या दिशेमध्ये अगदी किरकोळ बदल होण्याचा संभव असतो. सर्वसाधारणपणे प्रवाही बर्फ वाऱ्याच्या दिशेला लगेचच प्रतिसाद देते, वाऱ्याच्या वाहण्याच्या दिशेमध्ये तात्पुरता बदल झाला तरी. परंतु सर्वसाधारणपणे प्रवाही बर्फाची आणि हवेच्या वाहण्याची दिशा एकच असते. ज्या वेळी वाऱ्याच्या वेगामध्ये लक्षणीय बदल होतो, त्या वेळी बर्फकणांनी भरलेली हवा कमी दाबाच्या पट्ट्याच्या केंद्रस्थानी, त्याच्या गाभ्याकडे ओढली जाते आणि या क्रियेमुळे अत्यंत धोकादायक असा बर्फाचा दाब निर्माण होण्याची शक्यता असते.'

फिल्चनेरच्या म्हणण्याप्रमाणे वेडेल समुद्राच्या भागातील अतिघट्ट बर्फाच्या वेगवेगळे आकार घेण्यामुळे एक प्रकारचे निसर्गनिर्मित असे सापळे तयार होतात, जे जहाजासाठी फार धोकादायक ठरू शकतात. सुदैवाने 'डॉईशलँड' जहाजाला तसा काही धोका पोहोचला नाही पण दुसरे आमच्या इतके नशीबवान नसतील तर?

दक्षिण ध्रुवीय प्रदेशातील वैज्ञानिक संशोधनामुळे जर कोणत्या ज्ञानशाखेमध्ये जर्मनांनी सर्वांत मोठी भर घातली असेल तर ती 'ओशनोग्राफी'च्या, समुद्रीशास्त्रासारख्या विस्तृत क्षेत्रामध्ये, 'डॉईशलँड'च्या प्रवासाच्या पहिल्या दिवसापासून अटलांटिक महासागराच्या वेगवेगळ्या भागातील, वेगवेगळ्या खोलींवरचे पाण्याचे नमुने, त्यांचे तापमान वगैरेंची निरीक्षणे आणि नोंदी घ्यायला सुरुवात केली होती. त्यामुळे ८० अंश उत्तर अक्षांशापासून ते ७८ अंश दक्षिण अक्षांशापर्यंत पसरलेल्या या महासागराच्या पाण्यांचे नमुने, वेगवेगळ्या खोलींवरचे तापमान, खारटपणा, घनता, विरघळलेल्या ऑक्सिजनचे प्रमाण इ. संबंधीची प्रचंड माहिती जमा झाली आणि त्यातून अटलांटिक महासागराचा या माहितीने भरलेला एक नकाशा तयार करता आला.

ब्युनॉस आयर्सहून 'ब्रेनेक'ने लिहिले, 'समुद्राच्या पृष्ठभागाखाली वेगवेगळ्या खोलींवर आम्ही केलेल्या निरीक्षणातून आणि नोंदीमधून असा निष्कर्ष निघाला की दक्षिणेकडे १५०० मीटर ते ३००० मीटर एवढ्या खोल पाण्यात उत्तर अटलांटिक महासागरातून पाण्याचे प्रवाह येतात आणि त्या पाण्याचे तुलनेने जास्त तापमान असल्यामुळे आणि जास्त खारटपणामुळे ते वरच्या आणि अतिखालच्या थरांमधून वाहतात. त्याच वेळी १००० मीटर खोलीवर कमी खारटपणा असलेल्या पाण्याचा प्रवाह उत्तर दिशेने वाहतो.' ही त्यांची निरीक्षणे 'एच एम एस चॅलेंजर' आणि गॉस या जहाजांवरून केलेल्या निरीक्षणांशी मिळतीजुळती होती.

'ब्रेनेक'ने काही काळानंतर बर्फाच्छादित वेडेल समुद्राबाबत आणखी एक क्रांतिकारक विचार मांडला. त्याच्या लक्षात आले होते की त्या समुद्रातील निरनिराळ्या खोलींवरच्या पाण्याचे गुणधर्म समान आहेत, सारखे आहेत. कारण पाण्याच्या

पृष्ठभागावरील अतिथंड तापमानामुळे प्रचंड प्रमाणात वरच्या थरावर बर्फ तयार होतो. त्यामुळे पाण्यातील विरघळलेले मीठ, क्षार मोठ्या प्रमाणात एकत्र येऊन ते जड पाणी खालच्या थरांकडे ढकलले जाते, परिणामी घनता वाढलेले हे पाणी समुद्रतळालगतच्या थरामध्ये जमा होते आणि त्याचा उत्तरेच्या दिशेने प्रवास सुरू होतो.

'डॉईशलँड' जहाजाने केलेल्या विविध प्रयोगातून आणि केलेल्या निरीक्षणातून आणि घेतलेल्या नोंदींतून एक निश्चित झाले की अटलांटिक महासागरामध्ये पाण्यात, उबदार आणि थंडपाणी दक्षिण / उत्तरेकडे नेणारे, परस्परविरोधी असे चार प्रवाही थर आहेत आणि या प्रक्रियेमध्ये वेडेल समुद्राची भूमिका महत्त्वाची आणि मध्यवर्ती आहे. साउथ जॉर्जिया सभोवतालच्या दक्षिणी समुद्रातून प्रवास करताना 'ब्रेनेक' यांनी असे निरीक्षण केले होते की त्यांना 'त्या भागातील उत्तर दिशेने वाहणाऱ्या पाण्याच्या वरील थराचा खारटपणा अचानक कमी झालेला आढळला.' त्या वेळी या जर्मन ओशनोग्राफरच्या लक्षात आले नाही, परंतु त्याने वेगवेगळे समुद्र एकत्र येण्याच्या दक्षिण ध्रुवीय प्रदेशाची म्हणजे अतिथंड समुद्राचा प्रवेश सुरू होण्याची दक्षिणेकडील सीमारेषा म्हणता येईल. आता अटलांटिक महासागरातील अभिसरण प्रक्रियेतील सर्व मुख्य आणि महत्त्वाच्या घटकांचा शोध लागला होता.

जगातील सर्व महासागरांमध्ये, पाण्याच्या प्रवाहांमुळे, दक्षिणोत्तर अभिसरण प्रक्रिया कार्यरत आहे आणि त्यामुळे दक्षिणेकडील समुद्रातील पाण्याचे पोषणमूल्य परत परत भरून काढले जाते आणि त्या अभिसरण प्रक्रियेमध्ये दक्षिण ध्रुवीय समुद्राचा मोठा वाटा आहे. परंतु जर्मन ओशनोग्राफर 'विल्हेल्म मेनर्डस'ने या सर्व प्रक्रियेचा, महासागरांतील परस्पर अभिसरणांचा अन्वयार्थ लावून आणि पृथ्वीवरील एकंदरीत हवामान आणि ऋतूबदल या व्यापक गोष्टी समजण्यासाठी त्याचे कसे व काय महत्त्व आहे हे पटवून देण्यासाठी, मध्ये एका तपाचा काळ जावा लागला. पृथ्वीच्या दक्षिणेकडील हे दुर्गम आणि गोठलेले खंड जेवढे वाटले होते तेवढे एकाकी नव्हते. दुर्दैवाने ब्रेनेकला त्याच्या संशोधनाच्या कामगिरीचे पूर्ण श्रेय मिळण्याअगोदरच त्याचा सन १९२४ मध्ये मृत्यू झाला.

'डॉईशलँड' जहाजावर केलेल्या या सर्व नावीन्यपूर्ण वैज्ञानिक प्रयोगांचे आणि संशोधनाचे श्रेय जरी 'ब्रेनेक'चे असले तरी फिल्चनेरच्या मते, एक माणूस म्हणून तो फार काही चांगला नव्हता. या जर्मन नेत्याने नंतर 'Expose' मध्ये नमूद केले, 'ब्रेनेक हा उर्मट आणि खुनशी होता. जहाजावरील मेसच्या सूचनाफलकावर लावलेल्या माझ्या सूचना बदलून, त्यामध्ये खोडसाळपणे दुसरेच काहीतरी लिहायचा. माझ्याशी बोलताना एकदा तो मला म्हणाला की, तुला जर काही सल्ल्याची आवश्यकता असेल तर मला मोकळेपणाने विचार; मी म्हणजे जहाजावरचा चालताबोलता ज्ञानकोश आहे.'

जर्मनीला परतल्यावर, ज्या वेळी ब्रेनेकला समजले की आमंडसेनने फिल्चनेरला त्याच्या उत्तर भौगोलिक ध्रुवावर मोहिमेत सहभागी होण्यासाठी आमंत्रण दिले आहे, त्या वेळी ब्रेनेकने आमंडसेन याला एक पत्र लिहिले. फिल्चनेरने नंतर एके ठिकाणी नमूद केले आहे की, 'आमंडसेन जेव्हा जर्मनीमध्ये मला भेटायला आला तेव्हा त्याने मला ब्रेनेकने त्याला लिहिलेले पत्र वाचायला दिले आणि नंतर खोलीतल्या 'फायर प्लेस' मध्ये टाकले. आणि त्या पत्रावर प्रतिक्रिया देताना आमंडसेन म्हणाला, 'तुम्ही जर्मनच एकमेकांचे पाय ओढण्यात सर्व काही घालवणार, मला ब्रेनेकची खरोखरच कीव येते की त्याने इतक्या खालच्या पातळीवर यावे कारण त्या कारस्थानी माणसापेक्षा मी तुला जास्त चांगला ओळखतो.' परंतु नंतर लगेचच पहिल्या महायुद्धाला सुरुवात झाली आणि फिल्चनेरचा आमंडसेनबरोबर जाण्याचा बेत बारगळला.

जर्मनीची दक्षिण ध्रुवीय प्रदेशातील मोहीम इतर अप्रिय घटनांनी आणि भानगडींनीच गाजली आणि त्यामुळे त्यांनी केलेले चांगले काम काहीसे दुर्लक्षिले गेले, झाकोळले गेले. परंतु त्यांनी नि:संशयपणे त्या प्रदेशातील फार मोठ्या अज्ञात भागाचे अंतरंग उलगडण्यात यश मिळवले होते. फिल्चनेरला दक्षिण भौगोलिक ध्रुवावर पोहोचण्यात यश मिळाले नसेल परंतु त्याने दक्षिण ध्रुवीय प्रदेशातील अनेक कोड्यांचा, मृगजळासारख्या अनेक अद्‌भुत घटनांचा अन्वयार्थ लावण्याचे काम केले आणि वेडेल समुद्राची दक्षिण सीमा निश्चित केली. सगळ्यात महत्त्वाचे म्हणजे त्याच्या मोहिमेने, जगातील महासागरांमधील पाण्याच्या अभिसरणामध्ये, चलनवलनामध्ये दक्षिण ध्रुवीय समुद्राचा खूप महत्त्वाचा आणि मोठा सहभाग आहे हे दाखवून दिले.

परंतु सन १९१२ मधील ही शेवटची मोहीम दक्षिण भौगोलिक ध्रुवावर जाण्यात जरी अपयशी ठरली होती तरी नवीन खंडाच्या संपूर्ण शास्त्रीय अभ्यासाचे ध्येय ठेवून निघालेल्या या मोहिमेने पुढील मोहिमांसाठी, त्या दुर्गम प्रदेशातील शास्त्रीय संशोधनासाठी, मार्गदर्शक असे नवीन मापदंड निश्चित तयार केले होते. त्यानंतर 'डग्लस मॉसन' याच्या नेतृत्वाखाली आणि 'अर्नेस्ट शॅकल्टन' व 'एजवर्थ डेव्हिड' यांच्या पाठिंब्याने निघालेली 'ऑस्ट्रेलेशियन दक्षिण ध्रुवीय प्रदेश मोहीम' त्या प्रदेशाच्या संशोधनात आणखी मोठ्या प्रमाणात भर घालणार होती आणि त्यांनी गाजवलेल्या पराक्रमांसाठी प्रसिद्ध होणार होती.

टीप : सन १९३९ मध्ये फिल्चनेर भूमापनासाठी (सर्व्हे) नेपाळ आणि तिबेटमध्ये आला असतानाच दुसऱ्या महायुद्धाला सुरुवात झाली आणि त्याला भारतामध्ये अडकून पडावे लागले. बरीच वर्षे त्याचे पुण्यामध्ये वास्तव्य होते. त्याचा झुरीक येथे ७ मे १९५७ साली मृत्यू झाला.

जर्मन मोहिमेतील अल्बर्ट क्लिंग. समुद्रसपाटीपासून ३००० मीटर उंचीवर, १९१२
फोटो - अर्नस्ट म्युलर, विल्हेल्म फिल्चनेरच्या संग्रहातून

गोठलेल्या 'केप डेनिसन'मध्ये

डग्लस मॉसन आणि ऑस्ट्रेलेशियन दक्षिण ध्रुवीय प्रदेश मोहीम -
(१९११-१९१३)

आता शर्यत संपलेली आहे, शोधकार्यपण आता झालेले आहे.
मूर्खांसारख्या चुका करायला आता कारण उरलेले नाही आणि
ज्यांचे गंभीर परिणाम होणार असतील अशांना तर नाहीच.
सर अर्नेस्ट शॅकल्टन (१८७४ - १९२२)

एप्रिल १९०९ मध्ये, प्रसिद्धीच्या वलयात राष्ट्रीय हीरो होऊन ऑस्ट्रेलियाला परतलेल्या 'डग्लस मॉसन'ने लगेचच परत एकदा दक्षिणेकडे जाण्याचा निर्धार व्यक्त केला. त्याचे असे मत होते की शास्त्रीय परिभाषेत दक्षिण भौगोलिक ध्रुव ही संकल्पना तितकीशी स्पष्ट नाहीये, त्यामुळे या २७ वर्षांच्या साहसवीराने ब्रिटिश संयुक्त राष्ट्रसंघामध्ये नव्याने सामील झालेल्या त्याच्या मातृभूमीच्या, ऑस्ट्रेलियाच्या दक्षिणेकडील दक्षिण ध्रुवीय प्रदेशातील मोठ्या प्रमाणात अज्ञात असलेल्या प्रदेशाच्या शोधात जाणाऱ्या मोहिमेचे नेतृत्व करण्याचे पसंत केले.

सन १९०९ संपता संपता रॉबर्ट स्कॉटने लंडनमध्ये मॉसनला त्याच्या मोहिमेमध्ये सामील करून घेण्याचा प्रयत्न केला, पण त्याला यश आले नाही. अर्नेस्ट शॅकल्टन मात्र मॉसन याच्या मोहिमेची कल्पना ऐकून एकदम प्रभावित झाला आणि त्याने त्याच्यापुढे एक पर्यायी प्रस्ताव मांडला. त्या वेळचा प्रसंग आठवत मॉसन म्हणाला, 'एके दिवशी सकाळी लवकरच शॅकल्टन ऑफिसमध्ये आला आणि मला म्हणाला, मी 'केप अडेअर'च्या पश्चिम किनाऱ्याकडे जाणार आहे आणि तू प्रमुख वैज्ञानिक असणार आहेस. मला आशा आहे की हे तुला मान्य असेल. तू जर स्वत:च जायचे म्हणत असशील तर तो तुझा प्रश्न आहे आणि तो एवढा सोपा

नाही, परंतु त्यासाठी निधी उभा करण्याची हमी मी घेतो.' हे सर्व ऐकून मला धक्काच बसला, एकंदरीत त्या भागामध्ये मोहीम काढण्याचे त्याला महत्त्व समजले होते आणि तो त्या तयारीमध्ये होता.

प्रस्ताव नक्कीच आकर्षक होता. कारण शॅकल्टन संपूर्ण मोहिमेला सक्रिय पाठिंबा देत होता आणि मोहिमेसाठी निधी उभा करण्याची जबाबदारीपण तो घेत होता. मॉसनने लगेचच तयारी दर्शवली आणि त्यानेही शॅकल्टनच्या बरोबर निधी उभारण्याच्या कामासाठी संभाव्य देणगीदारांना दक्षिणेकडील वैज्ञानिक संशोधनाचे महत्त्व आणि खनिजसंपत्ती मिळण्याची शक्यता आणि त्याचे संभाव्य आर्थिक फायदे इ. गोष्टी पटवून देण्यासाठी भेटी घ्यायला सुरुवात केली. लवकरच त्यांना १० हजार पौंड इतक्या रकमेची आश्वासने मिळाली.

शॅकल्टनला आता झटपट पैसा जमा करण्याचा मार्ग सापडला होता. पण लवकरच त्याच्या मूळ उद्देशाला आणि प्रयत्नांना फाटे फुटायला लागले. शॅकल्टन दक्षिण ध्रुवीय मोहिमेसाठी निधी गोळा करण्याच्या कामामध्ये गुंतलेला असतानाच, त्याने मॉसन आणि त्याचा 'निमरॉड' मोहिमेतील सहकारी 'जॉन किंग डेव्हिस', यांना हंगेरी येथील सुवर्ण खाणीमध्ये गुंतवणूक करता येण्याच्या शक्यतेची पाहणी करण्यासाठी पाठवले. त्या सोन्याच्या खाणींचा फुगा लवकरच फुटला परंतु मॉसनच्या काळजीमध्ये भर पडली, कारण दक्षिणेकडील मोहिमेसाठी नव्याने काहीही निधी जमा झाला नव्हता.

सन १९१०चा मे महिना उजाडता, शॅकल्टनने दक्षिण ध्रुवीय प्रदेश आणि मोहीम यावर काहीही बोलणेच बंद केले होते. निराश होऊन मॉसनने शॅकल्टनच्या प्रामाणिकपणावरच संशय घ्यायला सुरुवात केली. त्यावर त्यांनी एक तोडगा काढला. शॅकल्टन जर मोहिमेचे नेतृत्व करणार नसेल तर मोहिमेचे नेतृत्व करण्याची जबाबदारी ऑस्ट्रेलियन (मॉसन) घेईल. नंतर निश्चिंत मनाने मॉसन मायदेशी परतला आणि त्याने वृत्तपत्रांमधून प्रसिद्ध केले की तो दक्षिणेकडे जात आहे.

परंतु शॅकल्टनच्या सहभागाबद्दल मात्र अनिश्चितता राहिली. अशा अनिश्चिततेमध्ये बराच काळ गेल्यावर, डिसेंबरमध्ये मॉसनने मोहिमेबाबत त्याने नक्की काय ठरवले आहे अशी विचारणा करणारी तार शॅकल्टनला पाठवली आणि हेपण कळवले की तो येणार नसला तरी त्याने जाण्याचे नक्की केले आहे. त्याला उत्तर म्हणून शॅकल्टनने कळवले की त्याला येणे जमणार नाही परंतु मोहिमेला त्याचा पाठिंबा राहील.

अशा सगळ्या घडामोडींमुळे अचानक सन १९१२ मधील दक्षिणेकडील मोहिमेचे वेळापत्रक बिघडून गेले. मॉसनने त्याच्या डायरीमध्ये लिहिले 'उशीर झाल्यामुळे आता इतका कमी वेळ होता की शेवटी मी हा सगळा झालेला प्रकार

‘ऑस्ट्रेलिअन असोसिएशन फॉर द ॲडव्हान्समेंट ऑप सायन्स’ या सिडनी येथील संस्थेपुढे त्यांच्या ७ जानेवारी १९११ रोजी झालेल्या मीटिंगमध्ये ठेवला. त्या मीटिंगमध्ये मॉसनने उपस्थितांच्या देशप्रेमालाच आवाहन केले ‘आज ऑस्ट्रेलियाच्या दक्षिणेकडे जवळच, अगदी दरवाजाबाहेरच, एक नवे कोरे खंड त्याचा शोध घेण्याच्या प्रतीक्षेत आहे, शॅकल्टनच्या नेतृत्वाखालील ब्रिटिश ‘दक्षिण ध्रुवीय प्रदेशातील मोहिमेने’ मिळवलेल्या यशाच्या पार्श्वभूमीवर आता प्रामुख्याने ऑस्ट्रेलिया आणि न्यू-झीलंडच्या साहसवीरांनी प्रयत्न करण्याची गरज आहे.’

मॉसनच्या आवाहनाला चांगला प्रसिसाद मिळाला. त्या असोसिएशनच्या अध्यक्षांचा खासकरून मॉसनला पाठिंबा होता. त्यांच्या भाषणामध्ये त्यांनी सांगितले ‘आपण ब्रिटिश साम्राज्याचा एक भाग असल्यामुळे आणि ब्रिटिश साहसवीरांनी या पृथ्वीच्या पाठीवरील नवनवीन भूभाग शोधण्यात आणि पृथ्वीच्या भूगोलाला आकार देण्यात आत्तापर्यंत नेहमीच पुढाकार घेतला आहे आणि त्याहूनही महत्त्वाचे म्हणजे हे नवीन खंड आपल्याला सर्वांत जवळचे असल्यामुळे जर मी म्हणालो की त्या खंडाचा शोध घेणे ही आपली जबाबदारीच आहे तर ते फारसे वावगे ठरणार नाही.’

वरील मीटिंगनंतर लगेचच मॉसनच्या गुरूच्या, ‘एजवर्थ डेव्हिड’च्या नेतृत्वाखाली एका समितीची स्थापना करण्यात आली आणि राष्ट्रीय वृत्तपत्रांतून त्याला प्रसिद्धी देण्यात आली. त्या बातमीमध्ये दक्षिण ध्रुवीय प्रदेशाच्या शोधातून, मासेमारीला मिळणाऱ्या उत्तेजनासोबतच, खनिजसंपत्ती वगैरेच्या मिळण्याच्या शक्यतेवर आणि त्यातून वाढणाऱ्या आर्थिक उलाढालींचा आणि इतर फायद्यांचा उल्लेखपण केला गेला. त्याच बातमीमध्ये ‘अलास्का’ प्रदेशातील सोन्याच्या शोधापेक्षा या नवीन प्रदेशाचा शोध कसा कमी कठीण आहे, तसेच त्या प्रदेशातील हवामानाचा शास्त्रीय अभ्यास कसा महत्त्वाचा आहे हेपण सांगितले होते. हवामानाच्या शास्त्रीय अभ्यासाबद्दल म्हटले होते ‘त्या बर्फाच्छादित खंडाचा ऑस्ट्रेलियाच्या हवामानावर कसा आणि काय परिणाम होतो आणि त्या ज्ञानाचा ऑस्ट्रेलियातील हवामानाचा अंदाज वर्तवण्याच्या दृष्टीने कसा उपयोग करून घेता येईल हेपण अभ्यासता येईल. आणि आपल्या देशाच्या दृष्टीने अतिमहत्त्वाच्या असलेल्या या ज्ञानाची, माहितीची किंमत कशी ठरवता येईल?’

या मोहिमेमुळे होणारे संभाव्य फायदे हे मुख्य आकर्षण ठरले. मॉसनने स्कॉटला लिहिलेल्या पत्रामध्ये म्हटले ‘खरोखरच-असे काही घडले तर मुख्य फायदा ऑस्ट्रेलियाचाच होणार आहे.’ त्याच वेळी सिडनी येथील टाउन हॉलमध्ये झालेल्या एका सभेत डेव्हिडने दक्षिण ध्रुवीय प्रदेशाचे वर्णन - नवीन सुवर्ण भूमी, नवीन स्वर्ग असे केले. यापूर्वी शॅकल्टनने केलेली आणि आता ऑस्ट्रेलियन करत असलेली ही ‘तारेवरची कसरत’ एक पुरातन शक्कल होती : शास्त्राच्या प्रगतीच्या

जोडीला आर्थिक फायद्याचे गाजर दाखवायचे.

हळूहळू निधी जमा व्हायला सुरुवात झाली, पंतप्रधान 'अँड्र्यू फिशर' यांनीही मदतीचे आश्वासन दिले. परंतु मोहिमेची आर्थिक परिस्थिती जेमतेमच राहिली. आत्तापर्यंत मॉसनने खुद्द ब्रिटनमध्ये मदतीसाठी आवाहन करण्याचे टाळले होते कारण स्कॉटला हे पसंत पडणार नाही अशी कुठेतरी त्याला भीती होती. परंतु मोहिमेसाठी मोठ्या प्रमाणात आर्थिक गुंतवणूक लागणार असल्यामुळे निधी उभारण्यासाठी मॉसन सन १९११च्या सुरुवातीलाच लंडन येथे दाखल झाला. लंडनला आल्यावर मॉसनला नवीनच एक शोध लागला. शॅकल्टनने मोहिमेच्या नावाखाली बऱ्यापैकी जमा केलेला निधी हा त्याच्या संशयास्पद आर्थिक व्यवहारांमुळे गायब झाला होता. मॉसनने शॅकल्टनला या त्याच्या कृत्याबद्दल कधीच माफ केले नाही. नंतर बऱ्याच वर्षांनी त्याने लिहिले 'जेव्हा एखाद्या गोष्टीच्या बाबतीत नैतिकतेचा प्रश्न येतो, तेव्हा मी आणि शॅकल्टन आम्ही वेगळ्या ध्रुवांवर असतो.

आता गोष्टी अगदी हातघाईवर आल्या होत्या. श्रीमती स्कॉट यांनी मोठ्या मनाने जर मला काही मदत होणार असेल तर त्यांच्या घरी राहण्यासाठी आमंत्रित केले. तरीपण स्कॉटिश लोकांना, मी इंग्लंडमध्ये येऊन मोहिमेसाठी निधी उभारण्याचा प्रयत्न करावा ही बाब रुचली नव्हती. मीपण त्यांना पटवून देण्याचा प्रयत्न केला की माझा इथे येऊन ब्रिटिशांकडून पैसे गोळा करण्याचा उद्देश नाही, तर इंग्लंडमधील श्रीमंत ऑस्ट्रेलियनांना भेटण्यासाठी मी येथे आलेलो आहे. मनासारखे काहीच घडत नसल्यामुळे शेवटी मी श्रीमती स्कॉटना, वृत्तपत्रांमधून मदतीचे आवाहन करण्याचा माझा विचार बोलून दाखवला. त्यातूनही जनतेला मदतीचे आवाहन करण्याची पहिली संधी, माझ्या अगोदर एक महिना, मी त्यांना देऊ केली.

शॅकल्टन शेवटी पुढे आला आणि त्यांच्यामधील कराराप्रमाणे त्याने मॉसनला सर्व प्रकारची मदत करण्याचे मान्य केले. त्याच्या नावाचा फायदा उठवत शॅकल्टनने 'लॉर्ड नॉर्थक्लिफ' या 'डेली मेल' वृत्तपत्राच्या मालकाला, आगामी ऑस्ट्रेलेशियन दक्षिण ध्रुवीय प्रदेशातील मोहिमेची बातमी त्याच्या वर्तमानपत्रातून फुकट प्रसिद्ध करण्यासाठी राजी केले. परंतु या गोष्टीचा काही जणांना राग आला. मॉसनने श्रीमती कॅथलीन स्कॉट यांना प्रथम संधी दिलेली असताना 'सर क्लेमंट मार्कहॅम' यांनी रागारागाने वर्तमानपत्रामध्ये एक पत्र लिहून जनतेला स्कॉटच्या मोहिमेसाठी पैसे, देणग्या देण्याचे आवाहन केले. कारण स्कॉटच्या मोहिमेलाही पैशांची नितांत गरज होती. परंतु सर मार्कहॅम यांच्या पत्रामुळे मॉसनच्या उत्साहात, आशावादात काही फरक पडला नाही. 'शॅकल्टन' च्या नावाने काम केले होते, १० हजार पौंडांबरोबरच दुधाची पावडर, चॉकलेट्स, ग्रामोफोन रेकॉर्ड्स, तंबाखू इ. प्रकारच्या वस्तूही, आधी गुंतवलेल्या आणि नंतर गायब झालेल्या, पैशाच्या बदल्यात मदत म्हणून मिळाल्या.

आता मोहीम निघण्याबद्दल थोडीफार तरी शक्यता वाटायला लागली.

शॅकल्टनच्या ब्रिटिश दक्षिण ध्रुवीय प्रदेश मोहिमेपासूनच मॉसनने प्रेरणा घेतली होती. कदाचित त्यामुळेच ऑस्ट्रेलेशियन दक्षिण ध्रुवीय मोहिमेमध्येही बहुतेक तेच सदस्य सामील झाले होते. रसद व शास्त्रीय उपकरणांही सारखेपणा होता. शॅकल्टन आणि डेव्हिड यांच्या पाठिंब्यासोबतच, मॉसनच्या या मोहिमेमध्ये 'जॉन किंग डेव्हिस' आणि 'फ्रँक वाइल्ड यांनी प्रत्यक्ष सहभाग घेण्याचे ठरवले. डेव्हिस तर आता मॉसनचा चांगला मित्र झाला होता. आधीच्या त्यांच्या मोहिमेमध्ये त्याने मॉसनच्या आजारामध्ये त्याची शुश्रूषा केली होती आणि एवढेच नाही तर मॉसन दक्षिण चुंबकीय ध्रुवाकडील त्याच्या प्रसिद्ध प्रवासादरम्यान बर्फाच्या घळीमध्ये पडला असताना त्याचे प्राण वाचवले होते.

मॉसनपण डेव्हिसच्या नेतृत्वगुणावर आणि नेव्हिगेशनच्या कौशल्यावर खूश होता. ब्रिटिश मोहिमेच्या शेवटच्या टप्प्यामध्ये शॅकल्टनने 'निमरॉड'चे नेतृत्व डेव्हिसकडे दिले होते आणि त्याला जहाज - भर हिवाळ्यामध्ये ८००० किमी.चा प्रवास करून - ब्रिटनला परत आणण्याच्या सूचना दिल्या होत्या. डेव्हिसने जहाजाला आणि त्यावरील सर्वांना फक्त सुखरूप परत आणले नाही तर नेव्हिगेशनसाठी वापरल्या जाणाऱ्या त्या वेळच्या नकाशावर दाखवली गेलेली अनेक छोटी-मोठी बेटे अस्तित्वातच नसल्याचे पण दाखवून दिले होते. त्याचा हा पराक्रम खरोखरच अतुलनीय होता आणि मॉसनच्या दृष्टीने डेव्हिसला मोहिमेमध्ये नंबर दोनचे स्थान देण्यासाठी, विशेष काही सिद्ध करण्याची किंवा इतर कोणत्या पुराव्याची गरज नव्हती. वाइल्डने ही दक्षिण ध्रुवीय प्रदेशामध्ये शॅकल्टन बरोबरच्या प्रवासात त्याचे कर्तृत्व आणि कौशल्य दाखवून दिले होते. ऑस्ट्रेलेशियन मोहिमेसाठी अशाच अनुभवी साहसवीरांची नितांत गरज होती. कारण मोहिमेतील इतर बहुतेकांना त्या प्रदेशाचा अजिबातच अनुभव नव्हता.

मॉसन शॅकल्टनकडून आर्थिक व्यवहारासंबंधी आता काही 'धडे' शिकला होता. मोहिमेसाठी, स्कॉटलंडमधील 'डंडी' येथे तयार केलेल्या, ३५ वर्षांच्या जुन्या लाकडी 'अरोरा' जहाजाची निवड केली गेली. त्या जहाजाच्या बाह्य भागावर समुद्रातील बर्फ फोडत जाऊ शकण्यासाठी, स्टिलचे पत्रे बसवण्यासारख्या काही सुधारणा करण्याची गरज होती, बाकी ते जहाज तसे चांगल्या स्थितीत होते. निधीची कमतरता असल्यामुळे मॉसनने पैशाच्या व्यवहाराशिवायच जहाजाची खरेदी केली. ज्या वस्तू तयार होण्यासाठी, मिळण्यासाठी वेळ लागणार होता त्यांची ऑर्डर देऊन खरेदी उरकून टाकली - आता मागे फिरणे शक्य नव्हते. 'मी आणि कॅप्टन डेव्हिसने ठामपणे ठरवले की आता काहीही झाले तरी दक्षिणेकडेच जायचेच, अगदी

कोणत्याही उपकरणाशिवाय, छोट्या बोटीने जायची वेळ आली तरी जायचेच. आम्हाला खात्री होती की त्या प्रयत्नात आम्हाला जरी यश मिळाले नाही तरी आमच्या प्रयत्नातून, साहसातून, ब्रिटिशांच्या भावी पिढ्यांना काहीतरी शिकायला मिळेल, आमच्या अपयशातून काहीतरी धडे घेता येतील. मोहिमेचे फक्त जहाजच नाही तर इतर बहुतेक गोष्टीपण उधारीवरच जमा केलेल्या होत्या. ही एक अँग्लो सॅक्सॉन शोधमोहिमांची परंपराच ठरून गेली होती.

ऑस्ट्रेलियन मोहिमेचे ध्येय राहणार होते, व्हिक्टोरिया लँडच्या उत्तर किनारी प्रदेशात असलेला 'केप अडेर' हा भूभाग जेथे 'बोर्चग्रेव्हिंक'ने पूर्वी तळ उभारला होता. स्कॉटने या भागाच्या संशोधनामध्ये फारशी आस्था न दाखवल्यामुळे मॉसन निराश झाला होता आणि त्याने एके ठिकाणी लिहिले— 'हा भूभाग शोध घेण्यासाठी आक्रोश करतो आहे. दक्षिण ध्रुवीय खंडातील इतर कोणत्याही प्रदेशापेक्षा इथे सर्वांत लांब खडकाळ किनारी प्रदेश आहे. ऑस्ट्रेलिया खंडाबरोबर सांधणारा दुवा जर कोठे सापडण्याची शक्यता असेल तर ती याच प्रदेशात होती. 'माझ्या मते दक्षिण ध्रुवीय प्रदेशात हाच भूभाग सखोल शास्त्रीय संशोधनासाठी अतियोग्य आहे आणि कॅप्टन स्कॉटने, त्याच्या अनेक उद्दिष्टांमध्ये, या भागाच्या संशोधनाचा समावेश न करणे खरोखरच दुर्दैवी आहे.'

परंतु थोड्याच दिवसांनी स्कॉटने विचार बदलला. सन १९१०च्या मे महिन्यात त्या वेळी सिडनी येथे असलेल्या डेव्हिडला त्याने लिहिले 'पहिल्या प्रयत्नात आणि योग्य वेळात दक्षिण ध्रुव गाठणे शक्य झाले नाही तर पुढील वर्षी योग्य वेळी दुसरा प्रयत्न करण्याचा माझा विचार आहे. आणि मोहिमेचे उद्दिष्ट जर पहिल्याच प्रयत्नात साध्य झाले तर मात्र पुढील वर्षासाठी संशोधन तळ 'नॉर्थ केप' च्या पश्चिमेकडे हलवण्याचे मी ठरवले आहे आणि 'अॅडले भूभागाच्या' पुढे फार जाता आले नाही तरी अशा प्रकारे तळ हलवणे शक्य होईल.'

त्यानंतर काहीच आठवड्यांनी स्कॉटने नक्की ठरवले आणि 'रॉयल जिऑग्राफिक सोसायटी' पुढे त्याच्या मोहिमेसंबंधी रूपरेषा मांडताना त्याने 'केप अडेर' या भूभागाला भेट देण्याच्या शक्यतेबद्दल सांगितले. या योजना नाट्यपूर्ण रितीने पुढे आल्या. ज्या वेळी 'टेरा नोव्हा'ला 'बे ऑफ व्हेल्स' भागामध्ये 'फ्राम' असल्याचा शोध लागला आणि 'ब्रिटिश नॉर्दर्न पार्टी'ला ते 'केप अडेर' कडे घेऊन गेले. ही घटना कळल्यावर मॉसनचा संताप अनावर झाला. ऑस्ट्रेलियन जनतेच्या मते स्कॉटने या प्रदेशाला भेट देण्याची मॉसनची कल्पना चोरली होती. त्यातून मॉसनचे शॅकल्टनशी बिनसल्यावर तर स्कॉटची ही कृती म्हणजे फसवणूकच होती. परंतु इतरांचे तसे मत नव्हते. स्कॉटच्या आधीच्या मोहिमेतील एक इंजिनीअर 'स्केल्टन'ने त्या वेळी स्कॉटला लिहिले 'केप अडेर भागावर मॉसनचा प्रथम हक्क असल्याच्या

दक्षिण भौगोलिक ध्रुवावर पोहोचलेले नॉर्वेजिअन्स, १४ डिसेंबर १९११
डावीकडून - रोआल्ड आमंडसेन, हेलमर हॅनसेन, स्वेर हॅसेल, ऑस्कर विस्टिंग.
फोटो - ओलाव जालँड, आभार - नॅशनल लायब्ररी ऑस्ट्रेलिया

दक्षिण भौगोलिक ध्रुवावर ब्रिटिशांना आढळलेला नॉर्वेजिअन तंबू - पोलहाइम. १७ जानेवारी १९१२. डावीकडून - रॉबर्ट स्कॉट, लॉरेन्स ओट्स, एडवर्ड विल्सन, एडगर इव्हान्स. फोटो - हेन्री बॉवर्स, आभार - स्कॉट पोलर रिसर्च इन्स्टिट्यूट, केंब्रिज

दक्षिण भौगोलिक ध्रुवावर सेक्सटंट्च्या साहाय्याने निरीक्षणे नोंदवताना रोआल्ड आमंडसेन (डावीकडे) आणि हेलमर हॅन्सेन - १९११ फोटो - ओलाव जालँड, आभार - नॅशनल लायब्ररी ऑस्ट्रेलिया

नॉर्वेजिअन दक्षिण ध्रुवीय मोहिमेच्या सन्मानार्थ : एलीसवर्थ पर्वतराजीजवळ सेक्स्टंटच्या साहाय्याने निरीक्षणे घेताना २०१२, फोटो- ख्रिस टर्नी

जपानी गस्तिपथक - १९१२
फोटो - सिझोऊ मिशीओ
आभार - शिरासे अंटार्क्टिक
मोहीम मेमोरियल म्युझियम

वेडेल समुद्राजवळ जर्मन
जहाज 'डॉईशलंड'चे निरीक्षण
करताना एम्परर पेंग्वीन.
फोटो - फेलीकस कोनिंग
आभार - विल्हेल्म
फिल्चनेरच्या संग्रहातून -
१९१२

'बे ऑफ व्हेल्स' येथे नॉर्वेजिअन जहाज 'फ्राम' १९२१
फोटो- फ्रँक डेबेनहॅम, आभार - स्कॉट पोलर रिसर्च इन्स्टिट्यूट

ऐरिक वेब - फिल्ड डिपिंग कंपास वापरताना - केप डेनिसन - १९१२
फोटो - फ्रँक हर्ले, आभार - मिचेल लायब्ररी, स्टेट लायब्ररी न्यू साउथ वेल्स, सिडनी.

ऑस्ट्रेलेशियन मोहिमेच्या 'अरोरा' जहाजावर - समुद्राचे तापमान मोजताना - कॅप्टन जॉन किंग डेव्हिस बाजूला - १९१२, फोटो - फँक हर्ले, आभार - मिचेल लायब्ररी न्यू साउथ वेल्स

केप डेनिसन येथे - ऑस्ट्रेलेशियन हवाई ट्रॅक्टर १९१२
फोटो - फ्रँक हर्ले, आभार - मिचेल लायब्ररी, न्यू साउथ वेल्स

ऑस्ट्रेलेशियन पश्चिमी गटाच्या, शॅकल्टन
आइस शेल्फवरील हवामान निरीक्षण तळावर
मॉर्टन मोये - १९१२
फोटो - फ्रँक वाइल्ड,
आभार - मिचेल लायब्ररी न्यू साउथ वेल्स

एलिसवर्थ पर्वतराजीतील व्हिनसन पर्वत २०११
फोटो - ख्रिस टर्नी, इस्टमन कोडॅक नं.२, फोल्डिंग ऑटो
ग्राफिक ब्राउनी कॅमेरा

इतर लोकांच्या गप्पांना तू फार महत्त्व देऊ नकोस. कारण खरेतर प्रथम हक्क तुझा आहे. तसेही शॅकल्टन आणि त्याच्या मित्रांना काय बरोबर आणि काय चूक हे ठरवण्याचा अजिबात अधिकार नाही.'

श्रीमती कॅथलीन स्कॉटने समजूत काढल्यावर, मॉसनने एप्रिल १९११ मध्ये, त्याच्या संभाव्य दक्षिण ध्रुवीय प्रदेशातील मोहिमेची रूपरेषा 'रॉयल जिऑग्राफिक सोसायटी'समोर मांडली. मोहिमेची उद्दिष्टे आणि आवाका छाती दडपून टाकणारा होता. 'केप अडेर' आणि 'गॉस बर्ग' यांच्या, म्हणजे जवळजवळ २००० मैलांच्या पट्ट्यामधील भूभागांचे संपूर्ण भौगोलिक आणि चुंबकीय क्षेत्राचे सर्वेक्षण करणे. मॉसन सोसायटीच्या सदस्यांपुढे बोलताना म्हणाला, 'आमच्यापैकी काही जणांना 'केप अडेर' येथे उतरवण्याचा आमचा विचार आहे. कारण दक्षिण ध्रुवीय खंडातील तोच एक भूभाग सहज आवाक्यामध्ये असणारा, पोहोचण्यासारखा असा आहे. आधीच्या बोर्चग्रेव्हिंकच्या मोहिमेने तिथे मागे ठेवलेल्या कोळशाच्या आणि इतर उपयोगी गोष्टींच्या साठ्यामुळे आमचे काम आणखी सोपे होणार होते, परंतु गेल्या काही दिवसांतील घटनांमुळे स्कॉटने त्याच्या योजनेमध्ये केप अडेर सामील केल्याच्या घटनेला याचा संदर्भ आहे. 'आता आम्हाला आमच्या कार्यक्रमात नाइलाजाने बदल करणे भाग पडले आहे.'

मॉसनच्या मोहिमेच्या कार्यक्रमात बदल केला गेला, परंतु मोहिमेचे उद्दिष्ट, स्वप्न तितकेच भव्य राहिले 'दक्षिण ध्रुवीय प्रदेशातील जवळजवळ अज्ञात अशा किनारपट्टीवर भूभागावर चार वेगवेगळे संशोधन तळ उभारणे, हे संशोधन तळ, तोपर्यंत संपूर्णपणे नवीन असलेल्या खंडातील भूभागांची सर्वांगीण पाहणी करण्याच्या उद्देशाने उभारले जाणार होते. स्कॉटने केप अडेर भागाकडे जाण्याचे ठरवल्यावर मॉसनची मोहीम जास्तच धाडसी होत गेली. दक्षिण ध्रुवीय प्रदेशाच्या अंतर्भागामध्ये, विज्ञानाच्या - जीवशास्त्र, चुंबकीय शास्त्र, वनस्पतिशास्त्र, हवामानशास्त्र, ग्लॅशिओलॉजी इ. शाखांमध्ये - मूलभूत आणि सखोल संशोधन करण्याच्या उद्दिष्टाने एकाच वेळी अनेक पथके वेगवेगळ्या तळांवरून स्लेजच्या साहाय्याने निघणार होती आणि प्रत्येक पथकाचा प्रथमच ऑस्ट्रेलियाबरोबर बिनतारी यंत्रणेद्वारे संपर्क असणार होता.

बर्फाच्छादित भूभागावर वरील संशोधनाचे काम एकीकडे चाललेले असतानाच डेव्हिसच्या नेतृत्वाखाली 'अरोरा' दक्षिणेकडील समुद्रांच्या पाण्याचे, जीवजंतूंचे नमुने गोळा करत तसेच ध्वनिलहरींच्या साहाय्याने निरनिराळ्या ठिकाणी समुद्राची खोली मोजत दक्षिणेकडील समुद्र पिंजून काढणार होते. मोहिमेच्या ध्येयधोरणांच्या महत्त्वाबाबत मॉसनच्या मनात कधीच संशय नव्हता 'दक्षिण ध्रुवीय खंडाच्या सुरुवातीच्या काळातील त्या विषयीच्या कथांवरून, आख्यायिकावरूनच त्या खंडाबाबत एकूणच किती अज्ञात आहे हे कळत होते. त्या गोठलेल्या खंडाच्या सीमांमध्ये

कितीतरी रहस्ये दडलेली होती, कितीतरी वैज्ञानिक ज्ञान दडलेले होते आणि ती रहस्ये उलगडण्यासाठी, ते अज्ञान दूर करण्यासाठी आणि नव्या ज्ञानाच्या बळावर विसाव्या शतकाला सामोरे जाण्यासाठी सर्वांच्या एकत्रित प्रयत्नांचीच गरज होती.' जनतेच्या राष्ट्रप्रेमाला भावनिक आवाहन करण्याची हुशारी असलेल्या मॉसनने उपस्थित श्रोत्यांना परत एकदा जाणीव करून दिली की शेवटी त्याचा हा सर्व आटापिटा त्या नवीन भूभागावर, ब्रिटिश साम्राज्याच्या वतीने दावा सांगण्यासाठीच चालला होता. तोच खरा शॅकल्टनचा वारसदार आहे हे त्याला पटवून द्यायचे होते.

तोपर्यंत निघालेल्या दक्षिण ध्रुवीय प्रदेशाकडील कोणत्याही मोहिमेपेक्षा मॉसनच्या मोहिमेमध्ये सर्वांत अधिक वैज्ञानिक असणार होते. स्कॉटच्या मोहिमेतील तेहतीस सदस्यांपैकी दहा जण विज्ञानाच्या विविध शाखांमधील पदवीधर आणि संशोधक होते, तर मॉसनच्या मोहिमेतील एकतीस सदस्यांमध्ये विज्ञानाच्या विविध शाखांमधील एकोणीस जण पदवीधर आणि संशोधक होते.

चुंबकीय क्षेत्राचा सखोल आणि सर्वांगीण अभ्यास हे मोहिमेचे प्रमुख उद्दिष्ट असणार होते. जरी शॅकल्टनच्या नेतृत्वाखालील ब्रिटिश पथकाने दक्षिण चुंबकीय ध्रुवावर पोहोचल्याचा दावा केला होता तरी तिथे पोहोचण्यात काही अंतराने त्यांचा अंदाज चुकला असण्याची कुजबुज जाणकारांमध्ये सुरू झालेली होती. डेव्हिड आणि मॉसन यांना याविषयी नक्की कल्पना नव्हती. 'क्यु' वेधशाळेचे संचालक 'चार्ल्स क्री' यांनी डेव्हिड याला पत्र लिहून कळवले— 'तू आणि डॉ. मॉसन अज्ञान प्रदेशात मोहीम काढून दाखवत असलेल्या शौर्याबद्दल, साहसाबद्दल जरी सर्वांना कौतुक असले तरी मला वाटते तुमच्या साहसामध्ये तुमच्या प्रयत्नांमध्ये थोडे काव्य असावे, लालित्य असावे, निसर्गाबद्दलची आस्था असावी, जेणेकरून सर्वसामान्य जनतेला वैज्ञानिक म्हणजे रुक्ष, निव्वळ यंत्र वाटणार नाहीत.' मॉसनने हा सल्ला लक्षात ठेवला. त्याच्या मोहिमेने 'दक्षिण चुंबकीय ध्रुवावर' वेगळ्या बाजूने पोहोचावे आणि त्या गटाचे नेतृत्व एखाद्या तज्ज्ञ वैज्ञानिकाने करावे असे त्याला फार वाटत होते. म्हणून आमंडसेनप्रमाणेच मॉसनने 'कार्नेजी इन्स्टिट्यूट' मधील 'Terrestrial Magnetism Department' चा सल्ला घ्यायचे ठरवले. थोड्याफार चर्चेनंतर आणि विचारविनिमयानंतर 'कार्नेजी इन्स्टिट्यूट'ने त्यांच्याकडील एक प्रशिक्षित चुंबकीय निरीक्षक 'एरिक वेब' याचे नाव सुचवले. पाच महिने इन्स्टिट्यूटमध्ये काम केल्यानंतर तो ऑस्ट्रेलियाला जाऊन मॉसनच्या मोहिमेत सामील झाला.

मॉसनला एका गोष्टीची चांगली कल्पना होती की ज्या वेळी सर्वसामान्य जनतेच्या आवडीचा किंवा पाठिंब्याचा प्रश्न येतो त्या वेळी डेव्हिडच्या म्हणण्याप्रमाणे 'खेळाच्या वेडाच्या स्पर्धेत, वैज्ञानिक / शास्त्रीय निरीक्षणे, प्रयोग वगैरे उभेच राहू शकणार नाहीत कारण सर्वसामान्य जनतेला त्यात काही गम्य नसते.' यासाठी त्याने

शॅकल्टनचा धडा गिरवायचे ठरवले आणि मोहिमेला, त्यातील शास्त्रीय संशोधनाला दृश्य परिणाम घ्यायचे ठरवले. जनतेमध्ये मोहिमेबद्दल, शास्त्रीय प्रयोगांबद्दल कुतूहल, आवड निर्माण करण्याच्या दृष्टीने छायाचित्रीकरण, चलचित्रीकरण किती महत्त्वाचे आहे हे दक्षिण ध्रुवीय प्रदेशातील ब्रिटिश मोहिमेच्या उदाहरणावरून कळून चुकले होते. सिडनीमधील, तेव्हा अप्रसिद्ध असलेल्या, एका फोटोग्राफरच्या वतीने, 'फ्रँक हर्ले' साठी, नियतीच हस्तक्षेप करणार होती. फ्रँकला लहान वयातच फोटोग्राफीची आवड निर्माण झाली होती आणि वयाच्या सतराव्या वर्षी त्याने कोडॅकचा 'बॉक्स ब्राउनी' कॅमेरा खरेदी केला होता आणि विसाव्या वर्षापर्यंत त्याने फोटोग्राफीच्या व्यवसायाला सुरुवात केली होती.

वयाच्या पंचविसाव्या वर्षी, एका रेल्वे प्रवासादरम्यान, त्याची मॉसनशी गाठ पडली आणि प्रवासभर तो मॉसनशी विविध विषयांवर न थकता गप्पा मारत होता. त्याचा उत्साह खरोखरच कौतुकास्पद होता. तीनच दिवसांनी तो मॉसनच्या मोहिमेत सामील झाला आणि त्याच्या रोजच्या कंटाळवाण्या कामाऐवजी, त्याच्यावर मोहिमेच्या छायाचित्रणाची मोठी जबाबदारी टाकण्यात आली. मोहिमेतील साहसी कृत्यांचे चित्रीकरण करण्याची जबाबदारी त्याची होती. त्या वेळी नव्यानेच विकसित झालेले 'सिनेमाटोग्राफी'चे तंत्र त्याला अवगत नव्हते. परंतु काही दिवसांतच त्याने चलत चित्रिकरणाचे तंत्र अवगत करून घेतले. आता मोहिमेबरोबर स्वत:चा असा एक व्यवसायिक फोटोग्राफर होता, ज्याने नंतर मोहिमेदरम्यान उत्तम चित्रीकरणासाठी, फोटोंसाठी, प्रसंगी जिवाची बाजी लावली. त्याचे एकच व्यावसायिक सूत्र होते. 'बरं चित्र म्हणजे उत्तम चित्र नाही.'

रसद, उपकरणे, सहकारी इ. गोष्टींची जुळवाजुळव झाल्यावर आता परत मोहिमेच्या आर्थिक प्रश्नाने डोके वर काढले. मॉसनने त्याच्या मोहिमेची रूपरेषा स्पष्ट केल्यानंतर 'रॉयल जिऑग्राफिकल सोसायटी'ने स्कॉटला जेवढी मदत देऊ केली तेवढी (५०० पौडांची) मदत देण्याचे जाहीर केले. तसेच दक्षिण ध्रुवीय प्रदेशामध्ये भविष्यात सापडणाऱ्या खनिजाच्या शक्यतेवर आणि त्याचा काही हिस्सा देण्याच्या बोलीवर काही हजारो पौंड गुंतवणूकदारांनी दिले. ऑस्ट्रेलियातील अनेक राज्य सरकारांनी थोडी थोडी मिळून एकूण १८ हजार ५०० पौडांची मदत दिली आणि 'फेडरल' सरकारने, शॅकल्टनला जेवढी मदत दिली होती तेवढीच म्हणजे पाच हजार पौंडांची मदत प्रथम जाहीर केली आणि नंतर काही दिवसांनी आणखी पाच हजार पौडांची मदत जाहीर केली. परंतु न्यू-झीलंडच्या सरकारने मात्र काहीही मदत करण्यास नकार दिला. विशेष म्हणजे ब्रिटिश सरकारनेपण दोन हजार पौडांची मदत दिली. कर्ज आणि देणग्या मिळून मॉसनकडे ३९ हजार पौडांचा निधी जमा झाला. जमा

झालेला निधी, त्याने ठरवलेल्या रकमेपेक्षा ४८ हजार पौंडापेक्षा जरी खूप कमी होता तरी आता मोहीम निघू शकत होती आणि हे सर्व त्याने एका वर्षात जमवून आणले होते.

सर्वसामान्य जनतेची मोहिमेसंबंधीची उत्सुकता कायम ठेवण्यासाठी आणि पर्यायाने मदतीचा ओघ चालू ठेवण्यासाठी मॉसनने बर्फाच्छादित भूपृष्ठावरील कामाला मदत होण्याच्या दृष्टीने, स्कॉटप्रमाणे स्वयंचलित स्लेजचा वापर करण्याचे ठरवले. परंतु स्वयंचलित स्लेजच्या रचनेचा आणि कार्यपद्धतीचा अभ्यास केल्यानंतर त्याने त्याचा विचार बदलला. मॉसनने विचार केला की त्यापेक्षा निधी गोळा करण्यासाठी छोट्या विमानाचा उपयोग लक्ष वेधून घेणारा ठरेल. फक्त दहाच वर्षांपूर्वी राइट भावंडांनी (Wright Brothers) हलक्या विमानाच्या उड्डाणाची यशस्वी चाचणी केली होती आणि नंतरच्या दहा वर्षांमध्ये तंत्रज्ञान खूप विकसित झाले होते आणि मधील काळामध्ये हवाई प्रवासाच्या कल्पनेने जनमानसाची पकड घेतली होती.

स्कॉटची पत्नी कॅथेलीनने, भूभागाच्या सर्वेक्षणासाठी हलके विमान वापरण्याच्या कल्पनेचे उत्साहाने स्वागत केले आणि मॉसनला पाठिंबा दिला. परंतु 'स्केल्टन' याला मात्र हे तितकेसे आवडले नाही. त्याने सन १९११ मध्ये स्कॉटला एका पत्रात लिहिले 'मॉसन दक्षिण ध्रुवीय प्रदेशामध्ये हलके विमान घेऊन जाण्याचा विचार करतो आहे आणि 'वॅटकिन्स' नावाचा वैमानिक ते उडवणार आहे असे मला समजले आहे, हा खरोखरच मूर्खपणा आहे, या वर्षी काही उड्डाणाचे प्रयत्न केले गेले आहेत, परंतु हवाई प्रवासाच्या तंत्रज्ञानावर आपल्याला अजून म्हणावे तसे प्रभुत्व प्रस्थापित करता आलेले नाही, अगदी युरोपमध्येपण. आणि अशा परिस्थितीत दक्षिण ध्रुवीय प्रदेशामध्ये विमान घेऊन जाणे म्हणजे निव्वळ संकटाला आमंत्रण देण्यासारखे आहे.'

विमानबांधणी करणाऱ्या 'व्हिकर्स' या कंपनीबरोबर वाटाघाटी करून मॉसनने पंखा असलेले, दोघे जण बसू शकणारे आणि बर्फावर उतरवण्याच्या दृष्टीने 'स्की' ची सोय असलेले व १००० पौंडापेक्षा कमी किमतीचे विमान उधारीवर मिळवण्यात यश मिळवले. विमानाचा पायलट 'ह्युज एवलीन वॅटकिन्स'ने 'फ्लाइट' मासिकाशी बोलताना सांगितले, 'थेट ध्रुवावर जाण्यासाठी विमानाचा वापर केला जाईल का नाही याबद्दल मला शंका आहे, कारण त्यासाठी मध्ये असलेला 'ग्रेट आइस बॅरियर'चा अडथळा पार करण्याचे आव्हान असेल.' खरेतर मॉसनच्या मोहिमेचे दक्षिण भौगोलिक ध्रुवावर पोहोचण्याचे उद्दिष्टपण नव्हते, तरीपण त्या मासिकाने काहीशा आश्चर्याने आणि खेदाने लिहिले— 'जर विमानाने त्या 'ग्रेट आइस बॅरियर'च्या अडथळ्यावर मात करणे अवघड असेल तर मग दक्षिण भौगोलिक

ध्रुवावर इतर कोणत्या प्रकारे पोहोचण्याची आशाच करायला नको.' ते काहीही असले तरी शेवटी मोठ्या समारंभपूर्वक ते विमान ऑस्ट्रेलियाला जाणाऱ्या जहाजावर चढवण्यात आले.

'वाइल्ड'ने त्याच्या अप्रकाशित आठवणींच्या पुस्तकात या घटनेबद्दल टिप्पणी केली, 'जवळजवळ सर्वच ब्रिटिश साहसवीरांप्रमाणे, मॉसनलाही मोहिमेसाठी निधी जमा करताना खूप त्रास झाला, आणि त्यासाठी विमानाचा उपयोग करून घेण्याची कल्पना त्याला सुचली. त्या विमानाच्या प्रदर्शनासाठी रेसकोर्सवर भले मोठे स्टेज उभारण्यात आले होते, हजारोंनी आमंत्रणे पाठवली गेली, आमंत्रितांसाठी खाद्यपेयांची सोय करण्यात आली होती. ऑस्ट्रेलियाच्या दक्षिण प्रांताच्या गव्हर्नरनी त्यांच्या कुटुंबासमवेत उपस्थित राहण्याचे मान्य केले होते आणि त्या विमानाच्या उद्घाटनाचा कार्यक्रम म्हणून त्यामध्ये बसून पहिली हवाई सफर करण्याचेही कबूल केले होते. त्या दिवशी पाच पौडांचे तिकीट काढून कोणालाही विमानातून हवाई सफर करण्याची सोय होती.

विमानाची तपासणी केली गेली आणि सर्व काही आलबेल वाटले. 'वॅटकिन्स' आणि 'वाइल्ड' यांनी दुसऱ्या दिवशी सकाळी प्रथम एक चाचणी उड्डाण करण्याचे ठरवले.

'विमान अगदी योग्य रीतीने आकाशात झेपावले, जवळजवळ पाचशे फूट उंचीवर गेल्यावर वळण घेताना ते अचानक एका बाजूला कलले. 'आम्ही विमानातून पडण्याच्या बेतातच होतो तोच 'वॅटकिन्स' ने विमान सरळ केले. क्षणभर आमच्या पोटात गोळा आला होता. आम्ही अजून दीडशेएक फूट उंच गेल्यावर, अचानक विमानाचे नाक खालच्या दिशेने झुकले आणि विमानाने सरळ खाली सूर मारला. त्या वेळेला आम्ही रेसकोर्सच्या मध्यभागी होतो. खालची जमीन वेगाने आमच्याकडे येत होती, माझ्या मनामध्ये माझ्या गतआयुष्याच्या घटना वगैरे काही दाटून आल्या नाहीत, मला अजिबात भीती वाटत नव्हती. मनामध्ये एकच विचार आला 'फ्रँक बेट्या, तुझे शोधमोहिमांचे दिवस आता संपले.' आम्ही जमिनीवर आदळलो आणि विमान उलटे होऊन आमच्यावर पडले. माझ्या छातीवर खूप वजन होते, मला श्वासोच्छ्वास करणे जड जात होते, परंतु मी शुद्धीत होतो. एका पायाला गरम सिलिंडरचा चटका बसत होता. मी तेलाने आणि पेट्रोलने चिंब भिजलो होतो आणि विमान पेट घेईल की काय ही भीती मनामध्ये दाटून आली होती. मी बराच वेळ तसाच पडून होतो. थोड्या वेळाने मला 'वॅटकिन्स' च्या कण्हण्याचा आवाज आला आणि तो

काहीतरी बोलत होता, बहुधा 'ही जुनीपुराणी पेटी आता पार मोडून पडली आहे.'

विमान पूर्णपणे नष्ट झाले होते आणि ठरलेला कार्यक्रम, उद्घाटनाला विमानच राहिले नसल्यामुळे, रद्द करण्याशिवाय गत्यंतरच नव्हते. मॉसन खूपच वैतागला होता आणि आदल्या रात्री 'नॅव्हल आणि मिलिटरी क्लब'मध्ये खूप उशिरा आल्याबद्दल त्याने वॅटकिन्सला दोष दिला होता. विमान आता उडण्याच्या अवस्थेत नव्हते, तरी त्याचे इंजीन आणि सांगाडा शाबूत होता. त्याचा त्यांनी 'हवाई ट्रॅक्टर' म्हणून वापर करण्याच्या उद्देशाने दक्षिण ध्रुवीय प्रदेशाकडे जाणाऱ्या जहाजावर त्याला चढवले. 'सिडनी मॉर्निंग हेराल्ड'मध्ये आलेल्या बातमीप्रमाणे 'वॅटकिन्स' खूप निराश झाला होता. 'त्याला प्रथमच एवढा गंभीर अपघात झाला होता.' तो इंग्लंडला परतला आणि तिथेपण त्याच्या विमानाला अपघात झाला. नंतर लवकरच युद्धाला तोंड फुटले आणि तरी त्याला 'रॉयल फ्लाइंग कॉर्प' मध्ये सामावून घेण्यात आले नाही.

२ डिसेंबर १९११ रोजी, टास्मानिया बेटाच्या 'होबार्ट' बंदरामधून, सामानाने आणि उपकरणांनी खच्चून भरलेल्या 'अरोरा' जहाजाने दक्षिणेकडील प्रवासासाठी जेव्हा प्रस्थान ठेवले तेव्हा त्यांना निरोप देण्यासाठी 'टास्मानियावासी' मोठ्या संख्येने बंदरावर उपस्थित होते. ते एक संस्मरणीय वर्ष होते. मॉसनने अथक प्रयत्नांनंतर मोहिमेसाठी पुरेसा निधी उभारण्यात, शास्त्रज्ञ, इंजिनिअर्स, खलाशी यांना एकत्र आणण्यात, मोहिमेच्या चौदा महिन्याच्या कालावधीसाठी पुरेल एवढी रसद, शास्त्रीय उपकरणे इ. जमवण्यात यश मिळवले होते.

महत्त्वाची गोष्ट म्हणजे 'रॉयल जिऑग्राफिक सोसायटी'समोर ठेवलेली मूळ योजना बऱ्याच अंशी जशीच्या तशीच राहिली होती. फक्त एक छोटा बदल करण्यात आला होता. मोहिमेचा एक संशोधन तळ अत्यंत दुर्गम अशा 'मॅक्वायर बेटावर' संदेशवहन केंद्र स्थापण्यासाठी उभारला जाणार होता. हा तळ मुख्यत्वेकरून शास्त्रीय संशोधनासाठी आणि दक्षिण ध्रुवीय प्रदेशातून पाठवण्यात आलेले बिनतारी संदेश पकडण्यासाठी आणि पुढे पाठवण्यासाठी वापरला जाणार होता. हे मॅक्वायर बेट टास्मानियन सरकारच्या नियंत्रणाखाली येत असल्यामुळे तेथील सरकारची परवानगी घेणे आवश्यक होते आणि मॉसनसाठी चिंतेची गोष्ट म्हणजे 'अरोरा' जहाजाला होबार्ट बंदर सोडण्यासाठी पाचच दिवस उरले असताना ही परवानगी त्याच्या हातात पडली. ही परवानगी ऐन वेळी नाकारण्यात आली असती तर मोहिमेच्या सर्वच योजनांवर, कामांवर त्याचा परिणाम होऊन मोठीच गोंधळाची परिस्थिती उद्भवली असती.

टास्मानियाच्या दक्षिणेकडील समुद्रात वादळी वाऱ्यांमुळे उसळणाऱ्या प्रचंड लाटांना तोंड देत 'अरोरा' जहाजाचा प्रवास सुरू झाला आणि नवव्या दिवशी मॅक्वायर बेट त्यांच्या दृष्टिपथास आले. त्याच वेळी त्यांना बेटाच्या किनाऱ्यावर, सील प्राण्यांच्या शिकारीसाठी वापरले जाणारे 'क्लाइड' जहाज रुतलेले आढळले. ते जहाज मोठ्या वादळात सापडले होते आणि किनाऱ्यावरील खडकांवर आपटून फुटले होते. त्या जहाजावरचे 'सील' शिकारी, तेलांचे बॅरल्स आणि 'फर' (Fur) व 'एलिफंट' सीलची कातडी वगैरे मालासकट काही महिने त्या बेटावर अडकून पडले होते. ते शिकारी खलाशी, कुणीतरी आपली सोडवणूक करायला येईल या आशेवर प्रतीक्षेतच होते आणि त्याच वेळी 'अरोरा' जहाज किनाऱ्याला लागले. मॉसनला त्यांच्या खर्चाची थोड्याफार प्रमाणात वसुली करण्याची संधी चालून आली होती, ती अर्थातच मॉसन सोडणार नव्हता. मॉसनने त्या सील शिकाऱ्यांबरोबर, मोहिमेबरोबरच्या दुसऱ्या छोट्या जहाजातून, त्यांना टास्मानियामार्गे ऑस्ट्रेलिया येथे पोहोचवण्यासंबंधी बोलणी केली. त्या सर्व सील शिकाऱ्यांना फक्त त्यांना त्यांचा प्रवासखर्च द्यायचा होता.

वाटाघाटी संपल्या, बेटावर बिनतारी यंत्रणेचा मनोरा उभारला गेला आणि बेटाच्या उत्तरेकडे समुद्रामध्ये घुसलेल्या एका उंच भूभागावर तळ उभारण्यासाठी लागणारे सामान, पाच माणसांना वर्षभर पुरेल एवढी रसद, वैज्ञानिक उपकरणे इ. गोष्टी जहाजावरून उतरवल्या. त्या पाच जणांचा नेता म्हणून निवडलेला हवामान तज्ज्ञ 'जॉर्ज आइन्सवर्थ'बद्दल 'डेव्हिस' याचे मत फारसे चांगले नव्हते. त्या बेटावर पोहोचल्यावर डेव्हिसने, त्या बेटावर तळ उभारण्याच्या दृष्टीने सुरक्षित जागेसंबंधी, त्या बेटावरील रहिवाशांचे मत जाणून घेण्याचे सुचवले, कारण त्या बेटावरील रहिवाशीच एकंदरीत वर्षभराच्या ऋतुमानाचा विचार करून योग्य मत देऊ शकतील असे त्याला वाटत होते. या सूचनेची सर्वांसमक्ष खिल्ली उडवत आइन्सवर्थने म्हटले होते, 'फॅरेलचे मत, जो फॅरेल या बेटावर कधी आलाच नव्हता, माझ्यासाठी पुरेसे आहे.' यावर डेव्हिसची प्रतिक्रिया होती, 'मला आनंद आहे की मला या मूर्ख माणसाबरोबर येथे राहायचे नाही.'

मॉसनला एकाच गोष्टीचे समाधान होते की मोहिमेचा पहिला टप्पा पार पडला होता. ऑस्ट्रेलेशियन मोहिमेतील इतर सदस्य आता पुढे दक्षिणेकडे जाण्याच्या तयारीला लागले.

मॅक्वायर बेट सोडून अरोरा जहाज दक्षिणेकडे निघाले. त्या वेळी एकूण सर्व परिस्थिती अगदी दृष्ट लागावी अशीच होती. प्रवासाला सुरुवात तर छान झाली होती. पहिले काही दिवस आकाशामध्ये नियमितपणे सूर्य दिसत होता, उत्तरेकडे

वाहणारे वारेपण सौम्य होते. मॅक्वायर बेटावर तळ उभारण्याचे महाकठीण काम दोन आठवडे केल्यानंतर सर्वांनाच विश्रांतीची गरज होती. त्या नवीन प्रदेशांच्या नकाशांवरच्या मोकळ्या दिसणाऱ्या जागी प्रत्यक्षात काय काय असू शकेल यावर चर्चा, तर्कवितर्क सुरू होते. काही जणांना 'केप अडेर' आणि व्हॉन ड्रायगलस्कीच्या 'कैसर विल्हेल्म दुसरा' भूभागादरम्यान मध्ये काही जमीन असू शकेल का याबद्दल शंका होती.

त्या प्रदेशाबद्दल जे काही थोडंफार माहीत होते, तेपण सत्तर वर्षांपूर्वीच्या अहवालांवर, माहितीवर आधारित होते. त्या वेळी रॉसने शोधलेल्या दक्षिण चुंबकीय ध्रुवाच्या मार्गामध्ये व्हिक्टोरिया भूभागात असलेली पर्वतरांग आली होती आणि फ्रेंच व अमेरिकन जहाजांचे ताफे ऑस्ट्रेलियाच्या दक्षिणेला असलेल्या पश्चिमी बर्फाच्छादित समुद्राचा शोध घेत होते. सन १८३९ मध्ये होबार्ट बंदरातून समुद्रातील गोल गोल आकाराचे हिमखंड चुकवत, मार्ग काढत निघालेल्या फ्रेंच जहाजांच्या ताफ्याचे नेतृत्व होते 'जुलस सेबस्टिन सिझर डुमाँट डी उर्विल' याच्याकडे.

छोट्या बेटावर पोहोचल्यावर त्याचे त्याने 'पाइंट जिऑलॉजी' असे वर्णन केले. 'डी उर्विल'ने फ्रान्सचा राष्ट्रध्वज फडकवून त्या बेटावर फ्रान्सचा दावा सांगितला. दक्षिण ध्रुवीय प्रदेशातील भूभागाच्या एका तुकड्याला प्रथमच कोणाच्या तरी प्रेमाचे प्रतीक बनवण्यात आले, डी उर्विलने त्या भूभागाला त्याच्या पत्नीचे 'अॅडली'चे नाव दिले अॅडली लॅन्ड. तिच्यावरील प्रेमाला त्याने चिरंतन स्वरूप दिले. त्या बेटावर थोडे दिवस थांबून भूस्तरांचे, वनस्पतींचे नमुने गोळा करून आणि काही कमनशिबी पेंग्वीन पकडून फ्रेंचांनी बेट सोडले, पण लवकरच त्यांची वादग्रस्त व्यक्तिमत्त्वाच्या चार्ल्स विल्कीसच्या नेतृत्वाखाली निघालेल्या अमेरिकन मोहिमेशी गाठ पडली.

दक्षिण ध्रुवीय प्रदेशामध्ये काढल्या गेलेल्या मोहिमांच्या इतिहासात अत्यंत खराब तयारी आणि मनोधैर्य पूर्णपणे खचलेले सहकारी असे असलेल्या कोणत्या मोहिमेसाठी बक्षीस ठेवले असते तर ते जिंकण्याच्या शर्यतीत विल्कीसची मोहीम सर्वांत पुढे असती. त्याने बरोबर घेतलेली जहाजे त्या प्रदेशातील हवामानात, बर्फाळ वातावरणात तग धरण्यात पूर्णपणे असमर्थ होती, त्यांना त्या दृष्टीने तयारच केले गेले नव्हते. त्याच्या मोहिमेदरम्यान केल्या जाणाऱ्या वैज्ञानिक प्रयोगांबद्दल आणि शास्त्रीय अभ्यासाबद्दल, तसेच मोहिमेच्या वैज्ञानिक बाजूबद्दल जरी त्यांनी मोठे मोठे दावे केले असले तरीही त्यांची मोहीम दक्षिणेकडे निघण्याआधीच बऱ्याच वैज्ञानिकांनी मोहिमेतून माघार घेतली होती. फ्रेंच आणि अमेरिकन जहाजांच्या ताफ्यांची भेट झाल्यावर त्यांनी त्यांचे प्रवास चालू ठेवले फक्त विरुद्ध दिशेने. या भेटीनंतर अमेरिकनांनी १७०० किमी.चा प्रवास केला, त्यातील बहुतेक प्रवास हा अत्यंत धोकादायक अशा बर्फांनी भरलेल्या समुद्रातून आज जो भाग 'पूर्व-दक्षिण ध्रुवीय

प्रदेश' म्हणून ओळखला जातो केला होता. अमेरिकेला परतल्यावर 'विल्कीस'ने अतिदक्षिणेकडे आपण एक खंड शोधल्याचे घोषित केले आणि अर्थातच आपल्या या धाडसी मोहिमेबद्दल मानमरातबांची आणि नावलौकिक मिळण्याची अपेक्षा केली. परंतु त्याऐवजी त्याची मोहीम वादग्रस्त झाल्याचे बघणेच त्याच्या नशिबी आले. त्याने केलेल्या दाव्यांवर अविश्वास दाखवला गेला, त्याच्या नेतृत्वाबद्दलपण प्रश्न उपस्थित केले गेले.

'डी उर्विल'ने त्याच्या दक्षिणेकडील झालेल्या भेटीबद्दल एके ठिकाणी लिहिले 'आम्ही केलेल्या शास्त्रीय प्रयोगांच्या निरीक्षणांची, नोंदींची, निष्कर्षांची मला माझ्या सहसाहसवीराबरोबर देवाणघेवाण करणे आवडले असते. परंतु अमेरिकनांची वागणूक काही वेगळीच होती, त्यांना अशा गोष्टींमध्ये अजिबात रस नव्हता.' याउलट विल्कीसने 'फ्रेंच हे जाण्याच्याच घाईत होते' असे एके ठिकाणी म्हटले आहे. दुर्दैवाने 'डी उर्विल' आणि त्याच्या पत्नीचा, तो यशस्वी मोहिमेवरून फ्रान्सला परतल्यावर काही दिवसातच रेल्वे अपघातात मृत्यू झाला. त्यामुळे हा वाद पूर्णत्वाला जाऊ शकला नाही. परंतु फ्रेंच, आता जे दक्षिण ध्रुवीय खंड म्हणून ओळखले जाते तिथे 'डी उर्विल' १९ जानेवारी १८४० मध्येच पोहोचला होता या त्यांच्या दाव्यावर ठाम राहिल्याचे बघून, विल्कीसनेपण प्रतिदावा केला की तो त्या भूभागावर काही दिवस त्याच्याआधीच पोहोचला होता.

फक्त फ्रेंचच नाही तर सर्वांनीच त्याच्यावर तक्रारींचा भडिमार केला. दक्षिणेकडे भूभाग पाहिल्याच्या, शोधल्याच्या विल्कीसच्या दाव्यांवर त्याच्याच मोहिमेतील इतरांनी अविश्वास दाखवला. मोहिमेदरम्यानचे त्याचे हडेलहप्पी पद्धतीचे नेतृत्व, त्याची वर्तणूक त्याच्या सहकाऱ्यांना पसंत पडली नव्हती. त्याच्या मोहिमेच्या काळामध्ये एकूण ३४२ जणांपैकी ११९ जण (एकतर काढून तरी टाकले गेले होते, पळून तरी गेले होते किंवा मृत्यू पावले होते.) विल्कीसचे कोर्टमार्शल करण्यात आले. त्याच्यावर नेत्याला न साजेशी वर्तणूक, बेकायदेशीर शिक्षा देणे, मुद्दाम आणि हेतुपूर्वक खोटेपणा करणे इ. आरोप ठेवले गेले. नशिबाने फक्त ताशेऱ्यांवरच त्याची सुटका झाली. परंतु संकटे ओढवून घेण्याची त्याची वृत्ती काही बदलली नाही. त्याने ब्रिटिश जहाजावरील नौदल अधिकाऱ्यांशी बेकायदा समझोता करून ब्रिटनलापण अमेरिकेच्या यादवी युद्धात जवळजवळ ओढले होते.

विल्कीसने नकाशावर आणलेल्या भूभागावरून रॉसने प्रवास केला होता आणि स्कॉटच्या 'डिस्कव्हरी' मोहिमेने त्या प्रदेशाबद्दलचे विल्कीसने केलेले अनेक दावे कसे चुकीचे आणि खोटे आहेत हे दाखवून दिले होते, तरीही खात्रीलायक माहितीसाठी इतर कोणताच पर्याय किंवा दस्तऐवज उपलब्ध नसल्यामुळे ऑस्ट्रेलेशिया मोहिमेसाठी विल्कीसचीच निरीक्षणे आणि दावे प्रामुख्याने मार्गदर्शक ठरणार होती.

'अरोरा' जहाज गोठलेल्या किनारपट्टीच्या दिशेने सरकत होते आणि मॉसनला मनोमन माहीत होते की रॉस आणि स्कॉट यांनी खोट्या ठरवलेल्या दाव्यांवर, निरीक्षणांवर तरीपण तो पूर्णपणे विसंबून राहिला होता.

दिनांक २९ डिसेंबर १९११ रोजी समुद्रामध्ये तरंगणारे काही हिमखंड प्रथम त्यांच्या बघण्यात आले. जहाजावरील सर्वांना, जमिनीचा शोध घेण्यासाठी क्षितिज न्याहाळण्याबरोबरच वाटेतील हिमखंडांवरपण लक्ष ठेवण्याच्या सूचना देण्यात आल्या. सगळ्यांनाच निराशेने घेरले होते. डेव्हिसच्या मते जहाजाला पदोपदी धोका होता. मॉसनला, तो शोधत असलेला भूभाग अजून दृष्टिपथात येत नव्हता. 'डी उर्विल'ने ॲडली भूभागावर पाय ठेवल्यानंतर आत्तापर्यंत कोणीही तिथे गेले नव्हते, आणि विल्कीसने दावा केलेल्या भूभागाचा कुठेच पत्ता नव्हता.

ऑस्ट्रेलियाहून दक्षिण ध्रुवीय प्रदेशाकडे मोहिमेवर निघण्याआधी मॉसनचे 'ब्रोकन हिल' येथील एका 'खाण इंजिनिअर'च्या मुलीशी, 'पॅक्वीटा डेल्प्राट'शी लग्न ठरले होते. त्याने तिला लिहिलेल्या अनेक प्रेमपत्रांपैकी एका पत्रामध्ये विल्कीसने केलेल्या किनारपट्टीच्या दाव्याप्रमाणे ती किनारपट्टी न सापडल्यामुळे आलेल्या निराशेबद्दल लिहिले होते, 'आमच्या जहाजाच्या मार्गामध्ये चहू दिशांना, ज्यामधून मार्ग काढणे केवळ अशक्य आहे, असे घट्ट बर्फ पसरले होते. त्यामुळे आम्हाला भूभागापर्यंत पोहोचण्यात यश आले नाही. अर्थात आजच्या माझ्या निराशेला आणि त्रासांना मीच जबाबदार आहे. कारण सन १८४० मध्ये या भागात शोधमोहिमेवर आलेल्या 'कमांडर विल्कीस' च्या नोंदीवर मी अधिकच विसंबून राहिलो. त्याने घेतलेली निरीक्षणे आणि केलेल्या नोंदी ही बहुतांशी चुकीची आणि दिशाभूल करणारी आहेत.'

मॉसनला जानेवारीच्या अगदी सुरुवातीलाच भूभाग सापडण्याची अपेक्षा होती. त्याने 'दक्षिण चुंबकीय ध्रुवाच्या' जेवढ्या जवळ मुख्य तळ उभारता येईल तेवढ्या जवळ उभारण्याचे ठरवले होते, ज्यामुळे मोहिमेतील शास्त्रज्ञांना, सन १९०९ साली त्याने स्वत: घेतलेल्या नोंदींच्या समर्थनार्थ, नव्याने नोंदी घेण्याची संधी मिळणार होती. परंतु भूभागच दृष्टिपथात न आल्यामुळे जहाजाचा मोहरा चुंबकीय ध्रुवापासून दूर, पश्चिमेकडे वळवण्यावाचून गत्यंतर नव्हते. आणि जितके ते पश्चिमेकडे जाणार होते तेवढे मॅक्वायर बेटाबरोबरचे बिनतारी संदेश दळणवळण अवघड होत जाणार होते. आता त्यांना भूभागावर उतरणे आवश्यकच होते आणि तेही लवकरात लवकर.

मॉसनच्या डायरीमधील दिनांक ६ जानेवारी रोजी केलेली नोंद आहे 'दुपारी आपल्या जहाजाच्या वाटेत एक प्रचंड अशी, दोन्ही बाजूला क्षितिजापर्यंत पसरलेली बर्फाची तटबंदी आडवी आली. गोठलेल्या भूभागावर उगम पावलेली आणि जवळजवळ

६० मैल आत समुद्रामध्ये घुसलेली ही एक अतिप्रचंड अशी बर्फाची तटबंदी होती. त्या तटबंदीचे नंतर 'मर्ट्झ ग्लॅशियर' असे नामकरण केले गेले हा भूभाग, ज्याच्या बाजूबाजूने नंतर जवळजवळ दोन दिवस आम्ही प्रवास करत होतो तो पाहणारे पहिले असे आम्हीच होतो. या भूभागाचा ॲडली भूभागाशी असलेला संबंध नंतर स्पष्ट झाला.' त्याच ग्लॅशियरच्या बाजूबाजूने नंतर दोन दिवस प्रवास केल्यावर त्यांना अचानक पेंग्वीन आणि सील प्राण्यांच्या अस्तित्वाने जिवंत असलेला एक खडकाळ किनारा दिसला. त्यांना पहिला तळ उभारण्यासाठी जागा सापडली होती.

त्या संशोधन तळाबद्दल मॉसनने एके ठिकाणी लिहिले 'सर्वसामान्य माणसाला कल्पनापण करता येणार नाही एवढ्या विविध वैज्ञानिक शाखांमधील संशोधन त्या तळावर करण्याचे ठरवले होते.' परंतु वेळापत्रक चुकत गेले होते आणि त्यामुळे काही वैज्ञानिक प्रयोगांना कात्री लावावी लागली, परंतु जहाजावरून खाली उतरण्यायोग्य मोठी किनारपट्टी नसल्यामुळे आणि भूभागाच्या शोधामध्ये एवढे पश्चिमेकडे यावे लागल्यामुळे दोन तळ एकत्र करण्याचे आणि हाच तळ त्यांचा हिवाळी तळ म्हणून पण वापरण्याचे ठरवले. 'डी उर्विल'ची रंगेल वृत्ती आणि स्वत:च्या भावी पत्नीचे नाव बाजूला ठेवून, समुद्रामध्ये घुसलेल्या या उंच भागाचे, मोहिमेचे एक आश्रयदाते 'सर ह्यूज डेनिसन' यांच्या नावावरून त्याने 'केप डेनिसन' असे नामकरण केले आणि तेथील किनारपट्टीचे, नव्याने संघराज्यात सामील झालेल्या ऑस्ट्रेलियाची आठवण म्हणून, 'कॉमनवेल्थ बे' असे नामकरण केले.

त्यांच्या तळउभारणीच्या कामाला सुरुवात होते न होते तोच एक वादळ आकार घेत होते आणि हा हा म्हणता ते येऊन थडकले. त्या वादळाने किनारपट्टीवरील नव्याने साठलेले घट्ट बर्फ दूर समुद्रामध्ये उडवून दिले आणि किनारपट्टीचे खडकाळ स्वरूप उघडे केले. ते भयंकर वादळ दोन दिवस घोंघावत होते. किनाऱ्यावरची माणसे तंबूमध्ये जीव मुठीत धरून बसली होती तर डेव्हिसची आरोरावर ताबा ठेवण्याची आणि त्याला खडकावर आपटण्यापासून वाचवण्यासाठी निकराची झुंज चालली होती. शेवटी दोन दिवसांनी वादळ शमल्यावर माणसांनी वेगाने कामाला सुरुवात केली. दोन झोपड्या उभारता येतील एवढे सामान, वैज्ञानिक उपकरणे, अठरा जणांना पुरेल एवढी रसद, तो विमानाचा सांगाडा, एक बिनतारी संच आणि मनोरा, एकोणतीस कुत्रे आणि तेवीस टन कोळसा एवढी सामग्री त्यांनी जहाजावरून खाली उतरवली.

दोन झोपड्या लवकरात लवकर उभारणे त्यांना गरजेचे होते : कारण त्यांनी निवडलेली जागा वादळी हवामानासाठी जणू चुंबकच होती. अचानक, कोणतीही पूर्वसूचना न देता वादळी वारे वाहायला लागायचे आणि खाली उतरवलेल्या सामानाला धोका निर्माण व्हायचा. त्या उसळत्या लाटांनी घुसळल्या जाणाऱ्या

समुद्रात असलेल्या अरोरा जहाजाला किनाऱ्यावरील खडकांवर आपटण्यापासून वाचवण्यासाठी, डेव्हिसचे नौकानयन कौशल्य अनेकदा पणाला लागत होते. किनाऱ्यावर उतरलेल्या माणसांसाठीही परिस्थिती तितकीच वाईट होती. अतिवेगवान वाऱ्यामुळे, तंबूबाहेर आलेला एखादा अक्षरश: होलपडला जायचा, तापमान अचानक खाली जायचे. अर्थात तोपर्यंत 'वात गारठण्याची' (Wind Chill) संकल्पना जरी स्पष्ट झालेली नव्हती तरी ती मोहिमेतील सदस्यांना प्रत्यक्ष अनुभवास येत होती. मोहिमेबरोबरील जीवशास्त्रज्ञ 'चार्ल्स लॅसेरॉन'ने एके ठिकाणी नमूद केले की, 'त्या अतिथंडीमुळे आम्हा सर्वांची एवढी दमणूक झाली होती की ते जहाजावरील सामान खाली उतरवण्याचे काम आम्हाला कधीही न संपणारे वाटत होते.'

वरील सर्व सामान, जहाजावरून खाली उतरवायला अकरा दिवस लागले, आणि राहण्यायोग्य तळ (झोपड्या) उभारायला आणखी अकरा दिवस लागले. हिवाळी तळ उभारले गेले आणि सर्वांनीच सुटकेचा नि:श्वास सोडला. नंतर काही दिवसांतच अभिनंदनाची हस्तांदोलने आणि निरोपांच्या शुभेच्छांच्या आरोळ्यांमध्ये 'अरोरा' जहाजाने किनारा सोडला आणि पश्चिमेकडे प्रवास सुरू केला. वेळ फारच कमी होता. हिवाळा सुरू होण्यापूर्वी, 'फ्रँक वाइल्ड' बरोबर पश्चिमेकडे जाणाऱ्या पथकासाठी योग्य जागा शोधून तळ उभारण्याचे काम डेव्हिसला पार पाडायचे होते.

मॉसनने वाइल्डवर सर्वसाधारणपणे, किमान ५०० मैल अंतरापलीकडे तळ उभारण्याची कामगिरी सोपवली होती. प्रवासामध्ये भूभाग शोधण्यापासून ते त्यावर माणसे उतरवण्यापर्यंत एकामागून एक अडथळे येत होते, डेव्हिस आता अगदी थकून गेला होता. अचानक सभोवतालच्या धुक्यातून, अंधूक प्रकाशात, बर्फाच्या कड्यांनी आणि पठारी प्रदेशांनी बनलेली एक किनारपट्टी दृष्टिपथास आली.

आणखी थोडे पश्चिमेला गेल्यावर एक नवीन भूभाग दृष्टिपथास आला - समुद्रातून बर्फाच्छादित कड्यांचे भाग वर आलेले होते, हा भूभाग ॲडली भूभागाप्रमाणेच होता. फक्त येथील कडे जास्त उंच होते. त्या भागामध्ये समुद्राच्या खोलीचा अंदाज घेतल्यावर ते कडे समुद्राच्या उथळ भागातून वर आले होते हे लक्षात आले म्हणजे जवळच भूभाग असणार होता. या भूप्रदेशाचे त्यांनी, त्यांचा अमेरिकन पूर्वाधिकारी, 'विल्कीस' ज्याच्या धाडसी, साहसीपणाबद्दल कधीच संशय नव्हता, परंतु ज्याची निरीक्षणे आणि निष्कर्ष अविश्वसनीय होते, त्याच्या स्मरणार्थ 'विल्कीस लँड' असे नामकरण केले. परंतु त्या नवीन भूभागावर त्यांना खाली उतरता येईल इतक्या जवळ जहाज नेण्यात त्यांना अपयश आले आणि शक्यतेपेक्षा आशेच्या जोरावर त्यांनी योग्य भूभागाच्या शोधात प्रवास चालू ठेवला.

'केप डेनिसन' येथून मॉसनचा निरोप घेऊन निघाल्यानंतर तीन आठवड्यांनी

'अरोरा' जहाज 'केप डेनिसन'पासून पश्चिमेकडे २४०० किमी. अंतरावर होते, आणि अचानक एक अतिप्रचंड पसरलेले ग्लॅशियर त्यांना दिसले. पंचवीस मीटर उंची असलेल्या या बर्फाच्या नदीपुढे त्यांचे जहाज अगदीच नगण्य वाटत होते. ते ग्लॅशियर दूर समुद्रात लुप्त झाले होते. त्या ग्लॅशियरला वळसा घालायला जहाजाला दोन दिवस लागले.

हे ग्लॅशियर भूभागावर नव्हते - परंतु आता परिस्थिती अणीबाणीचीच झाली होती. कारण आता अरोरा कोणत्याही क्षणी समुद्रातील बर्फात अडकून पडण्याची स्थिती निर्माण झाली होती. वाइल्ड आणि त्याच्या सहकाऱ्यांना दक्षिण ध्रुवीय प्रदेशामध्ये राहून त्यांचे ठरवलेले संशोधन करण्याच्या दृष्टीने वाइल्डला आता लवकरात लवकर उतरवणे भागच होते आणि हे ठिकाण त्यातल्या त्यात सुरक्षित होते.

'डेव्हिस'ने त्या जागेच्या योग्यतेबद्दल 'वाइल्ड' बरोबर विचारविनिमय केला 'त्या क्षणी तरी मला तोच एक पर्याय दिसत होता. तो सगळा प्रकार अगदी उघडउघड धोकादायक दिसत होता. परंतु परत फिरण्यापेक्षा मला ते मान्य होते. आणि मला नक्की वाटत होते की इथे कुठेतरी एखादा भूभाग असलाच तरी तो सहजी पोहोचण्यासारखा नक्कीच नसणार.' तो भाग डेव्हिसच्या दृष्टीने फारसा उत्साहवर्धक नव्हता 'हा भाग अगदीच निराशाजनक आहे, संपूर्ण दिवस सूर्यदर्शन नाही, चोहीकडे फक्त बर्फ, अंधूक प्रकाश आणि निराशा.' शेवटी वाइल्डने निर्णय घेतला 'दुसरा काहीही मार्ग नाही.' या नवीन संशोधन तळाच्या नेत्याने वाइल्डने मॉसनसाठी एक पत्र लिहिले 'हा निर्णय पूर्णपणे माझा आहे' आणि त्यात पुढे म्हटले होते - 'आमंडसेनला ग्रेट आइस बॅरियर इथे जेवढे सुरक्षित वाटले असेल तेवढेच त्यालाही वाटते आहे.'

एकदा निर्णय झाल्यावर जहाजावरचे सर्व जण कामाला लागले. जहाजावरील रसद आणि शास्त्रीय उपकरणे वेगाने खाली उतरवली गेली आणि विमानाच्या सांगाड्याच्या मदतीने, समोर असलेल्या बर्फाच्या कड्यावर ते सर्व सामान नेण्यात आले. तेथून ते सामान, त्या कड्याच्या टोकापासून सहाशे मीटर लांब, आत उभारलेल्या लाकडी झोपडीमध्ये, स्लेजच्या साहाय्याने हलवण्यात आले. हा सर्व प्रकार योजल्याप्रमाणे अजिबातच नव्हता. तो संशोधन तळ तरंगत्या बर्फावर (ग्लॅशियर) उभारला होता, मॉसनने केप डेनिसनपासून घालून दिलेल्या अंतराच्या मर्यादेपेक्षा तिप्पट दूर अंतरावर उभारला होता आणि तो जवळच्या किनारपट्टीपासून तीस किमी. लांब होता.

डेव्हिस हा फार आशावादी म्हणून ओळखला जात नव्हता. उलट बरेच वेळा त्याचा उल्लेख 'कुढता डेव्हिस' असाच केला जायचा. तो काही त्याच्या फक्त चेहऱ्यावरून नाही. परंतु त्याच्या डायरीमधील नोंदींवरून त्याच्या व्यक्तिमत्त्वाचे,

त्याच्या विचारांचे दर्शन घडते. त्या अनोळखी आणि अनिश्चिततेनी भरलेल्या वातावरणात सापडलेल्या त्याच्या सहकाऱ्यांच्या आणि जहाजाच्या काळजीने त्याला घेरले होते. एका प्रसंगी वाइल्डच्या सहकाऱ्यांबरोबर झालेल्या कठोर वागणुकीबद्दल त्याला खरोखरच वाईट वाटलेले दिसते, त्याने दुसऱ्याच दिवशी त्याच्या वागणुकीबद्दल पश्चात्ताप व्यक्त केलेला दिसतो 'काल संध्याकाळी लॉग बुक लिहिल्यानंतर आता माझ्या मन:स्थितीत जरा सुधारणा झाली आहे. ते माझ्याशी फार सभ्यपणे वागत होते हे आता माझ्या लक्षात आले आहे. मागील जवळजवळ संपूर्ण महिना माझी त्यांच्याबरोबरची वागणूक व्यवस्थित नसताना, मित्रत्वाची नसताना ते माझ्याशी चांगले वागत होते. परंतु तो संपूर्ण काळ, एकूणच परिस्थितीमुळे आणि जबाबदारीमुळे मी मात्र चिंतेने, निराशेने घेरला गेलो होतो. त्यातून वारंवार वाट्याला येणारी अपयशेपण होतीच. परंतु आम्ही आमच्या प्रयत्नांची पराकाष्ठा करत होतो. त्याची वाइल्ड आणि त्याच्या सहकाऱ्यांना जाणीव होती हेच काय ते समाधान होते.'

दिनांक २१ फेब्रुवारी रोजी जेव्हा अरोरा परत फिरले तेव्हा डेव्हिसने त्याच्या मनातल्या चिंताना त्याच्या डायरीमध्ये वाट करून दिली 'हा बर्फाच्छादित भाग, ज्यावर आम्ही त्यांना उतरवले आहे तो भूभागाशी संलग्न आहे का? का पुढच्या वर्षी जेव्हा अरोरा त्यांना नेण्यासाठी इथे परत येईल तेव्हा ते समुद्रात कोठेतरी भरकटले असतील?'

दक्षिण ध्रुवीय खंडात दोन तळ उभारल्यानंतर आणि मॅक्वायर बेटावर एक तळ उभारल्यानंतर डेव्हिस आता त्याच्या जहाजाला आणि खलाशांना घेऊन सुरक्षितस्थळी होबार्ट बंदराकडे परतण्यास उत्सुक होता, अधीर झाला होता. जहाजावर असलेला जळणाचा कोळशाचा साठा आता जवळजवळ संपत आला होता, तरीपण त्याने ४३०० किमी.चा परतीचा प्रवास केला आणि तो परतला तेव्हा जहाजावर जेमतेम ९ टन कोळसा उरलेला होता. दिनांक १२ मार्च १९१२ रोजी 'अरोरा' जहाज होबार्ट बंदरामध्ये परतले तेव्हा 'फ्राम'पण तिथे नांगरलेले त्यांना आढळले. आमंडसेनने दक्षिण भौगोलिक ध्रुव गाठण्याच्या स्पर्धेत स्कॉटला हरवले होते.

डेव्हिसचा या मोहिमेतील सहभाग हा केवळ साहसवीरांना आणि शास्त्रीय उपकरणांना आणि रसदीला तळांच्या उभारणीसाठी वेगवेगळ्या भूभागांवर पोहोचवण्यापुरताच मर्यादित नव्हता. मॉसनने त्याच्यावर मोहिमेदरम्यानच्या शास्त्रीय संशोधनावर आणि त्याच्या प्रगतीवर लक्ष ठेवण्याची मोठी जबाबदारी टाकलेली होती. 'अरोरा' जहाजाची डागडुजी करून घेऊन परत त्यावर रसद भरून घेऊन, हा मोहिमेचा उप-कप्तान दक्षिणेकडील समुद्राचे 'ओशनोग्राफी सर्वेक्षण' करण्यासाठी निघणार होता. या ओशनोग्राफिक सर्वेक्षणामध्ये निरनिराळ्या ठिकाणच्या समुद्राची खोली मोजणे,

पाण्याचे नमुने घेणे, वेगवेगळ्या पातळ्यांवरील तापमानांची नोंद घेणे, अंतर्गत प्रवाहांच्या दिशांची नोंद घेणे, जीवशास्त्रीय नमुने गोळा करणे इ. गोष्टींचा समावेश असणार होता.

डेव्हिस हा मॉसनप्रमाणेच उत्साही होता, अभ्यासू होता आणि दक्षिण भौगोलिक ध्रुवावर पोहोचण्याच्या ध्येयाने झपाटलेला होता. अगदी त्याच्याप्रमाणेच असलेल्या त्याच्या एका सहकाऱ्याला, 'विल्यम स्पिअर ब्रुस' याला डेव्हिसने पत्र लिहिले होते, 'लवकरच तू स्कॉटिश मोहिमेबरोबर दक्षिणेकडे जातो आहेस ही बातमी ऐकायला मी अधीर झालो आहे. जर स्कॉट किंवा आमंडसेन यांच्यापैकी कोणीही ध्रुवावर केवळ पोहोचण्यात यशस्वी झाले तर लोकांना एखादे वेळेस वाटेल की अशा मोहिमांपासून नवीन असे शिकण्यासारखे किंवा फायद्याचे काहीच नाही आणि त्यामुळे तरी त्यांचा उपयोगी कामे तसेच संशोधनांना मदत करण्याकडे कल वाढेल.' नंतरच्या ऑस्ट्रेलेशियन दक्षिण ध्रुवीय मोहिमेच्या काळात डेव्हिस, एकूण तीन वेळा अरोरा जहाज दक्षिण ध्रुवीय प्रदेशात घेऊन जाणार होता आणि पुढील काळात दक्षिणेकडील समुद्रात आणखी दोनदा जाणार होता आणि नवीन समुद्री मार्ग, समुद्री प्रदेश शोधण्यात मोठी भर घालणार होता.

अतिदक्षिणेकडील खवळलेल्या समुद्रांमध्ये शिडे उभारून जहाजे हाकारणे ही रोमँटिक किंवा भुरळ पाडणारी कल्पना वाटत असली तरी प्रत्यक्षात ती तशी अजिबात नव्हती. मॉसनने कित्येक वर्षांपूर्वी डेव्हिसबरोबर ज्या वैज्ञानिक, भौगोलिक कोड्यांची चर्चा केली होती ती कोडी त्या धोकादायक प्रदेशामध्ये प्रत्यक्ष गेल्यानेच उलगडणार होती, त्या भागातील समुद्राचा तळ गाठण्यानेच उलगडणार होती. अतिपुरातन काळामध्ये ऑस्ट्रेलिया खंड आणि दक्षिण ध्रुवीय प्रदेश हे भूभाग जोडले गेले होते का? सन १९१२ पर्यंत, भौगोलिक कालमापनाचा विचार करता, नवीन पर्वत तयार होणे, नवीन समुद्र तयार होणे यांसारख्या शक्यतांना वैज्ञानिकांकडून मान्यता मिळाली होती. ही शक्यता, संकल्पना सर्वमान्य झाली आणि त्या प्रक्रियेचे 'Diastrophism' असे नामकरणही केले गेले. परंतु असे कसे घडत असावे, किंवा या मागे काय कारणे असावीत या विषयीची मते किंवा मांडल्या गेलेल्या उपपत्ती केवळ अद्‌भुत आणि अचाट अशाच होत्या.

एकोणिसाव्या शतकाच्या शेवटी 'ऑसमॉंड फिशर'ने अशीच एक तऱ्हेवाईक शक्यता मांडला पृथ्वी अस्तित्वात येत असतानाच्या अगदी सुरुवातीच्या काळात तिचा स्वत:भोवतीचा भ्रमणाचा वेग खूपच जास्त असला पाहिजे आणि त्यामुळे पृथ्वीचा एक तुकडा उडून तो कालांतराने चंद्र झाला असला पाहिजे आणि त्या जागी जो खड्डा पडला असेल तेथे पॅसिफिक महासागर निर्माण झाला असला पाहिजे. फिशरने हीच कल्पना आणखी पुढे नेत असा अंदाज केला की अतिप्रचंड भाग

पृथ्वीपासून तुटून वेगळा झाल्यामुळे, मागे राहिलेल्या ग्रॅनाइटच्या गाभ्यावर प्रचंड प्रमाणात दबाव वाढून मोठ्या प्रमाणात त्याच्या झालेल्या मोडतोडीतून निरनिराळी खंडे, भूभाग निर्माण झाले असले पाहिजेत आणि पृथ्वी थंड होण्याच्या क्रियेदरम्यान मोठ्या प्रमाणात झालेल्या ज्वालामुखींच्या उद्रेकातून पृथ्वीवर पर्वत तयार झाले असले पाहिजेत. फिशरने मांडलेला हा विचार नक्कीच कल्पनारम्य होता, परंतु वैज्ञानिक जगताने त्याची फारशी दखल घेतली नाही.

'फ्रँक बर्सले टेलर' या अमेरिकनाने सन १९०८ मध्ये आणखी एक विचार मांडला 'ध्रुवीय प्रदेशाकडून खूप मोठ्या प्रमाणात भूभाग विषुववृत्ताच्या दिशेने सरकल्यामुळे हे निरनिराळे खंड तयार झाले असावेत.' ग्रॅनाइट आणि इतर प्रकारचे खनिज दगड लाव्हा स्वरूपामध्ये वाहून जाऊ शकत असल्यामुळे त्या प्रक्रियेतून पर्वतांची निर्मिती झाली असावी आणि मागे जी पोकळी निर्माण झाली असली पाहिजे त्यातून समुद्र तयार झाले असावेत. हे भूभाग ध्रुवीय प्रदेशातून विषुववृत्ताकडे सरकण्यामागचे कारण देताना टेलरने असा विचार मांडला की हे भूभाग विषुववृत्ताच्या दिशेने चंद्राच्या गुरुत्वाकर्षणामुळे आणि त्यातून निर्माण होणाऱ्या ओढीमुळे सरकले असले पाहिजेत. परंतु या क्रियेसाठी चंद्राच्या गुरुत्वाकर्षणाची एवढी जबरदस्त ताकद लागली असती की त्यामुळे लाखो वर्षांपूर्वीच पृथ्वी स्वत:भोवती फिरायची थांबली असती. पृथ्वीवरील भूभाग किंवा खंड हे आडवे / उभे कसेही सरकू शकतात ही टेलरने मांडलेली कल्पनाच अतिरंजित होती आणि लवकरच ती विस्मृतीत गेली.

त्याऐवजी पृथ्वीच्या उत्पत्ती आणि आजच्या स्वरूपाबाबत मांडली गेलेली 'आकुंचन संकल्पना' (Contraction Theory) ही मोठ्या प्रमाणावर स्वीकारली गेली, मान्यता पावली. ही संकल्पना 'जेम्स ड्वाइट डाना' या भूगर्भशास्त्रज्ञाच्या डोक्यातून आली. सन १८७३ मध्ये या संकल्पनेवर त्याने अनेक शोधनिबंध प्रसिद्ध केले. निरनिराळ्या खाणींमध्ये काम करणाऱ्या कामगारांना भूगर्भामध्ये एकूणच गरम वातावरण म्हणजे उष्ण हवा, उष्ण खडक इ. अनुभवास येते. याचाच अर्थ उत्पत्तीच्या वेळी पृथ्वी हा तप्त धातुरसाचा गोळा असला पाहिजे जो कालांतराने थंड होत गेला, या साध्या अनुभवावरून त्याने हा विचार मांडला. पृथ्वीचा अंतर्भाग द्रवरूप असल्याने आणि कालांतराने तो हळूहळू थंड होत गेल्यामुळे, साहजिकच मोठ्या प्रमाणावर आकुंचित झाला असणार आणि त्यामुळे निर्माण झालेल्या पोकळीमध्ये बाहेरील थंड झालेल्या भूपृष्ठीय कवचातील दगडांमध्ये, भुपृष्ठावर घड्या पडून, भेगा पडून तो भाग आत पोकळीमध्ये ओढला गेला असणार - उदाहरणच जर द्यायचे झाले तर त्या काळातील एका शालेय पुस्तकात दिलेलेच उदाहरण देता येईल खूप दिवस ठेवलेल्या सफरचंदाच्या आतील गरामधील आर्द्रता, ओलावा कमी झाल्यावर वरील साल सुरकुतून तिला घड्या पडतात आणि

ती आत ओढली जाते आणि सफरचंद आक्रसते हे आपण बघतोच. तसेच काहीसे पृथ्वीच्या बाबतीतही झाले असावे.

प्रसिद्ध ऑस्ट्रियन भूगर्भशास्त्रज्ञ 'एडवर्ड सुएस्स'नेपण हीच संकल्पना मांडली, पण जरा कमी सफाईदारपणे. त्याचे म्हणणे असे की, 'आत्ता आपण जे बघतो आहोत ती पृथ्वीची झालेली पडझड आहे.' आणि पृथ्वीच्या पृष्ठभागाच्या खचण्याचा संबंध त्याने भूकंपांशी जोडला. परंतु सन १९१२ मध्ये, ज्या वेळी मोठ्या प्रमाणात शोधमोहीम दक्षिणकडे निघाल्या होत्या, वैज्ञानिकांच्या मोठ्या गटाने 'आकुंचन संकल्पनेला' मोठ्या प्रमाणात मान्यता दिली होती. ती एक नक्कीच चांगली संकल्पना होती परंतु पूर्णत: चुकीची होती.

पृथ्वीचा गोळा थंड होण्याच्या प्रक्रियेच्या काळात भूपृष्ठावर अनेक उत्पात घडले असणार हे अगदी उघड आहे. काही शास्त्रज्ञांच्या मते अशा या उत्पाती घटनांमुळेच निरनिराळे खंड तयार झाले असण्याची शक्यता आहे. काहींमध्ये दुवे सांधले गेले असण्याची तर काहींमधील दुवे नष्ट झाले असण्याची शक्यता आहे, त्याचप्रमाणे दक्षिण गोलार्धातील जीवसृष्टीपण विखुरली गेली असण्याची शक्यता आहे. 'रॉयल जिऑग्राफिक सोसायटी' च्या सदस्यांपुढे सन १९१४ मध्ये मॉसनने केलेल्या भाषणात सांगितल्याप्रमाणे, 'बिनपंखांच्या पोपटांच्या अस्तित्वासंबंधीच्या अफवा असोत किंवा इतर खंडातील जीवसृष्टीच्या अस्तित्वासंबंधीच्या अफवा असोत त्यावरून एकच सूचित होते की मॅक्वायर बेट म्हणजे कदाचित समुद्राच्या पोटामध्ये गायब झालेल्या दक्षिणेकडील विशाल भूप्रदेशाचा शेवटचा अवशेष असावा, दुवा असावा. इतर पुराव्यांवरूनपण असे सूचित होते की कदाचित कोणे एके काळी ऑस्ट्रेलिया आणि दक्षिण ध्रुवीय प्रदेश या दोन खंडांना जोडणारा काहीतरी दुवा नक्की असावा.''

या मोहिमेदरम्यान मॅक्वायर बेटावरील तळावर थांबलेल्या 'ऑर्थर सॉयर' या बिनतारी संदेशवाहकाने, त्याच्या डायरीमध्ये सतत जाणवणाऱ्या भूकंपाच्या झटक्यांची तारीखवार नोंद ठेवली होती. यावरून सन १९१२ मध्येपण ती प्रक्रिया चालूच होती असेच म्हणावे लागेल. गोळा केलेल्या पुराव्यांवरून दक्षिणेकडील भूभाग वेगळे होण्याची क्रिया अतिप्राचीन काळीच हळूहळू सुरू झाली असण्याची शक्यता दिसत होती. 'दक्षिण ध्रुवीय प्रदेशात आढळणारे वनस्पती आणि प्राणिजीवन बहुतांशी प्रमाणात जसेच्या तसे न्यू-झीलंडमध्येपण आढळते, अपवाद फक्त 'मार्सुपिअल' (Marsupial - कांगारूंप्रमाणे) प्रजातीचा.' यावरून मॉसनने असा निष्कर्ष काढला की हे भूभाग कमीतकमी एकोणीस कोटी वर्षांपूर्वीच वेगळे झाले असावेत. 'बास सामुद्रधुनीमुळे ऑस्ट्रेलिया खंड वेगळे झाले आणि अगदी अलीकडच्या काळात अशाच भूगर्भीय उलथापालथीमुळे 'टास्मानिया' आणि दक्षिण अमेरिका' हे

दोन भूभाग दक्षिण ध्रुवीय खंडापासून, मधील जोडणारे दुवे गायब झाल्यामुळे वेगळे झाले.' याच शोधकार्यासाठी डेव्हिस 'अरोरा' जहाज घेऊन दक्षिणेकडील समुद्रांमध्ये, निरनिराळ्या ठिकाणी समुद्राची खोली मोजून पुरावे गोळा करण्याचे काम करणार होता.

ब्रुसने जर्मन मोहिमेला ज्याप्रमाणे खुलेपणाने मदत केली, त्याचप्रमाणे त्याने त्याच्या स्वत:च्या 'स्कॉटिया' जहाजावरील शास्त्रीय उपकरणे आणि इतर काही गोष्टी ऑस्ट्रेलेशियन मोहिमेला देऊन मदत केली. त्याने दिलेले सर्वांत महत्त्वाचे उपकरण म्हणजे, जहाजाच्या पुढील भागात बसवण्यासाठी 'खोली मोजण्याचे ल्युकास यंत्र'. एखादी जागा निवडल्यावर जहाज तिथे थांबवून, नंतर धातूच्या तारेला बांधलेली एक किंवा एकापेक्षा जास्तसुद्धा वजने जहाजाच्या बाजूने पाण्यात सोडली जातात, धातूच्या तारेच्या सैल पडण्यावरून किंवा लुळे पडण्यावरून वजन समुद्रतळावर टेकले आहे हे कळते. या ल्युकास यंत्राचे वैशिष्ट्य म्हणजे धातूची तार ज्या चक्राला गुंडाळलेली असते त्या चक्राच्या फिरण्यावरून, त्यावर लिहिलेल्या आकड्यांच्या मदतीने, त्या ठिकाणच्या समुद्राची, अकरा हजार मीटरपर्यंतची अचूक खोली मोजण्यास मदत होते.

दक्षिणेकडील समुद्राचा अभ्यास करण्यासाठी ऑस्ट्रेलेशियन मोहिमेने समुद्रातील काही महत्त्वाच्या ठिकाणांची निवड केली होती. त्यांनी टास्मानियाच्या दक्षिण-पश्चिमेला एके काळी असलेल्या आणि आता समुद्रामध्ये बुडालेल्या 'रॉयल कंपनी' बेटांची खासकरून निवड केली होती. आधीच्या शॅकल्टनच्या 'निमरॉड' मोहिमेदरम्यान पण आधी जेव्हा डेव्हिसने त्या बेटांचा शोध घेण्याचा प्रयत्न केला होता, तेव्हा त्याला यश मिळाले नव्हते. परत एकदा तिथे कुठेही 'भूभागाचा मागमूस नव्हता' आणि ल्युकास यंत्राच्या साहाय्याने केलेल्या पाहणीतूनही त्या भागामध्ये कोठे समुद्रात बुडालेला भूभाग किंवा सेतू असण्याची चिन्हे दिसत नव्हती.

मॅक्वायर बेटावर पोहोचल्यावर तेथे असलेल्या सदस्यांमध्ये सर्व काही आलबेल नसल्याचे बघून डेव्हिसला आश्चर्य वाटले नाही. 'आइन्सवर्थ'च्या 'नेतेगिरीला' सर्व जण वैतागले होते आणि त्यांच्यामध्ये धुसफूसी चालू होत्या आणि काही वेळा तर गोष्टी हातघाईवरपण आल्या होत्या. 'अरोरा' जहाजावरून आणलेली रसद व इतर मदत तिथे पोहोचल्यावर तेथील वातावरण जरा मोकळे झाले, परंतु तात्पुरतेच. त्या बेटाच्या आजूबाजूला समुद्रतळ शोधण्याचा डेव्हिसने खूप प्रयत्न केला, परंतु बेटापासून थोड्याच अंतरावर, सर्व दिशांना, समुद्राची खोली एकदम वाढलेली असल्याचे त्याला आढळून आले. त्याच्या वाट्याला निराशाच आली, कारण कुठेही त्याला समुद्रात बुडालेला भूभाग आढळून आला नाही.

आणि दिनांक १५ नोव्हेंबर १९१२, रोजी डेव्हिसने त्याच्या डायरीमध्ये नोंद केली 'सकाळचे पाच वाजले होते, वारा सुटला होता आणि अचानक ७९२ फॅदम

(अंदाजे पंधराशे मीटर) खोलीवर वजन कशाला तरी टेकल्यामुळे त्याची धातूची तार सैल पडली. मला आश्चर्य तर वाटलेच, परंतु वजन सुटून पडले तर नसेल अशी शंका आली म्हणून मी आणखी एक वजन खाली सोडले ते ७९४ फॅदम एवढ्या खोलीवर गेल्यावर धातूची तार सैल पडली. आता आम्ही काहीतरी सापडल्याचा, शोधल्याचा दावा करू शकत होतो. तिथे एखादा बुडालेला भूभाग किंवा खंडांना जोडणारा एखादा सेतू असण्याची दाट शक्यता होती. आता आणखी काही अंतरापर्यंत शोध घेण्याची गरज होती.

डेव्हिसला आशा होती 'ऑस्ट्रेलिया आणि दक्षिण ध्रुवीय प्रदेश यांना जोडणाऱ्या भूभागाच्या, सेतूच्या अस्तित्वाचा पुरावा किंवा त्याला, कमीतकमी पुष्टी मिळण्याची शक्यता आता निर्माण झाली होती.' परंतु त्यांच्या आशेवर लवकरच पाणी पडले. त्या भागातील समुद्राचा तुलनात्मक उथळपणा फार अंतरापर्यंत राहिला नाही, तर तो तेवढ्याच भागापुरता मर्यादित असलेला आढळून आले. नंतर त्याने या भागाचे नामकरण 'मिल राइज' असे केले. परंतु नंतर तो भाग 'साउथ टास्मन राइज' म्हणून ओळखला जाऊ लागला. या शोधाची माहिती 'रॉयल जिऑग्राफिक सोसायटी'ला देताना, त्याला सापडलेला हा प्रदेश खरोखरच एक भूभाग होता की खंडांना जोडणारा सेतू होता यावर निर्णय करण्याची जबाबदारी डेव्हिसने त्यांच्यावर सोडली.

'ॲडले' भूभागावर हिवाळी तळाची उभारणी करताना लवकरच लक्षात आले की तेथील असलेले सततचे वादळी हवामान ही तेथील नित्याचीच गोष्ट होती. त्या ठिकाणच्या अशा सततच्या वादळी हवामानाबद्दल तोपर्यंत कुणीही नमूद केले नव्हते. नॉर्वेजियन साहसवीर 'ब्रोर्चग्रेव्हिंक'ने 'केप अडेर' येथे अनुभवास आलेल्या 'भीतिदायक वेगवान वाऱ्यां'विषयी लिहिले होते. तेथील वाऱ्याचा सर्वसाधारण वेग ताशी साठ किमी.पेक्षा जास्तच असायचा, परंतु 'केप डेनिसन' येथील वादळी परिस्थिती आणखी खराब होती.

शास्त्रीय प्रयोगांसाठी, निरीक्षणांसाठी त्यांच्याजवळ असलेले 'ॲनिमोमीटर्स' (वाऱ्याचा वेग मोजण्यासाठी वापरतात) व्यवस्थित काम करणे अत्यंत महत्त्वाचे होते, परंतु तेथील परिस्थितीमध्ये ते वारंवार दगा देत होते. वेगवान वाऱ्यांमुळे ॲनिमोमीटरचे वरील फिरणारे भाग उडून जात होते, तर अतिथंड तापमानात ते गोठत होते, घट्ट होत होते. अशा परिस्थितीत मार्ग काढत, अतिवेगवान वाऱ्याची क्षमता मोजणारे एक नवीन यंत्र, 'पफोमीटर' (Puffometer) मॉसनने विकसित केले. यामध्ये त्याने एका खांबावर वरच्या टोकाला एक दोऱ्याला बांधलेला ॲल्युमिनिअमचा बॉल टांगला आणि अर्थातच वाऱ्यामुळे तो सतत हवेत उडत, तरंगत राहत होता. तो बॉल एका स्प्रिंगला जोडलेला होता. वाऱ्याच्या वेगाच्या

प्रमाणात त्या बॉलच्या उडण्यामुळे ती स्प्रिंगपण कमी-जास्त प्रमाणात ताणली जात होती आणि त्या ताणाचा आलेख एका लाकडी पेटीत ठेवलेल्या कागदाच्या भेंडोळ्यावर रेखाटला जाण्याची सोय होती.

वादळी वाऱ्यामध्ये हा 'पफोमीटर' एखादा तास झोपडीबाहेर ठेवला जाई. त्यावरून असे निदर्शनास आले की सर्वसाधारणपणे तिथे वाऱ्याचा वेग ताशी दीडशे ते एकशेऐंशी मैल (२४० ते २८० किमी.) इतका असे आणि सर्वसाधारणपणे तिथे ताशी सत्तर किमी. वेगाने वारे नेहमीच वाहत असत आणि उणे १४ अंश से. इतक्या कमी तापमानामध्ये, तो बर्फावरून आलेला वारा, विंडचील (Windchill)मुळे उणे ४० अंश से. इतका कमी तापमानाचा भासायचा. एका हिवाळ्याच्या मोसमात, बारा तासांच्या अवधीत वाऱ्याचा वेग सर्वसाधारणपणे सतत ताशी १४३ किमी. इतका होता. म्हणजे वादळी वाराच होता, त्या परिस्थितीचे 'लॅसेरॉन'ने नंतर 'बर्फाचा आगडोंब' असे वर्णन केले. ऑस्ट्रेलियाच्या आणि न्यू-झीलंडच्या साहसवीरांनी पृथ्वीच्या पाठीवरच्या सर्वांत वादळी वाऱ्याच्या प्रदेशामध्ये त्यांचा तळ उभारला होता.

हिवाळी तळ जरी उभारला होता तरी संशोधनाच्या कामासाठी तळाबाहेर येणे त्यांना भागच होते. अतिवेगवान वाऱ्यामुळे, एकदा झोपडीतून बाहेर आल्यावर, त्यांच्या चालण्यात एक वेगळेपणा आपोआपच येत होता, कारण त्या वाऱ्याच्या वेगामुळे चालताना वाऱ्याच्या दिशेशी एक विशिष्ट कोन ठेवून उड्या मारत चालल्यासारखे त्यांना चालावे लागत होते. अशा वादळी वातावरणात शास्त्रीय प्रयोग करून, निरीक्षणे घेणे, त्यांच्या नोंदी करणे इ. कठीणच नाही तर अत्यंत धोकादायक होते. तळाच्या पूर्वेला असलेल्या उंच भूभागावर उभारलेल्या 'स्टीफन्सन' पडद्यावर लावलेल्या थर्मामीटर आणि बॅरोमीटरसाठी तर ते खूपच धोकादायक होते. मोहिमेतील फोटोग्राफर 'हर्ले'ने तळाच्या परिसरातील केलेल्या छायाचित्रणामध्ये वेगवान वाऱ्यामुळे साहसवीर जमिनीवर हेलपाटत असल्याचे आणि परत परत उठण्याची धडपड करत असल्याचे दिसते. ज्या वेळी वातावरण अगदीच खराब असे अशा वेळी स्वयंचलित उपकरणांवर लक्ष ठेवण्यापलीकडे दुसरे काहीच करणे शक्य नसे आणि जेव्हा वातावरण त्या मानाने बरे असे, अशा वेळी तळाबाहेरील लाकडी खोक्यांमधील निरनिराळे आलेख काढण्यासाठी ठेवलेली, आलेख काढलेली कागदांची भेंडोळी वाऱ्यावर उडून जाणे हेपण नित्याचेच असे.

मॉसनने त्याच्या डायरीमध्ये त्याची एक आठवण लिहून ठेवली आहे ती खूप बोलकी आहे 'एके दिवशी 'पफोमीटर' बाहेर ठेवण्यासाठी मी जात असताना, वाऱ्याचा वेग एवढा प्रचंड होता की मी जमिनीवरून उचलला गेलो आणि कित्येक यार्ड दूर एका खडकावर फेकला गेलो. पफोमीटरची पूर्ण वाट लागली होती, परंतु अंगावरील जाड जाड कपड्यांमुळे मला मात्र फारशी इजा झाली नाही. त्या

वातावरणात कुणीच सुरक्षित नव्हते.'

'केप डेनिसन' येथे केलेल्या अनेक शास्त्रीय प्रयोगांपैकी, केलेल्या निरीक्षणांपैकी आणि घेतलेल्या नोंदींपैकी, मॉसनच्या मते, सर्वांत महत्त्वाची होती ती चुंबकीय निरीक्षणे आणि नोंदी.

बिनतारी अँटेनाच्या प्रभावाखाली येणार नाही, त्याचप्रमाणे तळावरील इतर लोखंडी सामानाच्या प्रभावात येणार नाही अशी, त्यांच्या तळापासून चारशे मीटर अंतरावरची एक सपाट जागा शोधून त्यांनी तेथे मॅग्नेटोग्राफ हाउसची उभारणी केली. आत्तापर्यंत सर्वांत दूर अशी उभारली गेलेली ही वैज्ञानिक प्रयोगशाळा होती.

त्या ठिकाणी जाऊन निरीक्षणे आणि नोंदी घेण्यासाठी एरिक वेब आणि त्याच्या सहकाऱ्याला - ज्या कोणाचा त्या दिवशी नंबर असेल त्याला प्रथम तळाबाहेरील परिस्थितीला तोंड देणे भाग असे. बर्फाच्या सरकण्यामुळे, प्रवाहामुळे, काही तासातच मार्गात बर्फाचा डोंगर उभा राहायचा आणि मार्गदर्शक आणि दिशादर्शक म्हणून लावलेले दोर, काही खुणा कुचकामी ठरायच्या. त्याचप्रमाणे वेगवान वाऱ्यामुळे समुद्राच्या दिशेने, खुल्या पाण्याकडे, उडून फेकले जाण्याचा धोका तर प्रत्येक क्षणी होताच. हिवाळ्यातील प्रदीर्घ रात्रींमध्ये तर या सगळ्याचे परिणाम अधिकच तीव्रतेने जाणवायचे. कित्येक वेळा त्या दोघांना, डोके खाली ठेवून हातांवर आणि गुडघ्यांवर, त्या खुणेच्या खडकाच्या दिशेने रांगत जावे लागे आणि तेथून मग धडपडत 'मॅग्नेटोग्राफ हाउस' गाठावे लागे.

परंतु कधीकधी या वाऱ्याची मदतपण व्हायची. 'वेब' त्याबद्दल एकदा विनोदाने म्हणाला होता 'मॅग्नेटोग्राफ हाउसची जर जाहिरात करायची असेल तर 'झोपडीपासून फक्त दोन मिनिटांच्या अंतरावर' अशी करता येईल, आणि हे जेव्हा वाऱ्याची मदत मिळायची, तेव्हा साहसवीरांना तिथे पोहोचायला लागणाऱ्या वेळेवरून स्पष्टच होते. कारण झोपडीतून बाहेर आल्यावर तो उडून मधील खडबडीत भाग पार करून खडकाच्या दिशेने फेकला जायचा आणि नंतर 'मॅग्नेटोग्राफ हाउस' समोरच्या सपाट बर्फावरून घसरत थेट त्या हाउसच्या दारामध्येच जाऊन पोहोचायचा.'

हवामानाची तमा न बाळगता, दररोज निरीक्षणे करण्याचे आणि नोंदी घेण्याचे काम चालू होते. त्या छोट्या 'मॅग्नेटोग्राफ हाउस'मध्ये गेल्यावर निरीक्षकाला, आतील अंधाराचा सराव होण्यासाठी काही क्षण लागायचे. नंतर 'वेब' ने सांगितल्याप्रमाणे तो चाचपडत एका मोठ्या लाकडी पेटीच्या दिशेने जायचा, जिथून दिव्याचा क्षीण उजेड यायचा, त्या मोठ्या पेटीतील तीन 'व्हेरिओमीटर्स'च्या चुंबकीय सुयांना लावलेल्या छोट्या आरशांवर त्या दिव्याचा प्रकाश केंद्रित केलेला होता. पेटीच्या दुसऱ्या कप्प्यामध्ये, घड्याळाच्या काट्यांच्या दिशेने फिरणाऱ्या, वर्तुळाकार ड्रमवर

प्रकाशाला संवेदनाक्षम असलेली फोटो फिल्म गुंडाळलेली होती आणि या दोन कप्प्यांमधील पार्टिशनला एक फट ठेवलेली होती. चुंबकीय सुयांच्या स्थितीमध्ये होणारा सुक्ष्मातिसूक्ष्म बदल, त्यांची हालचाल, त्या फटीतून जाणाऱ्या प्रकाशामुळे फोटो फिल्मवर नोंदली जायची, ती फिल्म डेव्हलप केल्यावर त्या चुंबकीय सुयांच्या आडव्या, तसेच वर आणि खाली या दिशांना झालेल्या हालचालीतून एकापाठोपाठ एक असे आलेखले गेलेले गुंतागुंतीचे चित्र मिळायचे.

मोहिमेदरम्यान 'वेब'ला त्याच्या बरोबरच्या सहकाऱ्यांबरोबर जुळवून घ्यायला खूपच त्रास झाला. त्याच्या वागणुकीमध्ये असलेल्या एक प्रकारच्या आढ्यतेखोरपणामुळे, सहकारीच नाही तर मॉसनपण त्याला टाळायचा; कारण 'वेब'ने मॉसनच्या १९०९ मधील मोहिमेदरम्यान केलेल्या चुंबकीय निरीक्षणांच्या, नोंदींच्या खरेपणाविषयीच संशय व्यक्त केला होता. त्यामुळेच मॉसनला, या तरुण वैज्ञानिकाच्या, स्लेजिंग पथकात जिथे संघभावनेची कसोटी लागते, काम करण्याच्या क्षमतेविषयीच एकंदरीत शंका होती. आणि म्हणून मॉसन त्याचा, दक्षिण चुंबकीय ध्रुवावर स्लेजिंग करत जाणाऱ्या पथकात, समावेश न करण्याचा गांभीर्याने विचार करत होता.

सन १९१२ च्या हिवाळी महिन्यात वैज्ञानिक प्रयोग, निरीक्षणे आणि नोंदी वगैरे काम चालूच राहिले, पण त्याचबरोबर मॉसनने, येणाऱ्या उन्हाळ्यात हाती घ्यायच्या संशोधनाच्या कामासंबंधी योजना / आराखडे तयार केले. काही थोड्या जणांना हिवाळी तळावर ठेवून त्याने सर्व प्रकारच्या शास्त्रीय आणि भौगोलिक अभ्यासासाठी पूर्व, दक्षिण आणि पश्चिम या दिशांना छोटे छोटे गट पाठवण्याचा निर्णय घेतला.

परंतु त्याचबरोबर तळावरील रोजच्या दैनंदिन जगण्यापासून, कामापासून तर सुटका नव्हती आणि त्याबाबतीत सर्वच जण मॉसनच्या अपेक्षांना उतरत होते असे नव्हते. एके दिवशी या ऑस्ट्रेलियन नेत्याचे 'लेस्ली व्हेटर' या न्यू-झीलंडच्या डॉक्टरसमवेत कडाक्याचे भांडण झाले. त्या दिवशी रात्रीचे जेवण तयार करण्याच्या डॉक्टरांच्या निष्फळ प्रयत्नानंतर मॉसनने एका कागदावर लिहिले 'रात्रीच्या जेवणातले सूप जळालेले आहे, खाण्यालायक नाही, पाव नाही, पुडिंग तर अगदीच खराब, फक्त पुडिंगची पावडर आणि लोणी बाकी काही नाही.' नंतर हा डॉक्टर झोपडीभोवती साठलेले बर्फ काढण्याचे काम योग्य प्रकारे करू शकला नाही म्हणून मॉसनने एक दिवस सरळच त्याला विचारले 'तू मोहिमेवर आलासच का?'

व्हेटर : असले हमाली काम करायला नाही.

मॉसन : तसे असेल तर मग तू मोहिमेवर येण्याचा मूर्खपणाच केला आहेस.

व्हेटर : तूच मूर्ख आहेस, तू माझ्या वाटेला जाऊ नकोस.

मॉसनने नंतर डायरीमध्ये लिहिले, 'त्याच्याच म्हणण्याप्रमाणे तो मोहिमेवर

त्याला अभ्यासासाठी मोकळा वेळ मिळावा म्हणून आलेला होता आणि मला वाटते तो त्याच्या तब्येतीच्या कारणासाठीपण आला असावा. हा एक प्रकारचा गुन्हाच होता.' परंतु लवकरच सर्व काही सुरळीत झाले.

हिवाळ्याच्या काळामध्ये तळावरील वास्तव्यात सर्वसाधारणपणे येणारा एकाकीपणा, बिनतारी यंत्रणेच्या निराशाजनक कामगिरीमुळे आणखीनच वाढल्यासारखा वाटला. बिनतारी यंत्रणा दिमतीला असल्यामुळे, वेगवेगळ्या तळांबरोबर संपर्क राहील, अरोरा जहाजाच्या संपर्कात राहून भविष्यातील गरजांचा अंदाज घेऊन त्याप्रमाणे पावले उचलणे सापे जाईल, त्याचप्रमाणे 'होबार्ट' बंदरातील हवामान खात्याच्या संपर्कात राहून दक्षिण ध्रुवीय प्रदेशातील हवामानाबाबत माहिती देता येईल आदी अपेक्षा तर खूप होत्या. परंतु 'केप डेनिसन' येथे उभारलेला 'रेडिओ मनोरा' सततच्या वादळी वाऱ्यांमुळे असा काही खिळखिळा झाला होता की त्यातून काही संदेश जात असतील याचीच खात्री वाटत नव्हती. रेडिओ मनोऱ्याची एरियल हवेमध्ये ठेवण्यासाठी पतंग, पत्रे, विमानाचा पंखा, फुगे इ. च्या वापराचे सर्व प्रयत्न थकले होते.

अधूनमधून दक्षिण ध्रुवीय प्रदेशातील तळावरून पाठवला गेलेला संदेश मॅक्वायर बेटापर्यंत जरूर पोहोचला. मे महिन्यात पाठवलेला एक संदेश विशेषकरून गूढ होता 'बिचाऱ्या लॅसेरॉनचे आम्हाला फार वाईट वाटते.' हा संदेश पाठवण्याच्या वेळी 'केप डेनिसन' येथील सगळ्यांचीच 'विमाने' जरा हवेमध्ये असावीत आणि एक गंमत, खोडसाळपणा म्हणून हा संदेश पाठवला गेला असावा आणि मुख्य म्हणजे हा संदेश पोहोचेल याची कोणालाही खात्री वाटली नसावी. परंतु तो संदेश इष्ट स्थळी पोहोचला होता आणि अर्थातच ज्यांना मिळाला होता त्यांची, लॅसेरॉनच्या मृत्यूबाबत हा संदेश असावा अशीच कल्पना झाली आणि त्यांनी तत्परतेने तो पुढे म्हणजे टास्मानियाला पाठवला. परंतु सुदैवाने त्यांनी या बातमीची सत्यता पडताळून बघण्याआधी जाहीर न करण्याचा निर्णय घेतला आणि मोठा अनर्थ टळला. ज्या वेळी या बातमीच्या सत्यतेची शहानिशा करण्यासाठी संदेशांची देवाणघेवाण सुरू झाली तेव्हा मोहिमेबरोबरच्या या जीवशास्त्रज्ञाला हा सगळा गोंधळ नक्की कशाबद्दल आहे हेच कळत नव्हते.

जुलै उजाडला आणि उन्हाळ्याची चाहूल लागली, तळावरील साहसवीरांच्या नीतिधैर्यात लक्षणीय बदल झाला. आता लवकरच 'केप डेनिसन' तळावरून बाहेर पडून आजूबाजूचा थोडाफार पाहिलेला बर्फाच्छादित भूभाग आता सर्वदूर भागात प्रवास करून शोधायला निघण्याच्या संधीमुळे, ती वेळ आल्यामुळे सर्वांनाच हायसे वाटले. मॉसनपण आता बाहेर पडून शोधकार्य सुरू करायला उत्सुक होता, परंतु वादळीवाऱ्याची साथ सतत असणार होती या जाणिवेने तो थोडा अस्वस्थपण होता.

कारण त्याचा निरनिराळ्या दिशांना जाणाऱ्या गटांवर काय परिणाम होईल हे सांगता येणे खरोखरच अवघड होते. मोहिमांवर निघणाऱ्या गटांनी तयारी सुरू केली. पुरेसे लोकरी कपडे जवळ आहेत ना याची परतपरत खातरजमा केली, स्लेजवरून प्रवास सोपा जावा आणि वाऱ्याचा फायदा करून घेता येण्याच्या उद्देशाने त्यासाठी शिडे तयार केली.

अतिपूर्वेकडे जाणाऱ्या गटाचे नेतृत्व स्वत: मॉसन करणार होता. या गटाचे उद्दिष्ट पठारी प्रदेशावरून 'व्हिक्टोरिया लँड'च्या दिशेने प्रवास सुरू करणे आणि हे करताना 'बोर्चग्रेव्हिंक', 'स्कॉट' आणि 'शॅकल्टन' यांनी पश्चिमेकडे शोधलेल्या प्रदेशाचा 'केप डेनिसन' बरोबर दुवा सांधण्याचा प्रयत्न करणे, मॉसनबरोबर स्विस स्कीपटू 'झेवियर मर्ट्ज' आणि ब्रिटिश सेनादलातील एक तरुण अधिकारी 'बेलग्रेव्ह निन्निस' हे होते. शॅकल्टनने खरेतर त्याच्या मोहिमेसाठी निन्निसची आधी निवड केली होती. त्याच्या तेवीस वर्षांच्या वयाच्या मानाने खूपच लहान दिसणाऱ्या या सेनादलातील अधिकाऱ्याचे 'लाडोबा' असे नाव पडले होते. त्याउलट 'मर्ट्ज'चे पहिले नाव, त्याच्याबरोबरच्या इंग्रजी बोलणाऱ्या सहकाऱ्यांना उच्चारणे जड जायचे म्हणून ते त्याला फक्त 'एक्स' नावानेच संबोधायचे. परंतु तळावरील सर्वांचाच तो लाडका होता. 'व्हिक्टोरिया लँड' च्या दिशेने जो पल्ला गाठायचा होता त्यासाठी त्यांना कुत्र्यांची मदत लागणार होती आणि 'मर्ट्ज' आणि 'निन्निस' यांनी लंडनपासूनच कुत्र्यांची देखभाल केली होती. त्यामुळे ते दोघे आपोआपच मॉसनच्या निवडीला पात्र ठरले.

अतिपूर्वेकडे जाणाऱ्या गटाने १० नोव्हेंबर १९१२ रोजी प्रस्थान ठेवले. प्रवासाला सुरुवात झाली आणि पहिले काही दिवस चांगली प्रगती केली. कुत्र्यांनी झपाट्याने अंतर कापले आणि या तिघांनी वाटेमध्ये भूस्तरीय नमुने गोळा केले, हवामानविषयक नोंदी घेतल्या आणि ते प्रवास करत असलेल्या मार्गाचा नकाशा तयार केला. दिनांक १३ डिसेंबर रोजी मर्ट्जला प्रथम जाणवले की ते धोकादायक प्रदेशातून प्रवास करत आहेत सकाळी चारच्या सुमाराला आम्ही अशा प्रदेशात आलो जेथे भूभाग खडबडीत होता, त्याला लहान-मोठ्या भेगा पडलेल्या होत्या, काही ठिकाणी लहान लहान दऱ्या होत्या. मध्येच उंचवटे होते. नंतर आम्हाला छान सपाट भूभाग लागला. त्यावरून आम्ही दुपारी १२ पर्यंत चाललो, रात्री आठच्या सुमाराला आमच्या पायाखालचा भूभाग तुटतो आहे, सरकतो आहे अशी जाणीव आम्हाला झाली. आमच्या पायाखालचे बर्फ तुटून मोकळे व्हायला लागले होते, बर्फाला तडे पडताना होणारा आवाज दूरवर तोफांचा गडगडाट चालल्यासारखा वाटत होता. माझे दोघे सहकारी चांगलेच घाबरले होते. कारण त्यांना कधीही पर्वतावरून घसरत येणाऱ्या बर्फाचा, कडेलोटाप्रमाणे खाली येणाऱ्या बर्फाचा अनुभव नव्हता.

दुसऱ्या दिवशी अनर्थ घडला. त्या तिघा जणांमध्ये मर्ट्‌ज सर्वांत पुढे होता, मध्येच त्याने मागे वळून पाहिले तर 'निन्निस' मागे नव्हता, त्याचा ठावठिकाणाच नव्हता. त्याला शोधण्यासाठी ते दोघे जण आलेल्या मार्गाने माघारी फिरले तेव्हा मॉसनला आढळून आले की 'ते आलेल्या मार्गामध्ये, बर्फामध्ये तडा जाऊन, प्रचंड मोठी घळ तयार झाली होती आणि तरुण ब्रिटिश अधिकारी त्यात दिसेनासा झाला होता. त्या दिवशी संध्याकाळी मर्ट्‌जने डायरीमध्ये लिहिले, 'प्रिय मित्र निन्निस मरण पावला आहे. हा घटनाक्रम एवढ्या जलद घडला की विश्वासच बसत नव्हता. १५० फूट (पंचेचाळीस मीटर्स) खोल त्या घळीमध्ये निन्निसच्या स्लेजचे टोक दिसत होते, कुत्र्यांच्या कण्हण्याचा आवाज येत होता. दुसरा कोणताही आवाज नव्हता निन्निसला क्षणार्धात मृत्यू आला असावा. आम्ही दोराला वजन बांधून ते खाली सोडले, त्या कुत्र्याला ते लागल्याचेपण आम्ही पाहिले. परंतु कुत्र्याने काही हालचाल केली नाही याचा अर्थ तोही मेला होता.' निन्निसच्या बरोबर त्याच्या स्लेजवर असलेली सर्व रसद आम्ही गमावली होती, सहा उत्तम कुत्रे गेले होते. आता आमच्याजवळ दोन स्लेजवर मिळून फक्त दहा दिवसांची रसद होती, आम्ही त्या वेळी तळापासून ५०६ किमी. दूर होतो. (निन्निस मृत्यू १३-१२-१९१२)

निन्निसचा मृत्यू टळू शकला असता. त्या ब्रिटिश सैनिकाने फिनेस्को बुटांऐवजी जर 'स्की' वापरल्या असत्या तर त्याचे वजन सम प्रमाणात विभागले गेले असते आणि त्या घळीवरील बर्फाच्या पुलावरून तो कदाचित येऊ शकला असता किंवा पडताना तरी कोठेतरी मध्येच अडकला असता.

त्यांच्याजवळ आता दीड आठवडा पुरेल एवढीच रसद शिल्लक होती आणि आत्ताच्या ठिकाणी येण्यासाठी त्यांना पस्तीस दिवस लागले होते. मर्ट्‌जच्या बरबेरी पँटची पुरती वाट लागली होती याचे मॉसनला दुःख वाटत होते 'त्यामुळे त्यानंतर मर्ट्‌जवर लोकरी अंतर्वस्त्रांवर राहण्याशिवाय गत्यंतरच नव्हते. त्यांच्याबरोबर असलेल्या, वाचलेल्या, सहा कुत्र्यांची परिस्थितीपण कठीणच होती. कारण खरा धोका पुढच्या स्लेजला असतो असे गृहीत धरून चांगले कुत्रे मागच्या स्लेजला जोडले होते.' आता तळापासून जवळजवळ पाचशे किमी.पेक्षाही जास्त अंतर आल्यावर आणि परतीचा तितकाच म्हणजे जवळजवळ महिन्याभराचा प्रवास असताना, या दोन साहसवीरांनी त्या बर्फाच्छादित थडग्याकडे पाठ फिरवली आणि तळाच्या दिशेने प्रवास सुरू केला. सुटकेची फारच अंधूक आशा होती.

परतीच्या प्रवासामध्ये रसदीची चांगलीच कमतरता असल्यामुळे, त्यांच्याजवळील काही कुत्रे मारून खाण्याशिवाय त्यांना गत्यंतरच उरले नव्हते. मर्ट्‌ज हा पक्का शाकाहारी होता आणि त्याला ते वातड आणि वास येणारे कुत्र्याचे मांस खाणे कठीणच होऊन बसले होते. २९ डिसेंबर रोजी त्याने त्याच्या डायरीमध्ये नोंद केली,

'माझा शेवटचा आवडता कुत्रा 'जिंजर' आम्ही मारला आणि त्याचे तुकडे केले. त्याचा काही भाग शिजवला. आमच्या तंबूमध्ये प्रायमस स्टो जर एका तासापेक्षा जास्त काळ चालू ठेवला तर पाऊस पडायला लागतो... तंबू खूपच लहान आहे, एक माणूस जेमतेम हालचाल करू शकतो, दुसऱ्याला अंग चोरून कोपऱ्यात बसावे लागते. आज सकाळी कुत्र्याचे मांस शिजवण्यासाठी मी एक तास लवकर उठलो कारण शिजवल्याशिवाय ते खाणं अशक्यच आहे.'

त्यांनी कसाबसा प्रवास चालू ठेवला, दोघांनाही दम लागण्याने आणि चक्कर येण्याने सतावले होते. मॉसनच्या सहकाऱ्याची परिस्थिती खूपच गंभीर बनली होती. त्याला जुलाबाने बेजार केले. त्यातच नैराश्येचे झटके येऊ लागले, अंगाची कातडी सैल होऊ लागली आणि शेवटी वेडाचे झटके येऊ लागण्याने, परिस्थिती आणखीनच गंभीर बनली. त्याच्या शरीरामध्ये 'अ' जीवनसत्त्वाचे 'विष' वेगाने भिनल्यामुळे त्याची प्रकृती ढासळली असण्याची शक्यता होती. आणि हे विष कुत्र्याचे यकृत खाल्ल्यामुळे भिनले असावे, कारण कुत्र्याच्या यकृतामध्ये 'अ' जीवनसत्त्व हे अतिप्रमाणात आढळते. मर्ट्‌जच्या डायरीतील शेवटच्या नोंदीतील शेवटची ओळ होती, 'हे कुत्र्याचे मांस माझ्या प्रकृतीला मानवत नाहीये कारण काल मला कसेतरीच होत होते.' त्याला आलेल्या शेवटच्या वेडाच्या झटक्यात त्याने त्याच्याच एका बोटाचा लचका तोडला आणि परत कधीही न उठण्यासाठी तो बर्फावर कोसळला. (मर्ट्‌जचा मृत्यू - ८-१-१९१३)

दोन सहकारी गमावण्याचा मॉसनला मोठाच धक्का बसला आणि सततच्या वाढत जाणाऱ्या वाऱ्याच्या वेगामुळे, या ऑस्ट्रेलियन साहसवीराला त्याच्या सहकाऱ्याच्या थडग्यापाशी तीन दिवस थांबून राहणे भाग पडले. या काळात त्याला नैराश्याने घेरले. 'आता मी जिवंतपणी कोणत्याही इतर मदतीपर्यंत पोहोचण्याची शक्यता नसल्यामुळे मला मनापासून दुःख होते आहे की, प्रवासादरम्यान पाहिलेल्या ३०० किमी. लांबीच्या किनारपट्टीचा अभ्यास करणे तसेच ग्लॅशियर आणि बर्फाच्या प्रकारांवर, रचनांवर सविस्तर नोंदी करणे इ. जे मी करण्याचे ठरवले होते, त्यांपैकी काहीही आता मी करू शकणार नाही.' परंतु तो हाडाचा वैज्ञानिक होता. नंतर दोनच दिवसांमध्ये मॉसनने स्वतःला सावरले आणि त्याने नव्या निर्धाराने प्रवास सुरू केला. त्याला हताश होऊन चालणारच नव्हते. कारण त्याला त्याच्या सहकाऱ्यांसाठी, त्याला पाठिंबा देणाऱ्यांसाठी आणि सर्वांत महत्त्वाचे म्हणजे त्याच्या भावी पत्नी 'पॅक्वीटा'साठी तरी त्याला काही भव्यदिव्य करून दाखवायचे होते.

मॉसनने मर्ट्‌जच्या अंतिम ठिकाणाची अचूक माहिती डायरीमध्ये नोंदवून ठेवली. त्याचेपण या प्रयत्नात कदाचित मरण ओढवले तर कमीतकमी त्या दोघांचा शोध लागण्यास आणि त्यांच्यावर यथायोग्य अंतिम संस्कार होण्यास मदत व्हावी

हाच या मागचा उद्देश होता. त्या संपूर्ण घटनेबद्दल काही ठिकाणी असेही सूचित केले गेले आहे की या ऑस्ट्रेलियन साहसवीराने त्या निकराच्या प्रसंगी, जीवन-मरणाशी झगडताना, त्याच्या सहकाऱ्याचे मांसपण खाल्ले असावे. परंतु ते पूर्णपणे असंभवनीय वाटते. मॉसनने त्याला ओढाव्या लागणाऱ्या सामानात काटछाट केली. स्लेज तोडून निम्मे केले, काढलेले फोटो तेथेच टाकून दिले, शेवटचे उरलेले कुत्र्याचे मांस शिजवले, आता जे काही वजन उरले होते ते फक्त केरोसिनचे होते. स्लेजवर भांडे ठेवून आणि त्यामध्ये बर्फ ठेवून त्याच्या वितळण्याने होणाऱ्या पाण्यात त्याने तहान भागवायचे ठरवले.

पुढील दोन आठवड्यांच्या काळात, 'हिंट्स टू ट्रॅव्हलर्स' आणि 'नॉटिकल अल्मनॅक' या पुस्तकातून फाडलेल्या नकाशाच्या पानांच्या आधारे मार्ग शोधत त्याने तळ गाठला. तो परतला तेव्हा शारीरिक आणि मानसिक दृष्ट्या पूर्णपणे थकलेला आणि खचलेला होता. त्याने त्याच्या डायरीमध्ये लिहिले, 'त्याचे शरीर आता कुजण्याच्या बेतात आहे, परंतु नशीब - देव - त्याच्याबरोबर आहे, १७ जानेवारी रोजी अर्धे अंतर पार केलेले असताना, ज्या ठिकाणचे नंतर 'मर्ट्ज ग्लॅशियर' असे नामकरण केले गेले, तिथे मॉसन पाच मीटर खोल घळीमध्ये पडला. परंतु सुदैवाने त्याने स्वत:ला दोराने स्लेजला बांधून घेतलेले असल्यामुळे तो बर्फामध्ये पाचर मारल्याप्रमाणे रुतून बसला.

आता कोणत्याही क्षणी स्लेज आपल्या मागोमाग येणार या अपेक्षेने तो वाट बघायला लागला, 'माझ्या डोक्यात स्लेजवर शिल्लक असलेल्या रसदीबद्दल विचार येऊन गेला आणि स्लेजची घसरण जशी थांबली तसे मला वाटले नशीब अजून मला एक संधी देते आहे. परंतु ही संधी काही खरी वाटत नव्हती. कारण बांधलेला दोर घळीच्या कडेवर, कंगोऱ्यावर घासत होता, माझ्या बोटांची टोके कामातून गेली होती, आणि अंगात अजिबात त्राण उरले नव्हते. परंतु नशीब माझ्या बाजूला आहे या विश्वासावर मी प्रयत्न करायचे ठरवले, हळूहळू वर यायचा प्रय़त्न करत, परत परत खाली घसरत, शेवटी मी वर आलो. वरती आल्यावर मी नशिबाचे मनापासून आभार मानले. आधीच त्याने मला बरेच वेळा साथ दिली होती.' त्या जीवघेण्या अवस्थेमध्ये मॉसनच्या डोक्यात आत्महत्येचा विचारपण येऊन गेला, परंतु त्याला भीती होती की त्या प्रयत्नात 'तो एखाद्या कड्यावर दीर्घ काळ पडून राहील आणि मृत्यूपण लवकर येणार नाही.' त्या घळीतून वर यायला त्याला एकूण साडेचार तास लागले.

मॉसनने परिस्थितीशी झगडत पुढचा प्रवास सुरू केला. परंतु पुढचा प्रवास सुरू करण्याआधी त्याने दोराची एक शिडी तयार केली, पुढच्या एखाद्या अशाच प्रसंगाला तोंड देण्यासाठी त्याला आता अतिश्रमामुळे, उपासमारीमुळे आणि कुत्र्याचे मांस आणि खासकरून यकृत खाल्ल्यामुळे त्याला आता अति 'अ' जीवनसत्त्वामुळे

विषाची बाधा झाली होती आणि त्यामुळे अनेक प्रकारचे त्रास सुरू झाले होते. सगळ्यात भयानक प्रकार म्हणजे त्याच्या पायाचे तळवे सुटून लोंबायला लागले होते आणि प्राण्यांच्या चरबीच्या साहाय्याने तो ते बांधून ठेवत होता. त्या वेळच्या त्याच्या डायरीमधील नोंदी धक्कादायक आहेत, परंतु काहीशा संयमितपणे लिहिलेल्या आहेत 'माझ्या दोन्ही हातांची कातडी मोठ्या प्रमाणावर गळून पडली आहे, त्यामुळे हात हुळहुळे आणि फार संवेदनाक्षम झाले आहेत आणि तो एक मोठाच त्रास आहे.' काही नोंदी करताना तशाही परिस्थितीत त्याने विनोदबुद्धी दाखवली आहे— 'गेले दोन-तीन दिवस मूठ मूठभर माझे केस गळताहेत, रेनडियर प्राण्याचे नवीन केस येण्यापूर्वी जसे जुने केस गळतात तसेच काहीसे झाले आहे.'

सर्व प्रकारचे त्रास आणि व्याधींना तोंड देत त्याचा प्रवास चालूच होता आणि हवामानाच्या नोंदी घेण्याचे कामपण चालूच होते. दररोज तो वाऱ्याच्या दिशेची, वेगाची नोंद करत होता आणि स्थानिक भूभागाच्या संदर्भात त्यावर काही भाष्यपण करत होता. परत दुसऱ्यांदा बर्फातील घळीमध्ये पडल्यानंतर, ज्या वेळी त्याच्या जीवावरच बेतले होते, त्याने डायरीमध्ये लिहिले 'जसा सूर्य वर आला तसा वाऱ्याचा वेग मंदावला. ग्लॅशियर दरीचा वाऱ्याच्या दिशेवर काही परिणाम होत असावा असा निष्कर्ष काढायला वाव आहे. येथे दरीच्या मध्यभागी वारा रात्रीच्या वेळी खालच्या दिशेने येतो आणि दरीच्या दोन्ही बाजूंवरून तो परावर्तित होतो.' त्याच्या या नित्याच्या कार्यक्रमामुळे त्याही परिस्थितीत तग धरून राहण्यासाठी त्याला बळ मिळाले हे नक्की.

दोन आठवड्यांनंतर आणि मुख्य तळापासून फक्त सत्तेचाळीस किमी.वर असताना मॉसनला दगडांचा, मुद्दाम रचलेला ढीग आढळून आला. तो दगडांचा ढीग, मोहिमेचा प्रमुख डॉक्टर आर्चिबाल्ड मॅकलीन याच्या नेतृत्वाखालील गटाने काही तासांपूर्वीच उभारलेला होता. त्या दगडांच्या ढिगाऱ्यामध्ये रसद ठेवलेली त्याला आढळली आणि २९ जानेवारी १९१३ रोजी लिहिलेली एक चिट्ठी मिळाली. त्या चिट्ठीमध्ये, त्या ठिकाणाचे नकाशावरील स्थान, इतर सर्व गट तळावर सुखरूप परतल्याची, आणि पंधरा दिवसांपूर्वीच 'अरोरा' किनाऱ्यावर येऊन उभे असल्याची माहिती दिली होती. ही स्वप्नवतच वाटावी अशी घटना होती - हा एक घराशी जोडणारा दुवा होता, जीव वाचण्याची आशा होती आणि मोठीच धैर्य वाढवणारी गोष्ट होती. त्याने परत परत क्षितिज न्याहाळून शोध घेण्याचा प्रयत्न केला. दृष्टिपथात कोणीही नव्हते.

मॉसन आता कमालीचा अशक्त झाला होता. मनात कुठेतरी आशेची धुगधुगी होती. परंतु पुढे गेलेल्या त्या तीन साहसवीरांना गाठण्याइतपत त्राणही त्याच्या शरीरात उरले नव्हते. त्या दिवसातील त्याच्या डायरीमधील नोंदी अतिसंयमितपणे

केलेल्या आढळतात. 'मी आज सकाळी मॅकलीन आणि त्याच्या सहकाऱ्यांना गाठू शकलो नाही, माझी मलाच दया येते.' मॉसनने होते नव्हते ते त्राण गोळा केले आणि प्रवास चालू ठेवला, तीन दिवसांनी तो एका ग्लॅशियरच्या वरच्या टोकावर असलेल्या - रसद साठवण्यासाठी तयार केलेल्या बर्फातील गुहेतील अल्लाउद्दीन गुहा - डेपोपाशी पोहोचला. या उंचीवरून केप डेनिसन दृष्टीच्या टप्प्यात येत होते. गुहेमध्ये खाद्यपदार्थांची अगदी रेलचेल होती, संत्री होती, अननस होते - ज्याला वर्षभरात ताजे फळ खायलाच काय पण बघायलाही मिळाले नव्हते, अशासाठी ते दृश्य वर्णनातीत होते.

त्याने तिथेच रात्र काढली. दुसऱ्या दिवशी ग्लॅशियरवरून सुरक्षित उतरण्यासाठी धातूची काटेरी फ्रेम बुटांवर चढवली आणि तो पुढील प्रवासासाठी सज्ज झाला, तोच एकाएकी हवामान बदलले आणि परत एकदा जोरदार वादळी हवामानामुळे त्याला आठवडाभर अडवून पडावे लागले. शेवटी वाऱ्याचा वेग जेव्हा थोडा मंदावला तेव्हा मॉसनने धोका पत्करून पुढील प्रवास सुरू करण्याचे ठरवले. 'केप डेनिसन' सोडल्यापासून तो तीन महिन्यांनी परतत होता आणि त्याच्या स्वागतासाठी दूर क्षितिजावर एक काळ्या धुराची रेषा उमटलेली त्याने पाहिली. त्याच दिवशी सकाळी अरोरा जहाजाने किनारा सोडला होता.

अरोरा जहाज जेव्हा कॉमनवेल्थ बंदराला लागले तेव्हा डेव्हिसच्या मनात अतिपूर्वेकडे गेलेल्या तिघांचाच विचार प्रामुख्याने होता. विचारांची जागा आता चिंतेने घेतली होती. मॉसनच्या कागदपत्रांमध्ये त्याला घाईघाईने सूचनावजा काही मजकूर लिहिलेली एक चिठ्ठी सापडली. त्या चिठ्ठीप्रमाणे ते 'केप डेनिसन'ला १५ जानेवारी १९१३ पर्यंत परतणार होते. म्हणजे खरेतर ते केव्हाच यायला पाहिजे होते.

डेव्हिसने परिस्थिती ओळखली आणि ताबडतोब सर्व सूत्रे स्वत:कडे घेतली. डेव्हिसने बर्फाच्छादित भूभागावर कुठे काही माणसांच्या अस्तित्वाच्या खाणाखुणा दिसताहेत का हे बघत किनारपट्टीजवळूनच प्रवास सुरू ठेवला. लक्ष वेधून घेण्यासाठी आकाशामध्ये ट्रेसर्स उडवले, मोठा पतंग उडवला. परंतु कशाचाही काही उपयोग झाला नाही. त्याने जहाजावर मॉसनच्या शोधात, त्याच्या शेवटच्या माहीत असलेल्या ठिकाणाकडे 'मॅकलीन' च्या गटाला पाठवण्याचा विचारपण केला, 'चिंतेने आणि काळजीने मला मानसिक थकवा आला आहे. शोधपथकाला पण एखादेवेळी वाईट अनुभव येण्याची शक्यता आहे. मला आशा आहे की ते सुरक्षित असतील, इथे कड्याच्या खाली, आडोशाला, हवामान एवढे खराब आहे तर वरच्या बाजूला पठारी प्रदेशावर तर हवामान कमालीचेच खराब असेल.'

८ फेब्रुवारी उजाडला, आता यापेक्षा जास्त काळ त्याला थांबणे शक्यच नव्हते.

कारण त्याला 'वाइल्ड'च्या गटाबरोबर त्यांच्या, बहुधा तरंगत्या बर्फावर उभारलेल्या, तळाशीपण संपर्क साधायचा होता. कारण तोपर्यंत त्यांच्याकडून काहीही संदेश मिळालेला नव्हता. त्याचा अर्थ तेही कोणत्यातरी संकटामध्ये सापडले असण्याचीच शक्यता जास्त होती. आणि वेळ आलीच तर आणखी एखादे वर्ष तळावरच काढण्यासाठी आधार म्हणून वाइल्डच्या आजूबाजूला अन्नाची सोय म्हणून, प्राणिसृष्टीचेही अस्तित्व नव्हते. डेव्हिसची जबाबदारी अगदी स्पष्ट होती. हिवाळ्याची चाहूल लागली होती आणि आता त्याला निघणे भाग होते. 'केप डेनिसन'मध्ये सहा सहकारी, पुरेशी रसद आणि पुढील वर्षी परतण्याचे आश्वासन देऊन अरोरा जहाजाने किनारा सोडला.

अरोरा जहाजाने किनारा सोडल्यावर जवळजवळ लगेचच एक तातडीचा संदेश आला 'कॅप्टन डेव्हिस - अरोरा - झोपडीत सुखरूप पोहोचलो. मर्ट्ज आणि निन्निस दुर्दैवाने आता आपल्यात नाहीत. आम्हाला घेण्यासाठी परत फिरा सही - डॉ. मॉसन.' हवामानाची स्थिती क्षणाक्षणाला बिघडत होती. डेव्हिसने त्याचे जहाज कॉमनवेल्थ किनाऱ्याकडे वळवण्याचे निकराचे प्रयत्न केले, परंतु त्यांना यश आले नाही.

डेव्हिस नुसता धुसफुसत होता, त्याने डायरीमध्ये लिहिले, 'आम्हाला परत फिरायला सांगण्याची काय गरज होती? याचा अर्थ असा की आता संपूर्णपणे सुरक्षित स्थितीत असलेल्या गटासाठी आम्हाला वाइल्ड आणि त्याच्याबरोबरच्या सहकाऱ्यांना वाऱ्यावर सोडावे लागणार. मला काय करावे ते सुचेनासे झाले आहे.' मॉसनकडे आता निवारा होता, त्याच्याबरोबर सहकारी होते आणि पुढील वर्षासाठी पुरेशी रसदपण होती. आणि त्याच्या अगदी उलट परिस्थिती वाइल्ड आणि त्याच्या सहकाऱ्यांची होती. डेव्हिसला आता सर्वांत कठीण निर्णय घ्यायचा होता. त्याने त्याच्या नेत्याला आणि मित्राला मागे ठेवून जहाजाचा मोहरा परत पश्चिमेकडे वळवला.

मॉसनला आता आणखी एक हिवाळा दक्षिण ध्रुवीय प्रदेशात काढणे भाग होते. ज्या दिवशी तो 'केप डेनिसन' या तळावर परतला होता, त्या दिवशी त्याने डायरीमध्ये नोंद केली 'माझ्या प्रकृतीमध्ये खूपच उलथापालथ झाली आहे - पाय सुजले आहेत वगैरे' आणखी काही दिवसांनी 'माझे पाय आता जास्तच सुजले आहेत.' काही आठवड्यांनी तो ज्या अनुभवातून गेला होता त्याचा त्याच्या मानसिकतेवरपण परिणाम झाला असल्याचे त्याने प्रथमच मान्य केले 'मला वाटते माझ्या मज्जातंतूंची परिस्थिती फारच गंभीर आहे, माझ्या डोक्याच्या खाली, मानेत मागच्या बाजूला ज्या पद्धतीने दुखते आहे त्यावरून मला संशय आहे की लवकरच मला वेड लागेल. उघडच आहे की माझ्या मज्जातंतूंना भयंकर धक्का बसला आहे. खूप लिखाणामुळे हे सगळे बाहेर पडले आहे. मला आता अभ्यास कमी आणि व्यायाम जास्त केला पाहिजे. त्यामुळे तरी परिस्थितीत बदल होईल का हे बघावे लागेल.'

अशक्तपणा, डोकेदुखी, निराशेचे झटके येणे, झोप व्यवस्थित न येणे, मुत्राशयाचे विकार ही सगळी अति 'अ' जीवनसत्त्वाच्या विषबाधेची लक्षणे आहेत. मॉसन हा गंभीरपणे आजारी होता, शारीरिक आणि मानसिकही, त्याला सोबतीची गरज होती. अनेक वेळा तो कुणाच्यातरी मागे मागे राहायचा. कारण त्याला कुणीतरी जवळ असावे, कुणाचा तरी आधार असावा असे वाटायचे. चित्रपटातच शोभतील अशा दुर्घटना एकामागून एक पाहिल्यामुळे त्याच्या मन:स्थितीवर परिणाम झाला होता. 'एव्हरेस्ट' आणि 'दक्षिण ध्रुवीय प्रदेशातील' एक अनुभवी साहसवीर 'सर एडमंड हिलरी' यांनी मॉसन ज्या परिस्थितीतून गेला होता त्याचे वर्णन करताना म्हटले होते, 'शोधमोहिमांच्या इतिहासातील जगण्यासाठी दिलेल्या झुंजीची सर्वांत महान घटना.'

सर्वांत महान, नक्कीच होती - परंतु मोजावी लागलेली किंमतपण जबर होती : दोन मृत्यू आणि मॉसनसाठी गंभीर आजार; शिवाय प्रियजनांपासून लांब राहावे लागलेले अजून एक वर्ष. तिथे बर्फावर एक क्रॉस उभारण्यात आला आणि खाली लिहिले होते, विज्ञानाच्या प्रगतीसाठी बी.ई.एस.निन्निस आणि डॉ. एक्स मर्ट्ज यांनी येथे आत्मसमर्पण केले.'

दक्षिण ध्रुवीय प्रदेशामध्ये नाइलाजास्तव दुसरा हिवाळा काढण्याची, वेळ आल्यावर, मॉसनने दुसऱ्या दोन स्लेजिंग पथकाच्या दक्षिणेला आणि पश्चिमेला गेलेल्या पथकाच्या, उपलब्धींविषयी माहिती घेतली. सर्वांत महत्त्वाचे म्हणजे 'रॉबर्ट बाजे'ने, दक्षिण चुंबकीय ध्रुवाच्या दिशेने दक्षिणेकडे गेलेल्या गटाचे नेतृत्व केले होते आणि त्याच्या गटामध्ये 'वेब' आणि 'हर्ले' हे त्याचे सहकारी होते. जसजसे ते दक्षिणेकडे आत आत जात होते तसतसे ते प्रत्येक टप्प्यावर निरीक्षणे आणि नोंदी घेत होते आणि सन १९०९ मध्ये एजवर्थ डेव्हिडने नोंदवल्याप्रमाणेच, होकायंत्रातील सुईची हालचाल मंदावली होती, परंतु आश्चर्याची गोष्ट म्हणजे काही वेळा सुईच्या हालचालीत मोठ्या प्रमाणात बदल झाल्याचे पण जाणवत होते. एक वेळेला तर केवळ २० किमी.च्या प्रवासात सुईच्या दिशेत ९० अंशाचा फरक झालेला आढळला. त्यांनी विविध प्रकारची निरीक्षणे नोंदवली, प्रयोग केले, परंतु सुई हट्टीपणाने काटकोनातच राहिली.

खराब हवामानामुळे त्यांचा वेग मंदावला आणि त्यांच्याबरोबरची रसदपण संपत आली होती. जरी ८९ अंश ४३ मिनिटे अक्षांशांवर सुईचा खालच्या बाजूला वळण्याचा कोन सर्वांत जास्त होता तरी त्यांनी परत फिरण्याचा निर्णय घेतला. 'वेब'ने त्याच्या डायरीमध्ये लिहिले— 'आम्ही एवढे जवळ पोहोचूनपण इतके दूर होतो.' परतीच्या प्रवासादरम्यान काहीही करून ख्रिसमस साजरा करण्याच्या उत्साहात त्यांनी 'बॉब बाजे'च्या डोक्यातून आलेली एक पेयकृती प्रयोग म्हणून करायचे

ठरवले आणि एक भयंकर मद्य तयार केले 'त्यांनी पाच मनुका त्यांच्या जवळील प्रायमस स्टोमधील 'मिथीलेटेड स्पिरीट' मध्ये घालून उकळवल्या.' त्या पेयाचे नाव होते 'लडखडती पावले'. जितके भयानक ते दिसत होते तितकेच ते बेचवपण होते. ते पेय नाक आणि श्वास रोखून एका घोटातच पिण्यायोग्य होते.' त्यांचा निर्धार आणखी पक्का झाला, त्यांनी तसाच त्यांचा प्रवास चालू ठेवला. त्यांनी त्यांचे उद्दिष्ट जवळजवळ गाठले होते. परंतु वादळी आणि वाईट हवामानात आणखी एक दिवस जरी त्यांनी प्रवास केला असता तरी ते सर्वच्या सर्व मृत्युमुखी पडले असते. अतिखोल दक्षिणेकडे पोहोचल्यावर अगदी शेवटच्या क्षणी त्यांना नाइलाजाने परत फिरावे लागले होते. एवढे सगळे होऊन 'बाजे'ने आणखी एक वर्ष दक्षिण ध्रुवीय प्रदेशामध्ये काढायचे ठरवले आणि केप डेनिसन येथे त्याने चुंबकीय मोजमापे आणि नोंदी घेण्याचे काम चालूच ठेवले.

दुसऱ्या गटानेही चांगली प्रगती केली होती. पश्चिमेला गेलेल्या गटाने प्रमुख तळापासून फक्त चौदा किमी. अंतर गेल्यावर त्या कुचकामी 'हवाई ट्रॅक्टर' (विमानाचा सांगाडा) चा नाद सोडला. परंतु त्यांनी त्यांचा प्रवास चालू ठेवला आणि त्यांनी दक्षिण ध्रुवीय प्रदेशातील पहिली 'उल्का' शोधून काढली. इतर साहसवीरांनी शेकडो किमी. अंतराच्या किनारपट्टीलगतच्या प्रदेशांचे नकाशे तयार केले, भूस्तरीय नमुने गोळा केले आणि हवामानविषयक निरीक्षणे नोंदवली.

डेव्हिसने अरोराच्या मदतीने दक्षिणेकडील समुद्रात केलेल्या कामामुळे उत्तरे मिळण्याऐवजी जास्त प्रश्नच निर्माण केले. परंतु त्याने वाइल्ड आणि त्याच्या सहकाऱ्यांची, त्यांच्या त्या धोकादायक तळावरून सुखरूप सुटका केली आणि सर्वांना घेऊन जहाज ऑस्ट्रेलियाला परतले. बिनतारी यंत्रणा मुळातच समाधानकारक काम करत नसल्याचे कळल्यावर डेव्हिडने सुटकेचा नि:श्वास सोडला. म्हणूनच सगळी शांतता होती. अतिपश्चिमेकडे गेलेल्या गटाने ६५० किमी. लांबीच्या किनारपट्टीचा 'कैसर विल्हेल्म (दुसरा)' भूभाग धरून, अभ्यास करून नकाशा तयार करण्यात यश मिळवले होते. त्याचबरोबर संपूर्ण वर्षभर त्यांनी हवामानाच्या आणि चुंबकीय क्षेत्रांच्या नोंदी घेतल्या होत्या. या अतिपश्चिमेकडे गेलेल्या गटाने खासकरून खूप भरीव कामगिरी केली होती. दक्षिण ध्रुवीय प्रदेशाचे खंडात्मक स्वरूपात चित्र आता आकार घेत होते.

मॉसन मूळ तळापासून लांब असताना, 'केप डेनिसन' येथील हवामानात जेव्हा थोडीफार सुधारणा झाली, तेव्हा एक नवीन दणकट असा बिनतारी यंत्रणेचा मनोरा उभारण्यात आला आणि त्यामुळे संदेशवहनामध्ये जरा सुधारणा झाली. केप डेनिसन येथील साहसवीरांचा एक गट आणखीन एक वर्ष (हिवाळा) तेथेच राहणार असल्याची बातमी आल्यावर मॅक्वायर बेटावरील साहसवीरांनीपण एक वर्ष त्याच

बेटावर काढायचा निर्णय घेतला. त्यामुळे ठरल्या योजनेप्रमाणे, दक्षिण ध्रुवीय प्रदेश आणि ऑस्ट्रेलिया यांच्यामध्ये सतत संपर्क राहून संदेशांची देवाणघेवाण करणे सोपे होणार होते. शेवटी ॲडले भूभागावरची बिनतारी यंत्रणाही काम करायला लागली. त्यामुळे मॉसनचा बाह्य जगताशी संपर्क, अगदी त्याची प्रेयसी 'पॅक्वीटा' बरोबरही प्रस्थापित झाला होता. त्याची प्रेयसी त्याच्या बातमीची आतुरतेने वाटच बघत होती. दक्षिण ध्रुवीय प्रदेशासारख्या सुदूर आणि दुर्गम ठिकाणी असलेला साहसवीर प्रथमच आपल्या घराशी आता संपर्क करू शकत होता.

त्या बर्फाच्छादित खंडामध्ये एकदा गेलेल्या बहुतेक साहसवीरांना त्या प्रदेशाचा कंटाळा येतो, तेथील एकाकीपणामुळे अगदी तिटकारा वाटतो आणि त्या प्रदेशात परत कधीही न येण्याच्या शपथापण घेतल्या जातात. 'फ्रँक बिकर्टन' या हवाई ट्रॅक्टरच्या अभियंत्याने त्या प्रदेशामध्ये त्याने स्लेजवरून केलेल्या प्रवासावर मतप्रदर्शन केले, ते जणू प्रातिनिधिक स्वरूपाचेच होते 'हा एक अत्यंत उदासवाणा प्रदेश आहे. रिजन्ट स्ट्रीट, न्यू फॉरेस्ट, बेडफोर्ड नदी आणि डार्टमूरसारखी ठिकाणे आणि ही एक भली मोठी पोकळी हे याच जगात आहेत यावर विश्वास बसत नाही. ती सर्व ठिकाणे यापासून खूप दूर आहेत याबद्दल देवाचे आभारच मानायला पाहिजेत.' त्यानंतर 'या प्रदेशामध्ये आल्यानंतर ज्यांना कोणाला जगाच्या दुर्गम, अतिदुर्गम भागांमध्ये जाऊन नाक खुपसायचे असेल त्यांची हौस भागत असेल.' 'वेब'ने त्याचे मत नोंदवताना म्हटले "मला पुढच्या पिढ्यांना, अगदी इथे येऊन गेलेल्या साहसवीरांच्या पिढ्यांनापण, या प्रदेशात तग धरून राहण्यासाठी लागणारी शारीरिक आणि मानसिक शिस्त कितपत मानवेल याची शंकाच वाटते. हे एक पूर्णपणे वेगळेच जग आहे."

सन १८९० च्या शेवटी, दक्षिण ध्रुवीय प्रदेशातील हिवाळा प्रथमच अनुभवताना 'डी गेर्लाच' याच्या बेल्जियन मोहिमेचा फज्जा उडाला होता. तरीसुद्धा जवळजवळ सन १९१२ पर्यंत, नैसर्गिक उजेडाशिवाय दीर्घ काळ, कमी जागेमध्ये दाटीवाटीने राहणाऱ्यांच्या मानसिकतेवर होणाऱ्या परिणामांचा म्हणावा तसा मानसिकदृष्ट्या विचार, अभ्यास केला गेला नव्हता. दक्षिण ध्रुवीय प्रदेशात गेलेल्या बहुतेक मोहिमांनी शॅकल्टनच्याच विचाराचे, तत्त्वाचे अनुकरण केले - ते म्हणजे एकाकीपणा कमी करण्यासाठी स्वत:ला कशात ना कशात गुंतवून ठेवणे. स्कॉट मात्र उन्हाळ्याचा सूर्य आकाशात येण्याचे आणि सूर्यप्रकाशाचे, त्याच्या सहकाऱ्यांच्या दृष्टीने असलेले महत्त्व पूर्णपणे जाणून होता. सन १९११ जुलैमध्ये, बोलताना तो म्हणाला, 'आता उन्हाळा सुरू होतो आहे याचा मला खरोखरच अनेक कारणांसाठी आनंद वाटतो आहे. वादळी हवामान आणि त्यामुळे दिवसेंदिवस स्वस्थ बसायला लागण्याचा, फक्त तट्टूंवरच परिणाम होत नाही. सूर्यप्रकाशामुळे बहुतेक शारीरिक आणि मानसिक

व्याधी दूर पळतात.' बहुतेकांसाठी दक्षिण ध्रुवीय प्रदेशात घालवलेला काळ म्हणजे कधीही न विसरता येण्यासारखे एक शिक्षण होते. परंतु ऑस्ट्रेलेशियन मोहिमेतील एकासाठी मात्र तो अनुभव आयुष्याला कलाटणी देणारा ठरला.

'सिडने जेफ्री' हा 'अरोरा' जहाजातून 'केप डेनिसन' तळावर, बिनतारी यंत्रणेसाठी एक बदली अभियंता म्हणून आला. मॉसन, त्याचे सहकारी आणि मोहिमेसंबंधीची बित्तंबातमी बाहेरील जगापर्यंत पोहोचवण्यात त्याचा महत्त्वाचा सहभाग होता. जसजसा काळ गेला तसतसे त्याच्या वागणुकीमध्ये जाणवण्यासारखा बदल घडत गेला. कधीकधी जेफ्रीची वागणूक खूपच विचित्रपणाची असायची. त्याच्या वागणुकीमध्ये असंबद्धता आली, त्याचे सहकारी त्याच्याबद्दल बोलायला लागले. दिनांक ७ जुलै १९१३ रोजी परिस्थिती अचानक बिघडली, त्यासंबंधी मॉसनने त्याच्या डायरीमध्ये खालीलप्रमाणे नोंद केली.

> 'काल रात्री सर्व जण टेबलाभोवती बसलेले असताना अचानक जेफ्रीने मॅडिगनला दुसऱ्या खोलीत जाण्यास सांगितले आणि मारामारी करण्यासाठी आव्हान दिले. त्याचा असा समज झाला होता की मॅडिगनने त्याच्यासंबंधी काही उद्‌गार काढले होते. परंतु वास्तविक तसे काही घडले नव्हते. आज सकाळच्या न्याहारीनंतर जेव्हा मॅडिगन झोपडीतील चिंचोळ्या जागेत दिव्यामध्ये तेल भरत होता तेव्हा अचानक जेफ्री तेथे गेला आणि त्याला धक्का देऊन पाडले. पुन्हा त्याला मारामारीसाठी आव्हान दिले, त्याच्याभोवती आरडाओरडा करत नाचला आणि त्याला मारले. मॅडिगनने त्याला घट्ट पकडून ठेवले, शेवटी मला मध्यस्थी करून त्याची समजूत काढावी लागली. मॅकलीनच्या म्हणण्याप्रमाणे जेफ्रीच्या डोक्यावर परिणाम झाला आहे. मला वाटते हा सततच्या खराब हवामानाचा आणि सतत बंदिस्त वातावरणात काम केल्याचा परिणाम असावा. हा एक 'ध्रुवीय नैराश्याचा' (Polar Depression) प्रकार होता. मला वाटते उन्हाळा येताच तो बरा होईल.'

मॅकलीनने वेड्यांच्या हॉस्पिटलमध्ये काही वर्षे काम केले होते आणि त्याला जेफ्रीच्या केसमध्ये काळजी वाटण्यासारखी चिन्हे दिसत होती. १० ऑगस्ट उजाडता मॉसनलापण काही कळेनासे झाले, त्याने डायरीमध्ये नोंद केली— 'त्याचे (जेफ्रीचे) काय करावे हेच मला समजेनासे झाले आहे. मी जर त्याला काही बोललो किंवा दुसरे काही काम दिले तर त्याचा वेगळा अर्थ काढून त्याच्या या मानसिक अवस्थेमध्ये तो भलतेच संदेश पाठवून आणखी घोळ घालून ठेवायचा. इतर कोणालाही ती बिनतारी यंत्रणा वापरता येऊ नये म्हणून रोज संध्याकाळी, त्या यंत्राचा

महत्त्वाचा भाग (स्फटिक) तो काढून ठेवतो. मला खरेतर या माणसाला सोलून काढायला आवडेल, परंतु मी अजून एक दिवस वाट बघायला आणि त्याच्यात काही सुधारणा होते का हे बघायला तयार आहे.'

दिनांक ३ सप्टेंबरच्या घटनेने तर अगदी कळस केला. त्या दिवशी जेफ्री बिनतारी यंत्रणेवरून घाईघाईने एक संदेश पाठवताना आढळला. ती घटना एवढ्या जलद घडली की झोपडीमधील इतर कोणालाही तो संदेश वाचता आला नाही. ज्या वेळी त्याला खडसावून विचारले तेव्हा त्याने तो संदेश मॉसनच्या नावाने पाठवल्याचे कबूल केले— 'आमच्या बरोबरच्या पाच जणांची प्रकृती खूप बिघडली आहे, कदाचित जेफ्रीला आणि मला झोपडी सोडावी लागेल.' बिकर्टनला बिनतारी यंत्रणा हाताळण्याचा थोडाफार अनुभव होता. मॉसनने त्याला मॅक्वायर बेटावर तातडीने एक संदेश पाठवायला सांगितले 'जेफ्रीला वेड लागले आहे.' ऑस्ट्रेलियाला परतल्यावर जेफ्रीला वेड्याच्या हॉस्पिटलमध्ये उपचारांसाठी ठेवण्यात आले आणि तेथेच त्याचा मृत्यू झाला.

बिनतारी यंत्रणेच्या वापरामुळे अनेक आव्हाने उभी राहिली हे खरे होते तरी संशोधनाचे एक नवीन दालन उघडले गेले हेपण खरे आहे. बिनतारी यंत्रणेद्वारे पाठवलेले रेडिओ संदेश हे सरळ रेषेत प्रवास करतात. ते पृथ्वीच्या वक्राकार भूभागावरून जाऊ शकत नाहीत, त्या ऐवजी ते पृथ्वीच्या वातावरणाच्या अगदी वरील स्तरावरून म्हणजे भूपृष्ठाच्या जवळजवळ ६० किमी. उंचीवरून ज्याला आयनोस्फिअर असे नाव आहे परावर्तित होतात. त्या उंचीवरील अतिविरळ हवा आरशासारखे काम करते आणि तो संदेश अतिदूर क्षितिजापलीकडे पाठवण्यास मदत करते. मॉसनने या गोष्टीचा दक्षिण ध्रुवीय प्रदेशातून संदेश पाठवण्यासाठी चांगला उपयोग करून घेतला. परंतु लवकरच त्याच्या लक्षात आले की वातावरणातल्या, हवामान बदलांमुळे, बिघडण्यामुळे संदेश पाठवण्याच्या आणि योग्य ठिकाणी मिळण्याच्या दर्जामध्ये खूप फरक पडतो, म्हणजेच त्यांच्यामध्ये काहीतरी संबंध असावा.

तोपर्यंत एक गोष्ट स्पष्ट झाली होती की दक्षिण ध्रुवीय प्रदेशामध्ये कधीमधी आकाशामध्ये दिसणाऱ्या गूढ प्रकाशाचा, रंगाचा (Aurora Australis) पृथ्वीच्या चुंबकीय क्षेत्रावर परिणाम होतो. परंतु मॉसनने असा अंदाज केला की त्या गूढ रंगीत प्रकाशाचा बिनतारी संदेशवहनावर ही परिणाम होत असावा. परंतु त्यांच्यामधील नक्की संबंध स्पष्ट होत नव्हता. त्या गूढ रंगीत प्रकाशाचा, त्याची व्याप्ती यांचा बिनतारी संदेशवहनावर परिणाम होत होता हे नक्की.

आधीच्या उन्हाळ्यामध्ये मॉसनला याचा अनुभव जरी बरेच वेळा आला होता आणि त्याचा त्रासही झाला होता तरी त्याला हे माहीत होते की, 'ते नवीनच विकसित झालेले तंत्रज्ञान आहे' एवढेच त्या मागचे कारण नसावे. कारण जेव्हा जेव्हा तो गूढ प्रकाश आकाशामध्ये दिसायचा, तेव्हा तेव्हा बिनतारी यंत्रणा बंद

पडायची हे त्याने अनुभवले होते.

शॅकल्टनच्या 'निमरॉड' मोहिमेदरम्यान ही मॉसनच्या लक्षात आले होते की ऑस्ट्रेलियातील तारयंत्रणा, जेव्हा जेव्हा दक्षिण ध्रुवीय प्रदेशातील आकाशामध्ये तो गूढ रंगीत प्रकाश दिसायचा तेव्हा विसकळीत व्हायची. यावरून असा निष्कर्ष निघत होता की वातावरणातील विद्युतभाराचा आणि त्या गूढ रंगीत प्रकाशाचा काहीतरी संबंध असावा. या ऑस्ट्रेलेशियन मोहिमेदरम्यान प्रथमच या गूढ रंगीत प्रकाशाच्या चमत्काराचा, त्याचा आकार, त्याचे प्रकार, त्याच्या विद्युतलहरींची लांबी इ. चा अभ्यास केला गेला आणि या दक्षिणेकडील आकाशातील नाट्याचे प्रथमच बऱ्यापैकी फोटो घेण्यात— दहा सेकंदांचे एक्स्पोजर - यश आले.

आता खरेतर दक्षिणेकडील आकाशामध्ये दिसणाऱ्या या चमत्काराचा शास्त्रीय दृष्ट्या शोध घेण्याची वेळ आली होती, परंतु त्याचा योग्य प्रकारे अभ्यास करण्यात, शोध घेण्यात वारंवार येत असलेल्या अडथळ्यांमुळे मॉसन वैतागला होता. जेफ्री आणि बिकर्टनला हा शोध घेण्यात अजिबात स्वारस्य नव्हते. मॉसनने चिडून त्याच्या डायरीमध्ये लिहिले— 'त्या दोघांनाही (जेफ्री आणि बिकर्टन) या घटनेच्या शास्त्रीय अभ्यासाचे महत्त्व मी पटवून देऊ शकत नाही. मला जर दुसरे सहकारी निवडण्याची संधी मिळाली तर विज्ञानाच्या प्रत्येक शाखेतील एक तज्ज्ञ मी निवडीन, जो स्लेजिंगसाठीपण मदत करू शकेल.'

विसाव्या शतकाच्या सुरुवातीला दक्षिणेकडील आकाशामध्ये हा चमत्कृतिपूर्ण रंगीत प्रकाश कसा तयार होतो हा शास्त्रीय संशोधनाचा, चर्चेचा विषय होता. याविषयी सन १८८० आणि १८९० मध्ये केल्या गेलेल्या पायाभूत संशोधनातून असे दिसून आले की सूर्याच्या पृष्ठभागावर जेव्हा मोठ्या प्रमाणात बिंदू तयार होतात तेव्हा त्यातून ऊर्जेचे मोठ्या प्रमाणावर उत्सर्जन होते. नंतर थोड्याच काळाने असे लक्षात आले की प्रयोगशाळेमध्ये पण निर्वात पोकळीत इलेक्ट्रॉन आणि चुंबकीय क्षेत्राच्या संयोगाने 'अरोरा' सारखा चमत्कार घडवता येतो.

'टेरा नोव्हा' जहाजावर 'सिम्सन आणि राईट' हे दोन वैज्ञानिक हे कोडे सोडवण्याच्या अगदी जवळ आले होते. त्यांनी त्यांच्या दक्षिणेकडील प्रवासामध्ये हवेतील कणांवरच्या विद्युतभारामध्ये होणाऱ्या बदलांच्या नोंदी घेतल्या होत्या आणि असा निष्कर्ष काढला की या बदलामागचे कारण पृथ्वीच्या वातावरणाबाहेर घडणाऱ्या घडामोडी हे आहे. परंतु शेवटी सन १९११ मध्ये एका निधड्या छातीच्या साहसवीराने फुग्याच्या साहाय्याने, पृथ्वीच्या वातावरणात ५००० मीटर एवढ्या उंचीवर जाऊन शोधून काढले की सूर्यापासून आणि त्याही पलीकडील अवकाशातून पृथ्वीच्या वातावरणाच्या अगदी वरच्या थरावर अत्युच्च ऊर्जा असलेल्या विद्युतकणांचा मारा सतत होत असतो आणि वैश्विक किरणांचा (Cosmic Rays) चा शोध

लागला होता.

आता त्या चमत्काराचे कोडे पूर्णपणे उलगडले आहे. शास्त्रीय अभ्यासाअंती हे सिद्ध झाले आहे की ती वैश्विक (Cosmic Rays) किरणांची किमया आहे. पृथ्वीच्या भौगोलिक ध्रुवावरील चुंबकीय क्षेत्रामुळे, जो पृथ्वीचा तात्त्विक दृष्ट्या चुंबकीय अक्ष समजला जातो, त्यावर हे वैश्विक किरण पडल्यामुळे हा चमत्कार घडतो. पृथ्वीच्या वातावरणातील अत्युच्च थरावरच्या ऑक्सिजन आणि नायट्रोजन कणांशी त्या किरणांचा संयोग होऊन चकाकता प्रकाश तयार होतो त्यालाच 'अरोरा' असे नाव पडले आहे. ज्या वेळी सूर्याच्या पृष्ठभागावर मोठ्या प्रमाणावर स्फोट घडत असतात तेव्हा या विद्युतभारित कणांचा मारा मोठ्या प्रमाणावर होतो. त्यामुळे आकाशामध्ये हे चमकदार रंग दिसतात आणि वातावरणातील 'आयनोस्फिअर'चा थर ढवळून निघतो. अशा घडामोडींमुळे ध्रुवीय रेडिओलहरी पूर्णपणे थांबल्याची घटना सन १९६६ मध्ये प्रथमच नोंदवली गेली. मॉसनने परत एकदा त्या क्षेत्रातील त्याचे अग्रेसरत्व सिद्ध केले होते.

मोहिमेहून नेहमीच्या नागरी जीवनात परतल्यावर डेव्हिस आणि एजवर्थ डेव्हिड यांनी आर्थिक हिशोबांचा ताळेबंद मांडायला सुरुवात केली - अगदी लंडनच्या ट्रीपचा खर्च धरून ही मोहिमेतील पुढचे एक वर्ष काढता येईल एवढ्या पैशांची शिल्लक दाखवली. याचा अर्थ संपूर्ण मोहिमेचा खर्च त्यातून निघणार नव्हता, पण मॉसन आणि त्याच्या सहकाऱ्यांना परत घरी आणण्याचा खर्च त्यातून भागणार होता. 'अरोरा' जहाज केप डेनिसनला डिसेंबर १९१३ मध्ये परतले आणि त्याची वाट बघणाऱ्या त्या साहसवीरांनी त्यांचा हिवाळी तळ सोडला.

आता सरळ ऑस्ट्रेलियाला परतण्याची संधी असताना ही मॉसनला शास्त्रीय संशोधन स्वस्थ बसू देत नव्हते. त्याने दमलेल्या थकलेल्या कॅप्टनचे मन वळवले आणि वाइल्डच्या तळाकडे आणि ड्रायगल्स्कीने सन १९०२ मध्ये जेथे हिवाळी तळ उभारला होता तिकडे जहाज वळवायला लावले. त्या प्रवासामध्येही त्याने ठिकठिकाणी समुद्राची खोली मोजण्याचे काम चालूच ठेवले.

डेव्हिस अतिश्रमाने अगदी थकला होता आणि मॉसनलाही कुठेतरी वाटायला लागले होते की त्याने डेव्हिसला एवढ्या त्रासामध्ये टाकायला नको होते. २१ जानेवारी रोजी त्यांच्यात खटका उडाला 'दुपारची चारची वेळ, या ठिकाणी समुद्राची खोली मोजायची आहे डेव्हिसला सांग.' त्यानंतर, झोप अर्धवट झाल्यामुळे, भडकलेल्या डेव्हिसची प्रतिक्रिया 'च्यायला काय त्रास आहे, मला काहीही आता ऐकायचे नाही, तू तुझे काम कर.' इ. इ. हे येथेच सोडून देणे ठीक आहे, परिस्थिती नीट हाताळता येणे हेपण कौशल्याचे काम आहे.'

नंतर लवकरच त्यांनी जहाजाचा मोहरा उत्तरेकडे - घराकडे - वळवला.

लंडनला पोहोचल्यावर सन १९१४ मध्ये राणीकडून मॉसनला 'सर' हा किताब बहाल करण्यात आला. मोहिमेहून परतल्यावर त्याने सर्वसामान्य वाचकांसाठी त्याच्या मोहिमेसंबंधी एक पुस्तक लिहायला घेतले. बरोबर एक वर्षाने हाइनमन यांनी 'वादळाचे घर' (The Home of the Blizzard) या नावाने ते पुस्तक प्रकाशित केले. वर्तमानपत्रांमधून त्या पुस्तकावर चांगली, सकारात्मक परीक्षणे आली. 'ऑब्झर्वर' या वर्तमानपत्रामध्ये लिहून आले 'साहसवीरांची अज्ञात प्रदेशांमध्ये शोधमोहिमा काढून काहीतरी नवे शोधण्यासाठी धडपड चाललेली असते, तर जग हे नेहमी उत्तुंग व्यक्तिमत्त्वांच्या शोधात असते, या दोन्ही कसोट्यांवर मॉसनची मोहीम योग्य प्रकारे उतरते. कारण यामध्ये आपल्या दोन्ही मागण्या पूर्ण होतात.' या निमित्ताने ब्रिटिश माध्यमांनी, आमंडसेनवर खोचक भाष्य करायची संधी सोडली नाही. 'तुलनाच करायची झाली तर 'सर डग्लस' यांनी त्यांच्या मोहिमेचे उद्दिष्ट ठरवताना कॅप्टन स्कॉटच्या शब्दांचा मान ठेवून, त्यात बदल करून, त्यांच्या मोहिमेची आखणी केली आणि त्यांनी अ-खिलाडू किंवा गैर ब्रिटिश स्पर्धा टाळली. नेमके याच गोष्टीकडे दुर्लक्ष केल्यामुळे आमंडसेनच्या यशाला मात्र गालबोट लागले.

तांत्रिक विषय, शास्त्रीय माहिती सोप्या भाषेत, सर्वसामान्यांना समजेल अशा रीतीने सांगणे ही एक महत्त्वाची गोष्ट होती. जेव्हा सन १९१२ मध्ये, 'फ्रँक हर्ले' 'अरोरा'ने ऑस्ट्रेलियाला परतला, तेव्हा त्याने बरोबर आणलेले जवळजवळ २५०० फोटो, त्यांपैकी काही रंगीत, आणि शेकडो मीटर लांबीची फिल्म संपूर्ण देशभर दाखवली गेली. साहसवीरांचे फोटो, अथांग पसरलेला बर्फाच्छादित भूभाग, कॉमनवेल्थ किनाऱ्यावरील वादळी परिस्थिती आणि अर्थातच राजबिंडे पेंग्वीन इ. बघून जनता अगदी वेडावून गेली, आचंबित झाली. हा एक तासाचा मूकपट मॉसनच्या पुस्तकाच्याच नावाने (The Home of the Blizzard) प्रदर्शित केला गेला होता. या मूकपटामुळे दक्षिण ध्रुवीय प्रदेश जनतेच्या आणखी जवळ आला होता. यावरूनच जगातील बहुधा पहिली आणि अत्यंत यशस्वी डॉक्युमेंटरी फिल्म बनवण्यात आली. ऑस्ट्रेलियन्स जगाला एक भव्यदिव्य गोष्ट सांगत होते आणि दक्षिण ध्रुवीय प्रदेश, तेथील विज्ञान हे या गोष्टीतील नायक होते.

मॉसनने लंडनला जाऊन 'रॉयल जिऑग्राफिक सोसायटी'च्या कार्यालयात रीतसर हजेरी लावून आपला अहवाल सादर केला, त्या वेळी, 'लॉर्ड कर्झन' यांच्याकडून डग्लस फ्रेशफिल्ड यांनी नुकतीच सोसायटीची सूत्रे हाती घेतली होती. फ्रेशफिल्ड त्यांच्या सुरुवातीच्या भाषणात म्हणाले 'सर्व शास्त्रीय विचारांच्या मानसिकतेच्या व्यक्ती मी काय म्हणतो त्याच्याशी सहमत होतील की आतापर्यंतच्या कोणत्याही

दक्षिण ध्रुवीय प्रदेशातील मोहिमेने गोळा केली नसेल एवढी ज्ञानाची श्रीमंती, मग ती विज्ञानाच्या कोणत्याही शाखेत असेल, आज आपण ज्यांचे भाषण ऐकायला इथे जमलो आहोत, त्यांच्या एका मोहिमेने गोळा केलेली आहे.' मॉसन त्या वेळी फक्त बत्तीस वर्षांचा होता; परंतु रॉयल जिऑग्राफिक सोसायटीच्याच म्हणण्यानुसार विज्ञानाला त्याने दिलेले योगदान, सर्वांत जास्त होते.

मॉसनने जेव्हा दक्षिण ध्रुवीय प्रदेशातील तळांचे तसेच तेथील मूळ रहिवासी (पेंग्वीन) यांचे हर्लेने घेतलेले फोटोग्राफ तेथील उपस्थितांना दाखवले तेव्हा अध्यक्षांना किती कौतुक करू असे झाले होते— 'आपल्याला शिकवले गेले आहे की भूगोलशास्त्राचा प्रत्येक विज्ञान शाखेशी संबंध आहे. या फोटोंच्या साहाय्याने आपण पाहिले की किती अद्‌भुत प्रकारे त्याचा प्राणिजीवनावर परिणाम होतो. दक्षिण ध्रुवीय प्रदेशात जाणारा जेव्हा तिथे जातो तेव्हा तो तिथे काही प्राणिजीवन असेल या अपेक्षेने ते बघायला जात नाही. परंतु आज रात्री आपण त्या प्रदेशातील पक्षीजीवन जिवंत अनुभवाद्वारे बघितले. आज आपल्याला केवळ डॉ. मॉसन यांचेच आभार मानून चालणार नाही तर तो फोटोग्राफर, ज्याने एवढे सुंदर फोटो काढले, तोदेखील अभिनंदनास पात्र आहे.'

हवामानाच्या अभ्यासाचा, घेतलेल्या नोंदींचा तर खूपच फायदा झाला. मॉसनने त्याच्या मोहिमेची कल्पना जेव्हा प्रथम मांडली तेव्हा वृत्तपत्रातील अतिशहाण्यांनी व्यंगचित्रांमध्ये, दक्षिण ध्रुवीय प्रदेश हे एक 'हेल्थ रिसॉर्ट' असल्याचे दाखवून त्याची खिल्ली उडवली होती. परंतु एकदा बिनतारी यंत्रणा कार्यान्वित झाल्यावर रोज मिळणाऱ्या तेथील हवामानाच्या माहितीमुळे येथील हवामानासंबंधीच्या अंदाजांमध्ये लक्षणीय सुधारणा झाली. सुरुवातीला जरी काही जणांनी अविश्वास दाखवला, तरी (Home of the Blizzard) या फिल्ममधील चित्रीकरणावरून आणि शास्त्रीय प्रयोगांच्या चित्रीकरणावरून हे स्पष्टपणे दिसून आले की पठारी प्रदेशांवरून येणाऱ्या थंड हवेच्या वादळाचे तडाखे 'केप डेनिसन'ला वारंवार सहन करावे लागत होते.

इतरही काही गोष्टींमध्ये त्यांना यश मिळाले होते. खाण कंपन्यांना मुक्तद्वार न देता, मॉसनच्या मोहिमेने प्रथमच दक्षिण ध्रुवीय प्रदेशामध्ये सोन्याचे, चांदीचे आणि तांब्याचे साठे असल्याचे पुरावे मिळवले होते. वर्तमानपत्रांनी या शोधाचे, आर्थिकदृष्ट्या मूल्य असलेली अत्यंत महत्त्वाची घटना असे वर्णन केले.

चुंबकीय अभ्यासाने आणि नोंदींनी काही नवीन आव्हाने उभी केली. परंतु प्रचंड प्रमाणात गोळा केलेली माहिती आणि पहिल्या महायुद्धाची सुरुवात यामुळे त्या माहितीचे, नोंदींचे विश्लेषण करायला, अभ्यास करायला खूप उशीर झाला. मोहिमेवरून परतल्यावर 'वेब' पहिल्या महायुद्धात लढाईवर गेला, तरी त्याचा मॉसनबरोबर पत्रव्यवहार चालू होता. त्याने गोळा केलेल्या चुंबकीय क्षेत्रांसंबंधीच्या माहितीवर,

नोंदींवर युनिव्हर्सिटी कॉलेज, ख्रिस्ट चर्च, न्यू-झीलंड' मधील बारा तरुण स्त्री वैज्ञानिकांनी काम केले. त्या तरुण स्त्री वैज्ञानिकांना नंतर 'द मॅग्नेटिक लेडीज ऑफ कॉन्टर्बरी कॉलेज' आणि 'द मॉसन क्लब' या नावाने ओळखले जाऊ लागले.

त्या प्रचंड माहितीच्या विश्लेषणातून जे चित्र समोर आले तो एक साक्षात्कारच होता. सन १९१२ च्या एप्रिल ते ऑक्टोबरच्या दरम्यान दक्षिण ध्रुवीय प्रदेशातील ऑस्ट्रेलेशियन आणि ब्रिटिश निरीक्षकांनी एकाच वेळेला निरीक्षणे नोंदवली होती. त्या निरीक्षणांवरून असे दिसले की चुंबकीय क्षेत्राचा, भूपृष्ठांशी समांतर भागावर, प्रथम अंदाज केल्यापेक्षा खूप मोठ्या प्रदेशावर प्रभाव दिसून येतो. आणि यावरून सन १९०९ आणि १९१२ मध्ये स्लेजवरून गेलेल्या गटांनी चुंबकीय सुईच्या हालचालीतील धिमेपणाबद्दल केलेल्या निरीक्षणांचे उत्तर मिळते. चुंबकीय क्षेत्राच्या 'लंब' भागाच्या प्रभावाबद्दल दोन्ही गटांना जरी काही नक्की निष्कर्ष काढता आले नाहीत तरी सर्वच काही वाया गेले नव्हते. त्याचप्रमाणे दक्षिण चुंबकीय ध्रुवाचे स्थान नक्की करण्यासाठी खूप मोठ्या प्रमाणात निरीक्षणे आणि नोंदी घेतल्या गेल्या होत्या— त्यावरून दक्षिण चुंबकीय ध्रुवाचे जवळजवळ अचूक स्थान नक्की करता आले, ७१°१०' / १५०°४३'. बाज, हर्ले आणि वेब हे चुंबकीय ध्रुवापासून फक्त ११३ किमी. अंतर बाकी असताना परत फिरले होते त्या ध्रुवाचे सरासरी स्थान म्हणजे, (७१°१०८/१५०°४३ पू) मॉसन, डेव्हिड आणि मॅके जिथवर पोहोचले होते त्याच्या साधारण १३० किमी. उत्तर-पश्चिमेला (वायव्येला) तो ध्रुव होता.

आणि त्या ध्रुवाचे सरकणे, जागा बदलणे, आजपण चालू आहे. रॉसने सन १८४१ मध्ये त्याच्या स्थाननिश्चितीच्या केलेल्या पहिल्या प्रयत्नानंतर, आजची त्याची स्थिती लक्षात घेता, तो दरवर्षी सरासरी ९ किमी. एवढे अंतर सरकला आहे. मॉसनच्या मोहिमेने गोळा केलेल्या माहितीवरून दक्षिण ध्रुवीय प्रदेशाची अनेक रहस्ये उलगडत होती - आणि त्याचबरोबर आपल्या पृथ्वीच्या एकूणच अस्तित्वाबद्दलची, तिच्यावरील जीवनचक्रासंबंधीची आणि ऋतुमानाबद्दलची रहस्येपण.

डेव्हिड आणि डेव्हिस यांनी प्रयत्नांची पराकाष्ठा करून ही मॉसन जेव्हा मोहिमेवरून परतला तेव्हा त्याच्या डोक्यावर सात हजार पौडांचे कर्ज होते. पहिले महायुद्ध सुरू झाल्यामुळे 'Home of the Blizzard' पुस्तकाला फारसा प्रतिसाद मिळाला नाही, खप अगदीच कमी झाला. त्याबाबत प्रकाशकाचे असे मत होते की, 'एकदा लोकांच्या रक्त आणि रक्तपाताविषयीच्या बातम्या वाचून झाल्या की लोक परत पुस्तक वाचनाकडे वळतील आणि खप वाढेल.'

मॉसनने अगदी खेदाने उद्‌गार काढले, ''मोहिमेमध्ये मी जर मेलो असतो तर एखादे वेळेस लोकांनी दयाबुद्धीने आवाहनाला प्रतिसाद दिला असता आणि पैसे

गोळा झाले असते. परंतु मी जिवंत आहे आणि हे कर्ज आणि पुस्तकाच्या प्रकाशनाचा खर्च माझ्या डोक्यावर आहे, मला वाटते मी लोकांना केलेले आवाहन फुकट जाणार नाही.' हळूहळू पैसे जमा होत होते, परंतु हा कर्जाचा भार त्याच्या डोक्यावर बरेच वर्षे राहिला. आणि हे कमी होते की काय म्हणून व्हिकर्स कंपनीने विमानाच्या किमतीचे शेकडो पौंड आपल्याला मिळाले नसल्याची तक्रार केली. मॉसनला शेवटी नादारीचे कारण देऊन ते विमान मोहिमेसाठी मदत म्हणून दिले असे दाखवण्याची विनंती करावी लागली. सरतेशेवटी पहिल्या महायुद्धात शस्त्रास्त्रांची विक्री तेजीत असल्यामुळे उरलेले कर्ज त्याला माफ करण्यात आले.

मोहिमेच्या काळामध्ये केलेल्या शास्त्रीय प्रयोगांवरून, निरीक्षणांवरून आणि घेतलेल्या नोंदीवरून तयार केलेले वैज्ञानिक अहवाल प्रसिद्ध करण्यासाठी मॉसनने निधी जमवायला सुरुवात केली. परंतु जमा होणारी रक्कम अगदीच नगण्य होती. कोणी ५० पौंड देत होते तर कोणी १०० पौंड देत होते. शेवटी न्यू साउथ वेल्स प्रांताच्या सरकारने केलेल्या मदतीतून पुढील दहा वर्षांमध्ये ते अहवाल प्रसिद्ध झाले. परंतु त्या बदल्यात मॉसनला तो राहत असलेल्या दक्षिण ऑस्ट्रेलियातून, त्याने मोहिमेदरम्यान गोळा केलेले सर्व शास्त्रीय नमुने (भूस्तरीय, अश्म, वनस्पती, प्राणी इ.), त्याच्या डायऱ्या, त्याचे कपडे, स्लेज इ. गोष्टी आणून सरकारकडे द्याव्या लागल्या. प्रथमत: तो त्याच्या वस्तू देण्याबाबत तितकासा उत्सुक नव्हता, पण शेवटी त्याला ही अट मान्य करावी लागली. शास्त्रीय अहवाल प्रसिद्ध करण्यासाठी प्रथम निधी जमा करा, मग प्रकाशक शोधा इ. ज्या खटपटी कराव्या लागतात त्याचा मॉसनला तिटकाराच होता आणि त्या अहवालांच्या प्रस्तावनेमध्ये त्याने तसे स्पष्टपणे नमूदपण केले. सन १९४७ पर्यंत अहवालांचे प्रचंड काम शेवटी संपले. ८९ वैयक्तिक वैज्ञानिक प्रबंध एकूण बावीस खंडांमध्ये प्रसिद्ध झाले. प्रथमच दक्षिण ध्रुवीय प्रदेशाचे अंतरंग एवढ्या विविध अंगांनी उलगडले गेले होते.

ऑस्ट्रेलेशियन शोधमोहिमेआधी कोणतीच शोधमोहीम एवढ्या भव्यदिव्य प्रमाणात योजली गेली नव्हती. तीन मुख्य तळ, विविध भूभागांवर काम करणारे एकतीस साहसवीर शास्त्रज्ञ, अंतर्भागांमध्ये स्लेजवरून काढले गेलेले सात प्रमुख अभ्यास दौरे आणि दक्षिणी समुद्रांचा सर्वांगाने (ओशनोग्राफिक) केलेला अभ्यास. मॉसनच्या या धाडसाने जगाला प्रथमच या नवीन खंडाच्या वैज्ञानिक अंगाची ओळख झाली. मोहिमेतील साहसवीरांना दक्षिण ध्रुवीय प्रदेशाच्या पूर्व भागातील अतिदुर्गम आणि अथांग बर्फाच्छादित भूभाग अभ्यासला, नवीन किनारपट्ट्या, पर्वतरांगा आणि हिमनद्या शोधून आधीच्या मोहिमांनी जे भूभाग वेगवेगळे, सुटे सुटे पाहिले होते त्यांचा एकमेकांशी संबंध जोडण्यात, दुवा सांधण्यात यश मिळवले. त्या प्रकाशित झालेल्या खंडांमधून दक्षिण ध्रुवीय प्रदेशातील जीवघेणे आणि टोकाचे हवामान

समजते तसेच तेथील वनस्पती आणि प्राणिजीवनाची ओळख होते आणि समुद्रांचा चंचलपणाही कळतो.

ध्रुवीय प्रदेशातील मोहिमांचा इतिहास लिहिणाऱ्या 'गॉर्डन हेजनें' मॉसनच्या मोहिमेचे अत्यंत समर्पक मूल्यमापन करताना सन १९२८ मध्ये लिहिले— 'मॉसनच्या मोहिमेकडे, त्याचा एकूण आवाका आणि त्यांनी मिळवलेले यश या दोन निकषांवर बघायचे ठरवले तर आत्तापर्यंत दक्षिण ध्रुवीय प्रदेशामध्ये काढली गेलेली ती सर्वांत मोठी, सर्वांत यशस्वी आणि सर्वार्थाने परिपूर्ण अशीच मोहीम होती. मोहिमेच्या यशाचे रहस्य तिची योजनाबद्धता, तिचा आवाका, व्यवस्थापन कौशल्य असलेले वैज्ञानिक आणि काटेकोर अमंलबजावणी यात सामावले होते. मॉसनची मोहीम ही पहिली ब्रिटिश मोहीम होती जिच्या सफाईदार हाताळणीमुळे, मोहिमेतील नवथरपणा, जो आधीच्या मोहिमांमध्ये ठळकपणे दिसायचा, आता संपल्याचाच पुरावा मिळाला.

परंतु कौतुकाची सर्वांत उत्तम पावती मिळाली ती 'फ्रँक हर्ले'कडून. ऑस्ट्रेलेशियन प्रयत्नाचे अगदी थोड्या आणि योग्य शब्दात वर्णन करताना त्याने म्हटले की, 'शॅकल्टनने शोधमोहिमांवर विज्ञानाचे कलम केले - तर मॉसनने त्यात विज्ञानाचा शोध घेण्याची भर टाकली.'

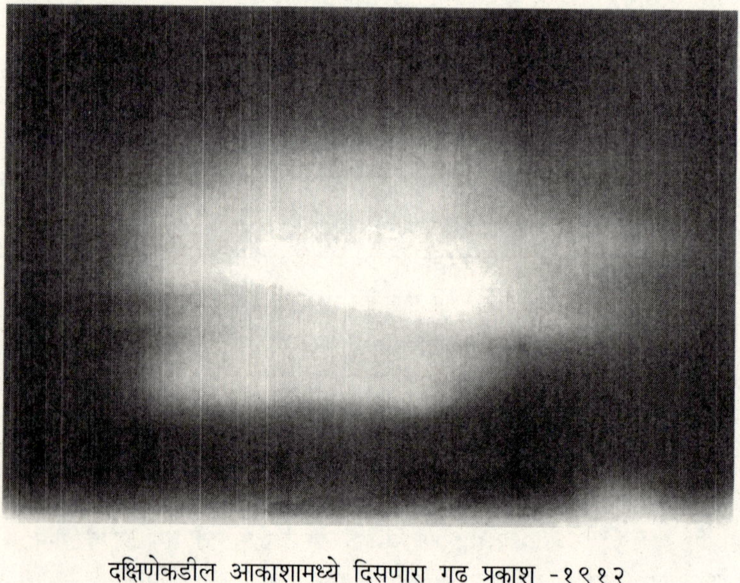

दक्षिणेकडील आकाशामध्ये दिसणारा गूढ प्रकाश -१९१२
फोटो - फ्रँक हर्ले, आभार - मिचेल लायब्ररी, न्यू साउथ वेल्स, सिडनी

गोंडवना लँडचे हुतात्मे

वैज्ञानिक शोधमोहिमांसाठी मोजावी लागलेली किंमत

जा आणि शोध घे त्या अज्ञाताचा, वाटेतील पर्वतरांगांची
तमा बाळगू नकोस, त्याच्या मागे काही रहस्ये दडलेली आहेत,
तू शोधण्याची ती वाट बघताहेत. उठ जा.
रुडयार्ड किपलिंग (१८६५-१९३६)

दिनांक ११ फेब्रुवारी १९१३, इंग्लंडवासी जागे झाले ते 'डेली मेल' च्या धक्कादायक मथळ्याच्या बातमीने. 'कॅप्टन स्कॉट आणि त्याच्या चार सहकाऱ्यांचा मृत्यू, दक्षिण भौगोलिक ध्रुव पादाक्रांत, परतीच्या प्रवासातील दुर्दैवी घटना.' फक्त एकच दिवस आधी वर्तमानपत्रांनी स्कॉट न्यू-झीलंडला परतल्याची बातमी दिली होती. त्याने मिळवलेल्या यशाबद्दल 'रॉयल जिऑग्राफिक सोसायटी'ने त्याला अभिनंदनाची तार पाठवण्याची तयारी केली होती. उत्साहाने, आनंदाने आणि अगणित अपेक्षांनी भरलेले ते वातावरण एकदम निराशेने आणि विषण्णतेने भरून गेले.

काही दिवसांनी लंडनमधील 'सेंट पॉल कॅथेड्रल'मध्ये घाईघाईने एक शोकसभा आयोजित केली गेली. अपेक्षेपेक्षा खूप मोठ्या प्रमाणावर जनसमुदाय त्या वेळी हजर होता, त्याच वर्षी झालेल्या 'टायटॅनिक' दुर्घटनेतील १५०० जणांच्या मृत्यूच्या निमित्ताने झालेल्या शोकसभेपेक्षाही जास्त जनसमुदाय होता. या शोकसभेचे वर्णन करताना 'द टाइम्स' या प्रतिष्ठित वृत्तपत्राने लिहिले 'या शोकसभेच्या वेळी खुद्द राजेसाहेबांची असलेली उपस्थितीच खूप काही सांगून जाते. त्यांच्या उपस्थितीशिवाय संपूर्ण देशाची भावना योग्य रीतीने व्यक्त झाली आहे असे म्हणताच आले नसते.' संपूर्ण ब्रिटिश साम्राज्य शोकसागरात बुडाले.

दक्षिण ध्रुवीय प्रदेशामध्ये नक्की काय घडले याबद्दल मिळालेली माहिती खूपच अपुरी होती, संदिग्ध होती. ते पाच जण पूर्ण तयारीनिशी, आत्मविश्वासाने दक्षिण भौगोलिक ध्रुवाच्या दिशेने निघाल्याची बातमी नक्की होती, खरी होती. त्या सर्वांचे प्रकृतिस्वास्थ्य उत्तम होते, त्यांच्याबरोबर पुरेसा अन्नसाठा होता. परंतु नंतर एकदम काय घडले याचा अर्थ लागत नव्हता - परंतु दक्षिण ध्रुवीय प्रदेशातून आलेल्या शेवटच्या बातमीभोवती भयंकर अशा वास्तवतेचे वलय होते.

मिळालेल्या माहितीवरून असे समजले की, दक्षिण भौगोलिक ध्रुवावर पोहोचल्यानंतर परतत असताना अचानक हवामान बिघडले, इतके बिघडले की तशा प्रकारचे हवामान यापूर्वी कधीही अनुभवालाच आले नव्हते. हाडे फोडणारी थंडी आणि वाईट हवामानात परतीच्या वाटेवर, म्हणजे त्यांच्या मुख्य तळाकडे, 'केप इव्हान्स'कडे परतत असताना ही त्यांनी त्यांचे वैज्ञानिक निरीक्षणे आणि नोंदी करण्याचे, तसेच भूस्तरीय नमुने गोळा करण्याचे काम चालूच ठेवले आणि त्यामुळेच तो परतीचा प्रवास जीवघेणा ठरला.

पेट्टी ऑफिसर 'एडगर इव्हान्स' (स्कॉटचा नंबर दोन सहकारी टेडी इव्हान्स नव्हे) हा सकृतद्दर्शनी तरी, 'बीअर्डमोर ग्लॅशियर' येथे अतिथंडीने श्वसनाचा त्रास होऊन प्रथम बेशुद्ध पडला आणि नंतर मरण पावला (१८ फेब्रुवारी १९१२). त्यानंतर अतिश्रमाने थकलेला आणि थंडीमुळे ठिकठिकाणी जखमा झालेल्या कॅप्टन ओट्सच्या प्रवासाचा वेग खूपच मंदावला आणि आपल्यामुळे इतर तिघांना त्रास होऊ नये, त्यांच्या वेगावर आणि परतीच्या प्रवासावर परिणाम होऊ नये म्हणून तो मुख्य पथकापासून स्वतःहून बाजूला झाला आणि 'मी जरा बाहेर जाऊन येतो, कदाचित मला वेळ लागेल' असे उद्‌गार काढून वादळात दिसेनासा झाला, नाहीसा झाला (१७ मार्च १९१२). उरलेल्या तिघांनी अत्यंत मर्यादित रसद आणि जळणाच्या आधारावर, तासागणीक कमीकमी होणाऱ्या तापमानात आणि बिघडणाऱ्या हवामानात त्यांचा परतीचा प्रवास चालू ठेवला.

सन १९१२ चा मार्च महिना संपता संपता, सतत नऊ दिवस घोंगावणाऱ्या वादळामुळे स्कॉट, विल्सन आणि बॉवर यांना तंबूमध्येच अडकून पडावे लागले, सुटकेचा काही मार्गच नव्हता. तिघांनीही आपल्या जवळच्या व्यक्तींना शेवटची पत्रे लिहिली आणि ते तिघे मरणाची वाट पाहत थांबले. शेवटी मृत्यूला त्यांची दया आली, ३१ मार्च १९१२, स्कॉटच्या डायरीतील नोंद याप्रमाणे होती 'रोज सकाळी येथून फक्त ११ मैलांवर असलेल्या डेपोकडे जाण्यासाठी आम्ही निघण्याची तयारी करतो, परंतु तंबूच्या बाहेर वादळाचे थैमान चालू असते. मला नाही वाटत आता आम्ही फार काही अपेक्षा करण्यात अर्थ आहे, आमच्या शरीरातील त्राण आता संपले आहे आणि आमचा अंत आता फार काही लांब नाही. मला वाईट वाटते, परंतु मी

आता फार काही लिहू शकेन असेही वाटत नाही. रॉबर्ट स्कॉट; देवा माझ्या लोकांची काळजी घे.'

अत्यंत निराशाजनक अवस्थेमध्ये त्यांना मृत्यू आला. मुख्य तळ सोडून त्यांना १५० दिवस झाले होते आणि त्यांना जीवनदान देऊ शकणाऱ्या १ टनी डेपोपासून ते फक्त अठरा किमी. दूर होते.

आपल्या देशबांधवांसाठी त्याने एक संदेश लिहिला. तो उतारा उत्कृष्ट इंग्रजी गद्याचा नमुना समजला जातो

> 'आम्ही धोके पत्करले, माहीत असूनही ते घेतले, फासे आमच्या विरुद्ध पडले, नशिबाने साथ दिली नाही आणि म्हणून आम्हाला तक्रार करायचे कोणतेही कारण नाही, नियतीपुढे नतमस्तक होण्याशिवाय दुसरा पर्याय नाही, तरीही अगदी शेवटच्या क्षणापर्यंत आम्ही प्रयत्नांची पराकाष्ठा केली. परंतु आम्ही जर या कार्यासाठी, ज्या मध्ये आपल्या देशाचा सन्मान होता, प्राण द्यायला तयार होतो, तर मला माझ्या देशबांधवांना असे आवाहन करायचे आहे की, आमच्यावर अवलंबून असलेल्यांची काळजी घेण्याची जबाबदारी त्यांच्यावर आहे. आम्ही जर जिवंत राहिलो असतो तर त्यांना सांगण्यासारखी ज्यामुळे त्यांचा ऊर अभिमानाने भरून आला असता, अशी एक माझ्या सहकाऱ्यांच्या साहसाची, धैर्याची, जिद्दीची कहाणी माझ्याकडे होती. डायऱ्यांमधील नोंदी आणि आमची मृत शरीरे ती कहाणी तुम्हाला सांगतीलच आणि मला नक्की, अगदी नक्की वाटते की, मोठ्या मनाचे माझे देशबांधव आमच्यावर अवलंबून असलेल्यांची योग्य ती काळजी घेतील.'

स्कॉटने त्याच्या पत्नीला लिहिले - पत्नी शब्द नंतर त्याने खोडला आणि विधवा असे लिहिले - आणि सांगितले की त्यांचा दोन वर्षांचा मुलगा, पीटर— 'तुला शक्य झाले तर आपल्या मुलामध्ये तू निसर्गाबद्दल ओढ निर्माण करायचा प्रयत्न कर, सभोवतालच्या जगाबद्दल कुतूहल निर्माण करायचा प्रयत्न कर; त्याने खेळांमध्ये वेळ वाया घालवण्यापेक्षा ते कधीही चांगले.'

'केप इव्हान्स' येथून त्यांच्या शोधात निघालेल्या शोधपथकाला १२ नोव्हेंबर रोजी त्या तिघांचे गोठलेले मृतदेह मिळाले. 'ॲपस्ले चेरी-गरार्ड'ने नंतर लिहिले, 'आम्हाला ते सापडले आहेत. हा एक भयंकर दिवस आहे, एवढेच या दिवसाचे वर्णन पुरेसे नाही. हा सगळा प्रकार शब्दात व्यक्त न करता येण्याइतका वाईट आहे.' परंतु चेरीला एका गोष्टीचे आश्चर्य वाटले— 'आम्हाला त्यांच्या सर्व गोष्टी

अगदी सुरक्षित सापडल्या. त्यांच्या नोंदी आणि निरीक्षणांच्या वह्या, डायऱ्या वगैरे. त्यांच्या इतर गोष्टींमध्ये फोटोफिल्म्सची कित्येक रिळे आहेत. १३ मार्चपर्यंत लिहिलेल्या हवामानाच्या नोंदी आहेत, अनेक ठिकाणी गोळा केलेले भूस्तरीय नमुने आहेत. आणि या सर्व गोष्टी त्यांनी अगदी व्यवस्थितपणे ठेवल्या आहेत. तशा परिस्थितीतपण जे मिळवण्यासाठी त्यांनी प्राण पणाला लावले होते त्या गोष्टींची त्यांनी प्राणापलीकडे काळजी घेतली होती हे खरोखरच थक्क करणारे आहे.' तेथील कागदपत्रे, नमुने वगैरे गोळा केल्यावर, त्यांच्या तंबूनेच त्यांचे मृतदेह झाकून आणि नंतर काही काळ ओट्सला शोधण्याचा अपयशी प्रयत्न करत, शोधपथक त्यांच्या तळाकडे परतले.

विसाव्या शतकाच्या सुरुवातीला स्कॉट आणि त्याच्या सहकाऱ्यांचे अशा प्रकारे झालेले मृत्यू ही फक्त दक्षिण ध्रुवीय प्रदेशाच्या शोधाशी संबंधित असलेल्यांसाठीच नाही, तर एकूणच कलाटणी देणारी घटना होती. 'सर क्लेमंट मार्कहॅम' यांनी गौरवाने त्यांच्या डायरीमध्ये लिहिले 'आज आपण, जर ती घटना खरी असेल तर, एक अत्यंत मोठा आणि उमदा इंग्रज गमावला आहे. त्याच्यामधील जर कोणती गोष्ट मला भावली असेल, भिडली असेल तर ती शॅकल्टन आणि आमंडसेन यांच्यासारख्या कद्रू आणि स्वार्थी माणसांबरोबर वागतानाही 'त्याने दाखवलेला मनाचा उमदेपणा, मोठेपणा. एका माणसामध्ये एवढे सगळे गुण क्वचितच बघायला मिळतात. त्या त्याच्या स्वभावामुळेच त्याच्याबरोबर काम करणाऱ्यांचे प्रेम, आदर त्याला संपादन करता आला.'

इंग्लंडव्यतिरिक्त सर्व संबंधितांच्या दृष्टीनेपण ही बातमी तितकीच धक्कादायक होती, दुःखद होती. ही बातमी ऐकल्यावर रोआल्ड आमंडसेनची प्रतिक्रिया होती, 'भयंकर, फारच भयंकर.' नोबू शिरासेच्या मोहिमेचे आश्रयदाते 'सरदार ओकुमा' यांनी लिहिले, ''आता अनंत काळासाठी स्कॉट त्या गोठलेल्या जगात विसावला आहे आणि त्याचा आत्मा आता त्या दक्षिण ध्रुवीय प्रदेशावर, त्या गोठलेल्या जगावर लक्ष ठेवून असेल.'

लॉर्ड कर्झन यांनी म्हटले— 'घरात बसून फक्त शेरेबाजी करणाऱ्या भूगोलतज्ज्ञांच्या मते साहस/ शोधमोहिमांमधील थरार, धोके इत्यादी जाणवण्याचे दिवस आता संपले होते. गेल्या वर्षातल्या या घटनेने, घरातील 'फायर प्लेस'च्या जवळ बसून, रिकामटेकड्या गप्पा मारणाऱ्यांना चांगलेच खोटे ठरवले आहे. आजपण प्रगतीसाठी प्राणांची आहुती मागितली जात आहे आणि ती देण्यासाठी साहसवीर तितक्याच उत्साहाने पुढे येत आहेत. ज्या दिवशी असे उत्साही, धाडसी साहसवीर पुढे यायचे थांबतील त्या दिवशी भूगोलासंबंधीच्या संशोधन करणाऱ्या संस्थांना कुलपे लावायला लागतील आणि शोध घेण्याची धाडसी कामे सरकारी शिक्षण खात्याकडे सोपवावी

लागतील.' या मृत्यूंमुळे अपरिमित नुकसान झालेले होते.

स्कॉटच्या मृत्यूनंतर एकूणच शोध आणि साहसमोहिमांच्या जगतात आत्मपरीक्षणाला गांभीर्याने सुरुवात झाली. 'मार्कहॅम' यांनी बळीच्या बकऱ्याचा शोध सुरू केला. त्यांनी दिनांक ८ मार्च रोजी फ्रिड्टजॉफ नानसेन (Fridtgof Nansen) याला पत्र लिहिले आणि 'आमंडसेनची वागणूक योग्य नव्हती, तत्त्वाला धरून नव्हती' असे त्यात स्पष्टपणे म्हटले. त्यांनी पुढे लिहिले, 'स्कॉटला मागे टाकण्याच्या उद्देशाने, दक्षिण भौगोलिक ध्रुवाकडे घाईघाईने जाण्याच्या आणि तितक्याच घाईने नावलौकिक आणि मानसन्मान मिळवण्याच्या उद्देशाने परतण्याच्या आमंडसेनच्या कृतीबद्दल मी आधी सूचित केले होते. मला वाटत नाही की त्या कृतीचे काही समर्थन करता येईल. त्यातल्या त्यात एक कारण तो देऊ शकतो की त्याच्या प्रवासाचा मार्ग संपूर्णत: वेगळा होता. तरीपण त्यासाठी लपवाछपवी करणे बरोबर नव्हते, सभ्यपणाचे नव्हते.

नानसेन अर्थातच या मताशी सहमत नव्हता. त्या थोर ध्रुवीय साहसवीराने मार्कहॅम यांच्या पत्राला उत्तर देताना अत्यंत नम्रपणे लिहिले— ध्रुवावर प्रथम पोहोचण्यासाठी चढाओढ, शर्यत ही होतीच आणि सर्वांनाच ती खुली होती, शिवाय भूगोलावर कोणाचाही प्राथमिक किंवा पहिला असा हक्क नाही. 'मी स्कॉटच्या मोहिमेबाबत खूप आस्था दाखवली आणि उलट त्याने जेव्हा माझा तट्टूंऐवजी जास्त प्रमाणात कुत्रे नेण्याचा सल्ला मानला नाही तेव्हा मला खरेतर वाईट वाटले. माझ्या मते ध्रुवीय प्रदेशामधील वापरासाठी तट्टू हा प्राणी कधीच योग्य नव्हता. त्याने थोडेफार कुत्रे जरूर नेले होते, परंतु माझ्या सल्ल्याप्रमाणे तो वागला असता तर तो आज कदाचित अजून आपल्यात असता.'

'मार्कहॅम' यांच्या मनात आमंडसेनच्या वागणुकीबद्दल अढी राहिलीच, परंतु नानसेनचे तट्टूंबद्दलचे म्हणणे त्यांना पटले. त्यांनी एके ठिकाणी लिहिले— 'मी दक्षिण ध्रुवांकडे जाण्यास विरोध दर्शवला होता परंतु स्कॉट अगदी त्याच्या प्रेमातच पडला होता. मला नेहमीच वाटत आले आहे की वर्तमानपत्रांना चटपटीत आणि रोमांचकारी बातम्या पुरवण्यासाठी आणि नावलौकिक व पैसा मिळवण्यासाठी ध्रुवीय प्रदेशाकडे धावणे हा या ध्रुवीय संशोधन मोहिमांना मिळालेला एक शाप आहे.'

'टेरा नोव्हा' मोहिमेने केलेल्या कामाचे इतरांनीही खूप कौतुक केले. ब्रुसच्या 'स्कॉटिया' पथकातील एक सदस्य 'रडमोश ब्राउन'ने लिहिले— 'ही जरी फार मोठी दुर्दैवी घटना असली तरी ती इंग्लंडच्या देदीप्यमान परंपरेत भर टाकणारी आणि भावी पिढ्यांना प्रेरणा देणारी आहे. त्याला नशिबाची साथ नव्हती हे तर नक्कीच, परंतु तरीही त्यांनी प्रयत्नात कसूर न करता उद्दिष्ट गाठण्यासाठी प्रयत्न केले. येत्या

काळामध्ये त्याने केलेल्या शास्त्रीय कामांची नक्कीच दखल घेतली जाईल. आतातरी दक्षिणेकडे घडलेल्या घटनेबद्दल आपण 'नशीब' एवढेच म्हणू शकतो, परंतु त्यांनी देशाचे पौरुषत्व पुन्हा एकदा सिद्ध केले.'

जर्मनीमध्ये विल्हेल्म फिल्चनेरने ब्रिटिश नेत्यावर, स्कॉटवर मनापासून स्तुतिसुमने उधळली— 'स्कॉट त्याचे उद्दिष्ट गाठण्यात यशस्वी झाला. त्याने घेतलेल्या शास्त्रीय निरीक्षणांतून आणि नोंदींतून दक्षिण ध्रुवीय प्रदेशाबद्दलच्या ज्ञानात खूप मोलाची भर पडणार आहे. दक्षिण ध्रुवीय प्रदेशाच्या सर्वांगीण शोधाच्या कार्यामध्ये ग्रेट ब्रिटनचा फार मोठा वाटा आहे. या दुःखद घटनेचे पडसाद इंग्लिश खाडीपलीकडे अगदी जगभर उमटत राहतील.'

स्कॉटने व्यक्त केलेल्या त्याच्या शेवटच्या इच्छांच्या पूर्तीसाठी 'रॉयल जिऑग्राफिक सोसायटी'ने देणग्यांसाठी आवाहन केले. मागे राहिलेल्या कुटुंबीयांना आधार देण्यासाठी, तसेच स्कॉट आणि त्याच्या सहकाऱ्यांच्या स्मृतिप्रीत्यर्थ पुतळे, स्तंभ इ. उभारण्यासाठी आणि त्यांच्या शास्त्रीय प्रयोगांचे निष्कर्ष आणि निरीक्षणे प्रकाशित करण्यासाठी, तातडीने निधी उभारण्याची गरज होती. आधीच्या अनुभवांवरून निधी उभा करणे किती अवघड आहे हे दिसून आले होते. परंतु आता सरकारकडून आणि देणगीदारांकडून पैशाचा ओघ सुरू झाला आणि काही दिवसांतच मोहिमेसाठी गोळा केलेल्या रकमेच्या दुप्पट रक्कम जमा झाली. घड्याळांचे मनोरे उभे केले गेले, रस्त्यांना त्यांची नावे दिली गेली आणि स्मृतिस्तंभ उभारले गेले. स्कॉटची विधवा, कॅथलीन हिने तयार केलेले त्याचे दोन पुतळे-एक लंडनमधील वॉटरलू येथे आणि दुसरा न्यू-झीलंडमधील ख्राईस्टचर्च येथे-उभारले गेले. दुर्दैवाने दुसरा पुतळा फेब्रुवारी २०११ च्या भूकंपामध्ये मोडला, खराब झाला. मादाम तुसाँ यांच्या मेणाच्या पुतळ्यांच्या प्रदर्शनात स्कॉटचा पुतळा शॅकल्टनच्या पुतळ्याच्या शेजारीच ठेवला होता. आणि तो तेथे सन १९६० पर्यंत होता.

'टेरा नोव्हा'ने गोळा करून आणलेल्या शास्त्रीय माहितीवरून एकूण ऐंशी अधिकृत शास्त्रीय अहवाल प्रकाशित झाले. प्राणिशास्त्रावर आठ खंड प्रकाशित केले, त्याचप्रमाणे वनस्पतिशास्त्र, भूगर्भशास्त्र, वेगवेगळ्या भूभागांचे नकाशे, ग्लॅशिऑलॉजी, चुंबकीयशास्त्र आणि गुरुत्वाकर्षण या विषयांवरपण खंड प्रकाशित केले. त्या सर्व खंडांमधून त्या गूढ प्रदेशाचे, शास्त्रीय नजरेतून अंतरंग उलगडले होते आणि त्या खंडांमधील नवीन माहितीमुळे भविष्यातील कित्येक शोधांचा पाया घातला गेला. केवळ जीवशास्त्राचाच विचार केला तर दोन हजारांपेक्षा जास्त वनस्पती आणि सूक्ष्म जीवांचे नमुने गोळा करण्यात आले होते, त्यांपैकी चारशेपेक्षा जास्त वनस्पती आणि सूक्ष्म जीव तोपर्यंत अज्ञातच होते, त्यांच्याबद्दल काहीच

माहिती नव्हती. त्यामुळे डिस्कव्हरी मोहिमेनंतर ज्याप्रमाणे टीकेला तोंड द्यावे लागले तसे या मोहिमेनंतर झाले नाही. एक संपूर्ण आणि सर्वसमावेशक असा शास्त्रीय संशोधनाचा कार्यक्रम विकसित करण्याच्या प्रयत्नांना अपेक्षेपेक्षा चांगले यश मिळाले होते.

दक्षिण ध्रुवीय प्रदेशात त्यांच्या मुख्य तळाजवळ मृत सहकाऱ्यांच्या स्मरणार्थ उभारल्या गेलेल्या क्रॉसवर, परत येणाऱ्या साहसवीरांनी 'अल्फ्रेड लॉर्ड टेनीसन' याच्या 'युलीसिस' या कवितेतील काही ओळी कोरल्या – 'प्रयत्न करा, शोध घ्या, मिळवा आणि कधीही हार मानू नका.' रॉबर्ट स्कॉटने त्याचे उद्दिष्ट साध्य केले होते.

त्या मोहिमेच्या कार्यातून तयार झालेल्या एकूण ऐंशी शास्त्रीय अहवालांपैकी सर्वांत महत्त्वाचे तीन अहवाल हे हवामानशास्त्रावर होते. सन १९१२ चा दक्षिण ध्रुवीय प्रदेशातील, उन्हाळा संपता संपता 'टेरा नोव्हा' जहाजातून परत निघालेल्या जॉर्ज सिम्प्सन दक्षिण ध्रुवीय प्रदेशामध्ये गोळा केलेल्या माहितीच्या काळजीपूर्वक विश्लेषणाचे काम पुढील सात वर्षे केले. त्याने काढलेले निष्कर्ष अत्यंत महत्त्वाचे आणि मूलभूत होते, प्रस्थापित कल्पनांना धक्के देणारे होते. गोळा केलेली माहिती आमंडसेनच्या मोहिमेतील निरनिराळ्या स्लेजिंग पथकांनी गोळा केलेली माहिती धरून, खूप महत्त्वाची होती. या सर्व अभ्यासातून आणि काढलेल्या निष्कर्षांतून 'ग्रेट आइस बॅरियर' आणि 'पठारी प्रदेश' या भागातील प्रदेशाच्या हवामानाचे सखोल आणि सर्वांगीण असे चित्र तयार झाले. त्यातून आणखीही एक गोष्ट झाली, ती म्हणजे स्कॉट आणि त्याच्या सहकाऱ्यांच्या मृत्यूला, प्रामुख्याने कारणीभूत ठरलेल्या हवामानाच्या त्या दिवशीच्या परिस्थितीचीही ब्रिटिशांना नक्की कल्पना आली.

सिम्प्सनने त्याच्या अभ्यासातून उदाहरणादाखल दाखवून दिले की - त्या वेळी दक्षिण ध्रुवीय खंडावर पृथ्वीवरील वातावरणाच्या उच्च थरातील उबदार हवा दक्षिणेकडे वाहत असल्यामुळे तेथे अतिउच्च दाबाची परिस्थिती निर्माण झालेली होती. आज आपल्याला माहीत झाले आहे की ती उच्च थरावरची उबदार हवा दक्षिणेकडील खंडावर पोहोचेस्तोव अतिथंड झालेली असते, इतकी की तेथील तपमान बरेच वेळा उणे ८० अंश से. इतके खाली येते. ही बर्फाच्या उतारावरून खाली वाहत येणारी हवा, अधोगामी वारे, (Katabatic Winds) नियमितपणे पठारी प्रदेशावरून किनारपट्टीच्या दिशेने वाहतात. फ्रिजचे दार उघडे असताना ज्याप्रमाणे थंड हवा बाहेर येते त्याप्रमाणे.

स्कॉटला आणि त्याच्या सहकाऱ्यांना प्रदीर्घ वादळामुळे नऊ दिवस अडकून पडावे लागले होते. ते वादळ नक्की कोणत्या कारणांनी तयार झाले हे सांगता येणे कठीण होते, परंतु दक्षिण ध्रुवीय प्रदेशाचा हवामानाचा विचार केला तर, इतर

जगाशी कसा आणि किती प्रकारे जवळचा संबंध आहे हे पाहून सिम्पसन अगदी थक्क झाला. त्याने एके ठिकाणी लिहिले, 'दक्षिण ध्रुवीय प्रदेशावर आणि त्याच्या सभोवतालच्या प्रदेशावर तयार होणाऱ्या हवेच्या निरनिराळ्या दाबांच्या अवस्थांमध्ये असलेला परस्परसंबंध समजावून घेणे फार कुतूहलाचे आणि तितकेच महत्त्वाचे आहे. अभ्यासाअंती असे दिसून येते की दक्षिण ध्रुवीय प्रदेश म्हणजे संपूर्ण जगावर हवामानाच्या दृष्टीने परिणाम करणाऱ्या घडामोडींचे एक महत्त्वाचे केंद्र आहे. आणि त्यावर अधिक काळ न घालवता संशोधन करण्याची गरज आहे.

सन १९१२ मध्ये जागतिक हवामानात लक्षणीय उलथापालथ झाली होती. हवामानाच्या संदर्भात अगदी टोकाच्या घटना अनुभवास आल्या होत्या. ऑस्ट्रेलिया आणि इंडोनेशिया येथे भयंकर दुष्काळ पडला होता; तर उत्तर अमेरिकेमध्ये अतिपाऊस आणि पूरपरिस्थिती निर्माण झाली होती, उत्तर अटलांटिक महासागरामध्ये मोठ्या प्रमाणावर हिमनग दिसून आले होते, त्यामुळेच 'टायटॅनिक' जहाजाला अपघात होऊन ते जहाज बुडाले होते. ही घटना स्कॉट आणि त्याच्या सहकाऱ्यांच्या मृत्यूनंतर दोनच आठवड्यांनी घडली होती. उष्ण कटिबंधातील पॅसिफिक महासागरामध्ये होणाऱ्या उलथापालथीचे परिणाम जगभर जाणवत होते. हवामानाच्या ज्या अवस्थेला 'अल् निनो' असे नाव आहे तशी हवामानाची अवस्था दर पाच ते आठ वर्षांनी एकदा अनुभवायला येते. त्या वेळी पश्चिमेकडील उबदार पाणी महासागराच्या मध्याकडे प्रवाही होते, वाहायला लागते. आणि जोर कमी झालेल्या व्यापारी वाऱ्यांचे परिणाम टप्प्याटप्प्याने बदलत जगभर जाणवतात, अगदी दक्षिण ध्रुवीय प्रदेशापर्यंत. जेव्हा सिम्पसन हवामानासंबंधीच्या माहितीचा अभ्यास करून त्याचे विश्लेषण करत होता, तेव्हा 'अल् निनो' हा प्रकार तितकासा प्रचलित नव्हता, माहीत नव्हता. परंतु आता समजले आहे की, रॉस समुद्राच्या भागामध्ये, त्याच्या वैशिष्ट्यपूर्ण भौगोलिक स्थानामुळे, उन्हाळ्याच्या शेवटी आणि हिवाळ्यामध्ये हवामानाच्या 'अल् निनो' अवस्थेचे परिणाम अनुभवास येण्याची शक्यता जास्त असते.

हे ही पण लक्षात घेणे महत्त्वाचे आहे की दक्षिण गोलार्धात मध्य आणि त्यावरील अक्षांशांच्या पट्ट्यांमध्ये पश्चिमी वाऱ्यांमुळे हवेत भोवरे निर्माण होतात आणि परिणामी हवेमध्ये कमी दाबाची परिस्थिती निर्माण होऊन ते समुद्राच्या दिशेने सरकतात. हे काहीशे किमी. लांबीचे कमी दाबाचे पट्टे दक्षिण ध्रुवीय प्रदेशातील किनारपट्टीच्या दिशेने ओढले जातात. 'अल् निनो'च्या वर्षामध्ये अशी कमी दाबाची परिस्थिती रॉस समुद्राच्या पूर्वेकडील भागामध्ये हिवाळ्यामध्ये बराच काळ राहिल्याचे अनुभवास आले आहे.

दक्षिण गोलार्धामध्ये अगदी खालच्या थरातील हवा घड्याळ्याच्या काट्यांच्या दिशेने वाहते, त्यामुळे ठरावीक ठिकाणी हवेच्या दाबाच्या विशिष्ट अवस्थेमुळे

पर्वतउतारांवरून पठारी प्रदेशाकडे वाहणाऱ्या वाऱ्यांना जोर मिळतो आणि ते थेट रॉस समुद्राच्या दिशने वाहतात. तेथून त्यांचा पश्चिमेकडे प्रवास सुरू होतो आणि नंतर व्हिक्टोरिया लँडवरील पर्वतरांगेच्या बाजूने ते उत्तरेकडे वाहतात. हवामानातील अशा घडामोडींमुळेच ग्रेट आइस बॅरियरच्या पश्चिमेकडील भागामध्ये, जेव्हा स्कॉट आणि त्याचे सहकारी 'केप इव्हान्स' तळाकडे परतण्याच्या प्रयत्नात होते, तेव्हा अतिवादळी आणि अतिथंड हवामानाची परिस्थिती निर्माण झाली होती.

मार्च १९१२ मध्ये ब्रिटिश पथकाच्या लक्षात आले की उन्हाळ्याचा काळ अपेक्षेपेक्षा लवकर संपतो आहे. त्यांच्या मुख्य तळाकडे परतण्याच्या प्रयत्नात त्यांना वारंवार वादळी हवामानाशी सामना करावा लागत होता आणि तापमानपण तेव्हाच्या सरासरी अपेक्षित तापमानापेक्षा १० अंश से. ने कमी होते. हवामानाच्या 'अल् निनो' अवस्थेचाच हा परिणाम होता. सिम्प्सनने याबाबत लिहिले 'ती दुर्दैवी घटना घडण्यात हवामानाचा नि:संशय मोठा वाटा होता आणि त्यांच्या मृत्यूसाठी तात्कालिक कारणपण तेच होते.' शेवटी त्याने लिहिले 'वर्षाच्या अगदी सुरुवातीच्या काळात, इतक्या कमी तापमानाच्या अनुभवाशिवाय, ते बॅरियरच्या प्रदेशातून प्रवास करू शकले असते.' काही वर्षांपूर्वीच अत्याधुनिक शास्त्रीय उपकरणांच्या मदतीने केलेल्या हवामानाच्या अभ्यासावरून काढलेल्या निष्कर्षांवर 'सुसान सॉलोमन'ने 'The Coldest March' हे अभ्यासपूर्ण पुस्तक लिहिले. त्या पुस्तकामध्येही तिने सन १९१२ च्या हिवाळ्यामध्ये 'मार्च महिन्यात अतिथंड तापमान होते' हाच निष्कर्ष काढला आहे.

मॉसनच्या मोहिमेदरम्यान घेण्यात आलेल्या हवामानाच्या नोंदी आणि निरीक्षणेपण ब्रिटिश मोहिमेच्या निष्कर्षांशी मिळतीजुळती होती. ऑस्ट्रेलेशियन मोहिमेच्या हवामानविषयक नोंदींच्या निष्कर्षांवर 'एडवर्ड किडसन' या न्यू-झीलंडच्या हवामानतज्ज्ञाने, सिम्प्सनने केलेल्या कामाच्या साहाय्याने, अधिक सुधारणा करून दक्षिण ध्रुवीय प्रदेश ते कटिबंधीय प्रदेश एवढ्या विस्तृत भागावरच्या रोजच्या हवामानाचे नकाशे तयार केले. हे नवीन खंड हवामानशास्त्राच्या दृष्टीने जेवढे एकाकी, दूर समजले गेले होते तेवढे प्रत्यक्षात नव्हते. 'किडसन'ने अभ्यासाअंती दाखवून दिले की सन १९१२ मधील विविध मोहिमांनी त्या खंडांमध्ये बॅरोमीटरच्या साहाय्याने केलेल्या हवेच्या दाबाच्या बदलाच्या निरीक्षणातून आणि घेतलेल्या नोंदींमधून एक नक्की आलेख तयार होतो, एक नक्की चित्र दिसते. आणि तो वायुदाब पश्चिमेकडून पूर्वेकडे टप्प्याटप्प्याने कमीकमी होत गेलेला दिसतो.

'फ्रँक वाइल्ड'ने सन १९१३ मध्ये 'द टाइम्स' या वृत्तपत्रामध्ये एक लेख लिहून असा दावा केला की 'जे नऊ दिवसांचे बर्फाचे वादळ स्कॉट आणि त्याच्या सहकाऱ्यांसाठी घातक ठरले त्याच वादळामुळे २१ मार्चपासून आम्हीपण अडकून पडलो होतो.' एका बाबतीत त्याचे म्हणणे बरोबर होते. 'किडसन'ने केलेल्या

संशोधनातून दिसून आले होते की एका मागोमाग एक असणाऱ्या कमी दाबाच्या स्थितींमध्ये एक प्रकारची सूत्रबद्धता होती. वाइल्ड आणि त्याचे सहकारी ज्या वेळी वादळामध्ये अडकून पडले होते त्या वेळीही तशीच कमी दाबाची परिस्थिती निर्माण झाली होती आणि पूर्वेकडे, रॉस समुद्राच्या दिशेने सरकत होती. दक्षिण ध्रुवीय प्रदेशाच्या हवामानातील चढउतार हे संपूर्णपणे दक्षिणेकडील समुद्रांमध्ये घडणाऱ्या घटनांवर अवलंबून होते. स्कॉट खरोखरच चुकीच्या वेळी चुकीच्या ठिकाणी होता.

लंडनच्या मध्यवर्ती 'केनसिंग्टन गोर' भागामध्ये असलेल्या 'रॉयल जिऑग्राफिकल सोसायटी'च्या लाल विटांच्या इमारतीच्या दिशेने, त्या १४ जानेवारीच्या थंड संध्याकाळी, लोकांचा ओघ सुरू झाला होता. लंडनच्या मध्यवर्ती भागामध्ये आता सोसायटीची स्वत:ची इमारत झाली होती. ज्या वादंगामुळे, नकळत, दक्षिणेकडील मोहिमांचा धडाका सुरू झाला होता, त्या गोष्टी आता विसरायच्या होत्या. सोसायटीचे सभासदत्व स्त्रियांसाठी आता खुले करण्यात आले होते आणि 'रॉयल जिऑग्राफिकल सोसायटी' आता विसाव्या शतकाला आत्मविश्वासाने सामोरे जायला तयार झाली होती. हा सगळ्यासाठीच एक शुभारंभ होता.

जानेवारीतील 'ती' संध्याकाळ विशेषकरून जास्त घाईगर्दीची होती. पहिल्या महायुद्धाच्या पार्श्वभूमीवर आयोजित केलेली ही सभा कोणत्याही भौगोलिक / राजकीय विषयाशी संबंधित नव्हती. त्याऐवजी, तेथील क्लोकरूममध्ये वजनदार गरम ओव्हरकोट काढून ठेवत, आतमध्ये येणारे सोसायटीचे सभासद, त्या काळातील एका अत्यंत प्रसिद्ध शास्त्रज्ञ, प्रा. एजवर्थ डेव्हिड यांचे भाषण ऐकण्यासाठी एकत्र जमले होते.

प्रा. डेव्हिड त्यांच्या भाषणातून, सन १९१२ मधील मोहिमेदरम्यान केलेल्या विविध शास्त्रीय शाखांमधील संशोधनांमुळे दक्षिण ध्रुवीय प्रदेशाविषयी जगाच्या ज्ञानामध्ये कशी आणि किती मोलाची भर पडली आहे हे सांगणार होते. आणि जरी ते स्वत: पाच वर्षांत दक्षिणेकडे गेले नव्हते तरी त्यांच्यासारख्या अधिकारी माणसानेच तो आढावा घेणे योग्य होते; कारण प्रा. डेव्हिड हे त्या काळातील प्रत्येक शोधमोहिमेच्या संपर्कात होते आणि एवढेच नाही तर त्यांनी घेतलेल्या निरीक्षणांच्या आणि नोंदींच्या विश्लेषणात ते त्यांना मदत करत होते आणि त्यांच्या स्वत:च्या शॅकल्टनच्या निमरॉड मोहिमेच्या वेळी घेतलेल्या नोंदीशी / निरीक्षणांशी पडताळून बघत होते.

पुढील एक तास त्यांनी त्या नवीन खंडामध्ये केल्या गेलेल्या विविध संशोधनांसंबंधी आणि निष्कर्षाविषयी चक्रावून टाकणारी माहिती सांगितली आणि नवीन निर्माण झालेल्या प्रश्नांबद्दल तसेच अनुत्तरित राहिलेल्या प्रश्नांबद्दलपण ते बोलले. ज्या

बाबतीत गोष्टी अस्पष्ट होत्या त्या बाबतीत त्यांनी त्यांचे संभाव्य आडाखेपण मांडले, जे नंतर काही दशकांनी जसेच्या तसे सिद्ध झाले. त्या वेळी त्यांच्यापेक्षा योग्य व्यक्ती दुसरी कोणी नव्हती.

मार्कहॅमच्या मृत्यूनंतर प्रसिद्ध झालेल्या 'द लॅन्ड्स ऑफ सायलेन्स' या त्याच्या पुस्तकामध्ये त्याने लिहिले आहे की, 'दक्षिण ध्रुवीय प्रदेशाचा शोध घेण्याचा मुख्य उद्देश हा त्या खंडाच्या सीमारेषा, त्या खंडाचा विस्तार यांचा शोध घेणे हाच होता, त्याचप्रमाणे त्या खंडातील सतत बर्फाच्छादित असलेल्या प्रदेशाचा, शक्य तेवढा सखोल शोध घेणे हापण होता. आणि सन १९१२ हे वर्ष त्या दृष्टीने अत्यंत महत्त्वाचे, कलाटणी देणारे ठरले. शोधमोहिमांच्या कामामुळे दक्षिणेकडे नक्की काय आहे या कोड्याचा हळूहळू उलगडा होत होता.

फक्त नवीन समुद्र किनारेच सापडले नव्हते, तर डेव्हिड यांच्या म्हणण्याप्रमाणे, ज्यांच्या अस्तित्वाबद्दल साहसवीरांमध्ये संदिग्धता होती त्यांचेही निर्णय झाले होते. ऑस्ट्रेलेशियन मोहीम, ज्यामध्ये 'अरोरा' जहाजाचे कप्तानपद डेव्हिसकडे होते त्यांनी दाखवून दिले की 'कंपनी बेटे' ही काल्पनिकच होती. त्याचप्रमाणे 'वेडेल समुद्री भागात' डॉइशलंडवर फिल्चनेरला बंदुकीच्या गोळ्यांशी सामना करावा लागला, आणि 'मोरेल लँड' हा भूभागही कोणा चक्रम अमेरिकन सील शिकाऱ्याच्या कल्पनेचा खेळच निघाला.

मॉसनने दक्षिण ध्रुवीय प्रदेशातील शोधमोहिमांच्या शोधांच्या प्रयत्नांची तुलना एका मोठ्या आणि गुंतागुंतीच्या कोड्यातील हरवलेले भाग शोधण्यासाठी केली. त्या मोठ्या आणि गुंतागुंतीच्या कोड्यातील अनेक छोटे मोठे भाग शोधायचे श्रेय निर्विवादपणे त्या एक ते दीड वर्षामध्ये निघालेल्या पाच मोहिमांनाच जाते हे नक्की. आता चित्र हळूहळू आकार घेऊ लागले होते.

शोधमोहिमांवर गेलेल्या साहसवीरांनी, तेथील अत्यंत कठीण परिस्थितीशी झगडत, कित्येकदा तर केवळ मानसिक ताकदीच्या जोरावर पुढे जात दाखवून दिले होते की ते अफाट पसरलेले शुभ्र खंड ही एक केवळ पोकळी नाहीये, मोकळा भूभाग नाहीये. 'ओशनोग्राफी' सर्वेक्षणात ८५०० किमी. लांबीच्या किनारपट्टीचे निरीक्षण करून नकाशे तयार केले होते. त्या अभ्यासावरूनच असा अंदाज व्यक्त केला गेला की दक्षिण ध्रुवीय प्रदेशाच्या किनारपट्टीची एकूण लांबी साधारणत: २२,५०० किमी. एवढी असावी - म्हणजे आज जी १८,००० किमी. लांबीची किनारपट्टी निश्चित झाली आहे त्यापासून तो अंदाज फारसा चुकला नव्हता. आणि ज्या वेळी साहसवीर खोल अंतर्भागात स्लेजवरून गेले तेव्हा तर अज्ञात असलेल्या कित्येक नवीन प्रदेशांची, भूभागांची माहिती झाली, शोध लागले. एकट्या 'मॉसन'च्या मोहिमेने ३२०० किमी. भागाचा शोध घेतला, सर्वेक्षण केले, तर आमंडसेनच्या

मोहिमेने २८०० किमी. भागाचे आणि स्कॉटच्या मोहिमेने त्यापुढे ४६० किमी. भागाचे सर्वेक्षण केले.

सन १९१२च्या आधी एक मोठा प्रश्न अनुत्तरित होता, तो म्हणजे त्या खंडामध्ये असलेल्या वेगवेगळ्या पर्वतरांगांचा परस्पर काही संबंध होता का? असलाच तर तो कशा प्रकारे होता? आमंडसेनच्या मोहिमेने गोळा केलेल्या नमुन्यांवरून, निरीक्षणांवरून आणि फोटोंवरून असे दिसून आले की व्हिक्टोरिया लँड प्रदेशातील 'बेकॉन सँडस्टोन'चा अढळ किंवा अस्तित्व थेट 'अॅक्सेल हेबर्ग ग्लॅशियर', जे आमंडसेन, वरच्या पठारी प्रदेशात जाण्यासाठी चढून गेला होता, तिथपर्यंत असल्याचे आढळून आले. परंतु दुर्दैवाने त्या खंडाच्या दुसऱ्या टोकाला फिल्चनेरला 'प्रिन्झ ल्युटपोल्ड' भूभागामध्ये एकाच प्रकारच्या दगडांचे नमुने गोळा करण्यात अपयश आले होते. डेव्हिड खूप निराश झाला. कारण त्यामुळे आमंडसेनने क्षितिजापलीकडे गेलेली जी पर्वतरांग पाहिली होती तिच्याबरोबर, या नवीन सापडलेल्या किनारपट्टीचा काही संबंध होता की नाही हे ठरवणे शक्य होणार होते.

परंतु त्याचा काही परस्परसंबंध असावा असे मानण्यासाठी सबळ कारणही होते. अँडीज पर्वतराजीच्या पूर्णपणे वेगळी रचना असलेला भूभाग होता, ती पर्वतराजी, प्रिन्झ ल्युटपोल्ड भूभागापर्यंत, जवळजवळ ३५०० किमी. लांब, त्याचाच भाग असावी किंवा संबंधित असावी, या आमंडसेनच्या निरीक्षणाला पुष्टी देणारा होता.

जर व्हिक्टोरिया भूभागावरील पर्वतरांगा त्या खंडाला छेदून जात असतील, तर मग हा प्रश्न उरतो की रॉस आणि वेडेल समुद्रांच्या बॅरियर्स यांचा काही परस्परसंबंध आहे का? आणि त्या बॅरियर्सपण दक्षिण ध्रुवीय प्रदेशाचे दोन भाग करतात का? जपानी मोहिमेने 'किंग एडवर्ड VII' भूभागाच्या दक्षिणेकडील भागाचे सर्वेक्षण केले होते आणि त्यांना तेथे पठारी प्रदेश आढळून आला होता जो तेथील भूभागाचे अस्तित्व सूचित करत होता; आमंडसेनेनेही जिथून तो पठारी प्रदेश चढून गेला, ज्याचे त्याने कार्मेन लँड असे नामकरण केले, त्याच्या उत्तर-पूर्वेला (इशान्य) पर्वत असावेत अशी शंका व्यक्त केली होती.

आणि हे जर सर्व खरे असेल-जे जगाच्या त्या भागामध्ये, प्रकर्षाने जाणवणाऱ्या, हवेतील प्रकाशाच्या वक्रिभवनामुळे प्रत्यक्षात शेकडो किमी. दूर असेल - तर त्या भागामध्ये विस्तृत, रुंद सामुद्रधुनी असण्याची शक्यता कमीच होती, असे डेव्हिस यांचे मत होते. आणि वेडेल समुद्राच्या दक्षिण टोकाला असलेल्या फिल्चनेरच्या 'ल्युटपोल्ड लँड'मुळे तसेच काहीसे दिसत होते. सामुद्रधुनी असलीच तर ती खूप अरुंद असावी. काही दशकांनंतर डेव्हिडने व्यक्त केलेला संशय खरा ठरला.

सन १९१२ मधील मोहिमांचा जल्लोष जरा कमी झाल्यावर आणि जनमानसावरील गारुड उतरल्यावर दक्षिण ध्रुवीय प्रदेशातील विविध भागांना, पर्वतांना, किनारपट्ट्यांना देण्यात आलेल्या विविध नावांबद्दल जनतेतून तीव्र प्रतिक्रिया उमटली. वेगवेगळ्या भूभागांना देण्यात आलेल्या राज्यांच्या, महाराजांच्या, सरदारांच्या आणि प्रमुख देणगीदारांच्या नावांचा लोकांना कंटाळा आला होता, तिटकारा वाटायला लागला होता. आज त्या प्रदेशातील कोणत्याही भागाला नाव देण्याबाबत कठोर बंधने घातली आहेत आणि बऱ्याचशा ठिकाणांची नावे बदलली आहेत. आता एकेका पर्वतांना देण्यात आलेली नावे जरी बहुतांशी तीच ठेवली असली तरी जी पर्वतरांग त्या खंडाला छेदून जाते त्या पर्वतरांगेचे नाव बदलून आता ट्रान्सअंटार्क्टिक माउंटन्स असे बदलले आहे आणि दक्षिण ध्रुवीय अँडीज प्रदेश आता 'दक्षिण ध्रुवीय द्वीपकल्प' (Antarctic Peninsula) या नावाने ओळखला जातो.

दक्षिण ध्रुवीय प्रदेशातील वेगवेगळ्या भागांच्या नामकरणाबाबतीत काही शिस्त आणतानाच एक गोष्ट लक्षात आली की 'रॉस' आणि 'वेडेल' समुद्रांच्या भागांमध्ये ज्या काही वैशिष्ट्यपूर्ण गोष्टी आढळतात त्यांना 'अडथळे' किंवा बॅरियर हा शब्दप्रयोग योग्य वाटत नाही. सन १९१२ मध्ये ऑस्ट्रेलेशियन मोहिमेला दक्षिण ध्रुवीय प्रदेशाच्या पूर्व किनारपट्टीच्या प्रदेशात तशाच प्रकारचा एक तरंगता भूभाग सापडला होता. त्या प्रदेशाचे त्यांनी अगदी योग्य असे नामकरण केले. त्यांनी त्या प्रदेशाला एका 'अँग्लो-आयरीशमन' (ज्याने त्या मोहिमेला सक्रिय पाठिंबा दिला होता) च्या नावावरून 'शॅकल्टन आइस श्लेफ' असे नाव दिले. त्यानंतर 'ग्रेट आइस बॅरियर'चे, 'रॉस आइस बॅरियर' असे नामकरण होण्याला मध्यंतरी काही वर्षे जावी लागली. ब्रिटिश आणि नॉर्वेजियन मोहिमांनी, तो अवाढव्य पसरलेला प्रदेश हा बहुतांशी सपाट आहे आणि केवळ ट्रान्सअंटार्क्टिक माउंटन्सच्या दिशेने थोडा वर गेला आहे हे त्यांच्या संशोधनातून आणि निरीक्षणांतून दाखवून दिले.

शिरासेच्या मोहिमेला 'किंग एडवर्ड VII' किनारपट्टीजवळील 'बॅरियर' येथे मोठ्या प्रमाणात दगडांचे काही नमुने गोळा करता आले होते, त्याचप्रमाणे ग्लॅशियरच्या तोंडाशीपण दगडांचे नमुने मिळाले होते, ज्यावरून त्या प्रदेशाच्या भूस्तराची, रचनेची कल्पना करता येत होती. डेव्हिड यांनी अभ्यासाअंती असा निष्कर्ष काढला की अनेक घटकांच्या एकत्र येण्याने आइस शेल्फची निर्मिती होत असली पाहिजे. 'सभोवतालच्या ग्लॅशियरवरून वाहत येणारे बर्फ, आकाशातून पडणारे बर्फ, आणि तळाशी असलेले बर्फ वितळून ते रॉस समुद्रात जाण्याने आइस शेल्फ निर्माण झाले असावे.'

या सर्व घडामोडींच्या कालगणनेसाठी लागणारी काळाची फूटपट्टी अर्थातच खूप मोठी होती. ब्रिटिश मोहिमेने अभ्यासाअंती निष्कर्ष काढला की बॅरियरच्या

हालचालीचा, सरकण्याचा वेग साधारणत: वर्षाला ४६० मीटर इतका आहे, जो आजच्या आधुनिक तंत्रज्ञानाच्या साहाय्याने काढलेल्या, दिवसाला एक मीटर या वेगाशी मिळताजुळता आहे. त्याचप्रमाणे सन १९१२ मधील नकाशे तयार करण्याच्या प्रयत्नांतून हेपण कळले की रॉस आइस शेल्फचा आकार जवळजवळ 'फ्रान्स' च्या आकाराएवढा आहे आणि त्यावरून डेव्हिड यांनी गणित मांडले की अगदी टोकापाशी असलेल्या बर्फाला समुद्रापर्यंत येण्यासाठी साधारणत: बाराशे वर्षे लागली असली पाहिजेत.

परंतु त्या पुरातन भूप्रदेशाचे खरे स्वरूप, रहस्ये उलगडली ती तेथील घळींनी आणि छोट्या दऱ्यांनी भरलेल्या प्रदेशाचा प्रवास केल्यानेच. बीअर्डमोर ग्लॅशियरच्या वरच्या टोकाला, 'बक्ले आयलंड' नावाच्या भूभागामध्ये शॅकल्टनला एका विशिष्ट पद्धतीने अनेक प्रकारच्या दगडांचे थर उघडे पडल्याचे आढळून आले. त्यानंतर मॉसनला, तिथून २२५० किमी. अंतरावर त्याच क्रमाने, त्याच पद्धतीने रचना असलेले दगडांचे थर आढळले. अर्थात याचे सारे श्रेय स्कॉट आणि त्याच्या सहकाऱ्यांनी केलेल्या सखोल अभ्यासाला जाते. अर्थात एकाच प्रकारची भूस्तरीय रचना दोन वेगवेगळ्या ठिकाणी किंवा मोठ्या भूभागावर आढळून येणे यात काही विशेष नवल नाही. परंतु त्या भूस्तरीय रचनेमधील एक स्तर अत्यंत महत्त्वाचा होता - तो स्तर होता कोळशाचा.

सन १९१२ पर्यंत एक गोष्ट मात्र नक्की माहीत झाली होती की कोळशाचे अस्तित्व असणे म्हणजे कधी काळी, अतिभूतकाळामध्ये तो प्रदेश जंगलाचा आणि दलदलीचा असण्याची खूण होती. दक्षिण ध्रुवीय प्रदेशामधील कोळशाच्या शास्त्रीय विश्लेषणात ज्या झाडांचे अवशेष त्यात सापडले होते त्यावरून त्या भागातील कोळसा, जगातील इतर भागांमधील भूकालमापनाच्या 'पर्मीयन' काळामधील (म्हणजे २५ कोटी वर्षांपूर्वी) घनदाट वृक्षराजीच्या काळाशी नाते सांगणारा होता. दक्षिण ध्रुवीय प्रदेशाचा भूस्तरीय, भूगर्भीय इतिहास उलगडायला डेव्हिडसारख्या ऑस्ट्रेलियन शास्त्रज्ञाला या भूगर्भीय पुराव्याची मदत झाली.

त्या भागामध्ये असलेल्या कोळशाच्या केवळ अस्तित्वाने एक चक्रावून टाकणारा प्रश्न निर्माण झाला. 'पुरातन जंगलांचे हे अवशेष बीअर्डमोर ग्लॅशियरपर्यंत आले कसे? डेव्हिड यांचे म्हणणे असे होते, 'आपल्यापुढे आता खरोखरच हा झाडांच्या, बहुतेक सूचिपर्णी वृक्ष प्रकारात मोडणाऱ्या झाडांच्या, अतिपुरातन अवशेषांचा गहन प्रश्न उभा राहिला आहे. ती झाडेपण अगदी दक्षिण ध्रुवापासून केवळ ५ अंश अक्षांशाइतक्या जवळच्या भागात, जो भाग हिवाळ्याचे पाच महिने कमी-अधिक प्रमाणात अंधकारमय असतो. डेव्हिडने स्वत:शीच एक प्रश्न विचारला— आज दक्षिण ध्रुवाच्या संदर्भात, बीअर्डमोर ग्लॅशियर जेथे आहे तेथेच हवामान समशितोष्ण,

उबदार असते, तरीही ज्यांचा आता कोळसा झाला आहे ती झाडे, वर्षातील पाच महिन्यांचा काळ अंधकारमय असतानासुद्धा, येथे रुजली असतील का? वाढली असती का? जर ते शक्य नसेल तर मग दक्षिण ध्रुव सरकला आहे का? किंवा दक्षिण ध्रुवापासून आत्ताच्या अंतराचा विचार करता 'बक्ले बेट' सरकले आहे का?

दक्षिण ध्रुवीय प्रदेशामध्ये कोळसा असण्याचे किंवा सापडण्याचे कारण काय या प्रश्नाचे उत्तर स्कॉट आणि त्याच्या सहकाऱ्यांनी त्यांच्या मृत्यूकडे प्रवास सुरू असतानासुद्धा त्यांनी ओढत आणलेल्या १६ किलो कोळशांच्या नमुन्यांमध्ये दडलेले होते. मोहिमेदरम्यान स्कॉटने लिहिलेल्या डायरीमधील नोंदी, निरीक्षणे इत्यादींच्या एकत्रीकरणातून 'लास्ट एक्स्पिडिशन' हे पुस्तक तयार करून प्रकाशित करण्यात आले. त्या पुस्तकामुळे जनतेला कळले की त्या तिघांच्या मृत्यूची बातमी समजल्यावर एक शोधपथक पाठवण्यात आले होते आणि त्या शोधपथकाने 'त्यांच्या वस्तू, कपडे, स्लेज, डायऱ्या, गोळा केलेले नमुने इ. गोष्टी बर्फातून खोदून शोधून मिळवल्या होत्या.' त्या शोधपथकाने ज्या वस्तू गोळा केल्या होत्या त्यामध्ये ३५ पौंड वजनाचे अत्यंत महत्त्वाचे असे 'बीअर्डमोर ग्लॅशियर'च्या तळाशी, जेथे सर्व दगड, माती, गाळ वाहत येतो, थांबून गोळा केलेले भूस्तरीय नमुने होते. स्कॉट आणि त्याच्या सहकाऱ्यांना त्यांचे चुकणारे वेळापत्रक आणि मृत्यूचा धोका याची जाणीव असतानाही पण, डॉ. विल्सन यांच्या विनंतीवरून त्यांनी ग्लॅशियरच्या तळाशी बराच वेळ घालवून ते नमुने गोळा केले होते, त्या जड भूस्तरीय नमुन्यांमुळे, ते ओढत असलेल्या त्यांच्या आधीच वजनदार झालेल्या स्लेजवरचा भार आणखीनच वाढला होता.'

शोधपथकातील इतर सदस्यांच्या, ते नमुने शास्त्रीयदृष्ट्या किती मौल्यवान आहेत, हे ताबडतोब लक्षात आले. 'ग्रिफीथ टेलर' या भूगर्भशास्त्रज्ञाने ते नमुने पाहिल्यावर म्हटले— 'शोधपथकातील सदस्यांनी' बक्ले पर्वतावरून आणलेल्या भूस्तरीय नमुन्यांच्या खजिन्यामध्ये काही चमत्कारिक आणि थक्क करणारे अश्मांचे नमुने होते. काही अश्मांवर 'पॅलीओझॉइक' (Palaeozoic Age - 54 कोटी ते २५ कोटी वर्षांपूर्वी) काळातील वनस्पतींचे ठसे होते. सहज वरवरच्या निरीक्षणावरून जगातील इतर भागांमध्ये सापडलेल्या अश्मांवरच्या वनस्पतींच्या ठश्यांशी त्यांचे साम्य असल्याचे दिसले. पूर्ण अभ्यासाअंती त्या नमुन्यांचे भूगर्भीयदृष्ट्या काय आणि किती महत्त्व आहे हे नक्कीच लक्षात येईल. त्याचाच एक सहकारी 'फ्रँक डेबेनहॅम'ने असे मत व्यक्त केले की, 'या नमुन्यांच्या सुस्थितीत राहण्याने आणि अभ्यासाने, दक्षिण ध्रुवीय प्रदेश आणि ऑस्ट्रेलेशिया यांच्या एकत्र असण्याबद्दल किंवा यांच्यामध्ये दुवा असण्याबाबत जो वादंग आहे, तो नक्कीच निकालात निघेल.' परंतु ते नमुने

नक्की कशा प्रकारे आहेत याची कल्पना फारच थोड्या लोकांना होती.

'बक्ले आयलंड' किंवा काही वेळा 'माउंट बक्ले' असेही संबोधले जाते - हा भाग म्हणजे बीअर्डमोर ग्लॅशियरवरील एक हिमशिखर आहे. याच ठिकाणी दक्षिण ध्रुवावरून परतत असताना, शॅकल्टनने प्रथम शोधलेल्या कोळशांच्या साठ्यांचे सर्वेक्षण करण्यासाठी 'एडवर्ड विल्सन' थांबला होता. तो आणि त्याचे सहकारी ८ फेब्रुवारी १९१२ च्या दुपारपासून दुसऱ्या दिवसाच्या सकाळपर्यंत या ठिकाणी थांबले होते. विल्सनचे सहकारी नमुन्यांसाठी दगडांखालील भूस्तर खरवडत होते, योग्य वाटणारे दगड फोडत होते, दगडांमध्ये भोके पाडून नमुने गोळा करत होते, काही विशिष्ट अश्मांचा शोध घेत होते तर विल्सन बारकाईने त्या सर्वांचे निरीक्षण करत त्याच्या नोंदी करत होता, नोट्स घेत होता. अत्यंत निरखून पाहिल्यावर त्या दगडी कोळशांवर पुरातन वनस्पतीच्या पानांचे ठसे स्पष्टपणे दिसत होते.

गेल्या शंभर-दीडशे वर्षांमध्ये गोळा केलेले, विविध प्रकारचे असंख्य मौल्यवान, नाजूक नमुने आज लंडनच्या 'नॅचरल हिस्टरी म्युझियम' मध्ये छोट्या छोट्या पुठ्ठ्यांच्या बॉक्सेसमध्ये, काचेच्या बरण्यांमध्ये, त्यांच्या वर्गीकरणाप्रमाणे व्यवस्थित आणि सुरक्षितपणे ठेवलेले आहेत. जवळजवळ शतकापूर्वी, विल्सनच्या चाणाक्ष नजरेने हेरलेले ते ओबडधोबड काही सेंमी. आकारापासून ते काही किलो वजनापर्यंतचे ते दगड बघताना आपला विश्वास बसत नाही आणि त्यांच्या कर्तृत्वाने थक्कही व्हायला होते. त्या दगडांमध्ये तरी किती प्रकार असावेत, शास्त्रज्ञांनी केलेल्या वर्गीकरणाप्रमाणे, काही काळसर पाटीच्या रंगाचे, काही काळेभोर, काही कोळसा होण्याच्या बेतातले, काही अत्यंत कठीण, तर काही अगदी ठिसूळ, काही तुटतानापण ठरावीक आकारामध्येच तुटणारे. दलदलीच्या प्रदेशामध्ये सापडलेले काही दगड फोडल्यावर आतमध्ये कोळसा तयार झालेला मिळाला तर काहींमध्ये अगदी आखीवरेखीव असे पानांचे ठसे मिळाले. भूस्तराच्या प्रत्येक थरामध्ये त्या काळी असलेल्या वनस्पतींचे, झाडाझुडोऱ्यांचे विपुल प्रमाणात पुरावे मिळाले. मोठ्या पानांचे जे ठसे होते ती पाने जवळपास 'बीच' (Beech) पानांच्या आकाराची होती आणि त्यामधील शिरांची ठेवणपण तशीच होती. 'ब्रिटिश बिच' पानांच्या आकारापेक्षा थोड्या लहान आकाराच्या पानांच्या ठशांमधील शिरांची संख्या खूपच जास्त होती आणि अधिक रेखीव होती. या सगळ्या प्रयत्नांमागच्या विलक्षणपणाचा आणि सापडलेल्या ठेव्याच्या अद्‌भुततेचा मार्कहॅम याला विसर पडला नव्हता. एके ठिकाणी त्याने उद्‌गार काढले— 'ध्रुवीय इतिहासात यापेक्षा अभिमानाचे, आनंदाचे हृदयाला भिडणारे दुसरे कोणते क्षण असूच शकत नाहीत.'

डेव्हिड यांच्या सन १९१४ मधील, लंडन येथील भाषणाच्या वेळेपर्यंत, ध्रुवीय प्रदेशातून आणलेल्या अश्मांवरचे केंब्रिज विद्यापीठामध्ये चाललेले संशोधन शेवटच्या

टप्प्यामध्ये आलेले होते. त्या मौल्यवान अश्मनमुन्यांवर संशोधन करणारे वनस्पतिशास्त्राचे प्रोफेसर 'अल्बर्ट सेवर्ड' यांनी त्यांच्या संशोधनासंबंधी 'नॅचरल हिस्टरी' नावाने झालेल्या अनेक अहवालांपैकी पहिल्या अहवालामध्ये नमूद केले आहे की - त्यातील काही अश्म हे 'Glossopteris' ('Glossopteris' या वनस्पतीचे प्रथम 'फर्न' या प्रकारामध्ये वर्गीकरण केले गेले होते, नंतर ते बदलून 'Gymnosperm' या प्रकारामध्ये केले गेले.) या वनस्पतीचे होते. गोंडवना लँडमधील त्या सर्वव्यापी वनस्पतीबद्दल एका दशकापूर्वी, डेव्हिड यांनी 'डुनेडिन' येथे भाषण केले होते. सेवर्ड यांनी लिहिले— 'Glossopteris' वनस्पतीच्या बक्ले आयलंड येथील अस्तित्वाचा शोध, हा गृहीतकाला वास्तवाच्या कक्षेमध्ये आणण्यास पुरेसा होता.

अतिपुरातन काळामध्ये दक्षिण ध्रुवीय प्रदेश हा केवळ उष्ण / उबदार हवामानाचाच प्रदेश नव्हता याचा हा पुरावा होता, तर तो काही प्रकाराने दक्षिण अमेरिका, भारत आणि ऑस्ट्रेलिया यांनी मिळून बनलेल्या 'गोंडवना लँड'बरोबर जोडलेला होता. काही वर्षांपूर्वी, स्कॉटिश वनस्पतिशास्त्रज्ञ 'मेरी स्टोप्स' हिने 'स्कॉट' बरोबर झालेल्या भेटीच्या वेळी, पार्टीमध्ये स्कॉटबरोबर नृत्य करताना त्याला दक्षिण ध्रुवीय प्रदेशातील वनस्पतींचे नमुने गोळा करण्यासाठी जर खरोखरच प्रवृत्त केले असेल तर त्या प्रोत्साहनाची ही अनपेक्षित आणि सुखद परिणतीच म्हणावी लागेल.

'Glossopteris' ही वनस्पती दक्षिण ध्रुवीय प्रदेशामध्ये कशी आली असेल याचे सर्वांत सोपे स्पष्टीकरण द्यायचे झाले तर अतिपुरातन काळी 'दक्षिण गोलार्धातील भूभागांना सांधणारे चिंचोळे भूभाग किंवा पूल असावेत असे एक गृहीतक मांडणे. निरनिराळ्या समुद्रांमध्ये याचे पुरावे मात्र खूप शोध घेऊनही सापडले नाहीत. ऑस्ट्रेलेशियन मोहिमेदरम्यान, त्यांच्या उद्दिष्टाचा एक भाग म्हणून, अरोरा जहाजाने दक्षिणेकडील समुद्रांचा खूप मोठा भाग पिंजून काढला होता आणि प्राचीन चिंचोळ्या भूभागांचे, पुलांचे काही दुवे मिळतात का, काही जीवशास्त्रीय पुरावे सापडतात का, याची पाहणी केली होती आणि त्याचाच एक भाग म्हणून ठिकठिकाणच्या समुद्रांची खोली मोजली होती. मॉसननेपण पुरावे शोधण्यासाठी अगदी कसून प्रयत्न केले होते आणि जे काही सापडले होते तेवढ्यावर तो समाधानी नव्हता. त्यातल्या त्यात आशा वाटावी असा एक भूभाग डेव्हिसने टास्मानियाच्या दक्षिणेला शोधला होता, तो म्हणजे 'मिल राइज' भूभाग, परंतु तो केवळ एक वेगळा एकाकी पठारी प्रदेश होता आणि पुरावा म्हणून विचारात घेण्यासारखा नव्हता.

परंतु डेव्हिड मात्र प्रदेशांना जोडणाऱ्या चिंचोळ्या भूभागाची, पुलांची कल्पना इतक्या सहजपणे विसरायला, सोडून द्यायला तयार नव्हता. त्याने 'टेडी इव्हान्स'बरोबर आणि 'टेरा नोव्हा' च्या खलाशांबरोबर संपर्क साधला आणि ऑस्ट्रेलेशियन मोहिमेने सर्वेक्षण केलेला समुद्राचा भाग सोडून इतर भागांचे सर्वेक्षण करण्यासाठी, समुद्राची

ठिकठिकाणची खोली मोजण्यासंबंधीची विचारणा केली. ब्रिटिश पथक स्कॉट आणि त्याच्या सहकाऱ्यांना परत आणण्यासाठी निघण्यापूर्वीच डेव्हिडने इव्हान्सला लिहिले— 'किंग एडवर्ड भूभाग आणि आमंडसेन आणि लेफ्टनंट शिरासे यांनी शोधलेले किंग एडवर्ड भूभागाच्या अति दक्षिणेकडील भूभाग पाहिले तर असे दिसते की तो प्रदेश काही फार मोठ्या आणि काही छोट्या बेटांचा बनलेला आहे आणि दक्षिण ध्रुवीय अँडीजच्या पायथ्याशी जवळजवळ एकसंध भूभागाप्रमाणे पसरलेला आहे. जवळपास 'पाल्मर द्वीपसमूहाप्रमाणे' (Palmer Archipelago) किंवा दक्षिण शेटलँड बेटांप्रमाणे म्हणता येईल, किंवा साधर्म्य सांगता येईल असा. 'किंग एडवर्ड VII' भूभागाच्या उत्तरेकडील समुद्रात काही पाण्याखाली गेलेली बेटे असण्याची शक्यता आहे आणि त्यातील काही तुला, नशिबाने सापडण्याचीपण शक्यता आहे किंवा कदाचित त्या बेटांखालचा पाण्याखाली गेलेला पठारी प्रदेश सापडण्याची शक्यता आहे.'

त्याची खात्री पटली होती की, 'समुद्रामध्ये न्यू-झीलंडच्या दक्षिणेकडील समुद्रापासून ते रॉस समुद्रापर्यंतच्या भागाइतका, वैज्ञानिक दृष्ट्या चित्तवेधक आणि रोमहर्षक भाग दुसरा नाही.' त्या संपूर्ण भागाची मोजमापे घेतली गेली, सर्वेक्षण केले गेले परंतु कोठेही चिंचोळा भूभाग किंवा प्रदेशांना जोडणारा पूल आढळून आला नाही. तर मग 'Glossopteris' वनस्पती दक्षिण ध्रुवीय प्रदेशापर्यंत पोहोचली कशी?

दक्षिण ध्रुवीय प्रदेशातून शोधमोहिमा जसजशा परतत होत्या, तसतशा नवनवीन वैज्ञानिक कल्पना पुढे येत होत्या. 'अणू' (ॲटम)च्या शोधाबद्दल, त्याच्या संकल्पनेबद्दल वेगवेगळी गृहीतके मांडली जात होती. त्याच वेळी आदिमानवाची अश्मीकृत आकृती इंग्लंडमध्ये सापडली होती. एक फारसा प्रसिद्ध नसलेला शास्त्रज्ञ, 'अल्फ्रेड वॅग्नर' वादग्रस्त मत मांडत होता— 'पृथ्वीच्या पाठीवरील निरनिराळे खंड हे एका फार मोठ्या कोड्याचे भाग आहेत.'

जगाच्या पाठीवरील वेगवेगळ्या खंडांमध्ये जे काही ठळक आणि महत्त्वाचे अश्म सापडले होते त्यांच्या संबंधीच्या अभ्यासावर, निरीक्षणांवर सन १९१२पर्यंत, वॅग्नर त्याची मते, त्याचे म्हणणे, निरनिराळ्या विज्ञान विषयाला वाहिलेल्या मालिकांतून लेख, निबंध लिहून प्रसिद्ध करत होता. त्याने लिहिलेले लेख, निबंध नंतर एकत्रित करून त्या विषयावरचे अतिमहत्त्वाचे समजले गेलेले पुस्तक 'The Origin of Continents and Oceans' प्रकाशित केले गेले. ते पुस्तक सन १९२४ पर्यंत इंग्रजीमध्ये प्रकाशित झाले नव्हते. त्यामुळे वैज्ञानिक जगतातल्या एका मोठ्या वर्गामध्ये त्यावर चर्चा सुरू झाली नव्हती. वॅग्नरने असा सिद्धान्त मांडला की - एकमेकांपासून हजारो मैल दूर असलेल्या भूप्रदेशांच्या भूगर्भीय किंवा

भूस्तरीय रचनेमधील समानता किंवा सारखेपणा दाखवण्यासाठी, सिद्ध करण्यासाठी त्यांना जोडणारा चिंचोळा भूभाग किंवा पूल असण्याची गरज नाही. त्याऐवजी जर पृथ्वीच्या पाठीवरील हे खंडात्मक भूभाग त्यांच्या मूळ ठिकाणापासून काही उत्पाती घटनांमुळे समुद्रातून वेगवेगळ्या दिशांना सरकले असावेत हे जर मान्य केले तर या प्रश्नाचे उत्तर चुटकीसरशी मिळते.

'गोंडवना लँड' हे एक अतिप्रचंड असे महाखंड होते आणि त्याचा काही भूभाग समुद्रांमध्ये बुडण्याऐवजी त्याचे तुकडे झाले आणि निरनिराळे खंड एकमेकांपासून दूर सरकले. हे सर्व 'जुरॅसिक' काळामध्ये म्हणजे जवळजवळ १६.१० कोटी वर्षांपूर्वी घडले असावे. ही विचाराची दिशा जर बरोबर असेल तर त्याचा अर्थ दक्षिण ध्रुवीय प्रदेशातील आजची कोळशाची जागा, तो जिथे तयार झाला ती नाही. अतिप्राचीन काळच्या गोंडवना लँडचे नंतर तुकडे झाले आणि आज आपण जे जग बघतो आहोत तसे जग तयार झाले.

वैज्ञानिक जगतातील काही जणांना अर्थातच हा विचार, हे मत मान्य नव्हते. टीकाकार अगदी कठोरपणे त्याच्यावर तुटून पडले. कारण वॅग्नरने - पृथ्वीवरील हे खंड तुटून वेगळे झाले आणि समुद्रातून सरकले - या त्याच्या सिद्धान्ताला कोणताच पुरावा दिला नव्हता. वॅग्नरच्या सिद्धान्ताची 'शुद्ध कल्पना विलास', 'शास्त्रीय जर्मन भंपकपणा' वगैरे विशेषणांनी तेव्हा वासलात लावण्यात आली. परंतु परिस्थिती बदलली, सन १९६० पर्यंत वॅग्नरच्या सिद्धान्ताला, त्याने मांडलेल्या विचारांना मोठ्या प्रमाणात पाठिंबा मिळाला, मान्यता मिळाली. कारण नंतर असे सिद्ध झाले की अगदी खंड जरी तुटून वेगळे झाले नाहीत तरी ते खंड ज्या पृथ्वीच्या गाभ्याशी असलेल्या कठीण कवचाच्या सर्वांत वरील जमिनीच्या थरावर (पृथ्वीच्या गाभ्याशी असलेल्या कठीण कवचाचा, समुद्रतळाखालील १० किमी. खोलीपर्यंतचा थर) वसलेले आहेत आणि तरंगताहेत (Tactonic Plates) तो कठीण कवचावरचा थर, त्या प्लेट्स, सरकल्यामुळे खंड सरकले आहेत. हे तळजमीनीचे (Tactonic Plates) शास्त्र विकसित झाल्यावर खंडांच्या सरकण्याबाबत, समुद्र तयार होण्याबाबत, त्यांच्या घर्षणामुळे निर्माण होणाऱ्या नैसर्गिक आपत्तींबद्दल उत्तरे मिळायला लागली.

ऑस्ट्रेलेशियन मोहिमेचा केंद्रबिंदू असलेले 'मॅक्वायर बेट' हे 'इंडो ऑस्ट्रेलियन पॅसिफिक थराच्या' (Plate) पूर्वेकडील सीमारेषेवर वसलेले आहे हे आता समजले आहे आणि त्यामुळेच मॉसनच्या सहकाऱ्यांना तेथे वारंवार भूकंपाचे झटके अनुभवायला का आले याचे उत्तरही मिळते. डेव्हिडला ही संकल्पना, हा विचार पटायला लागला होता, परंतु ऑस्ट्रेलियन मोहिमेच्या नेत्याला मात्र ही संकल्पना अजून मान्य नव्हती. त्याहूनही महत्त्वाचे म्हणजे या भूतळाच्या आणि पर्यायाने खंडांच्या सरकण्यामुळे दक्षिण ध्रुवीय प्रदेशातील कोळसाच्या अस्तित्वाबाबतचा युक्तिवाद जरी करता येत

होता आणि काही प्रमाणात उत्तरेपण मिळत होती तरीपण हेच संपूर्ण सत्य होते का?

आपल्या या ग्रहाच्या इतिहासाचा फार मोठा कालखंड (२९.९ कोटी वर्षे ते २५.१० कोटी वर्षे) 'Glossopteris' या वनस्पतीने गोंडवनाच्या खूप मोठ्या भागावर अधिराज्य केले, परंतु तेवढीच एक वनस्पती तिथे वाढत नव्हती. मात्र, 'Glossopteris' व्यतिरिक्त इतर झाडे झडोऱ्यांमध्ये वैविध्य कमी होते आणि ही गोष्ट थंड हवामानाची निदर्शक होती. दुसरी महत्त्वाची गोष्ट म्हणजे अश्मांखेरीज इतर जे दगडांचे, कोळशांचे नमुने गोळा करून आणले होते, त्यांपैकी काहींमध्ये 'चुंबकीय कण' असल्याचे आढळून आले. त्यावरून 'Glossopteris' च्या आणि कोळसा तयार होण्याच्या काळामध्ये दक्षिण ध्रुवीय प्रदेश दक्षिण चुंबकीय ध्रुवाच्या जवळ असावा असेही अनुमान निघते. एकूण परिस्थितीवरून असेही अनुमान काढता येते की दक्षिण ध्रुवीय प्रदेश त्याच्या आत्ताच्या ठिकाणापासून फार वर उत्तरेकडे नसावा आणि दरवर्षी चोवीस तास अंधाराच्या दिवसांचे कित्येक महिने टाळू शकण्याइतका उत्तरेकडे नक्कीच नसावा. आणि तरीही 'Glossopteris' वनस्पतीचे आकारमान बघता त्या प्रदेशाचे तेव्हाचे वातावरण तुलनेने उबदार असावे.

आणि तरीही अशा परस्परविरुद्ध गोष्टी एकत्र कशा असू शकतात याचा भक्कम पुरावा, चिनी 'जिन्को' (Ginko) या पानगळीच्या झाडांच्या, सजीव अश्मांवरून मिळतो. या झाडाचे अश्मपण दक्षिण ध्रुवीय प्रदेशातील दगडांमध्ये मिळाले आहेत. तो काळ साधारणत: १० कोटी वर्षांपूर्वीचा - Cretaceous Period - असावा. जरी हा काळ 'Glossopteris' च्या खूप नंतरचा होता तरीही तेव्हा 'ग्रीन हाउस वायूंची' पातळी तितकीच जास्त प्रमाणात होती हे आता माहीत झाले आहे. पानांच्या अश्मांवरील ठशांवर दिसणाऱ्या छिद्रांवरून (Stomata - वनस्पतींच्या श्वसनासाठी पानांवर असणारी छिद्रे) त्यांच्या संख्येवरून त्या काळी वातावरणात असणाऱ्या कर्बवायूच्या प्रमाणाचा, बराचसा अचूक अंदाज करता येणे शक्य आहे. कर्बवायूचे वातावरणातील प्रमाण जितके जास्त तितके वनस्पतींसाठी, पानांसाठी 'प्रकाश संश्लेषण' (Photosynthesis) सोपे, सुलभ आणि तेवढीच पानांवरील छिद्रांची संख्या कमी. वातावरणातील कर्बवायूच्या वेगवेगळ्या प्रमाणांमध्ये झाडाच्या वाढीचा, पोषणाचा अभ्यास करून त्यांचा परस्परसंबंध ठरवणे शक्य आहे. आजच्या वातावरणाशी तुलना करायची झाली तर आजच्या ३९६ p/p million च्या पातळीत, ज्या काळामध्ये दक्षिण ध्रुवीय प्रदेशामध्ये 'जिन्को' वाढत होते त्याकाळी वातावरणातील कर्बवायूची पातळी ८०० p/p million एवढी असावी असे अनुमान करता येते. त्या काळी एकूण पृथ्वीवरील 'ग्रीन हाउस वायूंचे' अस्तित्व खूप मोठ्या प्रमाणात होते.

वातावरणातील या घडामोडींमुळे, असणाऱ्या किंवा वाढणाऱ्या तापमानाचा अर्थ एवढाच निघतो की त्या काळी तो प्रदेश बर्फाच्छादित नसावा. त्याऐवजी तो प्रदेश घनदाट वृक्षराजींनी, जंगलांनी आणि अनेकविध जंगली प्राण्यांनी भरलेला असावा. इंग्लंडमधील 'शेफिल्ड विद्यापीठा'तील शास्त्रज्ञांनी 'जिन्को' वनस्पतीची रोपे, अतिप्रमाणात कर्बवायू असलेल्या काळोख्या ग्रीन हाउसमध्ये ठेवून ती अंधाऱ्या वातावरणात महिनोन्महिने तग धरू शकतात का हे पाहण्यासाठी प्रयोग केले. हिवाळ्यामध्ये पुरेसा सूर्यप्रकाश नसताना 'जिन्को' वनस्पती, तिच्यातील साठवलेल्या अन्नावर तग धरून राहिली आणि उन्हाळ्यामध्ये केवळ चोवीस तासांमध्ये प्रकाश संश्लेषणाच्या (Photosynthesis) साहाय्याने त्या वनस्पतीने सगळी तूट भरून काढली. त्यामुळे जोपर्यंत वातावरणातील कर्बवायूचे प्रमाण जास्त होते, तोपर्यंत दक्षिण ध्रुवीय प्रदेशामधील जंगले, वनस्पती इ. अंधारामध्ये फक्त तग धरून राहिली नाहीत तर जोमाने वाढलीसुद्धा.

पृथ्वीच्या टणक कवचाच्या वरील थरांच्या, तळजमिनीच्या (Tactonic Plates) सततच्या घर्षणामुळे, सरकण्यामुळे गोंडवना लँडचे दिवस आता भरत आले होते. ज्या उत्पाती ताकदींचा अल्फ्रेड वॅग्नरने उल्लेख केला होता त्यांच्या खुणा म्हणून आज ट्रान्स अंटार्क्टिक पर्वतांमध्ये अगदी जुरॅसिक काळापासूनचे (Jurassic Period) वाहत आलेले लाव्हांचे थर साठलेले आढळतात. 'क्रेटेशियस काळापर्यंत' (Cretaceous Period), अंदाजे आठ कोटी वर्षांपूर्वी भूभागाचा शेवटचा राहिलेला तुकडा न्यू-झीलंड पश्चिम दक्षिण ध्रुवीय प्रदेशापासून तुटून वेगळा झाला. त्या प्रचंड महाखंडाच्या शेवट झाला होता. आजपण तळजमिनींची (Plates) आणि पर्यायाने खंडांची हालचाल, सरकणे चालूच आहे. या क्रियेची ठळकपणे दिसणारी खूण म्हणजे रॉस समुद्रातील 'इरेबस पर्वत'. सन १९८० पासून सॅटेलाइटद्वारा घेतलेल्या नोंदींवरून आणि प्रतिमांवरून वॅग्नरच्या विचारांची झेप कळते, महत्त्व कळते. गोंडवना लँडपासून फुटून निघाल्याच्या आणि दक्षिण ध्रुवीय प्रदेश आणि दक्षिण गोलार्धातील इतर भूभागामधील परस्परसंबंधाच्या प्रत्यक्ष खुणा, बाह्य कवचावर, आजही सॅटेलाइट प्रतिमांमध्ये स्पष्टपणे दिसतात. दक्षिण ध्रुवीय प्रदेशापासून दक्षिण गोलार्धातील इतर भूभाग, खंड फुटून निघण्याच्या त्या थोर जर्मन शास्त्रज्ञाच्या सिद्धान्ताचा, हा थक्क करणारा पुरावाच आहे.

गोंडवना लँडपासून भूभाग फुटून निघण्याचे पडसाद पृथ्वीतलावर सर्वत्र उमटले. तीस कोटी वर्षांपूर्वी 'ड्रेक पॅसेज' आणि 'स्कॉटिया समुद्र' निर्माण होण्याने जगातील एका महत्त्वाच्या समुद्री प्रवाहाची (Antarctic Circumpolar Current) निर्मिती झाली. हा समुद्री प्रवाह जरी दक्षिणी समुद्रातील, मुबलक प्रमाणात असलेल्या

प्राणिसृष्टीला पोषण पुरवत असला - दक्षिण जॉर्जिया आणि ध्रुवीय प्रदेशाभोवतालची छोटी-मोठी बेटे धरून - तरी त्याच्यामुळे इतर जगापासून दक्षिणेकडील खंड एकाकी पडले, वेगळे पडले. दक्षिण ध्रुवीय प्रदेशातील तपमान एकदम कमी झाले आणि आज जसे आपण बघतो आहोत तसे ते खंड बर्फाने गोठायला सुरुवात झाली. खंड गोठण्याबरोबरच त्यावर उत्क्रांती घडवणारे बदल होण्यासपण सुरुवात झाली. गोंडवना लँडच्या उरलेल्या अवशेषांवर - जे काही उरले होते - आता जीवनमरणाच्या संघर्षाला सुरुवात होणार होती.

शास्त्रज्ञांनी सन १९१२ मध्ये अशा या विविध प्रश्नांवर विचार करायला, झटापट करायला सुरुवात केली. विल्सनचा एम्परर पेंग्वीनच्या पूर्वजांबद्दलचा अंदाज जरी चुकला तरी आधुनिक पक्ष्यांच्या उत्क्रांतीचे धागेदोरे त्याच्यापर्यंत जाऊन पोहोचतात हा त्याचा विचार खरा ठरला. सन १९५३ मध्ये 'Deoxyribonucleic Acid' - DNA – चा शोध लागल्यावर शास्त्रज्ञांना वेगवेगळ्या प्राणी / पक्षी वर्गाच्या उत्क्रांतीचा संबंध त्या त्या वर्गाच्या जनुकीय ठेवणीशी आणि त्यामध्ये होणाऱ्या बदलाशी जोडला गेला असल्याचा शोध लागला. जेव्हा एका समान पूर्वजापासून दोन भिन्न वर्ग (Species) तयार होतात आणि उत्क्रांतीच्या मार्गावरील आपली वाटचाल सुरू करतात तेव्हा पिढ्यांनुरूप होणारे बदल त्यांच्या जनुकांमध्ये साठत जातात. जनुकाच्या जडणघडणीतील बदलाची तुलना घड्याळ्याच्या काट्यांशी करता येईल. जनुकीय नकाशामध्ये होणारे प्रत्येक बदल हा 'अणुसंयुगा'चे (Molecular) घड्याळ एकांकाने पुढे नेत असतो. एखादा प्राणी / पक्षीवर्ग किती काळात उत्क्रांत झाला असेल याचा हिशोब जनुकांमध्ये होणाऱ्या या बदलाच्या गणितावरून मांडता येतो. या प्रक्रियेमध्ये जनुकीय बदलाचा (Genetic Mutation) वेग काय आहे किंवा किती वेगाने ते होतात, तो वेग माहीत होणे हे सर्वांत महत्त्वाचे आहे.

आणि यासाठी पेंग्वीन पक्ष्याची आपल्याला मदत होऊ शकते. पक्षी प्रजातीमध्ये पेंग्वीन पक्ष्यांच्या अश्मांची शृंखला ही सर्वांत उत्तम तऱ्हेने नोंदली गेली आहे. ही नोंद ६.५ कोटी वर्षांपूर्वीपासून म्हणजे 'Cretaceous Tertiary' काळापासून किंवा ज्या कालखंडामध्ये डायनासॉर नामशेष झाले त्या काळापासून सापडते. पेंग्वीन पक्ष्याचे सर्वांत पुरातन अश्म न्यू-झीलंडमध्ये सापडले आणि ते ६.२ कोटी वर्षांपूर्वीचे आहे. भौगोलिक दृष्ट्या बोलायचे झाले तर गोंडवना लँड या प्रचंड महाखंडाच्या तुटण्यानंतर, हे पुरातन अश्म कालमापनाच्या फूटपट्टीवर, बदलाच्या वेगाचे मोजमाप करण्याचे काम फक्त पेंग्वीन पक्ष्यांपुरतेच करत नाही तर संपूर्ण पक्षी प्रजातीच्या जनुकीय शृंखलेतील महत्त्वाच्या टप्प्यांचा कालनिर्णयाचेपण काम करतात.

या प्रयोगातून मिळालेले निष्कर्ष आश्चर्यकारकच नाही तर थक्क करणारे

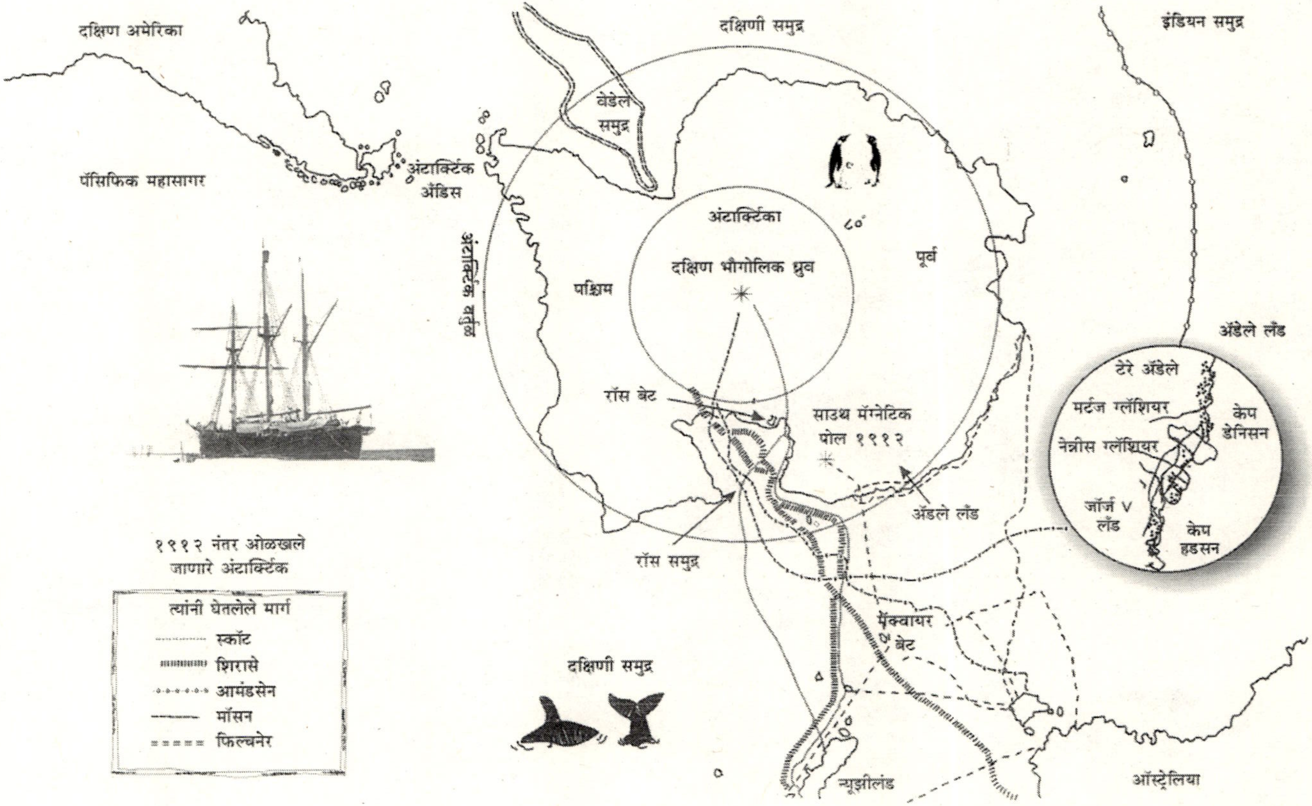
दक्षिण अमेरिका
पॅसिफिक महासागर
अंटार्क्टिक अँडिस
वेडेल समुद्र
दक्षिणी समुद्र
इंडियन समुद्र
अंटार्क्टिका
दक्षिण भौगोलिक ध्रुव
८०°
पूर्व
पश्चिम
अंटार्क्टिक वर्तुळ
रॉस बेट
साउथ मॅग्नेटिक पोल १९१२
अँडले लँड
रॉस समुद्र
टेरे अँडेले
मर्टज ग्लॅशियर
केप डेनिसन
नेन्नीस ग्लॅशियर
जॉर्ज V लँड
केप हडसन
मॅक्वायर बेट
दक्षिणी समुद्र
न्यूझीलंड
ऑस्ट्रेलिया
१९१२ नंतर ओळखले जाणारे अंटार्क्टिक
त्यांनी घेतलेले मार्ग
स्कॉट
शिरासे
आमंडसेन
मॉसन
फिल्चनेर

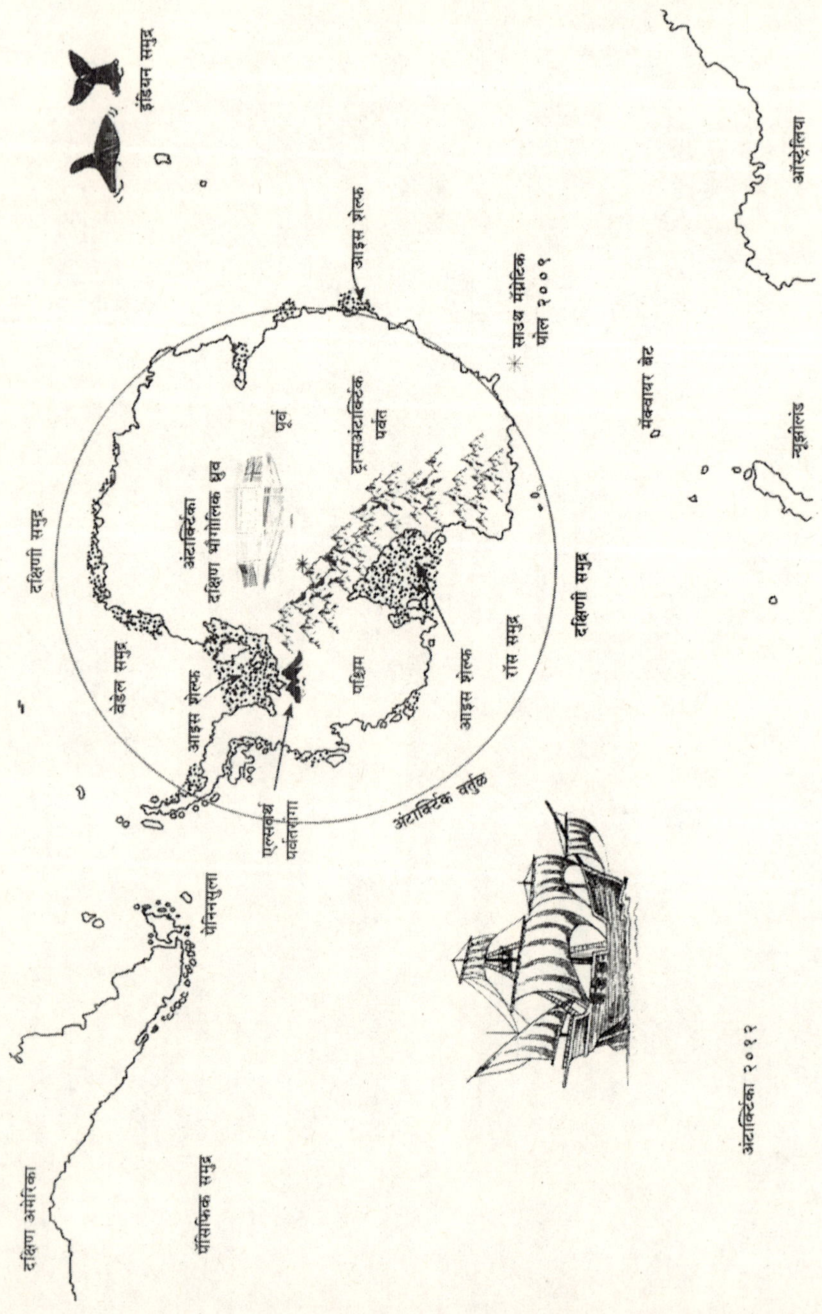
दक्षिण अमेरिका
पॅसिफिक समुद्र
पेनिनसुला
दक्षिणी समुद्र
वेडेल समुद्र
आइस शेल्फ
अंटार्क्टिका
दक्षिण भौगोलिक ध्रुव
एल्सवर्थ पर्वतरांगा
पूर्व
पश्चिम
ट्रान्सअंटार्क्टिक पर्वत
आइस शेल्फ
अंटार्क्टिक वर्तुळ
आइस शेल्फ
रॉस समुद्र
साउथ मॅग्नेटिक पोल २००९
दक्षिणी समुद्र
इंडियन समुद्र
मॅक्वायर बेट
अंटार्क्टिका २०१२
न्यूझीलंड
ऑस्ट्रेलिया

आहेत आणि पेंग्वीन हे डायनासॉर नामशेष झाल्यावर उत्क्रांत झाले ही आधीची संकल्पना खोटी ठरली या एकाच कारणासाठी नाही. कारण 'डायनासॉर' चे पक्षी प्रजातीबरोबर काही संबंध होते हे नक्की, परंतु जनुकीय नकाशाप्रमाणे (Genetic Code) असे दिसून येते की आधुनिक पक्ष्यांचा शेवटचा समान पूर्वज हा 'Cretaceous' काळ संपण्याच्या खूप आधी असावा, ज्या वेळी पेंग्वीन आणि त्याच्याशी अगदी जवळचे नाते सांगणारा करकोचा पक्षी वेगळे होण्याची सुरुवात झाली, त्या वेळी म्हणजे जवळजवळ ७.१० कोटी वर्षांपूर्वी - डायनासॉर नामशेष होण्याच्या खूप आधी. 'दक्षिण' ध्रुवीय प्रदेशाच्या कडेकडेने आणि जवळपासच्या बेटांकडे सरकल्या आणि तिथून इतर काही दक्षिणेकडील भूभागांवर आणि उत्तरेकडे 'गॅलापेगॉस' बेटांपर्यंत. जे पेंग्वीन मागे राहिले त्यांच्यासाठी ते खंड मोकळे आणि शांत झाले.

सन १९१२ मधील शोधमोहिमांनी केलेल्या प्रचंड कामगिरीनंतर हळूहळू दक्षिण ध्रुवीय प्रदेश जो आतापर्यंत केवळ काल्पनिक, अद्भुत आणि रोमांचकारी गोष्टींचा विषय होता तो आता वास्तवामध्ये यायला सुरुवात झाली. त्या प्रदेशाबद्दल आधी मिळणारी माहिती ही तुटक, अपूर्ण अशी असायची. आता अत्यंत काळजीपूर्वक केलेली निरीक्षणे आणि पक्क्या नोंदी होत्या. जो एक सर्वसामान्य गैरसमज होता - त्याच्याबद्दल सांगितल्या गेलेल्या रोमांचकारी गोष्टींप्रमाणेच - की दक्षिण ध्रुवीय प्रदेश म्हणजे एक बर्फाच्छादित पोकळी आहे तो आता खोटा ठरला होता आणि त्याचबरोबर जगाचे आता त्या प्रदेशाविषयीचे मतपण बदलले होते आणि समजही वाढलेली होती. ते दक्षिणेकडील खंड म्हणजे कल्पनेपलीकडील गुंतागुंतीचे कोडे होते आणि आता जेवढी उत्तरे मिळाली होती त्याच्यापेक्षा जास्त प्रश्न निर्माण झाले होते. सन १९१२ मधील मोहिमांनी मार्ग दाखवला होता वैज्ञानिक कार्याची ती फक्त सुरुवात होती.

'द टाइम्स' या वर्तमानपत्राने लिहिले -

> 'आता दक्षिण भौगोलिक ध्रुवावर जाण्यात यश मिळाल्यानंतर भूगोलतज्ज्ञ, आणि शास्त्रज्ञ, कोणत्याही प्रकारच्या स्पर्धेची कटुता जी जगाच्या दोन्ही टोकांना संशोधनाच्या संदर्भात आधी अनुभवली गेली होती न येता त्यांचे संशोधनाचं कार्य करू शकतील अशी आशा वाटते. गेल्या वर्षी डॉ. मॉसन यांच्या नेतृत्वाखाली ऑस्ट्रेलियाहून जशी शोधमोहीम काढली गेली तशाच प्रकारच्या शोधमोहिमांना भविष्यामध्ये मनापासून प्रोत्साहन दिले पाहिजे आणि आपण आशा करू या की डॉ. मॉसन यांचे उदाहरणच डोळ्यांसमोर ठेवून इतर संशोधक साहसवीर दक्षिण ध्रुवीय खंडाचा संपूर्ण

नकाशा तयार करण्याचे काम पूर्णत्वाला नेतील आणि त्याशिवाय भूगोल, हवामानशास्त्र, जीवशास्त्र आणि इतर शास्त्र यांमध्ये, या प्रदेशासंबंधीच्या ज्ञानात, ज्या काही त्रुटी आहेत त्या संशोधनाअंती भरून काढण्याचे प्रयत्न करतील.'

मॉसन आणि स्कॉट हे दोघेही त्यांच्या सहकाऱ्यांमध्ये एक निष्ठा जागवणारे उत्कृष्ट नेते होते. त्यांच्या प्रयत्नांमुळे दक्षिण ध्रुवीय प्रदेशाच्या संशोधनाला वाहून घेणारे शास्त्रज्ञ तयार झाले, ज्यांनी नंतर संशोधन प्रयोगशाळा, संस्था वगैरे स्थापन केल्या त्या आजपण कार्यरत आहेत, डेबेनहॅम आणि प्रिस्टले यांनी सन १९२० मध्ये ऑस्ट्रेलियात 'ब्रिटिश स्कॉट पोलर रीसर्च इन्स्टिटट्यूट' स्थापन करण्यास मदत केली. मॉसनने 'ऑस्ट्रेलियन नॅशनल अंटार्क्टिक संशोधन मोहीम' जी आज 'ऑस्ट्रेलियन अंटार्क्टिक डिव्हिजन' म्हणून ओळखली जाते, तिची स्थापना केली.

या सगळ्या मोहिमांची, संशोधनाची, उत्साहाची साहजिकच आणि सयुक्तिक परिणती झाली ती त्या खंडाच्या रक्षणासाठी, संवर्धनासाठी 'अंटार्क्टिक करार' करण्यात. हा आंतरराष्ट्रीय करार सन १९६१ मध्ये तयार केला गेला आणि त्यावर ४५ देशांनी सह्या केल्या. या कराराप्रमाणे ६० अंश अक्षांशाखालील भूभागावर, प्रदेशावर कोणत्याही देशाचा हक्क असणार नाही आणि तिथे कोणत्याही प्रकारचे 'अणू'विषयक आणि 'खनिज उत्खनन'विषयक काम करता येणार नाही आणि हा प्रदेश भावी पिढ्यांसाठी ठेवा म्हणून जसाच्या तसा राखून ठेवण्याचे ठरलेले आहे. ते खंड फक्त विज्ञान संशोधनासाठी आणि शोधमोहिमांसाठीच राखून ठेवले आहे - आणि ज्या साहसवीरांनी साहसी मोहिमा काढून जीव धोक्यात घातले, तेथील बर्फावर जीव गमावले आणि संशोधनाचे पायाभूत काम केले त्यांना हीच एक योग्य श्रद्धांजली आहे.

विसाव्या शतकातल्या पहिल्या दशकामध्ये जलद गतीने सुरू झालेल्या औद्योगिकीकरणाने सर्वत्र आत्मविश्वास आणि आशावाद निर्माण झाला होता. नागरी जीवनातल्या साहसवीरांनी निसर्गाच्या अमानवी शक्तींना तोंड देत त्या अज्ञात प्रदेशाचे अंतरंग उलगडण्यासाठी चालवलेल्या प्रयत्नांचे सर्वांनाच फक्त कौतुकच नव्हते तर सर्व जण त्यामुळे भारले गेले होते. परंतु सर्व काही सकारात्मकच घडत होते असे नाही. या नवीन साक्षात्काराचा पहिला उच्चार झाला तो पहिल्या महायुद्धाच्या जागतिक सत्तास्पर्धेत.

सन १९१२ मधील शोधमोहिमांमध्ये केल्या गेलेल्या वैज्ञानिक कामगिरीने त्या काळच्या युवकांना प्रेरणा देण्याचे काम केले. साहसवीरांच्या धाडसी कृत्यांनी

बहुसंख्य जनता देशप्रेमाने प्रेरित झाली. गॅलिपोली आणि फ्लँडर्स येथील पराक्रमांची दक्षिण ध्रुवीय प्रदेशातील साहसी मोहिमांशी तुलना करणाऱ्या कवितांना खूप प्रसिद्धी मिळाली, त्या लोकप्रिय झाल्या. तर स्कॉटच्या मोहिमेचे चित्रीकरण केलेली पॉन्टिंगची मूळ फिल्म 'The Great White Silence' ही ब्रिटिश आर्मीतील जवळजवळ एक लाख अधिकाऱ्यांना, सैनिकांना, फोटोग्राफरच्या निवेदनाबरोबर, संपूर्ण १९१४ चे वर्ष दाखवण्यात आली. मात्र त्यातील दक्षिण ध्रुवीय प्रदेशातील ब्रिटिश दुर्घटनेचा भाग सगळ्यांनाच चटका लावून गेला.

पहिल्या महायुद्धामध्ये जवळजवळ दीड ते दोन कोटी सैनिक आणि नागरिक मृत्युमुखी पडले. या मृतांमध्ये असेही काही जण होते की ज्यांच्या स्मृतीला शॅकल्टनने त्याचे 'साउथ' हे पुस्तक अर्पण केले होते. 'जे दक्षिणेकडील शुभ्र पोकळीमध्ये हरवले आणि जे फ्रान्स आणि फ्लँडरच्या रक्तरंजित भूमीवर धारातीर्थी पडले त्यांना अर्पण'. जपान खरेतर मित्रराष्ट्रांपैकी होता, परंतु शिरासेच्या मोहिमेतील कोणी पहिल्या महायुद्धात मृत्युमुखी पडल्याचे आढळत नाही आणि नॉर्वे हा देश युद्धामध्ये तटस्थ राहिला होता.

इतर मोहिमांपैकी ज्यांनी युद्धात भाग घेतला आणि दक्षिण ध्रुवीय प्रदेशातील अगदी खराब हवामानात ग्वाही तग धरून राहिले अशांमधील दहा पैकी एकही जण १९१९ हे साल बघायला (ज्या वर्षी महायुद्ध संपले) काही जिवंत राहिला नाही. युद्धभूमींवरून येणाऱ्या बातम्यांमध्ये अधूनमधून अशी नावे वाचायला मिळायची. फिल्चनेरच्या मोहिमेतील दोघांचा युद्धात मृत्यू झाला, तर स्कॉटच्या मोहिमेतील तिघे जण मरण पावले. मॉसनच्या मोहिमेतील 'रॉबर्ट बाजे', (ज्याने ध्रुवीय प्रदेशात दोन हिवाळे काढले) धरून दोघांनी 'गॅलिपोली'च्या युद्धात पहिल्याच पंधरवड्यात प्राण गमावले. अत्यंत मोलाची माणसे गमावली होती.

आणि युद्धामुळे फक्त माणसांचेच बळी गेले नव्हते. युद्धामुळे अचानक स्फोटकांची मागणी वाढली आणि विशेषतः ग्लिसरीनसाठी, जे व्हेल माशाच्या तेलाचे एक उप-उत्पादन किंवा दुय्यम उत्पादन आहे. अशा परिस्थितीत दक्षिण ध्रुवीय प्रदेशातील नैसर्गिक स्रोताकडे लक्ष जाणे साहजिकच होते. आधुनिक जगाशी ते शुभ्र खंड अशा प्रकारे जोडले गेले.

'ब्रिटिश असोसिएशन फॉर द ॲडव्हान्समेंट ऑफ सायन्स इन ऑस्ट्रेलिया' या संस्थेची पहिली सभा ऑगस्ट १९१४ मध्ये, जेव्हा पहिल्या महायुद्धाचे ढग जमायला लागले होते, तेव्हा झाली. युद्धाची घोषणा झाली तेव्हा जर्मन शास्त्रज्ञ, 'फ्रेडरिक अल्बर्ट पेंक' वरील सभेसाठी येण्यास निघालेला होता. डेव्हिडने ज्याप्रमाणे सिडनी येथे शिरासे आणि त्याच्या सहकाऱ्यांची बाजू मांडली होती, बचाव केला

होता, त्याचप्रमाणे त्याने ऑस्ट्रेलियामध्ये 'पेंक' या जर्मन शास्त्रज्ञाची बाजू मांडत त्याचा बचाव केला. परंतु त्याच्या भावनांना म्हणावा तसा प्रतिसाद मिळाला नाही. असे म्हटले जाते की 'पेंक'ने त्याच्या भेटीदरम्यान 'न्यू कॅसल'च्या 'न्यू साउथ वेल्स' बंदरातील संरक्षण तयारीचे फोटो घेऊन जर्मनीसाठी हेरगिरी केली.

डेव्हिडचे वय त्या वेळी अठ्ठावन्न वर्षांचे होते, तरीही तो युद्धात सामील झाला आणि 'द टेनलर्स' या नावाने प्रसिद्ध असलेल्या 'ऑस्ट्रेलियन मायनिंग कॉर्प' मध्ये ज्या युनिटची सर्व जुळवाजुळव त्यानेच केली होती, विशेषकरून सन १९१७ मधील मेसिन्सच्या युद्धाप्रसंगी त्याबद्दल त्याला 'विशिष्ट सेवापदकाने' सन्मानित करण्यात आले. त्याच्या शिरपेचात अजून एक तुरा खोवला गेला होता.

ते शुभ्र खंड एका टोकापासून दुसऱ्या टोकापर्यंत चालत जाण्याचे उद्दिष्ट ठेवून अर्नेस्ट शॅकल्टनने त्याच्या नेतृत्वाखाली एक 'इम्पिरिअल ट्रान्स अंटार्क्टिक' मोहीम काढली. परंतु फिल्चनेरप्रमाणेच सुरुवातीपासूनच दुर्दैवाने त्याचा पाठपुरावा केला. तो तेथील भूभागावर उतरण्याआधीच, सन १९१५, त्याचे 'एंड्युरन्स' जहाज वेडेल समुद्रातील बर्फात अडकले आणि मॉसनच्या दक्षिण ध्रुवीय प्रदेशातील मोहिमेवरून काही दिवसांपूर्वीच परतलेल्या फ्रँक हर्लेने ते जहाज बुडतानाचे काढलेले फोटो ती मोहीम अजरामर करून गेले.

शॅकल्टन, त्याच्या सहकाऱ्यांसोबत, समुद्रातील तरंगत्या बर्फावरून मार्ग काढत दक्षिण ध्रुवीय द्वीपकल्पाच्या टोकाला असलेल्या एलिफंटा बेटांवर कसाबसा पोहोचला. नंतर फ्रँक वाइल्डकडे त्याच्याबरोबरच्या सहकाऱ्यांचे नेतृत्व सोपवून तो छोट्या बोटीने तेराशे किमी. अंतरावरील जॉर्जिया बेटाकडे निघाला. त्या बेटावरील पर्वत चढून जाणारा तो पहिलाच साहसवीर होता, नंतर त्याने त्या बेटावर चाललेल्या व्हेल माशांच्या अनिर्बंध शिकारीबद्दल आवाज उठवला आणि तो 'एलिफंटा बेटा'कडे परतला. त्याचे सर्व सहकारी सुखरूप होते. परत एकदा शॅकल्टन त्याच्या संशोधक, साहसवीर नावाला जागला होता.

सन १९२२ मध्ये दक्षिण ध्रुवीय प्रदेशामध्ये, परत वाइल्डच्या सोबत, मोहिमेवर असताना या थोर साहसवीराचा हृदयविकाराच्या झटक्याने मृत्यू झाला. त्या वेळी त्याचे वय सत्तेचाळीस वर्षांचे होते. त्याच्या बायकोच्या विनंतीवरून शॅकल्टनचे शव साउथ जॉर्जिया येथील 'ग्राइट विकेन' येथे दफन गेले. त्या बंदरामध्ये येणाऱ्या जहाजांवर आज त्याचे थडगे नजर ठेवून असते.

दक्षिण भौगोलिक ध्रुवावर यशस्वीपणे चढाई करून आणि यश साजरे करून रोआल्ड आमंडसेन उत्तरेकडे परतला. परंतु तसाच विक्रम उत्तर भौगोलिक ध्रुवावर जाऊन करण्याचे त्याचे स्वप्न काही पुरे होऊ शकले नाही. अनेक मोहिमांनंतर, 'फ्राम' जहाजाची स्थिती आता खूपच वाईट झाली होती म्हणून आमंडसेनने उत्तर

ध्रुवाच्या दिशेने, भरकटत जाण्याच्या दृष्टीने, एका खास रचनेच्या जहाजाची बांधणी करून घेतली. परंतु जहाजाचा मार्ग चुकल्यामुळे त्याच्या प्रयत्नांना यश आले नाही. त्यानंतर आमंडसेनने 'नॉर्गे' या छोट्या विमानातून उत्तर भौगोलिक ध्रुवावरून उड्डाण केले. काही काळानंतर त्याच्यात आणि त्याच्या भावामध्ये वितुष्ट निर्माण झाले आणि त्याच्यापुढे आर्थिक अडचणी उभ्या राहिल्या. नंतर त्याला नादार म्हणून घोषित केले गेले. सन १९२८ मध्ये आमंडसेन पुन्हा एकदा एका हरवलेल्या साहसवीराच्या शोधात उत्तर ध्रुवीय प्रदेशाकडे गेला, परंतु तेथील अथांग बर्फामध्ये स्वत:च हरवला. त्यानंतर त्याचा काहीही थांगपत्ता लागला नाही. त्या वेळी त्याचे वय होते पंचावन्न वर्षांचे.

नोबु शिरासेचे म्हातारपण दु:खात, गरिबीत आणि जपानी मोहिमेच्या वेळी झालेले कर्ज फेडण्यात गेले. परंतु तो दीर्घायु झाला. सर्व कर्ज फेडून झाल्यावर, तो सैनिकी पेन्शनवर कसाबसा दहा वर्षे जगला आणि सन १९४६ मध्ये वयाच्या पंच्याऐंशीव्या वर्षी मरण पावला. जपानच्या भावी पिढ्यांच्या मनात साहसाची, स्वाभिमानाची ज्वाला चेतवणाऱ्या शिरासेच्या नशिबी अशा प्रकारचे वार्धक्य यावे हा एक दैवदुर्विलासच होता.

जर्मनीमध्ये, पहिले महायुद्ध संपल्यानंतर, विल्हेल्म फिल्चनेरने कैसरला नेदरलँडला पळून जाण्यास मदत केली. तो परत दक्षिणेकडे गेला नाही, पण त्याने नेपाळ आणि तिबेट हे भाग त्याचे कार्यक्षेत्र म्हणून निवडले. दुसऱ्या महायुद्धाच्या काळात तो भारतामध्ये होता. त्याने नाझी राजवटीविरुद्ध जाहीर भूमिका घेतली होती. फिल्चनेर झुरीकमध्ये सन १९५७ मध्ये वयाच्या ऐंशीव्या वर्षी मरण पावला.

डग्लस मॉसनने त्याची प्रेयसी 'पॅक्विटा डेलप्राट' हिच्याशी लग्न केले. त्याच्या लग्नात जॉन किंग डेव्हिस हा त्याचा 'बेस्ट मॅन' होता. नंतर त्याने सैन्यात मेजरच्या हुद्द्यावर काम केले. काही काळानंतर ब्रिटिश, ऑस्ट्रेलियन आणि न्यू-झीलंडच्या दक्षिण ध्रुवीय वैज्ञानिक मोहिमेबरोबर तो दक्षिणेकडे परतला. त्या मोहिमेत त्याने त्या खंडाच्या किनारपट्ट्यांच्या भागाचा खूप विस्तृत अभ्यास केला. तिथून परतल्यावर त्याने सन १९२० मध्ये 'अॅडलेड विद्यापीठात' भूगोल विषयाचा प्राध्यापक म्हणून अध्यापनाचे काम केले आणि तो सन १९५८ मध्ये, वयाच्या शहात्तराव्या वर्षी मरण पावला. शोध/ साहस मोहिमांच्या इतिहासातला एक देदीप्यमान तारा अस्तंगत झाला होता.

आणि ज्या माणसाने या सगळ्याचा पाया घातला, ज्याची सुरुवात केली, तो 'सर क्लेमंट मार्कहॅम' यांना अत्यंत दुर्दैवी प्रकारे, सन १९१६ मध्ये मृत्यू आला, त्या मृत्यूचा धैर्याशी, शौर्याशी, उदात्तपणाशी दुरान्वयेही संबंध नव्हता. त्यांच्या अंथरुणावर मेणबत्ती पडल्याने पेट घेऊन त्याच्या धुराने गुदमरून त्यांचा मृत्यू

झाला. त्या वेळी त्यांचे वय पंचाऐंशी वर्षांचे होते. त्यांनी त्यांच्या आयुष्याच्या शेवटच्या दिवसापर्यंत स्कॉटच्या प्रयत्नांचे कौतुक केले आणि त्याच्या कामगिरीचे समर्थन केले.

सन १९१२ मधील, दक्षिणेकडील शोधमोहिमांची आणि शास्त्रीय संशोधनांची आज शताब्दी साजरी करण्याची वेळ आली आहे. रॉबर्ट स्कॉट आणि त्याचे सहकारी हे त्या काळातल्या ध्येयवादी वृत्तीचे, जिद्दीचे, उत्साहाचे सर्वार्थाने एक प्रतीक होते. दुर्दैवाने त्या मोहिमेतील मोठ्या प्रमाणावर झालेल्या मृत्यूंनी, त्या मोहिमेचे यश, त्यांची कामगिरी, वगैरे काहीशी झाकोळली गेली, मागे पडली - आणि इतर मोहिमांची कामगिरीपण विसरली गेली. अत्यंत विपरीत परिस्थितीशी त्यांनी दिलेली झुंज, दाखवलेली जिद्द, त्यांचा त्याग, त्यांच्या यशापयशाच्या रोमांचकारी कहाण्या यांनाच महत्त्व आले आणि इतर सर्वच गोष्टी जवळजवळ मागे पडल्या.

मी जेव्हा या पुस्तकाचा प्रकल्प हाती घेतला तेव्हा स्कॉट आणि त्याच्या सहकाऱ्यांच्या दुर्दैवी मृत्यूबद्दल अधिक काही नव्याने लिहावे असे माझ्या मनात नव्हते आणि इच्छाही नव्हती. त्यांच्या शेवटच्या प्रवासावर आणि त्या घटनेवर इतरही बऱ्याच लेखकांनी, अनेक पुस्तकांमधून, विस्ताराने लिहिले आहे. त्यामुळे मला काही त्यात भर घालण्यासारखे नव्हते. परंतु या पुस्तकासाठी मी संशोधन करत असताना त्यांच्या प्रवासासंबंधी आणि त्या घटनेसंबंधी काही नवीन कागदपत्रे माझ्या हाती लागली, ज्यामधील माहितीवरून आपण गेलेल्या व्यक्तींची स्मृती कशी जतन करतो आणि वैज्ञानिकच नाही तर अगदी साधी माहिताही जनतेपर्यंत कशी पोहोचवतो, हे स्पष्ट होणार होते.

स्कॉटबरोबरचे इतर सहकारी, नक्की काय चुका झाल्या किंवा नक्की काय घडले हे सांगण्यास असमर्थ होते. अत्यंत योजनाबद्ध रितीने आणि सर्व तयारीनीशी काढलेल्या मोहिमेचा शेवट इतका वाईट का व्हावा? शॅकल्टनला जेव्हा स्कॉटच्या मृत्यूची माहिती समजली तेव्हा त्याला आश्चर्य वाटले— 'माझा विश्वासच बसत नाही की ही घटना खरी असेल. एवढ्या योजनाबद्धरीत्या आणि सर्व तयारीनीशी काढलेल्या मोहिमेमध्ये, वादळासारख्या कारणाने स्कॉटचा मृत्यू ओढवेल हे अशक्यच आहे.' त्या घटनेसाठी त्या वेळचे वादळी हवामान हेच मुख्य कारण होते यात शंकाच नाही, परंतु आणखीही काही कारण असू शकेल का?

त्या दुःखद घटनेच्या बातमीबरोबरच अफवांचेही पेव फुटले. 'जनतेपासून पूर्ण सत्य लपवले जात आहे, बर्फावर काही वेगळेच घडले होते आणि सत्य दडपले जात आहे इत्यादी— ॲप्सले चेरी-गेरार्ड याची तर तशी खात्रीच होती. जानेवारी १९१४ मध्ये चेरीने डायरीमध्ये लिहिले की तो 'लिंकन्स-इन फील्ड' येथे मोहिमेच्या

सॉलिसिटर्सना 'आर्थर फेरर', यांना भेटण्यासाठी गेला, ते चेरीचेही वैयक्तिक कायदे सल्लागार होते. त्यांची प्रतिक्रिया लगेचच आली. 'ते तुझं ऐकणार नाहीत.' जेव्हा चेरीने तोच मुद्दा ताणत म्हटले की ब्रिटनमधील मोहिमांसबंधीच्या अंटार्क्टिक कमिटीसमोर त्याला हा प्रश्न न्यायचा आहे. तेव्हा फेरर म्हणाले, 'ते म्हणतील तू फार मानसिक तणावाखाली आहेस आणि त्यामध्ये काहीही गडबड घोटाळा नाहीये.'

चेरीने त्याच्या डायरीतील समासात लिहिले 'सर्व घटना दाबून टाकण्याकडे कमिटीचा कल दिसतो आहे.' त्यानंतर कधीही काही सिद्ध झाले नाही आणि चेरीच्या शंकांना एक वेडेपणा म्हणून दुर्लक्षित केले गेले. परंतु नवनवीन वावड्या उठतच होत्या. आणि या अफवा किंवा वावड्या उठणे का थांबले नाही याचे उत्तर शोधण्यासाठी मी मे २०११ मध्ये लॉर्ड कर्झन यांचे कागदपत्र बघण्यासाठी ब्रिटिश लायब्ररीमध्ये गेलो.

मला पहिला सुगावा लागला तो निरीक्षणे नोंदवलेल्या काही कागदपत्रांच्या संचामध्ये; त्या फाइलमधील ती सात पाने जवळजवळ शंभर वर्षे दुर्लक्षित राहिली होती. त्या कागदांवरील नोंदी, कॅथेलीन स्कॉट, त्यांच्या पतीच्या मृत्यूची बातमी ऐकल्यावर जेव्हा न्यू-झीलंडहून लंडनला परतल्या तेव्हा एप्रिल १९१३ मध्ये, त्यांच्या येण्यामागे ज्या काही घटनांची साखळी होती त्यावर प्रकाश टाकत होत्या. त्या महिनाभराच्या प्रवासाच्या काळामध्ये लेडी स्कॉट यांनी त्यांच्या पतीच्या डायरीतील आणि त्यांच्या पत्रव्यवहारातील ओळ न् ओळ वाचून काढली होती. दिनांक १४ एप्रिल रोजी लंडनला परतल्यावर त्यांनी ताबडतोब रॉयल जिऑग्राफिक सोसायटीचे तेव्हाचे अध्यक्ष लॉर्ड कर्झन यांच्याशी संपर्क साधला आणि दोन दिवसांतच भेटीची वेळ ठरवली.

लेडी स्कॉट यांचे त्या डायरीतील आणि पत्रव्यवहारातील मजकुरावरून जे काही मत झाले होते त्या संबंधात त्या दोघांमध्ये प्रदीर्घ चर्चा झाली आणि त्या चर्चेची इत्थंभूत माहिती लॉर्ड कर्झन यांनी नोंदवून ठेवली. त्या पाचही जणांच्या मृत्यूविषयी चर्चा झाली. ओट्सने (Oats) बहुतेक करून आत्महत्या करण्यासाठी तंबूतून बाहेर पडण्याआधी ओपीयम घेतले असावे असा अंदाज व्यक्त केला गेला. परंतु चर्चेची सुरुवात झाली ती अर्थातच स्कॉटच्या डायरीतील नोंदींवरून— ध्रुवावरून निघाल्यावर, परतीच्या प्रवासात डेपोमधील संपलेला अन्न आणि इंधनसाठा बघितल्यावर त्याने डायरीमध्ये नोंद केली होती 'विचारीपणाचा आणि मनाच्या मोठेपणाचा पूर्णत: अभाव. असे दिसते की लेफ्टनंट इव्हान्स - जो स्कर्व्हीने आजारी होता - आणि त्याच्याबरोबरच्या दोघांनी, त्यांच्या परतीच्या प्रवासात, त्यांना ठरवून दिलेल्या हिश्शापेक्षाही जास्त अन्नाचा आणि इंधनाचा वापर केला असला पाहिजे.'

या नवीन माहितीचा लॉर्ड कर्झन यांना मोठाच धक्का बसला असला पाहिजे.

एकाच मोहिमेतील दुसऱ्या गटाने - ज्या गटाचे नेतृत्व मोहिमेच्याच नंबर दोनच्या सहकाऱ्याकडे होते - त्यांच्या परतीच्या प्रवासात त्यांना ठरवून दिलेल्या हिश्शापेक्षा जास्त अन्न आणि इंधनसाठा वापरला असेल? स्कॉटची दक्षिण ध्रुवीय प्रदेशातील मोहीम ही बहुतेकांसाठी सर्वार्थाने रॉयल जिऑग्राफिक सोसायटीचीच मोहीम होती. जर टेडी इव्हान्सवर स्कॉटच्या मृत्यूला कारणीभूत असल्याचा अगदी दुरान्वयेही ठपका येणार असेल तर मग रॉयल जिऑग्राफिक सोसायटीला काही अवघड प्रश्नांना उत्तरे देणे भाग होते, कारण स्कॉटच्या मृत्यूनंतर त्या मोहिमेचे नेतेपद इव्हान्सकडे गेले होते.

लॉर्ड कर्झन यांनी ताबडतोब चौकशीला सुरुवात केली. त्यांनी रॉयल जिऑग्राफिक सोसायटीच्या काही वरिष्ठ आणि अनुभवी सदस्यांकडे 'त्या' घटनेमागचे सत्य शोधण्यासाठी मदत करण्याची विचारणा केली. बहुतेक सर्वांचा त्यांना पाठिंबा होता, परंतु ॲडमिरल 'लुईस ब्युमाँट'कडून सावधानता बाळगण्यासंबंधी सूचना करणारी त्यांना एक चिठ्ठी मिळाली.

> तुम्ही लेडी स्कॉट यांची प्रत्यक्ष भेटही घेतली आहे आणि त्यांच्याबरोबर चर्चाही केली आहे, त्यावरून तुम्हाला आता कळले आहे की इव्हान्सने स्कॉटचा विश्वास गमावला होता आणि त्यामुळे त्याला (इव्हान्स) आता त्याची बाजू मांडण्यासाठी लेडी स्कॉट त्यांच्याजवळील डायरी आणि पत्रव्यवहाराचा जेवढा काही उपयोग करून देतील त्यावरच संपूर्ण अवलंबून राहावे लागणार आहे. मला वाटते तुम्ही सुचवलेल्या व्यक्तींबरोबर, ज्या सर्व चांगल्या आहेत, एक अनौपचारिक बैठक घेण्याची कल्पना - मला वाटते पहिली महत्त्वाची गोष्ट म्हणजे, तुम्ही उपस्थित केलेल्या प्रश्नांबद्दल सोसायटीची भूमिका काय असणार आहे, उदा. - अन्न आणि इंधनसाठा संपण्याबद्दल - मदतीसाठी गेलेल्या गटाची वागणूक इ. मला वाटते त्या अनौपचारिक बैठकीचे रूपांतर 'चौकशी समितीत' करणे योग्य होणार नाही - कारण सोसायटीला सत्य बाहेर येण्यासाठी आणि नक्की निर्णयाप्रत येण्यासाठी सखोल चौकशी करण्याची गरज आहे आणि कदाचित इतर बऱ्याच गोष्टींबद्दल जे केले गेले ते अमान्य करावे लागेल - जर या चौकशीतून काही चांगले घडले तर अर्थातच चांगलेच आहे परंतु मला अशी भीती वाटते की इतर काही नाही तरी वादंग नक्की माजेल.

कर्झन यांच्या मनात अजून विचार चालूच होते. परंतु थोड्याच दिवसांत जेव्हा एडवर्ड विल्सनच्या विधवेने त्यांची भेट घेतली तेव्हा गोष्टी खूपच बदलल्या.

त्यांनी श्रीमती ओरियाना विल्सन यांच्याबरोबर झालेल्या भेटीचा वृत्तान्त लिहून ठेवला आहे. तो वृत्तान्त मोहिमेच्या आत्तापर्यंत उजेडात न आलेल्या, बाजूवर प्रकाश टाकतो— 'श्रीमती विल्सन यांनी मला त्यांच्या नवऱ्याच्या डायरीतील एक उतारा दाखवला, ज्यामध्ये त्यांच्या परतीच्या प्रवासात जेव्हा त्यांना डेपोमधील, ज्या डेपोला मियर्सनी भेट दिली नव्हती, अन्नसाठा आणि इंधन प्रमाणाबाहेर कमी आढळले तेव्हा 'आश्चर्य' व्यक्त केल्याचे लिहिले होते. याचा अर्थ दुसऱ्या कोणत्यातरी परतणाऱ्या पार्टीने अनधिकृतपणे त्या डेपोतील अन्न आणि इंधनसाठा वापरला होता. हा उतारा इतर कुणालाही आणि कुठेही न दाखवण्याचा त्यांचा विचार आहे. कर्झन.'

स्कॉटच्या मोहिमेतील कुत्रे हाताळणारा 'सेसील मियर्स'ने 'माउंट हूपर' डेपोमधून ठरवून दिल्यापेक्षा जास्त अन्न आणि सुके मांस काढल्याची घटना घडली होती. सन १९१२ मध्ये बॅरियरचे अर्धे अंतर पार केल्यावर मियर्सचा अन्नसाठा संपला होता आणि त्याची उपासमार होत होती. बाहेर पडल्यानंतर त्याने तो पठारी प्रदेश संपूर्ण पिंजून काढला होता आणि या कामगिरीसाठी त्याला दोन आठवडे जास्त लागले होते आणि म्हणून त्याच्या जवळचा अन्नसाठा संपुष्टात आला होता. त्याची आणि त्याच्या कुत्र्यांची उपासमार होत होती. तेव्हा कमीत कमी जेवढा लागेल तेवढा अन्नसाठा डेपोमधून घेऊन आणि तसे एक पत्र लिहून त्याने पुढचा प्रवास सुरू केला होता.

परंतु विल्सनच्या डायरीमधील ती नोंद 'मियर्स'ने काढलेल्या जादा अन्नसाठ्याबद्दलची नव्हती. दक्षिण भौगोलिक ध्रुवावरून परतणारे पथक 'माउंट हूपर' डेपो येथे १० मार्चपर्यंत पोहोचले नव्हते, म्हणजे विल्सनच्या डायरीमधील शेवटच्या नोंदीनंतर अकरा दिवसांनी. त्यामुळे अन्नसाठा कमी झाल्याचा उल्लेख अन्य कोणत्यातरी डेपोबद्दल असावा. परंतु प्रकाशित झालेल्या विल्सनच्या डायरीमध्ये अन्न आणि सुके मांस यांचा साठा कमी झाल्याबद्दलच्या नोंदी गाळण्यात आल्या होत्या.

लॉर्ड कर्झनच्या दाव्याची सत्यासत्यता पडताळून बघण्यासाठी सुदैवाने मला विल्सनचे मूळ जर्नल ब्रिटिश लायब्ररीमध्ये बघायला मिळाले. ते पातळ, गडद रंगाचे पुठ्ठाबांधणीचे जर्नल पेन्सिलने लिहिलेले आहे. समासामध्ये तारखा लिहिल्या आहेत आणि कमी-जास्त लांबीच्या नोंदी केल्या आहेत. दिनांक २७ फेब्रुवारी १९१२ रोजी शेवटची नोंद आहे. त्यातील सर्व नोंदी प्रकाशित डायरीतील नोंदींशी मिळत्याजुळत्या आहेत, परंतु प्रकाशित पुस्तकामध्ये त्या जर्नलचा तो वेगळा स्पर्श, ती स्पंदने जाणवत नाहीत. फेब्रुवारी १९११ पर्यंत प्रत्येक ओळीवर काही ना काही लिहिले आहे, एकही ओळ मोकळी सोडलेली नाही, मात्र त्या तारखेनंतर लिखाणांमध्ये जागा सोडलेल्या आढळतात, आणि काही नोंदी तर गायबच आहेत.

महत्त्वाची तारीख २४ फेब्रुवारी ही होती, जेव्हा परतणारी पार्टी सर्दन बॅरीयर

डेपोपाशी पोहोचली. इंधनाचा इतका कमी साठा बघून स्कॉटला धक्काच बसला. कारण काही हिशोबच लागत नव्हता. असे दिसते की काही प्रमाणात इंधन नैसर्गिकरीत्या झाकणातून गळाले किंवा उडूनपण गेले असण्याची शक्यता होती. जी गोष्ट टाळण्यासाठी आमंडसेनने झाकणे 'सॉल्डर' करून बंद केली होती. विल्सनच्या प्रकाशित झालेल्या जर्नलमध्ये इंधनाच्या कमी झालेल्या साठ्याचा उल्लेख तर नाहीच परंतु त्यांची टीम त्या महत्त्वाच्या डेपोपाशी पोहोचल्याचाही पण उल्लेख नाही. मूळ डायरीमध्ये या मजकुरात त्रुटी आढळतात, मध्येमध्ये मोकळ्या जागा सोडलेल्या दिसतात. दिवसाचे शेवटचे वाक्य 'Fat Pony Hoosh', इतर मजकुरापासून ते थोडे वेगळे बाजूला लिहिले आहे. त्याच्या आधी अर्धी ओळ लिहिलेली आढळते, त्यानंतर दुसऱ्या दिवसाचा मजकूर लिहिण्याआधी, अडीच ओळी मोकळ्या सोडल्या आहेत.

कुणीतरी मधला मजकूर खोडला आहे का हे कळायला मार्ग नाही, परंतु डायरीतील २४ फेब्रुवारीच्या मजकुरातील मोकळ्या जागा कर्झन यांनी केलेल्या नोदींशी जुळतात. यावरून असे दिसते की एकाने किंवा अनेकांनी पण त्यांच्या हिश्शापेक्षा जास्त अन्नाची उचल तिथून केली असावी. आणि हे असे प्रथमच घडले नव्हते. दक्षिण भौगोलिक ध्रुवावर गेलेल्या पथकाला ७ फेब्रुवारी रोजी 'अप्पर गॅशियर डेपो' इथे परतल्यावर पूर्ण एक दिवसाचा बिस्किटांचा साठा गायब झाल्याचे दिसून आले होते आणि या मजकुराची नोंद स्कॉट आणि विल्सन या दोघांच्याही डायरीमध्ये आढळते.

सन १९१२ मध्ये ध्रुवीय वातावरणात काम करण्यासाठी किंवा टिकाव धरून राहण्यासाठी लागणाऱ्या कॅलरीज निर्माण होऊ शकतील एवढ्या आहाराच्या प्रमाणाचे गणित नीट बसले नव्हते. आधीच्या तशा प्रकारच्या प्रयत्नांवरून - जे बहुतेक वेळी समुद्रसपाटीला केले जायचे - जे प्रमाण ठरवण्यात आले होते तेच कमी-जास्त प्रमाणात मोहिमेसाठी वापरले जायचे. अतिउंचीवर कमी तापमानात दिवसेन्‌दिवस स्लेज ओढत प्रवास करण्यासाठी प्रचंड ऊर्जेची पर्यायाने कॅलरीजची गरज भासते. त्यामुळे स्कॉटने जे पाच हजार कॅलरीज दर माणशी दर दिवशी या रितीने - जे रॉस समुद्राच्या पातळीला योग्य होते - आहाराचे प्रमाण ठरवले होते ते ध्रुवीय प्रदेशातील पठारी प्रदेशात खूपच अपुरे होते. त्या वेळेच्या परिस्थितीवरून असे दिसते की साहसवीरांना त्याच्या दुप्पट कॅलरीजची गरज होती. स्कॉट आणि त्याच्या सहकाऱ्यांची मृत्यूआधी, बरेच दिवस उपासमारच चालली होती. इंधनाच्या तुटवड्याने फारसा फरक पडला नव्हता, पण अन्नाच्या तुटवड्यानेच घात केला होता कारण सुकलेले मांस थंडपण खाता आले असते.

एकंदरीत सर्व पुराव्यावरून इव्हान्सच्या पार्टीचाच सर्व दोष असावा असे दिसत

होते आणि लॉर्ड कर्झन यांना या सर्व गोष्टी जनतेपुढे येण्याचा धोका पत्करायचा नव्हता. स्कॉट आणि त्याच्या सर्व सहकाऱ्यांवर आधीच मान-सन्मानांचा वर्षाव झाला होता, ते हिरो झाले होते. आणि या पार्श्वभूमीवर, एका परतणाऱ्या पथकाने - जरी ते स्कर्व्हीने आजारी होते तरी - त्यांच्या हिश्शापेक्षा जास्त अन्नसाठा वापरून दुसऱ्या पथकातील त्यांच्याच सहकाऱ्यांच्या मृत्यूला कारणीभूत ठरल्याची बातमी बाहेर फुटल्यामुळे सर्वच चित्र बदलणार होते. त्या परिस्थितीत ते मृत्यू फक्त 'दुर्दैवी' ठरणारे नव्हते, तर स्वत:ला वाचवण्याच्या गरजेपोटी पडलेले बळी ठरणार होते. आणि हे ध्रुवीय प्रदेशात काढण्यात येणाऱ्या साहस मोहिमांच्या प्राथमिक तत्त्वाच्याच विरोधी होते. जिवंत साहसवीरांच्या नावलौकिकाला तर काळिमा लागला असताच, पण रॉयल जिऑग्राफिक सोसायटीच्या नावावरपण शिंतोडे उडाले असते - जे नाव शोधमोहिमांच्या कार्याशी कायमचे जोडले गेले आहे.

लेडी स्कॉट यांच्या विधानांनी वादाची ठिणगी पडली होती आणि श्रीमती विल्सन यांनी अगदी उघडपणे आरोप केले होते. परंतु जनतेमध्ये त्याचा गौप्यस्फोट होण्याची शक्यता कमी होती. लॉर्ड कर्झन यांनी काही काळानंतर ती चौकशी गुंडाळली - आणि २४ एप्रिल १९१३ नंतर या प्रकरणाचा कुठेही उल्लेख केला गेला नाही.

वर्तमानपत्रांमध्ये येणाऱ्या बातम्यांमधून प्रथमपासूनच संशय व्यक्त केला जात होता. 'टेरा नोव्हा' न्यू-झीलंडला पोहोचल्यावर लगेचच 'द डेली क्रानिकल' या वर्तमानपत्राच्या वार्ताहराने 'टेडी इव्हान्स'ची मुलाखत घेतली आणि लिहिले की - मोहिमेच्या नव्या नेत्याला जेव्हा बर्फावरील अन्नाच्या तुटवड्यासंबंधी विचारले तेव्हा तो काही वेळ गप्प राहिला आणि नंतर म्हणाला— 'मला वाटते तुम्ही हा विषय काढला नाहीत तर बरे होईल.' रॉयल जिऑग्राफिक सोसायटीच्या काही सदस्यांचे तर असे मत होते की, जेवढे काही सार्वजनिकरीत्या माहीत झाले होते त्यापेक्षा खूप काही घडले होते. मोहिमेमध्ये तर चेरी त्या वेल्श माणसाचा तिरस्कारच करायचा 'मला त्या माणसाला विश्वासघातकी, देशद्रोही म्हणून घोषित केल्याचे बघायला आवडेल.' त्याने त्याच्या डायरीमध्ये लिहिले आणि नंतर 'आणि त्यातून त्या मोहिमेची कामगिरी जर अशा संशयित माणसाकडून सांगितली जाणार असेल तर ती एक अत्यंत लाजिरवाणी गोष्ट असेल.' सन १९१३ चा जुलै महिना संपता संपता इव्हान्सला त्या मोहिमेच्या अधिकृत नेतेपदावरून दूर करण्यात आले.

परतून येणाऱ्या शेवटच्या मदत गटामधील फक्त विल्यम लॅश्ले याची स्लेज प्रवासाची डायरी प्रकाशित झाली. त्याच डायरीचे खूप लोकप्रिय झालेले पुनर्मुद्रण नंतर 'चेरीच्या' 'The Worst Journey in the World' या पुस्तकामध्ये, त्यातील

घटना घडून गेल्यानंतर दहा वर्षांनी करण्यात आले. जरी लॅश्ले त्या डायरीतील सर्व घटनांच्या सत्यतेबद्दल ठाम असला तरी त्यामधील काही नोंदी सरळ सरळ अतिशयोक्तिपूर्ण वाटणाऱ्या आहेत. आश्चर्य म्हणजे, जरी चेरीच्या पुस्तकामध्ये त्या घटनेसंबंधी स्पष्ट विधाने केलेली होती तरी, त्या तिघांनी डेपोमधून किती अन्न, इंधनसाठा काढून घेतला याबद्दल मूळ डायरीमधील नोंदी काहीही सांगत नाहीत. आणि इव्हान्सच्या स्कर्व्हीबाबत - जे जास्तीचा अन्नसाठा घेण्यासाठी समर्थनीय कारण होते - त्याचा गट रॉस समुद्राच्या दिशेने अर्धे अंतर येईपर्यंत त्याच्या आजाराचा कुठेच उल्लेख नाही, म्हणजेच स्कॉट आणि त्याचे सहकारी बीअर्डमोर ग्लॅशियर उतरत होते त्यानंतर आठ दिवसांचा काळ उलटला होता. लॅश्लेच्या डायरीमध्ये लॉर्ड कर्झन यांच्या नोंदींचे खंडन होईल असे काहीच नव्हते.

विल्सनच्या डायरीमधील २४ फेब्रुवारीच्या काही नोंदी जर खोडल्या गेल्या असतील तर ते काम बहुतेक करून त्याच्या बायकोचेच असू शकते. ओरियाना विल्सन यांनी त्यांच्या नवऱ्याचा काही पत्रव्यवहार जाळून टाकल्याचे समजले होते आणि लॉर्ड कर्झन यांच्याबरोबर झालेल्या चर्चेनंतर त्यांनी बहुधा त्रासदायक आणि दुखावणारा भाग खोडून टाकला असण्याची शक्यता होती. परंतु विल्सन आणि लॅश्ले यांच्याच डायरीमधील मोहिमेसंबंधीच्या नोंदी फक्त बदलल्या, खोडल्या गेल्या होत्या असे नव्हते.

आता काही वर्षे ही गोष्ट बऱ्याच जणांना माहीत आहे की स्कॉट याची डायरी सन १९१३ मध्ये प्रकाशित होण्याच्या आधी त्यात बरेच बदल केले गेले होते. काही ठिकाणी तापमानाच्या नोंदी बदलल्या गेल्या होत्या, काही जणांबद्दल चिडून किंवा कडवटपणाने लिहिलेल्या नोंदी खोडल्या होत्या. हा दुसरा खोडलेला भाग एक वेळ समजू शकतो. परंतु स्कॉटच्या शेवटच्या प्रवासासंबंधीचा वृत्तान्तपण बदलला गेला होता, बहुधा तो अधिक नाट्यमय करण्याच्या उद्देशाने - जणू मुळातील पुरेसा नाट्यमय नव्हता.

दिनांक १७ जानेवारी रोजी विल्सनने, 'पोलहाइम' येथे लिहिले— 'आम्ही परतीचा प्रवास सुरू करतो आहोत आणि तळावर वेळेवर पोहोचण्याचा कसोशीने प्रयत्न करू म्हणजे घरी बातमी पाठवता येईल.' आश्चर्याची गोष्ट म्हणजे स्कॉटच्या प्रकाशित डायरीमध्येपण अशाच प्रकारचे वाक्य आहे, परंतु ते बदलले होते, ज्यामुळे त्याचा अर्थच बदलत होता. ते वाक्य असे होते, 'आता परतीचा प्रवास आणि एक निकराचा संघर्ष मला जरा शंकाच वाटते कसे काय होणार त्यांची' याचा अर्थ स्कॉटला तो त्याचे पथक सुखरूपपणे तळावर घेऊन येईल याची खात्री वाटत नसावी. जरी वाचकाला, ते पुस्तक वाचण्याआधीच त्याचा शेवट कळला असता तरी प्रसिद्ध झालेला डायरीतील भाग जरा विचित्र आहे— जर स्कॉटला अंदाज

आला असता की त्यांच्या जिवाला धोका आहे तर मग त्याने दिवसाचा बराचसा वेळ भूगर्भीय नमुने खणण्यात आणि गोळा करण्यात, बक्ले आयलंड भागामध्ये वेळ घालवलाच नसता.

दिनांक १७ जानेवारीच्या नोंदींतील खरा उतारा असा आहे— 'आता परतीचा प्रवास आणि वेळेवर घरी बातमी पाठवण्यासाठी निकराचा संघर्ष. मला शंकाच वाटते कसे काय होते त्याची' संपादित केलेल्या उताऱ्यातून स्कॉटच्या लिखाणाचा वेगळाच अर्थ निघतो आणि दुर्दैवाने वाचकांचा गैरसमज होतो. आणि अजून ही तो संपादित उतारा परत परत तसाच प्रकाशित केला जातो.

स्कॉट आणि विल्सन दोघेही हेच सांगत होते की, आपल्याला लवकरात लवकर, 'टेरा नोव्हा' सुटण्याआधी तळावर पोहोचले पाहिजे, म्हणजे आपल्याला दक्षिण भौगोलिक ध्रुवावर पोहोचल्याची बातमी जगाला देता येईल आणि त्याचबरोबर अजून काही काळ, शास्त्रीय कामासाठी ध्रुवीय प्रदेशात राहण्याचा विचार आहे, हेपण कळवता येईल. त्या दोघांसाठी दक्षिण ध्रुवीय प्रदेश हा त्यांच्या ध्येयपूर्तीचे एक साधन होता. महत्त्वाचे होते ते ज्ञान, विज्ञान आणि प्रगती. ध्रुवावर पोहोचल्याची बातमी घरी कळवण्यासाठी त्यांची धावपळ होती ती फक्त निधी उभा करण्यास मदत व्हावी म्हणून. त्यामुळे त्यांच्या वैज्ञानिक संशोधनाला बळ मिळणार होते.

त्या डायरीमधील त्यांच्या शेवटच्या प्रवासाचा संपूर्ण मजकूर अचूकपणे प्रकाशित झाला नाही हे खरोखरच दुर्दैवी आहे. ब्रिटिश साहसवीरांचे मृत्यू आणि त्यांच्या डायरीमधील संपादित केलेल्या भागामुळे दीर्घ काळ स्कॉटचा प्रयत्न म्हणजे दक्षिण भौगोलिक ध्रुवावर पोहोचण्याची शर्यत, चढाओढ असेच काहीसे चित्र निर्माण झाले आहे. परंतु ते चित्र प्रत्यक्षात कितीतरी भव्य आहे, वेगळे आहे. त्या कालखंडातील त्या पाच मोहिमांनी त्या वेळी अज्ञात असलेल्या दक्षिण ध्रुवीय प्रदेशाचे गूढ उकलण्यासाठी केलेल्या प्रयत्नांचे, त्यांच्या जिद्दीचे, त्यांच्या ज्ञानलालसेचे ते चित्र आहे.

केवळ शर्यत, चढाओढ एवढ्या संकुचित दृष्टिकोनातून त्यांच्या प्रयत्नांकडे बघून आपण त्या साहसवीरांवर अन्याय करतो आहोत. स्कॉट आणि त्याच्या सहकाऱ्यांनी विज्ञानाच्या प्रगतीसाठी प्राण गमावले. मला वाटते आता एका शतकानंतर आपण त्या घटनांचा व्यवस्थित अर्थ लावू शकतो आणि त्यांनी केलेल्या मूलभूत कामाचे मोल समजू शकतो. ती सगळी विज्ञानाच्या, पर्यायाने मानवाच्या प्रगतीसाठी चाललेली धडपड होती - आणि त्याचसाठी आपण त्यांचे स्मरण केले पाहिजे, ऋणी राहिले पाहिजे.

◆

उपसंहार

अजून मला एखादा भ्रमनिरास न झालेला, स्वप्नाळू,
ध्रुवीय प्रदेशातील साहसवीर दाखवा,
जो इकडचे जग तिकडे करेल
ॲप्सले चेरी - गरार्ड (१८८६ - १९५९)

सन १९१२ मधील विजयोत्सव साजरे केल्यानंतर आणि मृत्यूंबद्दल शोक व्यक्त करून झाल्यावर, एकूणच दक्षिण ध्रुवीय प्रदेशाबद्दलच्या ज्ञानात झालेल्या वाढीचा जनतेला लवकरच विसर पडला. आणि तरीही त्या काळातल्या घटना, कथा आज परत परत सांगितल्या जातात, आठवल्या जातात आणि त्यापासून स्फूर्तीही घेतली जाते. त्या गोठलेल्या खंडाविषयी जरी खूप काही आज माहिती झालेले असले तरी तो प्रदेश अजून तितकाच रोमांचकारी वाटतो, अद्‌भुत वाटतो आणि काल्पनिकपण वाटतो. जर तुम्ही त्या प्रदेशाला भेट देण्याइतके नशीबवान असाल तर ती अथांगता, तो निसर्गाचा भव्य आविष्कार, तो शुभ्रपणा, बर्फाच्या आणि आकाशाच्या रंगांचा तो चकवा, ती शांतता, तसा अनुभव इतर कुठेच मिळण्यासारखा नाही. कारण ते सर्वच तुमच्या जाणिवांवर आघात करणारे आहे, कुठेतरी भिडणारे आहे. काही जणांमध्ये आधीच्या थोर साहसवीरांशी केलेले विक्रम मोडण्याची ईर्षा निर्माण होते, तर काही जणांना जगाच्या तळाशी, कुटुंबीयांपासून, मित्रांपासून दूर एकांतात जाऊन, आपला हा ग्रह आणखी जाणून घेण्यासाठी, विज्ञानाच्या साहाय्याने शोध घेण्याची तीव्र इच्छा होते.

आजही तिथे नवनवीन कोडी उलगडताहेत. मॉसनच्या शंभर वर्षांपूर्वीच्या कामगिरीने दाखवून दिले की दक्षिण गोलार्धातील समुद्रांचे तापमान वाढते आहे; फिल्चनेरच्या निरीक्षणांनी दाखवून दिले की साउथ जॉर्जिया बेटावरील हिमनद्या

काळजी वाटण्याएवढ्या मागे सरकल्या आहेत; स्कॉटने गोळा केलेल्या विविध नमुन्यांच्या अभ्यासातून जीवसृष्टीतील बदलांबाबत, उत्क्रांतीबाबत आणि दक्षिण ध्रुवीय प्रदेशातील 'कार्बन चक्राबाबत' सखोल ज्ञान मिळाले. त्याने आणलेल्या नमुन्यांमुळे, निसर्ग रक्षणाची निकड ओळखून काही देशांनी आपले पर्यावरणाविषयीचे नियम बदलले. विल्सन, बॉवर आणि चेरी यांनी सन १९११ च्या त्यांच्या 'केप क्रोझियर' येथील भेटीअंती गोळा करून आणलेल्या पेंग्वीन पक्ष्यांच्या चामडीवरून निःसंशयपणे कळून आले की सन १९६० पर्यंत जग डीडीटी हे कीटकनाशक, ज्यावर नंतर जगभरात बंदी घातली गेली, दक्षिण ध्रुवीय प्रदेशाच्या स्फटिक शुद्ध वातावरणातही पोहोचले होते.

अगदी क्षणभर जरी गृहीत धरले की दक्षिण भौगोलिक ध्रुवावर पोहोचण्यासाठी शर्यत होती; तरी त्या शर्यतीनंतर, ध्रुवीय प्रदेशाला शास्त्रीयदृष्ट्या काही महत्त्व नाही हा समज खोटा ठरला आणि त्या प्रदेशाचे शास्त्रीय महत्त्व सर्वांनाच पटले. तिथे असलेल्या अमेरिकन 'आमंडसेन-स्कॉट' दक्षिण ध्रुवीय तळावर 'आइस क्यूब' नावाचा एक संशोधन प्रकल्प चालू आहे. या प्रकल्पावरचा होणारा कित्येक कोटी डॉलर्सच्या खर्चाचा वाटा अमेरिका, स्वीडन आणि जर्मनी या देशांनी उचललेला आहे. या संशोधन प्रकल्पाचा उद्देश मूलतत्त्वाच्या (मॅटर) निर्मितीचा शोध घेणे हा आहे. एक वर्ग किमी. बर्फामध्ये जगातील सर्वांत मोठ्या वैज्ञानिक उपकरणांपैकी एक असलेल्या उपकरणाच्या साहाय्याने संशोधन केले जात आहे. तिथे बर्फामध्ये २.५ किमी. खोल ८६ भोके पाडून त्यामध्ये ५ हजार संवेदनाक्षम शोधक (Detectors) बसवले आहेत. सहजपणे लक्षात न येणारे, चकवा देणारे, परमाणू - न्यूट्रीनोज (Neutrinos) - यांचा शोध घेण्याच्या दृष्टीने दक्षिण ध्रुवीय प्रदेश हे योग्य ठिकाण असल्याचे शास्त्रज्ञांचे मत आहे. न्युट्रीनोज हे ऋणभारित आणि वजनरहित परमाणू आहेत आणि ते अणूंच्या मूलकणांपैकी एक समजले जातात. हे परमाणू कॉस्मिक किरणांबरोबर पृथ्वीवर येतात आणि पृथ्वीमधून आरपार निघून जातात. क्वचित काही वेळा ते ज्या माध्यमातून जात असतात त्या माध्यमाशी त्यांचा संयोग होतो. ध्रुवीय प्रदेशाच्या वैशिष्ट्यपूर्ण स्थानामुळे आणि बर्फाच्या स्फटिक शुद्धतेमुळे कधीकधी पाण्याच्या अणुसंयोगाबरोबर (Molecule) त्याची प्रक्रिया होऊन निळ्या रंगाची ठिणगी असल्याप्रमाणे दिसते. त्यावरून शास्त्रज्ञांना ते परमाणू कोणत्या दिशेने आले होते आणि त्यांच्यामध्ये किती ऊर्जा होती याचा अंदाज बांधता येतो आणि त्याचबरोबर या विश्वातील स्रोताबद्दलपण अंदाज बांधता येतो. ते परमाणू शोधणेच कठीण असल्यामुळे, खूप मोठे शोधक यंत्रच (डिटेक्टर) तो दुर्मीळ क्षण पकडू शकते. शंभर वर्षांपूर्वीच्या, सन १९१२ मधील, संशोधकांनापण या प्रयोगाचे खूपच अप्रूप वाटले असते.

त्यापेक्षाही महत्त्वाचे म्हणजे, सन १९१२, आपल्याला शास्त्रीय संशोधनाबद्दल, शोधांबद्दल काहीतरी विशेष सांगते — शंभर वर्षांपूर्वी त्या कामासाठी निधी कसा जमवला गेला, संशोधन कशा प्रकारे केले गेले आणि ते सगळे सर्वसामान्यांपर्यंत इतक्या प्रभावीपणे कसे पोहोचवले गेले. मला वाटत नाही की तितक्या प्रभावीपणे त्या गोष्टी आता घडताहेत. आज विज्ञान आणि शोध यांच्यामध्ये जसा फरक पडला आहे तसा फरक त्या वेळी पडला नव्हता. सन १९१२ मध्ये जेव्हा शोध घ्यायचा प्रयत्न केला गेला तेव्हा प्रथम विज्ञानाचाच शोध घेतला गेला. त्या काळामध्ये त्या दोन्ही गोष्टी समानच होत्या, एकच होत्या. आणि जनतेमध्ये चेतना निर्माण होण्याचे ते एक कारण होते. आता जसजशी विज्ञानाची नवनवीन दालने नवीन तंत्रज्ञानाने उघडली जात आहेत तसतसे ज्ञानापेक्षा त्यांचा लाभ उठवण्याची स्पर्धापण वाढते आहे.

सन १९१२ मध्ये ज्या वेळी वेगवेगळी सरकारे, राजवटी दक्षिण ध्रुवीय प्रदेशातील मोहिमांना आर्थिक मदत करायला तयार नव्हती, तेव्हा सर्वसामान्य साहसवीरांनी पुढाकार घेऊन इतिहास घडवला. अनेकांनी छोट्या, छोट्या रकमा दिल्या. लहान कंपन्या, वैयक्तिक देणगीदारांनी, व्यापाऱ्यांनी ती मोहीम यशस्वी होईल ना होईल याचा विचार न करता, त्या नवीन प्रदेशातला एखादा भूभाग, एखादा किनारा इ. ला आपले नाव देण्याच्या उद्देशाने आणि इतिहासात आपले नाव अजरामर करण्याच्या उद्देशाने भरघोस देणग्या, मदत देऊ केल्या. तो काळच खरोखर वेगळा होता. लोकांच्या उत्साहाने, सहभागाने एखादी लोकविलक्षण वाटणारी गोष्टपण सहजसाध्य वाटायला लागली.

तो काळ वैज्ञानिक डॉक्युमेंटरी फिल्मच्या उदयाचाही काळ होता. सन १९१२ मधील सर्व शोधमोहिमांनी त्यांच्याबरोबर चित्रीकरणाची सामग्री नेली होती. आजमितीला फक्त जर्मन मोहिमेच्या डॉक्युमेंटरीचा ठावठिकाणा माहीत नाही. इतर सर्व मोहिमांनी त्यांची कामगिरी सर्वसामान्यांपर्यंत पोहोचवण्यासाठी या फिल्मचा चांगला वापर करून घेतला.

पुस्तकांनी आणि वर्तमानपत्रांनाही महत्त्वाची कामगिरी बजावली. नव्यानेच स्थापन झालेल्या 'रॉयल जिऑग्राफिक सोसायटी'ला अगदी सन १८३० मध्येच जाणवले होते की, 'भूगोलविषयक माहितीचा अफाट खजिना ब्रिटनमध्येच दडलेला आहे, परंतु तो इतस्ततः विखुरला आहे, काही मोठ्या पुस्तकांमध्ये आहे पण ती पुस्तके सहजपणे मिळणारी नाहीत, काही सरकार दरबारी फाइलींमध्ये आहे आणि मोठ्या प्रमाणावर खासगी मालकीचा आहे जो सर्वसामान्यांच्या आवाक्याबाहेर आहे.' या नवीन सोसायटीने त्यांच्या मासिकाद्वारे भूगोलासंबंधी नवीन कल्पना, नवीन माहिती सहजपणे, अगदी ज्याला पाहिजे त्याला, उपलब्ध करून देण्याचे

ठरवले. वर्तमानपत्रांच्या मालकांनी सढळ हस्ते मदत केल्याने त्या प्रकल्पाला जोरदार सुरुवात ही झाली आणि वर्तमानपत्रांतून त्याला प्रसिद्धी मिळाली. जरी एखाद्या मोहिमेला कुणा मोठ्या उद्योगपतीचा पाठिंबा मिळाला नसला तरी मोहिमांना वर्तमानपत्रांच्या पहिल्या पानावर मिळणाऱ्या प्रसिद्धीमुळे निधी उभा करण्याचा मार्ग सोपा झाला.

दक्षिण ध्रुवीय प्रदेशातून मोहिमा परत आल्यावर त्यांच्या प्रवासाबद्दल, कामगिरीबद्दलच्या बातम्यांना ताबडतोब प्रसिद्धी मिळायला लागली. त्याचप्रमाणे पुस्तके प्रकाशित व्हायला लागली. प्रकाशित होणाऱ्या अहवालांमध्ये, पुस्तकांमध्ये विज्ञानविषयक माहितीला ही प्राधान्य दिलेले असे. काही काळानंतर वैज्ञानिक लेख तांत्रिक माहितीसह अधिकृत जर्नल्समधून प्रकाशित केले जाऊ लागले. मात्र निधी जमा होणे हे सर्वस्वी जनतेच्या लहरीवर आणि त्या वेळच्या परिस्थितीवर अवलंबून असे. काहीतरी चमत्कृतिपूर्ण, चित्तथरारक, अद्‌भुत असे ऐकण्याची, वाचण्याची जनतेची भूक वाढत होती. त्यामुळे काही वेळा लेखक वाहवत ही जाऊ लागले. मोहिमेहून परतल्यावर चेरीने एके ठिकाणी लिहिले— 'मी जेव्हा दक्षिणेकडे गेलो तेव्हा पुस्तक लिहायचे माझ्या डोक्यातपण नव्हते,' उलट जे अशी पुस्तके लिहायचे त्यांचा मी तिरस्कार करायचो. जे काही कामगिरी करून दाखवायचे आणि त्याची वाच्यताही करायचे नाहीत अशी माणसे मला मोठी वाटायची. परंतु मोहिमेहून आल्यावर माझे मत बदलले जो कोणी अशा अद्‌भुत आणि अविस्मरणीय अनुभवातून गेला आहे आणि ज्याच्याकडे सांगण्यासारखे खूप काही आहे त्याने त्याची गोष्ट सांगितलीच पाहिजे.' अगदी मॉसनसारख्या माणसाने, जो प्रथम आणि शेवटी हाडाचा वैज्ञानिक होता, त्यानेपण दक्षिणेकडे नाइलाजाने हिवाळ्यात राहण्याची वेळ आल्यावर त्याच्या पुस्तकाचे *'The Home of the Blizzard'*चे काम सुरू केले. या सुरुवातीच्या पुस्तकांनी सर्वसामान्य जनतेला शौर्याच्या, धैर्याच्या, दुर्दैवाच्या, त्यागाच्या, मैत्रीच्या, निसर्गाच्या वैविध्याच्या गोष्टी सांगून चांगली करमणूक केली.

परंतु प्रसिद्धीच्या वलयात परतणे हे काही वेळा, ध्रुवीय प्रदेशामध्ये बर्फावर असण्याइतकेच धोकादायकही होते. साहसवीरांना त्यांच्या चाहत्यांनी वेढणे, त्यांच्याकडे निरनिराळ्या मागण्या करणे, ध्रुवीय प्रदेशातून आणलेल्या गोष्टी जहाजावरून परस्पर नेणे अशांसारख्या घटनांचा वारंवार अनुभव आला. काही वेळा दक्षिण ध्रुवीय प्रदेशातून आणलेल्या नमुन्यांची आठवण म्हणून चाहत्यांकडून मागणी केली जायची आणि जर ते दिले नाहीत तर सरळसरळ उचलून नेले जायचे. जेव्हा शॅकल्टन 'निमरॉड' मोहिमेवरून परत यायला निघाले तसे एका उत्साही चतुर खलाशाने न्यू-झीलंडच्या किनाऱ्यावरून दगड गोळा केले आणि ध्रुवीय प्रदेशातील नमुने म्हणून विकून काही पौंडांची कमाई केली.

मोहिमांच्या नेत्यांना मोहिमांसाठी पैशांची नेहमीच चणचण भासायची. थॉमस हक्सलेने एके ठिकाणी उद्‌गार काढले होते— 'इंग्लंडमध्ये विज्ञान काहीही करू शकते - फक्त आर्थिक मदत सोडून; तुम्हाला नाव मिळेल, मानसन्मान मिळतील, परंतु तुमच्या टेबलावर पाव काही येणार नाही.' यश मिळण्यावरच सर्वकाही अवलंबून होते आणि बरेच वेळा लोकांमध्ये उत्सुकता निर्माण करण्यासाठी, मोहिमेच्या आधी नंतर मग अतिशयोक्त गोष्टींचा आधार घ्यावा लागे.

ज्याप्रमाणे मोहिमा काढल्या जायच्या ते सर्वांनाच आवडत होते असे नाही. मॉसनच्या पथकातील उप-कप्तान - डेव्हिसने असे उद्‌गार काढले की— 'अलीकडच्या मोहिमांना निधी उभा करण्यासाठी अक्षरश: भीक मागावी लागली, कधीकधी गरजेच्या आणि उपयुक्त कामापेक्षा उगीचच काहीतरी चमत्कृतिपूर्ण करण्याची वेळ यायची आणि शोध/ साहसवीर, जे कर्जाच्या ओझ्याखाली असायचे ते असे काहीतरी करण्याच्या भरीस पडायचे. आणि मोह आवरणेही कठीण आहे आणि त्याचे समर्थन करणेही कठीण आहे. ज्या साहसवीरांकडे उत्तम वैज्ञानिक उपकरणे घेण्यासाठी पैसा नाही त्यांना माझा एकच सल्ला आहे - दक्षिण ध्रुवीय प्रदेशापासून दूर राहा.'

आमंडसेननेदेखील त्याच्या 'द साउथ पोल' या पुस्तकामध्ये काहीसे असेच मत व्यक्त केले आहे. त्या पुस्तकामध्ये त्याने लिहिले होते— 'दक्षिणेकडे गेलेले आधीचे साहसवीर वास्तवापासून दूर आणि फारच स्वप्नाळू होते.' परंतु दुसरी बाजूही लक्षात घेतली पाहिजे की त्या नॉर्वेजियनाने (आमंडसेनने) त्याच्या दक्षिण भौगोलिक ध्रुवावरील यशस्वी मोहिमेनंतर लिहिलेले पुस्तक अजिबात रोमांचकारक आणि वेधक नसल्याच्या आणि अतितांत्रिक असल्याच्या कारणास्तव 'हाइनमन'ने प्रकाशित करण्याचे नाकारले होते. शेवटी कितीही तत्त्वनिष्ठा आणि ध्येयाशी बांधिलकी असली तरी सर्वसामान्यांना आकर्षित करण्यासाठी केलेल्या लिखाणामध्ये थोडी अतिशयोक्ती, थोडा स्वप्नाळूपणा आणि थोडी पाल्हाळ सूतकताई असणे गरजेचे होते.

कालांतराने वैज्ञानिक संशोधनासाठीच्या निधीवाटपाचे एकत्रीकरण करण्यात आल्यावर जनतेला त्या आघाडीवर काय घडते आहे हे समजेनासे झाले. सरकारी खात्यांना संशोधनाच्या कामाचा हिशोब लागायला लागला, केलेल्या कामाचे पुरावे लागायला लागले आणि संशोधनासंबंधीच्या बातम्यांची, घडामोडींची फक्त वैज्ञानिकांमध्येच देवाणघेवाण होऊ लागली - बहुतेक इतर व्यवसायांमध्येपण हाच प्रकार आहे. एखाद्या वैज्ञानिक शोधामागची रोमांचकता, उत्सुकता सर्वांपर्यंत पोहोचवणे क्वचितच घडायला लागते.

सन १९०७ मध्ये एजवर्थ डेव्हिड जेव्हा शॅकल्टनला येऊन मिळाला तेव्हा त्याचे संशोधनाचे काम चालले होते. विज्ञान हे एखाद्या खेळाशी स्पर्धा करू शकते. दक्षिण ध्रुवीय प्रदेशासारख्या अगदी टोकाच्या वातावरणात संशोधनाचे काम करणे हे एखाद्या खेळाप्रमाणेच आहे. सन १९०४ मध्ये डेव्हिडने एके ठिकाणी लिहिले, 'विज्ञानाने माणसाला निर्भयपणे सत्याचा शोध घ्यायला शिकवले नाही का?' अर्थात ज्या वेळी दक्षिण भौगोलिक ध्रुवावर पोहोचण्याचे प्रयत्न चालले होते त्या वेळी वैज्ञानिक संशोधनाचे काम अगदी प्राथमिक अवस्थेमध्ये होते आणि तितकेसे मोलाचेही नव्हते हे खरे. परंतु त्यांनी स्वीकारलेल्या आव्हानांची, त्यांच्या प्रयत्नांची दाखवलेल्या जिद्दीची जनतेला भुरळ पडली होती. जनतेला ज्या प्रकारे मदत करता येईल त्या प्रकारे करून त्यांच्या प्रयत्नांमध्ये, त्या आव्हानांमध्ये आपला काहीतरी सहभाग असावा असे वाटत होते.

सन १९१४ मधील, डेव्हिड याच्या लंडन येथील भाषणाच्या वेळी, शॅकल्टन त्याच्या 'Imperial Trans - Antarctic Expedition' च्या तयारीच्या खटपटीत होता, त्याने विचार करण्यासारखे एक विधान केले—

> अनेक जण म्हणतात, काहीही भव्यदिव्य करून दाखवण्याची गरज नाही, आणि जाण्याचीही गरज नाही, परंतु दक्षिण ध्रुवाकडे जाणाऱ्या प्रत्येकाच्या मनात खोल कुठेतरी वाटत असते की देशासाठी काहीतरी करावे. जेव्हा मी आधी गेलो होतो तेव्हा आमचीपण इच्छा दक्षिण ध्रुवावर जाण्याचीच होती, परंतु आम्ही ते केलं नाही. ध्रुवीय प्रदेशात गेलेल्या प्रत्येक मोहिमेने दक्षिण ध्रुवाच्या अधिकाधिक जवळ जाण्याचाच प्रयत्न केला आहे. आणि ध्रुवीय प्रदेशामध्ये साध्य करायची शेवटची गोष्ट म्हणजे, ते खंड एका टोकापासून दुसऱ्या टोकापर्यंत चालून जाणे. याला कदाचित काही वैज्ञानिक मोल नसेल परंतु भावनात्मक मोल नक्कीच आहे. आणि कोणत्याही मोठ्या भव्यदिव्य, घटनेमागे भावनात्मक शक्ती असल्याशिवाय ती साध्य झालेली नाही आणि ज्या दिवशी विज्ञानापासून भावनेने फारकत घेतली असेल किंवा भावनेपासून विज्ञान वेगळे झाले असेल तो दिवस माझ्यासाठी खरोखरच दुःखाचा असेल.

आणि या विचारानेच - म्हणजे विज्ञान, साहस आणि संवाद यांची सांगड घालण्याच्या, यांना परस्परपूरक समजण्याच्या - अनेक साहसवीर शॅकल्टनच्या प्रकल्पांकडे आकृष्ट झाले.

मला वाटते त्यानंतर आपण वाट चुकलो आहोत. वैज्ञानिक प्रयोग, शोध,

वगैरे चालूच आहेत, परंतु पूर्वीप्रमाणे सर्वसामान्यांशी असलेला संवाद आता थांबला आहे. वैज्ञानिकांनी, जनतेला ते करत असलेले काम, त्यामागचा उद्देश इत्यादी समजावून सांगून जनतेमध्ये विज्ञानाविषयी औत्सुक्य निर्माण करायला पाहिजे. आर्थिक टंचाईच्या काळामध्ये, कठीण काळामध्ये लोकांकडून पैसा घेऊन नंतर लोकांपासून दूर राहून स्वत:च्या कामामध्ये गढून जाणे योग्य नाही. सन १९१२, मधील अनुभवांवरून महत्त्वाची जर कोणती गोष्ट शिकण्यासारखी असेल तर ती म्हणजे वैज्ञानिक संशोधनाच्या कामाबद्दल जनतेमध्ये उत्सुकता निर्माण करता आली पाहिजे. लोकांची आस्था कमी झाली आहे यावर माझा विश्वास नाही तर वैज्ञानिक म्हणून आपल्याला आणखी चांगले काय करता येईल हे बघण्याची गरज आहे. वैज्ञानिक फक्त जर्नलमधील लेखांच्या माध्यमातून संवाद साधतात, जे त्यातील तांत्रिकतेमुळे सर्वसामान्यांना समजत नाही. जसजसे संशोधन अधिकाधिक विषय संकुचित होत आहे तसतशी त्याची भाषाही अधिक क्लिष्ट होत आहे. संशोधनात्मक लेखनपण एवढे तांत्रिक होते आहे की त्याचा अर्थ फक्त त्याच क्षेत्रातील तज्ज्ञालाच समजू शकेल. मला खात्री आहे की आपण सन १९१२ च्या अनुभवातून खूप धडे घेऊ शकतो आणि जनतेची आस्था वाढवण्यासाठी, सहभाग वाढवण्यासाठी आणखीही काही मार्ग काढू शकतो; तसा प्रयत्न करू शकतो.

आश्चर्याची गोष्ट म्हणजे जगाचे अजूनही असे काही भाग आहेत, कोपरे आहेत ज्यांचा शोध घेतला गेलेला नाही. प्रसिद्ध होणारे वेगवेगळे 'ॲटलास' या ग्रहावरच्या निरनिराळ्या किनारपट्ट्या जरी दाखवत असले तरी, अजूनपण माणूस पोहोचला नाही असे काही भाग या जगामध्ये शिल्लक आहेत. अजून माणूस न पोहोचलेल्या जागा म्हणजे - दक्षिण ध्रुवीय प्रदेशाचा काही भाग, ग्रीन लँड, ॲमेझॉनचे खोरे, विषुववृत्तीय आफ्रिका, न्यू गीनी आणि समुद्रतळ. आणि हे सगळे सारखेच महत्त्वाचे आहेत. विज्ञान आणि शोध परत एकदा एकत्र येऊन हे करू शकतात. असा प्रयत्न करणे म्हणजे फक्त नकाशावरच्या कोऱ्या जागा भरणे नाही. या ग्रहाच्या पूर्ण आकलनासाठी, निसर्ग रहाटी जाणून घेण्यासाठी, हा प्रयत्न जरुरीचा आहे. अनेक कारणांनी जगापुढे निरनिराळी, निसर्गाची, आव्हाने उभी राहत आहेत. या बदलत्या परिस्थितीचा, वातावरणाचा शोध घेण्यासाठी परत एकदा लोकांना उद्युक्त करण्याची वेळ आली आहे.

गेले शतक उलटता उलटता ज्याप्रमाणे दक्षिण ध्रुवीय प्रदेशाबद्दल जाणून घेतले, त्याची काही रहस्ये उलगडली; तसेच वातावरण आता नव्याने तयार करण्याची, अनुभवण्याची गरज आहे. आजच्या काळामध्ये लोकांचा प्रत्यक्ष, अप्रत्यक्ष सहभाग वाढवण्यासाठी, सर्वव्यापी निरनिराळ्या माध्यमांचा आपण उपयोग करून घेऊ शकतो. आज त्या भारलेल्या वर्षाची, सन १९१२ ची, शताब्दी साजरी करत

असताना त्या काळापासून प्रेरणा घेऊन, स्फूर्ती घेऊन आणि पुढील पिढीला बरोबर घेऊन आपल्या ग्रहापुढील आव्हानांना तोंड देण्याची तयारी करायची आहे.

निरनिराळ्या विषयांना, ध्येयांना वाहून घेतलेल्या संस्था त्या दिशेने चांगले प्रयत्न करू शकतात. वेबसाईट तयार करणे, लेख, पुस्तके लिहिणे, प्रकाशित करणे इ. मार्ग तर आहेतच, परंतु तेवढेच पुरेसे नाहीत - आता आलेल्या माहितीच्या महापुरामुळे गोंधळलेल्या जनतेशी थेट संवाद साधून वैज्ञानिक मार्ग दाखवू शकतात.

लोकांच्या सहभागातूनच मार्ग निघू शकतो. डेव्हिडने 'डुनेडिन' येथे सन १९०४ मध्ये म्हटल्याप्रमाणे, 'लहान मूल जसे पहिली पावले टाकून धडे घ्यायला सुरुवात करते, त्याचप्रमाणे सर्वसामान्य जनता प्राथमिक विज्ञान आत्मसात करू शकते. माणसाने योग्य प्रकारे जगावे म्हणून विज्ञानापासून त्याने योग्य धडे घ्यावे अशी विज्ञानाची अपेक्षा आहे; आणि हे शिक्षण केवळ दुसऱ्यांच्या अनुभवावरून नाही तर स्वत: अनुभवातून जाऊनच घ्यावे लागते, कारण त्यामुळे तो स्वत: विचार करण्यास समर्थ तर होईलच, परंतु खऱ्या अर्थाने स्वावलंबीपण होईल. अशा प्रकारच्या विचारांच्या प्रसारानेच जाणिवा तीव्र होतात, मार्ग सापडतात आणि त्यामुळेच मानवजातीची प्रगती होते.'

वैज्ञानिक स्थानिक शाळांमध्ये जाऊन विज्ञानाविषयी जागृती करू शकतात, विचारांचे आदानप्रदान करून एखादा महत्त्वाचा विषय शिकवू शकतात, किंवा केलेल्या कामाबद्दलची माहिती वेबसाईटवर देऊ शकतात. भावी वैज्ञानिक या सर्व गोष्टींच्या संपर्कात राहून भविष्याचा मागोवा घेऊ शकतात किंवा 'Earthwatch Worldwide' आणि 'Raleigh International' सारख्या संस्थांनी काढलेल्या मोहिमांमध्ये सहभागी होऊन प्रत्यक्ष अनुभव घेऊ शकतात. खरोखर इतके काही करण्यासारखे आहे - आणि अजून खूप काही आपण करू शकतो.

आज १७ जानेवारी २०१२. मी माझ्या काही सहकाऱ्यांबरोबर दक्षिण भौगोलिक ध्रुवावर उभा आहे. येथील तापमान जरी उणे ३५ अंश से. असले तरी सर्वांचे मनोधैर्य चांगले आहे. आज त्या घटनेला जरी १०० वर्षे झाली असली तरी स्कॉट आणि त्याचे सहकारी या स्थानावर जेव्हा पोहोचले असतील तेव्हा त्यांच्या मनाची अवस्था काय आणि कशी असेल याचा अंदाज करणे कठीण नाही. आमच्या संशोधन तळापासून दूर, येथील अथांग पसरलेल्या बर्फाच्छादित भूभागाला चमकदार निळ्याशार रंगाच्या आकाशाचे कोंदण लाभले आहे. त्यामुळे आमच्या येथील उपस्थितीला एक निराळेच परिमाण लाभले आहे. एका ऐतिहासिक वैज्ञानिक मोहिमेच्या कामगिरीची शताब्दी साजरी करायला या जागेवर येण्याची संधी मिळाल्याबद्दल मी स्वत:ला खूप भाग्यवान समजतो.

जरी आज आम्ही जगाच्या एका अतिदूर, एकाकी कोपऱ्यामध्ये आलो असलो तरी या खास ठिकाणाला भेट देण्यासाठी रंगीबेरंगी कपड्यांमधले काही पर्यटक हजर आहेत आणि वैज्ञानिक दिंडीतील वारकरीही आहेत. त्यांना जेव्हा इथे येण्याच्या त्यांच्या उद्देशाबद्दल विचारले तेव्हा आलेले उत्तर एकमुखी होते - शंभर वर्षांपूर्वीच्या त्या ऐतिहासिक घटनेची प्रेरणा. एका साहसी भावनेने ते या प्रदेशाकडे आकृष्ट झाले होते. ध्रुवाच्या दिशेने प्रवास सुरू करण्याआधी स्कॉटने उद्गार काढले होते - इथे आपण सगळे साहसवीर आहोत.

शतकापूर्वीच्या घटनेचा हाच एक मुख्य धडा आहे. वैज्ञानिक शोधाचे अजूनही तितकेच महत्त्व आहे, त्यातून मिळणारे ज्ञान हेच फक्त महत्त्वाचे नाही, तर त्या मिळालेल्या ज्ञानाचा आपण कसा विनियोग करतो हेपण महत्त्वाचे आहे. आपण त्याचे मोल ओळखले पाहिजे आणि सन १९१२ मधील मोहिमांप्रमाणे प्रयत्न केले पाहिजेत, संवाद साधला पाहिजे.

◆

संदर्भ

विसाव्या शतकाच्या सुरुवातीच्या काळातील दक्षिण ध्रुवीय प्रदेशातील शोधमोहिमांसंबंधी पुस्तकांचा, माहितीचा खजिनाच उपलब्ध आहे आणि त्याहीपेक्षा जास्त लेख, नोंदी, कात्रणे इ. वेबसाइटवर उपलब्ध आहेत, (बरीच पुस्तके आता मिळत नाहीत). विशेषत: E-Books आणि टेक्स्ट आर्चिव्ह (www.archive.org/details/texts)या वेबसाइटवर विविध माहिती उपलब्ध आहे.

'१९१२' हे पुस्तक अधिक वाचनीय करण्याच्या दृष्टीने मी पानांच्या शेवटी तळटिपा किंवा प्रकरणांशेवटी संदर्भ टिपा नोंदण्याचे ठरवले. एखाद्या उल्लेखासंबंधी, मुद्द्यासंबंधी अधिक माहिती त्याच्या संदर्भासहित माझ्या वेबसाईटवर (www.christurney.com) मिळू शकेल.

या पुस्तकासाठी मी जे संदर्भ वापरले आहेत त्यांची पुस्तके, वैज्ञानिक नियतकालिकांतील लेख, अहवाल, वर्तमानपत्रे, मासिकांतील लेख, चित्रफिती, ध्वनिफिती, अप्रकाशित माहिती आणि वेबसाईट अशी प्रत्येक प्रकरणाप्रमाणे वर्गवारी केली आहे. अप्रकाशित माहितीव्यतिरिक्त या पुस्तकातील इतर माहिती कोणत्याही पुस्तकाच्या दुकानातून, लायब्ररीमधून, ऑनलाइन मिळू शकते. अनेक संस्थानी त्यांच्या संग्रहातील चित्रफिती/ ध्वनिफिती आता जनतेसाठी खुल्या केल्या आहेत. परंतु अजूनही अशा बऱ्याच चित्रफिती/ ध्वनिफिती आहेत ज्या जगभरातल्या ठरावीक पुरातत्त्व विभागांकडेच मिळू शकतात.

अप्रकाशित संदर्भांच्या बाबतीत, BL म्हणजे British Libray (London); CUL म्हणजे Cambridge University Library (UK); MAC म्हणजे Mawson Antarctic Collection '(Adelaide, Australia); ML म्हणजे Mitchell Library (Sydney Australia); NB म्हणजे National Library (Oslo, Norway); NFSA म्हणजे National Film and Sound Archive (Canberra, Australia); NLA म्हणजे National Library of Australia (Canberra); RGS म्हणजे Royal Geographic Society (London);

SAEMN म्हणजे Shirase Antarctic Expedition Memorial Museum (Nikaho, Japan); SLV म्हणजे La Trobe Collection, State Library of Victoria (Melbourne, Australia); SPRI म्हणजे Scott Polar Research Institute (Cambridge, UK); URL म्हणजे University of Reading Library (UK).

काही अप्रकाशित माहितीच्या संदर्भात सुस्पष्टता आणण्याच्या दृष्टीने केवळ विरामचिन्हांपुरती काटछाट केलेली आहे.

या पुस्तकामध्ये उल्लेखलेल्या सर्व अप्रकाशित साहित्याच्या हक्कदारांशी संपर्क साधण्याचा प्रयत्न मी केला आहे. त्यातूनही काही काही राहून गेले असेल तर मी आधीच त्याबद्दल क्षमा मागतो आणि पुढील आवृत्तीमध्ये त्या सुधारणा करून त्यांचा समावेश करणे मला नक्कीच आवडेल.

◆

परिशिष्ट

लॉर्ड कर्झन यांच्या नोंदी

लेडी स्कॉट आणि ओरियाना विल्सन यांच्याबरोबर झालेल्या भेटीसंदर्भात लॉर्ड कर्झन यांनी केलेल्या, त्यांच्या हस्ताक्षरातील, नोदींतील महत्त्वाचा भाग

(हक्क – ब्रिटिश लायब्ररी बोर्ड)

लेडी स्कॉट – एप्रिल १६.१३

परतीच्या प्रवासात डेपोपाशी आल्यावर, अन्न आणि इंधनाच्या साठ्यातील आढळलेल्या त्रुटीबाबत स्कॉटच्या डायरीमधील शब्द. तो 'अविचारीपणा आणि मनाचा मोठेपणा दाखवण्याच्या' संदर्भात बोलला.

असे दिसते की - लेफ्टनंट इव्हान्स - जो स्कर्व्हीने आजारी होता - आणि त्याच्या दोन सहकाऱ्यांनी त्यांच्या परतीच्या प्रवासात, डेपोमधून, त्यांच्या हिश्शापेक्षा जास्त अन्न आणि इंधनाचा साठा उचलला असावा.

ओरियाना विल्सन –

श्रीमती विल्सन यांनी मला सांगितले की त्यांच्या नवऱ्याच्या डायरीमध्ये एक उतारा आहे, त्यात त्याने आश्चर्य व्यक्त करत म्हटले आहे, परतीच्या प्रवासामध्ये डेपोतील इंधनाच्या आणि वाळवलेल्या मांसाच्या साठ्यामध्ये आढळून आलेल्या त्रुटीबद्दल स्पष्टीकरण देणे अवघड आहे, कारण 'मियर्स' ने तर त्याला हात लावला नव्हता, म्हणजे दुसऱ्या कोणत्यातरी परतणाऱ्या पार्टीने अनधिकृतपणे त्यातून अन्न आणि इंधनसाठा उचलला असावा.

अर्थात हा उतारा त्या कोणाला न दाखवता गुपित ठेवू इच्छितात.

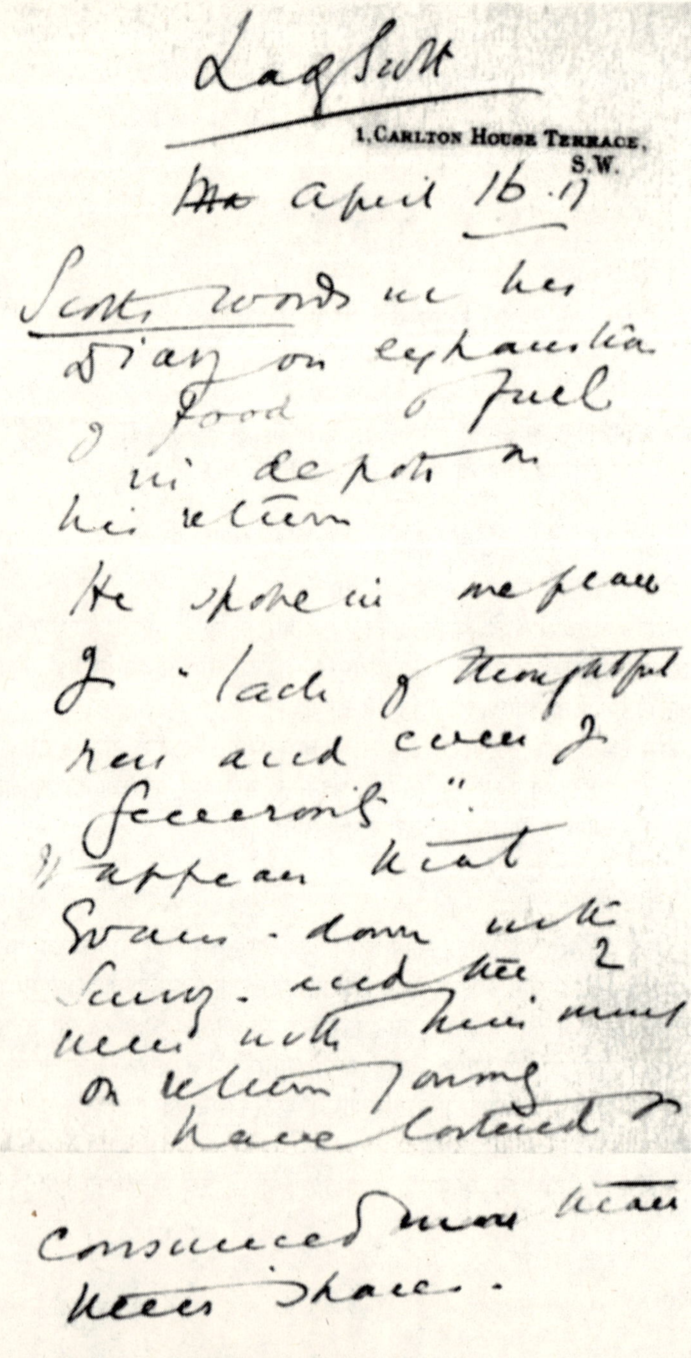

Lady Scott

1, Carlton House Terrace,
S.W.

April 16. 17

Scott's words in his diary on exhaustion of food & fuel in depots on his return

He spoke in one place of "lack of thoughtfulness and even of generosity".

It appears that Evans - down with Scurvy - and the 2 men with him must on return journey have consumed more than their share.

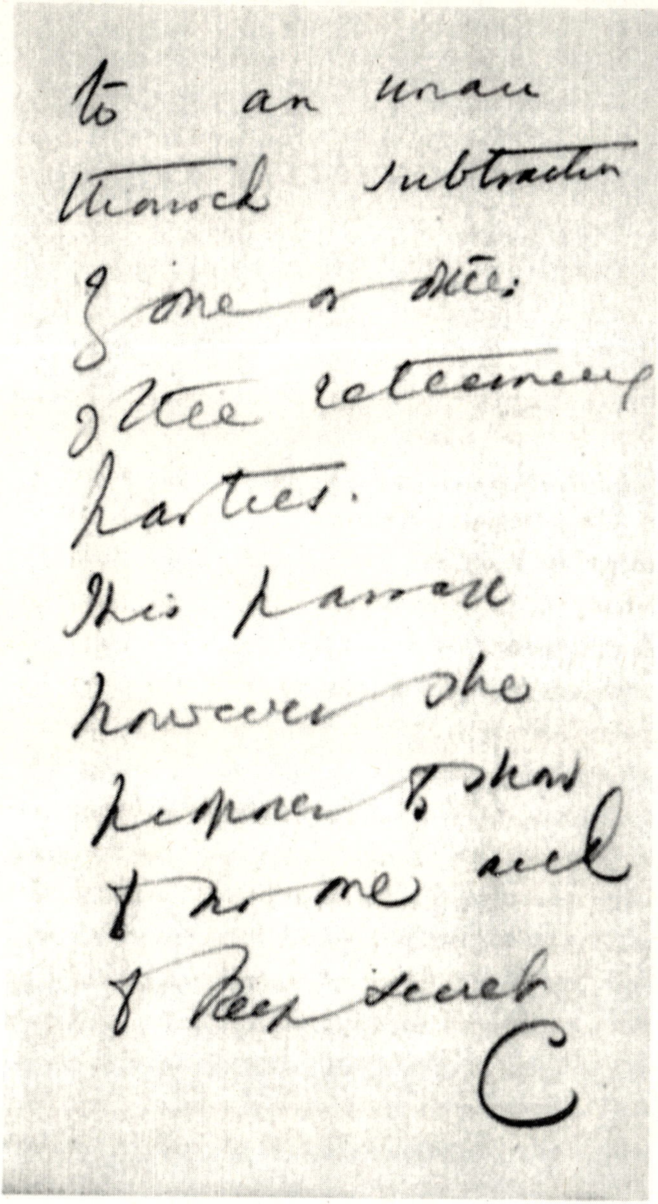

to an unau
thorised subtraction
of one or other
of the returning
parties.
This parcel
however she
happened to show
to no one and
to keep secret
C

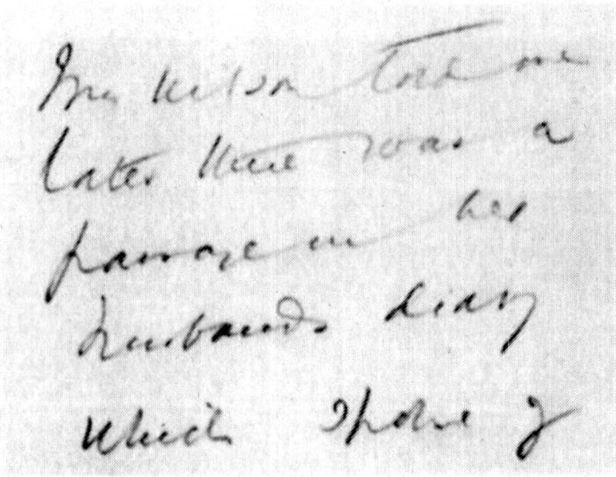

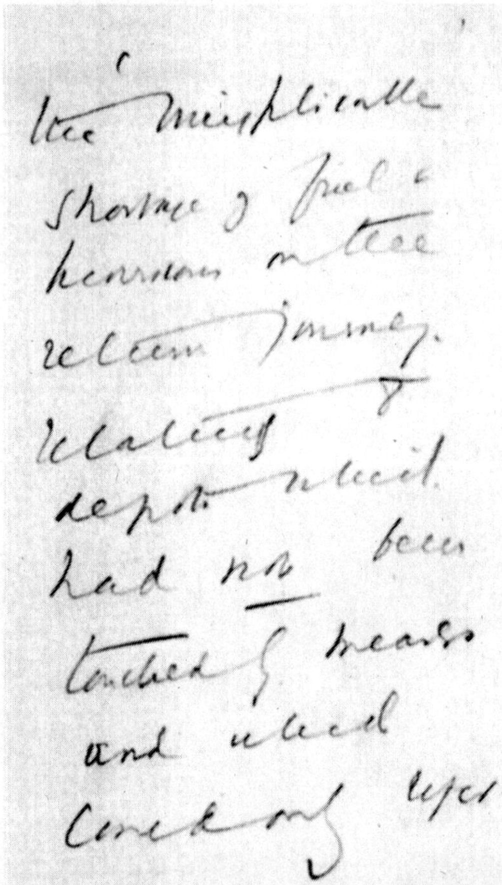